மனித சமுதாயம்

ராகுல் சாங்கிருத்யாயன்

தமிழாக்கம்:
ஏ.ஜி. எத்திராஜுலு

நியூ செஞ்சுரி புக் ஹவுஸ் (பி) லிட்.,
41-பி, சிட்கோ இண்டஸ்டிரியல் எஸ்டேட்,
அம்பத்தூர், சென்னை - 600 050.
☎: 044 - 26251968, 26258410, 48601884

Language: Tamil

Manitha Samuthayam

Author : **Rahul Sangrityayan**

Translator : **A.G. Ethirajulu**

First Edition: August, 2003

Fifth Edition: August, 2019

Sixth Edition: November, 2022

Copyright: Publisher

No. of pages: xiv + 406 = 420

Publisher :

New Century Book House Pvt. Ltd.,

41-B, SIDCO Industrial Estate,

Ambattur, Chennai - 600 050.

Tamilnadu State, India.

Email : info@ncbh.in

Online:www.ncbhpublisher.in

ISBN. 978 - 81 - 2340 - 809 - 5

Code No. A 1222

₹ 550/-

Branches

Ambattur (H.O.) 044 - 26359906 **Spenzer Plaza (Chennai)** 044-28490027 **Trichy** 0431-2700885 **Pudukkottai** 04322- 227773 **Thanjavur** 04362-231371 **Tirunelveli** 0462-4210990, 2323990 **Madurai** 0452 2344106, 4374106 **Dindigul** 0451-2432172 **Coimbatore** 0422-2380554 **Erode** 0424-2256667 **Salem** 0427-2450817 **Hosur** 04344-245726 **Krishnagiri** 04343-234387 **Ooty** 0423 2441743 **Vellore** 0416-2234495 **Villupuram** 04146-227800 **Pondicherry** 0413-2280101 **Nagercoil** 04652-234990

மனித சமுதாயம்

ஆசிரியர்: **ராகுல் சாங்கிருத்யாயன்**

தமிழாக்கம்: **ஏ.ஜி. எத்திராஜுலு**

முதல் பதிப்பு: ஆகஸ்ட், 2003

ஐந்தாம் பதிப்பு: ஆகஸ்ட், 2019

ஆறாம் பதிப்பு: நவம்பர், 2022

அச்சிட்டோர் : பாவை பிரிண்டர்ஸ் (பி) லிமிடெட்.,

16 (142,) ஜானி ஜான் கான் சாலை, இராயப்பேட்டை, சென்னை - 14

☎: 044-28482441

All rights reserved. No part of this book may be reprinted or reproduced or utilised in any form or by any electronic, mechanical, or other means, now known or hereafter invented, including photocopying and recording, or in any information storage or retrieval system, without permission in writing from the publishers.

பதிப்புரை

உள்ளார்ந்த தேடுதல் வேட்கையின் பொருட்டு உலகமெங்கும் ஊர்சுற்றித் திரிந்து தத்துவார்த்த ஞானத்தில் பேராற்றலுடன் சிறந்தோங்கிய சிந்தனை யாளர் ராகுல் சாங்கிருத்யாயன். மனித சமூகத் தோற்ற உருவாக்கத்திலிருந்து இரண்டாம் உலகப்போர் வரையிலான வரலாற்றை ஆய்ந்தறிந்து எழுதியதே 'மனித சமுதாயம்' எனும் இந்நூலாகும்.

ஆதிகால மனித சமுதாயம் முதற்கொண்டு மனித சமுதாயத்தின் பல்வேறு படிநிலை வளர்ச்சிகள் இந்நூலில் வரையறை செய்யப்பட்டுள்ளன. மொழி, அரசியலமைப்பு, விஞ்ஞானம், இனக்குழு சமுதாயம், நிலப்பிரபுத்துவ சமுதாயம், முதலாளித்துவ சமுதாயம் போன்ற சமூகப்படிநிலை குறித்து விரிவாக இந்நூலில் விளக்கப்பட்டுள்ளன. இறை வழிபாடு, மத உருவாக்கம், சோசலிச மனித சமுதாயம், போர்கள், தத்துவங்களின் தோற்றம், பத்தொன்பதாம் நூற்றாண்டு தொடக்ககால மார்க்சிய சோசலிசம், மார்க்ஸியம் மற்றும் பெண்களின் வாழ்நிலை, ஆணாதிக்கச் சமூகத்தின் கட்டுப்பாடுகள் உள்ளிட்ட மனித சமுதாய வளர்ச்சிநிலையின் முழுமையான வரலாற்றுப் பதிவுகளை இந்நூலில் காணலாம்.

இந்தி மொழியில் எழுதப்பட்ட இந்நூல் 1943ம் ஆண்டு பாட்னாவில் முதல்முதலில் வெளியிடப்பட்டது. பின்னர் அலகாபாத் மற்றும் கல்கத்தாவிலிருந்து சிற்சில திருத்தங்களோடு பல பதிப்புகள் வெளியிடப்பட்டு வந்தன. இறுதியாக 1976ம் ஆண்டு முழுமையாகத் திருத்தம் செய்யப்பட்டு கல்கத்தாவில் வெளியிடப் பட்டதே திருத்தப்பட்ட இந்நூற்பதிப்பாகும்.

உலகம் தோன்றிய காலத்திலிருந்து இன்றைய மனித சமூக வாழ்வு வரையிலான வரலாற்றை விரிவாக விளக்கிச்செல்லும் இவ்வரலாற்றாய்வு நூலை தமிழ்கூறு நல்லுலகத்திற்கு முதன் முறையாக என்சிபிஎச் 2003 ஆகஸ்டில் பன்மொழியறிஞர் ஏ.ஜி.எத்திராஜு அவர்கள் மொழிபெயர்ப்பில் வெளியிட்டது. தொடர்ந்து 2007ல் இரண்டாம் பதிப்பும் 2013 ஜனவரியில் மூன்றாம் பதிப்பும் வெளியாகின. வாசகர்களின் தேவையைக் கருத்தில் கொண்டு தற்போது புதிய வடிவமைப்பில் நான்காம் பதிப்பு வெளியிடப்படுகிறது.

-**பதிப்பகத்தார்**

இந்திமொழிப் பதிப்புக்கான பதிப்பாசிரியர் குறிப்பு

1940இல் ராகுல் சாங்கிருத்யாயன் அவர்கள் அகில இந்திய கிசான் சபையின் பலாஸா மாநாட்டுத் தலைவராகத் தேர்ந்தெடுக்கப்பட்டார். அவர் அலகாபாத்தில் டாக்டர் உதய நாராயண் திவாரியின் வீட்டில் தமது தலைமையுரையை எழுதிக் கொண்டிருந்த போது இந்தியப் பாதுகாப்புச் சட்டத்தின் கீழ் கைது செய்யப்பட்டார்.

1940 - 42ஆம் ஆண்டுகளில் அவர் பெரும்பாலும் 'தேவ்லி முகாம் சிறையில் வைக்கப்பட்டிருந்தார். நாட்டின் வட பகுதியிலும், மேற்குப் பகுதியிலும் இந்தியப் பாதுகாப்புச் சட்டத்தின் கீழ் கைது செய்யப்பட்டவர்கள் இங்குதான் அடைக்கப் பட்டிருந்தனர். இவர்களிடம் பல்வேறு விஷயங்களைப் பற்றிய புத்தகங்கள் நிறைய இருந்தன. அவர்களில் யார் யாரிடம் என்னென்ன நூல்கள் இருக்கின்றன என்னும் ஆராய்ச்சியை ராகுல்ஜி செய்துவிட்டார். இரண்டாம் உலக யுத்தத்தினிடையே விரைவில் விடுதலையும் கிடைக்காதென்பதை அவர் உணர்ந்து கொண்டிருந்ததால், படிக்கவும் - எழுதவும் ஒரு திட்டம் தீட்டிக்கொண்டார். இங்கேயே ராகுல்ஜி ஒவ்வொன்றாக "மனித சமுதாயம்" "தத்துவ வழிகாட்டி" (இந்து, பவுத்த, இஸ்லாமிய, ஐரோப்பியத் தத்துவ இயல்கள்), "விஞ்ஞான லோகாயதவாதம்", "உலக வரிவடிவம்", "வால்காவிலிருந்து கங்கை வரை" ஆகிய நூல்களை எழுதினார்.

1942-இல் ஹஜாரிபாக் மத்திய சிறையில் நாங்கள் சந்தித்துக் கொண்ட பிறகு ராகுல்ஜி, தாம் எழுதிய நூல்களின் கையெழுத்துப் பிரதிகளை எனக்குக்

காட்டினார். அவை குறித்து நாங்கள் விவாதிக்கவும் செய்தோம். அவர் எழுதிய இத்தனை நூல்களைப் பார்த்து நான் மிகவும் மகிழ்ந்தேன். சிறையிலிருந்து விடுதலையான பின்னர் குறைந்தது இரண்டு மாதங்களாவது ஏதாவதொரு பெரிய நூல் நிலையத்தில் அமர்ந்து, எல்லாக் கையெழுத்துப் பிரதிகளையும் திருத்தி வெளியிடுமாறு நான் ஆலோசனை கூறினேன்.

1942-ஆம் வருட மத்தியில் சிறையிலிருந்து விடுதலை அடைந்ததுமே ராகுல்ஜி அரசியலில் மிகத் தீவிரமாக இறங்கிவிட்டதால், கையெழுத்துப் பிரதிகளைச் சரிபார்க்கும் வாய்ப்பே அவருக்குக் கிடைக்கவில்லை.

பாட்னாவிலுள்ள 'கிரந்தமாலா' காரியாலயத்தின் உரிமையாளர் திரு. ராமதஹின் மிஸ்ராவுடன் ராகுல்ஜி தமது நூல்களின் பிரசுரம் பற்றிப் பேசினார். 1943-இல் "மனித சமுதாயம்" இங்கிருந்துதான் வெளியிடப்பட்டது. அதற்குப் பிறகு அலகாபாத்திலிருந்தும், கல்கத்தாவி லிருந்தும் இப்பயனுள்ள நூல் பலமுறை பிரசுரிக்கப் பட்டது. ஒவ்வொரு பதிப்பின் போதும் ராகுல்ஜி ஆங்காங்கே ஒன்றிரண்டு விஷயங்களைச் சேர்ப்பார்; ஆங்காங்கே பெயரளவுக்கான திருத்தங்களைச் செய்வார். இவ்விதம் இந்நூல் மறுபதிப்பாகிக் கொண்டிருந்ததே தவிர, முழுவதுமாகச் சரி பார்க்கப்படவில்லை.

"மனித சமுதாயத்தின் இப்புதிய பதிப்பை ஓரளவுக்குத் திருத்தப்பட்ட புதிய பதிப்பாகக் கருதலாம். முழு நூலையும் படித்து நான் இதிலிருந்த எத்தனையோ குறைபாடுகளையும், வருடங்களிலும், தேதிகளிலும் இருந்த தவறுகளையும் திருத்தினேன். ஆங்காங்கே புத்தம் புதிய விஞ்ஞானத் தகவல்களையும், சந்தர்ப்பச் செய்திகளையும் இணைத்தேன்.

1933இல் நான் அறிமுகமாவதற்கு முன்பே ராகுல்ஜி "பொது உடைமை ஏன்?", "உனது வீழ்ச்சி", "இருபத்திரண்டாம் நூற்றாண்டு" ஆகிய நூல்களை எழுதி முடித்திருந்தார். ஆனால் அப்பொழுது மார்க்ஸீயத்துடன் நெருங்கிய அறிமுகம் இல்லாததால், அந்நூல்களில் கற்பனாவாதப் பொதுஉடைமைக் கருத்துகளும்

நிரம்பியிருந்தன. நான் அவருக்கு அக்காலத்தில் சட்ட விரோதமாக இயங்கிக் கொண்டிருந்த இந்திய கம்யூனிஸ்ட் கட்சியின் பிரசுரங்களை அறிமுகம் செய்து வைத்தேன். இதன் பின்னர், ராகுல்ஜி மார்க்ஸீய இலக்கியத்தை அறிந்துகொண்டார். அதன் ஒரு பகுதியை நாங்களிருவரும் சேர்ந்து கற்றுத் தேர்ந்தோம்.

1937-இல் ராகுல்ஜி கடைசியாகத் திபேத்தியப் பயணத்தை முடித்துக்கொண்டு கல்கத்தா வந்த போது நான் அவரை முக்கிய கம்யூனிஸ்ட் தலைவர்களுக்கு அறிமுகம் செய்து வைத்தேன். அவர் பீகாரில் இருந்துகொண்டு கட்சிப் பணியாற்றவும் அப்பொழுதுதான் முடிவு செய்யப்பட்டது.

1944-இல் ராகுல்ஜி தமது மனைவியையும், குழந்தையையும் பார்க்க சோவியத் நாட்டிற்குச் சென்றிருந்த போது நான்தான் "தத்துவ வழிகாட்டி" யிலிருந்த எத்தனையோ குறைகளைத் திருத்தினேன். "மனித சமுதாயத்தின் வங்கப்பதிப்பை"யும் நானே பதிப்பித்தேன். இதே போல் "வால்காவிலிருந்து கங்கைவரை" யையும் சரி பார்த்தேன்.

இந்த "மனித சமுதாயம்" நூலில் இரண்டாம் உலகப்போர் தொடங்கிய வரையிலான விஷயங்கள் மட்டுமே விவரிக்கப்பட்டுள்ளன. அதன் பின்னர் நிகழ்ந்த நிகழ்ச்சிகளை நான் ஒரு தனி நூலாக எழுத விரும்புகிறேன்.

"மனித சமுதாயம்" இந்தி மொழியில் ஒரு தனிச்சிறப்பு படைத்த நூலாகும். இந்தி, வங்கமொழி வாசகர்களுக்கு இது மிகவும் பயனுடையதாக இருந்தது. நேப்பாளத்தில் கூட இதற்கு நல்ல வரவேற்பு இருந்தது.

ஏஷியாடிக் சொஸைட்டி, மகாதேவ ஸாஹா
கல்கத்தா - 16
24 நவம்பர் 1976

x

பொருளடக்கம்

1. மனிதனின் வளர்ச்சி — 1
2. காட்டுமிராண்டி மனித சமுதாயம் — 21
3. அநாகரிக மனித சமுதாயம் — 26
4. நாகரிக மனித சமுதாயம் (1) — 70
5. நாகரிக மனித சமுதாயம் (2) — 94
6. நாகரிக மனித சமுதாயம் (3) — 159
7. நாகரிக மனித சமுதாயம் (4) — 197
8. இந்திய சமுதாயம் — 290
9. சோஷலிஸ மனித சமுதாயம் — 310
10. பத்தொன்பதாம் நூற்றாண்டின் ஆரம்பகால மார்க்ஸீய சோஷலிஸம் — 338
11. விஞ்ஞான சோஷலிஸம் அல்லது மார்க்ஸீயம் — 373

அனுபந்தம்

1. மானிட வளர்ச்சிக் கால வரலாறு — 403
2. சமுதாய வளர்ச்சியின் நிலைகள் — 405
3. துணை நூல்கள் — 406

மனித சமுதாயத்தின் வளர்ச்சி

முதல் அத்தியாயம்

மனிதனின் வளர்ச்சி

ஒரு காலத்தில் நாம் வாழும் பூமி கனன்று கொண்டிருந்த ஒரு உருண்டையாக இருந்தது, அதிலே அணுக்கள் சிதறியிருந்தன, அவை ஒன்றுக்கொன்று நெருங்கி வரத்தொடங்கின, பின்னர் அணுக்கதிர்கள் தோன்றின, 'வைரஸ்'களும் (நோய் உண்டாக்கும் கிருமிகளும்), பாக்டீரியாக்களும் (ரசாயன மாறுதலைத் தோற்றுவிக்கும் கிருமிகளும்) உண்டாயின. பின்னர் எலும்பில்லா பிராணிகளும் 'அமிபா'க்களும் தோன்றின. அதன் பிறகு நேராக இயற்கையிலிருந்து உணவை உட்கொள்ளும் அசையாத் தாவரங்களும், மற்றவைகளைச் சார்ந்திருக்கும் அசையும் உயிரினங்களும் உண்டாயின. மீன்களின் யுகம் தொடங்கியது. பின்னர் நீர் வாழ் உயிரினங்களும், நிலம் வாழ் உயிரினங்களும் தோன்றின, அவற்றில் சில காற்றிலும், வேறுசில நிலத்திலும் உயிர் வாழத் தொடங்கின. பின்னர் அவற்றின் வாயிலிருந்து குரல் வெளிப்பட்டது. முதலில் குட்டிகளுக்குப் பால் கொடுக்கும் குரங்குகளும், பின்னர் கொரில்லா, சிம்பாஞ்சி போன்ற மனிதக் குரங்குகளும், அவற்றுக்குப் பிறகு காட்டு மனிதர்களும், பின்னர் பாதி காட்டு மனிதர்களும், இரண்டு கால்களால் நடக்கும் பாதி மனிதர்களும் தோன்றினர்.

இவர்களில் சில ஜோடிகள் 'இன மாறுதல்' நிலையை அடைந்தனர். இவ்விதம் அவர்கள் நமது மனித இனத்தின் புராதன முன்னோர்களானார்கள். இந்தக் காலம் இருபது லட்சம் ஆண்டுகளுக்கு முன்பு என்று மதிப்பிடப்படுகிறது. இன்றிலிருந்து இருபத்தைந்து ஆயிரம் வருடங்களுக்கு முன்பு மனிதன் முதன் முதலாக ஆயுதங்களைப் பயன்படுத்தியதாகத் தெரிகிறது.

1. மனித சமுதாயம்

மனிதனின் ஆரம்ப வளர்ச்சி மிகவும் மந்தமாக இருந்தது, ஆனால் அக்காலச் சூழ்நிலையில் அந்த வளர்ச்சியே மிகவும் முக்கியத்துவம் நிறைந்ததாயிருந்தது. மனிதனின் கைகளிலும், மூளையிலும், குரலிலும்,

'மனிதன் மிருகமல்ல அவன் மிருகத்திலிருந்து வேறுபட்ட ஒரு தனிப் பிராணியாகும்' என்று நாம் கூறுமளவுக்கு என்ன மாறுதல் நிகழ்ந்து விட்டதென்ற கேள்வி எழலாம். 'உயிர் வாழ்வதற்கான முயற்சி' உயிரின வளர்ச்சியில் முக்கிய பங்கு வகித்ததென்பது வளர்ச்சி சித்தாந்தத்தை அறிந்தவர்களுக்குத் தெரியும். முயற்சி என்பது ஒருவித உழைப்பேயாகும். ஆகவே உழைப்பே மனித வளர்ச்சியைச் சாதித்ததென்றும் நாம் கூறலாம். ஆனால் இவ்வளர்ச்சி இயற்கையின் உதவியில்லாமலேயே சாதிக்கப்பட்டதென்று சொல்ல முடியாது.

நிலவியல் ஆராய்ச்சியாளர்கள் 'மூன்றாம் யுகம்' என்று குறிப்பிடும் காலத்திற்கு முன்பு லட்சக்கணக்கான ஆண்டுகள் மறைந்துவிட்டிருந்தன. இந்த யுகத்தின் கடைசிப் பகுதியில் காட்டு மனிதர்களின் மிக வளர்ச்சியடைந்த ஒரு இனம் பூமியின் ஒரு பெரும் தீவில் இருந்து வந்தது. அத்தீவு அனேகமாக இந்து மாக்கடலில் மூழ்கி விட்டிருக்கலாம். இவர்களே மனித இனத்தின் முன்னோர்களாவர். இவர்களது உடல் முழுதும் ரோமம் வளர்ந்திருந்தது, மூக்கு நீண்டிருந்தது. இவர்கள் கும்பல் கும்பலாகச் செடிகளிலும், மரங்களிலும் இருந்து வந்தனர். அவர்களது வாழ்க்கையில் பின்னங் கால்களுக்கு இருந்த முக்கியத்துவம் கைகளுக்கு இருந்ததில்லை, ஆனால் பிற்காலத்தில் மரக்கிளைகளைப் பற்றிக்கொள்வதிலும், பழங்களைப் பறித்துக்கொள்வதிலும், இது போன்ற மற்ற வேலைகளைச் செய்வதிலும் அவர்கள் தமது கைகளைக் கால்களிலிருந்து வேறுபடுத்திக்கொண்டுவிட்டனர். அவர்கள் சமநிலையான பூமியின் மேல் நடக்கும் போது கைகளை மேலே உயர்த்தி பின்னங்கால்களைக்கொண்டு மட்டுமே நடந்தனர். கீழே விழாமலும், தடுமாறாமலும் இருக்க தோள்களை நேராக நிமிர்த்தி நிற்க முயற்சித்தனர். காட்டு மனிதனிலிருந்து சாதாரண மனிதனாக மாறுவதில் விடுதலை பெற்ற கைகளும், நிமிர்ந்த தோள்களும் சிறப்பான பங்கு வகித்தன.

இன்றைய காட்டு மனிதர்களும் கூட நேராக நிமிர்ந்து நிற்க முடியும், தமது கால்களின் மீது எழுந்து நிற்க முடியும். ஆனால் அவர்கள் மிகப்பெரும் அவசியம் ஏற்படும்போதே அப்படிச் செய்கின்றனர்; ஆனால் நம்மைப்போன்று தன்னம்பிக்கையுடன் அவர்களால் அப்படிச் செய்ய முடியாது. கைகள் உடல் முழுவதையும் தாங்கிக்கொள்ள வேண்டியதிலிருந்து விடுபட்டதும், அவைகளை மற்ற காரியங்களுக்காகப் பயன்படுத்த முடிந்தது. காட்டு மனிதர்களிலும் கை, கால்களின் வேலைகளில் மாற்றத்தைக் கவனிக்கலாம். மரத்தின் மேல் ஏறும்போது கைகளும், கைவிரல்களும் பயன்படுவதைப்போல்

பின்னங்கால்கள் பயன்படமாட்டா. காட்டு மனிதன் கைகளால் பழங்களைப் பறித்து சேர்த்து வைத்துக்கொள்கிறான். இவ்வேலையை அவன் தன்னுடைய பின்னங்கால்களால் செய்யமுடியாது. எத்தனையோ குரங்குகள் கைகளால் மரங்களின் மேல் கூட்டை அமைத்துக் கொள்கின்றன. சிம்பாஞ்சி (காட்டு மனிதன்) வெயிலிலிருந்தும், மழையிலிருந்தும் பாதுகாத்துக்கொள்ள மரக்கிளைகளில் கூரையை அமைத்துக்கொள்கிறது. தனது கைகளில் தடியைப் பிடித்து எதிரியுடன் போராடுகிறது. கைகளால் பழத்தை அல்லது கல்லை எறியவும் தெரிந்து வைத்திருக்கிறது. காட்டுமனிதனைக் காட்டிலும், சாதாரண மனிதனின் கைகளில் நாம் காணும் செயல் திறமை ஆயிரக்கணக்கான ஆண்டுகளின் உழைப்பின் பலனேயாகும். காட்டு மனிதன், சாதாரண மனிதன் ஆகியோரின் கைகளையும், நரம்புகளையும், இணைப்புகளையும் ஆராய்ந்தால், இருவரிலும் எவ்வித வேற்றுமை இல்லாதது தெரியவரும். என்றாலும் வளர்ச்சியில் மிகவும் பின்தங்கி இருக்கும் காட்டு மனிதன் சிம்பாஞ்சியைக் காட்டிலும் தனது கைகளால் அதிக வேலைகளைச் செய்ய முடியும். இன்றுவரை எந்தவொரு சிம்பாஞ்சியும் கல்லினால் கரடு முரடான கத்தியையும் தயார் செய்ததில்லை.

நமது முன்னோர்கள் மனிதக் குரங்குகளிலிருந்து மனிதர்களாக உருமாறிய காலத்தில், முதல் ஒரு லட்சம் வருடங்களில் வளர்ச்சி மிக மந்தமாக இருந்ததென்பதில் சந்தேகமில்லை. மனிதன் முதன் முதலாகக் கல்லினால் ஆயுதம் தயார் செய்த காலம், நமது வரலாற்றுக் காலத்தைவிட மிக நீண்டதாக இருந்திருக்கும். ஆனால் மனிதனின் கைகள் விடுதலை பெற்றதுமே, பலவற்றுக்கும் வழி திறக்கப்பட்டது. இப்பொழுது அவன் ஆயுதங்களைத் தயார் செய்யலாம். இருப்பிடங்களைக் கட்டலாம். ஸிதார் வாத்தியத்தை மீட்டலாம். தட்டெழுத்து இயந்திரத்தை இயக்கலாம்.

1. உழைப்பே முடிவு செய்யும் சக்தி படைத்தது: மனிதக் கை உழைப்பின் ஆயுதம் மட்டுமல்ல. அது உழைப்பினால் உருவானதும்கூட கையின் பல்வேறு உபயோகங்களால் புதிய நரம்புகளும், தசைகளும் வளர்ச்சியடைகின்றன. அவற்றின் செல்வாக்கு எலும்புகளின் மேல் விழுகிறது. பின்னர் இத்தன்மைகள் ஒரு தலைமுறையிலிருந்து அடுத்த தலைமுறைக்கு வம்சப் பரம்பரையாக வருகின்றன. பரம்பரைச் சாதனங்களால் புதிய உபயோகங்கள் பெருகுகின்றன. இவ்விதம் மனிதனின் கை ஆயிரக்கணக்கான வேலைகளை அழகாகச் செய்ய முடியும். இப்படி அஜந்தாவின் ஓவியங்களை வரையவும், குப்தர் காலத்துச் சிற்பங்களைச் செதுக்கவும்,

தான்ஸேன், பைஜூபாவ்ரா போன்ற இசை மேதைகள் ஸப்தஸ்வரங்களையும் வாத்தியங்களையும் மீட்டவும் மனிதக் கையினால் சாத்தியமாயிற்று.

ஆனால் கை உடலிலிருந்து வேறுபட்டதொன்றல்ல அது முழு உடலின் ஒரு அங்கம் மட்டுமேயாகும். கைக்குக் கிடைத்த பயன் கை வரைக்கும் மட்டுமே இருக்குமென்று கூற இயலாது. உடலின் ஒரு அங்கம் மற்ற பகுதியின் மேல் செல்வாக்கைப் பரப்புகிறது. குட்டிகளுக்குப் பால் கொடுக்கும் உயிரினங்களின் முட்டை வெளிவராமல் அது வளரவும், கனியவும் கர்ப்பப்பை இருக்கிறது. அத்துடன் பால் கொடுக்க மார்பகங்களும் இருப்பதைப் பார்க்கிறோம். ஒரு பூனை முழு வெண்மையாகவும், நீல நிறக் கண்களுடையதாகவு மிருந்தால் அது பெரும்பாலும் செவிடாக இருப்பதைக் காண்கிறோம். அதாவது அதனுடைய கேட்கும் சக்தியின் வளர்ச்சிக்குத் தடை ஏற்படுகிறது. மனிதக் கையின் வளர்ச்சியும் இதைப் போலவே மற்ற அங்கங்களைப் பாதிக்கிறது.

2. சமுதாயம்: மனிதக் கையின் உழைப்புச் சக்தியின் வளர்ச்சியுடன் கூடவே, இயற்கையின் மேல் மனிதனின் அதிகாரமும் வளர்ந்தது. இவ்விதம் மனிதனின் வளர்ச்சிக்கு வழி திறந்துவிட்டது. அவன் தொடர்ந்து தனது கைகளின் உழைப்பின் புதிய புதிய உபயோகங்களைத் தெரிந்துகொள்ளவாரம்பித்தான். அத்துடன் இயற்கைப் பொருட்களின் புதிய புதிய உபயோகங்கள் தெரியத் தொடங்கின. உழைப்பின் வளர்ச்சி என்றால், பொருட்களை அதிகமாக உண்டாக்குதல். பொருட்களை அதிகமாகப் பயன்படுத்துதல். அதற்குப் பெரும்பாலானவர்களின் ஒத்துழைப்பும், அவற்றை அவர்கள் கூட்டாக அனுபவிப்பதும் அவசியமாகும். கைகள் விடுதலையடைந்ததுமே உழைப்புச் சக்தி வளர்ந்ததைக் கண்ட மனிதன் அதன் பல்வேறு பயன்களைத் தெரிந்து கொண்டதைப்போலவே, அவன் கூட்டு ஒத்துழைப்பின் பயனைப் பார்த்து, அதை ஏற்றுக்கொண்டு முன்னேறத் தொடங்கினான். ஆகவே மனிதன் பிறந்தவுடனேயே அவனுக்கு உடனே தயாராக உருவாக்கப்பட்டிருந்த சமுதாயம் கிடைத்துவிட வில்லை. இயற்கையைத் தோல்வியுறச் செய்ததும், வசதிகளைப் பெருக்கிக்கொள்ளக் கூட்டு உழைப்பும், தற்காப்பிற்காக ஒன்றுபட்ட போராட்டங்களும் விடுதலை பெற்ற கைகளின் வளர்ந்திருந்த சக்தியை மேலும் வளர்த்து சமுதாயத்தை அமைக்க மனிதனைத் தூண்டின.

3. மொழியின் தோற்றம்: மனிதன் சமுதாயத்தில் இணைந்துவிட்ட பிறகு பெருகிவிட்ட தன் காரியங்களையும், அவற்றின் பயன்களையும் மகிழ்ச்சியையும், துயரத்தையும், இன்னும்

தன் உள்ளத்தில் தோன்றும் மற்ற உணர்வுகளையும் தனது கூட்டாளிக்கு எடுத்துச் சொன்னான். இப்பொழுது அவன் எழுப்பும் குரல் ஒலிகள் அதிகமாயின. அவனது தொண்டையிலுள்ள ஒலிப்பெட்டியில் மாறுதல் ஏற்பட ஆரம்பித்தது. அவனது ஒலிப்பெட்டியில் பல்வேறு வளையங்கள் உண்டாகத் தொடங்கின. வாயிலும், நாக்கிலும் மாறுதல்கள் நிகழ்ந்தன. மெல்ல மெல்ல அவன் ஒலிகளை மட்டுமல்லாமல், எழுத்துக்களையும் உச்சரிக்கக் கற்றுக்கொண்டான். உழைப்பு மனிதனுக்குச் சமுதாயத்தை வழங்கியது. சமுதாயம் அவனுக்கு மொழியைத் தந்தது. மிருகங்கள் நமது மொழியைப் பேச முடிவதில்லை; காரணம் அவற்றுக்குச் செழுமையான ஒலி அமைப்பு இல்லை. ஆனால் அவை நம்மிடையே வந்து இருக்கத் தொடங்கினால், நம்முடைய எத்தனையோ சொற்களைப் புரிந்துகொள்ள ஆரம்பிக்கின்றன. நாய், பசு, எருது, குதிரை, யானை போன்றவை நாம் சொல்லும் எத்தனையோ சொற்களைப் புரிந்து நடப்பதைப் பார்க்கிறோம். நாய்கள் எந்த நாட்டவருடன் இருக்கின்றனவோ, அவர்களது மொழியின் சொற்களைப் புரிந்துகொள்கின்றன. மனித சமுதாயத்திற்குள் வந்த பிறகு நாய்களின் விசுவாசம், பற்று ஆகிய குணங்களும் அதிகமாகி விடுகின்றன. தாமதமாக வீடு வந்து சேரும் எஜமானனைக் கண்டு நாய் எழுப்பும் ஒலியில் எவ்வளவோ உணர்ச்சி நிரம்பியிருக்கும். மனிதனைப் போன்ற ஒலி அமைப்பு அதற்கும் இருந்திருந்தால் அது இன்னும் தெளிவாகத் தனது உணர்ச்சியை வெளிப்படுத்தும் என்பதில் ஐயமில்லை. உயிரினங்களில் மனிதர்களுக்கு அடுத்து வளர்ச்சியடைந்த ஒலி இயந்திரம் பறவைகளுக்குத்தான் உள்ளது. பறவைகளின் இனிய குரல் மனிதர்களுக்கு மகிழ்ச்சியளிப்பவைகளில் ஒன்றாகும். கிளி, மைனா போன்ற பறவைகளுக்கு வளர்ச்சியடைந்த ஒலி இயந்திரங்கள் உள்ளதால், அவை மனிதர்களின் எத்தனையோ ஒலிகளை நல்லமுறையில் எதிரொலிக்கின்றன. 'கிளிப் பிள்ளையைப் போன்ற பேச்சு' என்ற வழக்கு புகழ் பெற்றது, கிளி நமது பேச்சின் பொருள் புரியாமலேயே மீண்டும் சொல்கிறதென்று நாம் சாதாரணமாகக் கருதிக் கொள்கிறோம். பெரும்பாலும் கிளி மகிழ்ச்சியாயிருக்கும்போது, தான் கற்று வைத்துள்ள சொற்களை அவற்றின் பொருள் புரியாமலேயே சொல்கிறதென்பது உண்மையானாலும், எல்லாவற்றையுமே பொருள் தெரியாமல் பேசுகிறதென்றும் கூறமுடியாது, தனது ஆற்றலுக்குட்பட்ட சொற்களின் பொருளை அது புரிந்து வைத்திருக்கும். உதாரணமாக, ஒரு கிளிக்கு கோபித்துக் கொள்ளும்போது திட்ட வேண்டிய சில திட்டுகளைக் கற்றுக்கொடுங்கள். அதற்குப் பிறகு நீங்கள் அதற்கு எப்பொழுதாவது ஆத்திரமூட்டினால், அது நீங்கள் கற்றுத் தந்த

திட்டுகளாலேயே உங்களைத் திட்டும். அதற்கு நீங்கள் 'பழம் கொடு', 'பழம்கொடு' என்று கற்றுக்கொடுங்கள். அது 'பழம் கொடு' என்று சொன்னதும் நீங்கள் பழம் கொடுத்து பழக்கி வாருங்கள். சில நாட்களுக்குப் பின்னர் அது பழத்தைப் பெற இச்சொல் பயனுடையதென்பதைப் புரிந்துகொள்ளும். பிறகு 'அது பழம் கொடு' என்று அது உங்களைக் கேட்கவும் தொடங்கிவிடும்.

4. மூளையின் வளர்ச்சி: முதலில் கரங்களின் உழைப்பும், பிறகு அதன் கூடவே சொல்லின் ஒலியும் வந்தன. இவ்விரண்டும் தோன்றிய பிறகு இவற்றின் செல்வாக்கு மூளையில் பதிந்தது. மூளையின் ஒரு சிறப்பான பகுதி கைகளுடனும், மற்ற பகுதிகள் காதுடனும், ஒலி இயந்திரத்துடனும் தொடர்புடையன. ஒரு பகுதி வளர்ச்சியடைந்தால் மறுபகுதியின் வளர்ச்சியும் தவிர்க்க முடியாததாகும். இவைகளின் வளர்ச்சிக்குப் பிறகு மற்ற புலன்களின் வளர்ச்சி நமக்குச் சுலபமாகப் புரியவரும். ஒலியின் (குரலின்) வளர்ச்சியுடன் கூடவே கேட்கும் இயந்திரத்தின் (காதின்) வளர்ச்சியும் ஏற்பட்டது. இவ்வளர்ச்சியால் நுண்ணிய ஒலிகளையும், எழுத்துக்களையும், ஸ்வரங்களையும் அவற்றின் உச்ச ஸ்தாயியையும், கீழ் ஸ்தாயியையும் நன்கு உணர்ந்துகொள்ள முடிந்தது. இதேபோலப் புலன்களின் வளர்ச்சியுடன் மனிதனின் மூளையும், வளர்ச்சியடையத்தான் வேண்டும். பருந்து மனிதனைக் காட்டிலும் வெகு தொலைவிலுள்ள பொருளை நன்றாகப் பார்க்க முடியும். ஆனால் அப்பொருளுக்குள்ளே இருப்பதை மனிதன் அறிந்துகொள்ளக் கூடிய அளவுக்குப் பருந்தினால் தெரிந்துகொள்ள முடியாது. வாசனை அறியும் ஆற்றல் மனிதனை விட நாய்க்கு அதிகமாக இருப்பினும், அதனுடைய அறிவு மனிதனைவிடக் குறைவானதே! மனித மூளையின் மாபெரும் வளர்ச்சி இவற்றால் நமக்குப் புரியும்.

இந்த வளர்ச்சியின் பின்னால் சற்றுத் திரும்பிப் பாருங்கள். உழைப்பிற்காகக் கைகளின் விடுதலையே இம்மாபெரும் வளர்ச்சியின் அடிப்படையாகும். உழைப்பின் செல்வாக்கு மொழியின்மேல் பரவியது. இரண்டின் செல்வாக்கு மூளையின் மீதும், அதன் தொடர்பான புலன்களின் வளர்ச்சியின் மீதும் பரவியது. அதன் பிறகு உணர்ச்சியின் ஆற்றலும், கற்பனை, திட சங்கற்பத்தின் சக்தியும் வளர்ச்சி பெற்றன. இவ்வெல்லாவற்றின் வெற்றியைத் தொடர்ந்து மீண்டும் உழைப்பு, மொழி ஆகியவற்றின் தொடர்ந்த வளர்ச்சி! ஆனால் வளர்ச்சி இத்துடனேயே நின்றுவிடவில்லை. மனிதக் குரங்கிலிருந்து மனிதன் ஒரு சிறப்பு படைத்த உயிரினமாக வெளிப்பட்டுவிட்டான். இந்த வெளிப்பாடு வெவ்வேறு காலங்களில், வெவ்வேறு இனங்களில்

வெவ்வேறு வேகத்திலும் அளவிலும் நிழ்ந்துகொண்டே இருந்தது. ஆங்காங்கே சில ஸ்தல நிலைமைகளும் மற்ற காரணங்களும் வளர்ச்சியைக் கொஞ்ச காலத்திற்குத் தடுத்து நிறுத்த முயன்றாலும், மொத்தத்தில் வளர்ச்சி என்பது முன்னோக்கியே நடைபோட்டது. இவ்வளர்ச்சியில் மற்ற காரணங்களுடன் மனிதன் மனிதனாக இருப்பதும் அல்லது சமுதாயமும் முக்கிய பங்கு வகித்தன.

5. மனிதக் குரங்கிலிருந்து மனிதன்: பூமியின் நீண்ட வயதுக்கு முன்னே (இரண்டு அல்லது மூன்று கோடி வருடங்கள்) சில லட்சம் வருடங்கள் நிகழ்ந்த மனிதனின் தோற்றமும், வளர்ச்சியும் நமது கண்ணோட்டத்திலுள்ள ஒரு வினாடியைப் போன்றவைதான்! ஆனால் இந்தக் காலத்தில் மரங்களில் தாவிக் குதித்துக்கொண்டிருந்த மனிதக் குரங்கிலிருந்து மனிதன் தோன்றினான். மனிதக் குரங்குக் கூட்டத்திற்கும், மனித சமுதாயத்திற்குமிடையே உள்ள பெரிய வித்தியாசமே இந்த உழைப்புதான். மனிதக்குரங்குக் கூட்டம் இயற்கைச் சூழ்நிலைகளைப் பொறுத்து, பகைவர்களின் எதிர்ப்பைப் பொறுத்தும் மேய்ந்து கொண்டும், மேய்ச்சல் நிலமான இடங்களை மாற்றிக் கொண்டுமிருந்தது. ஆனால் புதிய மேய்ச்சல் நிலத்தைப் பெறுவதற்காக அக்கூட்டம் பகைவர்களுடன் கடுமையாகப் போராட வேண்டியிருந்தது. எனினும் அந்நிலத்தில் இருந்த மேய்ச்சலை மட்டுமே அக்கூட்டத்தால் பெற முடிந்ததே தவிர, அதைவிட அதிகமாக அதனால் பெற இயலவில்லை. மனிதக் குரங்குக் கூட்டத்தின் கழிவுகளால் அந்நிலம் சொற்பமாக வளம் பெற்றால் அது வேறு விஷயம். அதிக மேய்ச்சல் நிலம் தனது அதிகாரத்திற்குள் வந்தாலும் குரங்குக் கூட்டம் தனது இனத்தைப் பெருக்கிக் கொள்ள முடியாது; ஏனெனில் அந்நிலத்தில் ஏற்கெனவே உள்ள மேய்ச்சலைக் காட்டிலும் அதிகமாக அக்கூட்டத்தால் விளைவிக்க முடியாது. அத்துடன் பயனற்ற உயிர்களை வேறு தமது கூட்டத்திலிருந்து கழித்து விடவேண்டும். குரங்குக் கூட்டம் நிலத்தில் உள்ள மேய்ச்சலை நாளுக்கு நாள் குறைத்து விடுவதல்லாமல் வேர்விட்டு முளைத்துக் கொண்டிருக்கும் செடி, கொடிகளையும் தளிர்களையும் கூட அழித்துக் கொண்டிருக்கும். அறிவு படைத்த வேட்டைக்காரன் தனது வேட்டையின் எல்லைக்குள்ளிருக்கும் பெண் மான்களைக் கொல்ல மாட்டான். காரணம், அவை அடுத்த வருடம் குட்டிகளைப் போடும். ஆனால் ஓநாயோ, சிறுத்தைப் புலியோ இப்படியெல்லாம் எதிர்காலத்தைப் பற்றிச் சிந்திக்காது ஒரு காலத்தில் பச்சைப் பசேலென்றிருந்த கிரேக்க நாட்டு மலைச்சரிவுகள் இன்று மொட்டையாக இருக்கின்றன. ஏனெனில் பல நூற்றாண்டுகளாக ஆடுகளும், செம்மறியாடுகளும் தளிர்களையும், குருத்துக்களையும் கூடத் தங்குதடையின்றி மேய்ந்து

வந்ததால் அவை பொட்டல் காடாகிவிட்டன. உயிர்கள் வாழ்வதற்கு எதிரான புதிய சூழ்நிலை உருவானால் அவை புதிய நிலைமையை எதிர்கொள்வதற்காக இனமாற்றம் செய்து கொண்டு புதிய தலைமுறையைத் தோற்றுவிக்கின்றன. இந்த இன மாற்றம் பல சூழ்நிலைகளில் புதிய ரசாயனப் பொருட்களின் கலப்பாலும், அவைகளின் அளவைப் பொறுத்தும் நிகழ்கிறது. இப்படிப்பட்ட சூழ்நிலையே நமது முன்னோர்கள் மனிதக் குரங்குகளிலிருந்து மனிதர்களாக மாறுவதில் பேருதவி புரிந்தன.

சூழ்நிலையின் நிர்ப்பந்தங்கள். உணவில் ரசாயன மூலகங்களின் மாற்றம் - இவைகள் காட்டுமனிதனின் உழைப்பால் ஏற்பட்டவையல்ல. அவன் ஆயுதங்களைத் தயார் செய்தபோது தான் காட்டு மனிதனின் உழைப்பு, மாறுதலில் முக்கிய பங்கு வகித்தது. பிற்காலக் காட்டு மனிதனின் ஆயுதங்களில் வேட்டையாடும் சாதனங்களையும், மீன் பிடிக்கும் சாதனங்களையும் காண்கிறோம். இவற்றில் வேட்டையாடும் சாதனங்கள் போர் ஆயுதங்களாகவும், பயன்பட்டிருக்கலாம். அக்காலத்தில் பழங்களைத் தின்றுகொண்டிருந்த மனிதன், மாமிசம் உண்பவனாக மாறிவிட்டான் என்பதையே இவ்வாயுதங்கள் தெரிவிக்கின்றன. பழங்களைச் சாப்பிடுவதிலிருந்து புலால் உண்பதற்கு மாறியதானது, மனித வளர்ச்சியில் ஒரு முக்கிய கட்டமாகும். புலால் உணவு மனித உடலுக்குத் தேவையான சத்துக்களைக் கொண்டதாகும். மனிதன் சொற்ப முயற்சியிலேயே செரித்துக்கொள்ளும் அளவுக்குப் புலால் உணவு இருக்கிறது. முதலில் மனிதன் செடிகொடிகளுக்கு மட்டுமே எஜமானனாக இருந்தான், இப்பொழுது மிருகங்களுக்கும் எஜமானனாக வேண்டிய அவசியம் அவனுக்கு ஏற்பட்டது. புலால் உணவின் சிறப்பான முத்திரை மூளையின் மீது விழுந்தது. காரணம், இப்பொழுது மனிதனுக்குச் சிறந்த உணவுச் சத்து புலால் மூலமாகக் கிடைத்தது.

அது கரடுமுரடான மண்ணெண்ணெய் போன்றதல்ல. விமானத்தில் பயன்படுத்தப்படும் பெட்ரோலைப் போன்றதாகும். புலால் உணவு பல தலைமுறைகளாக மூளையின் வளர்ச்சிக்குப் பெரும் பங்கு ஆற்றினாலும், மனித மாமிசத்தைத் தின்னும் பழக்கத்தையும் ஏற்படுத்திவிட்டதென்பதும் வாஸ்தவம்தான். இந்தப் பழக்கம் அண்மைக் காலம்வரை எத்தனையோ அநாகரிக இனங்களில் இருந்து வந்தது.

என்றாலும் புலால் உணவு இரண்டு மாபெரும் காரியங்களைச் செய்தது. அது மனிதக் குரங்கிலிருந்து முன்னேறிய மனிதனை நெருப்பின் அருகில் இட்டுச் சென்றது. மனிதனுக்கு அது பசு

வளர்ப்பையும் கற்றுத் தந்தது. மாமிசத்தை நெருப்பில் சுட்டுத் தின்றதால் வயிற்றுக்குச் சிரமப்பட்டு ஜீரணிக்க வேண்டிய அவசியமில்லாமல் போய்விட்டது. வேட்டையாடுவதில் தவறாமல் உணவு கிடைக்குமென்ற உறுதி ஏதுமில்லை. இதில் உணவு நிச்சயமாகக் கிடைத்ததோடல்லாமல், பாலும், தயிரும் வெண்ணெயும் கூட நிறைய கிடைக்கவாரம்பித்தன.

ஒருபுறம் மனிதனுடைய கைகளும் மூளையும் வெளிப்புறச் சூழ்நிலையைக் கட்டுப்படுத்த முயற்சித்துக் கொண்டிருக்க மறுபுறத்தில் சூழ்நிலை அவனைப் பாதித்துக் கொண்டிருந்தது, மனிதன் எடுத்து வைத்த ஒவ்வொரு முன்னடியும் இயற்கையைக் கட்டுப்படுத்துவதில் அவன் பெற்ற ஒவ்வொரு வெற்றியாகும். மனிதன் வெப்பப் பகுதியில் பிறந்தாலும், உணவைத் தேடி அவன் குளிர்ப் பிரதேசங்களுக்கும் செல்ல நேர்ந்தது. அங்கே நிலவிய குளிரும், வெப்பமும் அவனை இருப்பிடமும் (வீடும்) உடுப்பும் தயார் செய்துகொள்ளக் கட்டாயப்படுத்தின. இவைகளெல்லாம் உழைப்பின் புதிய புதிய முறைகளாகும். இவை முன்னேறி முன்னேறி மனிதனை மிருகங்களிடமிருந்து வேறுபடுத்திவிட்டன.

கைகள், மொழி, மூளை - இம்மூன்றின் கூட்டு, தனியொரு மனிதனை மட்டுமல்லாமல், சமுதாயத்தையே மிகச் சிக்கலான செயல்களையும் புரியக்கூடிய ஆற்றல் படைத்ததாக்கி விட்டது. அவர்கள் உயர்ந்த குறிக்கோள்களையும் அடைவதில் பேருதவி செய்தது. பல தலைமுறைகள் செல்லச் செல்ல உழைப்பும் வேறுபட்டதாகவும், முழுமையுடையதாகவும் மாறிக்கொண்டே போயிற்று. மெல்ல மெல்ல பழங்களைச் சேகரிப்பதிலிருந்து வேட்டையாடுதல், பசு வளர்த்தல், பின்னர் விவசாயம், நூல் நூற்றல், துணி நெய்தல், உலோகத் தொழில், மண்பாண்டங்கள் செய்தல், படகு செலுத்துதல் பிறகு வியாபாரம், தொழில்கள், கலை இறுதியாக விஞ்ஞானம் எப்படி வந்தன என்பதைப் பார்க்கப் போகிறோம்.

விடுதலை பெற்ற இரண்டு மனிதக் கரங்களின் உழைப்பு அவனை எங்கிருந்து எங்குக் கொண்டு போய்விட்டது பாருங்கள்!

மனிதக் குரங்குக் கூட்டத்திலிருந்து மனித சமுதாயம், இனக்குழுக்களிலிருந்து நாடும் அரசும் பின்னர் சட்டம், அரசியல் ஆகியவைகளின் வளர்ச்சி அதற்குப் பிறகு மனித மூளையின் வீணான கற்பனையான மதம்; மனத்தின் இக்கற்பனையின் முன்னே இயற்கைக் கரங்கள், உழைப்பு, சமுதாயம் ஆகிய அனைத்துமே பின்னுக்குத் தள்ளப்பட்டுவிட்டன. இவ்வெல்லாவற்றின் உதவியுடன் இந்த நிலையை அடைந்த மனித மனம் இப்பொழுது சர்வாதிகாரியாகி

விட்டது. ஒரு காலத்தில் மனித மனத்தை உருவாக்குவதில் கைகள் முக்கிய பங்கு வகித்தன என்பதை இப்பொழுது நம்பவும் இயலவில்லை. இன்றைய நிலை என்னவென்றால், மனம் முதலில் சிந்திக்கிறது. பிறகு மற்ற உறுப்புகள் அதைச் செயலாக்குகின்றன.

மனிதனுக்கும், விலங்குகளுக்குமிடையே உள்ள வித்தியாசத்தை நாம் சொல்லப் புகுந்தோம். விலங்கு இயற்கையைப் பயன்படுத்திக் கொள்வதோடு சரி! தான் இருப்பதால் மட்டுமே இயற்கையில் சொற்ப மாற்றத்தைக் கொண்டு வர முடியும். ஆனால் மனிதனோ இயற்கையில் மாற்றத்தைக் கொண்டு வந்து அதைத் தனது சேவகனாக - வேலைக்காரனாக - மாற்றுகிறான். அவன் இயற்கையின் எஜமானாகிறான். இதுவே மனிதனுக்கும், விலங்குகளுக்குமிடையே உள்ள பெரிய வேற்றுமையாகும். உழைப்புதான் இவ்வேற்றுமையை உண்டாக்கியது.

மனித வளர்ச்சியில் வெளிச் சூழ்நிலை எப்படிப்பட்ட முக்கிய பங்கு வகிக்கிறதென்பதற்கு நாம் வளர்ச்சியில் பின்னடைந்துள்ள அமெரிக்கப் பழங்குடிகளின் உதாரணத்தை எடுத்துக்கொள்ளலாம். ஆசியா, ஐரோப்பா, ஆப்பிரிக்கா கண்டங்கள் ஒன்றோடு ஒன்று இணைந்துள்ளன. இங்கேயே மனிதனுக்கு வளர்ப்புப் பிராணிகளான பசு, குதிரை, போன்ற காட்டு விலங்குகள் கிடைத்தன. இவற்றைக் கொண்டு மனிதன் பசுவளர்ப்பில் மட்டுமல்லாமல், விவசாயத்திலும் அதற்குப் பிந்தைய நிலையிலும் பெரும் முன்னேற்றத்தைச் சாதித்தான். ஆனால் அமெரிக்காவில் இப்படிப்பட்ட விலங்குகள் இல்லாததால் அங்குள்ள 'சிவப்பிந்தியர்' என்னும் பழங்குடிகள் அவ்வளவு முன்னேறவில்லை.

2. மனித இனங்கள்

முன்னைவிட செழுமையான கற்சாதனங்கள் தயாராகத் தொடங்கிய 'புராதன கற்காலம்' ஏறக்குறைய இருபத்தி ஐந்தாயிரம் ஆண்டுகளுக்கு முன்பிருந்தது. இதுவே 'நீஅண்டர்த்தல்' மனிதனின் காலமாகும்.

கி. மு. இருபதாயிரம் வருடங்களுக்கு முன் 'அவுரிக்னேஷியன்' மனிதர்கள் இருந்ததாகத் தெரிகிறது. இவர்கள் தமது முந்தைய எல்லா மனிதர்களைக் காட்டிலும் அறிவுள்ளவர்கள். இவர்களுடைய காலம் 'நான்காம் பனியுகமா'கும். அப்பொழுது மிக அதிகமாகப் பனி பெய்து கொண்டிருந்ததால் ஐரோப்பா முழுவதும் பனியால் மூடப்பட்டிருந்தது. இப்பனியுகம் சுமார் எட்டாயிரம் ஆண்டுகளுக்கு முன் முடிந்துவிட்டது. இந்தப் பயங்கரமான பனியுகத்தைத் தாண்டி

வந்ததே இந்த இனத்தின் வலிமையைத் தெளிவுபடுத்துகிறது. இவர்கள் தோல் ஆடைகளை அணிந்தனர். ஊசியைக் கூடப் பயன்படுத்தினர். பனியிலிருந்தும் குளிரிலிருந்தும் தப்பிக்க இவர்கள் மலைக்குகைகளில் வாசம் செய்தனர். ‘நீஅண்டர்த்தல்’ மக்களுக்கு எவ்விதக் கலையும் தெரியாதென்றாலும் ‘அவுரிக்னேஷியன்’ மக்கள் கலையையும் கொண்டிருந்தனர். தாம் இருந்த மலைக்குகைகளில் இவர்கள் விரல்களால் வரைந்த சித்திரங்களில் சில இன்னும் காணக் கிடைக்கின்றன. இவர்கள் சிவப்பு, கருநிறங்களில் மிருகங்களின் சித்திரங்கள் வரையத் தொடங்கினர். கலைஞன் முதலில் கோடுகளை வரைந்து பின்னர் அவற்றில் வர்ணத்தைத் தீட்டினான். கொஞ்சம் திறமை அடைந்தபின் கற்களிலும், எலும்புகளிலும் மரத்திலும் தனது கலையை வெளிப்படுத்தினான். அவர்கள் வரைந்த சித்திரங்களில் ரோமம் நிறைந்த காண்டாமிருகம், மான், காட்டுக்குதிரை ஆகியவற்றின் உருவங்கள் உள்ளன. இவ்வினத்தின் கடைசி காலப்பகுதியில் வில் அம்புகள் கண்டுபிடிக்கப்பட்டதாகத் தெரிகிறது. அவர்களது குகைகளில் இருந்த எலும்புகளாலும், மற்றவைகளாலும் அவர்கள் பல தலைமுறைகளாக ஒரே இடத்தில் இருந்ததாகத் தெரிகிறது. பனி யுகத்தின் நிர்பந்தத்தால் கூட அவர்கள் ஒரே இடத்தில் இருந்திருக்கக்கூடும்.

நான்காம் பனியுக முடிவுடன் புராதன கற்காலம் கூட முடிவடைந்துவிடுகிறது. மனிதன் புதிய நம்பிக்கையுடன் புதிய யுகத்தில் அடியெடுத்து வைக்கிறான். ஐரோப்பாவில் புதிய காடுகள், புதிய பசுமை, புதிய புல்வெளிகள் தோன்றுகின்றன. விலங்குகள் ஓரிடத்திலிருந்து மற்றோர் இடத்திற்குச் செல்கின்றன. மனிதனும் வேட்டையாடுவதற்காகவும், உணவைச் சம்பாதித்துக் கொள்வதற்காகவும் விலங்குகளைத் தொடருகிறான். பின்னால் தோன்றிய புதிய கற்காலம் விவசாயத்திற்கும் இரும்பின் தோற்றத்திற்குமிடையே கழிந்தது.

3. விலங்குகளுடனும் இயற்கையுடனும் போராட்டம்

நமக்கு இதுவரை கிடைத்த மிகப் பழைய மனிதக்கூடு ரொடீஷியாவில் கிடைத்தது. அது இரண்டு கால்களுடையதும், பதினெட்டு லட்சம் வருடங்களுக்கு முந்தையதுமாகும். இக்காலத்தில் ஜாவாவில் இருந்த இரண்டு கால்களுடைய பிராணி, முழு மனிதனாக மாறவில்லை. அப்போதைக்கு அவனுடைய கழுத்து முழுவதும் நிமிர்ந்திருக்கவில்லை. இந்த ஐந்து லட்சம் வருடங்களில் மனிதன்

பூமியின் எல்லாப் பகுதிகளிலும் சுற்றித் திரிந்து கொண்டிருந்தான். ஜாவா, சீனா, இந்தியா, ஆப்பிரிக்கா, ஃபிரான்ஸ், ஜெர்மனி, இங்கிலாந்து ஆகிய நாடுகளில் சிதறிக் கிடக்கும் கல்லாக மாறிய மனித எலும்புகள் இந்த விஷயத்தைத் தெளிவாக்குகின்றன. காடுகள், மலைகள், நதிகள், கடல்கள் ஆகியவை சொற்ப சாதனங்களே உள்ள மனிதனின் வழியில் பெரிய தடைக்கற்களாக இருந்தன. ஆனால் அவைகளால் அவனுடைய முன்னேற்றத்தைத் தடுத்து நிறுத்த முடியவில்லை. புராதன கற்காலத்தைச் சேர்ந்த கல்லாலான ஆயுதங்கள் காஷ்மீரம், மத்திய ஆசியா, சீனம் போன்ற நாடுகளில் கிடைத்தன. அவற்றை ஆராய்ந்த டாக்டர் பீர்பல் ஸாஹனி அந்தக்காலத்து மனிதர்கள் இமய மலைகளைக் கடந்து இப்பிரதேசங்களில் சுற்றித் திரிந்து கொண்டிருந்தனர் என்று கூறியுள்ளார். அக்காலத்தில் இமய மலைகள் இன்றுள்ள உயரத்தில் பாதி உயரமே இருந்ததால் அவர்கள் இமயமலைகளைக் கடக்க அவ்வளவு சிரமப்படத் தேவை இருக்கவில்லை. புராதன மனிதன் இந்த அறியாத இடங்களுக்கு முன் திட்டம் வகுத்துப் போகவில்லை. அவன் அந்த இடங்களுக்குப் போய்ச்சேர நீண்ட காலம் பிடித்தது. அவனுக்குப் போதிய அவகாசமும் இருந்தது.

இன்றும் மனிதக் குரங்குகள், பின் தங்கிய பழங்குடிகளான ஆப்பிரிக்காவைச் சேர்ந்த குள்ளர்கள் (பிக்மிக்கள்) ஆகியோரின் வாழ்வில் பெரும்பகுதி உணவைத் தேடுவதிலேயே செலவழிந்து விடுவதைப்போலவே, அன்றும் பழங்கால மனிதனுடைய வாழ்வில் பெரும்பகுதி உணவைத் தேடுவதிலேயே போய்க் கொண்டிருந்தது. பழங்கள் எல்லா இடங்களிலும் போதுமான அளவில் கிடைத்துக் கொண்டிருக்கவில்லை. அவை கிடைத்த இடங்களிலும் வருடம் முழுவதும் தொடர்ந்து கிடைத்துக் கொண்டிருக்கவில்லை. வேட்டையாடும் வாய்ப்பிருப்பினும் அதற்கான ஆயுதங்கள் கற்களாலும் மரக்கட்டைகளாலும் தயார் செய்யப்பட்டவையாக இருந்ததால்,அவற்றைக் கொண்டு தனக்கு வேண்டிய உணவைச் சேகரித்துக்கொள்ள அந்த மனிதனால் இயலவில்லை. ஆனால் அவன் முன்னே உலகமெல்லாம் பரந்து விரிந்து கிடந்தது. அப்பொழுது உலகத்தில் மனிதன் ஒரு அபூர்வமான பொருளாகவே இருந்தான்.

ஆனால் மனிதனின் சிரமங்கள் இத்துடன் முடிந்துவிடவில்லை. அவனுடைய பகைவர்கள் அதிக அளவிலேயே இருந்தனர். மத்திய ஐரோப்பாவைச் சேர்ந்த மனிதனுடைய உணவில் யானையும் சேர்ந்திருந்தது.

அக்காலத்து யானைகள் இந்தக் காலத்து யானைகளைவிட எவ்வளவோ பெரிதாக இருந்தன. அவ்வளவு பெரிய யானைகளைப் பழங்கால மனிதன் வெறும் கல்லாயுதங்களாலும் மரக்கட்டை ஆயுதங்களாலுமே வேட்டையாடுவதென்பது எத்தனை அபாயகரமான செயலாகுமென்பதை எண்ணிப் பாருங்கள். அவன் யானைகளைப் பிடிக்க குழிகளை வெட்டியிருந்தாலும், இது மிகவும் அபாயகரமான செயல் என்பதில் ஐயமில்லை. புலி, சிங்கம், ஓநாய் போன்ற கொடிய விலங்குகள் அக்காலத்தில் மிக அதிகமாக இருந்தன. ஆகவே பழங்கால மனிதன் தான் வாழ்வதற்காக இக்கொடிய விலங்குகளிடமிருந்து தப்பித்துக் கொண்டிருக்க வேண்டும் அல்லது அவற்றை எதிர்த்துப் போராடிக் கொண்டிருக்க வேண்டும்.

பூமியின் தட்ப வெப்ப நிலையில் மாறுதல் ஏற்பட்டுக்கொண்டே இருந்தது. ஒரு காலத்தில் மேற்கு வங்கத்திலுள்ள ஆஸன்ஸோல் பகுதியில் கூடப் பனி பெய்துகொண்டிருந்தது. இங்கே ‘தேவதார்’ மரங்கள் நிறைந்த காடு இருந்தது. பாட்னாவில் தொல்பொருள் கண்காட்சி சாலையில் கல்லாக மாறிய தேவதார் மரப் பகுதி வைக்கப்பட்டிருக்கிறது. நமக்கு மனித எலும்புக் கூடுகள் கிடைத்த நாடுகளில் இருந்து வந்த மனிதர்களின் இன்னல்களை இன்று அங்குள்ள சீதோஷ்ண நிலையைக்கொண்டு விவரிக்க இயலாது. நான்கு பனியுகங்களில் கடைசிப் பனி யுகம் பத்தாயிரம் வருடங்களுக்கு முன்பு முடிவடைந்தது. பல்வேறு மனித இனங்களைச் சேர்ந்த புராதன மனிதர்களின் தோலின் நிறத்தைக் கொண்டும், கண்களின் நிறத்தைக் கொண்டும் அவர்கள் பல்வேறுபட்ட தட்ப, வெப்ப நிலைமைகளில் வாழ்ந்திருந்தார்கள் என்று சொல்லலாம். கருமையான கண்மணிகள் வெப்ப நாடுகளில் சூரியனின் கூர்மையான கதிர்களிலிருந்து பாதுகாத்துக்கொள்ள அவசியமாகும். மந்தமான சூரியக் கதிர்கள் ஒளிரும் பிரதேசங்களில் நீலநிறக் கண்மணிகள் போதுமானவை. குளிர்ப் பிரதேசங்களில் வாழ்ந்திருந்த மனிதன் குளிரையும், பனியையும் எதிர்த்து வாழ்வது மிகக் கடினமாக இருந்தது. அத்துடன் அவனது உடலில் மனிதக் குரங்கைப் போன்று ரோமங்களும் அடர்த்தியாக இருக்கவில்லை. ஆனால் ஒரு மிருகத்தின் தோலை ஆடையைப் போல் உபயோகப்படுத்திக் கொள்ள முடியும் என்பதைத் தெரிந்து கொண்டபிறகு அவனுடைய துன்பம் தீர்ந்துவிட்டது. காட்டில் பற்றிக் கொள்ளும் தீயைக் கண்டு, நெருப்பு குளிருக்கும் மருந்தாகுமென்பதை அவன் புரிந்து கொண்டிருப்பான். இதைப் புரிந்துகொண்ட பிறகும் நெருப்பை உண்டாக்குவதென்பது அவ்வளவு சுலபமான காரியமல்ல. கட்டைகள் உராய்வதாலும் தீ உண்டாகிறதென்ற விஷயம் புராதன மனிதனைப் பொறுத்த வரையில்

ஒரு மாபெரும் கண்டுபிடிப்பாகும். அத்துடன் அது ஒரு சக்தி வாய்ந்த கடவுளைக் கண்டுகொண்டதுமாகும். ஆனால் இப்படிக் கண்டுபிடிக்கப்பட்ட நெருப்பைப் பாதுகாத்து வைத்துக்கொள்ளும் வழியைத் தெரிந்துகொள்ள அவனுக்கு நீண்டகாலம் பிடித்திருக்கலாம். மரக்கட்டைகளை உரசி நெருப்பை உண்டாக்குவது அக்கால மனிதனுக்கு எத்தனை வியப்புக்குரியதாக இருந்திருக்கும் என்பதற்கு நாலாயிரம் ஆண்டுகளுக்கு முன்பிருந்த வேதகால ரிஷிகள் உணர்ச்சி பொங்க அதற்குரிய தேவனைத் தோன்றும்படி பிரார்த்தனை செய்து கொண்டிருந்தனர் என்பது நல்ல எடுத்துக்காட்டாகும்.

சமுதாயம்: மனிதன் சமுதாயப் பிராணி, ஆனால் அவன் இப்படி முதலிலிருந்து இருக்கவில்லை. அவன் மனிதனான பிறகு சமுதாயப் பிராணியாக மாறினான். வளர்ச்சியில் மனிதனுக்கு நெருங்கிய பிராணிகளான மனிதக் குரங்கு, குரங்கு போன்றவைகள் கும்பல் கும்பலாக இருந்து வருகின்றன. இயற்கைச் சக்திகளுடனும், பகைவர்களுடனும் போராடுவதற்குப் பழங்கால மனிதன் கூட்டமாக இருப்பதுதான் நல்லது என்பதைத் தெரிந்துகொண்டான். இதனால்தான் கூட்டம் கூட்டமாக வாழ்வதை அவன் எப்பொழுதுமே விட்டுவிடவில்லை. பிற்காலத்தில் மனிதனின் வளர்ச்சியில் சமுதாயம் முக்கிய பங்கு வகித்தது. தனி மனித முயற்சி அது தனி மனித முயற்சியாக இருப்பதால் அல்லாமல் அது சமுதாயத்திற்குள்ளாக இருப்பதாலேயே வெற்றி பெற்றது. சமுதாயம் எவ்வாறு தோன்றியதென்பதை ஏற்கெனவே குறிப்பிட்டோம். மனித மொழியின் வளர்ச்சியிலும் சமுதாயத்தின் பிரதான பங்கு குறித்துச் சொன்னோம். "ஒரு பொதுக் குறிக்கோளை நோக்கிப் பழங்கால மனிதர்களின் பிரதான உழைப்பு முன்னேறியது சமுதாயம் முழுமையின் முயற்சியாலேயே மொழியும், சிந்தனையும் ஆரம்பமாயின" என்று மொழி வல்லுநரான லுட்விக் நாய்ரே கூறியிருக்கிறார். முதன் முதலில் உண்டானவை சொற்கள் என்பதும், அவை பெரும்பாலும் ஒலியை அனுசரித்தவையே என்பதும் மொழி ஆராய்ச்சியால் தெரிய வருகிறது. இவ்வினைச் சொற்களிலிருந்தே பிற்காலத்தில் பல பெயர்களும் தோன்றின.

மனிதன், மனித சமுதாயத்திலிருந்து பிரிந்து வாழ முடியாது. அப்படி அவன் பிரிந்து வாழ்ந்தால் மொழியை மட்டுமல்லாமல் சிந்தனையையும் இழக்க வேண்டிவரும். ஏனெனில் சிந்தனை என்பது ஒலியற்ற சொல்லாகும். மனிதனின் ஒவ்வொரு அசைவிலும் சமுதாயத்தின் செல்வாக்கு இருக்கிறது. குழந்தைப் பருவத்திலிருந்தே நாம் சமுதாயத்தின் சட்ட திட்டங்களைத் தாய்ப்பாலுடனே ஏற்றுக் கொண்டுவிடுகிறோம். அதனால்தான் நாம் அவற்றைத் தடைகளாக

அல்லாமல் அணிகலன்களாகக் கொள்கிறோம். ஆனால் அவை நமது வாழ்வின் ஒவ்வொரு அம்சத்திலேயும் குறுக்கிட்டு நம்மைக் கட்டுப்படுத்தப் பார்க்கின்றன. சமுதாயத்தின் சட்ட திட்டங்களை மீறுபவனை நாம் 'சமூக விரோதி' என்று சொல்லி விடுகிறோம். முத்துச்சிப்பிக்குள்ளே முத்து வளர்வதைப் போலவே, சமுதாயச் சூழலில் ஒவ்வொரு மனிதனும் வளர்கிறான். குடும்பம், வீதி, கடைத்தெரு பள்ளிக்கூடம், விளையாட்டுகள் போன்றவைகளிலும் சமுதாயத்தால் வளர்க்கப்பட்ட மொழியிலும் ஒரு மனிதனுக்குக் கல்வி கிடைக்கிறது.

ஆனால் சமுதாயம் என்பது ஒரு மாற்றமற்ற எஃகுச் சுவரல்ல. அது தனிமனிதனை ஒரு வார்ப்படமாக வார்க்கிறது என்பதோ அது எப்பொழுதும் ஒரே மாதிரியாக இருந்து வருகிறது என்பதோ சரியல்ல. சமுதாயமும் தொடர்ந்து மாறிக்கொண்டே வருகிறது. இம்மாறுதல் வரிசையாக வளர்ச்சி முறையிலும் நிகழ்கிறது. சில இடங்களில் புரட்சி முறையிலும் ஏற்படுகிறது. ஓரிடத்தில் மாறுதல் அலையோட்டத்தைப் போல் இருக்கிறது. வேறிடத்தில் தாவியோடும் அருவியைப் போன்றிருக்கிறது. சமுதாய அமைப்பு அதற்குள் இருக்கும் பொருட்கள் தனி மனிதர்கள், கருத்துகள் எல்லாமே மாறிக்கொண்டிருக்கின்றன.

பழங்கால மனிதர்கள் தமக்குள்ளேயும் கூடப் போரிட்டுக் கொண்டிருக்கலாம். ஆனால் தமது பொது எதிரியை எதிர்கொள்ளத் தாம் ஒன்றாக இருக்க வேண்டியதன் அவசியத்தை அவர்கள் சீக்கிரமே புரிந்து கொண்டிருப்பார்கள். இயற்கையுடனும், விலங்குகளுடனும் எண்ணிலாப் போராட்டங்களை நடத்தி அவர்கள் ஒற்றுமையின் ரகசியத்தை உணர்ந்துகொண்டிருப்பார்கள்.

உயிர் வாழ்வதற்காக இயற்கைச் சக்திகளை எதிர்த்து நிற்க வேண்டுமென்பதை மிருகங்களும் தெரிந்து வைத்திருக்கலாம். ஆனால் மனிதர்களுக்கும் மிருகங்களுக்கும் இயற்கைச் சக்திகளை எதிர்ப்பதில் வேற்றுமை இருக்கிறது. மிருகங்கள் இயற்கைத் தடைகளிலிருந்தும் தப்பித்துக் கொள்ளப்பார்க்கின்றன; ஆனால் மனிதர்கள் இயற்கைத் தொல்லைகளிலிருந்து தப்பித்துக்கொள்ளப் பார்ப்பதோடல்லாமல், அவற்றை எதிர்த்து நின்று வெற்றிகொள்ளவும் முயற்சிக்கின்றனர். மிருகம் தீயைக் கண்டதும் ஓடுகிறது. ஆனால் மனிதன் எவ்வளவோ காலத்திற்கு முன்பே தீயின் நாசகரமான சக்தியுடன் அதன் ஆக்கபூர்வமான சக்தியையும் உணர்ந்திருந்தான். இரவு நேரங்களில் அவன் நெருப்பைத் தனது காவல்காரனாக்கிக் கொண்டு அதன் உதவியால் கொடிய விலங்குகளிலிருந்து தன்னைப் பாதுகாத்துக் கொண்டான். குளிர் காலங்களில் அவன் நெருப்பை மூட்டிக் குளிர்

காய்ந்தான். மாமிசத்தையும், காய்கறிகளையும், கிழங்குகளையும் நெருப்பில் சுட்டுத்தின்னும் ருசியையும் அவன் கண்டுகொண்டான். சுட்டதைச் சாப்பிட்டு அவன் தனது வயிற்றின் சிரமத்தைக் குறைத்துக்கொண்டான்.

4. விலங்கைவிட மனிதனின் சிறப்பு

மனிதக் குரங்கு, நாய் போன்ற அறிவுடைய பிராணிகளும் எதிரிலுள்ள பொருளின் நிழலைக் கண்டு தமது மூளையால் சிந்திக்கும் திறன் படைத்திருக்கின்றன. ஆனால் அவற்றின் சிந்தனை வெறும் நிகழ்காலத்தை மட்டுமே சார்ந்திருக்கும். மனிதன் தீர்க்கதரிசியாவான். அவன் எதிர்காலப் பாதுகாப்பு குறித்து முன்னமேயே சிந்திக்கிறான். எதிர்காலச் சுகத்திற்காக நிகழ்காலத்தில் துன்பம் அனுபவிக்கவும் தயாராகிறான். தற்சமயம் கிடைத்துள்ள சொற்பப் பயனைத் துறப்பதால் எதிர்காலத்தில் பெரும் பயனை அடையலாமென்னும் நிச்சயம் இருந்தால், அவன் தற்காலப் பயனைத் துறக்கவும் விரைகிறான். இப்படிப்பட்ட மனிதனின் செயல்களே 'சமுதாய நீதி'களாகின்றன. அந்த நீதிகள் ஒரு குறிப்பிட்ட நிலைமையில், ஒரு குறிப்பிட்ட பயன் கருதி உருவாயின. அந்தக் குறிப்பிட்ட நிலைமையும், பயனும் மாறிவிட்ட பிறகு, அந்தச் சமுதாய நீதியையும் மாற்றவேண்டிய அவசியம் இருக்கிறது. மிருகம் நிகழ்காலத்தில் தன்னைப் பாதுகாத்துக் கொள்வதற்காக மட்டுமே இயற்கையை எதிர்க்கிறது. அந்த எதிர்ப்புக்குத் தனது பிறவிச் சாதனங்களை மட்டுமே பயன்படுத்துகிறது. ஆனால் மனிதன் நிகழ்காலத்தில் வாழ்வதற்காக மட்டுமே இயற்கையுடன் போராடுவதில்லை. தனது பிறவிச் சாதனங்களைக் கொண்டு மட்டுமே அவன் போராடுவதில்லை. அவன் எதிர்கால வாழ்வைக் கருதியும் போராடுகிறான். அப்போராட்டத்திற்குத் தனது பிறவிச் சாதனங்களை மட்டுமல்லாமல், புதிய புதிய சாதனங்களையும் கண்டுபிடித்துக் கொண்டே இருக்கிறான். இதனால்தான் மனிதன் 'சமுதாய விலங்கு'டன் கூடவே, 'ஆயுதந் தரித்த விலங்கும்கூட'!

5. மனிதனின் சிறப்பு

இன்றைய மனித மூளை மட்டுமல்ல புராதன காலத்து 'குரோமோக்ளின்', 'நீ அண்டர்த்தல்' மனிதர்களின் மூளையும் கூட வளர்ச்சி பெற்ற மூளையாகும். அதனால்தான் அவன் சிந்திக்கிறான். விஷயங்களை ஆராய்கிறான். புதிய வழிமுறைகளைக் கண்டு கொள்கிறான். தன்னுடைய அனுபவங்களிலிருந்து பாடம் கற்றுக்கொள்கிறான், அனுபவங்களை அடிப்படையாகக் கொண்டு

வருங்காலத்தை முன்பாகவே ஊகித்து முன்னதாகவே உணவைச் சேகரித்துக்கொள்ளத் திட்டமிடுகிறான், குளிரிலிருந்தும், வெப்பத் திலிருந்தும், தன்னைப் பாதுகாத்துக் கொள்ள வழிவகுக்கிறான். தனது மூளை அமைப்பின் காரணத்தால் மனிதன் வருங்காலத்தை நிச்சயமற்றதாக விட்டுவிட முடியாது. ஏனெனில் அப்படிச் செய்தால் அவனுடைய நெஞ்சம் எப்பொழுதும் என்ன நடக்குமோ என்ற அச்சத்தால் பாதிக்கப்பட்டிருக்கும். மனிதனுக்கு அவனுடைய மூளை இப்படி உதவியபோது அவனது உடலுறுப்புக்களும் அவனுக்கு உதவி செய்தன. மனிதனின் உள்ளங்கைகளும், நகங்களும் அவ்வளவு கூர்மையானவையும், வலுவானவையும் அல்ல. சிங்கம், ஓநாயைப் போல் அவன் தனது பற்களையும் பயன்படுத்த முடியாது. ஆனால் இவைகளுக்குப் பதில் அவனுடைய கால்கள் சிறப்புப் பெற்றவை. அவை உடலின் சுமை பூராவையும் தாம் ஏற்றுக்கொண்டு அந்தச் சுமையிலிருந்து கைகளுக்கு விடுதலை அளித்துவிட்டன. இதனால் மனிதக் கைகள் விலங்குகளின் கைகளைப் போல் முழு உடலின் சுமையைச் சுமந்து திரிய வேண்டிய தேவையில்லாமல் போயிற்று. விலங்கைப் போன்ற நிலையே இருந்தால் மூளைக்குச் சிந்திக்கும் திறனிருந்தாலும், மூளையின் கட்டளைப்படி கை ஆயுதம் எடுத்திருக்காது. மனிதக் கைகளுக்குக் கல்லாலான ஆயுதத்திலிருந்து அணுகுண்டுவரை வந்திருக்காது. மூளையும், விடுதலை பெற்ற கைகளும் சேர்ந்து மனிதனை மனிதனாக்குவதில் வெற்றி பெற்றன. இவற்றில் மூளை சிந்திப்பதையும், கற்பதையும், மொழியினால் தனது திறமையைப் பெருக்கிக்கொள்வதையும் சமுதாயத்தின் உதவியால் பழக்கப்படுத்திக்கொண்டது.

மனிதன் இயற்கையிலிருந்து மாறுபட்டவனல்ல. அவன் இயற்கையின் ஒரு பகுதியேயாகும். அவனை 'வளர்ச்சியின் உயர்நிலைப் பகுதி' எனலாம். எல்லாவற்றுக்கும் இயற்கையின் கீழ்நிலையும், உயர்நிலையும் இருக்கும். மனிதனுக்கும் இது பொருந்தும். மனிதன் இயற்கையின் வயது வந்த மகனாவான். அதனால்தான் அவன் இயற்கை அளிப்பதை அப்படியே கண்ணை மூடிக்கொண்டு ஏற்றுக்கொண்டு விடுவதில்லை. இயற்கை அளிப்பதில் அவன் சீர்திருத்தம் செய்கிறான்; அதை மேலும் பயனுள்ளதாக்கிக் கொள்கிறான். வழியிலுள்ள கற்களைப் பிளந்து அவற்றிலிருந்து கூர்மையானவைகளை எடுத்துக்கொண்டு இயற்கையைப் பயன்படுத்திக் கொள்வதற்காகவே அவன் திரிந்து கொண்டிருந்தான்.

1. மனித மூளையின் அற்புதச் செயல்: புராதன மனிதன் அல்லது மூன்று லட்ச ஆண்டுகளுக்கு முன்பிருந்த 'ஹைடல்பர்க்

மனிதர்'களிலிருந்து சில ஆயிரம் ஆண்டுகளுக்கு முன்பிருந்த நமது இனமக்கள் வரை கல்லாலான ஆயுதங்களையே பயன்படுத்திக் கொண்டிருந்தனர். இதிலிருந்து மனித இனம் ஒரு நிலையிலிருந்து அடுத்த நிலைக்கு வர மிக நீண்ட காலம் பிடித்ததாகத் தெரிகிறது. எனினும் இந்த நீண்ட காலத்தில் மனிதனின் மூளை வேலை செய்யாமல் மட்டும் இருக்கவில்லை. மனித மூளை எத்தனையோ புதிய பொருட்களைக் கண்டுபிடித்திருக்கலாம். அவை இக்காலத்திற்கு முக்கியத்துவம் இல்லாதவையாக இருந்தாலும், அக்காலத்திற்கு மிக முக்கியத்துவம் வாய்ந்தவையேயாகும்.. இப்பொருட்கள் அனைத்தும் கல்லினால் தயாரிக்கப்பட்டவையாக இருந்தால், அவை நமது காலம்வரை இருக்கவில்லை. புதிய கற்காலத்திற்கு முன்பேயே மனிதன் கற்களாலும் மரத்தாலும் எலும்பாலும் ஆயுதங்களைச் செய்யவும், தைக்கவும், கோர்க்கவும், வலை - ஆடை பின்னவும் அறிந்திருந்தான். வீடு கட்டிக்கொள்ளவும், நெருப்பின் உபயோகமும் அவன் தெரிந்திருந்தான். இவைகளினால் மனித மூளையிலிருந்து இப்படிப்பட்ட எத்தனையோ விஷயங்கள் தோன்றியிருக்கலாமென்று நாம் ஊகிக்கலாம் என்றாலும் நாம் மிகப் புராதன காலத்தை ஆராய்ந்தால், அப்பொழுது புதிய கண்டுபிடிப்புகளின் வேகம் மிக மந்தமாகவே இருப்பதைக் காண்கிறோம். பதினெட்டாம் நூற்றாண்டுக் கடைசியில் நீராவி இயந்திரங்கள் கற்பனை செய்யப்பட்டன. ஆனால் அவை பத்தொன்பதாம் நூற்றாண்டிலிருந்துதான் பயன்படுத்தப்பட்டன. பத்தொன்பதாம் நூற்றாண்டின் இறுதியில் மின்சாரம் கண்டுபிடிக்கப் பட்டாலும் அதன் முழுவளர்ச்சி இருபதாம் நூற்றாண்டில்தான் நிகழ்ந்தது. எக்ஸ்ரே, விமானம், வானொலி, திரைப்படம், டெலிவிஷன் ஆகியவை இந்த நூற்றாண்டின் அற்புதங்களாகும். நாற்பது வருடங்களுக்கு முன்புதான் அணுகுண்டும் கண்டுபிடிக்கப்பட்டது.

2. சமுதாயம்: "தமது செயல்பாட்டின் மூலம், ஒருவர் மற்றவரைப் பாதிக்கும் பல்வேறுபட்ட மனிதர்களின் பரந்த அமைப்பே சமுதாயமாகும். தனி மனிதர்களைப் பாதிக்கும் நிலையான செயல்கள் சமுதாயத்துக்குள் நிகழ்கின்றன. அச்செயல்கள் தனி மனிதர்களின் உழைப்பைச் சார்ந்துள்ளன" என்று சமுதாயத்தை ஒரு எழுத்தாளர் விவரிக்கிறார். இயற்கை, மனிதர்களை ஒன்று சேர, கட்டாயப்படுத்திற்று. ஏனெனில் ஒன்றுபடாமல் மனிதர்கள் தம்மைப் பாதுகாத்துக் கொள்ள முடியாது. இந்த ஒற்றுமையும், அமைப்பும் பெருளுற்பத்தியின் போது ஏற்பட்டன.

சமுதாயம் என்பது உண்மையான பகுதிகளால் மனிதர்களால் ஆனது என்பது தெளிவு. மனிதர்கள் எப்பொழுதுமே ஒருவர்

மற்றவரால் கவரப்பட்டு வருகின்றனர். இன்றைய உதாரணத்தையே பாருங்கள். ஒருவன் கடைத்தெருவுக்குச் சென்று ஒரு பொருளை வாங்குகிறான். அங்கே அவன் மார்க்கெட் விலையின் மீது தனது முத்திரையைப் பதிக்கிறான். அவன் பொருளை வாங்குபவர்களில் ஒருவன் என்ற முறையிலும், அவன் பொருளை வாங்குவதால் பொருட்களின் எண்ணிக்கையைக் குறைப்பவன் என்ற வகையிலும், அவன் மார்க்கெட் விலையின் மேல் தனது செல்வாக்கைப் பரப்புகிறான். இந்தச் செல்வாக்கு மிக மிகக் குறைவானதாகவே இருக்கலாம்; ஆனால் செல்வாக்கு மட்டும் நிச்சயம் உண்டு. ஏரித்தண்ணீரில் ஒரு சிறு கல்லை வீசுவதால் உண்டாகும் வட்ட அலைகளைப் போல் இந்தச் செல்வாக்கு அந்தக் கடைத்தெருவின் எல்லைக்குள் மட்டும் அடங்கியிருக்காமல், (நாடு பூராவிற்கும், உலகம் முழுவதற்கும் பரவுகிறது). திருமண முகூர்த்த நாட்களில் ஒரு மனிதன் கடைத்தெருவுக்குப் போய் துணிமணிகளையும், நகைகளையும் வாங்குகிறான். இதன் முத்திரை மார்க்கெட் மேல் விழுகிறது. அவன் திருமணம் நடத்தி வைக்கப் புரோகிதரை அழைக்கிறான். இதன் செல்வாக்கு அக்கம் பக்கத்து மக்கள் மேல் மதத்திற்கு அனுகூலமாக விழுகிறது. அந்தச் செல்வாக்கு தன்னைப் போன்ற மற்ற செல்வாக்குகளைத் தன்னுடன் இணைத்துக்கொண்டு உலகத்தில் மதத்தின் வேர்களை வலுப்படுத்துகிறது. புரோகிதருக்குத் தட்சணை அளிக்கப்படுகிறது. அவர் கடைத் தெருவுக்குப் போய் வியாபாரத்தின் மேல் தனது முத்திரையைப் பதிக்கிறார். வெள்ளத்தில் நீர்த்துளிகளைப்போல் சமுதாயத்தில் கோடிக்கணக்கான மனிதர்கள் கலந்திருக்கிறார்கள்.

சமுதாயம் தனி மனிதர்களின் கூட்டால் ஆனதுதான் என்றாலும் அது தனி மனிதர்களின் கூட்டு மட்டுமே அல்ல. தன் மனிதர்களின் எண்ணிக்கை சமுதாயத்தில் குணாம்ச மாற்றத்தையும் கொண்டு வருகிறது. மனிதர்கள் தனித்தனியாக இருக்கும்போது செய்யும் சிந்தனைக்கும், செயலுக்கும் அவர்கள் சமுதாயத்துள் இருக்கும்போது செய்யும் சிந்தனைக்கும், செயலுக்கும் எவ்வளவோ வேறுபாடுள்ளது. ஏன் அப்படி? இப்பொழுது அவன் மீது சமுதாயம் தனது செல்வாக்கைப் பரப்புகிறது. ஊர்வலம், பொதுக்கூட்டம், கும்பல் ஆகியவைகளில் தனி மனிதன் வெள்ளத்தில் அடித்துச் செல்லப்படுகிறான். அவற்றின் முத்திரை தனி மனிதர்கள்மேல் நிச்சயம் பதிகிறது. உதிரிச் சாமான்களைக் காட்டிலும் கடிகாரம் உயர்ந்தது என்பதைப்போலவே தனி மனிதர்களைவிடச் சமுதாயம் சிறந்ததென்பது இதிலிருந்து தெரிகிறது. சமுதாயம் என்பது மனிதன் + மனிதன் அல்ல, அது மனிதன் X மனிதன் ஆகும்.

தனிமனிதர்களின் ஒவ்வொரு செயலின் செல்வாக்கும் சமுதாயத்தின்மேல் விழுகிறது. ஆனால் மாறிய உருவில் சமுதாயம் சிறியதாக இருந்தால் அந்த அளவுக்கு அதன் செல்வாக்கு அதிகமாகவும், குறைந்த காலத்தில் மாறுதலைக் கொண்டு வருவதாகவும் இருக்கும். காரணம், அப்படிப்பட்ட சமுதாயத்தில் மனிதர்கள் மிக நெருக்கமாக வாழ்கின்றனர். அவர்கள் தம்மிடையே கருத்துப் பரிவர்த்தனை செய்துகொள்ள அதிக வாய்ப்பு கிடைக்கிறது. உண்மையில் தனிமனிதன் மற்றவர்களுடன் சேர்ந்திருக்கும் போதுதான் சமுதாயத்தின்மேல் தனது செல்வாக்கை பரப்ப முடியும்.

மொழி, அரசியலமைப்பு, விஞ்ஞானம், கலை, தத்துவம், பெரும்பாலான ஃபேஷன்கள், சடங்குகள், சம்பிரதாயங்கள், நடைமுறைகள் ஆகியவை சமுதாய வாழ்வின் படைப்புகளேயாகும். மனிதர்களுக்குள் உள்ள தொடர்புகள், ஒருவர் மற்றவர் மீது செலுத்தும் செல்வாக்கு சேர்ந்து வாழ்வதின் விளைவுகளாகும்.

சமுதாயத்தின் மானசீக வாழ்வு, அதிலுள்ள மனிதர்களின் கருத்துகள், உணர்ச்சிகள் ஆகியவற்றின் கூட்டு மட்டுமல்ல. அது மனிதர்கள் கூடி வாழ்வதின் பலனுமாகும். இது ஒரு புதிய விஷயந்தான்!

இரண்டாம் அத்தியாயம்

காட்டுமிராண்டி மனித சமுதாயம்

மனித சமுதாயத்தை ஏங்கெல்ஸ் மூன்று பிரிவுகளாகப் பிரித்தார். காட்டுமிராண்டி, அநாகரிக, நாகரிக மனித சமுதாயங்கள். இவற்றில் மனித வரலாற்றின் மிகப் பழைய பகுதி காட்டுமிராண்டி மனித சமுதாய வரலாறாகும். 'நீ அர்த்தண்டல்' கிரிமால்தி, 'குரோமோக்னன்' மனித இனங்களின் வாழ்வெல்லாம் இந்த யுகத்தில்தான் கழிந்தது. சிறப்பான இயற்கை மாறுதல்களால் பூமியில் நான்கு பனியுகங்கள் ஏற்பட்டதாகத் தெரிகிறது. அவற்றில் கடைசிப் பனியுகம் பத்தாயிரம் ஆண்டுகளுக்கு முன் முடிந்தது. மற்ற மனித இனங்கள் இந்தப் பனியுகங்களின் காலத்திலேயே மறைந்து விட்டனர். நம்முடைய 'ஸ்பியன்' மனித இனம் ஒன்று மட்டுமே நான்காம் பனியுகத்திற்குப் பிறகும் கூட இன்று வரை தொடர்ந்து வந்துகொண்டிருக்கிறது. நமது இனத்தின் பெரும்பாலான காலமும் காட்டுமிராண்டி நிலையிலேயே கழிந்தது. முந்திய காலத்திலிருந்த மற்ற இனத்தவரைப் போலவே, இவர்களும் கல்லாலான ஆயுதங்களால் வேட்டையாடிய மாமிசத்தையும், பழங்களையும் உண்டு வாழ்ந்தனர்.

(க) புராதன பொதுவுடைமைச் சமுதாயம்

காட்டில் வாழ்ந்த மனிதனிடம் வாழ்க்கைச் சாதனங்கள் மிகக் குறைவாக இருந்தன. இதனால் அவன் தனது வளர்ந்து கொண்டிருந்த தேவைகளைப் பூர்த்தி செய்துகொள்வதற்காகச் சமுதாயத்தை அதிகமாகச் சார்ந்திருந்தான். இதன் காரணமாகக் கொஞ்ச நஞ்சமிருந்த செல்வமும் சமுதாயத்திற்குச் சொந்தமாக இருந்தது. 'கொஞ்ச நஞ்சம்' என்பதின் பொருள், அவனிடமிருந்த பொருட்களில் விரைவில் அழிந்து விடக்கூடியவையே அதிகமாக இருந்தன. பழங்களைச் சேகரிப்பதிலிருந்து முன்னேறி மனிதன் வேட்டையாடத் தொடங்கியபோது, வேட்டையாடிய மாமிசத்தை அவனால் நீண்டகாலம் வைத்திருக்க இயலவில்லை, அந்தக் காலம் 'கையில் கவளம், மரத்தடியில் தூக்கம்' என்னும் காலமாகும். இதனால் சேர்த்து வைப்பது மிகக் குறைவாக இருந்தது. செல்வமும் மிகச் சொற்பமே! இருந்த செல்வமும் சமுதாயம் பூராவுக்கும் சொந்தமானதாக இருந்தது; ஏனெனில் அச்செல்வம் எல்லாருடைய ஒன்றுபட்ட உழைப்பினால்

உருவானதேயாகும். இந்த நிலையைப் ‘புராதன பொதுவுடைமைச் சமுதாய அமைப்பு’ என்கிறோம். இப்புராதன பொதுவுடைமைச் சமுதாய காலத்தில் உயர்ந்தவர் - தாழ்ந்தவரென்ற வர்க்கங்கள் இல்லை, மதம் இல்லை, இன்னும் சொல்லப்போனால் கும்பலிலிருந்த தனிமனிதன் என்னும் எண்ணமே இல்லை. (மொழியில் ‘நான்’ என்பதற்கு முன்பாக ‘நாம்’ என்னும் சொல்லே இருந்ததாக மொழி இயல் வல்லுநர்களின் ஆராய்ச்சியிலிருந்து தெரியவருகிறது.) எல்லாரும் கலந்து வாழ்ந்து ஒருவரை ஒருவர் பாதுகாத்துக் கொண்டிருந்தனர். எல்லாரும் ஒன்றாக உணவு சேகரித்துக் கொண்டிருந்தனர். எல்லாரும் ஒன்றாக அதைச் சாப்பிட்டுக் கொண்டிருந்தனார். எல்லாரும் ஒன்றாகக் கடினமாக உழைத்துக் கொண்டிருந்தனர். தேவைப் பொருட்கள் தனிப்பட்ட முறையில் அல்லாமல், பொதுவாக உற்பத்தி செய்யப்பட்டு வந்தன. ஆனால் இப்புராதன பொதுவுடைமைச் சமுதாய அமைப்பின் இறுதிக் காலத்தில் பல மாற்றங்கள் ஏற்பட்டன. தனிச்சொத்தும், ஏற்றத்தாழ்வும் தோன்றத் தொடங்கின.

1. தாய் வழிச் சமுதாயமும் திருமணமும்

அக்காலத்தின் மற்றொரு சிறப்பு, சமுதாயத்தில் பெண் ஆதிக்கம் நிலவிற்று. இதைத் ‘தாய் வழிச் சமுதாயம்’ அல்லது ‘தாய் வழி ஆட்சி’ என்கிறோம். குரங்குக் கூட்டத்திற்கும், மனிதக் குரங்குக் கூட்டத்திற்கும் தலைவனாக ஆணே இருந்து வந்தான். ஆனால், மனிதனின் புராதன காலக் குழுத் தலைவியாகப் பெண்தான் இருந்தாள். இது வியப்பிற்குரியதாக இருப்பினும், வியப்படைய வேண்டிய அவசியமில்லை. பின்தங்கிய நிலையில் இருக்கும் பழைய இனங்களையும், புதிய இனங்களையும் ஆராய்ந்த விஞ்ஞானிகள் இம்முடிவுக்குத்தான் வந்துள்ளனர். இது பகுத்தறிவுக்கும் விரோதமானதல்ல. மனிதக் குரங்குகளில் ஒரு பலம் வாய்ந்த ஆண்குரங்குக்கே தலைமைப் பதவி ஏன் கிடைக்கிறது? ஏனெனில் அக்கூட்டத்தில் அதுவே எல்லாக் குரங்குகளைக் காட்டிலும் பலசாலியாக இருக்கிறது. தலைமைக் குரங்கின் கண்களில் படாமல் தம்மைப் பாதுகாத்துக்கொள்ளும் பலவீனமான பிராணிகள் எத்தனையோ இருந்தாலும், அவற்றுக்கு ஒற்றுமையின் பலம் தெரியாது. எல்லாமும் ஒன்றுபட்டுக் கூட்டத் தலைவனை எதிர்க்கும் சக்தி அவற்றுக்கு இல்லை. ஆனால் மனிதனுக்கு எப்போதோ ஒற்றுமையின் பலம் தெரிந்துவிட்டிருந்தது. அதனால் அவன் புராதன காலத்தில் கும்பலாக வாழவில்லை. கும்பலுக்குப் பதிலாக அங்கே குடும்பம் இருந்தது. ஒவ்வொரு குடும்பத்திற்கும் தலைவியாக ஒரு பெண் இருந்தாள். காரணம், திருமணமுறை இல்லாத ஒரு சமுதாயத்தில் தாயே குடும்பத்தின் அடிப்படையாக இருந்தாள்.

முதல் நிலையில் மனிதன் பழங்களைச் சேகரித்தான். இரண்டாவது நிலையில் மீன் பிடித்தலும், மிருகங்களை வேட்டையாடுதலும் அவனுடைய முக்கிய வாழ்க்கைச் சாதனங்களாக விளங்கின. இவ்விரு நிலைகளிலும் மனித சமுதாயத்தில் தாயின் தலைமையே நிலவிற்று. அக்காலத்தில் நிச்சயிக்கப்பட்ட திருமண முறையும், கணவன் - மனைவி முறையும் இருக்கவில்லை. தன் தாயின் குடும்பத்தைச் சேர்ந்த எந்த ஆணாலும் ஒரு பெண் கர்ப்பம் தரிக்கலாம், ஆனால் இதில் தாயின் கோபத்தைச் சம்பாதித்துக்கொள்ளும் அபாயமும் இருக்கிறது. ஒவ்வொரு தாயும் என்றாவது ஒரு நாள் தன் குடும்பத்தின் தலைவியாக வேண்டுமென்னும் விருப்பம் கொண்டிருந்தாள். அக்காலத்தில் நிச்சயமாகப் பெரிய குடும்பங்கள் இருந்திருக்க முடியாது. ஏனெனில் உயிரோடுள்ள ஒரு தாயின் குழந்தைகளாலேயே ஒரு குடும்பம் அமைந்திருந்தது. இக்காலத்திய ஆண் - பெண் உறவை - திருமணத்தை- ஏங்கெல்ஸ் ‘குழுத்திருமணம்’ (group marriage) எனக் குறிப்பிட்டுள்ளார். அதாவது திருமணத்தில் தனி மனிதனுக்கு அல்லாமல் குழுவுக்கு முக்கியத்துவம் இருந்தது. தாய்வழிக் குடும்பத்தில் உள்ள அனைவரையும் ஆண்-பெண் என்னும் இரண்டு பிரிவுகளாகப் பிரித்தால், ஒரு பிரிவு மற்ற பிரிவுடன் கணவன்-மனைவி தொடர்பே கொண்டிருந்தது. ஒரு குடும்பத்தில் ‘பெண்’ என்றால் மனைவி என்றும், ‘ஆண்’ என்றால் கணவன் என்றும் நிலைமை இருந்தது. இன்றைய விஞ்ஞானிகளில் பலர் புராதன காலத்துத் தாய் வழிக் குடும்பத்தை ஒப்புக்கொண்டாலும், குழுத் திருமணத்தை ஒபபுக்கொள்வதில்லை. ஆனால் இன்றும் கூடத் திபேத்திய இனத்திலும், வேறுசில இனங்களிலும் சகோதரர்கள் அனைவருக்கும் பொதுவாக ஒரே மனைவி இருக்கக் காண்கிறோம் இம்முறை ஆண் வர்க்கத்தைப் பொருத்தவரை ஒருவிதமான குழுத் திருமணமேயாகும்.

வாழ்க்கைத் தேவைகளைச் சம்பாதிப்பதில் ஆண், பெண்ணை விடத் தான் திறமையுள்ளவன் என்பதை நிரூபித்த போது, சமுதாயத்தில் தனது தனிப்பட்ட சிறப்பை நிலைநாட்டுவதில் வெற்றி பெற்றபோது பெண்ணின் அதிகாரம் வீழ்ச்சியடையத் தொடங்கியதைப் பின்னால் விவரிக்கப் போகிறோம். பழங்களைச் சேகரிப்பதிலும், வேட்டையாடுவதிலும் பெண் ஆணுக்குக் குறைந்தவளல்ல. அப்போதைக்கு வீட்டுக் காரியங்களும், வெளிக் காரியங்களும், சமையல் வேலையும், மற்ற வேலைகளும் வெவ்வேறாகப் பிரிக்கப்பட்டிருக்கவில்லை. அத்துடன் அக்குடும்பத்திலிருந்த அனைவரும் அவளே தமது தாய் என்பதையும் உணர்ந்திருந்தனர். ஆனால் இதேபோல் ஆண்களைக் குறித்து நிச்சயமாகச் சொல்ல முடியாது. அவர்களில் தந்தை யார் என்பதை நிச்சயமாகக் கூற முடியாது. இதனால் குடும்பத்திலுள்ளவர்களுக்குத்

தாயிடமிருந்த நெருங்கிய தொடர்பு, எந்த ஒரு ஆணிடமும் இருக்கவில்லை. அக்காலத்தில் ஆண்-பெண் உடலுறவு ஒரே குடும்பத்திற்குள்தான் ஏற்பட முடியும். காரணம் குடும்பம் முழுவதுமே ஒன்றாக இணைந்திருந்து உணவைத் தேடவும், பகைவர்களை எதிர்கொள்ளவும் வேண்டியிருந்தது.

உணவைத் தேடுவதற்காகக் குடும்பம் ஓரிடத்திலிருந்து மற்றோரிடத்திற்குத் திரிய வேண்டியிருந்ததோடு, இன்றைய ஊர்சுற்றிக் கூட்டத்தாரைப் போலவே வேட்டைப் பகுதிகளுக்காக மற்ற குடும்பத்தாருடன் சண்டையிடவும் வேண்டியிருந்தது. இந்த நிலையில் ஒரு குறிப்பிட்ட குடும்பத்திற்கு வெளியே ஆண் - பெண் உறவு அதிசயமாகத்தான் ஏற்பட முடியும். இந்த விசித்திர உறவில் மாமா, சகோதரன், மகன் என்னும் எண்ணம் எங்கே தோன்றும்? மனிதன் இப்படிப்பட்ட உறவுகளைச் சமீபத்தில்தான் - வரலாற்று யுகத்தில்தான் - கடந்து வந்தான். அக்காலத்தில் சில பழக்க வழக்கங்களை நாம் இப்போதும் காணலாம். இப்பொழுதும் தென் இந்தியாவில் - பிராமணர்களில் கூட - மாமாவின் பெண்ணுக்கும் சகோதரியின் மகனுக்கும் திருமணம் செய்கிறார்கள்; சகோதரியின் பெண்ணை மாமாவே கூடக் கல்யாணம் செய்து கொள்கிறான். எகிப்து, ஈரான் ஆகிய நாடுகளின் அரச குடும்பங்களில் ஃபாரோ, ஷாஹன்ஷா குடும்பங்களில் -சகோதர, சகோதரிகளிடையே எத்தனையோ திருமணங்கள் நடந்திருக்கின்றன. பழங்கால அமெரிக்காவின் ‘இன்கா’ அரச குடும்பத்தில் இரத்தத்தின் தூய்மையைப் பாதுகாக்கும் நோக்கத்துடன் சகோதரியையே திருமணம் செய்து கொள்ளப்பட்டது. ஒரு காலத்தில் ஈரானில் தாயையே கல்யாணம் செய்துகொள்ளும் வழக்கம் மிக அதிகமாக இருந்தது. கி.பி. ஐந்தாம், ஆறாம் நூற்றாண்டுகளில் இருந்த இந்திய நூலாசிரியர்கள் ‘பாரசீகத் தாய்த் திருமணத்தை அந்நாட்டு நடைமுறை என்று தமது நூல்களில் குறிப்பிட்டுள்ளனர். புராதன இந்திய இலக்கியத்திலும் சகோதர - சகோதரிகளுக்கிடையே நடந்த திருமணத்தைப் பற்றிக் கூறப்பட்டிருக்கிறது.

2. ஆயுதங்களும், உற்பத்திச் சாதனங்களும்

தாய் வழிப்புராதனப் பொதுவுடைமைக் குடும்பத்தில் மிருதுவான கற்களாலும், கரடு முரடான கற்களாலுமான ஆயுதங்களும், மரத்தாலும், எலும்பினாலும் ஆன ஆயுதங்களும் இருந்தன வென்பதைக் குறிப்பிட்டோம். குளிர் காலத்திற்காக மனிதன் தோலுடைகளையும் தயார் செய்துகொண்டிருந்தான். ஸ்விட்சர்லாந்தில்

90 சதவிகிதம் கரடியும், மொராவியாவில் 90 சதவிகிதம் யானையும், டென்மார்க்கில் 90 சதவிகிதம் சங்கு, முத்துச் சிப்பிப்புழுக்களும், மீன்களும் மனிதனின் உணவாக இருந்தன.

3. செல்வம்

இந்தப் புராதனப் பொதுவுடைமைச் சமுதாயங்களுக்குள்ளும் செல்வம் வளர்ந்ததென்று இக்காலச் செல்வம் குறித்து ஏங்கெல்ஸ் எழுதியிருக்கிறார். முதலில் வெளியாட்களின் மாற்றத்தால் செல்வம் தோன்றியது. பிறகு மெள்ள மெள்ள அது விற்பனைக்குரிய சரக்காக மாறத் தொடங்கியது. அதன்பிறகு எத்தனையோ பொருட்கள், பயன்படுத்துவதற்காக மட்டுமன்றி, பண்ட மாற்றத்திற்காகவும் தயாரிக்கப்பட்டன. இதைப் பொருத்து ஏற்றத் தாழ்வுகளும் வளர்ந்தன. குடும்பங்களின் சமூக உறுப்பினர்களிடையே செல்வத்தின் ஏற்றத் தாழ்வுகள் பெருகவாரம்பித்தன. ஆனால் இந்நிலை அச்சமுதாயத்தின் கடைசிக் காலத்தில் இருந்ததென்பதைக் கவனத்திலிருத்திக் கொள்ள வேண்டும். அத்துடன் சமுதாயத்தின் இவ்வரலாற்றுக் கால எல்லைகள் தெளிவானவையும் அல்ல. இடம், காலம் இரண்டிலும் ஒரு நிலை பத்தாயிரம் ஆண்டுகளுக்கு முன்பே சென்று மறைந்துவிட்டதென்றால், இன்னொரு நிலை அண்மைக் காலம் வரையிலும் கூட இருந்து வந்தது. இன்று இந்தியாவின் முதலாளித்துவ யுகத்தில் கூட நிலப் பிரபுத்துவ நிலை நீடித்துக் கொண்டிருக்கிறது. என்றாலும் வளர்ச்சி கீழ்க்கண்டவாறுதான் நிகழ்ந்திருக்கிறது: புராதன பொதுவுடைமைச் சமுதாயம் (புராதன கம்யூன்). இனக்குழுச் சமுதாயம். இவ்விரண்டு சமுதாய அமைப்புக்களிலும் தாய் வழிச் சமுதாயத்திற்கு முக்கிய இடமிருந்தது. தனிச் சொத்துரிமைக்குக் குறிப்பிடத்தக்க இடமிருக்க வில்லை. இனக் குழுக்களுக்குப் பிறகு தந்தை வழிச் சமுதாயம், பின்னர் வரிசையாக அடிமைச் சமுதாயம், நிலப்பிரபுத்துவச் சமுதாயம், முதலாளித்துவச் சமுதாயம் தோன்றின. புராதனப் பொதுவுடைமைச் சமுதாயத்தில் வர்க்க பேதங்கள் இருக்கவில்லை. அங்கே உழைப்பவர்-சோம்பேறிகள் என்னும் பிரிவுகள் இருக்கவில்லை. இதனால் சுரண்டலும் இல்லை; அதைப் பாதுகாப்பதற்காக ஒரு வர்க்கத்தின் - சுரண்டும் வர்க்கத்தின் - அரசும் இல்லை.

மூன்றாம் அத்தியாயம்

அநாகரிக மனித சமுதாயம்

புராதனப் பொதுவுடைமைச் சமுதாயத்தின் அடுத்த நிலை அநாகரிக மனித சமுதாயமாகும். இதன் முதல் பகுதியிலும் தாய் வழிச் சமுதாயம் தொடர்கிறது. குடும்பங்களாலும், அவற்றுள் அமைந்த சிறிய 'கம்யூன்'களாலும் சமுதாயம் முன்னேறுகிறது. இதையே நாம் 'இனக்குழுக்கள் யுகம்' என்கிறோம். இனக்குழுக்களுடன் கூடவே தாய்வழிச் சமுதாயம் அழிந்து, தந்தை வழிச் சமுதாயம் தோன்றுகிறது. அத்துடன் சமுதாயத்தில் பெண் தாழ்வுறுகிறாள். வர்க்க பேதங்களற்ற சமுதாயத்தில் வர்க்க பேதங்களும் தோன்றிவிடுகின்றன.

(க) இனக் குழுக்கள் யுகம்

1. இனக் குழு என்றால் என்ன?

காட்டுமிராண்டி நிலையின் பிந்தைய நிலையை ஏங்கெல்ஸ் 'இனக் குழுச் சமுதாயம்' என்றார், 'ஜனம்' என்னும் சொல் புராதன இந்தோ - ஐரோப்பியச் சொல்லாகும். அதன் பொருள், 'மனிதன்' அல்லது 'மனித சமுதாய'மாகும். ஆனால் ஏங்கெல்ஸ் 'ஜனம்'என்ற சொல்லை 'இனக்குழு' என்னும் பொருளில் பயன்படுத்தினார். இந்தியாவில் 'ஜனம்' என்ற சொல் ஒரு வம்சத்தவர் அல்லது மனித சமூகம் என்ற பொருளில் பயன்படுத்தப்பட்டு வந்தது. ஆனால் அது வளர்ச்சியின் அந்த நிலையை வெளிப்படுத்துவதல்ல. இந்தோ ஆரியர்கள் ஆப்கானிஸ்தானுக்கும், சிந்து வெளியிலும் வந்து சேர்ந்தபோது, தனித்தனி இனக்குழுக்களாகப் பிரிந்திருந்தனர். அப்பிரிவுகள் எந்தப் பிரதேசத்தில் நிலையாகக் குடியேறிவிட்டனவோ, அவை அப்பிரதேசத்தின் பெயரிலேயே அழைக்கப்பட்டன. சிவி ஜனம் (பிரிவினர்) நிலையாகக் குடியேறிய பிரதேசத்திற்கு 'சிவி ஜனபதம்' (நாடு) என்னும் பெயர் ஏற்பட்டது. பக்த் பிரிவினர் குடியேறிய இடத்திற்கு 'பக்த்' (பட்டாணிய) ஜனபதம் (நாடு) என்ற பெயர் வந்தது. மத்ரர்களின் குடியிருப்பு 'மத்ர ஜனபதம்', மல்லர்களின் குடியிருப்பு 'மல்ல ஜனபதம்' என்றும் ஆயிற்று, இந்நிலை பஞ்சாபில் மட்டுமல்ல உத்தரப் பிரதேசம், பீகார், மத்திய பிரதேசம், ராஜஸ்தான் ஆகியவற்றிலும் ஜனங்களின் பெயரால் ஜனபதங்களின் பெயர் தோன்றியது. சம்ஸ்கிருதத்தில் 'ஜனம்', 'ஜனபதம்' என்ற இரண்டு

சொற்களும் ஒரே பொருளில் பயன்படுத்தப்பட்டன. இந்திய 'ஜனம்' சொல்லும், இந்தோ - ஆரிய 'ஜனம்' சொல்லும் நெருங்கிய தொடர்புள்ளவை. ஆனால் சமுதாய வளர்ச்சியில் தாய்வழிச் சமுதாயத்திற்கு முக்கியத்துவம் இருந்த நிலையையே விஞ்ஞானிகள் 'ஜனம்' (இனக்குழு) என்கின்றனர். அக்காலத்தில் வர்க்க பேதம் தெளிவாகத் தோன்றவில்லை. அன்றைய சமுதாயம் புராதன பொதுவுடைமை அமைப்பிலிருந்து முற்றாக வேறுபட்டுப் போய்விடவில்லை. இந்தோ - ஆரியர்கள் ஆப்கானிஸ்தானுக்கும் பஞ்சாபுக்கும் வந்து சேர்ந்தபோது, அவர்களது சமுதாயம் தாய்வழிச் சமுதாயமாக அல்லாமல் தந்தைவழிச் சமுதாயமாகவே இருந்தது. புராதனப் பொதுவுடைமை நிலைக்குப் பதிலாகத் தனிச் சொத்துரிமை நிலவிற்று. என்றாலும் ஆரியர்களைப் பொறுத்த வரை கங்கைப் பள்ளத்தாக்கில் அவர்களிடையே நிலவிய ஏற்றத் தாழ்வுகள் அளவிற்கு அவர்கள் ஸப்த சிந்துவில் (பஞ்சாபில்) வாழ்ந்திருந்தபோது இருக்கவில்லை. குரு - பாஞ்சாலத்தில் அவர்கள் நிலையாகக் குடியேறியதுமே பிராமணர்கள், க்ஷத்திரியர்கள் முதலிய உருவங்களில் பொருளாதார, ஜாதீய, வர்க்கபேதங்களும் - வர்ண பேதங்களும் - ஏற்பட்டுவிட்டன.

'ஜனம்' என்னும் சொல்லைவிட 'கோத்திரம்' என்ற சொல் இனக்குழுவுடன் நெருங்கிய தொடர்பு கொண்டிருக்கிறது. 'கோத்திரம்' பின்வரும் பொருள்களைக் கொண்டிருக்கிறது. பசுக்களைப் பாதுகாக்கும் சாதனம், பசுக்களின் பாதுகாப்பான இடம், கௌ (பசு) ஒரு காலத்தில் இந்தோ ஆரியர்களின் முக்கிய சொத்தாகும். இதனாலேயே ஒரு குறிப்பிட்ட வம்சத்தவரை அல்லது ஜன சமுதாயத்தினரை 'கோத்திரம்' (பசுக்களை வைத்திருப்பவர்கள்) என்று சொல்லப்பட்டது. இனக்குழு நிலையில் ஐரோப்பிய மனித சமுதாயம் மாடு மேய்ப்பதை ஆரம்பித்த அதே காலத்தில், இந்தியாவில் பசு வளர்ப்பு மிக வளர்ச்சியுற்ற நிலையில் இருந்தது. (அதாவது ஏங்கெல்ஸின் கூற்றுப்படி, அது தந்தை வழிச் சமுதாயக் காலமாகும்) கோத்திரக் காலத்தைப் பற்றி நமக்கு அதிகமாக ஏதும் தெரிய வரவில்லை. வசிஷ்டர், விஸ்வாமித்திரர், பரத்வாஜர் போன்ற புகழ் பெற்ற கோத்திரங்கள் உள்ளன. ஆனால் அவை உண்மையில் கோத்திரக் காலம் அல்லது தந்தை வழிச் சமுதாயக் காலத்தைச் சேர்ந்தவையல்ல. இந்த ரிஷிகள் அனைவரும் கங்கை நதி பாயும் பிரதேசத்தில் ஏறக்குறைய கி.மு. 1500 ஆண்டுகளுக்கு முன் அடிமைச் சமுதாயத்திலும், நிலப்பிரபுத்துவச் சமுதாயத்திலும் தோன்றியவர்கள். ஆரியர்கள் குபா (காபூல்) விலும் ஸுவாஸ்து (ஸ்வாத்) பள்ளத்தாக்கிலும் இருந்தபோது 'கோத்திர முறை' அவர்களிடையே நிலவியிருக்கலாம். அவர்களது

இனக்குழுக்கள் தந்தை வழிச் சமுதாயத்தின் இடைநிலையைத் தெரிவிக்கலாம்.

அநாகரிக யுகத்துடனேயே இனக்குழுக்களும் ஆரம்பமாயின. கடைசியில் இனக்குழுக்கள் வலிமையின் எல்லையை அடைந்த போது, தம்முள்ளேயே தந்தை வழிச் சமுதாயத்தைத் தோற்றுவித்து அழிவை நோக்கி அடியெடுத்து வைத்தன. இனக்குழு நிலையில் மனிதன் எழுத்து வடிவத்தை (வரிவடிவத்தை) கண்டுபிடிக்கவில்லை. அவன் கவிதையோ, பாட்டோ இயற்றும் திறனும் பெற்றிருக்கவில்லை. இதனால் அக்காலத்தைப் பற்றிய தகவல்கள் பலவும் நமக்குத் தெரியவரவில்லை. ஆயிரக்கணக்கான வருடங்களுக்கு முன்பே இனக்குழு நிலையைக் கடந்து வந்துள்ள தற்கால இனங்களில் அக்காலம் குறித்த செய்திகளை அறிய முடியவில்லை. ஆனால் மனித சமுதாயம் முழுவதின் வளர்ச்சி ஒரே மாதிரியாகவும் இருக்கவில்லை. சமீப காலம் வரையிலும்கூட எத்தனையோ பழங்குடி இனங்களில் இனக்குழு நிலையும், தந்தை வழிச் சமுதாய நிலையும் நிலவியிருந்தன. இவர்களது சமுதாயத்தை ஆராய்வதால் நமது கடந்த காலம் பற்றிய எத்தனையோ விஷயங்கள் தெரியும். 'மார்கன்' என்பவர் அமெரிக்கப் பழங்குடியினரான சிவப்பிந்தியர்களின் வாழ்க்கை, சம்பிரதாயங்கள், நடைமுறைகள் பற்றி விரிவாக ஆராய்ந்தார். அவருடைய ஆராய்ச்சியை அடிப்படையாகக் கொண்டு, ஏங்கெல்ஸ் அநாகரிக மனித சமுதாயத்தின் பிந்தைய நிலையான இனக்குழுக்களைப் பற்றி இவ்வாறு எழுதினார்.

"ஜன சமுதாயம் முழு வளர்ச்சியடைந்த நிலைக்கு அமெரிக்காவிலுள்ள சிவப்பிந்தியர்கள் ஒரு நல்ல உதாரணமாகும். ஒரு இனக்குழு பல்வேறு பிரிவுகளாக, அதிலும் குறிப்பாக இரண்டு பிரிவுகளாகப் பிரிந்துள்ளது. மக்கள் தொகை பெருகப் பெருக ஒரு பிரிவு பல்வேறு பிரிவுகளாகப் பிரிகிறது. அந்தப் பிரிவு முந்தையப் பிரிவுடன் குடும்ப முறையில் (வம்ச முறையில்) தொடர்பு கொண்டிருக்கிறது."

"பழைய இனக்குழு இப்பொழுது எத்தனையோ சிறு இனக்குழுக்களாகப் பிரிந்துவிட்டிருக்கிறது. இந்த ஒவ்வொரு சிறு இனக்குழுவிலும் பழைய வம்சத்தின் சாரம் இருக்கிறது. சில இடங்களில் ஒரு குறிப்பிட்ட வம்சத்தைச் சேர்ந்த இனக்குழுக்கள் ஒரு சமுதாயமாகத் தொடர்பு கொண்டிருப்பதையும் காணலாம். இவ்வமைப்பு அச்சமயத்தில் வளர்ச்சியடைந்திருந்த சமுதாயத்தை வழி நடத்திச் செல்லப் போதுமானதாக இருந்தது. இச்சமுதாய நிலைக்குப் பயனுள்ள அமைப்பையே நாம் இங்கே காண்கிறோம். இப்படிப்பட்ட

சமுதாயத்திற்குள் எழும் சண்டை சச்சரவுகளைத் தீர்ப்பதற்கு இவ்வமைப்பே போதுமானதாக இருக்கிறது. வெளி இனக்குழுக்களுடன் ஏற்படும் தகராறை போரின் மூலமே தீர்த்துக் கொண்டனர். ஒரு இனக்குழுவின் அழிவுடன்தான் தகராறு முடிவுக்கு வருமே தவிர, எந்த ஒரு இனக்குழுவும் அடிமையாக்கப்பட்டதை நாம் பார்க்க முடியாது. இனக் குழுவின் அழகான, குறுகிய உருவமிது. அங்கே அடிமைத்தனம், நமக்கு முற்றிலும் காணப்படவில்லை. இனக்குழுவுக்குள் உரிமைக்கும் கடமைக்கும் எவ்வித வேற்றுமையும் இல்லை. பொதுக் காரியங்களில் பங்கெடுத்தல், தமது இனத்தவரின் கொலைக்குப் பழிவாங்குதல் அல்லது சமாதான உடன்படிக்கை செய்துகொள்ளுதல் - இவைகள் உரிமைகளா, கடமைகளா என்பதைப் பற்றிச் சிவப்பிந்தியர்களுக்குக் கவலையில்லை. உண்பதும், உறங்குவதும், வேட்டையாடுவதும் உரிமையா, கடமையா என்னும் கேள்வியைப் போன்றதுதான் மேலே சொன்ன பிரச்சினைகளும். "மக்கள் தொகை மிகவும் குறைவானது. இதனால் அவர்கள் தமது இருப்பிடங்களில் குறைவானவர்களே இருக்கிறார்கள். அவர்கள் எங்கே அதிகமாகத் திரண்டிருக்கிறார்களோ, அங்கேயே பெரும் எண்ணிக்கையில் வாழ்கிறார்கள். இருப்பிடங்களின் சுற்றுப்புறங்களிலும் வேட்டையாடுவதற்கு வசதியாகப் பரந்த நிலப்பரப்பு இருக்கிறது. இதற்கப்பால் ஒரு அடர்த்தியான காட்டுப்பகுதி இருக்கிறது. இது அவர்களுக்கும், மற்ற இனக்குழுக்களுக்கும் எல்லையாகப் பயன்படுகிறது. அத்துடன் அக்காட்டுப்பகுதி அவர்களுடைய இருப்பிடத்தைப் பாதுகாக்கும் அரணைப் போன்றதும் கூட! வேலைப் பிரிவினை மிகவும் இயற்கையாக இருக்கிறது. ஆண் - பெண் வேலைகளில் மட்டுமே வேலைப் பிரிவினை இருக்கிறது. ஆண்கள் சண்டையிடுகின்றனர். மிருகங்களை வேட்டையாடுகின்றனர். மீன்களைப் பிடிக்கின்றனர். உணவுப் பொருட்களையும், தேவையான ஆயுதங்களையும் தயார் செய்கின்றனர். பெண்கள் வீட்டு வேலைகளைக் கவனித்துக் கொள்கின்றனர். சமையல் செய்வது, ஆடைகளைத் தயாரிப்பது, நெய்வது, தைப்பது போன்ற வேலைகள் செய்கின்றனர். தத்தமது துறைகளில் ஆண்-பெண்களுக்குப் பூரண சுதந்திரமிருக்கிறது. ஆண் காட்டுராஜாவானால், பெண் இல்லத்தரசி. ஒருவன் தயாரித்துப் பயன்படுத்தும் ஆயுதத்தின்மேல் அவனுக்கே உரிமையிருக்கிறது. ஆண் மீன்களைப் பிடிக்கும் சாதனங்களுக்கும், வேட்டையாடும் ஆயுதங்களுக்கும் உரிமையாளன். பெண் வீட்டுச் சாமான்களின் சொந்தக்காரி. பல குடும்பங்களுக்கும் சேர்த்து ஒரே வீடு இருக்கிறது. ஒவ்வொரு இடத்தில் 700 பேர்கூடச் சேர்ந்து வாழும் வீடு இருக்கிறது.

அமெரிக்காவில் வட மேற்குக் கரையிலுள்ள சிவப்பிந்தியர்களிலும், ராணி சார்லட் தீவிலுள்ள ஹயிதிக்களிலும், நூத்கா இனக்குழுக்களிலும் நாம் இதைக் காணலாம். எல்லாரும் ஒன்று சேர்ந்து தயார் செய்பவை அனைத்தும், பயன்படுத்துபவை அனைத்தும் பொதுச் சொத்தாகும். வீடு, தோட்டம், படகு - இவையெல்லாம் பொதுச் சொத்துக்களேயாகும்.''

2. திருமணம்

இனக்குழுக் காலத்தில் - குறிப்பாக அதன் துவக்கத்தின் பெரும் பகுதியில் - தாயின் அதிகாரமே நிலவியது. பெரும்பாலான செல்வம் பொதுச் சொத்தாகவே இருந்தது. ஆனால் ஒவ்வொரு குடும்பத்திற்கும் சொந்தமாக இருந்த சொற்ப சொத்து மகன்களுக்கு அல்லாமல் மகள்களுக்கே கிடைத்து வந்தது. வெளியிலிருந்து கடுமையான தாக்குதல் ஏற்படும் போதுதான் பழைய பழக்க வழக்கங்கள் தகர்கின்றன. கேரளத்தைச் சேர்ந்த நாயர்களில் இந்த நூற்றாண்டின் ஆரம்பம் வரையிலும் கூடச் சொத்துரிமை மகன்களுக்கு அல்லாமல் மகள்களுக்குத்தான் இருந்து வந்தது. ஜஸ்டிஸ் கட்சித் தலைவர் டாக்டர் டி.எம். நாயரின் பெருமுயற்சியில் கிடைத்தது.எனினும் காட்டுமிராண்டி இனக்குழுச் சமுதாய அமைப்பு விதிகளை அங்குள்ள பிராமணர்கள், தமது சுயநலத்திற்காகக் கேரள சமுதாயத்தில் இது நாள்வரை அமல்படுத்திக் கொண்டிருந்தனர். இதன் மூலம் அவர்கள் தமது சர்வாதிகாரத்தையும் நிலைநாட்டி வந்தனர். கேரள நம்பூதிரிப் பிராமணர்கள் பெரும்பாலும் ஜமீந்தார்கள், நிலச்சுவாந்தார்கள் நூற்றுக்கு நூறு கல்வியறிவு படைத்தவர்கள், விவசாயமும், உடலுழைப்பும் செய்யாதவர்கள். அவர்களில் சொத்துரிமை குடும்பத்தில் மூத்த மகனுக்கு மட்டுமே இருந்தது. தம்பிகள் அண்ணனை அண்டிப் பிழைக்கலாம். அல்லது ஒரே மகளாகவுள்ள ஒரு பெண்ணைப் பார்த்துக் கல்யாணம் செய்துகொண்டு, மாமனார் வீட்டுக்கே வீட்டு மாப்பிள்ளையாகப் போய்விடலாம், அல்லது தனது திறமையால் புதிதாகச் சொத்து சேர்க்கலாம். ஆனால் இது எல்லோராலும் முடியாத காரியமாகும். தமது சுற்றுப்புறமுள்ள எல்லா இன மக்களும் மூத்த மகனுக்கு மட்டுமே சொத்துரிமை என்பதை நிராகரித்து விட்டபிறகு, நம்பூதிரிப் பிராமணர்களில் மட்டும் தம்பிகள், அண்ணனுக்கு மட்டுமே சொத்து என்பதை எப்படி ஒப்புக்கொள்வார்கள்? இந்தச் சிக்கலான பிரச்சினையைத் தீர்ப்பது பிராமணர்களுக்கு ஒரு பெரிய விஷயமல்ல. ஏனெனில் மத சாஸ்திரங்களையும், சட்டங்களையும் அமைப்பது அவர்கள் கையில்தானே இருந்தது? நாயர்களில் மகள்களுக்குச் சொத்துரிமை

பழங்காலத்திலிருந்தே இருந்து வந்திருக்கலாம். ஆனால் அம்முறையை ஆயிரக்கணக்கான ஆண்டுகளாகப் பிராமணர்களே தொடர்ந்து நீடிக்க வைத்தனர். அவர்கள் இக்காரியத்தை சுயநலமில்லாமல் செய்யவில்லை. பிராமணர்களில் மூத்த மகனுக்கே சொத்துரிமை இருப்பதைப்போல், பிராமணப் பெண்ணைத் திருமணம் செய்துகொள்ளும் உரிமையும் அவனுக்குத்தான் உண்டு. இம்முறை அவசியமும் கூட! ஏனெனில் வீடு வாசல் இல்லாதவனுக்கு, சொத்து சுகம் இல்லாதவனுக்கு எந்தப் பிராமணர் தமது மகளைக் கொடுப்பார்? இதனால் எத்தனையோ பிராமணப் பெண்கள் திருமணமாகாமலேயே இருக்கவாரம்பித்தனர். இப்பெண்களின் திருமணப் பிரச்சினை தீரவில்லை. அப்பிரச்சினையைத் தீர்க்கவும் பிராமணர்கள் விரும்பவில்லை போலும்! ஆனால் இளைய மகன்களின் பிரச்சினை வேறு விதமாகத் தீர்க்கப்பட்டது. நாயர் ஜாதிப்பெண், தான் பிராமணனின் மனைவி என்பதை ஒப்புக்கொண்டால் அவனுடன் உடலுறவு வைத்துக்கொள்ளலாம்; ஆனால் பிராமணன் மட்டும்தான் நாயர் ஜாதிப் பெண்ணைத் திருமணம் செய்துகொண்டதை ஏற்றுக்கொள்ளத் தேவையில்லை. அவன் தன் 'மனைவி' கைதொட்ட தண்ணீரைக் குடிக்க முடியாது, உணவைச் சாப்பிட முடியாது. தனது மனைவியையும், குழந்தைகளையும் காப்பாற்ற வேண்டிய பொறுப்பும் அவனுக்குக் கிடையாது; காரணம், நாயர்களில் முதலிலேயே சொத்துரிமை கொடுக்கப்பட்டுள்ளதல்லவா! இவை அனைத்தையும் பார்க்கும் போது, கேரளத்தில் பெண்ணுக்குச் சொத்துரிமை ஒரு இனத்தின் பொருளாதாரச் சுயநலத்துக்காகத்தான் தரப்பட்டிருக்கிறதே தவிர, பெண்ணுரிமையைக் கருத்தில் கொண்டதல்ல என்பது தெரிகிறது.

கேரள அரசு வம்சத்தில் அரசனின் மனைவி வெறும் 'மனைவி'யாக மட்டுமே இருக்கிறாள். மகன்கள் வெறும் 'மகன்'களாகவே இருக்கிறார்கள். அவர்கள் அரசியாகவோ, அரச குமாரர்களாகவோ ஆக முடியாததும் மேற்கூறிய காரணத்தினால்தான்! கேரளத்தில் அரசனுக்கு வாரிசாக அவருடைய மூத்த மருமகனாகிறான். அரசனின் சகோதரியோ, தாயோ, சிற்றன்னையோதான் 'அரசி' என அழைக்கப்படுகிறாள். பிராமணர்கள் பல அரசகுமாரிகளின் 'கணவர்களா'வதற்கு அனுகூலமான பழக்க வழக்கமிது!

இனக்குழுவில் திருமண முறையில் மாறுதல் ஏற்பட்டது. ஒரே கோத்திரத்தைச் சேர்ந்தவர்களில் - ஒரே வம்சத்தைச் சேர்ந்தவர்களில்- திருமணம் செய்யக்கூடாது என்னும் கருத்து நிலவத் தொடங்கியது. சகோதர சகோதரிக்கிடையிலும், தந்தை மகளுக்கிடையிலும், தாய் மகனுக்குமிடையிலும் மட்டுமல்லாமல், ஒரே இரத்தமுடைய பல உறவினர்களுக்கு மிடையிலேயும் கூட உடலுறவு, கூடாதென்பது

இந்நிலையிலேயே ஆரம்பமாயிற்று. ஆனால் இதற்குச் சில விதி விலக்குகளும் இருந்தன; இன்றும் இருக்கின்றன. சமுதாயத்தின் ஏற்றத் தாழ்வான வளர்ச்சியால் இவையெல்லாம் ஏற்படுகின்றன. இனக்குழுவின் திருமண முறை ஜோடித் திருமணம் என்று சொல்லப்படுகிறது. இது ஒரு விதமான 'ஒரு மனைவித் திருமணமாகும்'. இம்முறையில் ஒரு பெண் ஒரு ஆணுக்கு மட்டுமே மனைவியாக இருந்தாள். ஆனால் இதிலே கால சம்பந்தமான - மாறுதல் - இருக்கலாம். இப்படிப்பட்ட திருமணத்திற்கான உதாரணம், நமக்கு மகாபாரதத்தில் ஸ்வேதகேதுவின் கதைகள் (மகா பாரதம், ஆதி பர்வம், 28-ஆம் அத்தியாயம்) காணக்கிடைக்கிறது. ஸ்வேத கேதுவின் தாயை ஒரு ரிஷி உடலுறவு கொள்வதற்காகக் கூட்டிச்செல்ல விரும்புகிறான். ஸ்வேதகேது இதை எதிர்த்தான். இந்நிகழ்ச்சி பூராவும் அவனுடைய தந்தையின் முன்பே நடைபெற்றுக் கொண்டிருந்தது, "இது ஒன்றும் தவறல்ல; இதுவே தர்மமாகும் (சமுதாயம் ஒப்புக்கொண்ட செயலாகும்)" என்று ஸ்வேதகேதுவின் தந்தை கூறினார். ஆனால் ஸ்வேதகேது இம் முறையை ஒழித்தே தீருவேன் என்று சபதம் செய்தானாம்! பிற்காலத்தில் அவன் ரிஷியாகி நிலையான திருமண முறையை ஆரம்பித்தானாம்!

3. ஆயுதங்களும், சாதனங்களும்

இனக்குழு யுகத்தில் மனிதன் பழங்காலக் கல்லாலான ஆயுதங்களை மேலும் செழுமைப்படுத்துவதில் வெற்றிபெற்றான். கற்களைப் பிளந்து கூர்மையாக்கப்பட்ட ஆயுதங்களுக்குப் பதிலாக, அவன் இப்பொழுது கடினமான கற்களைத் தேய்த்து ஆயுதங்களைச் செய்யத் தொடங்கினான். இவற்றில் வீசித் தாக்கும் கற்கள் மட்டுமல்லாமல், கைத்தடியில் இணைத்த கல்லாலான கோடாரிகளும் இருந்தன. இக்கோடாரிகள் மிகவும் மலிவாகவும், பயனுள்ளவையாகவும் இருந்ததால், தாமிரம், பித்தளை, இரும்பு யுகங்களைச் சேர்ந்த மனிதர்களும் பயன்படுத்தினர். இங்கிலாந்தில் கி.பி. 1066-இல் நடந்த ஹேஸ்டிங்ஸ் யுத்தத்திலேயும் கற்கோடாரிகள் உபயோகப்படுத்தப்பட்டன.

எல்லா இனங்களிலும் அல்லாமல், சில இனங்களில் வில் - அம்பு முதலில் கண்டுபிடிக்கப்பட்டன. எனினும் இந்தோ ஆரியர்கள் மிகப்-பிற்காலத்திலேயே இவைகளைப் பயன்படுத்தி இருக்கின்றனர். காரணம், வில் - அம்புக்கான சொல் இந்துக்கள், ஈரானியர், ஸலாவ் இனத்தவர், மேற்கு ஐரோப்பியர், ரோமானியர், கிரேக்கர் ஆகியோரின் புராதன மொழியில் தென்படவில்லை. அத்துடன் ஈரானியர் -

இந்துக்களின் பழைய மொழியில் விவசாயம் சம்பந்தப்பட்ட யவ் (ஜவ்வரிசி), ப்ரீஹி (அரிசி) போன்ற சொற்கள் காணப்படுகின்றன. இதிலிருந்து அவ்விரு இனங்களும் பிரிந்து சென்றபோது, விவசாயம் செய்யும் நிலைக்கு வந்துவிட்டன என்பது தெரிகிறது. இந்தோ ஆரியர்களில் மட்டும் விவசாயத்திற்குப் பிறகே வில்லும் அம்பும் தோன்றியதானது. வளர்ச்சி நிலை எல்லா இடங்களிலும் ஒரே மாதிரியாக இருக்கவில்லை என்பதைத் தெரிவிக்கிறது.

பூமியைத் தோண்டுவதற்கும், வெட்டுவதற்கும் சில ஆயுதங்கள் இருந்தன. இவை எலும்பு, கல், மரம் ஆகியவைகளால் தயாரிக்கப்பட்டன. அக்காலத்தில் துணி நெய்யவும், தைக்கவும் கூடச் சாதனங்கள் இருந்தன.

4. செல்வம்

மீன் பிடித்தலாலும், மிருகங்களை வேட்டையாடுவதாலும் கிடைக்கும் மாமிசம் நிரந்தரச் செல்வமாகாது. தோல், எலும்பு, கொம்பு, உலர்ந்த பழங்களை நீண்டகாலம் வைத்திருக்கலாம். இவைகளைச் 'செல்வம்' என்று சொல்லக் கூடிய மற்ற பொருட்களுக்காகப் பண்டமாற்றமும் செய்யலாம். வில் - அம்பு கண்டு பிடிக்கப்பட்டதால் வேட்டையாடுவதிலும், தற்பாதுகாப்பிலும், பகைவர்களைத் தாக்குவதிலும் மனிதனின் ஆற்றல் பெருகியது என்பதில் ஐயமில்லை. எனினும் அம்பின் நுனி இப்போதும் கூர்மையான கல்லாலோ, எலும்பாலோ ஆனதுதான்!

தொடர்ந்து வேட்டையாடி உணவைச் சம்பாதித்துக்கொள்ள முடியாத நிலைமை ஏற்பட்டது. மக்கள்தொகை பெருகிவிட்ட பிறகு இது மேலும் கடினமாகிவிட்டது. பழங்களும் வருடம் பூராவும் கிடைக்கமாட்டா. இதற்காக மனிதன் ஏதாவது ஒரு வழியைக் கண்டுபிடித்தாக வேண்டும். புல் போன்ற மேய்ச்சல் குறையும் போதுதான் வேட்டையாடும் மிருகங்கள் அந்தப் பிரதேசத்தை விட்டுப் போய்விடுகின்றன என்பதை மனிதன் தெரிந்து கொண்டான். இதற்காகப் புல்லைச் சேகரிக்க வேண்டும். அதை வளர்க்க வேண்டுமென்பதை அவன் உணர்ந்து கொண்டான். வேட்டையாடு பவர்களுக்கு இன்றும் போலவே அன்றும், அப்பொழுதே பிறந்த விலங்குக் குட்டிகள் கிடைத்துக்கொண்டிருந்தன. ஒவ்வோர் சமயம் மனிதன் பொழுது போக்குக்காகவும் குதிரை, பசு, ஆடு, செம்மறியாடு ஆகியவற்றின் குட்டிகளை வளர்க்கவும் செய்தான். இதன்மூலம் அவன் பசு வளர்ப்பால் கிடைக்கும் பொருளாதார லாபத்தைத் தெரிந்துகொண்டான். இப்பொழுது வாழ்வதற்கானதொரு புதிய வழி

மனிதனுக்குக் கிடைத்தது. பசு அவனுடைய செல்வமாயிற்று. இந்தச் செல்வமும் இனக்குழுவின் பொதுச் சொத்தாக இருந்தது. வீடு மேய்ச்சல் நிலத்தைப் போலவே பசுக்கள் மீதும் தனியுரிமை அங்கீகரிக்கப்படவில்லை. இன்று சமுதாயம் முழுமைக்குமாகச் சிந்திப்பது கடினமாக இருப்பதைப் போலவே, அன்று தனக்காக மட்டுமே சிந்திப்பதும் மனிதனுக்குக் கடினமாக இருந்தது.

5. தொழில்களும் வியாபாரமும்

சுருக்கமாகக் கூறின், இனக்குழுக் காலத்தில் வீடுகள், பசுக்கள், மேய்ச்சல் நிலங்கள், வேட்டையாடும் பிரதேசங்கள் ஆகிய எல்லாமுமே சமுதாயம் முழுமைக்குமான பொதுச் செல்வமாக விளங்கின. மனிதன் முதலில் பச்சை மாமிசத்தையே தின்று வந்தான்; ஆனால் அவன் இனக்குழு நிலையை அடைவதற்கு முன்பே சுட்ட மாமிசத்தின் ருசியைத் தெரிந்துகொண்டு விட்டான். ஒரு காடு தீப்பற்றி எரிந்து அதிலே பொசுங்கிய மிருகங்களின் மாமிசத்தைத் தின்றபோது, மனிதன் முதலில் சுட்ட மாமிசத்தின் சுவையைத் தெரிந்து கொண்டிருப்பான். மாமிசத்தை நீரில் வேகவைத்துச் சாப்பிடுவதற்கு மண்பாண்டங்களைக் கண்டுபிடிக்கும் வரை அவன் காத்திருக்க வேண்டியிருந்தது. துவக்கத்தில் பசு வளர்ப்பு வேட்டையின் பண்பட்ட உருவம் என்னும் முறையில் புலாலுக்காகவும் தோலுக்காகவும் ஏற்றுக்கொள்ளப்பட்டது. பால், வெண்ணெய் மிகப்பிற்காலத்தில் பயன்படுத்தப்படவாரம்பித்தன.

இனக்குழுவின் தொழில்களில் முதலிலேயே மாபெரும் மாறுதல் ஏற்பட்டதென்பதற்குச் சான்றேதுமில்லை. வேட்டையுடன் பசு வளர்ப்பும் துவங்கியதால், மெள்ள மெள்ள வியாபாரக் குழுக்கள் தோன்றின. ஒருவர் மற்றவரின் பொருள்களை வாங்குவதற்காகப் பண்டமாற்றுப் பொருட்கள் அவர்கள் தயாரிக்கத் தொடங்கியிருக்கலாம். எண்ணிக்கையில் இல்லாவிட்டாலும் சிறு தொழில்களில் முன்னேற்றம் ஏற்பட்டிருக்கலாம். நீண்டகாலப் பயிற்சியால் உடுப்புக்களையும் நன்றாகத் தயாரிக்கவாரம்பித்திருக்கலாம். மற்ற பொருட்களின் உருவத்திலும் செழுமை வளர்ந்திருக்கலாம்.

'க்ரோமோக்னின்' மனிதனுடைய ஓவியக் கலை குறித்து நாம் ஏற்கெனவே குறிப்பிட்டோம். இக்காலத்திலும் வண்ண ஓவியங்கள் வரையப்பட்டிருக்கலாம். கங்காபூர் (சத்தீஸ்கட்) பிரதேசத்தில் கற்கள் மேல் வரையப்பட்ட சில ஓவியங்கள் கிடைத்தன. அவற்றில் வேட்டைக் காட்சிகள் சித்திரிக்கப்பட்டுள்ளன. இப்படிப்பட்ட ஓவியங்கள் உலகின் மற்ற பாகங்களிலும் கிடைத்துள்ளன. இந்த

ஓவியங்களில் கடவுள், பிசாசு, மதம் சம்பந்தப்பட்ட சுவடுகூடக் கிடையாது. இந்த ஓவியங்கள் பொழுது போக்குக்காக வரையப் பட்டனவே தவிர, வியாபாரத்திற்காக வரையப்பட்டவையல்ல. துணிமணிகள், தோலுடைகள், காலணிகள் போன்றவற்றில் அப்போதைக்கு வியாபாரம் தொடங்கப்படவில்லை. இப்பொருட்கள் அனைத்தும் அவரவர் வீடுகளில் தயாரிக்கப்பட்டன; என்றாலும் பண்ட மாற்றுக்கு உகந்த சிறந்த பொருட்களைத் தயார் செய்தவர்களுக்கு நல்ல வரவேற்பிருந்தது. இதனால் தொழில் திறமைக்கு ஊக்கமும் கிடைத்து வந்தது.

6. ஆட்சிமுறை

ஒரு வம்சத்தைச் சேர்ந்தவர்களே ஒரு சமுதாயமாக இருந்த வரையிலும் அவர்கள் காடுகளிலும், மலைகளிலும் இயற்கை எல்லைக்குள் இருந்து வந்தனர். அவர்கள் நிலையாக ஓரிடத்தில் இல்லாவிட்டாலும், ஒவ்வொரு சமுதாயத்தினரும் ஒரு குறிப்பிட்ட நிலப்பகுதியிலேயே சுற்றித் திரிந்தனர். அவர்களுக்குள் எழும் தகராறுகளை இனக்குழு பஞ்சாயத்திலேயே தீர்த்துக்கொண்டனர். மற்ற இனக்குழுவைப் பழிதீர்க்க வேண்டுமென்றாலும், தமது மேய்ச்சல் நிலத்தை மற்றவர்களிடமிருந்து பாதுகாத்துக்கொள்ள வேண்டு மென்றாலும் வயது வந்த எல்லா ஆண்களும் கல்லாயுதங்களையும், மரம், எலும்பிலான ஆயுதங்களையும், வில் - அம்புகளையும் கொண்டு சண்டைக்குப் புறப்பட்டு விடுவார்கள். இனக்குழுவின் அரசுமுறையில் தமக்குள் நீதியை நிலைநாட்டிக்கொள்வதும், வெளியிலிருந்து வரும் யுத்த அபாயத்தை எதிர்கொள்வது மட்டுமல்லாமல், குழுவிலுள்ள அனைவரின் பொருளாதார மேம்பாட்டுக்காக ஏற்பாடு செய்வதும் அடங்கும். குளிர்காலத்தின் கொடுமையிலிருந்து தம்மைக் காப்பாற்றிக்கொள்ள கம்பளி ஆடைகள், எரிபொருள், உணவு ஆகியவற்றுக்கு எப்படி ஏற்பாடு செய்துகொள்ள வேண்டும், பனி மழையிலிருந்தும், ஓநாய்களிடமிருந்தும் தப்பித்துக்கொள்ள மக்கள் எவ்வ வழி செய்யவேண்டும் என்பதையெல்லாம் இனக்குழு, அமைப்பு முன்னதாகவே சிந்திக்க வேண்டும். மழைக்காலத்தின் அடாதமழை, வெள்ளம், கோடைக்காலத்தின் கொடிய வெப்பம் - இவைகளைக் கணக்கிலெடுத்துக் கொண்டு அரசமைப்பே உணவு வகைகளை ஏற்பாடு செய்யவேண்டும்.இப்படி இனக்குழு அரசமைப்பின் பொறுப்புக்கள் மிக அதிகமாக இருந்தாலும், அது இவைகளனைத்தையும் போலீஸ், சிறைச்சாலை, இன்ன பிற நவீன கால சாதனங்கள் இன்றியே மிகச் சிறப்பாக நிர்வகித்து வந்தது. ஒரு

மனித இயல்லாளர் என்ற முறையில் ஏங்கெல்ஸ் இனக்குழுவை இப்படி வர்ணித்துள்ளார்.

"மனிதக்கூட்டத்தின் இந்த இனக்குழு, இயற்கையான எளிமையுடன் எவ்வளவு வியப்பிற்குரியதாக இருக்கிறது!" அங்கே படை வீரர்களோ, சிப்பாய்களோ, போலீஸோ இருக்கவில்லை. அங்கே படைத் தலைவர்களோ, மன்னர்களோ, குறுநில மன்னர்களோ, நீதிபதிகளோ இருக்கவில்லை. சிறைச்சாலைகளோ, சொத்து சம்பந்தப்பட்ட வழக்குகளோ கிடையாது. அப்படி இருந்தும் எல்லாக் காரியங்களுமே செவ்வனே நடைபெற்று வந்தன. இனக்குழு தனது சச்சரவுகளைத் தானே தீர்த்துக்கொண்டிருந்தது. ஒரு கொலைக்காகப் பழிவாங்கும் சந்தர்ப்பம் மிகக் குறைவாகவே இருந்தது. தற்காலத்திய மரண தண்டனை தூக்குத் தண்டனை அக்காலத்திய சின்னங்களேயாகும். இன்றைய ஆட்சியமைப்பு நிர்வகிக்கும் அலுவல்களைக் காட்டிலும் அதிகமான காரியங்களை புராதன இனக்குழு நிர்வகித்து வந்தாலும், இன்றைய ஆட்சி முறையிலுள்ளதைப் போன்ற சிக்கல்களோ, வீணான நடைமுறைகளோ அப்பொழுது இருக்கவில்லை. எத்தனையோ குடும்பங்களுக்குச் சேர்த்து பொதுவீடு இருந்தது. நிலம் பூராவும் இனக்குழுவுக்கே சொந்தம். கொஞ்சம் தோட்டம் மட்டுமே குடும்பங்களுக்கு உரிமையாக இருந்தது.

"இனக்குழுவும், அதனுடன் சம்பந்தப்பட்ட எல்லா அமைப்புகளும் ஒவ்வொருவருக்கும் புனிதமானவையாகவும், மீற முடியாதவையாகவும் இருந்தன. இனக்குழு இயற்கையின் சார்பில் அமைந்த உயர்ந்த அமைப்பென்று கருதப்பட்டது. ஒவ்வொரு மனிதனின் சிந்தனையும், உணர்ச்சியும், செயலும் அதற்குக் கட்டுப்பட்டே இருந்தன."

7. மதம்

புராதன யுகத்திலேயே மனிதனுடைய உள்ளத்தில் இயற்கைச் சக்திகளான இடி, மின்னல், மேகம், நெருப்பு, சூரியன், பாய்ந்தோடும் நீர் - சுருக்கமாக அசைந்தோடும் எல்லாமே- பயத்தை உண்டாக்கி யிருக்கலாம். புராதன கால 'நீஅர்த்தண்டல்' மனிதன் பிணங்களை மிகுந்த கவனத்துடன் புதைத்தான். இதிலிருந்து அவனது மனத்தில் மரணம் ஒரு விசேஷமான எண்ணத்தைத் தோற்றுவித்ததாகத் தெரிகிறது. இரவு குறிப்பாகக் கும்மிருட்டுக் கற்பனைப் பகைவர்களை யல்லாமல், உண்மையான பகைவர்களையே அவர்கள் முன்னே கொண்டுவந்து நிறுத்திற்று. ஆனால் இந்தப் பயத்தின் காரணங்களை-

இத்துடன் மகிழ்ச்சியின் காரணங்களையும் சேர்த்துக்கொள்ளுங்கள். அக்கால மனிதன் மதக் கருத்துடன் எடுத்துக்கொண்டான் என்பதற்கு யாதொரு சான்றுமில்லை. மதக் கருத்தின் பொருள் சரணாகதி அடைந்து விடுவதுதானாகும்; அந்தப் புரியாத, தெரியாத பகைவர்களைக் குஷிப்படுத்துவதாகிவிடும். அக்காலத்திய மனிதன் கண்ணுக்குத் தெரியாத இவ்விரோதிகளென்றால் அஞ்சினாலும், அவற்றுக்கு அடி பணிந்து போய்விடவில்லை. அவன் அவைகளைத் தந்திரோபாயங் களால் தன்வசப்படுத்த விரும்பினான். இவ்விதம் இன்றைய நாகரிக, அநாகரிக சமுதாயங்கள் கொண்டிருக்கும் மதச்சிந்தனை அக்காலத்தில் இருந்ததில்லை. ஆனால் மதத்துக்கு அவசியமான அஞ்ஞானமும், பயமும் அங்கே நிலவியிருந்தன. இதனால் மக்களின் அஞ்ஞானத்தையும், அச்சத்தையும் மூலதனமாகக் கொண்டு அவர்களை ஏமாற்றிப் பிழைக்கும் ஒரு எத்தர் கூட்டம் - புரோகிதக் கூட்டம் - அங்கே தேவையில்லை. அப்படிப்பட்ட புரோகிதக் கூட்டத்தை இனக்குழுவிற்கு அடுத்த சமுதாயம் உண்டாக்கியது.

இனக்குழுவின் அடிப்படை அல்லது நன்னெறி மிகவும் எளிமையானது. தனிச்சொத்துடைமை இல்லாததால் அங்கே திருட்டுக்கே இடமில்லை. சமுதாய வாழ்க்கையின் சிந்தனை மக்கள் அனைவரிலும் நிரம்பியிருந்ததால், சமூக விரோத செயல்களில் ஈடுபடாமலிருப்பதே ஒரு பழக்கமாகிவிட்டிருந்தது. இன்றும் கூட நாம் பழங்குடிகளில் பொய் பேசுவது மிகக் குறைவாக இருப்பதைக் காண்கிறோம். தனிச் சொத்துடைமைக்கும், பொய்க்கும் மிகவும் நெருங்கிய தொடர்பிருக்கிறது. நடைமுறை, விதிமுறை என்பவை சமுதாயத்தை ஒரு குறிப்பிட்ட நிலையில் வைத்திருக்கவே ஏற்படுகின்றன; ஆனால் அவை ஒரு வர்க்கத்தின் சுயநலத்தைப் பாதுகாக்கப் பயன்படுத்தப்படவாரம்பிக்கும் போது நடைமுறையும், விதிமுறையும் வேறு உருவத்தைப் பெறுகின்றன. இனக்குழுவின் நடைமுறைச் சட்டம் மிகவும் சாதாரணமானது. சமூக வாழ்க்கைக்கு எதிரான எல்லாச் செயல்களுமே அங்கே துர்நடத்தைகளாகக் கருதப்பட்டன. செல்வத்தின் மீது சமூக உடைமை அகற்றப்பட்டு, தனியுடைமை தோன்றிய பிறகே திருட்டு, துர்நடத்தை, பெருங்குற்றங்கள் முதலியவைகளுக்கு வாய்ப்பு ஏற்பட்டது.

8. இடைக்காலம்

இயற்கையின் ராஜ்ஜியத்தில் பொருட்களின் எல்லைகளை நிச்சயிப்பது மிகவும் கடினமான காரியமாகும். உண்மையில் கன கச்சிதமான எல்லையை அது விரும்புவதில்லை. இனக்குழுவின்

பொதுவுடைமை அமைப்பு எப்பொழுது, எப்படி தந்தை வழிச் சமுதாயமாக - ஆண் ஆதிக்கமுடைய சமுதாயமாக - மாறியது என்னும் விஷயமும் இப்படிப்பட்டதுதான்! ஒரு விதத்தில் பார்த்தால் தந்தை வழிச் சமுதாயமே இனக்குழுவிற்கும், நாகரிக சமுதாயத்திற்கும் இடைப்பட்ட காலமாகும். தந்தை வழிச் சமுதாய அமைப்பு நிலைகொண்டதுமே இனக்குழுவின் ஜனநாயக, பொதுஉடைமை உருவத்திற்கு அடி கொடுக்கப்பட்டது உண்மைதான் என்றாலும், தனிச் சொத்துரிமை நிலையாக நிலைத்துவிட்ட பின்னரே அவை பூரணமாகத் துடைத்தெறியப்பட்டன. அப்பொழுது இனக்குழு ஒரே இரத்தத் தொடர்புடைவர்களுடையதாக இருக்கவில்லை. இந்த நிலை தந்தை வழிச் சமுதாயத்தில் முழுவதுமாக மறைந்துவிடவில்லை. இதனாலேயே தந்தை வழிச் சமுதாயத்தை இனக் குழுவிலிருந்து வேறாகப் பிரித்து விவரிக்கும் போது இரண்டுக்கும் எவ்விதச் சம்பந்தமும் இல்லை என்று பொருள்படுத்திக் கொண்டு விடக் கூடாது.

இனக்குழுக் காலம் முடிவு பெறாத நிலையிலும் கூட அதன் இறுதி நாட்களைப் பற்றி இங்கே விவரிப்பது அவசியமாகும். இதை ஏங்கெல்ஸ் இவ்வாறு வர்ணித்துள்ளார்.

“சமுதாயப் புரட்சிகளுக்கிடையே இனக்குழுவின் நிலை என்னவாயிற்றென்பதை பார்ப்போம். வாருங்கள்! இனக்குழுவுக்குப் பதிலாக வந்த சமுதாயம் அதன் உதவி இல்லாமலேயே வந்துவிட்டது. புதிய சமுதாயம் இனக்குழுவின் கட்டுப்பாட்டில் இருக்கவில்லை. இனக்குழுவுக்கு இருக்க வேண்டிய தேவைகளாவன: பல்வேறு குடும்பங்கள் சேர்ந்து இனக்குழுவாக வேண்டும். அது மற்ற இனக்குழுக்களின் தலையீடு இல்லாமல் ஒரே பிரதேசத்தில் வாழ்ந்திருக்க வேண்டும். அது சுயாதிகாரம் கொண்டிருக்க வேண்டும். ஆனால் காலம் செல்லச் செல்ல இவையெல்லாம் அசாத்தியமாகி விட்டன. எல்லா இடங்களிலும் ஒரு இனக்குழுவின் பிரதேசத்திற்குள் மற்ற இனக்குழுவினர் நுழையத் தொடங்கினர். இரண்டு இனக்குழுக்களிடையே போர் மூண்டால் இதுவரை ஒன்று மற்றொன்றை அடியோடு அழித்துக் கொண்டிருந்தது. சில இனக்குழுவினர் மனித மாமிசம் உண்பவர்களாக இருந்தாலும், அவர்கள் பகைவர்களைக் கொன்று சாப்பிட்டுக்கொண்டிருந்தனர். ஆனால் ஒருவர் மற்றவரை அடிமைப்படுத்துவதோ, கைது செய்வதோ அவர்களிடையே இதுவரை இருந்ததில்லை. பிற்காலத்தில் அடிமைச் சமுதாயத்தில் - தந்தை வழிச் சமுதாயத்தில் - அடிமை முறை தோன்றியது. அப்பொழுது பகைவனைக் கொன்று போடுவதை விட அவனை அடிமையாக்கி, வேலை வாங்குவதே பயனுள்ளதாகக் கருதப்பட்டது.

ஆனால் இதனால் குடும்பங்களில் இரத்தக் கலப்பு ஏற்படத் தொடங்கியது.

(ங) தந்தை வழிச் சமுதாயம்

முதலிலிருந்தே வாழ்க்கையின் சாதனங்களையும், ஆயுதங்களையும் தயாரிப்பது ஆணின் வேலையாக இருந்து வந்ததால், அவற்றின் மேல் அவனுக்கே உரிமை இருந்தது இயற்கையேயாகும். இப்பொழுது 'வளர்ப்பு விலங்குகள்' என்னும் புதிய வாழ்க்கைச் சாதனங்கள் மனிதனுடைய கைகளுக்குக் கிடைத்தன. இவ்விலங்குகளை வளர்ப்புப் பிராணிகளாக்கிக் கொள்வதும் ஆணின் வேலையாதலால் அவை ஆணின் சொத்துக்களாகி விட்டன. பசுக்களைப் பண்டமாற்று செய்ததால் கிடைத்த சரக்குகளும், அடிமைகளும் கூட ஆணின் சொத்துக்களானார்கள். வாழ்க்கைச் சாதனங்களால் உற்பத்தி செய்யப்பட்டு, செலவாகி எஞ்சிய பொருட்களும் ஆணுடைய சொத்துக்களாயின. இந்த உபரிப் பொருட்களைப் பெண்ணும் ஆணோடு சேர்ந்து அனுபவிக்கலாம்; ஆனால் அவற்றின் சொந்தக்காரியாக முடியாது. இதே நிலைமை இன்றும் இருக்கிறதல்லவா! காட்டு மனிதர்கள் அதிக பயங்கரமானவர்களாகவும், துணிவானவர்களாகவும் இருந்தனர். அவர்கள் போர் வீரர்களாகவும், வேட்டைக்காரர்களாகவும் இருந்தும், பெண்ணுக்கு அடங்கி இருப்பதில் திருப்தி கொண்டிருந்தனர்; ஆனால் அவர்களைக் காட்டிலும் மிருது சுபாவம் படைத்த மாடு மேய்க்கும் மனிதன், தான் நிலையான செல்வமான மாடுகளுக்குச் சொந்தக்காரன் என்பதைத் தெரிந்துகொண்டான். இதனால் அவன் மெள்ள பெண்ணை அரியாசனத்திலிருந்து தள்ளிவிட்டு, தானே சமூகத் தலைவனாகி விட்டான். இப்பொழுது பெண் ஆணை விடத் தாழ்ந்துவிட்டாள்; எனினும் அவள் வாய் திறக்க முடியாது. ஆண் - பெண்களுக்கிடையே ஏற்பட்ட உழைப்புப் பிரிவினை அவர்களிடையே சொத்துப் பிரிவினையும் செய்துவிட்டது. அப்பிரிவினை அனுபவத்தை அடிப்படையாகக் கொண்டிராமல் உண்மையாகச் சம்பாதிப்பவன் - சொந்தக்காரன் - என்ற முறையில் இருந்தது. இந்தச் சொத்து முறை இப்பொழுது வரை அப்படியே தொடர்ந்து வந்தது. ஆனால் இப்பொழுது அது முற்றிலும் எதிரான உருவத்தை அடைந்தது; ஏனெனில் குடும்பத்துக்கு வெளியே பழைய உழைப்புப் பிரிவினை வடிவம் இருக்கவில்லை. வீட்டு வேலைகள் இதற்கு முன்பும் பெண்ணின் பொறுப்பாக இருந்தன; ஆனால் இப்பொழுது அவற்றுக்கு அவ்வளவு முக்கியத்துவம் இல்லாததால், பெண்ணுக்கு முதலிடம் கிடைத்தது. இப்பொழுதும் வீட்டு வேலைகள் பெண்ணின் பொறுப்பாகவே இருந்தன; ஆனால் அதுவே அவளது முக்கியத்துவத்தைப்

பறித்துவிட்டது. இது ஏன்? காரணம், ஆணின் புதிய பிழைக்கும் வழியான மாடு வளர்ப்புப் பயன் முன்னே பெண்ணின் வீட்டு வேலை முக்கியத்துவமில்லாததாகி விட்டது. மாடு வளர்ப்பு அளவிலும், பயனிலும் அதிகமாக இருந்ததால், அதற்கு முக்கியத்துவம் ஏற்பட்டது; ஆனால் வீட்டு வேலை மாடு வளர்ப்புக்கு உதவிப்பணியாகவே இருந்தது. இந்த எண்ணம் அன்றிலிருந்து இன்றுவரை ஒரே மாதிரியாகத் தொடர்ந்து வந்துகொண்டிருக்கிறது, "உனக்கென்ன, வீட்டுக்குள்ளே நீ ஹாய்யாக உட்கார்ந்திருக்கிறாய்! வெளியே போய்க் கஷ்டப்பட்டுச் சம்பாதிப்பதென்பது உனக்கெப்படித் தெரியும்!" என்று ஆண் பெண்ணிடம் கத்திக்கொண்டிருந்தான். உண்மையில் ஆணைக்காட்டிலும் பெண்ணே அதிக நேரம் உழைக்கிறாள்; அதிகமாகக் கவலைப்படுகிறாள். இந்த விஷயத்தில் மேல் தட்டுச் சோம்பேறிப் பெண்ணை விட்டுத் தள்ளுங்கள்! பெண்களுக்கு வாழ்க்கைத் தேவைகளைச் சம்பாதித்துக்கொள்ளும் வாய்ப்பு அளிக்கப்படாத வரையிலும், அவளை நான்கு சுவர்களுக்கிடையே 'ராணி'யாக அடைத்து வைத்திருக்கும் வரையிலும் பெண்ணுக்கு விடுதலையும் கிடைக்காது. சமுதாயத்திலும் அவளுக்குச் சம உயர்வு கிடைக்காதென்பது இதிலிருந்து தெளிவாகிறது. பெண் எவ்விதத் தடையும் இல்லாமல் வாழ்க்கைத் தேவைகளுக்கான உற்பத்தியின் ஈடுபடும் போதே, அவளுக்கு வீட்டு வேலைகள் பெயரளவுக்கு மட்டுமே இருக்கும் போதே 'பெண் விடுதலை' நடைமுறைக்கு வரும்.

ஆண் உற்பத்தியில் முக்கிய இடம் பெற்றான். இதனால் குடும்பத்துள் அவன் ஆதிக்கம் பெறுவதற்கு இருந்த தடைகள் எல்லாம் விலகிவிட்டன. பெண்ணின் முக்கியத்துவம் - தாய் வழிச் சமுதாயம் - முற்றுப் பெற்றுவிட்டது. அத்துடன் ஆணின் முக்கியத்துவம் - தந்தை வழிச் சமுதாயத்திற்கான பாதை செப்பனிடப்பட்டு விட்டது. மாட்டுச் செல்வம் தன்னைப் பாதுகாத்து வளர்த்த ஆணைச் சமுதாயத் தலைவனாக்கிவிட்டது. அதுவே சமுதாயத்தின் மீது 'தனி மனித'னின் ஆதிக்கத்தை வலுப்படுத்திவிட்டது; அத்துடன் அது தனிச் சொத்துரிமைக்கு வழி திறந்துவிட்டது. இவ்விதம் தந்தை வழிச் சமுதாயம் தொடங்கியவுடனே கொஞ்சம் நஞ்சமிருந்த புராதனப் பொதுவுடைமைச் சமுதாயத்தின் செல்வாக்கு மறைந்து விட்டது.

1. வெவ்வேறு நாடுகளில் தந்தைவழிச் சமுதாயம்

1. இந்தியாவில்: தந்தை வழிச் சமுதாயத்தினராக வாழ்ந்திருந்த உலகத்தின் மிகப்பழைய இனங்களின் வரலாறு மிகச் சொற்ப அளவில் முதன்முதலில் நமக்குக் கிடைக்கிறது. கி.மு. 1500 ஆண்டுகளுக்கு முன் கங்கைப் பள்ளத்தாக்கில் ஆரியர்கள் வேதங்களை உருவாக்கிக்

கொண்டிருந்தபோது, அவர்கள் எப்பொழுதோ தந்தை வழிச் சமுதாயத்தைக் கடந்து வந்து விட்டிருந்தனர் எனினும் அப்போதும் தந்தை வழிச் சமுதாயத்தின் மிச்ச சொச்சங்கள் எஞ்சியிருந்தன. இதனாலேயே வேத மந்திரங்களில் பிதுரர்கள் - அவர்கள் இறந்தவர்களானாலும். உயிர் வாழ்ந்தவர்களானாலும் - புகழப்பட்டிருக்கின்றனர். மத்திய ஆசியாவில் இருந்தபோது ஆரியர்கள் தந்தை வழிச் சமுதாயத்தினராக இருந்திருக்கலாம்; ஆனால் அவர்கள் இந்தியாவில் பஞ்சாபுக்குள் நுழைந்த பின்னர் அங்கிருந்த பழைய இனத்தவர்களால் தோற்கடிக்கப்பட்ட ஆரியர்கள், மற்ற இன மக்களுடன் தொடர்பேற்பட்டு அடிமைச் சமுதாயத்திற்குள் பிரவேசித்தனர்; எனினும் அவர்களது உள்ளமைப்பு தந்தை வழிச்சமுதாய அமைப்பாகவே இருந்தது. குடும்பத்தில் தந்தை வழி ஆதிக்க அமைப்பு, இனக்குழுவில் ஜனநாயக அமைப்பு உண்மையில் பஞ்சாபில் முதலிலிருந்து அலெக்ஸாந்தர் காலம் வரை (கி.மு. 322) முடியரசுக்கு முக்கியத்துவம் இருந்ததில்லை. தந்தை வழிச் சமுதாயமே பிற்காலத்தில் முடியரசாகவும், குடியரசாகவும் இரு கிளைகளாகப் பிரிந்தது. ஆரியர்கள் பெரும் எண்ணிக்கையில் வாழ்ந்து வந்த சப்த சிந்து (பஞ்சாப்) எப்பொழுதுமே குடியரசுப் பிரதேசமாகவே திகழ்ந்து வந்தது. இந்திய ஆரியர்களின் மிகப்பழைய நூலான 'ரிக் வேத'த்தில் பஞ்சாபின் நதிகள் குறிப்பிடப்படுகின்றன; ஆனால் ஒரு பஞ்சாபிய அரசனைப் பற்றிய குறிப்பேதுமில்லை. ஓரோர் சமயம் கங்கைப் பள்ளத்தாக்கிலிருந்து சில அரசர்கள் அகதிகளாகப் பஞ்சாபுக்கு நுழைந்தாலும், ஐந்து நதிகளுக்கிடையே உள்ள அப்பிரதேசத்தை அவர்களாலும் முடியாட்சியின் கீழே கொண்டுவர முடியவில்லை. அலெக்ஸாந்தரின் படையெடுப்பின் போது அம்பி, புரு (போரஸ்) போன்றவர்களின் பெயர்கள் குறிப்பிடப்பட்டாலும் அவர்கள் முடியரசர்களா, குடியரசுத் தலைவர்களா என்பது தெளிவாகத் தெரியவில்லை. சாக்கியக் குடியரசுத் தலைவரான சுத்தோதனரைக் கூட 'ராஜா' என்றே அழைத்தனர். பட்டியர், தண்டபாணி போன்றோரையும் அதே காலத்தில் 'ராஜா' என்று சொல்லியுள்ளனர். எனினும் சாக்கியர்கள் குடியரசையே அமைத்திருந்தனர்; முடியரசை அல்ல என்பதில் எவ்வித ஐயத்திற்கும் இடமில்லை. வைசாலியிலும் (வஜ்ஜி) குடியரசு அமைப்பே நிலவியது; ஆனால் அங்கேயும் ஆட்சி நிறுவன உறுப்பினர்களை 'ராஜா' என்றே குறிப்பிட்டனர். எது எப்படியானாலும் அம்பி, புரு ஆகியவர்களை அரசர்களே எனக் கருதினாலும், பெரும்பாலும் பஞ்சாபில் குடியரசு அமைப்பே நிலவி வந்தது. இதனால் அங்கே குடியரசு அமைப்பே ஒப்புக்கொள்ளப்பட்ட அமைப்பு என்பது தெரிகிறது.

கங்கைவெளியில் வரலாற்றில் ஆரம்பகாலத்திலிருந்தே குரு, பாஞ்சாலம், காசி, கோசலம் ஆகிய ராஜ்ஜியங்கள் நிறுவப்படுவதைக் காண்கிறோம். வேதங்களின் கவிஞர்கள் அல்லது ரிஷிகளான விஸ்வாமித்திரர், வசிஷ்டர், பரத்வாஜர் போன்றோர் இந்த அரசர்களின் ஆதரவைப் பெற்றவர்களேயாவர். அவர்கள் தாம் பெற்ற தானங்களுக்காக இவ்வரசர்களில் பலரைப் புகழ்ந்து பாடியிருக்கின்றனர். கங்கைப் பள்ளத்தாக்கில் ஆரியர்கள் பிரவேசித்தபோது தம்முடன் ராஜரீக முறையையும் எடுத்துச் சென்றதாக எவ்வித அத்தாட்சியும் இல்லை. ஏனெனில் துவக்கக் காலம் குறித்து வேதங்கள் ஒன்றுமே கூறவில்லை. 'குரு', 'பாஞ்சாலம்' என்னும் இரண்டு பலம் பொருந்திய முடியரசுகள் நிறுவப்பட்ட பிறகு, அவ்விரண்டு அரசர்களிடம் வசிஷ்டர், விஸ்வாமித்திரர் போன்ற சிறந்த ரிஷிகள், புரோகிதர்கள், அரச கவிஞர்கள் தோன்றிய பிறகே அப்போதைய நிலைமையை வேதங்கள் குறிப்பிடுகின்றன. நிச்சயமாக இந்த இனக்குழுக்களின் மேல் ஆரிய ஆதிக்கத்தின் ஆரம்ப காலமல்ல அது! இனக்குழுக்களின் பெயர்களிலிருந்து மட்டுமே நமக்கு ஆரிய ஆதிக்கத்தின் ஆரம்ப காலம் தெரிய வருகிறது. அங்கு சென்ற இனக்கூட்டத்தினரின் பெயராலேயே அப்பிரதேசங்கள் குறிப்பிடப்பட்டன; அவைகளும் பன்மையிலேயே குறிப்பிடப்பட்டன. 'பாஞ்சால நாட்டுக்குச் சென்றனர்' என்பதற்குப் பதிலாக, 'பாஞ்சாலர்களிடம் சென்றனர்' (பஞ்சாலே கதாஹ) என்றே சொல்லப்பட்டிருக்கிறது. அங்குச் சென்ற காலத்தில் ஆரியர்களிடையே தனி மனிதனுக்கோ, அரசனுக்கோ எவ்வித முக்கியத்துவமும் இருக்கவில்லை என்பது இதிலிருந்து தெரிவதோடல்லாமல், அக்காலத்தில் 'ஜனம்' அல்லது இனக்குழுவுக்கே முக்கியத்துவம் இருந்ததும் தெளிவாகிறது. தாய் வழிச் சமுதாயமோ, சமுதாயச் செல்வமோ வேதங்களிலிருந்து நமக்கு ஒன்றும் தெரிவதில்லை; தனிச் சொத்துரிமை அனாதி காலத்திலிருந்தே தொடர்ந்து வந்துகொண்டிருப்பதைப் போன்ற பிரமை வேதங்களால் நமக்குண்டாகும். இதிலிருந்து ஆரியர்களின் சமுதாயம் தந்தை வழிச் சமுதாயமே என்பது தெளிவாகிறது. இந்தத் தந்தை வழிச் சமுதாய அமைப்பினால் தான் குரு-பாஞ்சாலத்தவர் ஆரியரல்லாதவர்களுடன் போரிடும் தமது படைத்தளபதிகளை அரசர்களாக்கி விட்டார்கள்; மறுபக்கம் வளர்ந்து கொண்டிருந்த மத அமைப்பையும், மதச் சடங்குகளையும் நடத்திச் செல்வதற்காகப் பிராமணர் வர்க்கமொன்றைத் தனியாக நிறுவினார்கள். வரலாற்றுக் காலத்திலும் (ரிக்வேதத்தின் ஆரம்ப காலத்திலும்) பாஞ்சால ராஜாவான விஸ்வாமித்திரரும், குரு அரசரான தேவாபியும் க்ஷத்திரியர்களாக இருந்தவர்கள், பிராமணர்களாக

மாறுவதைப் பார்க்கிறோம். தந்தை வழிச் சமுதாயத்தின் ஆரம்ப காலத்தில் மதச் சடங்குகளையும், ஆட்சிப் பொறுப்பையும் பிதுரர்களே நிர்வகித்து வந்தனர் என்னும் விஷயம் யூதர் வரலாற்றினாலும், மற்ற இனத்தவரின் வரலாற்றினாலும் தெளிவாகிறது; ஆனால் கங்கை வெளியில் இவ்விரு காரியங்களையும் வேறுபடுத்தி, இரண்டு பகுதிகளாகப் பிரித்து அரசர், புரோகிதர் (பிராமணர்) என்னும் இரண்டு வெவ்வேறு வர்க்கங்கள் தோற்றுவிக்கப்பட்டன. துவக்கத்தில் அரசனும், புரோகிதனும் தேர்ந்தெடுக்கப்பட்டு வந்தனர்; ஆனால் அதிகாரம் தேர்ந்தெடுக்கப்படுவதிலிருந்து பிறப்பு உரிமையாக மாறிவிட்டது என்பதற்கும் சரித்திரத்தில் எத்தனையோ எடுத்துக்காட்டுகள் உள்ளன.

பிராமண இலக்கியம் அல்லது வேதகால இலக்கியம் முழுவதுமே முடியரசை ஆதரிக்கிறது; குடியரசை உதாசீனப்படுத்துகிறது. தந்தை வழிச் சமுதாயம் குடியரசாகவும், முடியரசாகவும் (பிராமணீயமாகவும்) மாறிக்கொண்டிருந்த காலத்திலேயே பிராமண வர்க்கம் முடியரசுடன் மட்டுமே ஒத்துப்போக முடியும் என்பது உணரப்பட்டுவிட்டது. முடியரசு ஏன் வெற்றியடைந்தது? அது வெற்றியடைந்ததற்கான காரணம், இனக்குழுவில் சேர்ந்திருந்த மக்களேயாவர்; அவர்களில் ஆரியர்களைத் தவிர ஆரியரல்லாதாரும் மிகப்பெரும் எண்ணிக்கையில் இருந்தனர். நாகரிகம் படைத்தவர்களும் அவர்களில் இருந்தனர். தந்தை வழிச் சமுதாயம், குடியரசுச் சமுதாயம் - இரண்டுமே முன்னோர்களின் தூய ரத்தத்தை ஆதரிப்பவை; ரத்தக் கலப்பை எதிர்ப்பவை. குடியரசுச் சமுதாய அமைப்புகளில் மக்களாட்சி நிலவினாலும், அது வெள்ளை நிறத்து ஆரியர்களுக்கு மட்டுமே! மக்களாட்சி அக்குடியரசை நிறுவியவர்களுக்கு மட்டுமே உரியதாக இருந்தது. அங்கே ஆரியர்களுக்கும், ஆரியரல்லாதாருக்கும் இடையே பகைமை இருந்து வந்தது. இருவரையும் அடக்குவதற்கு ஆள்வோர் - ஆளப்படுவோர் என்று மாறுவதைத் தவிர வேறு வழி இருக்கவில்லை. இதற்கு மாறாக முடியரசு இந்தப் பகைமையை விலக்கி, இரு வெவ்வேறு வர்க்கங்களையும் சம நோக்குடன் பார்த்துக் கொள்வதாகத் தன்னைப் பிரகடனப்படுத்திக்கொண்டது. ஆரியரல்லாதாருக்கு ஆரியர்களுக்குக் கிடைத்தவை போன்ற உரிமைகள் கிடைக்கவில்லையென்றாலும், ஆட்சியதிகாரம் தம்மைப் போலவே ஆரியர்களுக்கும் கிடைக்காததால், அவர்கள் குடியரசு அமைப்பைக் காட்டிலும், முடியரசு அமைப்பில் திருப்தியடைந்திருந்தனர்.

2. பாலஸ்தீனத்தில்: கிருத்துவ மத நூலான ‘பைபிளை’ப் படிப்பவர்கள் யூத இனத்தின் தந்தை வழிச் சமுதாயத்தை நன்கு அறிவார்கள்; இன்னும் சொன்னால், தந்தை வழிச்சமுதாய அமைப்பு

யூதர்களின் மூஸா, தாவூத், இப்ராஹீம் போன்ற மாபெரும் பிதுரர்களிடமிருந்தே ஏற்றுக்கொள்ளப்பட்டது. யூத இனக்குழுக்கள் மற்ற பிரதேசங்களில் பரவாதவரை, மற்ற இன மக்களுடன் அவர்கள் கலக்காதவரை அவர்களுடைய இந்தத் தந்தை வழிச் சமுதாயம் அப்படியே இருந்து வந்தது. 'பைபிளி'ல் வரும் இந்த மாபெரும் பிதுரர்கள் ஆட்சியாளர்களாகவும், அதே சமயத்தில் புரோகிதர்களாகவும் இருந்தனர். அவர்களிடையே மதம், ஆட்சிப் பிரிவினை ஏற்பட்டிருக்க வில்லை. எகிப்து, அஸீரியா, பாரசீக, கிரேக்க, ரோமானிய அரசர்களால் தோற்கடிக்கப்பட்ட பின்னர், யூத மகா பிதுரர்கள் வெறும் முக்கிய புரோகிதர்களாக மட்டுமே மாறிவிட்டனர். யூதர்கள் பழைய தந்தை வழிச் சமுதாய அமைப்பிற்குப் புத்துயிரூட்ட எவ்வளவோ முயற்சித்தனர்; ஆனால் அவர்களுக்கு எப்பொழுதுமே நிலையான வெற்றி கிடைக்கவில்லை. காலத்தைப் பின்னுக்குத் தள்ளுவதென்பது முடியாத காரியமாகும்.

3. ஈரானில்: ஈரானியரின் முதல் அரசனான தேவகன் மத்ர (மிடியா) அரச குலத்தை நிறுவினான் (மறைவு : கி.மு. 655.) இவனைக் குறித்துக் கூறப்படுவதாவது: "நீதிக்காகத் தேவகனின் புகழ் அவனது கிராமத்திலிருந்து அக்கம் பக்கத்திலிருந்த எல்லாக் கிராமங்களுக்கும் பரவிவிட்டது. எல்லாக் கிராமத்தவரும் தமது தகராறுகளைத் தீர்த்துக் கொள்வதற்காக அவனிடம் வரத் தொடங்கினர். தகராறுகளைத் தீர்ப்பதற்கே அவனுடைய காலம் முழுவதும் செலவாகிக் கொண்டிருந்ததால் அவன் அந்த வேலையையே விட்டுவிட்டான். நீதி வழங்கும் ஏற்பாடு இல்லாமற் போனதால் கிராமங்களில் அமைதியின்மை பரவிவிட்டது. நாட்டில் இப்படிப்பட்ட நிலைமையே இருந்தால் இங்கே நம்மால் வாழவே முடியாது என்று மக்கள் கருதத் தொடங்கினர். 'நாமெல்லாரும் சேர்ந்து ஒரு அரசனை ஏற்படுத்திக் கொள்வோம்; அவர் நாட்டு நிர்வாகம் பார்க்கட்டும்; நாம் அமைதியாக நமது குடும்பங்களைப் பராமரிப்போம்!' என்று அவர்கள் ஒரு முடிவுக்கு வந்தனர். அவர்கள் தேவகனைத் தமது அரசனாகத் தேர்ந்தெடுத்தனர்; ஹம்தானைத் தலைநகராக அமைத்துக் கொண்டனர்."

மத்ர (மிடியா) இனம் தேவகனை அரசனாகத் தேர்ந்தெடுத்து தந்தை வழிச் சமுதாய அமைப்பின் இடத்தில் முடியரசு அமைப்பை ஏற்படுத்தினர் என்பது இதிலிருந்து தெளிவாகிறது; ஆனால் மேற்குறிப்பிட்ட கதையில் படையம்சத்தைத் தவிர்த்து, அரசியல் அல்லது ஆட்சியின் அம்சமே வலியுறுத்தப்பட்டுள்ளது. மத்ர பிரதேசம் அஸீரிய சாம்ராஜ்ஜியத்தின் செல்வாக்கு மண்டலத்தில் இருந்ததென்பதை வரலாறு எடுத்துக் கூறுகிறது. சுதந்திர விரும்பிகளான

மத்ரர்கள் அடிமைகளாக விரும்பவில்லையாதலால், அஸீரிய அரசர்கள் பலமுறை அவர்கள்மேல் படையெடுத்தனர். கடைசிப் படையெடுப்பு அஸீரிய அரசனான ஹத்தன் கி.மு. 647-இல் நடத்தினான். உண்மை என்னவென்றால், ஈரானியர்கள் பல்வேறு இனக்குழுக்களின் மகா பிதுரர்களின் தலைமையில் அஸீரியப் பேரரசை எதிர்த்து நிற்பதில் தோல்வி கண்டனர். எல்லா இனக்குழுக்களையும் ஒன்றுபடுத்தி அஸீரியப் படையெடுப்பை எதிர்கொண்டிருந்தால் மட்டுமே ஈரானியர்கள் வெற்றி பெற்றிருக்க முடியும். இப்படிப்பட்ட ஒன்றுபட்ட எதிர்ப்புக்குப் படை நடத்துவோன் ஒருவன் தேவையாக இருந்தது. தேவகனிடம் தலைவனுக்குத் தேவையான எல்லாச் சிறப்புக்களும் இருந்தன. முதலில் அவனே படைத்தலைவனானான்; பின்னர் அவனது பதவியை நிலையானதாக்கி, அவன் அரசனாகவும் ஆக்கப்பட்டு விட்டான். இப்படிப்பட்ட முடியரசு அமைப்பில்லாமல், மத்ர மக்கள் வெற்றியடைய முடியாதென்பது திண்ணம். தந்தைவழிச் சமுதாய அமைப்பின் சிதறிய சக்தியை முடியரசின் திரண்ட சக்தி அடக்குவதில் எப்பொழுதுமே வெற்றி பெற்றிருக்கிறது. இதனாலேயே நாம் தந்தை வழிச் சமுதாயத்திற்குப் பிறகு முடியரசு வருவதைப் பார்க்கிறோம். தந்தை வழிச் சமுதாய அமைப்பு நிலப்பிரபுத்துவ சமுதாயமாக உருவெடுத்தது என்று சொல்ல வேண்டும். நிலப்பிரப்புத்துவ சமுதாய அமைப்பின் வளர்ச்சி பெற்ற நிலையே - வலிமை பொருந்திய உருவமே - ராஜரீக அமைப்பாகும்.

உழைப்பினால் ஏற்பட்ட உற்பத்தி வளர்ச்சி, பொருளாதார சக்திகளின் முன்னேற்றம், படைச்சக்திகளின் குவிப்பு ஆகியவைகளே அடிப்படை விஷயங்களாகும்; அத்துடன் வலிமை பொருந்திய பகைவர்களை எதிர்த்து அந்த அடிப்படை விஷயத்தையே ஆதாரமாகக் கொண்டு அரசியல் படைச் சக்திகளின் குவிப்பும் அவசியமான தேயாகும். இந்த விஷயம் மனிதனுக்கு ஏகாதிபத்தியமும், பாசிஸமும் தோன்றுவதற்கு முன்பே தெரிந்துவிட்டது. இந்த விஷயத்தில் புராதனப் பொதுவுடைமைச் சமுதாயத்தைக் காட்டிலும் (கம்யூன்) இனக்குழு இவ்விஷயத்தில் முற்போக்கானதாக இருந்தது. அதனாலேயே அது புராதனப் பொதுவுடைமைச் சமுதாயத்தின் இடத்தைப் பிடித்துக்கொள்ள முடிந்தது. தந்தை வழிச் சமுதாய அமைப்பு இப்புதிய அமைப்பை மேலும் வலுப்படுத்தியது. குடியரசின் சுதந்திர வேட்கையை மட்டுப்படுத்தியதுடன், அது தான்தோன்றித்தனத்தை விலக்கியது. ஒரு விதமான போர்க் கட்டுப்பாட்டைக் கொண்டு வந்து, மக்கள் அமைப்பை வலுப்படுத்தாவிட்டாலும், மக்களின் சக்தியை வலுப்படுத்தியது. இதனாலேயே தந்தை வழிச்சமுதாயம் பொருளாதாரச் சுரண்டலை அடிப்படையாகக் கொண்ட உயர்ந்தவர் -

தாழ்ந்தவர் என்னும் பாகுபாடு, தனிநபர் சுயநலம் போன்ற கெட்ட தன்மைகளைக் கொண்டிருந்தும் வெற்றியடைய முடிந்தது. நிலப்பிரபுத்துவ சமுதாயம் தந்தை வழிச் சமுதாயத்தைக் காட்டிலும் அதிக சக்தியைத் திரட்டி, சக்தி வாய்ந்து தாக்குவதில் வெற்றி பெற்றது. சக்தியின் குவிப்பால் தோன்றிய இந்தப்பலம் பொருந்திய அரசியல் சக்தியின் முக்கியத்துவத்தைக் கண்டுதான் புராதன இந்திய சமுதாயத்தில் 'சக்கரவர்த்தி' என்பவன் கற்பனை செய்யப்பட்டான். நிலப்பிரபுக்கள் மன்னர்களாக மட்டுமல்லாமல், சக்ரவர்த்திகளாகவும் (பூமி முழுவதற்கும், அல்லது அதன் ஒரு பகுதியான கண்டத்திற்கு மன்னர்களாகவும்) ஆக விரும்பிக் கொண்டிருந்தனர்; மக்களும் சக்கரவர்த்தியைப் புகழ்ந்துரைத்துக் கொண்டிருந்தனர். சக்தியின் குவிப்பால் என்ன பயன் என்பதை நாம் ஏற்கெனவே கூறியிருக்கிறோம்; அதனால் அது எப்படி வெற்றி பெற்றது என்ற கேள்விக்குப் பதில் கிடைக்கவில்லை. இது குறித்து நாம் பின்னால் விளக்குவோம். எல்லாவற்றின் அடிப்படையில் உற்பத்தி முறையின் வளர்ச்சியே இயக்குகிறது என்பதை மட்டும் இங்கே நினைவில் வைத்துக்கொண்டால் போதுமானது. ஆண் மாட்டு வளர்ப்பின் மூலமாக உற்பத்திச் சக்தியை வளர்த்தால், அவன் பெண்ணைப் பின்னுக்குத் தள்ளி சமுதாயத் தலைமையைப் பறித்துக்கொள்வதில் வெற்றி பெற்றான். பிறகு பொருள் உற்பத்தியிலும், போரிலும் பயன்படும் விவசாயம், சிறுதொழில்கள், பித்தளை, செம்பு, உலோகத்தாலான ஆயுதங்கள் கண்டுபிடிக்கப்பட்டன. இவற்றால் தனிச் சொத்துரிமையின் மூலமாகத் தனி நபர் செல்வாக்கு அதிகமாயிற்று. அவன் சமுதாயத்தைத் தன்னருகே சுற்ற வைத்துக்கொண்டு, அதன் சக்திகளை ஒருமுகப்படுத்தி ஓரிடத்தில் குவித்து வைத்தான்.

4. எகிப்தில் : மனித சமுதாயத்தின் வளர்ச்சியில் எகிப்து பெரும் பங்கு வகித்தது. இதுவரை செய்யப்பட்ட வரலாற்றுக் கண்டுபிடிப்புகளிலிருந்து எகிப்திலேதான் முதன்முதலில் மானிடக் கலாச்சாரம் தோன்றியதாகத் தெரிகிறது. மெஸப்படோமியாவின் (பாபிலோன், அஸீரியா) கலாச்சாரமும் எகிப்து கலாச்சாரமேயாகும். சிந்து வெளி (மொஹஞ்ஜோதாரோ, ஹரப்பா) நாகரிகமும் (கலாச்சாரமும்) மெஸப்படோமிய நாகரிகத்தின் சம காலத்ததேயாகும். அவையிரண்டும் ஒன்றின் செல்வாக்கிற்கு மற்றொன்று உட்பட்டதே யாகும். சிந்துவெளி நாகரிகத்தின் இடிபாடுகளினால் நமக்கு இதுவரை கிடைத்த தகவல்களிலிருந்து சிந்துவெளி நாகரிகம் எகிப்து நாகரிகத்தை விடப் பழையது என்று சொல்ல முடியாது. அது தனது சகோதர மெஸப்படோமிய நாகரிகத்தைப் போலவே நைல்நதி நாகரிகத்தால்

ஊக்கம் பெற்றதேயாகும். ஆனால் அனைத்து மானிட நாகரிகங்களின் தோற்றுவாய் எகிப்து மட்டுமே என்பது இதன் பொருளல்ல.

மானிட நாகரிகம் எகிப்தில் தோன்றி வளர்ந்ததற்கு எத்தனையோ வாய்ப்புகள் இருந்தன. தெற்கிலிருந்து வடக்கு நோக்கி ஓடிக்கொண்டிருக்கும் 'நைல்' நதி வளம் பெறச் செய்யும் எகிப்திய பூமி, ஊர்சுற்றி மக்கள் நிலையாக ஓரிடத்தில் வாழ்வதற்கு மிகவும் அனுகூலமாக இருந்தது. கடைசிப் பனி யுகம் முடிந்து கொண்டிருந்த காலத்தில் ஸஹாரா பாலைவனம் புல்வெளியாக இருந்தது. அங்கே பருவநிலை பலவீனமாகவும், செடி கொடிகள் அதிகமாகவும் இருந்தன. மனிதன் இங்கே காய்கனிகளைப் பறித்து வேட்டையாடிய பிறகு, முதன் முதலாக நைல்நதி வெளியில் நிலையாக வாழ்ந்ததாகத் தெரிகிறது. அந்தக் காலத்தில் ஸஹாராவைவிட நைல்நதி வெளியில் முதலில் மக்கள் நிறைந்துவிட்டனர். அக்காலத்தில் ஸஹாரா பாலைவனத்தைக் காட்டிலும் நைல் நதிக்கரையிலேயே முதன்முதலில் மக்கள் வாழத்தொடங்கினர், அப்பொழுது ஸஹாராவிலிருந்து நைல் நதி வெளிப் பிரதேசத்திற்கு வருவது அவ்வளவு சிரமமாக இருக்கவில்லை, காரணம் ஸஹாராவில் இன்றுள்ளதைப் போன்ற பயங்கரமான மணல் வெளிகள் இருந்ததில்லை. இந்த ஊர் சுற்றி மக்கள் மாடு மேய்த்துக் கொள்வதற்கு அங்கே மேய்ச்சல் நிலங்கள் நிறைய இருந்தன. அங்கே அவர்கள் முதன் முதலில் சவ்வரிசி விவசாயம் செய்தனர். அதற்கு அடிப்படையாக அங்கே காட்டு சவ்வரிசி இருந்தது. இக்காட்டு சவ்வரிசி முதலில் மாட்டுத் தீவனமாக இருந்தது. பிற்காலத்தில் இதுவே மனித உணவாக மாறிவிட்டது. மாடு மேய்கும் நிலையில் மனிதன் மாட்டுத் தீவனத்தை வளர்க்கத் தொடங்கினான். இதனால் அவன் ஊர் ஊராகச் சுற்றுவது குறைந்துவிட்டது. விவசாயம் ஆரம்பித்த பின்னர் அவன் ஓரிடத்தில் நிலையான குடியிருப்பை அமைத்துக்கொண்டு இருக்கத் துவங்கினான். நைல் நதிப் பள்ளத்தாக்கின் சிறப்பு என்னவென்றால் அவ்வாற்றின் நீர் பூமத்திய ரேகையின் அருகிலிருந்த ஏரிகளிலிருந்தும், மலைகளிலிருந்தும் வந்து கொண்டிருந்தது. பூமத்திய ரேகைக்கு அருகில் இரவும் பகலும் முடிவுறுவதைப் போலவே, பருவமும், மழையும்கூட ஒரே மாதிரியாக இருக்கும் நைல் நதி வெள்ளம் அக்காலத்திலும் உழவர்களுக்கு வாழ்வளித்துக் கொண்டிருந்தது. பருவமும், வெள்ளமும் தவறாமல் வந்து கொண்டிருந்ததால் மனிதன் தன்னம்பிக்கையுடன் விவசாயத்தைத் துவக்க முடிந்தது. சவ்வரிசிப் பயிரை வளர்த்ததுடன் அவன் சிறிய சிறிய கால்வாய்களை அமைத்து நீர்ப்பாசனம் ஆரம்பித்தான். இவ்விதம் நைல் நதிக் கரையில் வாழ்ந்தவர்கள் விவசாயம் மட்டுமல்லாமல், நீர்ப்பாசனத்தையும் கண்டுபிடித்தவர்களானார்கள்.

அவர்கள் தான் முதலில் ஊர் சுற்றுவதை விட்டு ஓர் பிரதேசத்தில் நிலையாக வாழ்ந்தவர்களென்றும் தெரிகிறது. அவர்கள் ஓரிடத்தில் நிலை பெற்றுவிட்ட பிறகு, நிகழ்ந்து கொண்டிருக்கும் இயற்கை மாறுதல்களைப் புரிந்துகொள்ளும் அரிய வாய்ப்பும் கிடைத்தது. நைல் நதியின் வெள்ளம் ஒரு குறிப்பிட்ட காலத்திற்குப் பிறகு தொடர்ந்து வந்துகொண்டே இருப்பதையும், ஒரு குறிப்பிட்ட நட்சத்திரம் பல மாதங்கள் வரை மறைந்திருந்து மீண்டும் தெரியவாரம்பிக்கும் போதே அவ்வெள்ளம் எப்பொழுதும் வருகிறதென்பதையும் அம்மக்கள் கவனித்தனர். அவர்கள் அந்நட்சத்திரம் மறைந்த நாளிலிருந்து மீண்டும் தோன்றுகிற நாள் வரை கணக்கிட்டு ஒரு வருடத்தின் அளவை அறிந்துகொண்டனர். இப்பொழுது வெள்ளம் வருவதற்கு முன்பே அதைப்பற்றிக் கூறும் நிலை இருந்தது. இவ்வுண்மையை முதன்முதலில் சொன்னவனின் மதிப்பு உயர்வது இயற்கையேயாகும். அவன் மகா பிதுரனாகவோ, நிலச்சுவாந்தாராகவோ, மன்னனாகவோ ஆக முடியும். மக்களும் அவனை 'எல்லாம் தெரிந்தவன்' என்றும், 'சர்வ வல்லமை படைத்தவன்' என்றும் கருதிக்கொள்ளும் தவறை மிகச் சுலபமாகவே செய்துவிட்டிருப்பார்கள். எகிப்தின் பழங்கால ஃபாரோ மன்னர்கள் இதேபோன்றே எல்லாம் தெரிந்தவர்களாகவும் சர்வ வல்லமை படைத்தவர்களாகவும் இருந்திருக்கலாம். காலம் செல்லச் செல்ல மனிதர்கள் அறிவு வளர்ச்சி அடைந்த பின்னரும் ஃபாரோக்களை அப்படியே கருதி வந்திருக்கலாம். இன்றும் அறிவு நிரம்பிய இந்தியர்கள்கூட 'ராம ராம' என்றும், 'கிருஷ்ண கிருஷ்ண' என்றும் தம்மையும் மறந்து முணுமுணுப்பதையும் பார்க்கிறோமல்லவா!

வருடத்தைக் கணக்கிடுவதும் இன்ன பிற விஷயங்களும் நைல் நதி வெளியிலேயே கண்டுபிடிக்கப்பட்டனவென்று மானிட இயலாளர்கள் கூறுகின்றனர். பின்னர் அவை தஜலா - ஃபுராத் பள்ளத்தாக்கிலும் (மெஸப்படோமியா) சிந்து வெளியிலும் பரவின. விவசாயம், நீர்ப்பாசனம் போன்றவை வேறு பிரதேசங்களிலும் தனியாகக் கண்டுபிடிக்கப்பட்டன.

தந்தை வழிச் சமுதாயக் காலத்தில் தனிச்சொத்துரிமை நன்றாக நிலைபெற்றுவிட்டது. மாடு வளர்ப்பு, விவசாயம் போன்ற கண்டுபிடிப்புகள் இதற்கு மிகவும் துணைபுரிந்தன. தனிச் சொத்துரிமை தோன்றுவதற்கு முன்பு மனித இனத்துள் தகராறுகளுக்கோ சண்டைகளுக்கோ அத்தனை காரணங்கள் இருக்கவில்லை என்றும் அவர்கள் எல்லாருமே ஒன்றாக இருந்து காய்கனிகளைச் சேகரித்து வேட்டையாடிச் சாப்பிட்டு வந்தனர் என்றும் அவை எவையும்

கிடைக்காதபோது அவர்கள் அனைவரும் ஒன்றாகவே பட்டினி கிடந்தனர் என்றும் மானிட வல்லுநர்கள் கூறுகிறார்கள். தனிச்சொத்துரிமை மனிதனுள் பேராசையையும், சுயநலத்தையும் வளர்த்தது. அப்பொழுதிலிருந்தே சமுதாயத்தில் சண்டை சச்சரவுகள் ஆரம்பமாகிவிட்டன.

2. குடும்பமும் திருமணமும்

இசைக்குழுவில் ஒரு 'கச்சிதமற்ற ஜோடித் திருமண முறை' துவங்கிவிட்டிருந்தது. அம்முறையில் கணவன் - மனைவி என்னும் கருத்து இருந்தாலும், மனைவியானவள் அந்நிய ஆணுடன் செல்லக்கூடாதென்ற கடினமான விதி எதுவுமில்லை. குறிப்பாகப் பெண்ணுக்கு முக்கியத்துவம் நிலவிய தாய்வழிச் சமுதாய காலத்தில் அப்படிப்பட்ட விதிமுறை இருந்ததில்லை. ஆனால் சமுதாயத்தில் ஆணின் ஆதிக்கம் வலுத்துவிட்டபிறகு, செல்வத்தை உற்பத்தி செய்வதும், அதனை உரிமை கொண்டாடுவதும் ஆணின் கைக்கு வந்துவிட்ட பிறகு அவன் பெண்ணின் சுயேச்சையை விரும்புவானா?

இதன் பலனாகப் பெண் ஆணுக்கு வசப்பட நேரிட்டது. ஒரு திருமண முறையும் அமலுக்கு வந்தது. ஒரு பெண்ணுக்கு ஒரே கணவன் இருப்பான். அவனும் அவளுக்காகவே நிச்சயிக்கப்பட்டவனாக இருப்பான். கணவன் இறந்துவிட்டால் அவள் மறுமணம் செய்துகொள்ளத் தடையேதுமில்லை. பெண் ஒரு சமயத்தில் ஒரேயொரு திருமணம்தான் செய்துகொள்ள வேண்டுமென்னும் கடுமையான விதி விதிக்கப்பட்டது. ஆனால் இவ்விதி ஆணுக்கு மட்டும் இல்லை. ஆசியாவில் ஒரு ஆண் பகிரங்கமாகப் பல பெண்களைக் கல்யாணம் செய்துகொள்ளலாம். இந்தியா போன்ற நாடுகளில் இது வெட்கப்பட வேண்டிய விஷயமாகக் கருதப்படுவதில்லை. வரலாற்றுக் காலத்தில் கிரேக்க, ரோமானிய, மற்ற ஐரோப்பிய நாடுகளிலும் பல பெண்களைப் பெண்டாளுவது மன்னிக்க முடியாததாக எண்ணப்பட்டது. குறைந்தது இந்த விஷயத்திலாவது ஐரோப்பிய சமுதாயம் ஆசியாவை விட (ஏன், நம் நாட்டையும் விட) முன்னேறி இருந்தது. ஆனாலும் ஐரோப்பா ஆண்-பெண் தொடர்பில் பெண்ணுக்கும் ஆணுக்கும் நிகரான சமத்துவம் அளித்திருந்ததென்று இதன் பொருளல்ல. ஒரு பெண்ணுடன் மட்டுமே சர்வ சம்மதமான திருமணம் செய்துகொள்ளலாமென்றாலும், வைப்பாட்டிகளை வைத்துக்கொள்ளவும், வேசிகளிடம் செல்லவும் ஆணுக்கு முழு உரிமை இருந்தது. பெண் தவறாக நடப்பதற்கு எதிராக இருந்த கடுமையான விதிகள் ஆணுக்கு இருந்ததில்லை. பெண் ஆணைப்போல் சுயேச்சையாக நடந்துகொண்டால் அவள்

சமுதாயத்தில் வாழவே முடியாத நிலைமை இருந்தது. ஆண், தான் உற்பத்தி செய்த செல்வத்தின் காரணமாகச் சமூகத் தலைவனாக மாறிவிட்டதால், ஆணின் அதிகாரமே மேலோங்கி இருந்தது. ஆண்-பெண் உறவுகளில் மட்டுமே அல்லாமல், மற்ற பல்வேறு சமூக விஷயங்களிலும்கூட இந்தத் தந்தை வழிச் சமுதாய யுகம் எத்தனையோ புதிய மாற்றங்களை ஏற்படுத்திவிட்டது. இனக்குழுச் சமுதாயத்தில் புராதனப் பொதுவுடைமைத் தத்துவம் வலுவிழந்து விட்டாலும், பூரணமாக மறைந்துவிடவில்லை. ஆனால் தந்தை வழிச் சமுதாயம் அமைந்ததுமே புராதனப் பொதுவுடைமைத் தத்துவம் மறைந்துவிட்டது. மனித சமுதாயம் வர்க்க வேற்றுமைகள் உடைய புதிய சமுதாயத்தில் பிரவேசித்தது.

3. ஆயுதங்களும் கருவிகளும்

தந்தைவழிச் சமுதாய அமைப்புடன் கூடவே நாம் அநாகரிகக் கலாச்சாரத்தின் உயர்மட்ட நிலையை அடைகிறோம். கற்கள், எலும்புகள், கொம்புகள், கட்டைகள் போன்றவற்றினால் செய்யப்பட்ட ஆயுதங்களை மனிதன் பல காலமாகப் பயன்படுத்தி வந்தான். இப்பொழுது அவன் செம்பையும் கண்டுபிடித்தான். இதனால் மனித சக்தியில் புரட்சிகரமான மாறுதல் ஏற்பட்டது. இப்பொழுது அவன் செம்பினாலான கோடாரிகள், வாட்கள், ஈட்டிகள், அம்பு நுனிகள் ஆகியவைகளை உபயோகப்படுத்தும் நிலையை அடைந்துவிட்டான். நவீன ஆயுதங்களில் முன்னேற்ற நிலையில் இருந்த ஐரோப்பிய இனங்கள் பிற்பட்ட நிலையில் இருந்து ஆசிய, ஆப்பிரிக்க இனங்களை அடக்கி ஒடுக்கியதைப் போலவே முதன்முதலில் செம்பு உலோகத்தைக் கண்டுபிடித்த இனம், மற்ற இனங்களை நிச்சயமாக அடக்கி ஒடுக்கி இருக்கும். முதன் முதலில் உலோகம் பயன்படுத்திய இனம் எகிப்திய இனமே என்பதில் ஐயமில்லை. எகிப்தின் மிகப் புராதன 'பிரமிடான' சியோஃப் கி.மு. நான்காயிரம் ஆண்டுகளுக்கு முன் நிர்மாணிக்கப்பட்டது. அதில் பொருத்தப்பட்டுள்ள மாபெரும் கற்கள் செம்பினாலான உளிகளால் செதுக்கப்பட்டன. அவர்கள் கற்பாறைகளின் நடுவில் கட்டைகள் பொருத்துவதற்கு மட்டுமே உளியினால் செதுக்கினர். அக்கட்டைகள் நனைவதால், அவை வீங்குவதால் தோன்றும் அணுக்கதிர்களின் சக்தியால் கற்பாறைகள் பிளக்கப்பட்டன.

இதே காலத்தில் மனிதன் ஈயம் - செம்பு கலந்த பித்தளையைக் கண்டுபிடித்திருக்கலாம்.

செம்பைக் கண்டுகொண்டதால் மனிதன் இப்பொழுது பகைவர்களையும், பயங்கர விலங்குகளையும் சுலபமாக எதிர்கொள்ளும் வசதி படைத்தான். அத்துடன் அதனால் தொழிற் சாதனங்களையும், உழுபடைகளையும், மற்ற பொருட்களையும் மேலும் வலிவுடையவையாக்கினான். மண்பாண்டங்களைச் செய்யவாரம்பித்த மனிதன் இப்பொழுது செப்புப் பாத்திரங்களைச் செய்யத் தொடங்கினான். இதனால் அவன் வறுத்த தானியங்களை மட்டுமல்லாமல் அவற்றை வேகவைத்தும் உண்ணலாம். தன்னிடமுள்ள கூர்மையான சாதனங்களைக் கொண்டு அவன் காடுகளை வெட்டி விவசாயத்தையும் வளர்க்கலாம்.

4. செல்வம்

மாடு வளர்ப்பு தந்தைவழிச் சமுதாய அமைப்பை ஏற்படுத்தியது. அது ஆணின் ஆதிக்கத்திற்கும் தனிச் சொத்துரிமைக்கும் வழி கோலியது. நிலம் இப்பொழுதும் தனியுடைமையாக இல்லாமல் சமூக உடைமையாகக் கருதப்பட்டாலும் விவசாயம் ஊர் சுற்றியாக இருந்த மனிதனை ஓரிடத்தில் நிலையாக நிறுத்திவிட்டது என்றாலும் உற்பத்தியும், விநியோகமும் தனியுடைமைகளாகிவிட்டன. சென்ற நூற்றாண்டு வரையிலும்கூட நிலம் இந்தியாவிலும், ருஷியாவிலும் சமூக உடைமையாகவே இருந்தது. 'ஆம்தோ'விலுள்ள (கான்ஸு, சீனம்) எத்தனையோ திபேத்திய இனக்குழுக்களில் நிலத்தின்மேல் உரிமை ஒரு குடும்பத்திற்கல்லாமல், கிராமம் முழுவதற்குமாக இருக்கிறது. இரண்டாண்டுகள் தொடர்ந்து விவசாயம் செய்த பிறகு மூன்றாமாண்டு நிலத்தைத் தரிசாகப் போட்டுவிட்டு அதன் பின்னர் அதை உழுவதற்குப் பல்வேறு குடும்பங்களுக்கிடையே பகிர்ந்தளிக்கின்றனர். இரண்டு வருடங்கள் தொடர்ந்து விவசாயம் செய்த பிறகு மீண்டும் மூன்றாம் வருடம் நிலத்தைத் தரிசாகப் போட்டுவிடுகின்றனர். பத்தொன்பதாம் நூற்றாண்டின் முதல் பகுதியில் சீக்கியர்களின் ஆட்சிக்காலம் வரையிலும்கூடப் பஞ்சாபின் பல பகுதிகளில் நிலம் கிராமம் முழுவதற்கும் சொந்தமாக இருந்தது. உழுவதற்குக் குடும்பத்திற்கு நிலம் அளிக்கப்பட்டாலும் அதை அடகு வைக்கவோ, விற்கவோ முடியாது. ஜார் ஆட்சியின் இறுதி நாட்கள் வரையிலும்கூட (1917) ருஷியாவின் பல பிரதேசங்களில் இந்த முறை நடைமுறையில் இருந்து வந்தது. இதை அக்டோபர் புரட்சி, நிலத்தைப் பரந்த பொருளில் பொதுஉடைமையாக்கி விலக்கிவிட்டது.

ஆனால் அந்தப் பழைய யுகத்தில் தனிச்சொத்துரிமை பரவத் தொடங்கியதுமே மக்களிடையே பேராசையும் பெருகிவிட்டது. இதன்

விளைவாகப் பல்வேறு இனங்களிலும் நிலம் தனியுடைமையானது இயற்கையே. நிலம் தனி மனிதச் சொத்தான பின்னர் அதை அடகு வைத்ததாலும், விற்றதாலும் பல பேர் கை மாறத் தொடங்கியது. இவ்விதமாகத் தனிச்சொத்துரிமை ஒருவனை அதிக நிலபுலன், மாடுகள் உடையவனாகவும் ஒருவனைக் குறைந்த நிலபுலன், மாடுகள் உடையவனாகவும் இன்னொருவனை ஒன்றுமே இல்லாதவனாகவும் ஆக்கி சமுதாயத்தில் ஏற்றத் தாழ்வுகளைத் தோற்றுவித்தது. புதிய அமைப்பு எந்த ஒரு உயரிய குறிக்கோளாலும் உந்தப்பட்டு ஏற்படவில்லை என்பதில் சந்தேகமில்லை. இந்த அமைப்பின் அடிப்படையில் அருவருக்கத்தக்க பேராசை, கருணையற்ற கல்மனம், மோசமான போட்டி, சமுதாயச் செல்வத்தைச் சுயநலத்திற்காகக் கொள்ளையடித்தல் என்பவையே இயங்கிக் கொண்டிருந்தன.

புத்தரும், தனிச்சொத்தும்: சமூகச் சொத்துரிமை மறைந்து எத்தனையோ தலைமுறைகள் கடந்துவிட்டன என்றாலும், அதைப் புகழ்பவர்களும் தனிச்சொத்துரிமையை இகழ்பவர்களும் தோன்றிக் கொண்டேயிருந்தனர். ஒன்பதாம் நூற்றாண்டின் திபேத்திய மன்னரான முனே - சென்போ (கி.பி. 846) இந்த வேற்றுமை தோன்றிய பெரும்பாலான மக்களின் அதிருப்தியையும், அவர்களின் சகிக்க இயலாத வறுமையையும் போக்குவதற்காகச் செல்வத்தைச் சமூக உடைமையாக்கியது மட்டுமல்லாமல், அதை மக்களுக்குச் சமமாகப் பங்கிடவும் செய்தார். முனே - சென்போவின் இந்த விசித்திரமான பொதுஉடைமைக்குப் புத்தரின் உபதேசங்களால் ஊக்கம் கிடைத்தது. ஆனால் புத்தர் செல்வத்தைத் தனிநபர்களிடையே பங்கிடச் சொல்லவில்லை அதை சமுதாயத்திற்குப் பொதுவாக்க விரும்பினார். இதைப்பற்றிய அவருடைய கருத்துக்கள் ‘அகஞ்ஞஸீத்த’ (தீர்க்க நிகாய்) நூலில் வருகின்றன. உலகமும், மனித சமுதாயமும் தோன்றியதைக் குறித்து புத்தர் கூறியுள்ளதாவது.

“உலகம் தோன்றும்போது எல்லாவிடங்களிலும் நீரே நிறைந்திருக்கிறது. கும்மிருட்டு பரவியிருக்கிறது. சூரியனோ சந்திரனோ காணப்படுவதில்லை. நட்சத்திரங்களோ கோள்களோ தெரிவதில்லை. இரவோ பகலோ தெரிவதில்லை. மாதங்களோ வாரங்களோ தெரிவதில்லை. பருவமோ மழையோ ஆணோ பெண்ணோ கூட இருப்பதில்லை.”

“சூடான பால் ஆறியபிறகு அதன்மேல் ஏற்படும் பாலாடையைப் போல் ரசமயமான பூமி பரவியது. சூரியனும், சந்திரனும் தோன்றின. மாதங்களும், வாரங்களும், பருவங்களும், வருடங்களும் தெரியவாரம்பித்தன. பின்னர் பாம்பின் படம்போல் நிலம்

தோன்றியது. பிறகு இலை தழைகளை உண்ணத் தொடங்கினர். அதன் பிறகு உழாமல் - விதைக்காமல் அரிசி தோன்றியது. அந்த அரிசியையே அவர்கள் நீண்ட காலம் வரை சாப்பிட்டுக் கொண்டிருந்தனர். ஆண் - பெண்கள் ஒருவருக்கொருவர் கண்ணெடுத்து நோக்கிக்கொண்டிருந்ததால், அவர்களிடையே காதல் தோன்றிவிட்டது. அவர்கள் உடலுறவு கொண்டனர். அக்காலத்தில் உடலுறவு கொள்பவர்களைக் கண்டால் மற்றவர்கள் அவர்கள் மேல் மண்ணை எடுத்து வீசினர். சேற்றை அள்ளி வீசினர். சாணியைத் தெளித்தனர். 'எழுந்து போ சூத்திரச்சியே! எழுந்துபோ! ஒரு உயிர் மற்றதை இப்படிச் செய்யலாமா?' என்று அவர்கள் ஏசினர். அதனாலேயே இன்றும் சில நாடுகளில் புதுமணப்பெண்ணைக் கூட்டிச் செல்லும்போது அவள்மீது மண்ணைத் தூவுகின்றனர். பழைய வழக்கத்தை நினைவுறுத்துவதாகவே இது இருக்கிறது என்றாலும் அதன் உண்மைப் பொருளை அறியமாட்டார்கள். அக்காலத்தில் 'அதர்மம்' என்று கருதப்பட்டது இன்று 'தர்மம்' என்று கருதப்படுகிறது. பின்னர் அவர்கள் வீடு கட்டிக்கொள்ளவாரம்பித்தனர்.

"அப்பொழுது ஒரு சோம்பேறி சமைப்பதற்காக அரிசிகொண்டு வர காலையும், மாலையும் இரண்டு வேளையும் ஏன் போக வேண்டும்? இரண்டு வேளைக்கும் சேர்த்து ஒரே தடவையாக அரிசி கொண்டு வந்தால் போதாதா?" என்று எண்ணினான். அவன் ஒரு நாளுக்கெல்லாம் ஒரே தடவையாக அரிசி கொண்டு வந்தான்.

"இன்னொருவன் முதலாமவனிடம் வந்து நாம் போய் அரிசி கொண்டு வருவோம் வா என்றழைத்தான். நான் முன்பே கொண்டு வந்துவிட்டேன் என்று அவன் பதிலளித்தான்."

"அப்பொழுது முதலாமவனைப் பார்த்து இரண்டாமவனும் ஒரு தடவையாக அரிசி கொண்டுவந்தான். அவர்களிருவரையும் கண்டு மூன்றாமவன் நான்கு நாட்களுக்குத் தேவையான அரிசியை ஒரே தடவையாகக் கொண்டு வந்தான்."

"அன்றிலிருந்து அனைவரும் தமக்குத் தேவையான அரிசியை ஒரே இடத்தில் சேர்த்து வைத்துச் சாப்பிடத் தொடங்கினர். அவர்கள் புரிந்த இந்தப் பாவ காரியத்தால் அரிசியின்மேல் உமியும் ஏற்படத் துவங்கிற்று. ஒருமுறை நெற்பயிர் அறுவடை செய்துவிட்ட பிறகு அந்த நிலத்தில் அல்லாமல் புதிய நிலத்தில் பயிர் செய்யவாரம்பித்ததால் வயல்கள் துண்டு துண்டாகத் தெரிந்தன".

அப்பொழுது அவர்கள் ஒன்றுகூடி 'நாம் செய்த பாவங்கள் பலனளித்துக்கொண்டிருக்கின்றன' என்று அலறினர். அவர்கள்

கழனிகளைப் பங்கிட்டுக் கொண்டு அவற்றினிடையே மேடுகளை உயர்த்தினர்.

"அப்பொழுது பேராசை கொண்ட ஒருவன் தனது பங்கைப் பத்திரமாகப் பாதுகாத்துக்கொண்டே அடுத்தவனின் பங்கைத் திருடித் தின்றுவிட்டான். அவனை மற்றவர்கள் பிடித்துக்கொண்டு 'நீ இந்தப் பாவச் செயல் புரிந்தாய்! இனி இப்படிச் செய்யாதே!' என்று அறிவுறுத்தினர். 'இரண்டாம் முறையும் அவனைப் பிடித்துக்கொண்டு மீண்டும் இப்பாவச் செயல் செய்கிறாயா?' என்று அதட்டினார். பிறகு எவனோ ஒருவன் அவனைக் கையால் அடித்தான். அடுத்தவன் கல்லாலும் மற்றொருவன் தடியாலும் அவனைத் தாக்கினார்கள். அப்பொழுதிலிருந்துதான் திருட்டு, வசைமொழி, பொய்ச்சொல், தண்டனை ஆகியவை வழக்கத்தில் வந்தன."

'அப்பொழுது எல்லோரும் ஒன்றுகூடி எல்லோரிலும் பாவ எண்ணங்கள் தோன்றியிருக்கின்றன. ஆகவே நாம் அனைவரும் ஒன்று சேர்ந்து ஒருவரைத் தேர்ந்தெடுத்துக் கொள்வோம். அவர் நமது தவறான செயல்களைக் கண்டிக்கட்டும். நாம் செய்ய வேண்டிய நல்ல செயல்களை எடுத்துச் சொல்லட்டும். சமுதாயத்திலிருந்து வெளி யேற்றப்பட வேண்டியவர்களை வெளியேற்றட்டும். நாமெல்லோரும் அவருக்கு நமது தானியத்திலிருந்து (செல்வத்திலிருந்து) பங்கு கொடுப்போம்!' என்று முடிவு செய்துகொண்டனர்.

"அப்பொழுது அவர்கள் தம்மில் நல்ல நிறமும், அழகும், வலிமையும் பொருந்தியவரிடம் சென்று நீங்கள் நல்லதையும் - கெட்டதையும் பாகுபடுத்திக் கூறுங்கள். கண்டிக்கத் தகுந்த செயல்களைக் கண்டியுங்கள். நல்ல செயல்களைச் சொல்லுங்கள். சமுதாயத்திலிருந்து வெளியேற்றப்பட வேண்டியவனை வெளியேற்றுங்கள். நாங்கள் எங்கள் தானியத்தில் பங்கு தருகிறோம், என்றனர். அவரும் 'நல்லது' என்று அவர்கள் சொன்னவைகளை யெல்லாம் ஒப்புக்கொண்டார். மக்கள் அனைவரும் சம்மதித்து அவனைத் தேர்ந்தெடுத்ததால் அவனுக்கு 'மகா சம்மதன்' என்னும் பெயரும் ஏற்பட்டது. க்ஷேத்திரங்களின் (வயல்களின்) அதிபதியானதால் அவனுக்கு 'க்ஷத்திரியன்' என்னும் பெயர் வந்தது. தர்மரீதியில் எல்லோரையும் மகிழ்வித்துக் கொண்டிருந்தால் அவனுக்கு 'ராஜன்' என்னும் மூன்றாவது பெயரும் ஏற்பட்டது."

புத்தரின் கருத்தில் சமுதாயச் செல்வத்தைத் தனியுடைமை யாக்குவதும், நிலத்தைப் பங்கிட்டுக்கொள்வதும் பாவச் செயல். மாபெரும் வீழ்ச்சி என்பது மேற்கூறிய அவரது சொற்பொழிவால்

தெளிவாகிறது. கால வெள்ளத்தில் கெட்ட விஷயமும் நல்ல விஷயமென்று கருதப்பட்டுவிடுகிறது. தனிச்சொத்துரிமை அவர்களைத் தம்மேல் ஒரு அரசன் ஆதிக்கம் செலுத்துவதற்காக ஏற்றுக் கொள்ளும்படி செய்துவிட்டது.

புத்தர் தனி நபரைக்காட்டிலும் சமுதாயத்தை மேலானதாக எண்ணினார். குறைந்தது நுகர் பொருள்கள் விஷயத்திலாவது அவர் சமுதாய நலம் தனி நபரின் நலத்தைவிட உயர்ந்ததென்று கருதினார். ஒரு தடவை புத்தரின் மாற்றாந்தாயான கவுதமி புத்தருக்கு இரண்டு புதிய கம்பளிப் போர்வைகளைத் தந்து, "இவைகளை நானே என் கைகளால் நூற்று நெய்தேன். ஏற்றுக்கொள்!" என்று வேண்டினாள். அதற்குப் புத்தர் "தாயே! இவைகளைப் பவுத்த சங்கத்திற்குத் தந்துவிடு. சங்கத்திற்குத் தருவதால் சங்கமும் கவுரவிக்கப்படுகிறது. நானும் கவுரவிக்கப்படுகிறேன்" என்று பதில் கூறினார். மீண்டும் வற்புறுத்தியபோது புத்தர் "நான் சங்கத்திற்கு அளித்த தானத்தைவிடத் தனி மனிதனுக்கு அளித்த தானம் உயர்ந்ததென்று எண்ணவில்லை" என்றார். (தக்கினா விபங்கி ஸுத்த (மஜ்ஜிம் நிகாய்) புத்தர் இங்கே தன்னை ஒரு தனி மனிதனாகக் கருதி, தன்னைக் காட்டிலும் பவுத்த சங்கத்திற்கே முக்கியத்துவம் அளித்துச் சங்கத்திற்கே கம்பளிப் போர்வைகளைத் தானமளிக்கச் செய்தார்.

'சங்க'த்திற்குப் புத்தர் எத்தனை முக்கியத்துவம் அளித்தார் என்பது பவுத்தத் துறவிகளுக்காக அமைக்கப்பட்ட விதிமுறைகளினால் புரிந்துகொள்ளலாம். சில விதிகளைப் பாருங்கள்.

"பவுத்த சங்கத்தில் மணை, படுக்கை, மெத்தைகளை உபயோகித்த பிறகு அவற்றை உள்ளே பத்திரமாக எடுத்து வைக்காமல் அப்படியே விட்டுச்செல்லும் பிட்சுக்கள் (துறவிகள்) குற்றவாளிகளாவர்,"

"நன்கு தெரிந்து சங்க நலனைத் தனி மனிதனின் நலனாக மாற்றுபவன் குற்றவாளியாவான்," *(பிட்சு பிரதிமோட்சம் (வினயபிடகம்)*

புத்தர் ஏற்றுக்கொண்ட பொருளாதாரப் பொதுவுடைமை தமது பிட்சுக்களின் சங்கத்திற்கு மட்டுமே தவிர்க்க முடியாததாக்கினார். சமுதாயம் முழுவதற்கும் அதை அமலாக்க அவர் முயற்சிக்கவில்லை. பிட்சுக்கள் (பவுத்தத் துறவிகள்) எட்டுப் பொருட்களை மட்டுமே தனிச் சொத்தாக வைத்துக்கொள்ளலாம்.

திருவோடு	*1*
ஆடைகள்	*3*

ஊசி	1
சவரக்கத்தி	1
பெல்ட்	1
நீர்க்குவளை	1

இவ்வெட்டுப் பொருள்களைத் தவிர மற்றெல்லாமுமே சங்கத்திற்கே சொந்தமானவையாகும். தனி நபர்கள் அவற்றைப் பத்திரமாகப் பாதுகாத்துக்கொண்டு பயன்படுத்திக் கொள்ளலாம். கீட்டாகிரி (காசியில்) ஒரு பவுத்த சங்கக் குடியிருப்பு (விஹாரம்) இருந்தது. அதிலிருந்த பிட்சுக்கள் விஹாரத்தையும், அதிலிருந்த பொருட்களையும் தம்மிடையே பங்கிட்டுக்கொண்டு விட்டனர். இதைக் கேள்வியுற்றதும் புத்தர் அவர்களைச் சாடினார். "அந்தத் தறுதலைகள் சங்கச் சொத்துக்களான படுக்கைகளையும் விரிப்புகளையும் எப்படிப் பங்கிட்டுக் கொள்ளலாம்? கீழ்க்காணும் ஐந்தும் பங்கிடப்பட முடியாதவை. பங்கிடக்கூடாதவை. அவை பங்கிடப்பட்டாலும் பங்கிடப்படாதவையேயாகும். 1) பூங்காக்களும், ஓய்வு விடுதிகளும், 2) பவுத்த விஹாரமும் அதன் இல்லமும் 3) கட்டில், மணை, மெத்தை, தலையணை, 4) செப்புக்குடம், உலோக வாணலி, கோடாரி, மண்வெட்டி, 5) மூங்கில், புல், மண், மரத்தினாலான பாத்திரங்கள் மண்பாண்டங்கள்."

ஒரு துறவி இறந்த பின்னர் அவருக்குச் சொந்தமான எட்டுப் பொருள்களும் அவருடைய சீடனுக்கல்லாமல் பவுத்த சங்கத்திற்கே சேரும். ஆனால் நோய்வாய்ப்பட்ட நிலையில் பிட்சுவுக்குச் சிரத்தையுடன் பணிவிடை செய்திருந்தால் அவருடைய பொருள்களிலிருந்து மூன்று ஆடைகளும் பாத்திரங்களும் சீடனுக்குத் தந்துவிட வேண்டும்.

சீடனுக்கு அவற்றை அளிக்கும் நிகழ்ச்சியைப் பற்றிக் கூறப்பட்டிருப்பதாவது: "இறந்துவிட்ட துறவிக்குப் பணிவிடை செய்த சீடன் பவுத்த சங்கத்திடம் சென்று 'மதிப்பிற்குரியோரே... பெயருடைய பிட்சு இறந்துவிட்டார். இவை அவருடைய மூன்றாடைகளும், பாத்திரங்களாகும்' என்று விண்ணப்பித்துக் கொள்வான். பிறகு மற்றொரு திறமையான பிட்சு சங்கத்திற்கு 'வழிபாட்டிற்குரிய சங்கமே! நான் கூறுவதைக் கேள்...! பெயருடைய பிட்சு இறந்துவிட்டார். இவை அவருடைய மூன்றாடைகளும், பாத்திரங்களுமாகும். சங்கம் உசிதமென்று கருதினால் இவைகளை அந்தத் துறவிக்குச் சேவை புரிந்தவனுக்குத் தரலாம். இது உனக்குத் தெரிவிக்கப்பட்ட தகவலாகும்" என்று யோசனை கூறுவார்.

இதன்பிறகு அடிப்படைத் தீர்மானம் முன்மொழியப்படும். அதை அனுஸ்ராவனம் என்றனர். "மதிப்பிற்குரிய பவுத்த சங்கத்தோரே, நான் கூறுவதைக் கேளுங்கள்... பெயருடைய பிட்சு இறந்துவிட்டார். இவை அவருடைய மூன்றாடைகளும் பாத்திரங்களுமாகும். இவைகளைச் சங்கம் மறைந்த துறவிக்குப் பணிவிடை புரிந்த சீடனுக்கு வழங்குகிறது. இதை ஏற்றுக்கொள்பவர்கள் மவுனமாக இருப்பார்களாக! ஒப்புக்கொள்ளாதவர்கள் மறுத்துச் சொல்வார்களாக!"

சங்கத்தினர் முன்பு இதுவே மூன்று முறை மீண்டும் மீண்டும் கூறப்படும். இத்தீர்மானத்தை ஒப்புக்கொள்ளாதவர்கள் அதற்குள் தமது எதிர்ப்பைத் தெரிவிக்கலாம். ஒருமித்த கருத்தில்லாவிடில் இரண்டு வண்ணம் கொண்ட கட்டைத் துண்டுகளால் ஓட்டெடுப்பு நடைபெறும். தீர்மானம் மூன்று தடவையும் கூறப்பட்ட பின்னரும் எவரும் மறுப்பு தெரிவிக்கவில்லையென்றால் தீர்மானத்தை அறிவித்தவர், "எல்லோருமே மவுனமாக இருப்பதால் இந்தத் தீர்மானம் அங்கீகரிக்கப்பட்டதாக நான் கருதுகிறேன்" என்று தீர்மானம் நிறைவேறியதாக அறிவிப்பார்.

இறந்த துறவிக்குப் பணிவிடை செய்த சீடன் இந்த மூன்றாடைகளையும் பாத்திரங்களையும் எடுத்துக்கொண்டு தன்னுடைய தனிச் சொத்துக்களைப் பெருக்கிக்கொண்டுவிட முடியாது. காரணம், அவன் எட்டு பொருட்களுக்கும் அதிகமாக தன்னிடம் வைத்துக்கொள்ளக் கூடாது. அவன் புதியபொருட்களை வாங்கிக்கொண்டால் தன்னிடமுள்ள பழைய பொருட்களைச் சங்கத்திற்குச் திருப்பித் தந்துவிட வேண்டும்.

இவ்விதம் புத்தர் பொதுவுடைமையை ஒரு குறுகிய அளவில் துறவிகளின் சங்கத்தில் மட்டும் - அமல்படுத்த விரும்பினார். ஆனால் அது நடக்கவில்லை. புத்தர் மறைந்த நூறாண்டுகளுக்குள்ளேயே பிட்சுக்களிடையே தனிச் சொத்துரிமை வளரத் தொடங்கிவிட்டது. இன்று அவர்களிடையே பொதுவுடைமை பெயரளவுக்குக் கூட இல்லை. இப்படி வெற்றி பெறாததற்குக் கீழ்க்காணும் காரணங்களைக் கூறலாம். அக்காலத்தில் வளர்ந்து கொண்டிருந்த அடிமைத்தனம் நிறைந்த நிலப்பிரபுத்துவ பொருளாதாரச் சூழ்நிலைக்குப் புத்தரின் பொதுஉடைமை ஒத்துவரவில்லை. அவரது பொதுவுடைமை உற்பத்திப் பொதுவுடைமையல்ல. வினியோகப் பொதுஉடைமை மட்டுமேயாகும். சமுதாயம் பூராவும் தனியுடைமையைக் கொண்டிருந்தபோது அதன் ஒரு சிறு பகுதியான பிட்சு சங்கத்தில் மட்டும் அதை அமலுக்குக் கொண்டு வருவது இயலாத காரியமாகும்.

5. தொழில்களும் வணிகமும்

இக்காலத்தில் குடிசைத்தொழில்கள், மாடு வளர்ப்பு, பண்டமாற்று, விவசாயம் மட்டுமல்லாமல் உலோகத் தொழில்களும் துவங்கி வளர்ந்துகொண்டிருந்தன. வேட்டையாடுவதும், பழங்களைச் சேகரிப்பதும் பழங்குடிகளுக்குரிய வேலைகளாகிவிட்டன. அப்படிப்பட்ட பழங்குடிகள் இன்றும் இருக்கின்றனர். அவர்கள் காட்டுமிராண்டி வாழ்க்கையிலிருந்து முன்னேறவில்லை.

1. மாடு வளர்ப்பு: ஆடுகள், செம்மறியாடுகள், மாடுகள், எருமைகள், குதிரைகள், கழுதைகள் ஆகியவை அந்தந்த நாட்டைப் பொறுத்து மாடு வளர்ப்பில் அடங்கியிருந்தன. இனக்குழுக்களின் காலத்தில் மனிதன் மாமிசம், தோல் ஆகியவற்றின் பயனை மட்டுமே அறிந்திருந்தான். ஆனால் இப்பொழுது பால், நெய், சவாரியின் உபயோகத்தை தெரிந்துகொண்டான். இவைகளில் குதிரையைத் தவிர மற்றவை அனைத்தும் ஆப்பிரிக்காவில் இருக்கின்றன. ஆகவே இவைகளை வளர்ப்புப் பிராணிகளாக்கும் பணியை எகிப்தியரே துவக்கி இருக்கலாம்.

2. விவசாயம்: எகிப்தியர் காட்டு ஜவ்வரிசியிலிருந்து ஜவ்வரிசிப் பயிர் எப்படிச் செய்தனர் என்பதை ஏற்கெனவே குறிப்பிட்டோம். ஆரியர்கள் மிகப் பிற்காலத்தில் சுமார் கி.மு. 2000ஆண்டுகளில் இந்தியாவுக்கு வந்தனர். ஆனால் அதற்கு முன்பே (கி.மு.3000 ஆண்டில்) அடிமை - நிலப்பிரபுத்துவ நாகரிகம் சிந்துப் பள்ளத்தாக்கில் பரவியிருந்தது. அக்கால மக்கள் நெற்பயிர் செய்து வந்தனர். கி.மு.1500ஆம் ஆண்டு வரையும்கூட இந்திய ஆரியர்களுக்குத் தோட்டவளர்ப்பு தெரியாமலிருந்தது. ஆனால் மற்ற இன மக்கள் இதை அறிந்திருந்தனர். மனிதன் தானியங்களைப் பயிர் செய்வதற்கு முன்பு பழச் செடிகளை வளர்க்கத் தொடங்கியிருந்தான் என்று ஏங்கெல்ஸூம் கூறியிருக்கிறார்.

3. பண்டமாற்று: ஒவ்வொரு யுகத்திலும் மிகுதிப் பொருட்களும், உபயோகப் பொருட்களும் பண்டமாற்று செய்யப்பட்டன. ஆனால் இப்பொழுதோ சமூக நலத்திற்குப் பதில் தனி மனிதனின் தன்னலம் நிலைபெற்றுவிட்டிருந்தது. இதனால் விரைவில் அழிந்துபோகும் பொருட்களைக் கொடுத்து நிலையான பொருட்களை வாங்கிக்கொள்ள வேண்டுமென்றும், குறைந்த மதிப்புடைய பொருட்களைத் தந்து அதிக மதிப்புள்ள பொருட்களைப் பெற்றுக்கொள்ள வேண்டுமென்றும் ஒவ்வொருவரும் விரும்பிக் கொண்டிருந்தனர். பண்டமாற்றில் முதலில் விலங்குகள் - ஆரியர்களில் பசுக்கள் - முக்கிய இடத்தை வகித்தன.

இப்பொழுது செம்பும் கண்டுபிடிக்கப்பட்டதால் பல்வேறு நிறையுடைய செப்புத்துண்டுகள் இன்றைய நாணயங்கள் போல் பண்டமாற்றுக்காகப் பயன்படுத்த வாரம்பித்தனர். பண்டமாற்று மிகவும் வளர்ந்துவிட்ட நிலையிலும் ஒரு உற்பத்தியாளன் மற்றொரு உற்பத்தியாளனிடம் நேரில் சென்று பண்டமாற்று செய்து கொண்டிருந்தான். இருவருக்குமிடையே வியாபாரிகளின் வர்க்கம் அப்போதைக்குத் தோன்றியிருக்கவில்லை.

4. உலோகத் தொழில்கள்: மிகக் கடினமான கற்களையும், பாறைகளையும் தேடிக் கொண்டிருந்த மனிதனுக்கு ஏறக்குறைய முழுமையான செப்புத் துண்டுகள் கிடைத்தன. செப்பின் சிறந்த வலுவான கூர்மையின் பயனைப் புரிந்துகொள்வதில் அவனுக்கு நீண்டகாலம் பிடிக்கவில்லை. புராதன எகிப்தியருக்கும், மெஸப்படோமியா சிந்துப் பள்ளத்தாக்கின் மக்களுக்கும் இரும்பைப் பற்றி ஒன்றுமே தெரியாது. இப்பிரதேசங்களில் நிகழ்த்தப்பட்ட அகழ்வாராய்ச்சிகளில் கிடைத்த உலோகப் பொருட்களெல்லாம் செப்புப் பொருட்களேயாகும். கி.மு. 3000ஆம் ஆண்டுகளில் இந்திய ஆரியர் சிந்துப்பள்ளத்தாக்கிற்கு வந்தபோது அவர்கள் இரும்பை அறியமாட்டார்கள். சம்ஸ்கிருத இலக்கியத்தில் கி.மு. நான்காம் மூன்றாம் நூற்றாண்டுகளிலும்கூடச் செப்பையே 'இரும்பு' என்று குறிப்பிட்டு வந்தனர். இலங்கையில் ஒரு மாபெரும் மடம் இருந்தது. அதன் மேல்தளம் செப்பினால் போடப்பட்டதென்றாலும், 'இரும்பு மாளிகை' என்றே சொல்லி வந்தனர். இப்பொழுது 'அயஸ்' என்னும் சொல் சமஸ்கிருதத்தில் மட்டுமல்லாமல் மேற்கு ஐரோப்பிய மொழிகளிலும்கூட (அயஜன், அயரன்) பயன்படுத்தப்படுகிறது. ஆனால் வேத காலத்தில் செப்புக்கே 'அயஸ்' பயன்படுத்தப்பட்டது. இரும்பு கண்டுகொண்ட பிறகு செப்புக்கும் 'இரும்பு' என்னும் சொல்லே நிலைபெற்றுவிட்டது. முதலில் செப்பை 'தாமிர அயஸ்' என்றும், இரும்பை 'கிருஷ்ண அயஸ்' என்றும் கூறிவந்தனர். ஆனால் மெள்ள மெள்ள செப்புக்கு 'தாமிரம்' என்றும், இரும்புக்கு 'அயஸ்' என்றும் நிலைபெற்றுவிட்டன. சமஸ்கிருதத்தில் 'உலோகம்' என்றால் 'செந்நிறம் கொண்டது' என்றும் பொருளாகும். செப்புக்கே இதுமிக அதிகமாகப் பொருந்தும். ஆனால் கால வெள்ளத்தில் அதையும் உலோகம் என்றே சொல்லத் தொடங்கி விட்டனர்.

கி.மு. 1500-இல் பித்தளையும், கி.மு. 1400-இல் இரும்பும் கண்டுபிடிக்கப்பட்டதாகக் கூறப்படுகிறது. இது உண்மையானால் இவ்விரண்டு உலோகங்களும் நாகரிகயுகத்தைச் சேர்ந்த நிலப்பிரபுத்துவ காலத்தின் கண்டுபிடிப்புகளாகின்றன.

செப்பின் கண்டுபிடிப்பும் சமுதாயத்தில் மாறுதலைக்கொண்டு வந்தது. பலவிதமான ஆயுதங்களும், பாத்திரங்களும், எகிப்தில் வர்ணங்களும்கூடச் செப்பினால் தயாரிக்கப்பட்டன. செப்பினாலான பொருட்கள் பெருகியவாறு இருந்தன. இவற்றின் உபயோகங்களும் பலவாறாக இருந்தன. இவைகளால் உலோகத் தொழில் ஒரு சிறப்பான உருவத்தைப் பெற்றது. அடிமைச் சமுதாய காலத்திற்கெல்லாம் உலோகத் தொழில் குறிப்பிடத்தகுந்ததாகி விட்டது. செப்புத் தொழில் செய்து கொண்டிருந்தவர்களே பிற்காலத்தில் இரும்புத் தொழில் புரியவாரம்பித்தனர். திபேத், இமாலய பகுதிகள், இந்தியாவின் பல பிரதேசங்களிலும் கருமார் பழங்குடிகளாகவே கருதப்படுகின்றனர். அவர்களில் பலர் இன்றும் ஊர் சுற்றிகளாகவே இருக்கின்றனர். இதனால் அவர்கள் இத்தொழிலை மிகப் பழங்காலத்திலேயே கற்றுக்கொண்டார்களென்பது தெரிகிறது. சோட்டா நாக்பூர், மத்தியப்பிரதேசம் ஆகிய பகுதிகளில் பழங்குடிகளின் குடியிருப்புகளுக்கு அருகில் கிடக்கும் உலோகக் குப்பை கூளங்கள் இவ்விஷயத்தையே வலியுறுத்துகின்றன.

உலோகங்கள் கண்டுபிடிக்கப்பட்ட பிறகும் நீண்ட காலம்வரை கல்லாலான ஆயுதங்களையே உபயோகித்து வந்தார்களென்பதை ஏற்கெனவே குறிப்பிட்டோம். இன்று துப்பாக்கிகள், ரிவால்வர்கள் போன்ற நவீன ஆயுதங்கள் தயார் செய்யப்பட்டு விற்கப்பட்டு வருகின்றன என்றாலும் நம் நாட்டிலும் மற்ற நாடுகளிலும் உள்ள ஆதிவாசிகள் வில்-அம்புகளையே உபயோகித்து வருகிறார்கள். இங்கே ஆயுதங்களின் விலை, மதிப்பு என்னும் பிரச்சினையும் எழுகிறது. இந்தியாவில் புராதன குடியிருப்புகளின் அகழ்வாராய்ச்சிகளில் (உதாரணம் பீட்டா, அலகாபாத்) கி.மு. ஐந்தாம் நான்காம் நூற்றாண்டு வரையிலும் கல்லாலான ஆயுதங்கள் வீடுகளிலும் காணப்பட்டன. அக்காலம் வரையிலும் கூட ஆங்காங்கே கல்லாயுதங்களையே பயன்படுத்தி வந்தனர். என்றாலும் வியப்படையத் தேவையில்லை. கி.பி. 1066-இல் இங்கிலாந்தில் நடைபெற்ற 'ஹேஸ்டிங்ஸ்' யுத்தத்தில் கற்கோடாரிகள் பயன்படுத்தப்பட்டதைக் குறிப்பிட்டுள்ளோம்.

செப்புப் பாத்திரங்களுடன் கூடவே மண்பாத்திரங்களும் இதே காலத்தில் தயாரிக்கத் துவங்கினர். பிற்காலத்தில் இதுவே ஒரு பிரத்தியேகத் தொழிலாக வளர்ந்தது. என்றாலும் திபேத் போன்ற பிரதேசங்களில் ஒவ்வொரு குடும்பத்தாரும் தமக்குத் தேவையான மண்பாண்டங்களைத் தாமே தயார் செய்து கொள்வதையும் பார்க்கிறோம்.

6. வர்க்க வேற்றுமையின் தோற்றம்

புராதன கம்யூன் (பொதுவுடைமைச் சமுதாய) காலத்தில் தனிச் சொத்துடைமையும் இல்லை; தனி மனிதன் சமுதாயத்திலிருந்து தன்னை வேறுபடுத்தி நினைத்துக்கூடப் பார்க்கவில்லை. உற்பத்தியும் சமுதாய பூர்வமாகவே இருந்தது. அதைச் சமுதாயம் பூராவுமே அனுபவித்தது. அங்கே வர்க்கங்கள் இல்லை. ஒரு வர்க்கத்தின் ஆட்சியும் இல்லை. ஆனால் இப்பொழுது நாம் இன்னொரு உலகத்திற்கு வந்துவிட்டிருக்கிறோம். ஜனநாயகத்திற்குப் பதிலாக ஒரு நபரின் - பிதுரரின் - தலைமையும் அத்துடன் அளவிடற்கரிய செல்வத்தின்மீது தனியுடைமையும் ஏற்றுக்கொள்ளப்பட்டிருந்தன. பழங்களைச் சேகரித்தல், வேட்டையாடுதல் போன்ற நிச்சயமற்ற வாழ்க்கைத் தொழில்களுக்குப் பதில் மாடு வளர்ப்பு, விவசாயம் போன்ற நிச்சயமான வாழ்க்கைச் சாதனங்கள் கிடைத்திருந்தன. இதனால் மனிதர்கள் பஞ்சத்திற்கும் பயங்கர நோய்களுக்கும் பலியாவது நின்றுவிட்டது. அதுவுமல்லாமல் பண்டமாற்று, குடிசைத் தொழில்கள், உலோகத் தொழில்கள் ஆகியவற்றால் தனியுடைமை வளர்வதற்குப் பாதை செப்பனிடப்பட்டுவிட்டது. புராதன பொதுஉடைமைச் சமுதாயத்திலும், இனக்குழுச் சமுதாயத்திலும் பொருளுற்பத்தி மிகவும் நிதானமாக நடைபெற்று வந்தது. ஆனால் இப்பொழுது புதிய தொழில்கள், புதிய ஆயுதங்கள் புதிய உலோகங்கள் மனிதனுடைய கைகளுக்குக் கிடைத்துவிட்டதால் பொருளுற்பத்தியைப் பன்மடங்கு பெருக்கவும் முடிந்தது. வாழ்க்கையை அதிக செல்வச் செழிப்பானதாக்கவும் முடிந்தது. புராதன பொதுவுடைமைக் காலத்திலும் இனக்குழுக் காலத்திலும் மக்கள் சிறுசிறு கூட்டங்களாக இருந்து வந்தனர். மக்கள் தொகையும், வாழ்க்கைத் தேவைச் சாதனங்களும் வளர வளரப் பல்வேறு குழுக்களிலும் பேராசையும் மற்றவர் செல்வத்தைக் கொள்ளையடிக்கும் தன்மையும் அதிகமாயின. இதனால் தோன்றிய போர்களில் தொகையிலும், கட்டுப்பாட்டிலும் சிறந்த மக்கள் குழுவே வெற்றிபெற முடியுமாதலால் தந்தை வழிச் சமுதாயம் தோன்றியதென்பதை ஏற்கெனவே குறிப்பிட்டுள்ளோம். தனியுடைமைச் செல்வத்தைப் பெருக்கிக்கொள்ளும் அசுரப் போட்டியில் மகா பிதுரர்கள் சிறந்த வாய்ப்பு பெற்றிருந்தனர். அவர்கள் ஆடு, மாடுகள், கழனி, கால்வாய்கள், இன்னபிற செல்வம் பெருக்கும் சாதனங்களையெல்லாம் அவர்களே அதிகம் வைத்திருந்தனர். அவர்கள் ஆடு, மாடுகள் இல்லாதவர்களைக் கழனி, கால்வாய், இல்லாதவர்களை உணவும், ஆடையும் தந்து தமது வேலையில் ஈடுபடுத்த முடியும். அவர்களுடைய உழைப்பின் பலனை அவர்களால் தமக்கு அனுகூலமாக

மாற்றிக்கொள்ள முடியும். பண்டமாற்றுப் பொருள்களின் தேவை அதிகமானதால் அவற்றை உற்பத்தி செய்யும் தேவையும், அதற்காக உழைப்பின் தேவையும் அதிகமாக இருந்தது. என்றாலும் இந்தப் பணியாட்களை சம அந்தஸ்துள்ளவர்களாக நடத்தி இருக்க முடியாது. அக்காலத்தில் புதிய கழனிகளை உருவாக்க விசாலமான காடுகள் இருந்தன. வேட்டையாடுவதும், காடுகளிலிருந்து கிழங்கு வகைகள் கிடைப்பதும் நின்றுவிடவில்லை. இதனால் பணியாட்கள் கிடைப்பதும் அவ்வளவு சுலபமாக இருக்கவில்லை.

உழைப்பின் இந்தத் தேவையால் மற்றொரு பெரும் மாறுதல் நிகழ்ந்தது. அதற்கு முன்புவரை போரில் தோற்றுப்போன பகைவர்களைக் கொன்று சாப்பிட்டுக் கொண்டிருந்தனர். அல்லது கொன்று குவித்துக்கொண்டிருந்தனர். அதுவரை 'போர்க் கைதிகளா'க்கும் வழக்கம் இல்லாமலிருந்தது. மனிதன் தனது சொந்தக்காரர்களைக் கொன்றவர்களைப் பழி வாங்க வேண்டுமென்றே எப்பொழுதும் சிந்தித்துக்கொண்டிருந்தான். அப்படிப்பட்ட சமூக உறவுகள் அக்காலத்தில் நிலவி வந்தன. அப்படிப்பட்ட சூழ்நிலையில் யாராவது போர்க்கைதிகளை உட்கார வைத்துச் சாப்பாடு போட்டுக் கொண்டிருப்பார்களா? ஆனால் இப்பொழுது நிலைமை மாறிவிட்டிருந்தது. விவசாயம், மாடுவளர்ப்பு, கைத்தொழில்கள், உலோகத் தொழில்கள் ஆகியவற்றைச் செய்ய எல்லா இடங்களிலும் அதிகமான மக்கள் தேவைப்பட்டனர். சில ஆண்டுகளுக்கு முன்புவரைகூட இங்கிலாந்திலும் மற்ற நாடுகளிலும் முயல்களையும் மூஞ்சூறுகளையும் சாப்பிடுவதற்கென்றே வளர்த்து வந்தனர். ஆனால் அவற்றின் மாமிசத்தைவிடத் தோல் அதிக மதிப்புள்ளதாகி விட்டபோது, மக்கள் தோலுக்காகவென்றே அவைகளைப் பெரும் அளவில் வளர்க்கத் தொடங்கிவிட்டனர். இவ்விதம் காலத்தை யொட்டி மக்களது மனநிலையில் மாற்றம் தோன்றிவிட்டது. அதேபோல் அக்காலத்தில் போர்க்கைதிகளைக் கொன்று போடுவதைக் காட்டிலும் அவர்களைக் கைதிகளாக வைத்து வேலை வாங்குவது அதிக லாபகரமான தென்பதைப் புரிந்துகொண்டனர். இவ்விதம் தந்தை வழிச் சமுதாயக் காலத்தில் அடிமை முறை ஆரம்பமாயிற்று. அப்படியே பிற்காலத்தில் 'அடிமைகள் - எஜமானர்கள்' என்னும் இரண்டு வர்க்கங்கள் நிலைபெற்றுவிட்டன.

ஆகவே உற்பத்தியைப் பெருக்கி புதிய செல்வத்தைச் சேர்த்து பணக்காரர்களின் ஒரு வர்க்கம் நிலைத்துவிட்டது. இந்தப் பணக்கார வர்க்கம் தனது பொருளாதார செல்வாக்கின் பலத்தால் அரசியல் அதிகாரத்தை ஒரு வம்சத்திற்குரியதாக்க முயற்சிக்கத் துவங்கியது. ஒரு குறிப்பிட்ட இனக்குழுவினர் ஒரே கோத்திரத்தைச் சேர்ந்தவர்களாக

இருந்தாலும் அவர்களிடையே முன்னைப் போன்ற சமத்துவமோ, பழைய சகோதரத்துவமோ இருக்க முடியாது. இப்பொழுது ஒருபுறம் பணக்கார ஆட்சியாளர் வர்க்கமும், மறுபுறம் ஏழை ஆளப்படும் வர்க்கமும் தெளிவாக உருப்பெற்றுக் கொண்டிருந்தன. முதலில் எந்த ஒரு ஆட்சியாளர் வர்க்கமும் இல்லையென்றாலும் சமூகச் செல்வத்தின் சொந்தக்காரர்களான எல்லா மக்களுமே ஆயுதந்தாங்கி இருந்தனர். அவர்கள் தமது உரிமைகளைத் தனி நபர்களிடம் ஒப்படைத்துவிட்டுப் பொருளாதார அடிமைத்தனத்தை ஏற்றுக்கொள்ளத் தயாராயிருக்க வில்லை. இதனால் புதிய ஆட்சியாளர் வர்க்கம் எத்தனையோ ரத்தக் களரிகளை நிகழ்த்த வேண்டி இருந்தது. அதன் பின்னரே முதல் வர்க்க அரசு நிலை பெறமுடிந்தது.

இதுவரை பல்வேறு தொழில்கள் வீட்டிற்குள்ளேயே அதைச் சேர்ந்த மனிதர்களால் இயங்கி வந்தன. ஆனால் அவை இப்பொழுது எண்ணிக்கையிலும், நுட்பத்திலும் எவ்வளவோ வளர்ந்து விட்டிருந்தன. ஒவ்வொரு குடும்பமும் நல்ல நல்ல துணிமணிகள், மரச்சாமான்கள், உலோகச் சாமான்கள், மண்பாண்டங்கள் ஆகிய ஆயிரக்கணக்கான பொருட்கள் தயார் செய்யும் நிலையில் இருந்தது. இப்பொழுது பல்வேறு விதமான தொழில்கள் நடைபெற்று வந்ததால் அவை குறிப்பிட்ட தனி மனிதர்களைச் சேர்ந்தவைகளாக இருக்கவில்லை. இதனால் நிரந்தர உழைப்புப் பிரிவினை அவசியமாகிவிட்டது. இவ்விதம் கைத்தொழில்கள் விவசாயத் திலிருந்து வேறுபடுத்தப்பட்டுவிட்டன. மெள்ளமெள்ள தொழிலாளர் களின் ஒரு தனிப் பிரிவு உருவாயிற்று. இந்த உழைப்புப் பிரிவினையால் உற்பத்தி அதிக அளவில் பெருகத் தொடங்கியது. நல்ல பொருட்களும் தயாராகவாரம்பித்தன. மக்களுக்குப் போதிய பொருட்கள் சுலபமாகக் கிடைக்கத் துவங்கின, தொழிலாளர்களுக்கு நிச்சயமான வேலைகிடைத்தது. ஆனால் உற்பத்தியின் பலன் எல்லோருக்கும் சமமாகக் கிடைக்கவில்லை. இதனால் வர்க்க பேதங்களும், வர்க்கப் பகைமையும் நாளுக்கு நாள் வளர்ந்துகொண்டே போயிற்று.

7. ஆட்சி

ஒருநாட்டின் ஆட்சி முறையின் மீது அச்சமுதாயத்தின் முத்திரை பதிகிறது. தந்தைவழிச் சமுதாயத்தில் வளர்ந்து கொண்டிருந்த வர்க்க வேற்றுமையின் செல்வாக்கு ஆட்சியமைப்பின் மேல் விழுவது இயற்கையே. சமுதாயச் செல்வத்தின் இடத்தில் தனியுடைமைச் சொத்து மிகவும் நிதானமாகவும், சிறிய அளவிலும் ஆரம்பமாகியது.

இதன் பின்னால் புதிய ஆயுதங்களும், புதிய உற்பத்திச் சாதனங்களும் பெரும் பங்கு வகித்தன என்பதையும் குறிப்பிட்டோம். மக்களுக்கு சமூக வாழ்க்கைப் பழக்கம் இருந்தும், சமூக வாழ்க்கையில் ஒருவிதமான பற்றும் பாசமும் இருந்தும், எதார்த்த நிலைமையின் முன்னால் உணர்ச்சி வேகம் வலுவற்றதாக இருப்பதைப் போலவே சமூக வாழ்வும் பலவீனமாயிற்று. இதன் காரணமாகவே தாய் வழிச் சமுதாய அமைப்பும் மறைந்துவிட்டது. அதுவரை ஆட்சி அமைப்பு மக்களது வாழ்வுடன் இரண்டறக் கலந்திருந்தது. இப்பொழுது அது மக்களிடமிருந்து பிரிந்து 'பிதுரரி'டத்தில் (தலைவரிடத்தில்) அடைக்கலம் புகுந்துகொண்டது. தனிச் சொத்துரிமையால் தனி நபர்களுடன் உற்பத்தியின் தொடர்பு ஏற்பட்டுவிட்டது. முழு சமுதாயத்துடன் அதற்கு எவ்விதத் தொடர்புமில்லை. ஆட்சியமைப்பின் பணி ஆட்சி புரிவது மட்டுமே ஆகிவிட்டது. வாழ்க்கைச் சாதனங்கள் முன்பு சமுதாயம் பூராவுக்கும் சொந்தமாக இருந்தன. அதனால் மக்களே தமக்குள் உபதேசத்தாலும் தண்டனையாலும் அவைகளைப் பாதுகாத்துக் கொண்டிருந்தனர். வெளிப்பகைவர்களிடமிருந்து போர்கள் மூலமும், சமரஸ உடன்படிக்கைகள் மூலமும் வாழ்க்கைச் சாதனங்களைப் பாதுகாத்துக்கொண்டிருந்தனர். ஆனால் இப்பொழுது வாழ்க்கைச் சாதனங்கள் தனியுடைமையாகி விட்டதால் ஆட்சியமைப்பு சமுதாயத்துக்குள்ளிருந்தும், வெளியிலிருந்தும் அவைகளைப் பாதுகாக்க நேரிட்டது. இவ்விதம் மக்களிடமிருந்து வேறுபட்டும், அவர்கள்மேல் அதிகாரம் செலுத்துவதாகவும் ஆட்சியமைப்பு நிலைபெற்றது. இதுவே அரசின் முதல் தோற்றமாகும். அரசின் தோற்றம் வர்க்க வேற்றுமையுடன் ஆரம்பமாயிற்று. அரசு என்பது அனாதி காலத்திலிருந்து இருந்து வருவதல்ல. அது பிற்காலத்தில் தோன்றியதுதான் என்பது இதிலிருந்து தெளிவாகிறது.

பொருளுற்பத்திக்கான உழைப்பும், தேவைகளும் பலவாறாக ஆக ஆக, பரம ஏழைகளாகவும் பஞ்சைகளாகவும் ஆகும் வாய்ப்புக் குறையக் குறைய செல்வம் சம்பாதிக்க வேண்டுமென்ற போட்டி வளர வளர ஒரு வர்க்க அரசு தெளிவாக நிலைபெற்று வந்தது. இதனாலேயே முதலில், தான் எதை நோக்கிச் சென்றுகொண்டிருக்கிறேன் என்பது மனிதனால் புரிந்துகொள்ள இயலவில்லை. முதலில் சமுதாய மக்களின் ஒன்றுபட்ட பலமே சக்தி வாய்ந்ததாக இருந்தது. அங்கே தனி மனிதனுக்குச் சொற்ப முக்கியத்துவமே இருந்ததற்கும் அவன் சமுதாயம் பூராவுக்கும் சேவை செய்ததேயாகும். தனிமனிதனின் தகுதி, திறமை, அறிவு, ஆண்மை, வீரம் ஆகியவை சமுதாயத்தின் பிரிக்க முடியாத பகுதிகளாக இருந்ததனால்தான் அவனுக்குச் சமுதாயத்தில் ஓரளவு முக்கியத்துவம் இருந்தது. ஆனால் இப்பொழுது தனிநபர்

என்னும் முறையிலேயே சமுதாயத்தையே தாழ்வடையச் செய்து வளரத் தொடங்கினான். அவனுடைய வளர்ச்சிக்கும் அவனுடைய உடற்சக்தியும், மனவலிமையும் தவிர தனிச்சொத்தும் முக்கிய அங்கமாகிவிட்டது. இப்பொழுது ஆட்சியாளரிடம் தமது அடியாட்களுக்கு உணவு, உடை அளிக்கவும் பரிசுகள் வழங்கவும் நிறைய பொருள் வசதிகள் இருந்தன. ஏழை வர்க்கத்தினரை அவர்கள் இவ்வாயுதம் கொண்டே தமது வலையில் சிக்க வைத்துக்கொண்டிருந்தனர். பணக்கார வர்க்கத்தினருக்குள்ளேயே போட்டியும் பொறாமையும் இருந்தாலும் அவர்கள் எல்லாருடைய நலனும் ஒன்றாக - சமூகச் செல்வத்தைத் தனியுடைமையாக்கிக் கொள்வதாக இருந்ததால், அவர்கள் தமக்குள் ஒருவிதமான சமரஸம் செய்துகொண்டிருந்தனர். தனியுரிமைக்குப் பாதகம் ஏற்படும் வகையில் எந்த ஆட்சியாளனும் காரியமாற்றக் கூடாது என்னும் விஷயத்தில் எல்லாச் சுயநல வர்க்கங்களும் தமக்குள்ளிருக்கும் பகைமைகளை மறந்து ஒன்றுபடுவதற்குத் தயாராக இருந்தன.

இப்புதிய ஆளும் வர்க்கத்திற்கு இன்னொரு வசதியும் இருந்தது. இதற்கு முன்பு இனக்குழு நிர்வாகப் பொறுப்பில் இருந்தவர்கள் நிர்வாகத்தைப் பார்த்துக்கொண்டே தமது உடலுழைப்பினாலேயே தமது சொந்தத் தேவைகளைப் பூர்த்தி செய்துகொண்டிருந்தனர். அவர்களிடம் போதிய காலமோ உடல் வலிமையோ, செல்வமோ எஞ்சி இருக்காததால் அவர்களால் சிந்தனை, கலை போன்ற விஷயங்களில் நாட்டம் செலுத்த முடியவில்லை. ஈரான் நாட்டு ‘தேவகன்’ கதையாலும், புத்தரின் ‘அரசன்’ கதையாலும் இப்பொழுது பிதுரரின் வாழ்க்கைத் தேவைகள் பூர்த்தி செய்யும் பொறுப்பு சமுதாயத்தின்மேல் விழுந்தது என்று தெரிகிறது. கூலி பெற்றுக்கொண்டிருந்த பரிதாபத்திற்குரிய தொழிலாளர்களும், இனாமாகக் கிடைத்த வளர்ப்பு மிருகங்களைப்போல் வேலை செய்துகொண்டிருந்த போர்க்கைதிகளும் அடிமைகள் உருவத்தில் மற்றவர்களின் காரியங்களைச் செய்யத் தயாராக இருந்தனர். இப்பொழுது ஆட்சியாளர்களிடம் நிர்வாகச் செயலுக்காகச் செலவிடப்பட்ட சொற்ப சமயம்போக இசை, இலக்கியம், கலைகள் குறித்தும் மற்ற சிந்தனைக்காகவும் செலவு செய்யப் போதிய நேரம் இருந்தது. இப்பொழுது அவர்கள் இயற்கைக்குள்ளே மறைந்து கிடக்கும் செல்வங்களைக் கண்டுபிடித்து வெளிக்கொணர மற்றவர்களை அமர்த்தமுடியும். மிகப் பழங்காலத்திய ஆயுதங்களும் உலோகங்களும் மனிதர்களால் சிந்தித்து முயற்சித்துக் கண்டுபிடிக்கப்பட்டவையல்ல. அவை அவசியத்தாலும் திடீரென்றும் தோற்றுவிக்கப்பட்டவையே

யாகும். ஆனால் இப்பொழுது புதிய புதிய ஆயுதங்களையும், உலோகங்களையும் அனுபவரீதியாகச் சிந்தித்துச் செழுமைப்படுத்து வதற்கு ஆட்சியாளர்களுக்கு நிறைய வசதியும், வாய்ப்பும் இருந்தன. இதன் காரணமாகவே பிற்காலத்தில் புதிய புதிய முறைகளும், புதிய புதிய பொருட்களும் கண்டுபிடிக்கப்பட்டு சமுதாயம் மிக வேகமாக முன்னேற முடிந்தது. பொருளுற்பத்தி உழைப்பிலிருந்து விடுபட்ட மனிதர்களின் தொகை பெருகப் பெருக இந்தப் புதிய கண்டுபிடிப்புகளின் வேகமும் அதிகமாகிக்கொண்டே போயிற்று. ஆனால் இப்படிப்பட்ட அனைவருமே புதிய புதிய பவுதீகக் கண்டுபிடிப்புகளில் ஈடுபட்டனர் என்பது இதன் பொருளல்ல; உண்மை என்னவெனில் காலம் செல்லச் செல்ல ஒரு வேலையும் செய்யாமல் உட்கார்ந்து தின்னும் சோம்பேறிகளே பெருகிக் கொண்டு வந்தனர்.

8. மதம்

மனிதனின் கவனம் முதலில் ரத்தத்தை நோக்கியும், ஆண்-பெண் உடலுறவை நோக்கியும் சென்றது. உடலிலிருந்து ரத்தம் கசிவதால் மனிதர்கள் மூர்ச்சை போட்டு விழுந்து விடுவதையும் பலத்த காயமடைந்தவர்கள் இறந்துவிடுவதையும் மனிதன் கண்டதால் ரத்தமே வாழ்வு என்பதை உணர்ந்து கொண்டான். உடலுறவால் தன்னைப் போன்ற வேறொரு ஜீவன் தோன்றுவதை அவன் வியப்புடன் நோக்காமல் இருக்க முடியாது. அச்சத்தை அகற்றவும் நன்மை உண்டாகவும் அவன் ரத்த தானத்தை முதன் முதலில் தெய்வீக சாதனம் என்னும் முறையில் ஏற்றுக்கொண்டான். ரத்தக் கசிவால் ஒருவன் மரணமடைவதைப் பார்த்து அவன் ரத்தம் வழங்க முயற்சித்தான். ஆனால் ரத்தத்தை ஒரு உடலிலிருந்து வேறொரு உடலுக்கு எப்படிச் செலுத்துவதென்பதோ, எப்படிப்பட்ட விதிமுறைகளால் அப்படிச் செலுத்த முடியுமென்பதோ அவனுக்குத் தெரியாது. இந்த அறிவு மனிதனுக்கு இருபதாம் நூற்றாண்டில்தான் - 1914 - 18ஆம் ஆண்டுகளில் நடந்த முதல் உலகப் போருக்குப் பிறகுதான் - கிடைத்தது. மூர்ச்சையடைந்த ஒருவன் எதிர்பாரா வகையில் எழுந்து உட்கார்ந்தால், ரத்த தானத்தால் பிணத்தையும் உயிர் பெற்றெழச் செய்ய இயலும் என்று கருதப்பட்டது. பிற்காலத்தில் இறந்தவர்கள் ‘பேய் - பிசாசுகள்’ ஆகிறார்கள் என்ற கற்பனை தோன்றியவுடன் இந்த ரத்ததானத்தின் முக்கியத்துவம் மேலும் அதிகமாகிவிட்டது. உடலிலேயே மிகப் பெரிய ரகசிய சக்தி ஆண்-பெண்களின் பிறப்புறுப்புக்களிலேயே இருக்கிறதென்பதை உடலுறவு நிகழ்த்தும் அற்புதம் புரிய வைத்துவிட்டது. ‘கத்றா’ (சுன்னத்) அல்லது பிறப்புறுப்பின் ரத்த தானம் கடவுளை மகிழ்விக்க வேண்டுமென்னும் நோக்கத்திலேயே ஆரம்பமாயிற்று. இது இப்பொழுது உலகத்தின் பல

பகுதி மக்களும் செய்யும் புனித மதக்காரியமாகப் பரவியிருக்கிறது. மனிதனையும், பசுவையும் பலி கொடுப்பதும் அக்காலத்தில் ஒருவிதமான ரத்ததானமாகக் கருதப்பட்டது. ரத்தத்தின் இந்த முக்கியத்துவம் அதன் நிறத்திற்கும் - செந்நிறத்திற்கும் - ஒரு அற்புத சக்தியை வழங்கிவிட்டது. இதனாலேயே பழங்குடிகள் பிணங்களுடன் சிவப்பு மண்ணும் வைத்துக்கொண்டிருந்தனர். துவக்கத்தில் செந்நிறப் பவழ மாலைகளும், நகைகளும்கூட இந்தத் தெய்வீக சக்தியின் எண்ணத்தாலேயே அணியப்பட்டன.

உடலுறவுச் சின்னம்: ஆண் - பெண் பிறப்புக்கள் இயக்கத்தின் தெய்வீக சக்தி என்னும் எண்ணம் மத வளர்ச்சியில் பெரும் பங்காற்றியது. ஐந்தாயிரம் ஆண்டுகளுக்கு முன் சிந்துப் பள்ளத்தாக்கில் வாழ்ந்த மக்கள் ஆண் குறியையும் பெண் குறியையும் வழிபடுவது தமது மதத்தின் ஒரு அங்கமாகக் கருதினார்கள். மொஹஞ்சதோரா, ஹரப்பா இடிபாடுகளில் கல்லாலான இவற்றின் உருவங்கள் கிடைத்திருக்கின்றன. வேதகால இலக்கியத்தில் ஆண் பெண் குறிகளை வழிபட்டதால் இவர்கள் 'அசுரர்கள்' எனக் குறிப்பிடப்பட்டுள்ளனர். வைதீக ஆரியர்கள் இவர்களை லிங்கத்தை (ஆண் குறியை) கடவுளாகக் கொண்டவர்களென்று நையாண்டி செய்து வந்தனர். தென்னிந்தியாவில் கிடைத்த மிகப் புராதனமான லிங்க விக்கிரகம் முழுக்க முழுக்க ஆண்குறி போலவே இருக்கிறது. சோழியின் உருவம் பெண்குறி போலவே இருப்பதால் அது அற்புதமானதென்று கருதப்பட்டது. பழங்குடிகள் மட்டுமல்லாமல் நாகரிகமானவர்களென்று கூறப்படும் இந்துக்களும்கூடக் குழந்தைகளைப் 'பேய்-பிசாசு' அல்லது தீய பார்வையிலிருந்து காப்பாற்றுவதற்காக அவர்களுக்குச் சோழியை அணிவிக்கிறார்கள். உடலில் காயம் படும்போதும், புண் ஏற்படும் போதும் கருப்புக் கயிற்றுடன் சோழியைக் கட்டுவது சிகிச்சையின் ஒரு பகுதியாகிவிட்டிருக்கிறது. இன்றைய பெரிய பெரிய தத்துவ மேதைகளும்கூட அவர்கள் பழைமையான சமஸ்கிருதப் பண்டிதர் களானாலும் ஆங்கிலக் கல்வி கற்ற நவீன கல்வியாளர்களானாலும் இன்னும்கூட சிவலிங்கத்தைப் பக்தி சிரத்தையுடனும் தொழுவதைக் காண்கிறோம். சிவலிங்கத்திற்குக் கீழே உள்ள பகுதி பெண்ணின் பிறப்புறுப்பைப் போலவே இருக்கிறது. அதன் மத்தியில் ஆண்குறி செலுத்தப்பட்டிருக்கிறது. எவ்வளவோ வளர்ச்சியடைந்த இக்கால இந்துக்களே ஆண் - பெண் குறிகளைத் தொழுது தம்மை மறந்துவிடும் போது மதத்தின் ஆரம்ப காலத்தில் வாழ்ந்த காட்டுமிராண்டிகள் குறித்துச் சொல்லத் தேவையில்லை அல்லவா?

ரத்தம், பிறப்புறுப்புக்களைத் தவிர இப்பொழுது இறந்தவர் ஆன்மாக்கள் பேய் பிசாசுகள் ஆகியவற்றின் அச்சமும் பெருகிவிட்டிருந்தது.

அன்றைய மனிதர்கள் இவற்றுக்கும் ஏதாவதொரு வழியைக் கண்டுபிடிக்க வேண்டிய நிலையில் இருந்தனர். இவ்விதம் இயற்கைச் சக்திகளான சூரியன், சந்திரன், இறந்தவர் ஆன்மாக்கள் பேய்பிசாசுகள் ஆகியவைகளைக் கோபம் வராமல் பார்த்துக்கொள்வதும், அவைகளின் அருளைப் பெறுவதும் மனிதனின் அவசியக் கடமைகளாகிவிட்டன. இனக்குழுக்களின் ஆட்சியாளர்கள் அல்லது பிதுரர்கள் இப்பொழுது மதப் புரோகிதர்களின் பணியும் செய்யத் தொடங்கினர். தமக்குக் கிடைத்த காலத்தையும், அறிவையும் மற்ற காரியங்களுடன் சேர்த்துத் தனிச் சொத்தைப் பாதுகாப்பதற்காகப் பயன்படுத்தவும் அவர்களால் முடிந்தது. பிதுரர் புரோகிதராகி மக்களுக்கும் கடவுளுக்குமிடையே இடைத்தரகரானார். கடவுள் அடிக்கடி அவர்மேல் வந்து 'பேசவும்' தொடங்கிவிட்டார், இவ்விதம் அவர் கடவுளின் செய்தியையும் சொல்பவராகி விட்டார். இப்பொழுது அவருடைய பதவிக்குப் பின்னால் தெய்வ சக்தியும் உதவி புரியவாரம்பித்துவிட்டது. தனியுடைமைச் சொத்தும் அதன் ஆதிக்கமும் கடவுள் தந்த வரமேயாகும். செத்துத் தொலைக்கும் மனிதன் 'தெய்வீக ஆன்மாவை' எதிர்க்கத் துணிய முடியுமா?

இவ்விதம் ஒரு வர்க்க ஆட்சியைச் சுமந்துகொண்டிருந்த உற்பத்திச் சாதனங்களின் வளர்ச்சிக்கும் தொழில் முன்னேற்றத்திற்கும் கடவுளும், மதமும்கூட உதவி புரிந்தன. 'அரசன் கடவுளின் அம்சமாகும்' என்னும் கற்பனையும் இங்கிருந்துதான் ஆரம்பமாயிற்று. பல நூற்றாண்டுகளின்- பல ஆயிரக்கணக்கான ஆண்டுகளின் - பலமான கடவுள் பிரச்சாரத்தாலும் மதப் பிரச்சாரத்தாலும் இன்று தனியுடைமை சரியானதே என்று நிரூபிப்பதற்காக உருவான சூழ்நிலையானது மிகவும் இயற்கையானதேயாகும்.

விவசாய வளர்ச்சியுடன் கூடவே மனிதனின் கவனம் பசுமையையும், வாழ்வுடன் அதற்குள்ள தொடர்பை நோக்கியும் சென்றதென்று சில அறிஞர்கள் கூறுகின்றனர். வளர்ந்து வந்த இளம் வாழ்வை அவர்கள் பயிரின் பசுமையின் உருவத்தில் கண்டனர். இதனால் பச்சை நிறப்பூச்சும், பச்சைநிறப் பொடியும் அவர்களுக்கு வாழ்வின் பிரதிநிதிகளாகிவிட்டன. அவை அழகைப் பெருக்கும் அழகுப் பொருட்களாகவும் உபயோகப்படுத்தப்பட்டன. இதற்காகச் சில பொருட்களின் கலவையால் வர்ணமும் தயாரிக்கத் துவங்கினர். எகிப்தின் மிகப் பழைய இறந்தோர் சவங்கள் (Mummies) இந்த வர்ணமே பூசப்பட்டுக் கிடைத்தன. பல நூற்றாண்டுகள் அனுபவத்தால் எகிப்தியருக்கு அந்த வர்ணத்தைத் தயாரிக்கும் முறை நன்கு தெரிந்திருக்கலாம். இதைத் தயாரிக்கும்போதே எகிப்தியருக்குச் செப்பு குறித்துத் தெரிய வந்தது. இறந்தவரின் பிணங்களுக்குப் பச்சை வர்ணத்தைத் தீட்டுவதால் அவர்கள் அமரராவார்கள் என்னும் மத

நம்பிக்கை எகிப்தியருக்கு இருந்தது. இந்த மதச் சடங்கின் விளைவாகவே செப்பு கண்டுபிடிக்கப்பட்டது. அதனால் அதை மனிதன் ஒரு சாதாரணக் கண்டுபிடிப்பாகக் கருதவில்லை. செப்பைச் சூடாக்கிச் சம்மட்டியால் அடித்தால் அதற்குக் கூர்மை வருகிறது என்பதைத் தெரிந்துகொள்ள அவனுக்குச் சிரமம் இருக்கவில்லை.

சிவப்பு, பச்சை நிறங்களுடன் மஞ்சள் நிறமும் உயிர் வழங்கும் நிறமாகக் கருதப்பட்டது. காரணம் உதயசூரியனின் நிறம் பொன்னிறமாகும். மனிதன் நிலையான ஓரிடத்தில் வாழ்வதற்கு முன்பாகவே பயங்கர மிருகங்களிலிருந்தும் பகைவர்களிடமிருந்தும் பாதுகாக்கும் கடவுளாகச் சந்திரனை எண்ணி வந்ததுமல்லாமல், பெண்களின் மாதவிலக்கு சந்திர மாதக் கணக்கின்படி நிகழ்வதையும் கண்டு சந்திரனைப் புதுவாழ்வை வழங்கும் தெய்வமாகவே கருதினான். மனிதர் நைல் நதிப் பள்ளத்தாக்கில் நிலைபெற்ற பிறகு வெள்ளத்தையும் பருவங்களையும் கொண்டுவந்து வாழ்வளிப்பவர் களாகச் சூரியனையும், நட்சத்திரங்களையும் தமது தெய்வங்களில் சேர்த்துக்கொண்டனர். பிற்காலத்தில் அவர்கள் பிதுரர்களுக்கும் நிலக்கிழார்களுக்கும் மன்னர்களுக்கும் கூடச் சாகாத்தன்மை அளித்து அவர்களுக்கு வானத்துத் தாரகைகளில் இடமளித்துவிட்டனர். இந்தியாவிலும் ஸப்த ரிஷி, அகஸ்திய நட்சத்திரங்களைப் பிதுரர்களின் அமர இல்லங்களாகப் பிரச்சாரம் செய்தனர். இந்தக் கற்பனையும் சிரத்தையுமே பிற்காலத்தில் ஜோதிடத்திற்கு அடிப்படையாயின. ஜோதிடர் எல்லாம் அறிந்தவர்கள் என்னும் செல்வாக்கு தனி நபர்கள் மேலும் சமுதாயத்தின் மீதும் பரவத் தொடங்கிற்று.

முதன் முதலில் எகிப்திலேயே பசுவைப் புனிதமாகக் கருதும் எண்ணம் தோன்றியது. ஆனால் அதைக் கொல்லக்கூடாதென்ற பொருளில் அல்லாமல், அது தெய்வங்களின் அனுபவப் பொருள் என்னும் முறையிலேயே புனிதமாகக் கருதப்பட்டது. பழங்காலத்து ஆரியர்களின் யாகப் பசுவைப் போலவே எகிப்தியரும் அதைத் தெய்வங்களுக்கு அளிக்கும் புனிதமான பலியாகக் கருதினார்கள். மனிதன் வெறும் பசும்பாலை மட்டுமே பருகி உயிர் வாழவும் முடியும் என்பதைத் தெரிந்துகொண்ட பின்னரே அதைப் புனிதமாகவும் தெய்வீகமானதாகவும் கருதும் எண்ணம் தோன்றியது. எகிப்தியர் பசுவைச் சந்திரனுடனும், வானத்தைப் பசுவுடனும், தெய்வத்தாயை வானத்துடனும், தொடர்புபடுத்தி ஒரு தெய்வப் பரம்பரையைக் கடவுள் வாதத்தை ஏற்படுத்தினர். பசுவின் கீழே அமர்ந்து பால் குடித்துக்கொண்டிருந்த மனிதனுக்குப் பசுவின் உடலும், வானமும் பாதிபாதியாகத் தென்பட்டுக் கொண்டிருந்ததால், கோமாதா, வானத்தாய், 'தெய்வத்தாய்' ஒன்றோடொன்று இணைந்துகொண்டன.

நான்காம் அத்தியாயம்

நாகரிக மனித சமுதாயம் (I)

ஒரு லட்சியத் தொடர்புள்ள தியாகப் பண்புள்ள ஒரு உயர் மனித சமுதாயத்தை இங்கே நாம் 'நாகரிக மனித சமுதாய'மென்று குறிப்பிட வில்லை. தந்தை வழிச் சமுதாயமே தன்னலத்தின் மீது நிறுவப்பட்ட தென்பதை நாம் ஏற்கெனவே கண்டோம். அப்போதிலிருந்து சமூகநலத்தை மறுப்பதும், கொள்ளையடிப்பதும், தனிநபர் நலனைப் பேணுவதும் குறைவதற்குப் பதிலாக அதிகரித்துக்கொண்டே போயிற்று. இந்த நாகரிக சமுதாயத்தை மூன்று நிலைகளாகப் பிரிக்கலாம்.

1, அடிமையுகம், 2. நிலப்பிரபுத்துவ யுகம். 3. முதலாளித்துவ யுகம்.

'நாகரிகம்' குறித்து ஏங்கெல்ஸ் எழுதியிருப்பதாவது: "சமுதாய வளர்ச்சியில் ஒரு நாகரிக நிலை தோன்றுகிறது. அந்நிலையில் உழைப்புப் பிரிவினை, தனிநபர்களுக்கிடையே உழைப்பால் உற்பத்தியான பொருள்களின் பண்டமாற்றம் உழைப்புப் பிரிவினை ஆகியவற்றுடன் தொடர்புகொண்ட பொருளுற்பத்தி போன்றவை முழு வளர்ச்சி அடைகின்றன. அது தனக்கு முந்தைய சமுதாயத்தின் புரட்சிகரமான மாற்றத்தை ஏற்படுத்துகிறது."

விற்பனைக்கான சரக்குகள் உற்பத்தி செய்யும் நிலையில் சமுதாயத்தின் ஆரம்பம் குறித்து ஏங்கெல்ஸ் கூறியதாவது பொருளாதாரக் கண்ணோட்டத்தில் இதன் சிறப்புக்களாவன 1. உலோகப் பணத்துடன் கூடவே நாணயம், மூலதனம், வட்டி போன்ற தொழில்களின் துவக்கம், 2. உற்பத்தியாளர்களிடையே வியாபாரிகள் என்னும் 'இடைத்தரகர்' வர்க்கமொன்று தோன்றுவது; 3. நிலத்தின்மேல் தனிநபரின் உரிமை அதை அடகு வைக்கவும், விற்பனை செய்யவும் உரிமை; 4. உற்பத்தி முறையில் அடிமைகளின் உழைப்பின் பங்கு அதிகமாதல். நாகரிக சமுதாய யுகத்தில் குடும்ப அமைப்பில் ஒரே திருமணம், பெண்ணின்மேல் ஆணின் ஆதிக்கம், தனித்தனிக் குடும்பங்கள், சமுதாயத்தின் பொருளாதாரப் பகுதிகள் ஆதல் ஆகியவை குறிப்பிடத்தக்க அம்சங்களாகும். நாகரிக சமுதாய யுகத்தில் சமுதாயத்திலுள்ளோரில் ஒருவருக்கொருவரை இணைப்பது அரசாகும்.

அதுவோ விதி விலக்கில்லாமல் ஒவ்வொரு காலத்திலும் பணக்கார வர்க்கத்தினுடையதாகவே இருக்கிறது. அது எல்லா நிலைகளிலுமே அடக்கப்பட்ட சுரண்டப்பட்ட வர்க்கத்தினரை அடக்கி வைக்கும் ஒரு கருவியே தவிர வேறல்ல. நாகரிக சமுதாயத்தின் சிறப்பென்னவெனில் ஒரு புறம் சமுதாயம் பூராவின் உழைப்புப் பிரிவினையின் அடிப்படையில் நகரங்களுக்கும் கிராமங்களுக்குமிடையே முரண்பாட்டை ஏற்படுத்துவது. மறுபுறம் செல்வம் முழுவதையும் தனி நபர்கள் கொள்ளையடித்துக்கொள்ள வகை செய்வது, அதன்படி உடைமையாளர் செத்த பிறகும்கூடத் தன் சொத்தைப் பிறருக்கு உரிமையாக்க முடியும். இந்த உரிமை மக்கள் அமைப்பைப் பலமாகத் தாக்கிற்று. கிரேக்க நாட்டின் தலைநகரான ஏதென்ஸில் கி. மு. ஆறாம் நூற்றாண்டில் ஸோலோன் காலம் வரையிலும் இத்தனியுடைமை இல்லை. ரோமில் இதற்கு முன்பாகவே இம்முறை அமலுக்கு வந்துவிட்டது. ஜெர்மனியில் கிருத்துவப் புரோகிதர்கள் ஜெர்மானிய பக்தர்கள் தங்குதடையில்லாமல் தமது சொத்துக்களை மடங்களுக்குத் தானமளிப்பதற்காகத் தனியுடைமை முறையை ஆரம்பித்து வைத்தனர்.

இந்தோ-ஐரோப்பிய இனங்கள்: கிரேக்கர், ஈரானியர், இந்தியர் பிற்காலத்தில் அதாவது கி.மு. ஆறாம் நூற்றாண்டிலிருந்து நாகரிகம் விஷயத்தில் உலகத்திற்குத் தலைமை தாங்கத் தொடங்கினாலும், புதிய விஞ்ஞான யுகத்தை நிர்மாணிப்பதில் அனேகமாக ஐரோப்பியரே பெரும்பங்கு வகித்தனர். என்றாலும் எகிப்து, மெஸப்படோமியா, சிந்துப்பள்ளத்தாக்கில் வாழ்ந்த மக்கள் தந்தை வழிச் சமுதாயத்தைக் கடந்து நிலப்பிரபுத்துவ சமுதாயத்தை அடைந்துவிட்ட பிறகும் இந்தோ-ஐரோப்பியர் யூரல் மலைகளுக்கும் பால்டிக் கடலுக்கும் இடையே ஆரம்பகால அநாகரிக நிலையைத்தாண்டி மிக அரிதாகப் பசு வளர்ப்பு நிலையை அடைந்திருந்தனர். கிரேக்கரும், இந்திய ஆரியரும் கடவுளர்களை 'பிதரே' என்று குறிப்பிட்டு வந்தனரென்றும், இச்சொல் தெய்வ இனத்திற்கும், குறிப்பிட்டதொரு கடவுளுக்கும் (ஜுபிடர் - த்யௌஸ்பிதர்) பயன்படுத்தப்பட்டு வந்ததென்றும் மொழி இயல் நமக்குத் தெரிவிக்கிறது. இதனால் 'ஷதம்' இனங்கள் பூராவும் (இந்திய, ஈரானிய ஸ்லாவ் இனத்தினர்) 'கோண்டம்' இனத்தினரும் (கிரேக்க, லத்தீன், ஜெர்மன் இனத்தினர்) தந்தை வழிச் சமுதாய யுகத்தில் நுழைந்து விட்டிருந்தனரென்பது தெரிகிறது. இவர்களுடைய மொழிகளில் 'பசு'விற்காக கவ், கௌ, காவ் ஆகிய சொற்கள் வழக்கத்திலிருந்தன. இதிலிருந்து அவர்கள் அனைவரும் பசுவை அறிந்திருந்தார்களென்பது தெளிவாகிறது. செம்மறியாட்டிற்கு சம்ஸ்கிருதத்தில் 'அவி' என்றும் ருஷிய மொழியில் 'இவிஸ்' என்றும், நாய்க்கு இரண்டு மொழிகளிலும் முறையே 'ஷவக்' என்றும்,

‘ஸோபாக்’ என்றும் சொல்லப்படுகிறது. இதிலிருந்து குறைந்தது இந்தோ-ஸ்லாவ் இனத்தினர் (ஷதம் ஆரிய சகர்) அக்காலத்தில் பசு வளர்ப்பு நிலையை அடைந்து விட்டிருந்தார்கள் என்பது தெரிகிறது. இவர்கள் இந்தோ-ஈரானியராகவும் ஸ்லாவ்-லித்துவேனியராகவும் இரண்டு இனங்களாகப் பிரிந்தனர். ஆனால் விவசாயத்திற்கும் தானியத்திற்கும் ஒரே விதமான சொற்கள் கேண்டம் மொழியிலும் இந்தோ-ஸ்லாவிய மொழியிலும் கிடைக்காததால் இவர்கள் ஒரே இனத்தினராக இருந்தபோது விவசாயம் செய்யும் நிலைமை அடையவில்லை என்பது தெளிவாகிறது. ஆனால் நைல் பள்ளத்தாக்கு மெஸப்படோமியா, ஸுஸா பகுதிகளில் கி.மு.ஒன்பதாயிரம் வருடங்களுக்கு முன்பேயே விவசாயம் செய்து கொண்டிருந்தார்கள் என்பதை நாம் பார்க்கிறோம். சம்ஸ்கிருதம் (இந்திய) ஈரானிய மொழிகளில் விவசாயம் சம்பந்தமான சொற்கள் ஒரே மாதிரியாக இருக்கின்றன. (கந்தும், கோதூம், யவ் (சவ்வரிசி) இதனால் அவர்கள் கி.மு. இரண்டாயிரம் ஆண்டுகளிலேயே விவசாயம் செய்து கொண்டிருந்தார்கள் என்பது புரிகிறது. ஸெமெடிக் (மெஸப்படோமியா, ஸுஸா) ஹெமெடிக் (எகிப்து) சிந்துப் பள்ளத்தாக்கில் வாழ்ந்த புராதன இனத்தவரைக் காட்டிலும், இந்தோ-ஐரோப்பியர் மிகவும் பிற்காலத்தில் வேட்டை, பசு, வளர்ப்பு நிலையைத்தாண்டி அடுத்த நிலையை அடைந்தனர் என்று தெரிய வருகிறது. கிரேக்கர், மெஸப்படோமியாவினருடன் குதிரையின் மூலமாக இந்தோ-ஐரோப்பியர் தொடர்பு கொண்டனர். அவர்கள் நாகரிக இனங்களுடன் தொடர்பு கொள்வதற்கு முன்பே குதிரை மாமிசத்தை ருசிகரமானதென்பதை உணர்ந்துகொண்டதோடு சவாரி செய்யவும் அவர்கள் குதிரைகளைப் பழக்கி இருந்தனர். செங்கிஸ்கானின் மங்கோலியர் பெற்ற வெற்றிகளுக்குப் பெரும்பாலும் குதிரைகளும், வெடிமருந்தும் காரணமாக இருந்ததைப் போலவே இந்தோ-ஐரோப்பியர் அக்கால நாகரிக இனங்களை வெற்றி கொள்ளக் குதிரைகளே பேருதவி புரிந்தன என்பது வரலாற்றாசிரியர்களின் கருத்தாகும். ஷத்தம்-கேண்டம் குடும்பங்களைச் சேர்ந்த இந்தோ-ஐரோப்பிய இனங்கள் (இன்றைய இந்திய, ஈரானிய, ஐரோப்பிய இனத்தவரின் முன்னோர்) ஒரு தொடர்ந்த பிரதேசத்தில் இனக்குழுக்களாக, பசு வளர்ப்பவர்களாக ஆரம்பகாலத்தில் (தந்தை, வழிச் சமுதாயமாக இருந்தபோது) அவர்களுடைய மொழிகளில் குதிரைக்கு ஒரே மாதிரியான சொல் இருக்கவில்லை. இதனால் அவர்கள் அதுவரை குதிரையை வளர்ப்புப் பிராணியாக்கிக் கொள்ளவில்லை என்பது தெரிகிறது. ஈரானிய மொழியில் குதிரை ‘அஸ்ப’ என்றும் சம்ஸ்கிருதத்தில் ‘அஸ்வ’ என்றும் கூறப்படுவதால் இவர்கள் ஒரே சமூகமாகி ஓரிடத்தில் வாழ்ந்தபோது குதிரைகளை வளர்க்கத் தொடங்கினார்களென்று தெரிகிறது. அவர்கள் குதிரைகளை

மாமிசத்திற்காகவும், பாலுக்காகவும் மட்டுமன்றி சவாரி செய்வதற்காகவும் வளர்த்தார்கள்.

இவற்றையெல்லாம் ஆராயும்போது நாம் கீழ்க்கண்ட முடிவுக்கு வருகிறோம்.

இனம்	பிரதேசம்	வருடம்	நிலை	தொழில்
இந்தோ-ஐரோப்	ஐரோப்பா	4000	இனக்குழு	வேட்டை யாடுதல்
ஆரிய சகர்	தென்ருஷியா	3000(?)	இனக்குழு தந்தைவழிச் சமுதாயம்	பசு வளர்ப்பு
ஆரியர்	காஸ்பியன்-பாமீர்	2500 (?)	தந்தைவழி சமுதாயம்	
இந்தோ-ஈரானியர்	காஸ்பியன்	2200 (?)	”	விவசாயம்
இந்தோ-ஆரியர்	ஸ்வாத்	2000	”	
”	ஸப்தசிந்து (பஞ்சாப்)	1800	அடிமைச் சமுதாயம்	வாணிபம் விவசாயம்
”	கங்கைப் பள்ளத்தாக்கு	1500	நிலப்பிரபுத்துவச் சமுதாயம்	பசுவளர்ப்பு வாணிபம்

இந்தோ - ஐரோப்பிய இனத்தினர் மற்ற இனங்களை வெற்றிகொண்டு அவர்களுடைய நாடுகளில் வெற்றி பெற்ற ஆட்சியாளர்களாக நிலை பெறாதவரை அடிமைச் சமுதாயத்திற்குள் பிரவேசிக்கவில்லை என்று தெரிகிறது. மூன்று இந்தோ-ஐரோப்பிய இனத்தவரான இந்தோ-ஆரியர் (இந்தியர்) ஈரானிய ஆரியர் (ஈரானியர்) கிரேக்கர் ஆகியோருக்கு இப்படிப்பட்ட வாய்ப்பு கிடைத்தது. அநாகரிக இந்தோ-ஆரியர்கள் ஸ்வாத்தைக் கடந்து சிந்துப் பள்ளத்தாக்கில் நுழைந்ததுமே (கி.மு.1800) அங்கிருந்த நாகரிக இனத்தவர்களை எதிர்கொள்ள நேர்ந்தது. அவர்களை வெற்றிகொண்டு தமது அடிமைகளாக்கிக்கொண்டு இந்தோ-ஆரியர் அடிமைச் சமுதாய யுகத்தில் பிரவேசித்தனர். ஈரானியரும் மிடியா (மத்ர, இன்றைய ஹம்தான் அருகிலுள்ள பிரதேசம்) வில் நுழைந்ததுமே அங்கிருந்த நாகரிக இனத்தவரான அசுரர்கள் ஈரானியரை எதிர்த்தனர். இருப்பினும் அசுரர்களைப் பூரணமாக வெற்றி கொள்ள ஈரானியர் கி.மு. 607 வரை

தாமதிக்க வேண்டியிருந்தது. அப்பொழுதுதான் ஹுவத்ர (மறைவு கி.மு.585) அசுரர்களின் தலைநகரான நினைவாவை வசப்படுத்திக் கொண்டார். ஆனால் அப்போதைக்கு ஈரானியர் அடிமைச் சமுதாயத்திலல்லாமல், நிலப்பிரபுத்துவ சமுதாய யுகத்தில் பிரவேசித்து விட்டனர். மேற்காசியாவில் முதன் முதலில் கி.மு.1500-இல் மிதன்னி ஆரியரும், மெஸப்படோமியாவின் நாகரிக இனத்தவரும் மோதிக்கொண்டனர். இவ்விஷயம் போகஸ்குயிலில் கிடைத்த கல்வெட்டினால் தெரியவருகிறது. அக்கல்வெட்டில் வேதகால ஆரியர்களின் கடவுளர்களின் பெயர்கள் இருப்பதால் பலர் மிதன்னியரை ஈரானியராகக் கருதாமல் அவர்களை இந்தோ-ஆரியரின் ஒரு பிரிவினராக எண்ணுகின்றனர். ஆனால் இடையிலிருந்த ஈரானிய ஆரியப் பிரதேசத்தைக் கடந்து தந்தை வழிச் சமுதாயத்தைச் சேர்ந்தவர்களான இந்தோ-ஆரியர்கள் அங்குப் போய்ச் சேர்வதென்பது முடியாத காரியமாகும். ஜரதுஸ்தரர் செய்த சீர்திருத்தங்களுக்குப் பின்னர் வைதீகக் கடவுளர்கள் சிலர் ஈரானியரின் வெறுப்புக்கு ஆளாகி இருந்தனரென்பதில் சந்தேகமில்லை. ஆனால் ஜாதுஸ்தரருக்கு முன்பும் இதே நிலைமையிருந்தது என்பதற்கு எவ்வித அத்தாட்சியும் இல்லை. எனினும் முதல் மன்னன் தேவகன் (மறைவு கி.மு. 655) என்னும் சொல்லே, இந்தோ-ஆரியர் கொண்டிருந்த பொருளிலேயே கொள்ளப்பட்டதென்பதைத் தெரிவிக்கிறது. ஆகவே மிதன்னி இனத்தினர் ஜாதுஸ்தரின் சீர்திருத்தங்களுக்கு மிகவும் முற்காலத்தில் இருந்தவர்களென்று தெரிகிறது.

சாராம்சம் என்னவெனில், அசுரர்களுடனும், மெஸப்படோமியாவின் மற்ற ஆரியரல்லாத இனத்தவருடன் போர்கள் நிகழ்ந்தபிறகு ஈரானிய ஆரியர் அடிமைச் சமுதாய யுகத்தில் பிரவேசித்தனர்.

கிரேக்கத்திலும் முதலில் எகிப்திய நாகரிகத்தின் பிரதிநிதியான கிரேக்க நாகரிகத்துடன் தொடர்புள்ள ஒரு பூமத்திய நாட்டின் இனம் குடியிருந்தது. அப்பொழுது கிரேக்க குதிரை வீரர்கள் அங்கு வந்து அவர்களைத் தோற்கடித்து அடிமைச் சமுதாய யுகத்தில் நுழைந்தனர்.

இந்தோ - ஐரோப்பிய இனத்தினர் கி.மு.2000லிருந்து 1500 வருடங்களுக்கிடையே அடிமைச் சமுதாய யுகத்தில் பிரவேசித்ததாகத் தெரிகிறது. அதுவே அவர்கள் நாகரிகமானவர்களாக மாறிய காலமும்கூட!

நாகரிகத்தின் நிறைகுறைகளைப் பற்றி ஏங்கெல்ஸ் எழுதினார். "நாகரிக சமுதாய அமைப்பின் அடிப்படைகளே புராதன இனக்குழுச் சமுதாயத்தில் சாதிக்க இயலாததைச் சாதித்துக்காட்டின. ஆனால் அவை அப்படிச் சாதிப்பதற்கு மனிதனின் உயர்ந்த தன்மைகளை அழித்துவிட்டு

அவனுடைய தாழ்ந்த தன்மைகளையும் ஆசைகளையும் பயன்படுத்திக் கொண்டதுதான் மோசமான விஷயமாகும். முதல் நாளிலிருந்து இன்று வரை பேராசை, நாகரிகத்தின் இணைபிரியாத தோழனாக இருந்து வருகிறது. பணம்... மேலும் பணம்... மேலும் மேலும் பணம்... அப்பணமும் சமுதாயம் முழுமைக்கும் சொந்தமான பணமல்ல. ஒரு கீழ்த்தரமான தனி மனிதனுக்குச் சொந்தமான பணம் - இது ஒன்றே நாகரிக சமுதாயத்தின் முடிவான குறிக்கோளாக இருந்து வருகிறது. இந்தக் கீழ்த்தரமான லட்சியத்தை அடைய அவ்வப்பொழுது தோன்றிய விஞ்ஞானமும், கலைகளும் உதவி செய்தன. அவை இல்லாவிட்டால் பணத்தை முழுதாக வசப்படுத்திக் கொள்ளமுடியாது."

ஏங்கெல்ஸ் நாகரிகத்தை மேலும் தோலுரித்துக் காட்டுகிறார். "நாகரிகத்தின் அடிப்படையே ஒரு வர்க்கம் மற்றொரு வர்க்கத்தைச் சுரண்டுவதுதான். ஆகவே நாகரிகத்தின் வளர்ச்சி முழுதும் ஒருவிதமான முரண்பாட்டுக்கு மத்தியிலேயே ஏற்பட்டு வந்தது. உற்பத்தி பெருகப் பெருக மக்களில் பெரும் தொகையான சுரண்டப்படும் வர்க்கத்தின் நிலை மேலும் மேலும் மோசமாகிக் கொண்டே இருந்தது. ஒரு சிலருக்கு லாபகரமான விஷயம். மிகப் பலருக்குத் தவிர்க்க முடியாத கெடுதி விளைவிப்பதாகிவிட்டது. ஒரு வர்க்கத்தின் ஒவ்வொரு உரிமையும் இன்னொரு வர்க்கத்திற்குத் தீங்கு செய்வதாகிவிட்டது. இயந்திரங்களின் கண்டுபிடிப்பு இதற்கொரு சிறந்த எடுத்துக்காட்டாகும். கைத்தொழில் வினைஞர்கள் மேலும் மில் முதலாளிகள் மேலும் ஏற்பட்ட இதன் செல்வாக்கை உலகம் பூராவும் நன்கு உணரும். அநாகரிக சமுதாயத்தில் உரிமைகளையும், கடமைகளையும் வேறுபடுத்த இயலாத நிலை இருந்தது. ஆனால் நாகரிகம், படுமுட்டாள்கூட நன்கு புரிந்துகொள்ளும் வகையில் இவ் வேறுபாட்டைத் தெளிவாக்கிவிடுகிறது. நாகரிகம் ஒரு வர்க்கத்திற்குத் தன்னுடைய நலன்களை வளர்த்துக்கொள்ள எல்லா உரிமைகளையும் வழங்கிவிடுகிறது. இதற்கு மாறாக வேறொரு வர்க்கத்தின் தலையின்மேல் எல்லாக் கடமைகளையும் சுமத்திவிடுகிறது.

"நாகரிகம் முன்னேற முன்னேற, அது கட்டுப்பாடான முறையில் தன்னால் உண்டான மோசமான நிலைமைகளை (வறுமை முதலியவைகளை) தான, தருமங்களைக்கொண்டு மூடி மறைத்து, அவற்றைப் பொறுத்துக் கொள்ளும்படியாகச் செய்துவிடுகிறது. அல்லது அம்மோசமான நிலைமைகளையே மறுத்துவிடுகிறது. சுருக்கமாகக் கூற வேண்டுமானால், நாகரிகம் தனக்கு முந்தைய சமுதாயம் அறியவும் முடியாத ஏமாற்று வேலை செய்கிறது. நாகரிக சமுதாயத்தின் ஆரம்ப காலத்திற்கும் தெரியாத எத்து வேலையைச்

செய்கிறது. கடைசியில் அது 'சுரண்டப்படும் வர்க்கத்தின் நன்மையைக் கருதியே அது சுரண்டப்படுகிறது.' என்று சொல்லுமளவிற்கும் துணிகிறது. இதைப் புரிந்துகொள்ளாமல் சுரண்டப்படும் வர்க்கம், சுரண்டும் வர்க்கத்திற்கு எதிராகப் போர்க்கொடி உயர்த்தினால், அது அப்பட்டமான நன்றிகெட்ட செயல் என்றும் நாகரிகம் பசப்புகிறது."

மானிட இயல் அறிஞரான மார்கன் 1877இல் "புராதன சமுதாயம்" (Ancient society) என்னும் நூல் எழுதினார். இந்நூலை விமரிசிக்கும் வகையிலேயே ஏங்கெல்ஸ் தம்முடைய "குடும்பத்தின் தோற்றம்" என்ற புத்தகம் எழுதினார். மார்கன் தனது ஆராய்ச்சி நூலில் நாகரிகம் குறித்துத் தனது கருத்தை விளக்குகிறார்.

"நாகரிகம் தோன்றியதிலிருந்து பணம், மிகப்பெரும் அளவில் பெருகிற்று. அது பல்வேறு உருவங்களை அடைந்தது. பணத்துடன் உபயோகமும் மிகப் பரவலாக வளர்ந்தது. தனது எஜமானரின் லாபத்திற்காகப் பணத்தின் நிர்வாகம் கட்டுப்பாடான முறையில் ஏற்பட்டது. இதனாலெல்லாம் பணம் எவருடைய கட்டுப் பாட்டிற்குள்ளும் இருக்காத சக்தியாகப் பரிணமித்தது. மனிதனின் மூளை தான் படைத்த பணத்தைப் பார்த்து வியப்படைந்து கொண்டிருக்கிறது. என்றாலும் மனிதனின் அறிவு, செல்வத்தைப் பற்றி விளக்கும் காலம் வரத்தான் போகிறது. அது அரசையும், அதைப் பாதுகாக்கும் செல்வத்தின் தொடர்பினையும் விவரிக்கத்தான் போகிறது. அது செல்வந்தர்களின் உரிமைகளுக்கு எல்லையையும் கடமைகளையும் நிச்சயிக்கத்தான் போகிறது. சமுதாய நலன் தனி நபர் நலனைவிட உயர்ந்தது. இவ்விரண்டையும் நியாயமானவையாகவும், ஒன்றையொன்று அனுசரித்து இருக்கும்படியும் செய்ய வேண்டும். செல்வத்தைச் சேர்த்து வைப்பது மட்டுமே மனித இனத்தின் குறிக்கோளல்ல. செல்வத்தை வளர்க்கவும் பயன்படுத்தவும் புராதன காலத்தில் இருந்ததைப் போலவே எதிர்காலத்திலும் ஒரு புதிய விதி செய்யவேண்டும். நாகரிகம் ஆரம்பமானதிலிருந்து இன்றுவரை கடந்து போன காலமானது. எதிர்காலத்தின் முன்பு மிக அற்பமானது. செல்வமே தலையாய லட்சியம் என்றிருக்கும் சமுதாயத்தின் அழிவு நெருங்கிக் கொண்டிருக்கிறது. இச்சமுதாயம் தனக்குள்ளேயே தன் அழிவுக்கான அம்சங்களைக் கொண்டிருக்கிறது. அரசாட்சியில் ஜனநாயகம், சமுதாயத்தில் சகோதரத்துவம், உரிமைகளிலும், லாபங்களிலும், சமத்துவம், கட்டாயப் பொதுக் கல்வி ஆகியவை சமுதாயத்தின் அடுத்த உயர்ந்த நிலைக்குக் கட்டியம் கூறிக்கொண்டிருக் கின்றன. அந்நிலையை நோக்கி மனிதனின் அனுபவமும், தகுதியும் திறமையும், அறிவும் அவனைக் கச்சிதமாக அழைத்துச் சென்று கொண்டிருப்பதைப் போல் தெரிகிறது. பழங்கால இனக்குழுச்

சமுதாயத்தின் சுதந்திரம், சகோதரத்துவம், சமத்துவம் ஆகியவை மேலும் உயர்ந்த நிலையில் மலரப் போகின்றன."

இவ்வாறு எழுதிய மார்கன் தீவிர அரசியல்வாதியோ, சோஷலிஸ்டோ அல்ல என்பதை நினைவில் கொள்ள வேண்டும். அவர் இங்கே கூறிய கருத்துக்கள் அவர் இனக்குழு நிலையில் இருந்த சிவப்பிந்தியரை ஆராய்ந்த பின்னர் கூறிய கருத்துக்களாகும்.

வேரியர் எல்வின் என்பவருக்கு மத்தியப் பிரதேசத்திலுள்ள 'கோண்ட்' இனத்தவரை அருகிலிருந்து ஆராயும் வாய்ப்பு கிடைத்தது அவர் இன்றும் அதே பணியில் ஈடுபட்டிருக்கிறார், "ஸ்டேட்ஸ்மன்" என்னும் டெல்லி நாளிதழ் 1941 செப்டம்பர் 9-ஆம் தேதியன்று எல்வின் குறித்து இவ்வாறு எழுதியது. "அவருக்கும் ஆதிவாசிப் பிரச்சினையின் அரசியலுக்கும் எவ்விதச் சம்பந்தமுமில்லை." எல்வின் வானொலிப் பேச்சொன்றில் கூறினார். "அசலான ஆதிவாசி கொலைக் குற்றத்தையும் மிகச் சாதாரணமாக ஏற்றுக்கொண்டு விடுகிறான். கொலைகாரன் அந்தக் கொலையை ஏன் செய்தான் என்பதற்கு விளக்கமும் தர ஆரம்பித்து விடுகிறான். அவர்களிடையே தனிநபருக்கு முக்கியத்துவம் கிடையாது. அவர்கள் தமது சமுதாயத்திற்கும், இனக்குழுவிற்கும், கிராமத்திற்குமே முதல் முக்கியத்துவம் தருகின்றனர். அவர்களுடைய ஒவ்வொரு குடிசையும் பக்கத்துக் குடிசையை ஒட்டியே இருக்கும். அவர்களது குடிசைகளுக்குத் தனித்தனி வாசல் கிடையாது. அவர்களிடையே மதவெறி இல்லை. அவர்கள் தமது சமுதாயத்தையும் 'மனிதன்' என்றே குறிக்கின்றனர். ஆனால் அவர்கள் கல்வியறிவுடைய மக்களுடன் தொடர்பு கொண்டதுமே, அவர்களில் தனி நபர் எண்ணங்கள் தோன்றிவிடுகின்றன. இது ஒரு வேதனைக்குரிய, விசித்திரமான விஷயமாகும். அவர்கள் தம்முடைய கிராமங்களின் அமைப்பையே மாற்றிச் சிறு சிறு குழுக்களாகப் பிரிந்து விடுகின்றனர். அந்த ஆதிவாசிகளுக்குப் படிப்பு வாசனை வந்ததுமே எந்நேரமும் வழக்காடுபவர்களாகவும் தமக்குள் கலகம் செய்துகொண்டே இருப்பவர்களாகவும் வகுப்புவாதிகளாகளவும் மாறி விடுகின்றனர்."

நாகரிக மனிதனைச் செல்வத்திலும், அறிவிலும், வலிமையிலும் வளர்ச்சியடையச் செய்தன; ஆனால் அது தனி நபரின் தன்னலத்தை அடிப்படையாகக் கொண்டு வளர்ந்ததால், மனிதனுக்கு இருக்கவேண்டிய நற்குணங்கள் அவனுக்கில்லாமல் செய்துவிட்டது.

(க) அடிமைச் சமுதாய யுகம்

தந்தை வழிச் சமுதாய காலத்திலேயே போர்க் கைதிகளைக் கொன்று விடுவதற்குப் பதிலாக அவர்களை அடிமைகளாக்கிக்

கொள்வது (அடிமை முறை) ஆரம்பமாகி விட்டதென்பதை ஏற்கெனவே குறிப்பிட்டோம். அக்காலத்தில் விவசாயம், குடிசைத் தொழில்கள், உலோகத் தொழில்கள் ஆகிய எல்லாவற்றிலும் வேலை செய்ய நிறைய ஆட்கள் தேவைப்பட்டனர் என்பதையும் கூறினோம். செல்வத்தை உற்பத்தி செய்யப் பல்வேறு சாதனங்கள் தயாராய் இருந்தன; வேலை செய்யும் கரங்களே தேவைப்பட்டன. இப்படிப்பட்ட சூழ்நிலையில் அடிமைமுறை ஆரம்பமாயிற்று. "சொற்ப காலத்திலேயே அவ்வினங்கள் எல்லாவற்றிலும் புராதனப் பொதுவுடைமை நிலையைக் காட்டிலும் உற்பத்தி முறை வெகுவாக வளர்ச்சியடைந்து விட்டிருந்தது; ஆனால் கடைசியில் அவ்வளர்ச்சியே அதன் அழிவிற்கும் முக்கிய காரணமாகிவிட்டது." அடிமை முறையே முதன் முதலில் விவசாயத்திலும், குடிசைத் தொழில்களிலும் பெருமளவில் உழைப்புப் பிரிவினையை ஏற்படுத்தியது. இம்முறையே கிரேக்க நாட்டிலும் (இந்தியாவிலும் கூட) செல்வச் செழிப்பைக் கொண்டுவந்தது. அடிமை முறை இல்லாமல் கிரேக்கப் பேரரசோ, ரோமானியப் பேரரசோ தோன்றியே இருக்காது. (இந்தியாவில் சக்கரவர்த்தி சாம்ராஜ்ஜியங்களும், ஈரானிய ஷாஹன்ஷாக்களும் அப்படியே) அத்துடன் கிரேக்க, ரோமானியப் பேரரசுகளின் அடிப்படை இல்லாமல் புதிய ஐரோப்பாவும் உருவாகி இருக்காது.

"நம்முடைய பொருளாதாரம், அரசியல், பகுத்தறிவு வளர்ச்சி முழுவதும் தவிர்க்க இயலாத, அனைவராலும் அங்கீகரிக்கப்பட்டிருந்த அடிமை முறையைக் கடந்தே ஏற்பட்டுள்ளதென்பதை நாம் மறந்துவிடக் கூடாது. புராதன காலத்து அடிமை முறை இல்லாமல் இன்றைய ஏகாதிபத்தியமே தோன்றி இருக்காதென்றும் சொல்லலாம்."

"அன்றிருந்த நிலைமையில் பகைவர்களைக் கொன்றுவிடாமல் அவர்களை அடிமைகளாக்கிக் கொண்டது சமுதாயத்தின் பொருளாதார, அரசியல், பகுத்தறிவுக்கு ஒரு முற்போக்குச் செயலாகுமென்பதில் ஐயமில்லை. 'உபநிஷத்' அல்லது புத்தர் காலத்திய இந்தியாவை எடுத்துக்கொள்ளுங்கள்! அக்காலத்திய சமுதாயம் ஒன்றுக்கொன்று முரண்பாடான நலன்களை அடிப்படையாகக் கொண்டிருந்தது. அவற்றின் போட்டியுடன்கூட, அடிமை முறையினால் ஏற்பட்ட அதிகப் பொருள் உற்பத்தியால்தான் அச்சமுதாயம் முன்னேறவும் முடிந்தது. அக்காலத்தில் போர்க்கைதிகளைக் காது, மூக்கு அறுத்தும், உடலிலிருந்து இருதயத்தை வேறுபடுத்தியும் பயங்கரமாகச் சித்திரவதை செய்துகொண்டிருந்தனர். அப்படிப்பட்ட நிலைமையில் தம்மைக்

கொல்லாமல் அடிமைகளாக உயிரோடு விட்டு வைத்தது போர்க் கைதிகளுக்கும் உடன்பாடானதாகவே இருந்தது.[1]

"அடிமை முறை இல்லாதிருந்தால் (அமெரிக்கா போன்ற நாடுகளில்) பருத்தி விளைந்திருக்காது. பருத்தி இல்லாதிருந்தால் தற்காலத் தொழில் வளர்ச்சியே ஏற்பட்டிருக்காது. இவ்வடிமை முறையே காலனிகளின் (தோற்றுப்போன நாடுகளின்) மதிப்பை உயர்த்தியது. காலனி நாடுகளில்லாமல் உலகம் தழுவிய வியாபாரம் தோன்றியிருக்காது. மாபெரும் தொழில்கள் அமைவதற்கு முதலில் உலகு தழுவிய வியாபாரம் அவசியமாகும். இவ்வாறு அடிமை முறை மிக முக்கியத்துவமுள்ள பொருளாதார ஆயுதமாக விளங்கியது. அடிமை முறை இல்லாதிருந்தால் உலகத்தின் மிகப்பெரும் செல்வம் கொழிக்கும் நாடான அமெரிக்கா தந்தை வழிச் சமுதாய நாடாக மாறியிருக்கும். அடிமைமுறை இல்லாதிருந்தால் உலக இனங்களின் பட்டியலிலிருந்து அமெரிக்க இனம் மறைந்தே போயிருக்கும்,"

1874-இல் மார்க்ஸ் இதை எழுதியபோது அக்காலத்திற்கு இது மிகப் பொருத்தமாக இருந்தது.

1. குடும்பமும், திருமணமும்

முற்காலத்தில் ஆண்-பெண் உடலுறவு விஷயத்தில் பெண்ணுக்கிருந்த சுதந்திரத்தைக் குறைப்பதற்காக, தந்தை வழிச் சமுதாய காலத்திலேயே கூட்டு உடலுறவில் ஈடுபட்டிருந்த பெண்ணுக்கும் மகனுக்கும் சேரவேண்டிய சொத்துரிமையைக் கருத்தில் கொண்டு பெண் ஒரேயொரு ஆணைத் திருமணம் செய்து கொள்ளும் முறை ஆரம்பமாயிற்று என்றாலும் நாம் முன்பே குறிப்பிட்டதைப் போல் இந்த ஒரேயொருவனுடன் திருமணம் என்பது ஆண்களைக் காட்டிலும் பெண்களுக்கே அதிகக் கடுமையாக விதிக்கப்பட்டது. அடிமைச் சமுதாயக் காலத்தில் ஒரேயொருவனைத் திருமணம் செய்துகொள்ளும் வழக்கம் பல்வேறு இனங்களிலும் நிலவியது. ஐரோப்பிய இனங்களில் இவ்வழக்கம் தொடர்ந்து இருந்து வந்தது. ஆனால் இந்த வழக்கம் வைப்பாட்டிகளை வைத்துக்கொள்ளவும் வேசிகளை ஏற்படுத்திக் கொள்ளவும், ஆண்களுக்குத் தடையொன்றும் விதிக்கவில்லை. அடிமை முறையில் பெண்ணடிமைகள் தமது

---

1. கி.பி. 476-இல் வாழ்ந்த புகழ்பெற்ற கணித மேதை ஆரியபட்டா கீழ்க்கண்ட கணக்கை உதாரணத்திற்காகத் தந்துள்ளார். "பதினாறு வயதுடைய அடிமைப் பெண்ணொருத்தி 32 நாணயங்களுக்குக் கிடைத்தால், 20 வயதுள்ள அடிமைப் பெண்ணின் விலை என்ன-"?

எஜமானர்களின் உடல் இச்சையைத் தீர்க்கும் இயந்திரங்களாகவே இருந்தனர். ஆசியாவைச் சேர்ந்த இனங்களில் ஒரேயொருவனைத் திருமணம் செய்துகொள்ளும் முறை சமூக நியதியாக இருந்ததாகத் தெரியவில்லை. ஆசியாவில் வரலாற்று யுகத்திலிருந்தே பலதார மணம் இருந்து வந்திருக்கிறது. இந்தியர், ஈரானியர், சீனர் ஆகியோருடைய புராதன நூல்களிலும் பழங்கதைகளிலும் பலதார மணம் கெட்டதென்று எங்குமே சொல்லப்பட்டிருக்கவில்லை. இஸ்லாமிய மதம் ஒரு தடவையில் நான்கு பெண்களைக் கல்யாணம் செய்துகொள்ளலாமென்று கூறி, பெண்களின் பெரும் எண்ணிக்கையைக் குறைக்க முயற்சித்தது என்பது உண்மைதான்! எனினும் அதுவும் பெண்ணடிமைகள் குறித்து எவ்வித விதியும் வகுக்கவில்லை. பெண்ணடிமைகள் பலரையும் வைப்பாட்டிகளாக வைத்துக்கொள்வதற்கு எதிர்ப்பேதும் தெரிவிக்கவில்லை. இந்துக்களோ இத்தனை பெண்களைத்தான் திருமணம் செய்துகொள்ள வேண்டுமென்றோ, இத்தனை பெண்ணடிமைகளைத்தான் வைத்துக்கொள்ள வேண்டுமென்றோ ஒரு விதி செய்ய வேண்டுமென்று எண்ணவுமில்லை. அதற்குப் பதிலாக அவர்கள் கண்ணன், தசரதர் போன்ற 'மகா புருஷர்'களுக்குப் பதினாறாயிரம் பட்டத்து ராணிகள் இருந்தார்களென்று சொல்லி, பல தாரமணம் மதத்தின் அங்கீகாரம் பெற்றதென்று சித்திரித்து ஆண்களைத் தூண்டும் முயற்சியில் ஈடுபட்டிருந்தனர். ஆதர்ச மன்னர்களில் ராமர் கதை வருகிறது. அதில் ஏகபத்தினி முறை புகழப்படுகிறது. ஆனால் கி.மு. இரண்டாம் நூற்றாண்டில் 'சுங்கர்' காலத்தில் இயற்றப்பட்ட 'வால்மீகி ராமாயண'த்தின் மீது அக்காலத்தில் இந்தியாவின் மேற்குப் பகுதியில் ஆட்சி செய்துகொண்டிருந்த கிரேக்கர்கள் எத்தனை செல்வாக்கு பரப்பினார்கள் என்பது யாருக்குத் தெரியும்? பலதார மணம் என்னும் போது எல்லா ஆண்களுமோ அல்லது, ஆண்களில் பெரும் பகுதியினரோ பல பெண்களைத் திருமணம் செய்து கொண்டிருந்தனர் என்பதல்ல. பலதார மணத்தில் செல்வம் பிரதான பங்கு வகித்தது. சொத்துரிமை படைத்த சுரண்டும் கூட்டத்திடமே இப்படிப்பட்ட ஆடம்பர போகங்களை அனுபவிக்கப் போதிய சாதனங்கள் இருக்க முடியும்.

தந்தைவழிச் சமுதாயம் நிலை பெற்றதிலிருந்தே ஆண், குடும்பத் தலைவனாக மாறினான், இப்பொழுது அவன் செல்வத்தை உற்பத்தி செய்பவனாகவும் இருந்ததால், ஆணின் ஆதிக்கம் மிக அதிகமாகிவிட்டது. செல்வம் ஆணின் ஆதிக்கத்தை வளர்க்க, வளர்க்க அதே அளவில் பெண் ஆணின் அசையும் சொத்தாக மாறிக் கொண்டிருந்தாள், அவளும் மனித உயிரே என்பதால் பெண்ணுக்கு

அன்பும், ஆதரவும் காட்டப்படவில்லை. அவள் போகப் பொருளாக இருந்ததால் மட்டுமே அன்பும் ஆதரவும் காட்டப்பட்டன. "மனைவி அவளுடைய கோரிக்கைக்காகப் பிரியமானவளாக இருப்பதில்லை; அவள் நம்முடைய கோரிக்கைக்காகவே பிரியமானவளாக இருக்கிறாள்" என்று இந்துக்களின் பழைய நூலான 'உபநிஷத்'தும் கூறுகிறது. ("நாவை பார் யாய காமாய பார்யா பிரியா பவதி, ஆத்மனஸ்து காமாப் பார்யா பிரிய பவதி.") ஆண்களுக்கிருந்த முக்கியத்துவத்தின் காரணத்தால் குடும்பத்தில் ஆண் குழந்தையின் மதிப்பு உயர்ந்து விட்டது. பெண் குழந்தையை அவமதிக்கத் துவங்கி விட்டனர். இது இன்று வரை நடந்து வருகிறது. ஆண் குழந்தை பிறந்தால் ஆட்டபாட்டங்களுடன் விழா கொண்டாடப்படுகிறது; ஆனால் அதே சமயத்தில் பெண் பிறந்தால் குடும்பம் முழுவதையும் கவலை சூழ்ந்து விடுகிறது. பெண்ணைப் பெற்ற தாயும் இதிலிருந்து தப்புவதில்லை. அடிமைச் சமுதாய காலத்திலும், நிலப்பிரபுத்துவ யுகத்திலும் பெண்ணைப் பெற்ற தந்தையின் மனோநிலை எவ்வாறு இருந்தது என்பதற்கு புத்தர் காலத்தில் வாழ்ந்திருந்த (கி.மு. 563 - 483) பிரசேன ஜித் என்னும் மன்னர் கதை ஒரு எடுத்துக்காட்டாகும். மன்னர் அப்பொழுது புத்தரின் அருகில் அமர்ந்திருந்தார். ஒருவன் பிரசேனஜித் மன்னரின் அருகில் வந்து "மகாராஜா! மல்லிகா தேவியார் பெண் மகவை ஈன்றார்" என்று மெள்ளக் கூறினான். அதைக் கேட்டதுமே மன்னர் கவலை அடைந்தார். புத்தர் மன்னரின் கவலையைப் போக்கும் முறையில், "... ஓரோர் பெண் ஆணைக்காட்டிலும் சிறந்தவளாகவும் பேரறிவு கொண்டவளாகவும், குணவதியாகவும், மாமனாரின் மதிப்பை உயர்த்துபவளாகவும், கற்புடையவளாகவும் இருப்பாள்" என்று ஆறுதல் கூறினார். ('ஸம்யுக்த நிகாய் 3-2-6. மல்லிகா ஸூத்த, புத்த சர்யா' - ராகுல்ஜி பக்கம் 393)

பெண் குழந்தை பிறந்தாளென்று கேட்டு பிரசேனஜித் மன்னர் கவலையடைந்ததோடு நின்று விட்டார். ஆனால் அதற்குப் பிந்தைய காலத்திலோ பெண் குழந்தையின் மேல் வெறுப்பு எல்லையில்லாமல் வளர்ந்து விட்டது. குறிப்பாக ராஜபுத்திர இனத்தில் பெண்குழந்தை பிறந்ததுமே அந்த சிசுவைச் சாகடித்து வந்தனர். இன்றும் ஆங்காங்கே இது தொடர்ந்து கொண்டிருக்கிறது.

அந்தக் காலத்தில் குடும்பத்தில் ஆணின் அதிகாரம் அல்லது ஆண்கள் அநேகர் இருந்தால் அவர்களில் மூத்தவனின் அதிகாரம் செல்லுபடி ஆகிக்கொண்டிருந்தது. கூட்டுக்குடும்பம் செவ்வனே நடைபெற வேண்டுமானால் குடும்பத்திலுள்ள அனைவரும் சமமாக நடத்தப்பட வேண்டும். பெருமளவுக்கு எல்லோரும் அப்படியே நடத்தப்பட்டனர்! ஆனால் முதலாளித்துவம் வளர வளர இந்தியக்

கூட்டுக் குடும்பத்தில் எல்லோரையும் சமமாக நடத்துவது குறைந்து வந்தது. இன்று ஆங்கிலக் கல்வி அதிகமாகிக் கொண்டே போகிற இனங்களில் நாளுக்கு நாள் தன்னலம் வளர்ந்து கொண்டே போய்க்கொண்டிருக்கிறது. கூட்டுக் குடும்பம் நடத்துவதே அசாத்தியமாகிக் கொண்டிருக்கிறது.

புராதன இந்தியாவில் திருமணம்

இன்று நாம் பார்த்துக்கொண்டிருக்கும் கல்யாணம், காட்சி, ஆண் - பெண் உறவுகள் போன்றவை 'அனாதி' காலத்திலிருந்து (எல்லையற்ற காலத்திலிருந்து) அப்படியே தொடர்ந்து வந்து கொண்டிருக்கின்றன என்று இந்தியப் படிப்பாளிகள்கூடக் கருதிக் கொண்டிருக்கின்றனர். ஆனால் இது தவறான கருத்தாகும். நம் நாட்டுப் புராதன நூல்களை ஆராய்ந்தால் இவ்விஷயம் தெளிவாகும். யுக மாற்றத்தின்படி தர்மமும் மாறிக்கொண்டே இருக்குமென்று 'மகாபாரதம்' பிரகடனம் செய்திருக்கிறது. 'சத்யயுகத்தில்' தர்மம் நான்கு கால்களைக் கொண்டிருந்ததாம். 'திரேதா யுக'த்தில் வேள்வி ஆரம்பமாயிற்று. துவாபர யுகத்தில் தவமும், கலியுகத்தில் பக்தியும் தோன்றினவாம். திருமண முறையிலும் இப்படிப்பட்ட மாற்றங்களே நிகழ்ந்துள்ளன என்பது பழைய நூல்களைப் படித்தால் புரியும்.

(க) உடலுறவு கொள்ளும் சுதந்திரம்

ஒரு காலத்தில் மனிதர்களின் உடலுறவும் உணவும், உறக்கமும் மிருகத்தன்மையானதாக இருந்தது. இன்றும்கூட எத்தனையோ பழங்குடிகளில் உடலுறவு பகிரங்கமானதாகவே இருக்கிறது. கலிஃபோர்னியாவின் பழங்குடிகளான சிவப்பிந்தியர்கள் சென்ற நூற்றாண்டு வரையிலும் இதே நிலையில் இருந்தனர்.[1] அமெரிக்காவின் மற்றொரு பழங்குடியினரான 'சிப்வேக்கள்' உடலுறவு விஷயத்தில் சகோதரி, மகள், தாய் என்னும் வேற்றுமையையும் பாராட்டுவதில்லை.[2] இதே போன்ற உடலுறவு கொள்ளும் சுதந்திரம் காதியக், யஜீதி முதலிய புதிய இனங்களிலும், ஜரிஷ் பாரசீக பழைய இனங்களிலும் காணப்படுகிறது. எத்தனையோ நாடுகளில் அண்மைக் காலம் வரையிலும் புது மணப் பெண்ணைத் தமது நிலப்பிரவுக்கு முதன்

---

1. "The indigenous indians of California, couple after the manner of interior mamals, without the last formality, and according to the Caprice of the moment" Evolution of marriage by Letourneau 3rd Edition p.43

2. "The chipeways frequently co-habit with their mothers and after still with their sisters and daughters... Kadips write indiscriminately, brothers with sisters and parents with children. The caribs married at the same time mother and daughter.

முதலில் சமர்ப்பித்துக் கொள்ளும் வழக்கம் இருந்தது. கி.பி. 1507ல் எழுதப்பட்ட ஒரு தஸ்தாவேஜில் பிரெஞ்சு நிலப்பிரபுக்களுக்கு இருந்த இந்த உரிமை குறித்துக் குறிப்பிடப்பட்டுள்ளது.[3] இப்படிப்பட்ட உரிமை மத்தியகால ஐரோப்பாவின் பல பகுதிகளிலும் நிலப்பிரபுக்களுக்கு இருந்து வந்தது. எத்தனையோ கிருத்துவ மடாதிபதிகள் நிலப்பிரபுக்களாகவும் இருந்ததால், அவர்களும் இவ்வுரிமையைப் பயன்படுத்திக் கொண்டிருந்தனர்.

ஆண் - பெண் உடலுறவுச் சுதந்திரம் குறித்து நாம் வியப்படையத் தேவையில்லை. அதிக உதாரணங்கள் நமக்குக் கிடைக்காவிட்டாலும், நமது நாட்டிலும் இப்படிப்பட்ட நிலைமைகள் இருக்கத்தான் செய்தன. பிற்காலத்தில் இந்துக்கள் இப்படிப்பட்ட விஷயங்களை வெளிப்படுத்தாமல் இருட்டடிப்பு செய்து விட்டார்கள். ஆற்றைக் கடக்கும் போதே பராசரர் படகோட்டிப் பெண்ணான சத்தியவதியைப் புணர்ந்த கதை மிகப் பிரசித்தமானது[4] என்றாலும் 'மகாபாரத' நூலாசிரியர் பராசரரின் தெய்வீக சக்தியைக் கொண்டு பனித்திரையை உண்டாக்கி மறைப்பை ஏற்படுத்த முயன்றிருக்கிறார். 'ரிக் வேத'த்தில் பல மந்திரங்களைப் படைத்தவரும், பிற்காலத்தில் கவுதம கோத்திரத்தைச் சேர்ந்தவர்களின் முதல்வரான கவுதமரின் ஆரம்பகாலப் பெயர் 'தீர்க்கதமா' என்பதாகும். இவர் உத்தத்யர் என்பவரின் புத்திரர் இவர் பலபேர் முன்னாலேயே பெண்ணைப் புணர்ந்திருக்கிறார்.[5] அந்தப் புராதன காலத்தில் மாத விலக்குக் காலத்தில் எந்தப் பெண்ணும் எந்த ஆணிடமும் சிற்றின்பம் தருமாறு கோரலாம். சர்மிஷ்டா இதே

---

3. "In a French title deed of 1507 we read that the count d'Eu has the right prelibation in the said place when anyone marries" - Letourneau.

(The ancient Irish married, without distinction their mother and sisters" - ibid pp.65, 66

"Justin and Tertullien tell that the parthians and persians married thier our mothers. In ancient persion, religion sanctified the union of a son with his mother." - ibid

ஈரானியர் தாயைப் பெண்டாளுவது குறித்து கி.பி. ஆறாம் - ஏழாம் நூற்றாண்டுகளைச் சேர்த்த புகழ்பெற்ற இந்திய பவுத்த தத்துவ மேதைகள் தமது நூல்களில் குறிப்பிட்டுள்ளனர். "மாத்ரு விவாஹோ... கர்ஜஒரஸ்ய தேஷாந்தரோஷு மாத்ரு விவாஹா பாவேபாவவத்" ('வாத நியாயம்', விளக்கம் 16, தர்மகீர்த்தி கி.பி.600) "மாத்ரு 'வாஹ... பாரசீக தேடி...' (வாத நியாயம்" விளக்கவுரை பக்கம் 16.

4. "மகா பாரதம்" ஆதிபர்வம் (63)

5. "மகா பாரதம்" ஆதிபர்வம் (10)

போல் யயாதியிடம் உடலுறவு வேண்டினாள்.[6] அதுமட்டுமல்ல, இப்படிப்பட்ட வேண்டுகோளை மறுத்தாலும் கர்ப்பச்சிதைவு செய்த பாவம் வருமென்று அங்கேயே சொல்லப்பட்டும் இருக்கிறது.[7] அக்காலத்தில் மக்கள் தொகையைப் பெருக்குவதே முக்கியமானதாகக் கருதப்பட்டது போலும். உலூப்பி என்பவள் அர்ச்சுனனிடம் சிற்றின்பம் தருமாறு கோருகிறாள். அவன் மறுக்கும்போது, பெண் தானாக வந்து உடலுறவு கோரும் போது ஒரு இரவு இன்பம் நுகர்வது அதர்மமல்ல என்று எடுத்துரைக்கிறாள்.[8] குருபத்தினியுடனும், தாயுடனும் உடலுறவு கொள்வது மகாபாவமாகக் கருதப்பட்டு வந்தாலும், உத்தங்கன் மாத விலக்கு சாந்திக்காகக் குரு பத்தினியுடன் உடலுறவு கொண்டது கெட்ட காரியமாகக் கருதப்படவில்லை.[9] சந்திரன் தனது குருவான பிரகஸ்பதியின் மனைவி தாராவைப் புணர்ந்தான். இதனால் 'புதன் என்னும் மகன் பிறந்தான். புதனுக்கு 'நான்தான் தந்தை... நான்தான் தந்தை' என்று குரு - சீடர்களிடையே தகராறு தோன்றிவிட்டது. கடைசியில் தாரா சொன்ன சாட்சியத்தின் படியே முடிவு செய்யப்பட்டது. கவுதமரின் மனைவி அகலிகை இந்திரனைக் கூடிய கதை புகழ்பெற்றதாகும். எனினும் கவுதமர் தமது மனைவியை நிரந்தரமாக ஒதுக்கப்பட வேண்டியவள் என்று எண்ணவில்லை.

(ஙு) திருமண அமைப்பு மிகப் புராதனமானதல்ல

இன்று இந்தியாவில் மட்டுமல்லாமல், வெளிநாடுகளிலும்கூட திருமண அமைப்பு ஒரு புனிதமத அமைப்பாகக் கருதப்படுகிறது. ஆனால் பழைய இந்திய நூல்களை ஆராய்ந்தால், இது சரியான கருத்தல்ல என்பது தெரியும். திருமண அமைப்பு தொன்று தொட்டு இருந்து வருவதல்ல என்பது புரியும். 'பஞ்சசிலா' என்ற கந்தர்வன் தேவகன்னிகையைத் தற்காலிகத் திருமணம் செய்துகொண்டான். தேவலோக அழகிகளும் (அப்சரஸ்களும்), தேவ கன்னிகைகளும் நிரந்ரமாக ஒருவனுக்கே மனைவியாக இருப்பதில்லை என்பதை நமது புராணங்களில் காணலாம். வடக்கு குரு நாட்டில் திருமண முறை இருக்கவில்லை என்பது மகாபாரதத்தின் வழியாகத் தெரிகிறது.[10] முதலில் வடக்கு குரு நாடு ஒரு கற்பனை நாடாகத் தோற்றமளித்தாலும், பிற்காலத்தில் இந்தியாவிலிருந்த ஒரு பிரதேசத்திற்கு 'குரு' என்னும் பெயரும் இருந்தது. ஆரியர்கள் பாரதத்திற்குள் பிரவேசிப்பதற்கு முன்பு

---

6. "மகா பாரதம்" ஆதிபர்வம் *(82)*
7. "மகா பாரதம்" ஆதிபர்வம் *(83)*
8. "மகா பாரதம்" ஆதிபர்வம் *(214)*
9. "மகா பாரதம்" ஆதிபர்வம் *(3)*

அவர்கள் இருந்து வந்த மத்திய ஆசியாவில் 'சப்த சிந்து' பகுதியையே அனேகமாக 'குரு' நாடாகக் குறிப்பிட்டிருக்கலாம். அங்கே ஆரியர்கள் இனக்குழுக்கள் உருவத்தில் வாழ்ந்து வந்தனர். வடக்கு குரு நாட்டில் பெண்கள் சர்வ சுதந்திரமாக இருந்தார்கள். அங்கே திருமணக் கட்டுப்பாடெதுவும் இருந்ததில்லை.[1] 'மகாபாரத'த்தில் இதே இடத்தில் இதற்கு முன் திருமண அமைப்பு இருந்ததில்லை என்றும் குறிப்பிடப்படுகிறது. ஒருவனுக்குச் சொந்தமானவளை மற்றவன் உடலுறவு கொள்ள அழைத்துப் போகலாம். உத்தாலக ரிஷியின் மனைவியை அவர் கண்முன்னே மற்றொரு ரிஷி கூட்டிச் சென்றார். இந்த அடாத செயலை உத்தாலகரின் மகன், ஸ்வேதகேது எதிர்த்தபோது, அது தர்மத்திற்குகந்த செயலே என்று கூறி மகனை உத்தாலகர் அமைதிப்படுத்துகிறார். ஸ்வேதகேது அதே சமயம் இந்த ஒழுக்கங்கெட்ட பழக்கத்தை ஒழித்தே தீருவேன் என்று சபதம் செய்கிறான். 'மகாபாரத'த்தில் வரும் கதையின்படி ஸ்வேதகேது தான் நிலையான திருமண முறையை ஆரம்பித்து வைத்தான். உத்தாலகரும், ஸ்வேதகேதுவும் 'உபநிஷத்'துக்களை இயற்றிய ரிஷிகளாவர். அவர்கள் கி.மு. ஏழாம் நூற்றாண்டில் வாழ்ந்தவர்கள்.[2] இவ்வெடுத்துக் காட்டின் மூலம் அக்காலத்தில் திருமண அமைப்பு மிகவும் பலவீனமாக இருந்ததைப் புரிந்து கொள்ளலாம்.

(ச) பலவீனமான திருமண அமைப்பு

மகாபாரதக் காலத்தில் திருமண அமைப்பு எத்தனை வலுவற்றதாகி இருந்ததென்பதற்குக் கல்யாணமாகாத கன்னிப் பெண்களுக்குப் பிறந்த கர்ணன் போன்றவர்களே சிறந்த எடுத்துக்காட்டுகளாகும். பாண்டவர்களின் தாயான குந்தி திருமணமாகாமலேயே கர்ணனைப் பெற்றெடுத்தாள். கன்னியான கங்கை சந்தனுவினால் பீஷ்மரை ஈன்றாள். பராசரரும், குமாரி சத்தியவதியும் (படகோட்டியின் மகள்) வியாசருக்குப் பெற்றோர்கள் ஆனார்கள். பின்னால் இதே சத்தியவதி சந்தனு மகாராஜாவின் அரசியானாள்[1]. குந்தியின் சக்களத்தி மாத்ரியின் பிறந்த நாடான 'மத்ரி' தேசத்தில் (இன்றைய சியால்கோட்டின் சுற்றுப்புற மாவட்டங்கள்) ஆண் பெண்கள் நீதி, நெறியில்லாத முறையில் உடலுறவு கொண்டிருந்தனர். இதைக் கர்ணன் கடுமையாக விமர்சித்திருக்கிறான்.[2] மத்ர தேசத்தின் மேற்கு அண்டை நாடான காந்தார நாட்டு மன்னன் சல்யன் கர்ணனை நையாண்டி செய்தபோது,

1. "மகா பாரதம்" அனுசாயன பர்வடம் *(102)*
2. ராகுல்ஜியின் 'இந்து தத்துவ இயல்'
1. "மகா பாரதம்" ஆதிபர்வம் *(62)*; வனபர்வம் *(306)*
2. "மகா பாரதம்" அனுசாஸன பர்வம் *(102)*

கர்ணன் மத்ர, காந்தார நாடுகளில் பெண்களின் கட்டுப்பாடற்ற உடலுறவைக் கண்டித்தான். அவை போன்ற உடலுறவுகள் அக்காலத்திற்கு கங்கைப் பள்ளத்தாக்கிலிருந்து மறைந்து விட்டிருந்தன. கர்ணன் கூறியதிலிருந்து மத்ர தேசத்தில் தந்தை, மகன், தாய், மகள், மாமன், அத்தை, மருமகள், மருமகன், சகோதரன், சகோதரி, விருந்தாளி, பெண்ணடிமை, ஆணடிமை ஆகியவர்கள் உடலுறவு விஷயத்தில் ஒருவரோடொருவர் கலந்துவிட்டிருந்தனர் என்பது தெரிகிறது. அங்கிருந்த பெண்கள் தங்கு தடையின்றி ஆண்களுடன் கலந்து உறவாடினர்; முன்பின் தெரியாதவர்களுடன்கூட காதல் கீதங்களை இசைத்தனர். காந்தாரப் பெண்களைப் போலவே மத்ரப் பெண்களும் மதுவருந்தி நடனமாடினர். அங்கே நிச்சயிக்கப்பட்ட திருமண முறை இருக்கவில்லை; பெண்கள் தம்மிச்சையாக ஆண்களைத் தேர்ந்தெடுத்துக் கொண்டனர். மத்ர நாட்டுக் கன்னிப் பெண்கள் வெட்கமற்றவர்களாகவும், ஆசாரமில்லாதவர்களாகவும் இருந்தனர்.

ஒரு பெண் ஐந்து கணவர்களைக் கொண்டிருந்தாள் என்பதற்கு 'வணக்கத்திற்குரிய' திரவுபதியே ஒரு சிறந்த எடுத்துக்காட்டாகும்.

சகோதரி, மகள், பேத்தி ஆகியோரை மணந்த உதாரணங்கள் இந்தப் பழைய நூல்களில் நமக்கு நிறைய கிடைக்கின்றன.

இக்ஷ்வாகு மன்னரால் நாடு கடத்தப்பட்ட இளவரசர்கள் தமது சகோதரிகளைக் கல்யாணம் செய்து கொண்டு, 'சாக்கிய' வம்சத்தைத் துவக்கி வைத்தனர்.[1] இவ்வாறு சகோதரிகளைத் திருமணம் செய்து கொள்ளும் பழக்கம் தாய்லாந்து அரச குலத்தில் இன்றும் இருக்கிறது. சீதை ராமனின் சகோதரியும், மனைவியும் ஆவாள் என்று "தசரத ஜாதகக் கதைகள்" கூறுகின்றன. பிரம்மா தனது மகளான சரஸ்வதியின் மீது மோகம் கொண்டது புராணத்தில் புகழ்பெற்றதாகும். பிரம்மாவின் மகனான தட்சனின் மகள் தனது தாத்தாவையே திருமணம் செய்துகொண்டாள். திருமணம் 'செய்து கொள்ளாமலே' உடலுறவு கொண்ட எத்தனையோ உதாரணங்களைப் பழைய நூல்களில் காணலாம்.

1. பீமன் ஹிடிம்பாவுடன் தற்காலிகத் தொடர்புதான் கொண்டிருந்தான். அவர்களுக்குக் கடோத்கசன் பிறந்தான்.[1]

2. மணிபுரியின் இளவரசி சித்ராங்கதாவுடன் அர்ச்சுனன் மூன்றாண்டுகள் மட்டுமே தொடர்பு கொண்டிருந்தான்.[2]

---

1. ராகுல்ஜியின் "புத்த சர்யா" பக்கம். 198.
1. 'மகாபாரதம்' ஆதிபர்வம் (155)
2. 'மகாபாரதம்' ஆதிபர்வம் (125)

3. கவுதம ரிஷி - ஜானபதி என்னும் அப்சரஸினால் கிருபா கிருபியைப் பெற்றெடுத்தார் (ஆதிபர்வம் 130)

4. பரத்வாஜர் - கிருதாச்சிகளுக்குத் துரோணாசாரியர் பிறந்தார் (ஆதிபர்வம் 120)

5. வியாசர் - கிருதாச்சிகளுக்குச் சுகர் பிறந்தார். (சாந்தி பர்வம் 324)

6. விசுவாமித்திரரும், மேனகையும் சகுந்தலையைப் பெற்றனர்.

7. புரூவர சக்ரவர்த்தியும் ஊர்வசியும் ஏழுமகன்களைப் பெற்றனர். (ஹரி வம்சம், 25)

8. ஊர்வசி அர்சுனனை இன்பம் தரவேண்டினாள். அர்ச்சுனன் மறுக்கவே ஊர்வசி சாபமிட்டு விட்டாள், அதன் பலனாக அவன் ஓராண்டு வரை ஆண்மை இழந்தவனாக இருந்தான். (வன பர்வம், 46)

இவைதவிர மகாபாரதக் காலம் வரையிலும் மற்றொரு வழக்கமும் இருந்தது. கணவன் இறந்துவிட்டிருந்தாலும் அல்லது அவனால் குழந்தைகளைப் பெற இயலாத நிலை இருந்தாலும், ஒரு பெண் கொழுந்தனுடனோ அல்லது கணவனின் கோத்திரத்தைச் சேர்ந்த மற்றவனுடனோ உடலுறவு கொண்டு குழந்தைகளைப் பெற்றுக்கொள்ளும் வழக்கம் அது. அவ்வழக்கத்தை “நியோக்” என்றழைத்தனர். திருதராஷ்டிரரையும், பாண்டு மன்னரையும் வியாசர் இவ்வாறு தான் பெற்றார். பலி என்னும் அரசருக்குக் குழந்தைப் பேறு இல்லாதிருந்ததால், அவரே தமது மனைவியான சுதேஷ்ணாவை தீர்க்கதமர் (கவுதமர்) என்னும் ரிஷியிடம் அனுப்பி வைத்தார். இவ்வாறு அரசிக்கு அங்க, வங்க, கலிங்க, ஸீஹ்ய என்னும் நால்வர் பிறந்தனர்.[1] சாரதண்டாயன் என்ற அரசன், வழியில் போய்கொண்டிருந்த ஒரு பிராமணனை அழைத்து, அவனுடன் தன் மனைவியை அனுப்பி வைத்துக் குழந்தையைப் பெற்றுக் கொண்டான். ஸௌதாஸ் என்னும் மன்னனுக்குக் குழந்தைகள் இல்லாததால், அவர் தனது மனைவியான மதயந்தியை வசிஷ்ட முனிவருடன் ‘நியோகம்’ செய்வித்துக் குழந்தையைப் பெற்றுக்கொண்டார்.[1]

தேவர் (கொழுந்தான்) என்ற சொல் மிகப்பழைமையான சொல்லாகும். ருஷிய மொழியில் கொழுந்தனை ‘தேவ்ரு’ என்றே அழைக்கின்றனர், ஆறு வேதங்களில் ஒன்றான “நிருக்தம்” என்னும்

1. ‘மகாபாரதம்’ ஆதிபர்வம் (104)

1. ‘மகாபாரதம்’ ஆதிபர்வம் (122)

நூலில் யாஸ்கர் "கொழுந்தன் என்று சொல்வானேன்? அவன் இரண்டாம் கணவன் தானே?" என்று கேட்கிறார். இதிலிருந்து கணவன் இல்லாதபோது, அண்ணியின் மேல் கொழுந்தன் கொண்டிருந்த உரிமையைப் புரிந்துகொள்ளலாம். ராமாயணத்திலும் மாரீசனைக் கொல்லும் சமயத்தில், சீதைக்குக் காவலாக இருந்த லட்சுமணன் தனது அண்ணனுக்கு உதவி செய்யப் போக மறுத்தபோது, சீதை சினங்கொண்டு "அண்ணா இறந்த பின்னர் நீ என்னை வசப்படுத்திக் கொள்ளலாம் என்று பார்க்கிறாய்!" என்று லட்சுமணனை வைதாள். ராமாயணத்திலேயே வாலியின் மனைவி தாரா கொழுந்தனான சுக்ரீவனுக்குக் கணவன் உயிருடன் இருக்கும் போதே மனைவியாகிறாள், ராவணன் மனைவி மண்டோதரி கொழுந்தன் விபீஷணனின் மனைவியாகிறாள்.

மனைவி தானம்: தனது அன்பிற்குரிய நண்பனைக் கவுரவிக்கும் வகையில் அவனுக்கு மனைவியை அர்ப்பணித்துக் கொள்ளும் பல உதாரணங்கள் கிரேக்க வரலாற்றில் கிடைக்கின்றன. சாக்ரடீஸ் அல்கிபியாதீஸ் என்னும் நண்பனிடம் தமது மனைவி ஜந்திப்பை உடலுறவு கொள்ள அனுப்பி வைத்தார். கிரேக்க வரலாற்றில் இப்படிப்பட்ட எத்தனையோ எடுத்துக்காட்டுகள் இருக்கின்றன. இப்படிப்பட்ட நிகழ்ச்சிகள் நமது பழைய நூல்களிலும் விவரிக்கப்பட்டுள்ளன. அவற்றில் தானதருமத்திற்காக மனைவிகள் அர்ப்பணிக்கப்பட்டிருக்கிறார்கள்.

1. யுவனாஷ்வ மன்னர் தனது அன்பு மனைவியைத் தானமாக அளித்துச் சொர்க்கத்தை அடைந்தார்.[1]

2. மித்ரஸஹ் என்பவர் தன் மனைவியான மதயந்தியை வசிஷ்டருக்குத் தானமளித்துச் சொர்க்கலோகம் சென்றார்.[2]

3. சுதர்ஸனன் விருந்தாளிக்குத் தனது மனைவியைத் தந்து அழியாப் புகழடைந்தார்.[3]

இதிலிருந்து உலகின் பல்வேறு பிரதேசங்களிலும், பல்வேறு சமூக அமைப்புகளிலும், பல்வேறு இனங்களிலும் இருந்த எத்தனையோ விதமான ஆண் - பெண் உறவு முறைகள் இந்தியாவிலும் இருந்து வந்தன என்பது தெரியவருகிறது.

---

1. 'மகா பாரதம்' சாந்தி பர்வம் (234)

1. 'மகா பாரதம்' சாந்தி பர்வம் (34)

1. 'மகா பாரதம்' அனுசாயன பர்வம் (2)

2. ஆயுதங்களும், கருவிகளும்

கி.மு.நாலாயிரம் ஆண்டுகளுக்கு முன்பு எகிப்தியர் முதல் 'பிரமிட்'டை அமைத்தபோதே, அவர்கள் செம்பை அறிந்திருந்தனர். அக்காலத்திலேயே உலகத்தில் ஒரு நாட்டிலாவது செம்பு பயன்படுத்தத் தொடங்கிவிட்டனர் என்று நாம் கூறலாம். இருந்தாலும் செம்பு எப்போது கண்டுபிடிக்கப்பட்டது என்பதை நம்மால் கச்சிதமாகச் சொல்ல முடியாது. கி.மு. நாலாயிரம் வருடங்களுக்கு முன்பு செம்பை மக்கள் தெரிந்திருந்தனர் என்று மட்டுமே நாம் கூற இயலும். அத்துடன் உலகத்தின் எல்லாப் பகுதிகளிலும், எல்லா இனங்களிலும் 'தாமிரயுகம்' ஒரே சமயத்தில் ஆரம்பமாகவில்லை என்பதையும் நாம் நினைவில் கொள்ள வேண்டும். அமெரிக்காவின் நாகரிக இனங்களான இன்கா, சுஜேதக், மய் ஆகியவை கி.பி. பதினாறாம் நூற்றாண்டு வரையும் கூடத் தாமிர யுகத்திலும், பித்தளை யுகத்திலும் வாழ்ந்திருந்தன. சென்ற நூற்றாண்டு வரையிலும் கூட ஆஸ்திரேலியாவைச் சேர்ந்த பழங்குடிகள் உலோகத்தின் உபயோகத்தை அறியமாட்டார்கள். அவர்களின் கூடாரங்களுக்கருகே தங்கத் துண்டுகள் சிதறிக் கிடந்தன; என்றாலும் அவர்கள் அவற்றைத் தொடக் கூட இல்லை. கி.மு. 1500ல் பித்தளை கண்டுபிடிக்கப்பட்டாலும் முழு உலகமும் அதை அப்பொழுதே பயன்படுத்த ஆரம்பித்து விடவில்லை. கி.மு. 600ல் கண்டுபிடிக்கப்பட்ட இரும்பின் நிலையும் அதுதான்!

நாகரிகத்தில் முன்னேறிய எகிப்து, மெஸப்படோமியா, சிந்துப் பள்ளத்தாக்கைப் பொறுத்தவரை அடிமைச் சமுதாயக் காலத்தில் பித்தளையும், இரும்பும் கண்டுபிடிக்கப்படவில்லை. இதனால் இக்காலத்தில் ஆயுதங்களின் உலோகத்தில் எவ்வித மாற்றமும் இருக்கவில்லை; என்றாலும் ஆயுதங்களின் வேலைப்பாட்டிலும், கூர்மையிலும் நிச்சயமாக மாற்றம் ஏற்பட்டிருக்கலாம்.

3. செல்வம்

அடிமைச் சமுதாயக் காலம், தந்தை வழிச் சமுதாயக் காலத்திற்கும், நிலப்பிரபுத்துவச் சமுதாயக் காலத்திற்கும் இடைப்பட்ட காலமாகும். தந்தை வழிச் சமுதாய வரலாற்றை விவரிக்க நமக்கு அதிக ஆதாரங்கள் கிடைக்கவில்லை. யூதர்களின் சில பழமொழிகளைக் கொண்டும், அதே நிலைமையில் இன்றும் வாழ்ந்து கொண்டிருக்கும் பழங்குடிகளைப் பார்த்தும், அக்காலத்தை வர்ணிக்க முயற்சிக்கப் பட்டது. ஆனால் நிலப்பிரபுத்துவ யுகத்தில் பிரவேசித்ததும், நாம் இருட்டிலிருந்து வெளிச்சத்திற்கு - பிற்பகல் வெளிச்சத்திற்கில்லா விட்டாலும் விடியற்காலை வெளிச்சத்திற்கு - சேர்கிறோம்.

நிலப்பிரபுத்துவச் சமுதாய யுகத்தில் செல்வத்தை உற்பத்தி செய்வதிலும், அதன் மேல் ஒரே வர்க்கம் ஆதிக்கம் செலுத்தியதிலும் எவ்வித மாற்றமும் ஏற்படவில்லை. தந்தைவழிச் சமுதாயக் காலத்தைப் போலவே இப்பொழுதும் செல்வத்தின் மீது ஆணின் அதிகாரமும், வாரிசு உரிமையும் தொடர்ந்தன. பசு வளர்ப்பு, விவசாயம், தொழில்கள், பண்டமாற்று முதலியவை செல்வம் சம்பாதிக்கும் சாதனங்களாக இருந்தன. சொத்து தனியுடைமையாக இருந்தது. சொத்துடைமையாளன் அதைத் தானமளிக்கவும், விற்பனை செய்யவும் உரிமை படைத்திருந்தான்.

4. தொழில்களும், வணிகமும்

விவசாய வளர்ச்சிக்கும் அதிகம் பேர் தேவைப்பட்டாலும், தொழில்களை வளர்த்துப் பணம் சம்பாதிக்க வேண்டுமென்பதற்கு மற்றொரு நோக்கமிருந்தது. தொழில் வளர்ச்சிக்காகவே அடிமை முறையும் மிக அதிகமாக வளர்ந்தது.

(க) கைத் தொழில்கள்

அடிமைச் சமுதாய யுகத்தில் விவசாயமும், தொழில்களும், நகரமும், கிராமமும் பிரிந்தன என்பதைச் சொல்லியுள்ளோம். பழைய தொழில்களையெல்லாம் ஒரே குடும்பத்தினர் செய்து வந்தனர். இதே போல் இன்றும் முன்னேறாத பழங்குடிகளில் நடந்து வருகிறது; ஆனால் சிறந்த பொருட்களுக்கு நல்ல கிராக்கி ஏற்பட்டதும் தொழில் நுணுக்கம் தெரிந்தவர்கள் தேவைப்பட்டனர். உதாரணமாக, இதற்கு முன் ஒவ்வொரு குடும்பத்திலும் திராட்சைச் சாராயம் தயாரித்து வந்தனர்; ஆனால் இப்பொழுது அதற்கும் நிபுணர்கள் தேவைப்பட்டனர். இந்த நிபுணர்கள் வெற்றி கொள்ளப்பட்ட அடிமைகளிலிருந்தும், விலைக்கு வாங்கப்பட்ட அடிமைகளிலிருந்தும், இனக்கலப்பால் பிறந்தவர்களிலிருந்தும், உடைமை வர்க்கங்களிலிருந்தும் வந்தனர். குறிப்பாக இந்த நிலை இந்தியாவில் இருந்தது. நிலப்பிரபுத்துவக் காலத்தில் வெற்றி கொள்ளப்பட்ட அடிமைகளிலிருந்தே தொழிலாளர் இனங்கள் தோன்றின. ஆரியர்கள் முதலில் ஆடைகள் நெய்வதும், தைப்பதும், மற்ற பழைய தொழில்களைச் செய்துகொண்டிருந்தாலும் பிற்காலத்தில் இவற்றைச் செய்வதை விட்டுவிட்டனர்.

தந்தை வழிச் சமுதாயத்தின் இறுதிக் காலத்தில் முதன் முதலாக அடிமை முறை தொடங்கியபோது, எஜமானர் அடிமைகள் என்னும் வெவ்வேறு வர்க்கங்கள் தோன்றின. அத்துடன் முதல் உழைப்புப் பிரிவினையும் ஏற்பட்டது. அடிமை வேலை செய்தான் சுரண்டப்பட்டான்; எஜமானன் அடிமையின் மீது ஆதிக்கம் செலுத்தி

அவனைச் சுரண்டினான். சமுதாயத்தில் மேலும் பொருளாதார வளர்ச்சி ஏற்பட்டது. தொழில்கள் பெருகின. இப்பொழுது அடிமைச் சமுதாய யுகத்தில் இரண்டாவது உழைப்புப் பிரிவினை ஏற்பட்டது. தொழில்கள் விவசாயத்திலிருந்து வேறுபடுத்தப்பட்டன. மக்களில் ஒரு பிரிவினர் தொழில் செய்வதே தமது முக்கிய பணியாகக் கொள்ள நேரிட்டது. அப்படியிருந்தும் அவர்கள் கிராமங்களில் இருப்பவர்களானால் கொஞ்சம் விவசாயமும் செய்தனர். இந்தியாவில் தச்சர், கொல்லர், குயவர், நாவிதர், வண்ணார் போன்ற ஜாதிகள் இந்த உழைப்புப் பிரிவினையாலேயே வேறுபட்டிருந்தன. இவை பிற்காலத்தில் திருமண உறவுகளையும் ஒரே தொழில் செய்பவர்களிடையே ஏற்படுத்திக் கொண்டு தனித்தனி ஜாதிகளாக உருப்பெற்றன. மூன்றாவது மகத்தான உழைப்புப் பிரிவினையாகி வியாபார வர்க்கம் தோன்றிற்று. இது உற்பத்தியாளர்களுக்கும், உபயோகிப்போருக்கும் இடையே தோன்றிய வர்க்கமாகும். இவ்வர்க்கம் அடிமைச் சமுதாய யுகத்திலேயே தோன்றினாலும் நிலப்பிரபுத்துவக் காலத்திலேயே ஒரு தனித் தொழிலாக வளர்ந்தது. அடிமைச் சமுதாயக் காலத்தில் பொருட்களை வாங்கவும், விற்கவும் ஒரு குறிப்பிட்ட வியாபாரி இல்லாவிட்டாலும், பண்டமாற்று முறை வளர்ந்திருந்ததால், தொழில்களுக்கு ஊக்கம் கிடைத்துக் கொண்டிருந்தது.

(ங) வணிகம்

வணிகம் ஒரு தனி வர்க்கத்தின் தொழிலாக இல்லாவிடினும், ஒவ்வொரு தொழிலாளியும் தான் தயாரித்த சரக்குகளைக் கூவித் திரிந்தோ, சந்தையிலோ கச்சாப் பொருட்களைப் போலவும் நாணயங்களைப் போலவும் பயன்பட்ட உலோகங்களைப் பெற்றுக் கொண்டு பண்டமாற்று செய்து கொண்டிருந்தான். இவ்வியாபாரத்தில் உயிரற்ற பொருட்களும், ஆடு மாடுகளும் தவிர ஆண் - பெண் அடிமைகளும் வியாபாரச் சரக்குகளாக இருந்தனர். அக்காலத்தில் நாணயங்கள் இல்லாவிட்டாலும், பொருட்கள் வட்டிக்காகத் தரப்பட்டன. வட்டி, நாணயங்களின் மேலல்லாமல் பொருளின் மதிப்பின் மேல் கணக்கிடப்பட்டது. இப்பொழுதும் இந்தியாவின் கிராமப் பகுதிகளில் தானியத்தை வட்டிக்குத் தந்து தானியத்தையே வட்டியாகப் பெற்றுக் கொள்வதைப் பார்க்கலாம்.

5. வர்க்கங்களும், வர்க்கப் போராட்டமும்

அடிமை முறையும், சுரண்டலும் நிலை பெற்றுவிட்ட பின்னர் சுரண்டும் வர்க்கமும், சுரண்டப்பட்ட வர்க்கமும் தோன்றிவிட்டன. தந்தை வழிச் சமுதாய அமைப்பு ஏற்பட்ட பிறகு பழைய ஏற்றத்

தாழ்வற்ற சமுதாயம் மறைந்துவிட்டது. வர்க்க பேதங்களுடைய சமுதாயம் நிலைகொண்டுவிட்டது. சமுதாய வர்க்கம் என்றால் என்ன? "ஒரே விதமான உற்பத்திச் செயலைச் செய்யும் தனிநபர்களின் குழுவை, உற்பத்திச் செயலில் மற்றவர்களுடன், ஒரே மாதிரியான உறவுகளைக் கொண்டவர்களைச் சமுதாய வர்க்கம் என்கிறோம். இவ்வுறவுகளைப் பொருளின் உருவத்தில் கூடத் தெளிவாக்கலாம்."

பணக்காரர்கள் - ஏழைகள், ஆளுவோர் - ஆளப்படுவோர் ஆண்டான் - அடிமை - இவ்வர்க்கங்கள் வெவ்வேறானவையாதலால், அவைகளிடையே முரண்பாடு தோன்றுவது இயற்கையே ஆனால் அம்முரண்பாடு தீவிரமானதாக இருக்கவில்லை. காரணம், தனிச்சொத்துடைமை ஏழைகள், ஆளப்படுவோர், சுரண்டப் படுவோரிடையேயும் வேற்றுமைகளை ஏற்படுத்தி அவர்களனைவரும் ஒன்றுபட்டுப் பொது எதிரியை எதிர்க்க இயலாமல் செய்துவிட்டது. மற்ற அனைவருமே அடிமைகளிடம் அனுதாபம் கொண்டிருக்க வில்லை; ஏனெனில் அடிமைகள் பெரும்பாலும் பகைவர் இனத்தவராகவே இருந்தனர். எல்லாச் சுரண்டப்பட்டோரும், அடக்கப்பட்டோரும், ஏழைகளும் ஒன்று சேர்ந்து பொது எதிரியை எதிர்க்காவிட்டாலும், கொடுமைகள் எல்லை மீறும் போது, தனித்தனியாகப் போராடத் துவங்கினர். போராடத் துணிந்த மக்களை அரசு கடுமையாகத் தண்டித்தும் கொண்டிருந்தது.

அக்காலத்தில் வர்க்கங்கள் தெளிவாக இருக்கவில்லை; இதனால் மக்கள் சுரண்டுவோர் - சுரண்டப்படுவோர் என்றும் இரு வர்க்கங்களாகப் பிரிந்து போராட முடியவில்லை. ஆகவே சுரண்டப்பட்ட வர்க்கம் தனது உழைப்பால் சமுதாயத்தைச் செல்வச் செழிப்புடையதாகக் கொண்டிருந்தாலும், அதன் நிலைமை மேலும் மேலும் மோசமாகிக் கொண்டே இருந்தது. சுரண்டப்படுவோரும் எண்ணிக்கையில் பெருகிக்கொண்டே இருந்தனர்.

அடிமைச் சமுதாய காலத்திலும், நிலப்பிரபுத்துவச் சமுதாய காலத்திலும் அடிமைகளுக்கும் - எஜமானர்களுக்கும் இடையே நடந்த வர்க்கப் போர்கள் ஒரு விதமானவையாகும். அவை குறித்தும் அடுத்த அத்தியாயத்தில் கூறுவோம்.

6. அரசாட்சி

இக்காலத்தில் அரசின் முக்கிய கடமை அடிமைகளைக் கட்டுப்பாட்டிற்குள் வைத்திருப்பதேயாகும். காரணம் அங்கே அரசியல் அதிகாரம் அடிமைகளின் எஜமானர் கைகளில் இருந்தது. அடிமைகள்

- எஜமானர்களைத் தவிர 'சுதந்திர' மனிதர்களின் எண்ணிக்கையும் அதிகமாகவே இருந்தது. அவர்களின் செல்வாக்கும் குறிப்பிடத் தகுந்ததாகவே இருந்தது. ஆனால் தனிச்சொத்துடைமை பணக்காரர்களின் சக்தியை மிகப் பெரும் அளவுக்கு வளர்த்து விட்டதால் அடிமைகளின் எஜமானர்கள், இப்பணக்காரர்களைத் தம்மைவிட உயர்ந்தவர்களாக எண்ணினர். அடிமைச் சமுதாயம் தந்தை வழிச் சமுதாயத்தின் வளர்ச்சி பெற்ற நிலையாக இருந்ததைப் போலவே, அடிமைச் சமுதாய அரசும், தந்தை வழிச் சமுதாய அரசியலமைப்பையே அடிப்படையாகக் கொண்டிருந்தது. அப்போதைக்குப் பூரணமாகத் தனிமனித ஆதிக்கம் நிலை பெற்றிருக்கவில்லை. அரசாட்சி உயர் வர்க்கங்களின் சுயநலத்திற்காகவே நடைபெற்றுக் கொண்டிருந்தாலும், அடிமைகளின் எஜமானர்கள் - பிரபுக்கள் வர்க்கம் - தமது தம்பிகளான பணக்காரர்களைச் சமூக நிகழ்ச்சிகளில் மதித்து நடத்தி அவர்களை அடிமைகளிலிருந்து வேறுபடுத்த முயற்சித்துக் கொண்டிருந்தனர்.

7. மதம்

அடிமைச் சமுதாய காலத்தில் மதத்திற்கும், நிலப்பிரபுத்துவச் சமுதாய காலத்திய மதத்திற்கும் குறிப்பிடத்தக்க வேற்றுமை இருக்கவில்லை. இதைப் பற்றிப் பின்னால் விவரிப்போம். வடமொழியிலுள்ள "தாரணாத் தர்ம மித்யாஹு" என்ற சொல்லை இங்கே நினைவில் கொள்ள வேண்டும். இதன் பொருள் "பிடித்து வைத்திருப்பதே தர்மம் (மதம்) எனப்படுகிறது" என்பதாகும். இப்படிச் சொல்வது மிகச் சரியானதேயாகும் இயங்கிக்கொண்டே இருக்கும். முன்னேறிக்கொண்டே இருக்கும் சமுதாயத்தை மதம் கெட்டியாகப் பிடித்து நிறுத்தி வைக்க விரும்புகிறது. அடிமைச் சமுதாய காலத்தில் மதம், முன்னேறிக்கொண்டிருக்கும். சமுதாயம், ஆளும் வர்க்கத்தை அழித்து விடக்கூடாதே என்பதில் கண்ணும் கருத்துமாக இருந்தது. எஜமானர்களின் 'உரிமை'களை அடிமைகள் பேராசையுடன் நோக்கி விடக்கூடாதே என்பதில் மதம் அக்கறை செலுத்தியது.

ஐந்தாம் அத்தியாயம்

நாகரிக மனித சமுதாயம் (2)

(ங) நிலப்பிரபுத்துவச் சமுதாய யுகம்

சமுதாயம் ஒன்றுக்கொன்று முரண்பட்ட நலன்களைக் கொண்ட இரு வெவ்வேறு வர்க்கங்களாகப் பிரிந்துவிட்டது. சமுதாயத்தின் அரசியல் அதிகாரம் அல்லது அரசு பணக்கார வர்க்கத்தின் கைக்குள் சென்றுவிட்டது. இதனால் ஏழைகளையும், அடிமைகளையும் கட்டுப்பாட்டிற்குள் வைத்திருக்கும் ஏற்பாடு செய்யப்பட்டுவிட்டது. என்றாலும், எல்லாப் பணக்கார வர்க்கங்களின் நலன்களும் ஒரே மாதிரியானவையல்ல. அப்பணக்கார வர்க்கங்கள் வெவ்வேறு நிலப்பகுதிகளில் வாழ்ந்திருந்தன. மற்றவர்களை வெற்றிகொள்ளவும் அவர்களுடைய செல்வத்தைக் கொள்ளையடிக்கவும் அவர்களுக் கிடையே போர்கள் நடைபெற்றுக்கொண்டிருந்தன. இப்பொழுது போரிட்டுக் கொண்டிருந்தவர்கள் சிறிய சிறிய மக்கள் கூட்டங்களல்ல. பக்கத்தில் வாழ்ந்திருந்த பகைவர்களின் படை பலத்தைப் பொறுத்து ஒவ்வொரு அரசும் தனது படை பலத்தையும் பெருக்கிக் கொள்ள நேரிட்டது. இதற்கு முன்பு ஒவ்வொரு படைவீரனும் தனக்குத் தளபதியாக இருந்தான். அவன் ஒரு 'ஸெல்' படைத்த உயிரினம், தனது உடலைத் தன்னிச்சை போல் அசைத்துக் கொள்வதைப் போல தன்னிடமுள்ள சாதாரண ஆயுதங்களைக் கொண்டு தன்னிஷ்டப்படி போரிட்டுக் கொண்டிருந்தான். ஆனால் இப்போது படைவீரர்களின் எண்ணிக்கை ஆயிரக்கணக்காக உயர்ந்துவிட்டது. அவர்கள் பயன்படுத்திய படைக்கலன்களும் மிகவும் சக்தி படைத்தவை யாகவும், விலையுயர்ந்தவையாகவும், மாறிவிட்டன. இதனால் படைவீரர்களில் ஒற்றுமையும், கட்டுப்பாடும் அதிக அவசியமாயின. ஆயுதங்களைப் பயன்படுத்தும் பயிற்சியும் அவர்களுக்கு மிகவும் தேவைப்பட்டது. அதிக அறிவுடையவனும், மாவீரனும், அதிக அனுபவம் படைத்தவனே இக்காரியத்தைச் செவ்வனே செய்ய முடியும். தந்தை வழிச் சமுதாயம் இப்படிப்பட்ட தலைவர்களுக்குப் பயிற்சியளிக்கும் பள்ளியாகப் பணியாற்றியது. பிதுரர்களில் மேற்கூறிய சிறப்புக்கள் உடையவர்களுக்கு மேலும் முன்னேறுவதற்கான போதிய வாய்ப்பிருந்தது. ஏனெனில் மேலும் மேலும் செல்வம் அடைய

வேண்டுமென்னும் பேராசை புதிய புதிய போர்களுக்கு வாய்ப்பளித்துக் கொண்டிருந்தது. அக்காலத்திலிருந்த இம்மனப்போக்கு புத்தரின் காலத்திய ஒரு அரசனின் கதையிலிருந்து புலனாகிறது. புத்தரின் சீடரான ராஷ்டிரபாலர். 'குரு' (மீரட் பகுதி) அரசரான கவுரவ்யரை இவ்வாறு கேட்டார்.

"உன்னுடைய நம்பிக்கைக்குரிய சேவகன் ஒருவன் கிழக்குத் திசையிலிருந்து வந்து, 'மகாராஜா!' நான் கிழக்குத் திசையிலிருந்து வந்திருக்கிறன். அங்கே நான் அடர்த்தியான மக்கள் தொகையைக் கொண்ட ஒரு நாட்டைப் பார்த்தேன். அங்கே யானைகளும், குதிரைகளும், காலாட் படைகளும் எண்ணிலடங்காமல் இருக்கின்றன. அங்கே விலையுயர்ந்த யானைத் தந்தங்களும், மான் தோல்களும் உள்ளன. அங்கே இயற்கைத் தங்கமும், செயற்கைப் பொன்னும் நிறைய இருக்கின்றன. அங்கே பெண்கள் மிக சுலபமாகக் கிடைக்கின்றனர். அந்நாட்டைத் தங்கள் படை பலத்தால் வெற்றி கொள்ளலாம். அதைத் தாங்கள் வெற்றி கொள்ளுங்கள் மகாராஜா! என்று கூறினால் நீ என்ன செய்வாய்?"

"அதையும் வெற்றி கொண்டு அரசாளுவேன்" (ரட்டபால் ஸுத்த மஜ்ஜியம் நிகாய், பக்கம் 242)

கவுரவ்ய அரசனின் இந்தப் பதில் நிலப்பிரபுத்துவ யுகத்தின் திருப்தி கொள்ளாத பேராசைக்கு ஒரு நல்ல எடுத்துக்காட்டாகும். ஒரு நாடு மற்ற நாட்டைப் பகைத்துக் கொள்ளாவிட்டாலும், அந்நாட்டு மக்கள் மற்றவர்களுக்கு எவ்விதத் தீங்கிழைக்கா விட்டாலும் அங்கே பணமும், தங்கமும், பெண்களும் இருந்தால் பகைவர்களை அழைக்க அவையே போதுமானவையாகும்.

மக்கள் கூட்டங்கூட்டமாக வாழ்ந்த காலத்திலும் சண்டைகள் நடந்து கொண்டிருந்தன. ஆனால் அவை சமூகம் முழுமையின் லாபம் கருதியோ தற்காப்புக்காகவோ அல்லது பழிவாங்குவதற்காகவோதான் செய்யப்பட்டு வந்தன. அவர்களில் தனிப்பட்ட பேராசை மருந்துக்குக்கூட இருந்ததில்லை. அந்தப் பேராசை கவுரவ்ய அரசன் கொண்டிருந்ததைப் போல் மற்றவரின் செல்வத்தையும் பெண்களையும் அபகரிப்பதற்காக இருந்ததில்லை. தனிச் சொத்துடைமை பல தலைமுறைகளாகக் கற்றுத்தந்த தன்னலத்தால், இப்போது மன்னர்கள் பேராசை பிடித்தலைபவர்களாக மாறிவிட்டிருந்தனர். பேராசை நிறைவேறுவதற்கான சாதனமே அவர்களுடைய நீதியாக இருந்தது. இப்போர்களில் வெற்றியடையும் படைத்தளபதிகளுக்குப் புகழ் மட்டுமல்ல தனிச் செல்வமும், அரசியல் அதிகாரமும் கிடைத்துக் கொண்டிருந்தன. படைத்தளபதிகளான இந்த நிலச்சுவான்தார்களே

இப்பொழுது அரசியலதிகாரம் செலுத்தும் ஆட்சியாளர்களாக மாறிக் கொண்டிருந்தனர். இவர்களே பிற்காலத்தில் தமது வாழ்நாள் முழுவதற்கும் அல்லது நமது சந்ததியினருக்காகவும் செங்கோலைக் கையிலேந்தி அரசை ஏற்படுத்துவதில் வெற்றி பெற்றனர். புராதன எகிப்து மெஸப்படோமியா, சிந்துவெளி நாகரிகங்களில் தந்தை வழிச் சமுதாயத் தலைவர்களும், அடிமைச் சமுதாயத் தலைவர்களும் அரசாட்சிகளை நிறுவுவதைக் காண்கிறோம். ஆனால் பிற்காலத்தில் இந்திய, கிரேக்க, பாரசீக நாகரிகங்களில் அது ஒரு சமயத்தில் முடியராசகவும் ஒரு சமயத்தில் குடியரசாகவும் மாறிக் கொண்டிருந்ததையும் பார்க்கிறோம். இந்தியாவில் பஞ்சாப், உத்தரப்பிரதேசம், பீகாரின் எல்லைப்புறத்திலிருந்த குடியரசுகள் பற்றி விவரித்துள்ளோம். இந்தியாவில் வாழ்ந்திருந்த பழைய இனங்களும் தொடர்ந்து வெளியிலிருந்து வந்து கொண்டிருந்த இனங்களும் கலந்து போய் வர்க்க பேதம் மேலும் சிக்கலாகாமலிருந்ததால் இக்குடியரசுகளை இவ்வளவு விரைவில் மறந்திருக்க மாட்டோம்.

இங்கே 'நிலப்பிரபுத்துவம்' என்னும் சொல், பரந்த பொருளில் கையாளப்பட்டிருக்கிறது. இதில் முதலாளித்துவ யுகத்திற்கு முன்பிருந்த குடியரசுகளும் சேர்ந்துள்ளன. அக்குடியரசுகளில் பணக்காரச் சுரண்டும் கூட்டத்தின் நலனுக்காக நாட்டின் அரசியல் சக்தியையும், படை வலிமையையும் 'அரசு' என்ற பெயரில் பயன்படுத்தப்பட்டு வந்தனர்.

இந்த நிலப்பிரபுத்துவ யுகத்தைப் புகழ்ந்து துதிபாடுவதில் பிற்போக்கு எழுத்தாளர்கள் குறிப்பாக மதப்பற்றுடையவர்கள் முன்னணியில் இருக்கின்றனர். அவர்கள் இக்காலத்தை 'சத்திய யுகமெ'ன்றும், 'பொற்கால'மென்றும் கருதுகின்றனர். இன்றும் அதை நினைத்து "ஐயோ! அந்த நமது சத்திய யுகம் மறைந்து விட்டதே! ஐயகோ! அந்த நமது பொற்காலம் போய்விட்டதே!" என்று ஒப்பாரி வைக்கின்றனர்.

இந்த யுகத்தில், பண்பாடு வளர்ச்சி பெற்றது. பழைய யுகங்களை ஒப்பிட்டால் வளர்ச்சியின் வேகமும் தீவிரமாகவே இருந்தது. ஏன் இருக்காது? வாழ்க்கை இப்பொழுது தனது தேவைகளைப் பூர்த்தி செய்து கொள்வதிலேயே முடிந்துவிடவில்லை. வாழ்க்கைத் தேவைகளுக்கான காரியங்களைச் செய்ய இப்பொழுது பெருமளவில் அடிமைகளும், தொழிலாளர்களும் இருந்தனர். மரியாதை படைத்த 'பெரிய மனிதர்கள்' தமது கரங்களால் வேலை செய்வது சரியல்ல என்ற பழக்கத்தை ஏற்படுத்தியதே நிலப்பிரபுத்துவ யுகம் தான். வாழ்க்கைத் தேவைகளின் கவலை மறைந்துவிட்டதால் இப்பொழுது எத்தனையோ பேர் கலை, இலக்கியம், தத்துவம் போன்ற

விஷயங்களில் தமது காலத்தையும், உழைப்பையும் செலவிட முடிந்தது. கொடுமையான பட்டினி கிடந்து நரக வேதனை அனுபவித்துக் கொண்டிருந்த மக்களில் பெரும்பாலானவரான அடிமைகளும், தொழிலாளர்களும் தமது உழைப்பால் உண்டாக்கிய செல்வத்தை அனுபவித்துக் கொண்டுதான் உழைப்பிலிருந்து விடுபட்ட இப்பெரிய மனிதர்கள் 'கலை, இலக்கியம், தத்துவம்' ஆகியவற்றைத் தோற்று வித்தார்கள். ஆனால் இவர்கள் தமது படைப்புகளில் சாமானிய உழைப்பாளர்களைப் புறக்கணித்துவிட்டனர். நிலப்பிரபுக்களையும், மன்னர்களையும் குஷிப்படுத்துவதற்காகவும் அவர்களை அமரர்களாக்கு வதற்காகவுமே இவர்கள் தமது கலை, இலக்கியங்களையும் தத்துவச் சிந்தனையையும் பயன்படுத்தினார்கள். எகிப்தியக் கலை அங்கிருந்த ஆட்சியாளரின் ஆன்மாவையும், உடலையும் இறப்பில்லாதவையாக ஆக்குவதற்காகவே ஆரம்பமாயிற்று. இந்த நிலப்பிரபுக்களே காலப்போக்கில் 'தேவர்களாக' மாறிவிட்ட பின்னர் அவர்களுக்காகப் பல்வேறு மதக் கலைகள் தோன்றின. நிலப்பிரபுத்துவ யுகத்தைச் சேர்ந்த உயர்ந்த கலைகள் எதார்த்த நிலையைச் சித்தரிப்பதற்காகவோ, சமுதாய முன்னேற்றத்திற்காகவோ ஏற்பட்டவையல்ல. சமுதாயப் பிரச்சினைகளிலிருந்து மக்களின் கவனத்தைத் திருப்புவதும், மேல் வர்க்க சுயநலத்தால் சமுதாயத்திற்குள் ஏற்பட்டுக் கொண்டிருந்த அநீதிகளையும் கொடுமைகளையும் மக்கள் பார்க்காமலிருக்கச் செய்வதும், மக்கள் எதார்த்த உலகைக் கண்டுகொள்ளாமல் கற்பனை உலகில் சஞ்சரித்துக் கொண்டிருக்க வேண்டுமென்பதே அக்காலக் கலைகளின் பிரதான நோக்கமாகும். இதற்கு மாறாக ஒரு சில கலைஞர்களும், கவிஞர்களும், தத்துவாளர்களும் தோன்றினாலும், அவர்களது படைப்புகள் அழிக்கப்பட்டன அல்லது வேண்டுமென்றே உதாசீனப்படுத்தப்பட்டன. உண்மையில் நிலப்பிரபுத்துவ யுகத்தைச் சேர்ந்த கலைகளின் நாயகன் நிலப்பிரபுவேயாகும். நிலப்பிரபு வர்க்க நலன்களைப் பாதுகாப்பதே அவற்றின் முக்கிய பணியாக இருந்தது.

1. பல்வேறு நாடுகளில் நிலப்பிரபுத்துவம்

1. **எகிப்து:** முதலில் மக்கள் குழுக்களின் பிதுரர்கள் தமது வலிமையைப் பெருக்கிக் கொண்டு நிலப்பிரபுத்துவ ஆட்சியாளர்களாக மாறினார்கள் என்று எகிப்திய வரலாறு தெரிவிக்கிறது. இதன் பிறகு மதத்தின் மூலமாக இவ்வுலகத்திலிருந்து மறுஉலகத்தின்பால் மக்களது கவனம் திருப்பப்பட்டது. எஜமானர்களின் நிலப்பிரபுக்களின் சுரண்டலிலிருந்தும் கொடுமைகளிலிருந்தும் அவர்களின் கவனத்தைக்

கடவுள்களின் நீதியின்பாலும், அருளின்பாலும் செலுத்தினார்கள். இக்காலத்தில் (கி.மு.2500) 'தேபிஸ்' புரோகித அரசர்களின் செல்வாக்கு மிகவும் வளர்ந்து விட்டது. இதற்குப் பிறகு நாட்டின் உள்நாட்டு வெளிநாட்டு நிலைமையும், பெருகிக் கொண்டிருந்த மக்கள் தொகையும் பேராசையும் மக்களது கவனத்தைப் போர் - வெற்றிகளின் பால் திருப்பின. தேபிஸ் புரோகிதர்களால் படைகளை நடத்த முடியவில்லையாதலால், அவர்களின் அதிகாரத்தை ஒழித்துவிட்டு படைத் தளபதிகள் தலைவர்களாகவும் மன்னர்களாகவும் ஆகிவிட்டனர்.

துவக்ககால எகிப்திய சமுதாயத்தில் தெய்வம் - மனிதன், அறிவின் அற்புத சக்தியின் கலப்பு காணப்படுகிறது. சமுதாயத்தில் மன்னனுக்கு சில முக்கியத்துவம் இருந்தது. மன்னனைத் தெய்வாம்சம் படைத்தவனாகவும், கடவுளின் குழந்தையாகவும், கருதினர். மன்னனும், சில படைத்தலைவர்களும் நிலம், முழுமைக்கும் உரிமையாளர்களாக இருந்தனர். மக்களில் பெரும் பகுதியினர் அடிமைகளாகவே இருந்தனர். இருவருக்குமிடையே இருந்த மத்தியதர வர்க்கம் வலிமையிலும், எண்ணிக்கையிலும் குறிப்பிடத்தக்கதாக இருக்கவில்லை. இதற்கு முன்பு புரோகிதர் ஆட்சியில் புரோகிதர்களும், அவர்களின் உதவியாளர்களான ஆயுதந்தரித்த போர் வீரர்களும் முக்கிய பங்கு வகித்தனர். சாதாரண மக்களான விவசாயிகள், படகு செலுத்துபவர்கள், தச்சர், கருமார், வியாபாரிகள், அடிமைகள் ஆகியோரது நிலை மோசமானதாகவே இருந்தது. சுரண்டப்படும் மக்கள் கொடுமைகளைப் பொறுத்து விரக்தியடைந்து விட்டால் புரட்சி செய்து விடுகிறார்கள். ஓரோர் சமயத்தில் யாராவது ஒரு மதத் தலைவரோ, தீர்க்கதரிசியோ அடக்கப்பட்ட மக்களை ஆதரித்து குரலெழுப்புவார். ஓரோர் காலத்தில் 'தர்மவான்' என்று சொல்லப்படும் அரசனும் தோன்றுவான். அவன் மக்களைத் தன் சொந்தக் குழந்தைகளைப் போல் கருதுவதாக அறிவிப்பான். எகிப்தில் 'ஸேஃப்ரூ' என்பவன் இப்படிப்பட்ட அரசன்தான். இவன் சுமார் கி.மு. 2720 - 2560ல் வாழ்ந்திருந்தான். அவன் பட்டினி கிடப்பவர்களுக்கு உணவும், ஆடையில்லாதவர் களுக்கு ஆடையும் தானம் செய்துகொண்டிருந்தான். அம்மன்னன் அடிமைகளை அரசு அதிகாரிகளாகவும் நியமித்தான். அவன் எளியவர்களைத் துன்புறுத்தவில்லை என்றும், அனாதைகளை அச்சுறுத்தவில்லை என்றும் பழைய கல்வெட்டுகள் பகர்கின்றன. அவன் கிராம மக்களின் நண்பனாகவுமிருந்தான் என்றாலும் ஸ்னோஃப்ருவின் காலத்தில் தனிச் சொத்தைப் பெருக்கிக்கொள்ளும் பேராசை எந்த அளவுக்கு வளர்ந்திருந்ததென்பது, அம்மன்னனின் கீழ்வரும் கூற்றால் தெளிவாகிறது. "தனிச்சொத்து சேர்த்துக்

கொள்பவர்களின் நெஞ்சங்கள் வெட்கமறியாதவை. ஒவ்வொருவனுமே தனக்குப் பக்கத்திலிருப்பவனின் செல்வத்தைக் கொள்ளையடிக்கப் பார்க்கிறான். நற்குணமுடையோர் கொடுமை யாளர்களிடமிருந்து தப்பித்துக் கொள்ள முடியாமல் இருக்கின்றனர். கெட்ட காரியங்களைச் செய்பவர்களே உலகத்தில் அதிகமாக உள்ளனர்."

இக்காலத்தில் எகிப்தைச் சேர்ந்த பெரும்பான்மை மக்கள் கிராமங்களில் வாழ்ந்தனர். வணிகம் மிகக் குறைவாகவே நடந்து வந்தது. நைல் நதி வெள்ளத்தையும் வயல்கள் மேல் விதிக்கும் வரிகளையும் நிலப்பிரிவினைகளையும் கணக்கிடுவதற்காக எகிப்தியருக்குக் கணிதம் தேவைப்பட்டது. "தேவை கண்டுபிடிப்புகளின் தாயல்லவா?" உலகத்தின் மற்ற நாகரிக இனங்கள் பல விஷயங்களுக்காகவும் எகிப்தியருக்கு நன்றியுடையவர்களாக இருப்பதைப் போலவே கணிதத்திற்காகவும் நன்றியுடையவையாக உள்ளன. எகிப்துவேதான் முதன் முதலாக எழுத்துகள் - சித்திர வரிவடிவம் கண்டுபிடிக்கப்பட்டன. கடவுளர்களையும் மதத்தையும் கூட அவர்களே முதலில் தொடங்கினார்கள். முதலில் மனிதன் தன் தாய் தந்தையர்களைக் கண்டும் சமுதாயத்தைப் பார்த்தும் பல விஷயங்களைக் காதால் கேட்டும் கல்வி கற்று வந்தான். அச்சமயத்தில் அக்கல்வியே அவனுக்குப் போதுமானதாக இருந்தது. ஆனால் காலப்போக்கில் அறிவுச் செல்வம் வளர்ந்தபோது விஷயங்களைப் பார்த்தும் கேட்டுமே கல்வி கற்பதால் சமூகத் தேவைகளைப் பூர்த்தி செய்ய முடியவில்லை. இதனால் பிரத்தியேகமாகக் கல்விக்கான ஏற்பாடு செய்ய வேண்டி நேரிட்டது. சாப்பிடுவது, நடப்பது, பற்றிக் கொள்வது ஆகிய செயல்களின்போது ஏற்படும் உடலுறுப்புக்களின் அசைவுகளை அடிப்படையாகக் கொண்டு வளர்ந்து கொண்டிருந்த ஓவியக்கலையின் துணை கொண்டு சித்திர எழுத்துக்கள் கண்டு பிடிக்கப்பட்டன. சீன எழுத்துக்கள்கூட சித்திர எழுத்துக்களாகத்தான் ஆரம்பமாயின. ஆனால் பிற்காலத்தில் அவற்றில் பெரும் மாறுதல்களும் நிகழ்ந்தன. எகிப்தில் நிலவிய கல்வி ஏற்பாட்டினால் ஆளும் வர்க்கமும், புரோகித வர்க்கமுமே பயனடைந்தன. முதலில் சித்திர எழுத்துக்களைப் பெரும்பாலானவர்கள் புரிந்து கொண்டிருக்கலாம். ஆனால் காலப்போக்கில் வெளிப்படுத்த வேண்டிய எண்ணங்கள் அதிகமாயின. இதனால் எழுத்துக்கள் மேலும் சிக்கலாகிக் கொண்டு போயின. ஆகவே சாதாரண மக்களால் அவற்றைப் புரிந்து கொள்வது மிகக் கடினமாகிவிட்டது. எகிப்தியப் புரோகிதர்களும் கூட இன்றைய தமது வர்க்கத்தினரைப் போலவே கல்வியையும் அறிவையும் மக்கள்

தெளிவு பெறுவதற்காக அல்லாமல், அவர்களைக் கும்மிருட்டிலும், அஞ்ஞானத்திலும் மூடநம்பிக்கைகளிலுமே மூழ்கடிக்கப் பயன்படுத்தினர். சமுதாயத்தைத் தமது பிடிப்பில் வைத்திருக்கவும், தமது சுயநலத்திற்குப் பங்கம் வராமலிருக்கவுமே அவர்கள் கல்வியை உபயோகித்தனர்.

புராதன எகிப்திய நிலப்பிரபுத்துவத்தைச் சமுதாயம் பவுதீக சுகத்தை எதார்த்தமான சுகமென்று கருதி வந்தது. இதனாலேயே புரோகிதக் கூட்டம் தனது அறிவுக் கூர்மையால் மக்களை முட்டாள்களாக்கி உலக அநீதிகளிலிருந்து அவர்களின் கவனத்தைத் திருப்பி எதிர்காலமென்னும் செழிப்பான தோட்டத்தைக் காட்டினாலும், அப்போதைக்கு ஒரு தரப்பான முடிவுகள் கூறப்படவில்லை. ஒரு தரப்பான முடிவுகளை - அதாவது பரலோகத்திற்காகவே வாழ வேண்டு மென்பதையும் பரலோகத்திற்காகவே சாக வேண்டுமென்பதையும் ஏற்றுக்கொள்ளவும் அக்காலச் சமுதாயம் தயாராயிருக்கவில்லை. எகிப்திய மதத்தில் உல்லாச ஆடம்பரங்களுக்கு இடமிருந்தது. இசையும், நாட்டியமும் பெரும் பங்கு வகித்தன. பொழுது போக்கிற்காக மக்கள் தாயம், சதுரங்கம் போன்ற விளையாட்டுக்களை விளையாடிக் கொண்டிருந்தனர். நைல் நதிப் பள்ளத்தாக்கில் அதிக மழையோ வறட்சியோ ஏற்படுவதற்கு வாய்ப்பிருந்ததில்லை. மக்கள் நிம்மதியாக வாழ விவசாயம், மாடு வளர்ப்பு போதுமானவையாக இருந்தன. ஒடுக்கப்பட்டவர்களையும் சுரண்டப்பட்டவர்களையும் அடக்குவதற்காகப் படைவீரர்கள் தேவைப்பட்டனர். ஆனால் மேல்தட்டு வர்க்கம் ஆடம்பர - உல்லாச வாழ்வுக்கு மிகவும் பழக்கப்பட்டுப் போய்விட்டதால் படைவீரர் வாழ்க்கை அவர்களுக்குப் பிடிக்கவில்லை. இதனால் அவர்கள் சம்பளத்திற்காகப் போரிடும் படைவீரர்களை வைத்துக் கொண்டனர். ஆனால் காலப்போக்கில் இக்கூலிப் பட்டாளமே தனது வலிமையைப் பெருக்கிக் கொண்டு தேபிஸ் புரோகிதர்களின் ஆட்சியையே ஒழித்துக் கட்டியது.

எகிப்திய சமுதாயத்தில் தீவிரமான வர்க்க முரண்பாடுகளால் அவ்வப்போது புரட்சிகள் வெடித்தது இயற்கையேயாகும். டெல்பிரியக் என்பவர் பழைய எகிப்தியக் கல்வெட்டொன்றை மேற்கோள் காட்டியிருக்கிறார். எகிப்திய அடிமைகள் கொடுமைகளை எதிர்த்துக் கலகம் செய்ததையும், இறுதியில் அரசையே கைப்பற்றிக் கொண்டதையும் அக்கல்வெட்டு எடுத்துச் சொல்கிறது. இதன்பிறகு முந்நூறு ஆண்டுகள் வரை ஆளும் வர்க்கம் தனது தெய்வீக உரிமையை இழந்து நின்றது. இவ்விதம் சாதாரண மக்கள் ஆளும் கூட்டத்தை

எதிர்த்துப் புரட்சி செய்த போதெல்லாம் புரோகிதர்களும் ஆட்சியாளரும் அம்முயற்சிகளை மத விரோதமானவையென்றும், கடவுள் உத்தரவுக்கு எதிரானவையென்றும் இழி செயலென்றும் கூறி அவதூறு பொழிந்திருக்கின்றனர். அப்புரட்சிகளை ரத்த வெள்ளத்தில் மூழ்கடித்துமிருக்கின்றனர்.

ஆனால் இதில் இருக்கும் இன்னொரு விசித்திரம் என்னவென்றால், சமுதாயத்தில் மாற்றத்தைக் கொண்டுவர விரும்பியவர்களும்கூட மதத்தின் பெயராலும், கடவுளின் பெயராலுமே அதைக் கொண்டு வர விரும்பியிருக்கிறார்கள். ‘லோடி’ சூர் வம்சங்களைச் சேர்ந்த சக்ரவர்த்திகள் பதினைந்தாம் பதினாறாம் நூற்றாண்டுகளில் டெல்லியில் ஆட்சி புரிந்து கொண்டிருந்த காலத்தில் ஜோன்பூரில் (உத்தரப்பிரதேசம்) ‘மேஹதி’ என்ற பெரியார் அக்காலத்திய பேரரசுக்கும் நிலப்பிரபுத்து வத்துக்கும் எதிராக ஒரு விதமான பொது உடைமையைப் பிரச்சாரம் செய்யத் தொடங்கினார். அடக்கப்பட்ட - ஒடுக்கப்பட்டவரிடையே அவருடைய செல்வாக்கு வளரத் தொடங்கிற்று. சக்ரவர்த்தியின் படைவீரர்களில் ஆயிரக்கணக்கானோர் கூட மேஹதியைப் பின்பற்றவாரம்பித்தபோது பாதுஷாவுக்குக் குலை நடுக்கமெடுத்தது. இதற்கு முன்பு அவர் மேஹதியின் சீடர்களை ஒரு சிறு மதப்பிரிவாக மட்டுமே எண்ணியிருந்தார். ஆனால் இப்பொழுது அவர்களிடமிருந்து அபாயம் வரும் போல் தோன்றியது. சக்ரவர்த்தி மேஹதியை வரவழைத்தார். பாதுஷாவுக்கு நாற்பதடி தூரத்திலிருந்தே குனிந்து சலாமிடும் வழக்கத்திற்கு மாறாக மேஹதி நேராக அவரிடம் சென்று கை குலுக்குவதற்காகப் பாதுஷாவின் கையைத் தன் கையால் பற்றிக் கொண்டார். மேஹதி எல்லா மனிதர்களையும் சமமாகவே கருதினார். அவர் பொருளாதார ரீதியாகவும் அனைவரையும் சமமாக்க விரும்பினார். மதப்பற்றுடையோரின் ஆயுதத்தை எடுத்துக்கொண்டே அவர் தம்மைக் கடைசி தேவதூதரென்று பிரகடனப்படுத்திக் கொண்டார். உலகத்தில் பொய்யையும் புனைசுருட்டையும் ஒழித்து உண்மையான - சமத்துவத்தை நிலைநாட்டுவதற்காகவே கடவுள் தம்மை அனுப்பியிருப்பதாகவும் கூறிக் கொண்டார். சக்ரவர்த்தி மேஹதிக்கு எதிராக மதக் கட்டளையைப் பெற எவ்வளவோ முயற்சி செய்தார். ஆனால் மேஹதியே மதத்தைப் பின்னணியாகக் கொண்டிருந்ததாலும், முல்லாக்களும் (மத குருமார்களும்) சக்ரவர்த்தியிடம் அதிருப்தி கொண்டிருந்ததாலும் அவரால் மதக்கட்டளையைப் பெற இயலவில்லை. ஆனால் சுரண்டும் ஆளும் கூட்டம் ஓர் எல்லை வரைதான் தன்னை மூடி மறைக்க முயற்சி செய்யும். எல்லை மீறினால் முகத்திரையைக் கிழித்தெறிந்து தனது

கோர உருவத்தைக் காட்டத் தயங்காது. மேஹதியும், அவரது சீடர்களும் நிர்த்தாட்சண்யமாகக் கொலை செய்யப்பட்டனர். இன்றும் மேஹதியைப் பின்பற்றுவோர் சிலர் இந்தியாவில் இருக்கக்கூடும். ஆனால் அவர்களும் இப்படிப்பட்ட தியாகங்களை ஒரு குறிப்பிட்ட மதப்பிரிவை நடத்தவே பயன்படுத்துவார்கள்.

அக்காலத்தில் எகிப்திய சமுதாயத்தில் உள்ளுக்குள் முரண்பாடுகள் மலிந்திருந்தன. அவற்றை ஐந்து பிரிவுகளாக்கலாம். *(1)* உயர் வர்க்கத்தின் கடமை என்ன, அதை எப்படி நிறைவேற்ற முடியுமென்பது விவரிக்கப்பட்டு வந்தது *(2)* சமுதாயத்தில் உள்ளுக்குள் நிலவிய அதிருப்தியும், கிளர்ச்சியின் எதிரொலியும் எகிப்திய கல்வெட்டுக்களில் தெளிவாகக் காணலாம். *(3)* ஆட்சியாளர்களின், அதிகாரிகளின் விதிமுறைகள் பெரிதும் வலியுறுத்தப்பட்டுள்ளதால், அவர்களுடைய சுரண்டலும், கொள்ளையும் தெளிவாகத் தெரிகின்றன. *(4)* சிறந்த மன்னனுக்கும், ஆட்சியாளர்களுக்குமான சிறப்புக்கள் விவரிக்கப்பட்டுள்ளன. அவை ஆட்சியாளர்களை விழிப்புடன் இருக்குமாறு செய்தன. *(5)* சமுதாயத்தை மாறுதலிலிருந்து பாதுகாக்க ஏற்படுத்தப்பட்ட மதச் சம்பிரதாயங்களின் நோக்கம் உயர்வர்க்க நலனைப் பாதுகாப்பது, வர்க்கப் பகைமையைத் தடுத்து நிறுத்துவதுமாகும்.

2. **இந்தியா:** இந்து இந்தியாவின் நிலப்பிரபுத்துவக் காலத்தை ஆராய்ந்தாலும் அங்கேயும் நாம் இதையே காணலாம். இங்கேயும் மனுவும், மற்ற மத சாஸ்திரங்களை இயற்றியவர்களும் மன்னனின் கடமைகளைப் பற்றியும் மக்களின் கடமைகளைக் குறித்தும் எவ்வளவோ எழுதியிருக்கின்றனர். அவற்றைக் கவனமாகப் பரிசீலித்தால் மன்னரின் அதிகாரங்களையும் ஆட்சியாளரின் அதிகாரங்களையும் நிறைவேற்றுவதற்காக உழைப்பதும், அதற்காகத் தமது வாழ்வின் பெரும் பகுதியை அர்ப்பணிப்பதுமே சாதாரண மக்களின் கடமையாகச் சொல்லப்பட்டிருக்கிறது. மக்களின் உரிமைகளின் பட்டியலைப் பார்த்தாலோ, அவர்கள் பரலோகத்தில் அடையப் போகும் இன்பங்கள் குறித்தே அதிகம் வர்ணிக்கப் பட்டிருக்கிறது. சமுதாயத்தில் நிலவும் ஏற்றத்தாழ்வுகளைப் பூசி மெழுகியும், கவர்ச்சியான விரிவுரையாலும் மறைக்க முயற்சிக்கப்பட்டுள்ளது. சமுதாயம் உடலென்றும், பல்வேறு வர்க்கங்கள் அதன் உறுப்புகளென்றும் சொல்லி வர்க்க விரோதத்தைக் குறைக்கும் நோக்கத்துடனேயே வேதங்களின் 'புருஷ சூக்தம்' இயற்றப்பட்டிருக்கிறது. "பிராமணன் (புரோகிதன்) இந்தச் சமுதாய உடலின் முகமாகும். அரசர்கள் (ஆள்வோர் அல்லது நிலச்சுவாந்தார் வர்க்கம்) கரங்களாவர். வணிகர்கள் அதன் தொடைகளாவர்.

சூத்திரர்கள் (உழைப்பாளர்) அதன் கால்களாவர்.'' பகவத் கீதை போன்ற பிற்கால நூல்கள் ''தனக்கு விதிக்கப்பட்ட தர்மத்தைச் (செயலை) செய்து கொண்டே சாவதும் நல்லதே'' என்று கூறி அந்தச் சமுதாய அமைப்பை வலுப்படுத்த விரும்பின. (''ஸ்வதர்மே நிதனம்ஷ்ரேய, பரதர்மோ பயாவஹ'')

ஆரியர் - ஆரியல்லாதாரில் யார் ஆட்சியாளர்களாக வேண்டுமென்பது பஞ்சாபிலேயே முடிவு செய்யப்பட்டுவிட்டது. கங்கைப் பள்ளத்தாக்கை அடைந்ததுமே ஆரியரல்லாத இனங்கள் இனி போரிடுவது வீணென்று கருதி ஆயுதங்களைக் கீழே போட்டுவிட்டன. அவர்கள் வெற்றி கொண்டவர்களின் நலனையும், கட்டளையையும் அனுசரித்து வாழ வேண்டிய நிர்ப்பந்தத்திற்குள்ளானார்கள். கங்கைப் பள்ளத்தாக்கின் செல்வச் செழிப்பான வாழ்வினால் சாதாரணப் பொதுமக்களுக்கு எவ்விதப் பயனுமிருக்கவில்லை. அதன் பயனை அதிகமாக இவ்வுலக ஆட்சியாளரான க்ஷத்திரியர்களும், தெய்வீக உலக ஆட்சியாளரான பிராமணர்களே அடைந்தனர். தெய்வீக ஆட்சியாளர் அல்லது புரோகிதர் (பிராமணர்) வர்க்கத்தைக் கங்கைப் பள்ளத்தாக்கே தோற்றுவித்தது எனலாம். இங்கே ஆரியர்கள் பிராமணர், க்ஷத்திரியர் என்னும் இரு பிரிவுகளாகப் பிரிந்தனர். இங்கேயே பிராமண - க்ஷத்திரியரின் பரஸ்பர முரணான சக்திகளுக்கிடையே சமரஸம் செய்விக்கப்பட்டது. இந்த சமரஸம் சுமார் மூவாயிரம் - மூன்றரையாயிரம் ஆண்டுகள் வரை நீடித்தது. இந்தியப் புரோகித (பிராமண) வர்க்கம் உல்லாச வாழ்க்கை நடத்தவில்லை என்பது பொய். வேதங்களையோ உபநிஷத்துக்களையோ, புத்தர் காலத்திய எந்த நூலையோ எடுத்துப் பாருங்கள்! வசிஷ்டரும், விசுவாமித்திரரும் மன்னர்களுக்குச் செய்த சேவைகளுக்குப் பிரதிபலனாக அவர்களுக்குப் பெரும் தொகையிலான தட்சணைகள் கொடுக்கப்படுவதைக் காணலாம். அவர்கள் தமது குடும்பங்களுடன் இன்பமாக வாழ்ந்து கொண்டிருப்பதை கவனிக்கலாம். யாக்ஞ்யவல்கியர் ராஜா ஜனகரிடம் தங்கம் சேர்த்துக் கட்டிய ஆயிரக்கணக்கான பசுக்களைத் தானமாகப் பெறுவதைப் பார்க்கலாம். அவர் தனது சொத்தைத் தனது இரு மனைவிகளிடையே பங்கிட நினைப்பதையும் காணலாம். புத்தர் காலத்தில் பிராமணர்கள் எப்படிப்பட்ட உல்லாச வாழ்வு நடத்தினார்கள் என்பது கீழ்க்கண்ட மேற்கோளால் புரிந்து கொள்ளலாம். பிராமணர்களின் சுயநலம் குறித்துப் புத்தர் கூறுகிறார்.

''மன்னரின் செல்வமாக அலங்கரித்துக் கொண்டிருந்த பெண்களையும், உயர் ஜாதிக் குதிரைகள் பூட்டிய சிற்ப வேலைகளுடன் கூடிய தேர்களையும், பல அறைகள் கூடிய பல மாடி மாளிகைகளையும் பார்த்து அந்தப் பிராமணர்களின் மனத்தில் அவற்றை அடைய

வேண்டுமென்னும் ஆசை பிறந்தது அவர்கள் தாமும் அழகிய பெண்களையும், தேர்களையும், மாளிகைகளையும் பெற வேண்டுமென்னும் பேராசையுடன் வேத மந்திரங்களை இயற்றிக் கொண்டு இக்ஷ்வாகு மன்னனிடம் சென்று 'நீ பெரும் செல்வந்தன் உன்னிடம் அளவிலாப் பொருள் இருக்கிறது. ஆகவே யாகம் செய்!' என்று அவனைத் தூண்டினார்கள். மன்னர் அஸ்வ மேதம், புருஷ மேதம், வாஜ்பேயும், சர்வ மேதம் ஆகிய யாகங்களைச் செய்து பிராமணர்களுக்குப் பெரும் பணமளித்தார். உயர் ரகக் குதிரைகள் பூட்டிய தேர்களைக் கொடுத்தார். பல மாடி மாளிகைகளைப் பல விதச் செல்வங்களுடன் நிரப்பித் தானமாக அளித்தார். பிராமணர்களின் பேராசை மேலும் பெருகியது. அவர்கள் மந்திரங்களை இயற்றிக் கொண்டு இக்ஷ்வாகு மன்னனிடம் சென்று மனிதர்களுக்காக நீரும், நிலமும், தங்கமும், தானியமும் இருப்பதைப் போலவே பசுக்களும் இருக்கின்றன. அவை மனிதர்களுக்கு நுகர்பொருள்களாகும் யாகம் செய்! என்று வற்புறுத்தினர். அப்பொழுது பிராமணர்களால் தூண்டப்பட்டு மன்னன் பல்லாயிரக்கணக்கான பசுக்களை யாகத்திற்காகக் கொன்றான்." (பிராமண தம்மிய சுத்த "புத்த சர்யா")

வெளிநாடுகளிலும்கூட ஆட்சியாளர் வர்க்கம் புரோகிதர் வர்க்கத்துடன் சமரஸம் செய்து கொண்டு தனது உல்லாச வாழ்வின் ஒரு பகுதியை அவர்களுக்குத் தான - தட்சிணைகளாகத் தந்தனர். இது சுரண்டும் கூட்டத்தை எதிர்க்காமலிருப்பதாகவும், அவர்களுக்கு மதத்தின் அங்கீகாரம் வழங்குவதற்காகவும் கொடுக்கப்பட்ட லஞ்சம் தவிர வேறல்ல எனினும் இந்தியாவில் செய்துகொள்ளப்பட்ட சமரஸம் மிகவும் ஆழமானது.

இங்கே உல்லாச வாழ்க்கை புரோகிதர்களுக்குத் தாராளமாகத் தந்ததுடன் மன்னர், படைவீரர் (க்ஷத்திரியர்) வர்க்கம் பிராமணர் களுக்குக் கீழே தம்மைத் தாழ்த்திக் கொண்டு அவர்களுக்குப் பெருமதிப்பளித்தனர்.

3. **பாபிலோன் :** பாபிலோனை ஆண்ட மிகப் பழைய அரசர்களில் ஹம்முராபி அல்லது 'பெரிய சிற்றப்பா' (கி.மு. 1900) ஆவார். ஹம்முராபியின் மத இயல், உலக மத இயல்களிலேயே மிகப் பழமை வாய்ந்ததாகும். இதன் ஒரு பிரதி கி.பி. 1902ல் ஸூஸாவில் (ஈரான்) ஆய்வுகளின் போது கிடைத்துள்ளது. இக்கல்வெட்டின் நாற்புறமும் 3600 வரிகள் செதுக்கப்பட்டுள்ளன. இக்கல்வெட்டு தற்பொழுது லூப்ர் (பாரிஸ்) மியூசியத்தில் வைக்கப்பட்டிருக்கிறது.

அடக்கப்பட்ட - ஒடுக்கப்பட்ட - வர்க்கத்தின் பொறுமைக்கும் ஒரு எல்லை உண்டென்பதை ஹம்முராபி உணர்ந்திருந்தார். ஆகவே

சுரண்டும் வர்க்கம் அவ்வெல்லையை மீறக் கூடாதென்பது அவரது கருத்தாகும். பாபிலோனியாவில் சுரண்டுவோரும் சுரண்டப் பட்டோரும் இருவருமே ஒரே இனம், மதம், நிறத்தைச் சேர்ந்தவர்களாக இருந்ததால், இப்பிரச்சினைகளைக் கிளப்பி வர்க்க முரண்பாடென்னும் முக்கிய விஷயத்தை மறைப்பது எளிதாக இருந்தது. அதனால் ஹம்முராபி "ஒருவன் ஒரு உயர் வர்க்கத்தைச் சேர்ந்தவனின் கண்ணைப் பொசுக்கினால், அவனுடைய கண்ணையும் பொசுக்கிவிட வேண்டும்" என்னும் விதிமுறையை ஏற்படுத்தினார்.

ஆனாாலும் நீதி எல்லாருக்கும் ஒரே மாதிரியாக இருக்கவில்லை. "ஒருவன் ஒரு ஏழையின் கண்ணைப் பறித்தால், அவன் ஒரு வெள்ளி நாணயத்தை அபராதமாகச் செலுத்த வேண்டும்." "வீடு கட்டும் தொழிலாளி ஒருவன் வீட்டை வலுவாகக் கட்டாமல், அதனால் அவ்வீடு இடிந்து வீட்டுச் சொந்தக்காரன் இறக்க நேரிட்டால், அத்தொழிலாளிக்கு மரண தண்டனை விதிக்கப்பட வேண்டும்." ஆனால் வீட்டுச் சொந்தக்காரனுக்குப் பதிலாக ஒரு அடிமை இறந்துவிட நேரிட்டால், கட்டிடத் தொழிலாளி வேறொரு அடிமையைக் கொண்டு வந்து ஒப்படைத்தால் போதுமாம். வீடு இடிந்துவிட்டுச் சொந்தக்காரரின் மகன் இறந்துவிட்டால், கட்டிடத் தொழிலாளியின் மகனுக்கு மரண தண்டனை வழங்க வேண்டுமாம்.

ஹம்முராபியின் விதிமுறைகளில் வர்க்க நலனில் மிகவும் கவனம் செலுத்தப்பட்டுள்ளது. ஆண் - பெண் அடிமைகள் அக்காலத்தில் வெறும் ஜங்கம சொத்துக்கள்தான். இதனால்தான் எஜமானனை விட்டு ஓடிப்போகும் அடிமைக்குக் கடுந்தண்டனை விதிக்கப்பட்டது. ஹம்முராபியின் முன்னே சொத்து முதலிடமும் மனிதத்துவம் இரண்டாம் இடமும் வகித்தன.

(The Code of Hammurabi, Section 196, F.R.Harder, Chicago University press, 1904)

4. **சீனம்:** *(க) கன்ஃபியூஷியஸ் : (கி.மு. 551 - 498):* கன்ஃபியூஷியஸ் சீன நிலப்பிரபுத்துவத்தின் பெரும் ஆதரவாளராக இருந்தார். இதனாலேயே சீனம், கொரியா, ஜப்பான் ஆகிய மூன்று நாடுகளிலும் உள்ள ஆளுங்கூட்டம் இன்று வரையிலும் கன்ஃபியூஷியஸின் உபதேசங்களுக்கு உயர்ந்த இடமளித்துள்ளது. அவர் சமுதாயத்தில் ஒழுங்கு நிலவ வேண்டுமென்பதில் மிகக் கண்டிப்புள்ளவராக இருந்தார். ஆனால் அவர் கூறிய ஒழுங்கில் முற்போக்குத் தன்மைக்குக் கொஞ்சமும் இடமிருக்கவில்லை. கன்ஃபியூஷியஸ் வாழ்ந்த காலத்தில் சீனத்தில் ஆட்சியாளர் (செல்வந்தர்) கல்வியாளர், விவசாயிகள் என்னும் மூன்று வர்க்கத்தினர் இருந்தனர். அவர்களில் (இன்றைக் காட்டிலும்)

விவசாயிகளே அதிக எண்ணிக்கையில் இருந்தனர். கன்ஃபியூஷியஸ் விவசாயிகளை அஞ்ஞானத்தில் ஆழ்த்தி தன்னலக்காரர்களும், பேராசைக்காரர்களுமான நிலப்பிரபுக்கள் சொன்னபடி கண்ணை மூடிக் கொண்டு நடக்குமாறு அவர்களுக்கு உபதேசம் செய்தார். முன்னோர்களைத் தொழ வேண்டுமென்று கன்ஃபியூஷியஸ் போதித்தார். அதாவது மனிதர்கள் எதிர்காலம் பற்றிச் சிந்திக்காமல், சென்ற காலத்திலேயே வாழ வேண்டுமென்பது அவரது எண்ணமாகும்.

(ங) மோ - தீ (கி.மு. 595-525) : மோ-தீ, கன்ஃபியூஷியஸைவிட மூத்தவரும் அவரது சமகாலத்தவருமான சீனச் சிந்தனையாளராவார். அவர் சமுதாயத்தில் நிலவிய பரஸ்பர மோதலைத் தெளிவாகப் பார்த்தார். அதற்கான பரிகாரமும் தெரிவித்தார். அப்பரிகாரம் நிலப்பிரபுக்களுக்கு எதிரானதாக இருந்ததால், மோ-தீயின் போதனைகளை உள்நாட்டிலேயே புறக்கணிக்க முயற்சிக்கப்பட்டது. இனி அவை வெளி உலகத்தில் பரவ முடியுமா? மோ-தீ சமுதாயத்துக்குள்ளிருந்த முரண்பாட்டை கன்ஃபியூஷியஸைப் போல் பூசி மெழுக முயற்சி செய்யவில்லை. அவர் லாவுத்ஸ் (கி.மு. 600) போன்று நிலப்பிரபுத்துவச் சமுதாயத்திலிருந்து திரும்பிப் போய் இயற்கைச் சூழலில் வாழ வேண்டுமென்று உபதேசித்தார். மோ-தீ மனித சமுதாயத்தின் துன்பங்களையும், அவற்றுக்கான அந்தரங்கக் காரணங்களையும் அறிந்துகொள்ள விழைந்தார். அவர் போர்களையும், பேராசைகளையும் துர்நடத்தையையும் எதிர்த்துக் குரலெழுப்பினார். இவையெல்லாம் நிலப்பிரபுத்துவ சீனத்தில் மலிந்திருந்தன. சமுதாய அமைப்புகள் மனிதர்களின் தேவைகளுக்காகவே உள்ளன என்பது மோ-தீயின் கருத்தாகும். அவர் கன்ஃபியூஷியஸைப்போல் எல்லா அமைப்புகளையும் வணக்கத்திற்குரியவையாகக் கருதவில்லை.

5. **கிரேக்கம்:** கிரேக்க நாட்டில் நிலப்பிரபுத்துவ யுகத்தில் எழுத்துக்கள், மொழி, இலக்கியம், கலைகள் ஆகிய எல்லாவற்றிலும் நல்ல முன்னேற்றம் ஏற்பட்டது. ஆனால் இவற்றைக் கொண்டு அக்காலத்திய பெரும்பாலான சாதாரண மக்களின் எதார்த்த நிலைமையை உணர்ந்து கொள்ள இயலாது. ஆளும் கூட்டம் சர்வ வல்லமை படைத்திருந்தது. தாம் புரியும் கொடுமைகளைச் சித்திரிப்பதை அவர்கள் விரும்பவில்லை என்றாலும் மறைமுகமாக நாம் அக்காலத்திய பல விஷயங்களை அறியலாம். அக்காலத்தைச் சேர்ந்த சில சிந்தனையாளர்கள் வருங்காலத்தில் ஏற்படப்போகும் கொந்தளிப்பையும் புரட்சியையும் தடுத்து நிறுத்தும் நோக்கத்துடன் ஆளும் வர்க்கத்தின் சுயநலத்தைச் சீர்திருத்துவதற்காக நூல்களை இயற்றினார்கள். அவைகளினால் நமக்கு அக்காலத்திய நிலவரம் புரிகிறது.

மற்றெல்லா இந்தோ - ஐரோப்பிய இனங்களைப் போலவே கிரேக்கர்களும் இனக்குழு அமைப்பில் சுதந்திரத்தன்மையை மிகவும் விரும்பினர். இதனால் அவர்கள் தந்தை வழிச் சமுதாய அமைப்பைக் கடந்ததும், பஞ்சாபிலும் பீகாரிலும் நிறுவப்பட்ட குடியரசுகளைப் போல, தத்தமது பிரதேசங்களில் இனக்குழு குடியரசுகளை அமைத்தனர். கிரேக்கர்களான ஹெல்லா இனத்தவரிடையே ஓரளவிற்கு ஜனநாயகமும் நிலவிற்று. விவசாயத்தாலும், வியாபாரத்தாலும் கிரேக்க குடியரசு நகரங்கள் மிகவும் செல்வச் செழிப்புடன் இருந்தன. ஆனால் சமுதாயம் முழுவதும் செல்வச் செழிப்புடன் விளங்கவில்லை. ஏழை - பணக்காரர், அடிமை - எஜமானர் என்னும் வேற்றுமை அங்கே மிக அதிகமாக இருந்தது. உண்மையில் அந்தச் செல்வச் செழிப்பு அடிமைகளும், ஏழைகளும் உழைத்த உழைப்பில் விளைந்ததுதான்! ஹெல்லா இனத்தவரிடையே வளர்ந்து கொண்டிருந்த ஏழ்மையாலும், ஏற்றத்தாழ்வுகளாலும் அதிருப்தி பெருகிக் கொண்டிருந்தது. அந்த அதிருப்தியை நீக்குவதற்காக லைகர்கஸ் (கி.மு. ஒன்பதாம் நூற்றாண்டு) எல்லா குழந்தைகளும் சமமாக அரசுடைமை ஆக்கப்பட வேண்டும் என்று ஆலோசனை கூறினார். அவர்களுக்குக் கல்வி கற்பிக்கும் பொறுப்பு தனி மனிதர்களுக்கல்லாமல் அரசுக்கு இருக்க வேண்டும். தத்துவாளரான அனாக்ஸிமாண்டரும், கவிஞரான தேவ்ஜனிஸ் கூட பிற்காலத்தில் லைகர்கஸின் கருத்துக்களை ஆதரித்தனர். ஆனால் தனிச் சொத்துடைமை ஆதிக்கம் புரியும் சமுதாயத்தில் குழந்தைப் பராமரிப்பிலும், அவர்களது கல்வியிலும் பொதுவுடைமை எப்படி அமலாக முடியும்?

(க) ஸோலோன்: ஸோலோன் (மறைவு : கி.மு. 559) காலத்தில் அன்றைய சமுதாயத்தில் உள்முரண்பாடுகள் மிகவும் அதிகமாகிவிட்டன. இதனால் சுதந்திர வேட்கையுடைய ஹெல்லர்களால் கலகம் ஏற்படும் அபாயமிருந்தது. அரிச்சந்திரன் கதையில் அவர் கடன் கொடுத்தவருக்கே விற்கப்பட்டாரென்று படிக்கிறோம். ஸோலோன் வாழ்ந்திருந்த காலத்திலும் வாங்கிய கடனைச் செலுத்த இயலாதவனைக் கடன் தந்தவன் தனது அடிமையாக்கிக் கொண்டிருந்தான். ஸோலோன் இவ்வழக்கத்தை ஒழித்தார். தனிச் சொத்துரிமை வளர வளர ஏழைகளும் பெருகவாரம்பித்தனர். விவசாயிகளின் நிலங்கள் கந்து வட்டிக்காரர்களின் கைகளுக்கு மாறிக் கொண்டிருந்தன. இந்த மோசமான நிலைமை இப்படியே நீடித்தால், ஏழை எளியவர்கள் இப்படியே பெருகிக்கொண்டே போய்க் கொண்டிருந்தால் அவர்கள் மாபெரும் புரட்சியைக் கட்டவிழ்த்து விடுவார்களே என்னும் அச்சம் ஸோலோனுக்கு ஏற்பட்டது. ஒருவர் ஒரு குறிப்பிட்ட நிலத்திற்கு

அதிகமாக வைத்துக்கொள்ளக்கூடாதென்று ஸோலோன் விதி வகுத்தார். அவர் இரண்டாயிரத்து ஐந்நூறு வருடங்களுக்கு முன்பு செய்த இந்த விதி, புரட்சியைத் தடுத்து நிறுத்துவதற்காகச் செய்யப்பட்ட ஒரு சீர்திருத்தம் தான் என்றாலும், இன்று 'ஜனநாயக அரசுகள்' என்று சொல்லப்படும் அரசுகளின் தலைவர்களுக்கு ஸோலோனின் சீர்திருத்தம் மிகத் தீவிரமானதாகவே தோன்றும். இன்றைய இங்கிலாந்து, அமெரிக்கா போன்ற நாடுகளில் முதலாளித்துவ அரசாங்கங்கள் மக்களைத் தமது கட்டுப்பாட்டிற்குள் வைத்திருக்கும் அளவுக்கு அன்றைய ஏதென்ஸ் அரசு மக்களைத் தனது வசத்தில் வைத்திருக்கவில்லை என்பதும் இதிலிருந்து தெரிகிறது.

(ங) சாக்ரடீஸ் (கி.மு. 469-399): ஸோலோன் அமலாக்கிய சீர்திருத்தங்கள் மக்கள் மேல் ஓரளவுக்குச் செல்வாக்கு பரப்பியிருக்கலாம்; ஆனால் அவை நீண்ட காலம் நீடிக்கவில்லை. ஏனெனில் தனிச் சொத்துடைமை நீடிக்கும் வரை இப்படிப்பட்ட எந்தச் சீர்திருத்தமும் வெற்றி பெற முடியாது. எனினும் இத்தனிச் சொத்துடைமை அக்காலத்தில் சமூக உற்பத்தியைப் பெருக்குவதற்கும், சமுதாயத்தை அடுத்த முன்னேற்ற கட்டத்திற்கு இட்டுச் செல்வதற்கும் அவசியமாக இருந்தது. ஸோலோனின் சீர்திருத்தங்களின் நோக்கம் சமுதாயத்தைப் பீடித்திருந்த நோயின் வேரை அழிப்பதென்பதல்ல. ஆகவே நோய், நாளுக்கு நாள் வளர்ந்து கொண்டுதான் போயிற்று. தத்துவத் துறையில் மட்டுமல்லாமல் சமுதாய அமைப்பு குறித்தும் சாக்ரடீஸின் கருத்துக்கள் தீவிரமானவையாக இருந்ததால், ஆளும் வர்க்கம் அவற்றைச் சகித்துக் கொண்டிருக்கவில்லை. ஆளும் கூட்டத்திற்கு சாக்ரடீஸின் கருத்துக்களில் சமூகப் புரட்சியின் வாடை வீசியது. அதனால் அது பயந்து போய் சாக்ரடீஸை விஷம் கொடுத்துக் கொன்றுவிட்டது, சாக்ரடீஸ் இளைஞர்களைக் கெடுத்துக் கொண்டிருக்கிறாரென்றும், கடவுளர்களுக்கு (மதத்திற்கு) எதிராகப் பிரசாரம் செய்து வருகிறாரென்றும் அவர் மீது குற்றம் சாட்டப்பட்டது. இன்றும் சமுதாயத்தில் மாற்றம் கொண்டு வர வேண்டுமென்னும் எண்ணத்துடன் பேசுவோரையும், எழுதுவோரையும் இன்றைய ஆட்சியாளர் நடத்துவதும், அன்றைய ஏதென்ஸ் நகர ஆட்சியாளர் சாக்ரடீஸை நடத்தியதைப் போலத்தான் இருக்கிறது. குறிப்பாக பாசிஸ்ட் ஏகாதிபத்தியவாதிகள் இந்த விஷயத்தில் எல்லாவிதக் கொடூரங்களையும் மிஞ்சிவிட்டனர்.

(ச) பிளாட்டோவின் (கி.மு.427-347) கற்பனைக் குடியரசு: பிளாட்டோவின் மேல் அவருடைய ஆசான் சாக்ரடீஸின் தத்துவக் கருத்துக்களின் செல்வாக்கு மட்டுமல்ல, அவரது சமுதாயக் கருத்துக்களில் ஆளும்வர்க்கம் சாக்ரடீஸுக்கு இழைத்த கொடுமைகளின்

செல்வாக்கும் விழுந்தது. சாக்ரடீஸ் தனி நூலெதுவும் எழுதவில்லை. அவரது கருத்துக்கள் மற்றவரின் நூல்களிலிருந்துதான் - குறிப்பாக பிளாட்டோவின் நூல்களிலிருந்துதான் - நமக்குத் தெரியவருகின்றன. ஏதென்ஸ் அரசு உள்ளுக்குள் புழுத்து கலகலத்துப் போய்விட்ட தென்பதையும், அது கொடுமையானதென்பதையும் பிளாட்டோ அறிந்திருந்தார். ஆனால் அதே சமயத்தில் ஏதென்ஸ் ஆட்சியாளர்கள் மக்களின் வாக்குகளால் தேர்ந்தெடுக்கப்பட்டவர்கள் என்பதையும் அவர் தெரிந்திருந்தார். பிளாட்டோ அன்றைய ஆளுங்கூட்டத்தை மட்டுமல்லாமல், ஜனநாயக முறையையும் விமரிசனத்திற்குரிய தாக்கினார். உலகத்தின் ஜனநாயத்திலும், அதன் ஆட்சி முறையிலும் பிளாட்டோவுக்கு நம்பிக்கை இருக்கவில்லை. ஆனால் அதற்கு மாறாக இவ்வுலகத்திலேயே நிலைத்திருக்கத் தகுந்த மற்றொரு ஆட்சி முறையைத் தெரிவிப்பதற்குப் பதிலாக அவர் தனது தத்துவக் கருத்துக்களைப் போலவே ஒரு கற்பனாவாத ஆட்சி முறையையும் எடுத்துக் கூறினார். பிளாட்டோவின் சித்தாந்தத்தில் இரண்டு உலகங்கள் உள்ளன : ஒன்று, வினாடிக்கு வினாடி மாறிக் கொண்டே இருக்கும் பவுதீக உலகம்; இரண்டு, பவுதீக உலகைக் கடந்து எப்பொழுதும் மாறுதல் இல்லாமல் ஒரே மாதிரியாக இருக்கும் உலகம், இப்படிப்பட்ட உலகம் வெறும் கற்பனை உலகமாகவே இருக்கமுடியும். அதனால் தான் பிளாட்டோ அதை 'ஆன்மீக உலகம்' என்று குறிப்பிட்டார்.

பிளாட்டோ தன் முன் ஒரு லட்சிய சமுதாயத்தைக் கொண்டிருந்தாலும், அவரது கவனமெல்லாம் தனது கற்பனை உலகத்தின் பக்கமே இருந்தது. அதனாலேயே அவர் சமூகக் கேடுகளின் காரணங்களையும், அவற்றை ஒழிப்பதற்கான வழிமுறைகளையும் சமுதாயத்திற்குள் தேடாமல், அவைகளைக் கற்பனையில் தேடத் தொடங்கினார். அவர் எதார்த்த சமுதாயத்தை அழித்து அதற்கு மாறாக ஒரு லட்சிய சமுதாயம் நிறுவுவதற்கான திட்டத்தை முன் வைத்தார். அவரது லட்சிய சமுதாயத்தில் மூன்று வர்க்கத்தினர் இருப்பார்கள்: ஆள்வோர் அல்லது உண்மைப் பாதுகாவலர்கள், போர்வீரர்கள் அல்லது ஆட்சியாளரின் உதவியாளர்கள், தொழிலாளர்கள் அல்லது விவசாயமும், கைத்தொழில்களும் செய்பவர்கள். பிளாட்டோ இம்மூன்று வர்க்கங்களையும் பிராமணர்களின் "புருஷஸூக்தம்" போல், உடலின் உறுப்புக்களாகச் சித்திரித்தார். ஒவ்வொரு வர்க்கமும் தனது கடமையைச் செவ்வனே செய்ய வேண்டுமென்று அவர் விதித்தார். (1) சாதாரண மக்கள் தொழிலாளி வர்க்கம் - விவசாயத்தையும், கைத்தொழில்களையுமே செய்து கொண்டிருக்க வேண்டும். அவர்கள் அதிகம் படிக்கத் தேவையில்லை. அவர்களுக்கு

வாக்குரிமையோ, ஆட்சியமைப்புடன் தொடர்போ அவசியமில்லை; (2) நாட்டில் அமைதியையும், ஒழுங்கையும் பாதுகாப்பதே போர் வீரர்களின் கடமையாகும். அவர்கள் வெளிநாட்டுப் படையெடுப்புக் களையும் தடுத்து நிறுத்த வேண்டும். மக்கள் தொகை பெருகப் பெருக நிலப்பகுதிகள் மேலும் மேலும் தேவைப்படுவதால் போர் வீரர்கள் அயல்நாடுகளின் மேல் படையெடுக்கவும் தயாராயிருக்க வேண்டும். போர் வீரர்கள் தமது கடமையை நல்ல முறையில் செயல்படுத்து வதற்கான தகுந்த பயிற்சியை அவர்களுக்கு அளிக்கப்பட வேண்டும். அவர்களுக்கு அளிக்கப்படும் பயிற்சி போர் வீரர்கள் ஆயுதங்களைச் சிறந்த முறையில் பயன்படுத்துவதற்காகத்தான் இருக்க வேண்டுமே தவிர, அவர்களின் உள்ளங்களில் அஞ்சாத வீரத்தையும், கொடூரத்தையும் நிரப்ப வேண்டும். அவர்களுக்குக் கைத்தொழில் களுடனோ, அரசுடனோ எவ்விதத் தொடர்பும் இருக்கக்கூடாது. பிளாட்டோவின் கருத்துப்படி இந்த வர்க்கங்கள் அவ்வப்போது மாறுதல் அடையாமல் நிலையாக இருக்க வேண்டும். மூன்றாம் வர்க்கத்தவர்கள், பிறப்பிலும், கல்வியிலும் உயர்ந்தவர்கள். அவற்றால் அவர்கள் எல்லாருக்கும் நல்ல பாதுகாவலர்களாகவும், ஆட்சி யாளராகவும் இருக்க வேண்டும். அவர்கள் கலைஞர்களாகவும், தத்துவாளர்களாகவும் இருக்க வேண்டும். அவர்கள் சுயநலக்காரர் களாகவும், குடிகாரர்களாகவும், ஆடம்பர வாழ்க்கை வாழ்பவர்களாகவும் இருக்கக் கூடாது. கர்வம் நிறைந்த வாழ்க்கை அவர்களுக்குத் தகாதது. இந்தப் பாதுகாவலர் வர்க்கம் தனது நாட்டின் நலனையே எப்பொழுதும் கருத்தில் கொண்டிருக்க வேண்டும். நாட்டின் நன்மைக்கு மாறான எந்த விஷயத்தையும் அவர்கள் நஞ்செென வெறுக்கவேண்டும்.

பாதுகாவலர்களாக ஆகக்கூடியவர்களுக்கு பிளாட்டோ ஒரு சிறப்பான கல்வித் திட்டத்தை வகுத்தார். முதலில் அவர்களுக்குச் சாதாரணக் கல்வி புகட்ட வேண்டும். இருபது வயதில் அவர்கள் ஒரு சாதாரணக் கல்வித் தேர்வில் தேற வேண்டும். அதன் பிறகு சிறப்புக் கல்வியைக் கற்க வேண்டும். சிறப்புக் கல்வியில் அவர்கள் மற்ற விஷயங்களுடன் கணிதமும், ஜோதிடமும் கற்க வேண்டும். பத்து வருடங்களுக்குப் பிறகு அதாவது முப்பது வயதில் அவர்கள் மற்றொரு தேர்வில் தேற வேண்டும். அதில் தேறிய பின்னர் ஐந்தாண்டுகள் தத்துவ இயல் படிக்க வேண்டும். தத்துவ இயல் என்றால் அது பிளாட்டோவின் தத்துவ இயல்தான்! அவருடைய தத்துவ இயலில் எதார்த்த உலகைக் காட்டிலும், கற்பனை (ஆன்மீக) உலகுக்கே அதிக முக்கியத்துவம் அளிக்கப்பட்டுள்ளது.

அவர்கள் முப்பத்தைந்து வயதில் பொது வாழ்வில் ஈடுபடுவார்கள். அப்பொழுது அவர்களுக்கு ஒரு 'சாதாரண அதிகாரி' என்னும் நிலைதான் கிடைக்கும். அச்சமயத்தில் அவர்கள் தாம் கற்ற சித்தாந்தங்களை அனுபவபூர்வமாக உணர்வார்கள். பலதரப்பட்ட கவர்ச்சிகளிலிருந்தும் தம்மைக் காப்பாற்றிக் கொள்ளும் பயிற்சி பெறுவார்கள்.

பின்னர் அவர்கள் மக்களின் அதிகாரிகளாவதற்கான பல தேர்வுகளில் தொடர்ந்து பல ஆண்டுகள் தேற வேண்டும். இறுதியாக மூன்று விதமான தேர்வுகள் இருக்கும்; முதல் தேர்வில் அவர்கள் பாதுகாவலர்களுக்குச் சமூக சேவையே சிறந்த கடமை என்பதைத் தர்க்க முறையில் நிரூபிக்க வேண்டும். இரண்டாம் தேர்வு துணிவு சம்பந்தமானதாக இருக்கும். பாதுகாவலர்கள் தமது கடமையை நியாயமான முறையில், பாரபட்சமில்லாமல் நிறைவேற்றும் போது, செல்வந்தர்களும், உயர் வர்க்கத்தினரும் அவர்களது நலன்கள் பாதிக்கப்படுவதால் கடுமையாக எதிர்ப்பார்கள். ஆகவே அப்போது பாதுகாவலர்களுக்குத் துணிவு முக்கியமாக இருக்க வேண்டும். மூன்றாவது தேர்வு அவர்கள் உடலின்பங்களைச் சட்டை செய்யாமல் எந்த அளவுக்குத் தமது கடமைகளைச் செவ்வனே நிறைவேற்றுவார்கள் என்பதைப் பற்றியதாக இருக்கும்.

'பாதுகாவலர்' என்னும் பதவியை அடைந்த பிறகும் கூட மனிதன் சுயநலத்திற்கு இரையாகலாம். ஆகவே பாதுகாவலர்கள் தம்மிடம் சில சாதாரண பொருட்களைத் தவிர வேறெந்தச் சொத்துக்களையும் வைத்துக்கொள்ளக் கூடாதென்னும் விதியை பிளாட்டோ வகுத்தார். அவர்களுக்குச் சொந்த வீடுகள் இருக்கக்கூடாது. பாதுகாவலர்கள் அனைவரும் ஒரே இடத்திலேயே தங்கி இருக்கவும், உண்ணவும் வேண்டும். அவர்களுக்குத் தமது சாதாரணத் தேவைகளைப் பூர்த்தி செய்து கொள்ளக்கூடிய அளவுக்கே ஊதியம் வழங்கப்படும். அவர்கள் தங்கமும், வெள்ளியும் தொடவும் கூடாது; அவற்றால் செய்த நகைகளை அணியவும் கூடாது. (பிளாட்டோவின் இவ்விதிகள் பெரும்பாலும் பவுத்தத் துறவிகளுக்குப் புத்தர் வகுத்த நெறிகளை ஒத்திருக்கின்றன. அவர் துறவிகள் (பிட்சுக்கள்) தங்கமும், வெள்ளியும் தொடக்கூடாதென்றும், அவர்கள் எவ்வித வியாபாரமும், பண லேவாதேவிகளும் செய்யக்கூடாதென்றும் தடைவிதித்தார்.) பாதுகாவலர்களே தெய்வீகமான தங்கத்தாலும், வெள்ளியினாலும் தயாரானவர்களென்று அவர்களுக்கு எடுத்துச் சொல்லப்பட வேண்டும். ஆகவே அவர்களுக்கு இந்த உலகத்தின் துச்சமான தங்கமும், வெள்ளியும் தேவையில்லை. பிளாட்டோ பாதுகாவலர்களுக்குத்

தங்கத்தை மட்டும் விலக்கி வைக்கவில்லை. அவர்களின் மனைவிகளும், குழந்தைகளும் கூட தனிநபர்களுக்குரியவர்களாக இருக்க மாட்டார்கள். அதாவது அவர்கள் பொதுத் திருமணம் செய்து கொள்ள வேண்டுமென்று விரும்பினார். அக்காலத்தில் குடியரசு ஆட்சியாளர்கள் தமது சிற்றின்பங்களுக்காகவும், தமது மனைவிகள், குழந்தைகள், உறவினர்கள் ஆகியோருக்காகப் பெற்று வந்த லஞ்சங்களையும், செய்து வந்த கொடுமைகளையும் கண்டே பிளாட்டோ இப்படிப்பட்ட விதிகளை வகுத்தார்.

ஏதென்ஸ் நகரக் குடியரசு மக்கள் தமது ஆட்சியாளர்களைத் தேர்ந்தெடுக்கவும், அவர்களை ஆட்சியிலிருந்து இறக்கி விடவும் உரிமை பெற்றிருந்தனர். அப்படிப்பட்ட மக்கள் தமது உரிமைகளை இழந்து தாமாகவே தாழ்ந்த வர்க்கத்தில் சேர விரும்புவார்களா என்பது பிளாட்டோ எதிர்கொண்ட பெரிய பிரச்சினையாகும். இதற்கு பிளாட்டோவின் பதில் இது தான் : மக்களுக்கு இதைப் பற்றி விவரிக்க வேண்டும். மக்களின் பொதுக் கருத்தை இதற்கு ஆதரவாக உருவாக்க வேண்டும். எல்லா மக்களும் ஒரே பூமித் தாயின் குழந்தைகளென்பதை அவர்களுக்கு விளக்க வேண்டும். இதனால் அவர்கள் எல்லா மக்களும் பிறப்பால் ஒரே மாதிரியானவர்கள் என்பதை உணர்வார்கள். பூமித்தாய் பல்வேறு வர்க்கங்களைச் சேர்ந்த மக்களை உருவாக்கப் பல்வேறு பொருட்களைப் பயன்படுத்தினார் என்பதை அவர்களுக்கு எடுத்துக்கூற வேண்டும். தங்கம் கலந்த மண்ணிலிருந்து உருவாக்கப்பட்டவர்களுக்கு ஆளும் திறமை இருக்கும். அதனாலேயே அவர்கள் ஆட்சியாளர்களா கிறார்கள். வெள்ளியைக் கலந்து உருவாக்கப்பட்டவர்கள் உதவியாளர்கள் அல்லது போர் வீரர்களாகிறார்கள். ஆனால் சாதாரண மக்களை உருவாக்கப் பூமித் தாய் இரும்பும், பித்தளையும் மட்டுமே பயன்படுத்தினாள். அதனால் அவர்கள் வெறும் கைத்தொழிலாளர் களானார்கள். பொது மக்கள் இக்கதையைக் கேட்டு தாழ்ந்த வர்க்கத்தில் சேர எப்படி ஒப்புவார்கள்? இக்கேள்விக்கு பிளாட்டோவின் பதில் : சிறு வயதிலிருந்தே தங்கம், வெள்ளி, இரும்பு, பித்தளைக் கதையைச் சொல்லிக் கொண்டிருந்தால், அவர்கள் அதை நம்பத் தொடங்கிவிடுவார்கள். அக்கால மக்கள் மதம், தெய்வங்கள் சம்பந்தப்பட்ட பல்வேறு கதைகளையும் நம்பி வந்ததை பிளாட்டோ கவனித்தார். அவர்கள் குழந்தைப் பருவத்திலிருந்தே இவ்விதக் கதைகளைக் கேட்டுக் கொண்டு வருவதால்தான் அவற்றை நம்புகிறார்கள் என்பது பிளாட்டோவின் கருத்தாகும். (நமது நாட்டிலும் கூட அறிஞர்களும், நவீன விஞ்ஞானிகளும் மதத்தை அடிப்படையாகக் கொண்டு உருவாக்கப்பட்ட கற்பனைக் கதைகளை நம்புகிறார்கள். அவைகளைத் தத்துவ ரீதியில் உண்மையானவை என்று நிரூபிக்கவும்

முயற்சி செய்கிறார்கள். பிரசாரம் என்பது தற்காலத்திற்குச் சொந்தமான சிறப்பு மட்டுமல்ல; தத்துவாளரான பிளாட்டோவும் பொய்யை உண்மையாக்கும் சக்தியை உணர்ந்திருந்தார். அக்காலத்திய ஏதென்ஸ் நகரில் நடந்து வந்ததைப் பார்த்து அவர் இம்முடிவுக்கு வந்திருந்தார்.)

மற்ற காரியங்களுடன் பாதுகாவலர்கள், குழந்தைகளை அவர்கள் உருவான அடிப்படைப் பொருள்களைப் பொறுத்துப் பல்வேறு வர்க்கங்களாகப் பிரிக்க வேண்டும். பிளாட்டோவின் கருத்துப்படி, இரும்பு - பித்தளையாலான பெற்றோரின் குழந்தைகளும் திறமையான வர்களாக வாய்ப்புள்ளது. தங்கத்தாலான பெற்றோரின் குழந்தைகள் திறமையற்றவர்களாகவும் இருக்கலாம். இந்துக்களின் நான்கு வர்ணங்களான பிராமண, க்ஷத்திரிய, வைசிய, சூத்திரர்களுடன் பிளாட்டோவின் இப்பாகுபாடு ஒத்திருக்கிறது என்றாலும் பிளாட்டோவின் பிரிவினை இந்துக்களின் வர்ண அமைப்பைக் காட்டிலும் பரந்த தன்மையுடையதென்பதில் சந்தேகமில்லை. ஏனெனில் பிளாட்டோவின் வர்க்க அமைப்பு பிறப்பால் ஏற்படுத்தப்பட்டதல்ல. மக்களின் திறமையைப் பொறுத்து அவர்கள் உயர் வர்க்கத்திலும், தாழ்ந்த வர்க்கத்திலும் சேருவதற்கான வாய்ப்பிருந்தது. பிளாட்டோ வகுத்த பாதுகாவலர்கள் பிராமணர்களைப் போன்றவர்கள். போர்வீரர்களை க்ஷத்திரியர்களென்றும், கைவினைஞர் களை வைசியர்களென்றும் சொல்லலாம். ஆனால் அவர் அடிமைகளின் நிலையில் எவ்வித மாற்றமும் தேவையென்று கருதவில்லை. ஆகவே அடிமைகள் கிரேக்க சமுதாயத்தில் எவ்வித வர்க்கப் பிரிவிலும் சேராத மிக மிகத் தாழ்ந்தவர்களாக இருந்தனர். அறிவும், திறமையும் இல்லாத குழந்தைகளை பிளாட்டோ பயனற்ற சுமையாக எண்ணினார். அவர்கள் சமுதாயத்திலுள்ள தகுதியும், திறமையும் படைத்த மற்றவர்களின் சக்தியையும், காலத்தையும் வீணே நாசம் செய்பவர்களென்று கூறி, அக்குழந்தைகளால் நாட்டிற்குப் பெருந்தீங்கு விளைகிறதென்று கூறினார். பொது மக்களுக்குத் தெரியாமல் அப்படிப்பட்ட குழந்தைகளை ஒழித்துக் கட்ட வேண்டுமென்று பிளாட்டோ விரும்பினார்.

பிளாட்டோ மிக ஏழ்மையையும், அதிக பணக்காரத் தன்மையையும் கெட்டவையென்றார். ஏழ்மை மனிதனுக்குத் தாழ்வு மனப்பான்மையையும், கெட்ட விஷயங்களையும் கற்றுத் தருகிறது. செல்வம் அவனை ஆடம்பர வாழ்க்கையிலும், கெட்ட பழக்கங்களிலும் மூழ்கடித்து விடுகிறது. அவர் தனது காலத்திய பணக்கார வர்க்கத்தைப் பற்றி எழுதியதாவது: "செல்வத்தை அடிப்படையாக்கி அரசை அமைக்கும் போது, அரசியலதிகாரம்

செல்வந்தர்களின் கைக்குச் சென்று விடுகிறது; ஏழைகளுக்கு அது கிட்டுவதில்லை. நடைமுறை வாழ்வில் பணக்காரர்கள் நல்ல விஷயங்களை லட்சியம் செய்யாததைப் போலவே, ஏழைகளையும் பொருட்படுத்துவதில்லை; ஆனால் நெருக்கடியான நேரம் வரும்போது அவர்கள் ஏழைகளை வெறுப்பதில்லை. யுத்த சமயத்தில் வெயிலில் வாடிக் கருத்த ஏழைகளைப் பணக்காரர் வரிசையில் நிற்கச் செய்து ஜனநாயகத்தை வெளிச்சம் போட்டுக் காட்டுகிறார்கள். ஆனால் போரில் பணக்காரனைக் காட்டிலும் ஏழையே சிறப்பாகவும், நீண்ட நேரமும் சண்டை போட முடியும். ஏனெனில் பணக்காரன் எப்போதும் வெயிலில் தனது உடலை வருத்தியதில்லை. அவன் தன் உடலில் கொழுப்பைச் சேர்த்து வைத்துள்ளான். "பிளாட்டோ"வும் கூறியிருக்கிறார்: "பலர் பணக்காரர்களாக இருப்பதற்குக் காரணமே, அவர்களிடமிருந்து பணத்தை யாரும் பறித்துக் கொள்ளாததுதான்! வறுமையின் காரணங்கள் இவையாகும். (1) போதிய கல்வியின்மை (2) தீய கல்வி அல்லது கெட்ட சகவாசம் (3) அநீதியான சமூக விதிகளும் அநீதியான ஆட்சி முறையும், பிளாட்டோ தனது 'லட்சிய நாட்டில்' ஒவ்வொருவனுக்கும் ஒரு குறிப்பிட்ட அளவுக்குச் செல்வம் இருக்க வேண்டுமென்ற விதி வகுத்தார். அவன் தனது செல்வத்தை நான்கு மடங்கு வரை பெருக்கிக் கொள்ளலாம்; ஆனால் அரசு அதன் மீது நூற்றுக்கு நூறு வரி விதிக்கலாம். பெற்றோர் தமது குழந்தைகளுக்காகச் சொத்துக்குப் பதிலாகக் கவுரவத்தை விட்டு செல்ல வேண்டுமென்றார் அவர்.

பிளாட்டோ குடியரசு ஆட்சி முறையை எதிர்த்தார்; ஏனெனில் ஏதென்ஸ் நகரக் குடியரசிலே தான் பிளாட்டோவின் ஆசான் சாக்ரடீஸ் கொல்லப்பட்டார். தனிச்சொத்துரிமை ஆட்சியாளர்களைப் பேராசைக்காரர்களாகவும், அநியாயக்காரர்களாகவும், மாற்றி விடுகிறதென்பதை அவர் உணர்ந்திருந்தாலும், சாதாரண மக்கள் ஆட்சி புரிய முடியுமென்பதில் அவருக்கு நம்பிக்கை இருக்கவில்லை. அவர் சமுதாயம் என்பது தனிமனிதர்களின் கூட்டு மட்டுமே எனக் கருதினார். தனிமையில் தனிமனிதனின் நடவடிக்கைகளும், சமுதாயத்தின் ஒரு அங்கமாக அவன் இயங்கும் போது அவனுடைய நடவடிக்கைகளும் ஒரே மாதிரியாக இருப்பதில்லை என்பதை அவர் தெரிந்திருக்க வில்லை. அதாவது தனிமனிதர்களின் முடிவிற்கும், சமுதாயத்தின் முடிவிற்கும் வித்தியாசம் இருக்கலாம். கிரேக்கர்கள் தந்தை வழிச் சமுதாய அமைப்பைக் கடந்து வந்து ஆயிரம் ஆண்டுகள் ஆகிவிட்டிருந்தன. ஆனாலும் அதன் சில நினைவுகள் பிளாட்டோவின் காலத்திலும் நிலவியதாகத் தெரிகிறது.

6. இடைக்கால ஐரோப்பா

இடைக்கால ஐரோப்பாவில் கிருஸ்துவப் பாதிரிமார்களின் ஆதிக்கம் கொடி கட்டிப் பறந்தது. ஏசு பிரான் மறைந்ததுமே ரோம் நகரைச் சேர்ந்த கிருஸ்துவ மதம் வறியோருக்கும், ஒடுக்கப்பட்டவர்களுக்கும் தனது அனுதாபத்தைக் காட்டிற்று. ஆனால் இக்காலப் பாதிரிமார்கள் இப்படி இருக்கவில்லை. கி.பி. பதின்மூன்றாம் நூற்றாண்டில் ஐரோப்பா முழுவதும் நிலப்பிரபுத்துவத்திற்குப் பெரும் ஆதரவாளனாக மாறி கிருஸ்துவ மதம் ஒரு பெரும் சக்தியாக மாறியிருந்தது. மதத் துறையில் ஏழைகளைக் கேட்பாரில்லை. எங்கும் பணக்கார்களின் செல்வாக்கே நிறைந்திருந்தது. ரோமானிய வீழ்ச்சியின்போது கிருஸ்துவம் பணத்திற்கு மதிப்பளிக்கவில்லை; அது வறுமை ஒழிக்கப்பட வேண்டியதென்றும் வலியுறுத்தியது. ஆனால் இறுதியில் அது வறுமை கடவுள் தந்ததே என்றும், அதுவும் வரவேற்கத் தகுந்ததே என்றும் கூறத் தொடங்கியது. புண்ணியம் சம்பாதித்துக் கொள்ளும் நோக்கத்துடன் ஏழைகளுக்குப் பிச்சை போட்டாலே போதுமானது என்னும் நிலைக்கு கிருஸ்துவ மதம் வந்துவிட்டது.

இக்காலத்திய நிலஉடைமை அமைப்பில் சமுதாய அமைப்பு, முக்கியமான விவசாயத்தைச் சார்ந்திருந்தது. நிலப்பிரபுக்கள் அல்லது பணக்காரர்கள், பாதிரிமார்கள், விவசாயிகள் ஆகியோர் சமுதாயத்தின் மூன்று பகுதிகளாக இருந்தார்கள். நிலப்பிரபுக்கள் ஆட்சியார்களாகவும், படைத்தளபதிகளாகவும் இருந்தார்கள். பெரும்பாலும் நிலத்தின் சொந்தக்காரர்களும் அவர்களே! பாதிரிமார்கள் நிலப்பிரபுக்களுக்கு உட்பட்டிருந்தனர் அல்லது தமது மடங்களின் நிலங்களுக்குச் சொந்தக்கார்களான மடாதிபதிகளாகவும், நிலப்பிரபுக்களாகவும் இருந்தனர். விவசாயிகள் அடித்தட்டு வர்க்கத்தைச் சேர்ந்தவர்களாக இருந்தனர். வாயைக் கட்டி, வயிற்றைக் கட்டி, கடுமையான வறுமையில் உழன்று நிலப்பிரபுக்களுக்கும், பாதிரிமார்களுக்கும் பணிவிடை செய்து செத்துத் தொலைப்பதே அவர்களின் கடமையாக இருந்து வந்தது. உழவர்கள் செல்வர்களை வெறுத்துக் கொண்டிருந்தாலும், வாய்விட்டு ஏசத்துணியவில்லை. சக்தி வாய்ந்த மனிதர்களையும், கடவுளர்களையும் ஒரே சமயத்தில் எதிர்த்து நிற்கும் துணிவு அவர்களுக்கிருக்கவில்லை. விவசாயிகள் நிலப்பிரபுக்களின் பாதி அடிமைகளாக இருந்தனர். அவர்களது உயிர்-உடைமைகளும் மானம் - மரியாதைகளும் நிலக்கிழார்களின் தயவைச் சார்ந்திருந்தன. விவசாயிகளைத் தவிர வியாபாரிகளும் தொழிலாளர்களும் சிறு அளவில் இருந்தனர். அவர்கள் தமது தகராறுகளைத் தீர்த்துக்

கொள்ள, தமது பஞ்சாயத்துக்களை நிறுவிக் கொண்டிருந்தனர். வியாபாரிகளும், தொழிலாளர்களும் நிறைந்த இவ்வர்க்கம் நிலப்பிரபுக்களின் கொடுமைகளிலிருந்து தப்பித்துக் கொள்ள ஓரிடத்தை விட்டு மற்றோரிடத்திற்குப் போய்விட முடியும். ஏனெனில் அவர்கள் நிலத்துடன் கட்டுண்டிருக்கவில்லை; அவர்களுடைய உழைப்புக்கு எல்லாவிடங்களிலும் நல்ல கிராக்கி இருந்தது.

ஒரு புறம் அழகிய மாளிகைகளிலும், வானளாவிய மாதா கோவில்களிலும், மடங்களிலும் நிலப்பிரபுக்களும், பாதிரிமார்களும் உல்லாச வாழ்க்கை வாழ்ந்து கொண்டிருந்தனர்; மறுபுறம் ஏழை மக்கள் இரவும் பகலும் உழைத்துழைத்து உருக்குலைந்து கொண்டிருந்தனர். இந்த ஏற்றத் தாழ்வுகளையும், துன்பங்களையும், சிந்திக்கும் திறன் படைத்தவர்கள் பார்க்காமல் இருக்கமுடியாது. குறிப்பாக எப்பொழுதும் பரோபகாரத்தையும், கருணையையும் பிரச்சாரம் செய்து கொண்டிருந்த கிருஸ்துவத் துறவிகள் இவற்றைக் கண்டும், காணாமல் போக முடியாது. 'புனித பிரான்ஸிஸ் அஸீஸி' (கி.பி. 1182-1226) போன்ற சில துறவிகள் சொகுசான வாழ்வைத் துறந்து ஏழைகளைப் போல் வறிய வாழ்க்கை வாழ்ந்து வந்தனர். இப்படிப்பட்ட துறவிகள் மிகச் சிலரேயானாலும், இதனால் கிருஸ்துவ மதத்திற்கு ஒரு பெரும் நன்மை விளைந்தது; மடாதிபதிகளின் ஆடம்பர வாழ்க்கையைப் பார்த்து மதத்தையே வெறுத்துக் கொண்டிருந்த சாதாரண மக்கள், இந்த எளிமையான துறவிகளைக் கண்டு மீண்டும் கிருஸ்துவ மதத்தில் நம்பிக்கை கொள்ளத் தொடங்கினர்.

கி.பி. பதினோராம் நூற்றாண்டிலிருந்து பல நூற்றாண்டுகள் வரை கிறிஸ்துவர்களுக்கும் முஸ்லிம்களுக்கிடையே பல பயங்கரப் போர்கள் நடைபெற்றன. கிருஸ்துவர்கள் தமது புனிதத் தலங்களை முஸ்லிம்களிடமிருந்து பறித்துக்கொள்ள ஐரோப்பாவிலிருந்து அப்போர்களுக்குப் பல படை வரிசைகளை அனுப்பி வைத்தனர். இந்தச் 'சிலுவைப் போர்'களால் கிருஸ்துவர்களுக்கு மற்ற நாடுகளுடன் தொடர்பேற்பட்டது. மறுபுறம் முஸ்லிம்களும் பாக்தாத் பேரரசையும் ஸ்பெயினையும் வெற்றி கொண்ட பின்னர் அங்கிருந்த பல்கலைக்கழகங்களில் புராதன கிரேக்கத் தத்துவ இயல்களை மொழிபெயர்ப்பதிலும் ஆராய்வதிலும் ஈடுபட வாரம்பித்தனர். இதனால் சுதந்திரச் சிந்தனை வளர்ந்தது. கிருஸ்துவத் தத்துவாளரான தாமஸ் அக்வினா (கி.பி.1225-1274)வும் இதே காலத்தில் தோன்றினார். அவர் கிரேக்கத் தத்துவாளர்களின் - குறிப்பாக அரிஸ்டாட்டிலின் - சிந்தனையை ஏற்றுக்கொண்டு ஒரு புதிய சிந்தனை வழியை உண்டாக்கினார். ஆனால் கிரேக்கத் தத்துவ இயலின் சிறப்புக்களைப் பரப்புவது இதன் நோக்கமல்ல; அதற்குப் பதில் கிரேக்கத் தத்துவ

நுணுக்கங்களைக் கிருஸ்துவ மதப்பிரசாரத்திற்குப் பயன்படுத்திக் கொண்டு அதில் மக்களின் பக்தியை வளர்ப்பதேயாகும். ஆள்வோர் - ஆளப்படுவோரிடையே அப்போது நிலவி வந்த பரஸ்பர வெறுப்பைக் கண்டுகொள்ளாமல் இருக்க முடியாது. ஆகவே, இது குறித்தும் அக்வினா குறிப்பிட நேர்ந்தது. அரிஸ்டாட்டிலைப் போலவே அக்வினாவும் கூறினார். "மனிதன் பிறப்பிலேயே ஒரு சமுதாய விலங்காவான். அவனைக் கடவுள் சமுதாயத்தில் வாழ்வதற்காகவே படைத்தார். அல்லது சமுதாயத்தில் அல்லாமல் மனிதன் மகிழ்ச்சிகரமான வாழ்க்கை வாழ முடியாது. சமுதாயம் அரசு இல்லாமல் இருக்க முடியாது. ஆகவே அரசு (அல்லது ஆட்சி முறை) மிகவும் அவசியமானது. இன்பமான வாழ்க்கை வாழ்வதும், தனது செல்வத்தை மட்டும் பெருக்கிக் கொள்வதுமே பேராசைக்காரனின் கொள்கையாக இருக்கும். இது சரியல்ல."

பதினைந்து, பதினாறாம் நூற்றாண்டுகளில் இங்கிலாந்தில் இருந்த வறுமையின் அவல நிலைமை குறித்து தாமஸ் மோர் தமது "உட்டோப்பியா" ("லட்சியக் கனவு") என்னும் நூலில் விவரித்துள்ளார். (இந்நூல் கி.பி. 1516ல் வெளியாயிற்று. உட்டோப்பியா என்றால் 'இல்லாதது' என்று பொருள்) அக்காலத்திய இங்கிலாந்தை அக்கால இந்தியாவுடன் ஒப்பிட்டுப் பார்த்தால், நமது நாடே பல விஷயங்களில் முன்னேறி இருந்ததைக் கவனிக்கலாம். அக்கால இங்கிலாந்தில் பெரும்பான்மை மக்கள் விவசாயிகள், அவர்களிடையே வேலையில்லாத் திண்டாட்டம் நிறைந்திருந்தது. அரச தண்டனைகள் கடுமையானவையாகவும் பயங்கரமானவையாகவும் இருந்தன. திருட்டுக் குற்றத்திற்குக்கூட மரண தண்டனை விதிக்கப்பட்டது. (இந்த நிலை புத்தர் காலத்திய இந்தியாவிலும் இருந்தது. முஸ்லிம் ஆட்சிக் காலத்தில் மரண தண்டனை, கைகளைத் துண்டிக்கும் தண்டனையாக மாறியது). அக்காலத்தில் இங்கிலாந்தில் ஒரு ரொட்டித் துண்டைத் திருடும்போது யாராவது பிடிபட்டால், அவர்களுக்கு மரண தண்டனை விதிக்கப்பட்டு வந்தது. தான் ரொட்டியைத் திருடும்போது பார்த்து விடும் ரொட்டிச் சொந்தக் காரனையும் கொன்றுவிடுவது திருடனுக்கு லாபகரமானதாகும். ஏனெனில் அப்படிச் செய்தால், தான் திருடியதற்கான ஒரு முக்கிய சாட்சியம் அழிக்கப்பட்டு விடுமல்லவா!

2. வளர்ச்சி முறை

வெவ்வேறு யுகங்களில் நிலவிய நிலப்பிரபுத்துவ அமைப்பைப் பற்றி மேலே விவரித்தோம். அதனால் நிலப்பிரபுத்துவ சமுதாயத்தில் ஏழைகளுக்கும், பணக்காரர்களுக்குமிடையேயும், சுரண்டுவோருக்கும்

சுரண்டப்படுவோருக்குமிடையேயும் பெரும் வேற்றுமை ஏற்பட்டு விட்டதென்பதைத் தெரிந்து கொள்ளலாம். ஏழை உழைப்பாளி மக்களின் உழைப்பிலிருந்து இதற்கு முன்பு என்றும் இல்லாத அளவுக்குச் செல்வம் படைக்கப்பட்டுக் கொண்டிருந்தாலும், அவர்களுடைய நிலைமை முன்னெப்போதைக் காட்டிலும் மோசமாகிக் கொண்டிருந்தது. சுரண்டும் வர்க்கம் தனது நலன்களைப் பாதுகாப்பதற்காக ஏற்படுத்திக் கொண்ட சக்தி வாய்ந்த சாதனமான அரசைக் கடுமையாகவும், கொடுமையாகவும் பயன்படுத்திக் கொண்டிராவிட்டால், பாட்டாளி மக்களின் பொறுமை எல்லை கடந்து போய்விட்டிருக்கும். மதம், கடவுள், பரலோகம் போன்றவற்றைக் காட்டி உழைப்பாளர்களைப் பயமுறுத்தியிருக்காவிட்டால் அவர்களைப் பல்வேறு இனங்களாக, ஜாதிகளாகப் பிரித்திராவிட்டால் பாட்டாளிகள் கிளர்ந்தெழுந்திருப்பார்கள்.

நிலப்பிரபுக்கள் தந்தை வழிச் சமுதாய ஆட்சியாளர்களான பிதுரர்களின் வளர்ச்சியடைந்த நிலையினரேயாவர். தந்தை வழிச் சமுதாய அமைப்பிலிருந்தே முடியாட்சியும் குடியரசும் தோன்றின. தனிச் சொத்து வைத்திருந்த குடியரசுத் தலைவர்கள் பணக்காரக் குடும்பங்களைச் சேர்ந்தவர்களாகவே இருந்தார்கள். இனக்குழுக் காலத்திலேயே அவர்களுக்கு அடிப்படை ஏற்பட்டது. அடிமைச் சமுதாயக் காலத்தில் அவர்கள் மேலும் வலுவடைய வாய்ப்பு கிடைத்தது. இந்த நிலப்பிரபுக்களே அடுத்த யுகத்தில் சர்வ வல்லமை படைத்தவர்களானார்கள். குடியரசுகளின் இப்படிப்பட்ட பணக்காரக் குடும்பங்களைக் குறித்து ஏதென்ஸ் வைசாலி, கபிலவஸ்து போன்றவற்றின் வரலாறுகளால் தெரிகிறது. முடியாட்சியின் மன்னன் எல்லா நிலப்பிரபுக்களைக் காட்டிலும் உயர்ந்தவன் என்றாலும், அவன் எல்லாரையும் விடப் பெரிய நிலப்பிரபுவுமாவான். ஜப்பானின் ‘மிக்காடோ’ சக்ரவர்த்தி நாட்டின் மிகப் பெரிய ஜமீன்தாராவான். இங்கிலாந்தின் அரசனுக்குப் பெரும் பெரும் நிலப்பரப்புகள் சொந்தமாக உள்ளன. வளர்ந்து வரும் முதலாளித்துவத்தைப் பயன்படுத்திக்கொண்டு மன்னர்களும், அரசர்களும் பெரிய பெரிய கம்பெனிகளிலும் தொழிற்சாலைகளிலும் பெரும்பாலான பங்குகளை வாங்கி வைத்துள்ளனர். இந்த மன்னர்களும், அரசர்களும் தத்தமது நாட்டிலுள்ள மற்ற நிலப்பிரபுக்களைப் போலவே தனிச்சொத்து கொண்டிருக்கின்றனர் என்பது தெளிவாகிறது. ஜப்பானிலும் இங்கிலாந்திலும் பாராளுமன்றம் இருந்தாலும் கீழ்ச்சபை உறுப்பினர்கள் மக்களால் நேரடியாகத் தேர்ந்தெடுக்கப்படுகிறார்கள்; மேல் சபை உறுப்பினர்கள் பரம்பரையாகவும் தமது குடும்பத்தின் அந்தஸ்தாலும்

வருகிறார்கள். இந்நாடுகளில் முதலாளித்துவம் உச்சநிலையை அடைந்துள்ள இக்காலத்திலும் இதே நிலைமைதான்!

நிலப்பிரபுத்துவ முடியாட்சிக்கும், குடியரசுக்கும் ஒரு வேற்றுமை இருக்கிறது. குடியரசைச் சேர்ந்த நிலப்பிரபுக்கள் ஆட்சியாளர்களாக வேண்டுமென்றால் பணம், குடும்ப அந்தஸ்து ஆகியவற்றைத் தவிர மக்களின் ஆதரவும் தேவையாக இருந்தது. பணம், குடும்ப அந்தஸ்து ஆகியவை இருந்ததால் மக்களின் ஆதரவு சுலபமாகக் கிடைத்த தென்பதும் உண்மைதான். மக்கள் ஆதரவுடன் நிலப்பிரபுக்களிடையே சமத்துவத்தையும் கடைப்பிடிக்க வேண்டியிருந்தது. ஆனால் முடியரசிலோ ஒரு குறிப்பிட்ட நிலப்பிரபுக் குடும்பத்தை மிக உயர்ந்த குடும்பமென்று கருதப்பட்டது. வாக்கெடுப்பு போன்ற சிக்கலும் இருக்கவில்லை. மன்னனே மிகப் பெரிய நிலப்பிரபுவாக இருந்ததால், நிலப்பிரபு வர்க்கத்திற்கு எவ்வித அபாயமும் ஏற்படவில்லை. அவசியம் நேரும்போது நிலப்பிரபுக்கள் அனைவரின் ஒன்றுபட்ட சக்தி மன்னன் பக்கம் இருந்தது.

3. செல்வம்

தனிச்சொத்துடைமையைப் புனிதமாகக் கருதும் போக்கு இக்காலத்தில் மிகவும் அதிகமாகிவிட்டது. தந்தை வழிச் சமுதாயத்திலும், அடிமைச் சமுதாயத்திலும் தனிச்சொத்துடைமை ஆரம்பமானாலும் அப்போதைக்கு அது பழசாகவுமில்லை. அதற்கு மதத்தின் ஆதரவும் கடவுளின் ஆசியும் கிடைத்திருக்கவில்லை. தனிச்சொத்துடைமையைப் புனிதமாகக் கருதும் போக்கினாலேயே திருடுவது மிகப் பெரும் குற்றமாகக் கருதப்பட்டு மரண தண்டனையும் விதிக்கப்பட்டு வந்தது. என்றாலும் திருட்டுத்தனத்தை உண்டாக்கும் வறுமை இருக்கும்வரை திருடுவதை எப்படித் தடுத்து நிறுத்த முடியும்? இவ்வுண்மையை நிலப்பிரபுத்துவக் காலத்தைச் சேர்ந்த சிந்தனையாளர்களும் நன்கு புரிந்து வைத்திருந்தனர். இது குறித்துப் புத்தர் தமது எண்ணத்தைத் தர்மவான் ராஜாவைப் பற்றிய ஒரு கதையில் இவ்வாறு வெளியிடுகிறார்.

“... அரசர் தர்மத்தின்படி (மத சித்தாந்தங்களின்படி) எல்லாம் நடப்பதற்கான ஏற்பாடுகள் செய்துவிட்டபோதிலும் ஏழைகளுக்குச் செல்வம் மட்டும் வழங்கவில்லை. இதனால் வறுமை மேலும் பெருகிவிட்டது. ஒருவன் மற்றொருவனின் பொருளைத் திருடத் தொடங்கினான். ஒரு திருடனைப் பிடித்துக் கொண்டு அரசனிடம் சென்றனர். ‘நீ உண்மையாகவே மற்றவர் பொருளைத் திருடினாயா?’ என்று அரசன் அவனைக் கேட்டார்.”

"ஆமாம் அரசே!"

"நீ ஏன் திருடினாய்?"

"அரசே! பிழைக்க முடியாமல்தான் திருடினேன்."

அரசன் அவனுக்குப் பணம் தந்தார். "இந்தப் பணத்தைக் கொண்டு நீ வாழ்க்கை நடத்து. பெற்றோரையும், மனைவி மக்களையும் காப்பாற்று. ஒரு தொழிலையும் ஏற்படுத்திக் கொள்!" என்றார் அரசர்.

மற்றவர் பொருளைத் திருடுபவர்களுக்கு அரசர் பணம் தருகிறார் என்னும் செய்தியை மக்கள் கேள்விப்பட்டனர். 'நாமும் மற்றவர் பொருளைத் திருடலாமே' என்று அவர்கள் தமக்குள் சொல்லிக் கொண்டனர்.

அரசர் எத்தனை பேருக்குத்தான் பணம் வழங்கிக்கொண்டே இருப்பார்? 'திருடுபவர்களுக்கெல்லாம் பணம் தந்து கொண்டே இருந்தால், திருடுவது மேலும் பெருகிக்கொண்டே போகும். நாம் திருடுபவர்களைக் கடுமையாக எச்சரிக்க வேண்டும். அதற்காக இத்திருடனின் தலையை வெட்டி விடுவோம்!' என்று அரசன் எண்ணினான்.

"அரச ஆணைப்படி குற்றவாளியின் தலை துண்டிக்கப்பட்டது. 'திருடுபவனின் தலையை அரசர் சீவி விடுகிறார். ஆகவே நாமும் கூர்மையான ஆயுதங்களைத் தயார் செய்து கொண்டு, யாருடைய சொத்தைத் திருடுகிறோமோ அவர்களையே கொலை செய்து விடுவோம்' என்று திருடர்கள் முடிவுக்கு வந்தனர். இவ்விதம் அவர்கள் பயங்கரமான ஆயுதங்களைத் தயார் செய்துகொண்டு கிராமங்களையும் நகரங்களையும் கொள்ளையடிக்க ஆரம்பித்தனர். வழிப்பறிகளையும் செய்யத் தொடங்கினர். சொத்தின் உரிமை யாளர்களை அவர்கள் கொலை செய்யவும் செய்தனர்."

இம்மேற்கோளில் புத்தர் வறுமையை ஒழிக்கும் வழியைக் கூறவில்லை. என்றாலும் கடுமையான தண்டனைகள் அளித்தாலும் வறுமையின் காரணமாகச் செய்யப்படும் திருட்டுக் குற்றங்களைத் தடுக்க முடியாதென்னும் உண்மையைத் தெளிவாகக் குறிப்பிடுகிறார். வறுமை திருட்டுடன் கொலையையும் சேர்த்துக் கொள்கிறது.

கி. மு. ஐந்தாம் - ஆறாம் நூற்றாண்டுகளில் இந்தத் தனிச் சொத்துடைமையால் உண்டான கெடுதல்களைப் புத்தர் இவ்வாறு வரிசைப்படுத்துகிறார். "தராசில் ஏமாற்று வேலை, நிறை கற்களில் எத்துவேலை, அளவிடுவதில் மோசம் செய்தல், லஞ்சம், நம்பிக்கை மோசம் செய்தல், நன்றியில்லாமை, வஞ்சனை செய்தல், கத்திக்குத்து,

கொலை செய்தல் ஆளைப்பிடித்து வைத்தல், திருடுதல், கொள்ளை"
("தீர்க்க நிகாய்" என்னும் பவுத்த நூல் 317)

4. வணிகம்

அடிமைச் சமுதாயக் காலத்திலேயே உழைப்பிலும் தொழில் கருவிகளிலும் பெரும் வளர்ச்சி ஏற்பட்ட காரணத்தால், பொருட்களின் உற்பத்தியும், பண்ட மாற்றும்கூட அதிகமாயின. நிலப்பிரபுத்துவ யுகமோ ஆட்சியாளரையும் படைத்தளபதிகளையும் உருவாக்கியதைப் போலவே, உற்பத்தியாளர்களுக்கும் நுகர்வோருக்குமிடையே ஒரு புதிய வர்க்கமான வியாபார வர்க்கத்தையும் தோற்றுவித்தது. வெவ்வேறு இரண்டு உற்பத்தியாளர்கள் தமது சரக்குகளைப் பண்ட மாற்று செய்து கொள்வதில் பல இன்னல்களை எதிர்கொண்டனர். ஒவ்வொரு உற்பத்தியாளனும் தனது சரக்கைச் சந்தையில் வைத்துக்கொண்டு நீண்ட நேரம் உட்கார்ந்திருக்க முடியாது. காரணம், வீட்டில் அவன் எத்தனையோ வேலைகளைச் செய்தாக வேண்டும் அவன் சந்தையில் உட்கார்ந்து கொண்டு எவ்வித உற்பத்தி வேலையும் செய்ய முடியாது. அத்துடன் சாப்பாட்டுச் செலவு வேறு! உற்பத்தியாளன் தனது சரக்கைச் சந்தைக்குக் கொண்டு வந்த அன்றே விற்பவனும் வருவான் என்னும் உறுதியில்லை. இதனாலேயே மனிதர்கள் முதன்முதலில் குறிப்பிட்ட நாட்களில் சந்தையும், திருவிழாவும் நடத்தத் தொடங்கியிருக்கலாம். அந்நாட்களில் விற்பவர்களும், வாங்குபவர்களும் நிறைய பண்டங்களுடன் அவ்விடங்களுக்கு வந்து கொண்டிருந்தனர். இதனால் அவர்கள் தாம் விரும்பிய பொருட்களைப் பெறும் நல்வாய்ப்பு பெற்றனர். இச்சந்தைகளில் சில பொருட்கள் அதிக விலையிலும் சில பொருட்கள் மலிவாகவும் கிடைத்தன. இரண்டு முழத் துணிக்கு (கம்பளித்துணிக்கு) எட்டு கிலோ மாமிசம் கிடைக்கலாம். ஒரு சிறு தாமிரத் துண்டுக்கு இருபது முழத்துணியோ அல்லது எண்பது கிலோ மாமிசமோ கிடைக்கலாம். இவ்வளவு மாமிசத்தையும் சுமந்து செல்வதும் சுலபமான காரியமல்ல. இதனால் மக்களுக்குத் தாமிரத்தின் மற்றொரு பயனும் தெரியவந்தது. தாமிரம் ஆயுதங்களைத் தயாரிக்க மட்டும் பயன்படவில்லை. அத்துடன் அதைப் பண்ட மாற்றுக்கான நாணயமாகவும் பயன்படுத்தலாமென்பதையும் அவர்கள் தெரிந்துகொண்டனர். முதன் முதலில் உலோக நாணயங்களில் அரச மத்திரை பதிக்கப்படவில்லை. உலோகத் துண்டின் நிறையைப் பொறுத்து நாணயத்தின் மதிப்பு மாறிக் கொண்டிருந்தது. பிற்காலத்தில் வியாபாரிகளும் அரசும் மக்களை மோசடியிலிருந்து பாதுகாக்கவும் தாமும் கொஞ்சம் பயன்பெறவும்,

வாணிபத்தையும் மக்களின் பொருளாதார வாழ்வையும் தமது கைப்பிடிக்குள் வைத்துக்கொண்டிருக்கவும் பல்வேறு நிறைகளிலும் உருவங்களிலும் உலோகத்துண்டுகளை நாணயங்களாக முத்திரையிட்டுப் பணமாகச் செலாவணிக்குக் கொண்டு வந்தனர்.

பொருட்களை விற்பவர்களும், வாங்குபவர்களும் பொருளுற்பத்தியாளர்களாக இருந்து தமது பொருட்களைச் சந்தைக்குக் கொண்டு வந்த காலத்தில் சந்தையில் அவர்கள் நீண்ட நேரம் காத்திருக்க வேண்டியிருந்ததோடு இன்னபிற தொல்லைகளும் எதிர்கொள்ள வேண்டியிருந்தது. ஒரே கிராமத்திலிருந்து விற்பனையாளர்கள் பல பேர் வந்தனர். ஆனால் வாங்குபவர் ஒருவர்கூட வராமலிருந்தனர். ஒரே கிராமத்தைச் சேர்ந்த விற்பனையாளர்கள் அனைவரும் சந்தையிலேயே விழுந்து கிடப்பதைக் காட்டிலும், தம் சார்பில் சரக்குகளை விற்க ஓரிருவரை மட்டும் அங்கு இருக்கச் செய்து, மற்றவர்கள் அனைவரும் கிராமத்திற்குத் திரும்பிப் போக விரும்பினர். அந்த ஓரிருவர் சந்தையில் காத்திருந்ததற்கான நஷ்டத்தை ஈடுகட்டிப் பெற்றனர். இவ்விதமே "வியாபாரி" என்பவன் தோன்றினான். அவன் விற்பனையாளர்கள் அனைவரையும் சந்தையிலேயே காத்துக் கிடப்பதிலிருந்து விடுவித்தான். தன்னை வாழ்க்கைப் பிரச்சினையிலிருந்து விடுவிப்பதாயிருந்தால், அவர்கள் அனைவரின் சரக்குகளையும் விற்றுத்தர அவன் இசைந்தான்.

வியாபாரி என்றொருவன் இல்லாவிட்டால் ஏற்படும் தொல்லைகளுக்கு ஒரு எடுத்துக்காட்டு. நேபாளத் தலைநகர் காட்மண்டுவிலிருந்து திபேத்திய தலைநகர் லாஸாவுக்குச் செல்லும் வழியில், திபேத்திய மாஜிஸ்திரேட் இருக்கும் முதல் ஊர் 'ஜெனம்' என்பதாகும். மழைக்காலம் தொடங்குவதற்கு ஒன்றரை இரண்டு மாதங்களுக்கு முன்பே அவ்வூரில் மக்கள் தொகை பெருகிவிடுகிறது. நேப்பாள விவசாயிகள் தாம் விளைவித்த நெல்லையும், மக்காச் சோளத்தையும் கூடைகளில் சுமந்து ஐந்தாறு நாட்கள் கால்நடையாக நடந்து அவ்வூரை அடைகின்றனர். திபேத்தியர்கள் தமது நாட்டு ஏரிகளிலிருந்து உப்பையும், சோடாவையும், கம்பளி ரோமத்தையும் மாடுகளின் மீதும், செம்மறியாடுகளின் மீதும் ஏற்றி, இரண்டு மூன்று வாரங்கள் பயணம் செய்து 'ஜெனம்' என்ற அவ்வூர் வந்து சேர்கின்றனர்- நேப்பாளியரும், திபேத்தியரும் தத்தமது பொருட்களை விற்க விரும்புகின்றனர். நேப்பாளியருக்கு உப்பு, சோடா, கம்பளி, ரோமம் ஆகியவை தேவைப்படுகின்றன; திபேத்தியருக்கு நெல்லும், மக்காச் சோளமும், மற்ற பொருட்களும் தேவைப்படுகின்றன. என்றாலும் அவர்கள் தத்தமது பொருட்களை விற்றுக் கொள்ள வேண்டுமானால், சந்தையில் வாரக் கணக்கில் காத்துக்கிடக்க வேண்டியிருக்கும்.

அவர்களுடைய இந்தத் தொல்லையை 'நேவார்' வியாபாரிகள் தீர்த்துவிட்டனர். நேவார் வியாபாரிகள் திபேத்தியர் அல்லர்; நேப்பாளிகள்தான்! அவர்கள் ஆயிரம் ஆண்டுகளுக்கு மேலாக வியாபாரம் செய்து வருகின்றனர். திபேத்தியர் இன்றும் வியாபாரம் செய்யாததால், நேவாரியரே அதை முதலில் துவக்கினார்களென்று தெரிய வருகிறது. நேவார் வியாபாரிகள் திபேத்தியர், நேப்பாளியரின் பொருட்களை வாங்கிக் கொண்டு அவரவர்களுக்குத் தேவையான பொருட்களைத் தருகின்றனர். எல்லாப் பொருட்களையும் அவர்கள் வாங்கிய விலையைவிட அதிக விலைக்கு விற்பதால், இரண்டு பக்கங்களிலும் லாபம் சம்பாதிக்கின்றனர். இரு உற்பத்தியாளர்களும் வியாபாரிக்கு விற்கும் விலைக்கே தமது பொருட்களை ஒருவருக்கொருவர் விற்பனை செய்து கொண்டால் நல்ல லாபமே அடையமுடியும்; ஆனால் இந்தக் கொடுக்கல் - வாங்கல் நடைபெறுமென்ற நிச்சயமில்லை. சந்தையில் வியாபாரிகள் இருப்பதால் சரக்குகளுக்குக் குறைந்தபட்ச விலையும், அதிகபட்ச விலையும் நிச்சயமாகக் கிடைக்கிறது. ஆனால் உற்பத்தியாளர் குறித்து இப்படி நிச்சயமாகச் சொல்ல முடியாது. அவ்வூரிலிருந்து நேவார் வியாபாரிகள் மறைந்து விட்டால், திபேத்தியரும் நேப்பாளியரும் தமது பண்டங்களைப் பரிவர்த்தனை செய்துகொள்வதில் தொல்லைகளை எதிர் கொள்வார்கள். சொந்தச் செலவும் அதிகமாகும். பல வேலை நாட்களும் வீணாகும்.

நிலப்பிரபுத்துவ யுகம், இடைப்பகுதி வர்க்கமான வியாபாரிகள் வர்க்கத்தைத் தோற்றுவித்து உற்பத்தியாளர் வர்க்கத்தின் காலத்தையும் உழைப்பையும் பெருமளவுக்குச் சேமித்தது என்பது மேற்கூறியதிலிருந்து தெரிகிறது. முதலில் வியாபாரிகள் 'ஜெனம்' ஊரில் செய்ததைப் போலவே, ஓரிடத்திலேயே அமர்ந்து பொருட்களை வாங்கவும் - விற்கவும் ஆரம்பித்தனர். பிறகு அவர்கள் உற்பத்தியாளர்களின் வீடுகளுக்கே சென்று அவர்களின் விளைபொருட்களை வாங்கிக் கொண்டனர். அவர்கள் மற்ற பொருட்களைச் சுலபமாகப் பெறுவதற்கு அருகிலேயே வியாபாரிகள் தமது கடைகளைத் திறந்தனர்.

வணிகர்கள், உற்பத்தியாளர்களைப் பொருட்களை எப்படி விற்பதென்ற கவலையிலிருந்து விடுவித்ததோடு அவர்களைத் தமது பிடிக்குள்ளும் சிக்க வைத்துக் கொண்டனர். வியாபாரிகள் பொருளுற்பத்தியாளர்களைக் காட்டிலும், திறமையாளர்கள் தமது இருப்பிடத்தாலும் தன்னலத்தாலும் கட்டுப்பாடாக மார்க்கெட்டில் பண்டங்களின் விலைகளைத் தமக்கு அனுகூலமாக நிர்ணயித்துக்

கொண்டிருந்தனர். அளவுகளிலும், நிறைகளிலும் தம்மிச்சைப்படி நடந்து கொண்டனர். மார்க்கெட்டிலிருந்த வணிகர்கள் அனைவருமே இப்படியே செய்து வந்ததால், அதையே "மார்க்கெட் நிலவரம்" என்று முத்திரை குத்தினர். ஆனால் அதையே ஒரு தனிமனிதன் செய்தால், அவனை மோசடிக்காரன் என்று குற்றஞ்சாட்டுகின்றனர். தகராறுகளும் நடக்கின்றன. இதனாலேயே அரசு அளவுகளையும், நாணயங்களையும் தனது அதிகாரத்தில் வைத்துக் கொண்டது.

வணிக வர்க்கம் பொருட்களை விரைவாக வினியோகித்தலைத் தனது கைகளில் எடுத்துக்கொண்டு பொருளுற்பத்தியின் வேகத்தைப் பெருக்கிற்று. நல்ல பொருட்களுக்கு அதிக கிராக்கியை ஏற்படுத்தித் தொழில் நுணுக்கத்திற்கு மதிப்பு கொண்டு வந்தது. தொழிலாளர்களைப் பெரும் எண்ணிக்கையில் உற்பத்திப் பணிகளில் ஈடுபடுத்திற்று. இப்பணிகளாலேயே வணிக வர்க்கம் தன்னைச் சமுதாயத்தின் பிரிக்க முடியாத பகுதியாக்கிக் கொண்டு விட்டது. வியாபாரி இரண்டு பக்க உழைப்பையும் கொள்ளையடிக்கிறான். பொருளுற்பத்தியிலும் கச்சாப் பொருளை உபயோகப் பொருளாக மாற்றும்போதும் அவனுடைய உழைப்பொன்றும் செலவிடப்படுவதில்லை. இவ்விதம் வியாபார மென்பது ஒருவித சூதாட்டமேதான். இதை மக்களும் நன்கு புரிந்திருந்தனர்.

உற்பத்தியாளர் வர்க்கம் ஒரு பக்கம் வியாபாரிகளின் கையை எதிர்பார்த்துக் கொண்டிருந்தாலும் மறுபக்கம் அவர்களைத் தம்மைச் சுரண்டுபவர்களாகவே கருதியது. குறிப்பாகப் பெரிய பெரிய வணிகர்களின் சேட்டுகளின் அரண்மனைகள் போன்ற மாட மாளிகைகளையும், அங்கே இருக்கும் ராஜபோக ஆடம்பரங்களையும் பார்க்கும்போது, இவையனைத்தும் எப்படி வந்தன என்பதைப் பொருளுற்பத்தியாளர்கள் நன்றாகவே புரிந்து கொண்டனர். இதனால் அவர்களது உள்ளத்தில் வியாபாரிகள் என்றால் அன்பைக் காட்டிலும் வெறுப்பே மேலோங்கி இருந்தது. மறுபக்கம் ஆட்சியாளரான நிலப்பிரபு வர்க்கம் வணிக வர்க்கத்தையே தனது நண்பனாகக் கருதியது. ஏனெனில் அரசியல் கொந்தளிப்பின் போதும், புரட்சியின் போதும் சுரண்டப்பட்ட வர்க்கத்தை எதிர்த்துத் தமக்கு ஆதரவளிக்கப் போவது இந்த வணிக வர்க்கமே என்பதை ஆட்சியாளர்கள் நன்கு தெரிந்திருந்தனர். வியாபாரிகள் சாதாரணமாகவே சண்டை சச்சரவுகளிலிருந்து விலகி இருப்பார்கள். அரசை விரோதித்துக் கொண்டால் தமது வியாபாரத்திற்குப் பெரும் தீங்கு விளையும் என்பதும் அவர்களுக்குத் தெரியும். வணிகர்களைப் பொறுத்தவரை நிலப்பிரபுக்களின் ஆட்சியே நல்லதாகும். காரணம், அவர்களும்

வணிகர்களைப் போலவே சொந்தமாக உழைக்காமலேயே மற்றவர்களைச் சுரண்டி வாழ்கிறார்கள் அல்லவா!

சிறிய சிறிய நிலவுடைமை அரசுகளைப் பேரரசுகளாக மாற்றுவதில் வணிகர்கள் பெரும்பங்கு வகித்துள்ளனர். கி.மு.ஆறு, ஏழு நூற்றாண்டுகளில் மகதத்தைச் சேர்ந்த (தெற்கு பீகார்) வணிகர்கள் ராவல்பிண்டி, பரோடா, தட்சசிலா, தாம்ரலிப்த்தி வரை தமது வணிகக் குழுக்களுடன் சென்று வியாபாரம் செய்து வந்தனர். புத்தரின் சமகாலத்திய மகதப் பேரரசனான பிம்பிசாரன் (மறைவு கி.மு.491) காலத்தில் ராஜகிருகத்திலிருந்து தட்சசிலா செல்லும் வணிகக் குழுக்கள் ஸாகேத் (அயோத்தியா) அஹிம்சத்திரா (ராம்நகர் பரேலி) ஸாகல் (ஸியால்கோட்) பாதையிலே சாதாரணமாகச் செல்ல வேண்டியிருந்தது. அப்போது அவர்கள் மகத சாம்ராஜ்ஜியத்தின் எல்லைகளைக் கடந்து, மல்லர்களின் எத்தனையோ சிறுசிறு குடியரசுகளையும், சுங்கச் சாவடிகளையும் தாண்டிப் போக வேண்டியிருந்தது. பின்னர் கோசல ராஜ்ஜியத்தைக் கடக்க வேண்டும். அது ராம கங்கையாறு வரை பரவியிருந்தது. பாஞ்சால குரு ராஜ்ஜியங்களைத் தாண்டி பஞ்சாபிய மல்லர்களின் பிரதேசத்தையும் (சட்லஜ், கக்கர் நதிகளுக்கிடையே இருந்தது). மத்ர ராஜ்யத்தையும் (ராவி சீனாப் நதிகளுக்கிடையேயானது) மற்ற குடியரசுகளையும் கடந்து வணிகக் கூட்டம் காந்தார ராஜ்ஜியத்தை அடைந்து கொண்டிருந்தது. வணிகர்கள் மிகப் பெரிய ராஜ்ஜியமான கோசலத்தில் நுழையும்போதும், வெளியேறும்போதும் மட்டுமே சுங்கம் செலுத்தி வந்தனர். அரசு அதிகாரிகளிடமிருந்தும் அவர்களுக்குக் குறிப்பிடத்தக்க தொல்லையேதும் இருக்கவில்லை. ஆனால் சிறுசிறு குடியரசுகளிலும் ராஜ்ஜியங்களிலும் இருபது, இருபத்தைந்து மைல்களுக்கு ஒரு தரம் அவர்கள் மீண்டும் மீண்டும் சுங்கம் செலுத்த வேண்டி இருந்ததுடன், சிறுசிறு படைத்தளபதிகளையும் அதிகாரிகளையும்கூட 'குஷிப்'படுத்த வேண்டியிருந்தது. இப்படிப்பட்ட தொல்லைகளிலிருந்து விடுபட வணிகர்கள் ராஜகிருதத்திலிருந்து தட்சசிலா வரை ஒரே பேரரசாக இருந்தால், அடிக்கடி சுங்கவரி செலுத்த வேண்டிய அவசியமும் இருக்காது. பல்வேறு நாணயங்களை மதிப்பிட்டுக் கணக்கிடும் தொல்லையும் இருக்காதென்று கருதினர். நிலப்பிரபுக்கள் வன்முறையை அடிப்படையாகக் கொண்ட அரசமைப்புக்குப் பதிலாகப் பல்வேறு மக்கள் குழுக்களை ஒன்றிணைத்து அரசை நிறுவினாலும், அவர்கள் ஒரு குறிப்பிட்ட மக்கள் பிரதிநிதிகளாகவே இருப்பார்களாதலால், அவர்கள் பாரபட்சமில்லாமல் நடந்து கொள்ளமாட்டார்கள். ஆனால் வியாபாரிகள் இப்படிப்பட்ட பாரபட்சமில்லாதவர்கள் வியாபாரம் பல்வேறு இனங்களையும் ஒன்றிணைப்பதாகும். ஆகவே அவர்களுடைய

கண்ணோட்டம் பரந்து தான் இருக்க வேண்டும். வாணிபம் நில எல்லைகளை மட்டுமல்லாமல் கடல் எல்லைகளையும் அழித்துவிட்டது. முதலில் போக்குவரத்திற்கு இடைஞ்சலாக இருந்த கடலைத் தனக்கு அனுகூலமாக்கிக் கொண்டு பெரிய பெரிய கப்பல்கள் மூலம் மலிவாகவும், வேகமாகவும் சரக்குகளை மிகத் தொலைவிலிருந்த பிரதேசங்களுக்கும் (ஜாவா, சுமத்ரா, மெஸப்படோமியா) வணிகர்கள் அனுப்பத் தொடங்கினர். பவுத்தர்களின் "ஜாதகக் கதைகள்" கி.மு. ஆறு, ஏழு நூற்றாண்டுகளில் நடந்த இந்தியக் கடல் வாணிபத்தை விவரிக்கின்றன.

ஆட்சியாளர்கள், வியாபாரிகளைத் தமது நலம் நாடுபவர் களாகவே கருதினர். ஏனெனில் வியாபாரிகள் ஆட்சி நிலையாக இருக்க வேண்டுமென்று விரும்பினர். வியாபாரிகளால் ஆட்சியாளருக்கு நல்ல வருவாயும் இருந்தது. அக்காலத்திய எல்லா அரசர்களும் பெரிய பெரிய வணிகர்கள் தமது தலைநகர்களில் இருக்க வேண்டுமென்றும் தமது ராஜ்ஜியத்தில் பெரிய பெரிய கடைவீதிகளும், வணிக நிறுவனங்களும் வளர வேண்டுமென்றும் விரும்பினார்கள். புத்தரின் சமகாலத்தவரான கோசல அரசர் பிரசேன ஜித்தர் தமது மைத்துனரான மகதப் பேரரசர் பிம்பிசாரரிடம் தமது தலைநகருக்கு ஒரு பெரிய வணிகரை அனுப்புமாறு கேட்டுக் கொ ர்வதற்காகவே சென்றார் ("புத்த சர்யா" பக். 152, 325) பிம்பிசாரரின் மகத ராஜ்ஜியம் வளர்ந்து நந்தர்களின் சாம்ராஜ்ஜியமாகவும், மவுரியப் பேரரசாகவும் மாறவிருந்ததாலேயே அங்கே ஜாதியர், ஜடிலர், மேடகர், பூஷ்ணகர், காக்பலியே போன்ற பெரிய பெரிய வணிகர்கள் இருந்து வந்தனர். பிரசேனஜித்தரின் வேண்டுகோளைக் கேட்டு பிம்பிசாரர் நகர வணிகர்களுடன் கலந்தாலோசித்து மேடக சிரேஷ்டியின் மகனான தனஞ்சய சிரேஷ்டியைக் கோசல அரசருடன் அனுப்பினார். வழியில் ஸாகேதத்தை (அயோத்தியாவை) அடைந்ததும் தனஞ்சயன் அரசரை "இது யாருடைய ராஜ்ஜியத்தைச் சேர்ந்தது அரசே!" என்று கேட்டான்.

"என்னுடைய ராஜ்ஜியத்தைச் சேர்ந்ததே!"

"இங்கிருந்து தலைநகர் சிராவஸ்தி எவ்வளவு தொலைவிருக்கும்?"

"ஏழு யோஜனங்களிருக்கும்."

"சிராவஸ்தி நகரம் ஜனநெருக்கமுடையதாக இருக்கும். என்னுடைய பணியாளர் கூட்டமோ மிகப் பெரிது. தாங்கள் அனுமதித்தால் நான் இங்கேயே இருந்து கொள்கிறேன்" என்று அரசரின் அனுமதியைக் கேட்டான்.

வியாபாரி தனஞ்சயன் ஸரயூ நதிக் கரையிலும் தட்சசிலா செல்லும் வழியிலும் அமைந்துள்ள அயோத்தியா நகரில் இருப்பதால் விளையும் பயனை அவன் நன்கு உணர்ந்திருந்தான். தலைநகர் சிராவஸ்தியும் ராப்தி நதிக்கரையில் இருந்தாலும் அது ஸரயுவைப் போன்ற பெரிய நதியுமல்ல. அடர்ந்த மக்கள் வாழும் பகுதிகளில் அது பிரவகிப்பதுமில்லை. அடுத்து தனஞ்சயன் எப்பொழுதும் அரசனின் பார்வையில் இருக்க விரும்பவுமில்லை. உற்பத்தியாளர்களின் பண்டங்களைப் பரிவர்த்தனை செய்வதாலேயே - வியாபாரத்தாலேயே - அக்காலத்தில் எவ்வளவு லாபம் வந்து கொண்டிருந்தது என்பதற்குத் தனஞ்செயனின் மகள் விசாகையின் கீழ்க்கண்ட திருமண வர்ணனையே சரியான சான்றாகும். ("புத்த சர்யா" பக். 326-328)

"சிராவஸ்தி நகரில் மிருகார் சிரேஷ்டியின் மகன் பூர்ண வர்த்தன் அழகான இளைஞன். அவனுடைய தந்தை அவனுக்குப் பொருத்தமான பெண்ணைத் தேட ஆட்களை அனுப்பினான். அவர்கள் சிராவஸ்தியில் அப்படிப்பட்ட பெண் கிடைக்காமல் அயோத்தியாவிற்குச் சென்றார்கள். அன்று தனஞ்சய சிரேஷ்டியின் மகள் விசாகை தன்னையொத்த ஐந்நூறு தோழிகளுடன் விழா எடுக்க ஒரு பெரிய நீரோடைக்குச் சென்றாள். சிராவஸ்தியிலிருந்து வந்திருந்த ஆட்களும் நகருக்குள் பொருத்தமான பெண் யாரும் கிடைக்காததால் நகர வாசலில் நின்றிருந்தனர். அப்போதே மழை பெய்யத் தொடங்கியது. விசாகையின் தோழிகள் தமது உடைகள் நனைந்துவிடுமே என்று அஞ்சி அங்கிருந்த சத்திரத்திற்குள் ஓடி வந்து விட்டனர். ஆனால் விசாகை கொட்டும் மழையையும் பொருட்படுத்தாமல் ஆர அமர, நிதானமாகச் சத்திரத்திற்குள் நுழைந்தாள். அவளுடைய அழகையும், வாலிபத்தையும் கண்டு மனநிறைவு கொண்ட சிராவஸ்தி ஆட்கள் "நீ கிழவியைப் போல் இருக்கிறாயம்மா" என்று விசாகையிடம் கூறினர்.

"பெரியோரே! ஏன் அப்படிச் சொல்கிறீர்கள்?"

"உன்னுடனிருந்த மற்ற யுவதிகள் மழை தொடங்கியதுமே சத்திரத்துக்குள் ஓடி வந்துவிட்டார்கள். ஆனால் நீ மட்டும் கிழவியைப் போல் நிதானமாக நடந்து வந்தாய். புடைவை நனையுமே என்றுகூட அஞ்சவில்லை."

"பெரியோரே! புடைவை எனக்கு அரிதான பொருளல்ல. அவை என் மாளிகையில் எக்கச்சக்கமாக இருக்கின்றன. இளம்பெண் விலை போக வேண்டிய மண் பாண்டம் போன்றவள். கை, கால், முறிந்த பெண்ணை உலகம் வெறுக்கிறது. அதனாலேயே நான் நிதானமாக

வந்தேன்” என்று சொல்லிவிட்டு விசாகை தோழிகளுடன் இல்லம் திரும்பினாள்.

சிராவஸ்தி ஆட்கள் தனஞ்சயனிடம் திருமணப் பேச்சை எடுத்த போது “உங்கள் சிரேஷ்டி செல்வத்தில் எங்களைவிட சற்றுக் குறைந்தவரானாலும், குலத்தில் சமமானவரே! அவரிடம் சென்று எங்கள் சம்மதத்தைத் தெரிவியுங்கள்!” என்றார்.

மிருகார் சிரேஷ்டி சிராவஸ்தி அரசர் பிரசேனஜித்தரை “பிரபு எங்கள் இல்லத்தில் ஒரு சுப காரியம் நடக்கிறது. தங்கள் அடிமையான பூர்ணவர்த்தனனுக்கும் தனஞ்சயன் மகள் விசாகைக்கும் திருமணம் செய்ய அயோத்தியாவுக்குச் செல்ல வேண்டும். அனுமதி தாருங்கள்!” என்று கேட்டான்.

“அப்படியே ஆகட்டும் மகா சிரேஷ்டி! நாங்களும் திருமணத்திற்கு வர வேண்டுமா?”

“பிரபு! தங்களைப் போன்றவர்களுக்கு வர சாவகாசமேது?”

ஆனால் பிரசேனஜித் அரசர் சிரேஷ்டியை மகிழ்விக்கும் பொருட்டுத் திருமணக் குழுவினருடன் அயோத்தியாவிற்குச் செல்லத் தயாரானார். இத்திருமணக் குழுவினரைத் தனஞ்செயன் வரவேற்றான். சில நாட்களுக்குப் பிறகு பிரசேனஜித் அரசர் “தனஞ்செயன் பல நாட்கள் வரை எங்களுக்காக ஆகும் பெருஞ்செலவைச் சமாளிக்க முடியாது. ஆகவே பெண்ணைச் சிராவஸ்திக்கு அனுப்ப ஏற்பாடு செய்யுங்கள்!” என்று சொல்லியனுப்பினார்.

ஆனால் இப்பெருஞ் செலவு செய்வதில் தனஞ்சயனுக்கு எவ்விதக் கஷ்டமும் இருக்கவில்லை. விறகுக்கு மட்டுமே கஷ்டமாக இருந்தது. அவன் தன்னுடைய யானைச் சாலையையும் குதிரை லாயத்தையும் பசுக்கொட்டிலையும் இடித்து வீழ்த்தி விறகுப் பற்றாக்குறையைத் தீர்த்துக் கொண்டான். தந்தை மகளுக்கு அளித்த நகைகளில் “மகாலதா” என்னும் ரத்தின மாலையும் ஒன்று. அதன் மதிப்பு ஒன்பது கோடி என்று மதிப்பிடப்பட்டது.

நிலப்பிரபுத்துவ யுகத்தில் வணிகர்களின் செல்வச் செழிப்பும், நிலப்பிரபுக்களும் வணிகர்களும் கொண்டிருந்த நெருங்கிய தொடர்பும் இதிலிருந்து தெரிகிறது. இந்த நெருங்கிய தொடர்பு பிற்காலத்திலும் அப்படியே தொடர்கிறது. மத்திய யுகத்தைச் சேர்ந்த இந்து இந்தியாவில் வணிகப் புத்திரரும், புத்திரிகளும் அரச குமாரர்களும், அரச குமாரிகளும் ஒன்றாக விளையாடிக் கொண்டிருந்ததாக நாம் நூல்களில் படிக்கிறோம்.

வணிக வர்க்கம் ராஜ்ஜிய எல்லைகள் குறுகியவையாக இல்லாமல் விரிவானவையாக இருக்க வேண்டுமென்று விரும்பிற்று. அப்பொழுதுதான் அவர்களுடைய வியாபாரம் தங்குதடையின்றி நடக்கும். வணிகர்கள், போர்களையோ புரட்சிகளையோ கூட விரும்பவில்லை. அவர்கள் உள்ளும், புறமும் அமைதியையே விரும்பினார்கள். பொருளுற்பத்தியுடன் நேரடித் தொடர்பில்லாததால், அவர்களுக்கு இயற்கைச் சக்திகளை எதிர்க்க வேண்டிய அவசியம் இருக்கவில்லை. எல்லாவிடங்களிலும், எல்லோருடனும் அவர்களுக்கு வேலையாக வேண்டியிருந்ததால், சண்டைக்குப் பதில் சமாதானத்தாலும் இன்சொற்களாலும் அடங்கிப் போவதன் மூலமும் தமது வேலைகளைச் சாதித்துக் கொள்ள அவர்கள் கற்றுக்கொண்டு விட்டார்கள். இந்தியாவிலுள்ள வைசியர்கள் (வணிகர்கள்) இன்னும் வைணவத்திலும், ஜைன மனத்திலும் ஏன் இவ்வளவு அக்கறை காட்டுகிறார்கள்? ஏனெனில், இவ்விரண்டு மதத் தத்துவங்களும் வணிகர்கள் பெரிதும் விரும்பும் அகிம்சையையும் சமாதானத்தையும் வலியுறுத்துகின்றன. பவுத்த மதத்தின் அகிம்சையும், சமாதானமுமே இந்தியாவின் பெரிய பெரிய வியாபாரிகளை அம்மதத்தை ஏற்றுக்கொள்ளும்படி செய்தன. அவர்களுக்கு வெளிநாடுகளிலும் வியாபாரத் தொடர்புகள் இருந்து வந்ததால், பவுத்த மதப் பிரசாரகர்கள் அங்கெல்லாம் சென்று தமது மதத்தைப் பரப்ப முடிந்தது. பவுத்த மதம் பல அயல்நாடுகளில் பரவியதற்கு இது தான் காரணம். கி.மு. ஐந்தாம் நூற்றாண்டுக்கு முன்பு வரையிலான பவுத்த மத ஆதரவாளர்களின் பெயர்களை நாம் 'திரிபிடக'ங்கள் (பவுத்த மத நூல்கள்) ஸாஞ்சி, பர்ஹூத், கார்லே, நாசிக் போன்ற இடங்களிலுள்ள கல்வெட்டுகளிலிருந்து பட்டியல் தயாரித்தோமானால், அவர்களில் பெரும்பாலானோர் வியாபாரிகளே என்பதை அறிவோம்.

புத்தர் காலத்திய இந்தியாவில் வணிகர்கள், அரசிலும் நேரடியாகப் பங்கெடுத்து வந்ததைப் பார்க்கலாம். எனினும் அவர்கள் அரசில் மிக முக்கியமானவர்களாக இருந்ததில்லை. ஒவ்வொரு நகரத்திலும் "நகர வணிகர்" என்ற ஒரு பதவி இருந்தது. அரசுக்கு உதவி புரிவதற்காகவே இப்பதவி உண்டாக்கப்படுகிறது.

5. உலோகங்களும், ஆயுதங்களும்

தாமிரம் கண்டுபிடிக்கப்பட்ட பின்னர் லட்சக்கணக்கான ஆண்டுகளாகப் பழக்கத்தில் இருந்து வந்த கல்லாலான ஆயுதங்களின் உபயோகம் குறையத் தொடங்கிற்று. கி.மு. 500 ஆண்டுகளுக்கு முன்பு பித்தளையும், இரும்பும் கண்டுகொள்ளப்பட்டன என்பதை ஏற்கெனவே கூறியுள்ளோம். தாமிரத்தைக் காட்டிலும் பித்தளையும்,

பித்தளையைவிட இரும்பும் கடினமானவையாகவும், வலிமையுள்ளவை யாகவும் இருக்கும். இன்று இரும்பு தாமிரத்தைவிட மலிவானதாக இருந்தாலும், ஒரு காலத்தில் அது தாமிரம், வெள்ளியைக் காட்டிலும் விலை அதிகமுடையதாக இருந்தது. காரணம், இரும்பை உற்பத்தி செய்வதற்கு அதிக உழைப்பு தேவைப்பட்டது. நிலக்கரியும் 'கோக்கும்' பயன்படுத்துவது அக்காலத்தவர்களுக்குத் தெரியாததால் கச்சா இரும்பை உருக்கி மண்ணையும் உலோகத்தையும் பிரித்தெடுப்பது எளிதான காரியமல்ல. இப்புதிய புதிய உலோகங்கள் ஆயுதங்களின் வலிமையையும் எண்ணிக்கையையும் பெருக்கிவிட்டன. கல்லிலும், மரத்திலும் செய்யும் வேலைப்பாடுகளை வளர்த்துவிட்டன. இரும்பு போன்ற உலோகம் கிடைத்துவிட்டதால் நிலப்பிரபுக்கள் சுரண்டப்பட்ட - அடக்கப்பட்ட - மக்களை முன்னைவிடச் சுலபமாகத் தமது கட்டுப்பாட்டிற்குள் வைத்துக்கொண்டனர். ஆட்சியாளர்களான நிலப்பிரபுக்களைப் போல் சாதாரண மக்கள் அத்தனை ஆயுதங்களைக் கொண்டிருக்க முடியாது. ஏனெனில் ஆயுதங்களைத் தயாரித்துக் கொள்ள பணம் நிறைய இருக்க வேண்டும். அடக்கப்பட்ட மக்களைக் கண்டும், தனக்குப் போட்டியாளர்களான நிலப்பிரபுக்களையும் கண்டு அன்றைய ஆட்சியாளன் அஞ்சி நடுங்கி, வலிமை படைத்த புதிய புதிய ஆயுதங்களைப் பயன்படுத்த வேண்டிய கட்டாயத்திற்குள்ளாகி இருந்தான். போர் சம்பந்தப்பட்ட புதிய உத்திகளையும், கண்டுபிடிப்புகளையும் ஆட்சியாளர் வர்க்கமே முதன் முதலில் வரவேற்றுக் கொண்டிருந்தது. ஏனெனில் மிருக பலத்தைக் கொண்டுதான் சிறுபான்மையினர் பெரும்பான்மை மக்களை அடக்கிச் சுரண்ட முடியுமென்பதை ஆட்சியாளர் வர்க்கம் நன்கு தெரிந்திருந்தது.

கல்லாயுதங்களும், மர ஆயுதங்களும் இருந்த வரையிலும் ஆட்களின் எண்ணிக்கையே வெற்றியை நிர்ணயித்துக் கொண்டிருந்தது. அக்காலத்தில் சாதாரண மண்சுவர்கூட கோட்டையின் மதில் சுவராகப் பயன்பட்டது. பிறகு வில், அம்புகளும், தாமிர ஆயுதங்களும் வந்தன. அச்சமயத்திலும் சிறுபான்மையினரே பெரும்பான்மையினரை அடக்கி ஆள முடிந்திருந்தது. இப்போது எதிரி நிலப்பிரபுக்களும் அந்த ஆயுதங்களைப் பெற்றிருந்ததால் தமது கோட்டைகளை வலுப்படுத்திக் கொள்ள வேண்டிய அவசியம் ஏற்பட்டது. முதல் உலோகமான தாமிர யுகத்தைச் சேர்ந்த இடிபாடுகளில் எகிப்திலுள்ள 'சேயோப் பிரமிட்' (கி.மு.2800) ஒன்றாகும். அதன் பெரிய பெரிய கற்களை ஒரு லட்சம் பேர் மூன்று மாதங்கள் வரை சுமந்தார்களாம். இக்காலத்தைச் சேர்ந்த இடிபாடுகள் இந்தியாவிலும் காணக்கிடைக்கின்றன. ஆனால் சாதாரணமாக இவைகளை "ராட்சஸர்கள் உருவாக்கியவை" என்று சொல்லி விடுகின்றனர். இந்தியாவில் இக்கற்கோட்டைகளுக்குப் பிறகு

அதிக பளுவில்லாத கோட்டைகளைக் கட்ட ஆரம்பித்தார்கள். புத்தர் காலத்திலும் (கி.மு. ஆறு, ஐந்து நூற்றாண்டுகள்) மவுரியர் காலத்திலும் (கி.மு. நான்கு, மூன்று நூற்றாண்டுகள்) கோட்டைகள் பெரும்பாலும் மரத்தால் கட்டப்பட்டன. அக்காலத்தில் மரத்திற்குப் பஞ்சமில்லை. பாடலிபுத்திர (பாட்னா) கோட்டையின் மதில் சுவர் குறித்துக் கிரேக்கத் தூதுவர் மெகஸ்தனீஸ் வர்ணித்துள்ளார். அதில் மரம் பயன்படுத்தப்பட்ட விஷயம் குறிப்பிடப்பட்டுள்ளது. பாட்னாவில் நடத்தப்பட்ட அகழ்வாராய்ச்சிகளில் இச்சுவரின் ஒரு பகுதி கிடைத்திருக்கிறது. மலை அருகிலிருக்கும் இடத்தில் கல்லாலான மதில் சுவர்கள் காணக் கிடைக்கின்றன. காடுகளும் இல்லாமல், கற்களும் கிடைக்காத இடங்களில் பதின்மூன்று, பதினான்காம் நூற்றாண்டுகள் வரையிலும் செங்கற்கோட்டைகள் கூட நிர்மாணிக்கப்பட்டுள்ளன. ஆனால் உலகில் மங்கோலியர்களும், இந்தியாவில் முகலாயர்களும் (பாபர்) வெடிமருந்துகளைக் கொண்ட ஆயுதங்களைப் பயன்படுத்தத் துவங்கியதும், அவற்றின் முன் செங்கற் கோட்டைகள் நிற்க முடியவில்லை. இதனால் பீரங்கித் தாக்குதலையும் சமாளிக்கக்கூடிய வலுவான கோட்டைகளைக் கட்டத் தொடங்கினார்கள். புதிய ஆயுதங்கள் கண்டுபிடிக்க கண்டுபிடிக்க பழைய முறைக் கோட்டைகள் பயனற்றுப் போகத் தொடங்கின. வர்க்க வேறுபாடுள்ள அரசு இருக்கும்வரை சிறுபான்மை வர்க்கம் அரசியல் - பொருளாதார அதிகாரத்தைத் தனது கைகளில் வைத்துக் கொண்டுள்ள வரை தன்னை ஆயுதபாணியாகவும் பெரும்பான்மை வர்க்கத்தை நிராயுதபாணியாகவும் வைப்பதை விட வேறுவழியில்லை. சுரண்டும் முறை இருக்கும் வரை பிற நாட்டுச் செல்வத்தைக் கொள்ளையடிப்பவர்கள் மறைய மாட்டார்கள். போர்களும் மறையாது. இதனாலேயே எப்பொழுதுமே வர்க்க அரசு வன்முறை அரசாக இருந்து வருகிறது.

6. வர்க்கங்களும், வர்க்கப் போராட்டங்களும்

நிலப்பிரபுத்துவ யுகத்தில் வர்க்க பேதங்களும், பொருளாதார சமூக ஏற்றத்தாழ்வுகளும் பெருகிவிட்டன என்பதை மேலே கூறியதிலிருந்து புரிந்து கொண்டிருக்கலாம். நிலப்பிரபுத்துவ யுகம் நமக்களித்தவைகளில் உடலுழைப்பைத் தாழ்வாகக் கருதுவதும் ஒன்று. மற்றவர் உழைப்பைத் திருடி வாழ்வதின் பலன் இப்படியாகத்தான் இருக்க முடியும்.

ஆனால் இதற்கும் ஒரு விதிவிலக்கு இருந்தது. அது ஆயுதக்கலை, போர்க்கலை, யுத்தத்தில் வீரம் புகழத்தக்க விஷயமாக இருந்தது.

ஒவ்வொரு அரசனும், நிலப்பிரபுவும் தமது வாளில் வலிமை உள்ளவரை மட்டுமே தமது சுகபோகங்களும் புகழும் நிலைத்திருக்க முடியுமென்பதை நன்கு உணர்ந்திருந்தனர். இதனால் ஆளும் வர்க்கம் போர் சம்பந்தப்பட்ட உடற்பயிற்சியை பிரதானமாகக் கருதிற்று. கி.பி. பன்னிரண்டு, பதின்மூன்றாம் நூற்றாண்டுகளில் பிரான்ஸ் நாட்டில் வீர இளைஞர்கள் அழகிகளுடன் காதல் கீதங்கள் இசைப்பதிலும், அவர்களுடைய கரங்களைப் பற்ற ஆயுதப் போட்டிகளில் பங்கெடுப்பதிலும் மூழ்கியிருந்தனர். அவர்களது குறிக்கோள் "வீரமும் காதலும்" என்றிருந்தது. நிலப்பிரபுக் குடும்பங்களைச் சேர்ந்த இந்த 'இளவரசர்'களின் சமூகப் பணி போர்த் தந்திரங்களைக் கற்பதும், அவற்றைப் பயன்படுத்துவதுமேதான்!

இந்தியாவில் கூட கி.பி. எட்டாம் நூற்றாண்டிலிருந்து பன்னிரண்டாம் நூற்றாண்டு வரை இருந்த ராஜபுத்திர நிலப்பிரபுக்களும், படைத் தளபதிகளும் இப்படித்தான் வாழ்ந்திருந்தார்கள். அவர்கள் பெரும்பாலும் யாரோ ஒரு அரசகுமாரியைப் பலாத்காரமாக எடுத்துச் சென்று தமது ராணிகளின் எண்ணிக்கையைப் பெருக்குவதற்காகவே பயங்கரப் போர்கள் புரிந்தனர். சாவைக்கண்டு அஞ்சுவது ராஜபுத்திரர்களுக்கு வெட்கக் கேடான விஷயமாக இருந்து வந்தது.

சமஸ்கிருதக் கவிஞரான தண்டியின் "தசகுமார சரித"த்தில் கி.பி.ஐந்து, ஆறாம் நூற்றாண்டுகளில் நிலவிய நிலப்பிரபுத்துவ யுகத்தின் எத்தனையோ விஷயங்கள் தெரிய வருகின்றன. அக்காலத்திலும் எதிரியிடம் வீரத்தைக் காட்டுவதும், அழகியிடம் காதலைக் காட்டுவதும்தான் ஆளுவோரின் வாழ்க்கை லட்சியங்களாக இருந்தன. அக்காவிய நாயகனான ராஜவாகனனும், அவனது தோழன் குமாரனும் உஜ்ஜயினி நகருக்குச் சென்று தமது வர்க்கத்தையே சார்ந்த கன்னியர் இருவர் மேல் மையல் கொள்கின்றனர். அவர்களுடைய காதலைக் கவிஞர் கவிதை மயமாக்குகிறார். பாலசந்திரிகையின் காதலன் தனது காதலிக்காக எதிரியைக் கொன்று விடுகிறான். மத்திய யுக ஐரோப்பிய வீரர்களின் இரண்டு லட்சியங்களான வீரத்தையும், காதலையுமே "தசகுமார சரிதம்" இந்தியச் சூழலுக்கேற்றவாறு சித்திரிக்கிறது.

ராமன், பாண்டவர்கள், சித்தார்த்தர் ஆகியோர் திருமணங்களில் வீரப் போட்டிகள் நடப்பதை நாம் காண்கிறோம். 'சுயம்வரம்' என்னும் பெயரால், அழகிய அரசகுமாரியைப் பரிசுப் பொருளாக வைத்து ஆயுதத் திறன் போட்டி நடத்தப்படுகிறது. ஆளும் இனத்தைப்

போர்த்திறமை உள்ளதாக வைத்திருக்க இதைவிடச் சிறந்த வழி வேறென்ன இருக்க முடியும்?

ஆளும் வர்க்கத்திற்குப் பிறகு புரோகிதக்கூட்டம் வருகிறது. இது குறித்து ஏற்கெனவே கொஞ்சம் கூறியுள்ளோம். அடுத்து, வரும் 'மதம்' அத்தியாயத்தில் மற்றதைக் கூறுவோம்.

பின்னர் வணிக வர்க்கம் வருகிறது. அதைப் பற்றி இப்போதே விவரித்தோம்.

நான்காம் வர்க்கம் விவசாயிகளும், தொழிலாளர்களுமாவர். இவர்கள் குறித்தும் நாம் சொல்லியுள்ளோம். அடிமைச் சமுதாயக் காலத்தில் விவசாயி, தான் உழுத நிலத்தின் சொந்தக்காரனாக இருந்தான். ஆனால் நிலப்பிரபுத்துவ யுகத்தில் நிலப்பிரபுவை அல்லது அரசனைத் தத்துவ ரீதியாக நிலத்தின் உரிமையாளனாக்க முயற்சிக்கப்பட்டது. ஆள்பவனுக்கு அவனுடைய அரசியல் சேவைகளுக்குப் பிரதிபலனாக மக்கள் சந்தாக்கள் மூலமும், வரிகள் மூலம் கொஞ்சம் பணம் தருகிறார்கள் என்னும் கருத்தை அழித்து அரசன் நிலத்தின் உடைமையாளன் என்னும் புதிய கருத்தைப் பரப்பத் துவங்கினார்கள். ஐரோப்பாவில் இப்புதிய கருத்துக்கு நல்ல வெற்றி கிடைத்தது. அங்கே கிருஸ்துவ மதத்தை மக்கள் ஏற்றுக்கொண்டு விட்ட பின்னர் நிலப்பிரபுக்கள் உழவர்களை அடிமைகளாகவோ, பாதி அடிமைகளாகவோ மாற்றுவதில் வெற்றி கண்டனர். புதிய மதப் பிரச்சாரத்துடனேயே பழைய அமைப்பைத் தகர்த்தெறிவதற்கு நல்ல வாய்ப்பு கிடைக்கிறது. காரணம், பழைய அமைப்பையும், சம்பிரதாயங்களையும் கடவுள் விரோதிகளின் நாஸ்திகர்களின் கொள்கைகள் என்று சொல்லி, மக்களைச் சுலபமாக ஏமாற்றி, புதிய அமைப்பிற்குள் கொண்டு வந்து விடலாம். இந்தியாவில் மட்டும் எல்லா யுகங்களின் விசேஷங்களும் இந்துக்களில் இருப்பதைக் காணலாம். அதன் காரணம், அப்படிப்பட்ட மதம் இங்குள்ள அனைத்து மக்களையும், அல்லது பெரும்பாலான மக்களையும் தன்னகத்தே சேர்த்துக் கொள்வதில் வெற்றி பெறவுமில்லை. பழைய சம்பிரதாயங்கள் முழுமையாக மறைந்து போகவுமில்லை. பஞ்சாபில் சீக்கியர் ஆட்சி ஏற்படுவதற்கு முன்பு வரையும்கூட ஒரு கிராமத்து நிலமனைத்தின் மீதும் கிராமத்தின் கூட்டு உரிமை இருந்து வந்தது. இம்முறை மக்கள் இனச் சமுதாயக் காலத்தின் மிச்சசொச்சமாகும். இம்முறை மேற்கூறிய காரணங்களாலேயே எஞ்சியிருந்தது. இந்தியாவின் மற்ற பகுதிகளிலும்கூட பதினெட்டாம் நூற்றாண்டு வரை நிலத்தின் மேல் உழவர்களின் உரிமை நிலைத்திருந்தது. உழுபவர்களுக்கும்

அரசாங்கத்துக்குமிடையே மூன்றாம் வர்க்கமான ஜமீந்தார் வர்க்கம் தோன்ற முடியாமலிருந்தது. இங்கிலாந்தின் நிலப் பிரபுக்களின் ஆட்சி இந்தியாவில் ஏற்பட்ட பின்னரே இந்த இடைத் தரகர் வர்க்கம் இங்கே தோன்றியது.

இந்தியாவில் கிழக்கிந்தியக் கம்பெனியின் ஆட்சி நிலை பெறும் வரை, கிராமங்களில் பஞ்சாயத்துக்களின் செல்வாக்கு மேலோங்கி இருந்தது. கிராம விஷயங்களைப் பொறுத்தவரை அரசு, தனிநபர்களைக் காட்டிலும் இப்பஞ்சாயத்துகளுக்கே அதிக அதிகாரம் தந்து கொண்டிருந்தது. கிராமங்கள் இன்னும் மக்கள் குழுச் சமுதாய அமைப்பிலேயே இருந்து வருவதை இது தெரிவிக்கிறது. இது நாம் பெருமைப்படக்கூடிய விஷயமா அல்லது இது நமது பிற்பட்ட நிலையை எடுத்துக்காட்டுகிறதா என்று ஆராய்வது விவாதத்திற்குரிய விஷயமாக இருக்கலாம். அழிந்து கொண்டிருக்கும் பழைய சமுதாய அமைப்பிற்குச் சப்பைக்கட்டு கட்டி அதை நிலைநிறுத்துவதில் வெற்றியும் பெறலாம். இவ்வெற்றி எப்படி ஏற்பட்டது? 1) பொருளாதார வர்க்கப் போராட்டத்தைத் தவிர இந்தியாவில் 'நிறப்' போராட்டமும் வலுப்பெற்றது. இதனால் பொருளாதாரப் புரட்சிக்குத் தேவையான சக்திகள் ஒன்றுபட முடியவில்லை. 2) இந்தியாவில் வெப்ப சீதோஷ்ண நிலை காரணமாக வாழ்க்கைத் தரம் மிக மோசமான அளவுக்குக்கூட தாழ்ந்து போகலாம். ஐரோப்பாவைப் போல் இங்கே குளிர்கால உடைகள் உணவு போன்றவை தேவையில்லை. ஐரோப்பாவில் பயங்கரக் குளிரைச் சமாளிக்கக்கூடிய உடைகளும், இருப்பிடங்களை வெப்பமாக வைத்துக் கொள்ளும் சாதனங்களும் இல்லாவிட்டால் உயிர் வாழவே முடியாது. ஆனால் இந்தியாவில் கிழிந்த கோவணத்துடனேயே காலத்தை ஓட்டிவிடலாம். 3) இந்தியாவில் நிலம் செழிப்பானதாக இருந்தது. வருடத்தில் மூன்று போகங்கள் விளைந்தன. மக்கள் தொகையும் அதிகமிருக்கவில்லை. 4) வெளிநாடுகளிலிருந்து புதிய புதிய இனங்கள் தொடர்ந்து வந்து கொண்டிருந்தன: அவை வெற்றி கொண்ட இனங்களாகவுமிருந்தன. இதனால் கி.பி. மூன்றாம் நூற்றாண்டுக்கு முன்பே நமது நாட்டில் ஜனநாயக உணர்வு அழிந்து சர்வாதிகார நிலப்பிரபுத்துவம் நிலைபெற்று விட்டது. 5) இந்திய மக்களின் கலாச்சாரத்தையும் கருத்தோட்டத்தையும் மாற்றுவதில் மதங்கள் அவ்வளவாக வெற்றி பெறவில்லை. இதனால் புதியதொரு மதத்தின் நிர்பந்தத்தால் சமுதாய அமைப்பு மாறவில்லை.

முடியரசு குறித்து ஏற்கெனவே குறிப்பிட்டுள்ளோம். நிலப்பிரபுக்களும், சாதாரண மக்களும் எதிர்மறை நலன்களைக்

கொண்டவர்களாகையால், இரு வர்க்கங்களையும் கடந்து அரசன் விளங்குகிறான் என்று சமயங்களில் பிரம்மை உண்டாகலாம். ஆனால் மேலோட்டமாகப் பார்க்கும் போதே இப்படிப்பட்ட பிரம்மை உண்டாகும். அரசன் நிலப்பிரபுத்துவத்தை விட்டுவிட்டு அரசனாக ஆவதில்லை. அரசன் முதலில் நிலப்பிரபுவாக இருக்கிறான். பின்னரே வேறாக இருக்கிறான்; அரசனும் மற்ற நிலப்பிரபுக்களைப் போலவே உழைப்பாளர்களை அரைப் பட்டினி போட்டு வேலை வாங்குகிறான்; நிலப்பிரபுக்களைப் போலவே பிரஜைகளிடமிருந்து தண்டப் பரிசுகளைப் பெறுகிறான்; நிலப்பிரபுக் குடும்பங்களுடன் மட்டுமே உறவு வைத்துக் கொள்கிறான். ஆனால் வித்தியாசம் யாதெனில் ராஜ்ஜியத்தில் வாழும் ஒரு சிலரே இதை உணர முடியும்; மற்ற அனைவரும் அரசனை நீதி தேவனாகவே காண்கிறார்கள். சாதாரணப் பொதுமக்களுக்கும் நிலப்பிரபுக்களுக்குமிடையே இன்னொரு வர்க்கம் - வணிக வர்க்கமும் - இருக்கிறது. இவ்வர்க்கம் அரசனுக்கு அடிக்கடி நிலபுலன்களும், பொன்னும், பொருளும் பரிசாக அளித்துக் கொண்டிருப்பதால், சாதாரண மக்களுக்கும் வணிகர்களுக்கும் தகராறு நேரும்போது, அரசன் வணிக வர்க்கத்தின் பக்கமே நிற்கிறான். ஓரோர் சமயம் நிலப்பிரபுக்களுக்கும் வியாபாரிகளுக்குமேகூட தகராறு ஏற்பட்டு விடுவதுண்டு. அப்போதெல்லாம் அரசன் தனது வயிறு நன்றாக நிரம்பியிருப்பதால், தன்னுடைய சொந்த வர்க்கமான நிலப்பிரபுக்களை எதிர்த்து, வியாபாரிகளுக்கு ஆதரவாகத் தீர்ப்பளிப்பதுமுண்டு. அதை அரசனின் 'பாரபட்சமற்ற தர்மநீதி' என்று வியாபாரிகள் வர்க்கம் தண்டோரா அடிப்பதுமுண்டு. பிரச்சாரம் என்னும் வலுவான சாதனம் அரசனுக்கு ஆதரவாக வேலை செய்து கொண்டிருந்தது. சமூக அமைப்பை அடிப்படையாகக் கொண்டே தெய்வங்கள் கற்பனை செய்யப்பட்டன. ஆனால் அந்தத் தெய்வங்களே இன்று மனித சமூக அமைப்பைக் கட்டுப்படுத்திக் கொண்டிருக்கின்றனர். பழங்காலத்தில் அரசனைத் "தேவனே!" என்றழைத்தது பொருளில்லாமல் அல்ல. அரசன் தனது எதிரியைவிட உயர்ந்தவன் என்று மக்கள் கருத வேண்டுமென்பதற்காகவே அரசன் அப்படி அழைக்கப்பட்டான். அரசனைப் பற்றி இப்படிப் பிரச்சாரம் செய்வதில் சமூகத்தின் மிகத் திறமையாகப் பேசும் வர்க்கமான புரோகித வர்க்கம் பெரும் பங்கு வகித்தது. கிரேக்கத் தத்துவ ஞானியான பிளாட்டோ பிரச்சாரத்தின் துணை கொண்டு ஒரு புதிய அரசியலமைப்பை ஏற்படுத்த விரும்பினார். தனியானதொரு ஆட்சியாளர் வர்க்கத்தையும் நிலைநிறுத்த முயற்சித்தார். இம்முறையில் அவருக்கு வெற்றி கிட்டாவிட்டாலும் பிளாட்டோ பிரச்சாரத்தின் முக்கியத்துவத்தை நன்கு உணர்ந்திருந்தார் என்பதில் ஐயமில்லை. தமது சுயநலத்தைப்

பாதுகாத்துக் கொள்வதற்காகப் பிராமணர்களும், மற்ற நிலப்பிரபுக்களும், வணிகர்களும் அரசனைக் காட்டிலும் தம்மை உயர்ந்தவர்களென்று பிரச்சாரம் செய்து கொண்டனர். சாதாரண மக்கள் மதப்பிரச்சாரத்தை நம்பி விட்டதைப் போன்றே இதையும் நம்பிவிட்டனர்.

7. அரசும் ஆட்சியும்

அரசியல் சக்தி எப்பொழுதுமே பொருளாதார, சமூகக் கடமைகளை நிறைவேற்றுவதற்காகவே இருந்து வந்திருக்கிறது; அதற்காகவே அது பயன்படுத்தப்பட்டும் வந்துள்ளது. மனிதன் தனிச் சொத்துரிமையை ஏற்படுத்திக் கொள்ளாதவரை அரசியலமைப்பில் பொருளதார சமத்துவம் நிலவுவதற்கு அவகாசம் இருந்தது. ஆனால் தனிச்சொத்துரிமை நிலை பெற்றதுமே அதைப் பாதுகாப்பதே ஆட்சியின் முக்கிய கடமையாகிவிட்டது. ஜனநாயகம் அங்கே இயங்க முடியாது. அதற்காகவே அரசு அல்லது வர்க்க நலனை அடிப்படையாகக் கொண்ட ஆட்சி தோன்றிற்று. "மக்கள் குழு அமைப்பு முடிவுக்கு வந்து விட்டது. அது சிதறி, சமுதாயம் பிளவுபட்டுப் பல்வேறு வர்க்கங்களாக மாறிவிட்டது. இவ்விதம் மக்கள் குழு அமைப்பிற்குப் பதிலாக 'ஆட்சி' என்பது நிலை பெற்றது" என்று ஏங்கெல்ஸ் எழுதினார்.

வர்க்க சமுதாயத்தில் மக்கள் குழுச் சமுதாய அமைப்பு இயங்க முடியாது. ஜெர்மனியில் மக்கள் குழு சமுதாய அமைப்பு நிலவிய கி.பி. நானகாம நூற்றாண்டில் ஜெர்மானியர்கள் ரோமானியப் பேரரசை அழித்து ஒரு பெரிய நிலப்பரப்பைக் கைப்பற்றிக் கொண்டனர். இதன் பலனாக ஜெர்மானியர் தமது மக்கள் குழு அமைப்பை இழக்க வேண்டி ஏற்பட்டது. ஆரியர்கள் இந்தியாவிற்குள் நுழைந்தபோது, அவர்கள் தந்தைவழிச் சமுதாய அமைப்பில் இருந்தார்கள்; மக்கள் குழு அமைப்பிலிருந்தும் பூரணமாக விடுபடவில்லை. ஆனால் அவர்கள் சிந்துப் பள்ளத்தாக்கில் வாழ்ந்திருந்த மக்களை வெற்றி கண்டு, அவர்களுடைய பரந்த நிலப்பிரபுத்துவ ஆட்சியைக் கைப்பற்றிய பிறகு, ஆரியர்களால் தமது தந்தை வழிச் சமுதாய அமைப்பைத் தொடர முடியவில்லை. அதற்குப் பதில் வர்க்க ஏற்றத்தாழ்வுகளுடைய நிலப்பிரபுத்துவ ஆட்சியை அமைத்துக் கொள்ள நேர்ந்தது.

'அரசு' என்னும் எண்ணம் எங்கோ வானத்திலிருந்து குதித்துவிடவில்லை, மக்கள் குழு அமைப்பைக் கடந்து சமுதாயம் வர்க்கங்களாகப் பிளவுபட்டு விட்ட பிறகு, அந்தச் சமுதாய அமைப்பைப் பாதுகாக்க அரசை ஏற்படுத்துவதைத் தவிர வேறு வழியில்லாமல் போய்விட்டது. ஆகவே 'அரசு' என்பது, வளர்ச்சியின்

ஒரு குறிப்பிட்ட கட்டத்தை எட்டிய சமுதாயத்தின் படைப்பென்பது இதிலிருந்து தெரிகிறது. சமுதாயம் பரஸ்பரம் எதிர்மறையான நலன்களில் சிக்கிக்கொண்டு விட்டது என்பதற்கு அரசு ஒரு சான்றாகும். அவ்வெதிர்மறையான நலன்களுக்கிடையே இனி சமரஸம் ஏற்பட முடியாது. வலிமை ஒன்றினால் மட்டுமே இச்சமுதாய அமைப்பைப் பாதுகாக்க முடியும். இவ்விதம் அரசியல் சக்தி சமுதாயத்திலிருந்தே பிறந்தாலும் அது தன்னை எப்பொழுதுமே சமுதாயத்தினின்றும் உயர்ந்ததென்றும் வேறானதென்றும் சொல்லிக் கொண்டிருக்கிறது.

அரசு தோன்றுவதற்கு முன்பு ஒரே இடத்தில் வாழும் ஒரு இனத்தைச் சேர்ந்த குடும்பங்களுக்கிடையே ஒரே விதமான சமூக பொருளாதார, அரசியல் அமைப்பு இருந்து வந்தது. அவ்வமைப்பு தனது அக்கம்பக்கத்து அமைப்புகளைக் காட்டிலும் வேறானதாகவும் சுதந்திரமானதாகவும் இருந்தது. ஆனால் அரசு தோன்றியதுமே அது 'ஒரு குறிப்பிட்ட இனத்தைச் சேர்ந்த குடும்பங்கள்' என்னும் விதியை மாற்றிப் பல இனங்கள், பல்வேறு நிறங்கள், பல்வேறு கலாச்சாரங்களைச் சேர்ந்த மக்களை ஒரே அரசியலமைப்பின் கீழ்க் கொண்டு வந்து, அவர்களுக்கு ஒரே விதமான பிரஜா உரிமைகளை அளித்தது. இதைப்பற்றி ஏங்கெல்ஸ், "ஏதென்ஸிலும், ரோமிலும் வன்முறையை ஆதாரமாகக் கொண்ட பழைய அமைப்பைத் தகர்த்தெறிந்து, புதிய அமைப்பை ஏற்படுத்த எத்தனை நீண்ட போராட்டங்கள் நடைபெற்றிருக்கும்!" என்று வியப்பு தெரிவித்துள்ளார். இந்தியாவில் ஆரியர், அடிமைகள், வெள்ளையர், கருப்பர் என்னும் வேற்றுமைகளை முக்கியப்படுத்தி இரத்தத்தை அடிப்படையாகக் கொண்ட அமைப்பை ஏற்படுத்த எவ்வளவோ முயற்சி செய்யப்பட்டது. ஆனால் இம்முயற்சியில் வெற்றி ஏற்படவில்லை. இந்தியாவில் இனக்குழுச் சமுதாய அமைப்பு தந்தை வழிச் சமுதாய அமைப்பு ஆகியவைகளைப் பற்றிய வரலாற்று உண்மைகள் நமக்குச் சரியாகக் கிடைக்கவில்லை. இதனால் அக்காலத்தைப் பற்றிய உண்மை நிலையை நம்மால் அறிய முடியவில்லை. அக்காலம் குறித்த சொற்பமான தடயங்களைக் கொண்டுதான் தந்தைவழிச் சமுதாய அமைப்பை ஊகிக்க முடிகிறது. கங்கை நதிப் பள்ளத்தாக்கில் நிலப்பிரபுத்துவ ஆட்சி நிலைபெற்று, புதிய சமுதாய அமைப்பு முழுமையாக நிலை கொண்டு விட்ட காலத்தைப் பற்றி விவரிக்கும் ஆரியர்களின் இலக்கியம் நமக்கு இருக்கிறது.

மோசமான தனியுடைமை நலன்களைப் பாதுகாப்பதற்காக அமைக்கப்பட்ட 'அரசை' மிருகபலத்தைக் கொண்டே நிலைநிறுத்த வேண்டியிருந்தது. மக்கள் குழுச் சமுதாய அமைப்பில் மக்களிடமிருந்து வேறுபட்ட தனியானதொரு படை தேவையில்லாமல் இருந்தது.

ஏனெனில் அவ்வமைப்பு மக்களின் ஏகமனதான கருத்தை அடிப்படையாகக் கொண்டிருந்தது. அவசியம் நேரும்போது திறன்படைத்த எல்லோருமே ஆயுதமெடுத்துப் போரிடத் தயாராயிருந்தனர். ஆனால் மக்களிடமிருந்து தனித்து நின்ற மக்கள் அனைவரின் நலத்தைக் காட்டிலும் தன் சுயநலத்தைப் பிரதானமாகக் கருதும் 'அரசு' மக்கள் அனைவரையும் தனக்காகக் கிளர்தெழச் செய்ய இயலாது. இதனால் அது தன்னுடன் கூடவே படைபலத்தையும் கொண்டுவர நேரிட்டது. இதற்காக மக்கள் தலையில் பெரும் வரிப்பளு சுமத்த வேண்டிவந்தது. இவ்வரிச்சுமை ஆயுதக் கொள்முதல், எதிரியின் பலம், உள்நாட்டில் எதிர்ப்பு - இவற்றுடன் கூடவே பெருகிக் கொண்டு இருந்தது. கடைசியில் போர்ச் செலவுகளுக்காக மக்கள் மீது சிறப்பு வரி போட வேண்டிய அவசியமும் ஏற்பட்டது. அது மட்டுமல்ல; எதிர்காலத்தில் விதிக்கப்போகிற வரியின் மீது கடனும் வாங்க வேண்டிய தேவையும் ஏற்பட்டது.

அரசு சமுதாயத்திலிருந்து தோன்றினாலும், அது அதிகாரத்திலும், வலிமையிலும் சமுதாயத்திலிருந்து வேறுபட்டது. மக்கள் தேர்ந்தெடுத்த பஞ்சாயத்திற்குத் தனிநபரின் மேல் இல்லாத அதிகாரம், அரசின் ஒரு சாதாரண போலீஸ்காரனுக்குச் சமுதாயத்தின் மீது இருக்கிறது. காரணம் சமுதாயத்தையும், தனிநபரையும் தாண்டிய அரசின் கருவியாவான் அப்போலீஸ்காரன். எனினும் மக்களின் சொந்த நிறுவனங்களைப் பற்றி இப்படிக் கூற முடியாது. அரசின் பெரிய அதிகாரி அல்லது படைத் தளபதி தனது வலிமையைக் கொண்டு மக்களை அடக்கி ஒடுக்கலாமே தவிர மக்கள் தலைவர்களுக்குச் சாதாரண மக்களிடமிருந்து கிடைக்கும் அன்பும், மரியாதையும் அவர்களுக்கு என்றுமே கிடைக்காது. மக்கள் தலைவர்கள் சமுதாயத்திலிருந்து வேறுபட்டிருப்தில்லை. அவர்கள் சமுதாயத்திலிருந்து பிரிக்க முடியாதவர்களாக இருப்பதாலேயே அவர்களுக்கு அன்பும், மரியாதையும் கிடைக்கின்றன.

விவசாயிகளையும், கடன் சுமையால் பாதிக்கப்பட்டவர்களையும், உழைப்பாளர்களையும் அடக்கி ஒடுக்குவதே நிலப்பிரபுத்துவ அரசின் பணியாகும். இந்த 'அரசு' என்னும் அமைப்பு, சொத்து படைத்திராதவர்கள் சொத்துள்ளவர்களைப் பேராசை கொண்ட கண்களால் பார்க்காமல் தடுப்பதற்காகவே ஏற்பட்ட அமைப்பாகும்.

இதுவரை விவரிக்கப்பட்டதிலிருந்து 'அரசு' என்பது தொன்றுதொட்டு இருந்துவரும் அமைப்பல்லவென்பது விளங்கியிருக்கும். அரசு-ஆட்சி இல்லாத நிலைகளைக் கூட மனித சமுதாயம் கடந்துள்ளது. வர்க்க பேதங்கள் தோன்றியதுடன் கூடவே அரசும் தோன்றிற்று. ஆகவே வர்க்க பேதங்கள் அழிந்ததும் அரசும் மறைந்துதான் ஆக

வேண்டும். 'அரசை' அழிப்பதற்கு 'அராஜகவாதம்' பிரச்சாரம் செய்யவேண்டிய அவசியமில்லை; அதற்கு வர்க்க பேதங்களை ஒழிப்பதற்கான பெரு முயற்சிதான் தேவை!

8. மதமும், தத்துவமும், நன்னடத்தையும்

1. மதம்: தந்தை வழிச் சமுதாயக் காலத்திலும் கூட இயற்கைச் சக்திகளாலும், இறந்த பிதுரர்களாலும் ஒருவிதமான பயம் பரவிக் கொண்டிருந்தது. இப்படிப்பட்ட பயம் தோன்றுவதற்குப் புத்தர் ஒரு விளக்கம் அளித்துள்ளார்.

"அமாவாசை, பவுர்ணமி, அஷ்டமி (எட்டாவது நாள்) நாட்களின் இரவு நேரங்களில் என்னருகே ஒரு மான் வந்தாலும், ஒரு மயில் வந்து ஒரு இறக்கையை உதிர்த்தாலும், காற்று இளந்தளிர்களைச் சரசரக்கச் செய்தாலும், அந்தப் 'பய பைரவனே' வந்து கொண்டிருக்கிறான் என்று மனம் சொல்லும். இரவைப் பகலாகவும், பகலை இரவாகவும் கருதும் சில பிராமணர்களும், சமணர்களும் கூட இருக்கிறார்கள். இதை நான் அவர்களுடைய 'பிரம்மை'[1] என்பேன். (*'மஜ்ஜியம் நிகாய்'4, பக்.14*).

உண்மையில் மனிதனின் இப்படிப்பட்ட பயத்தின் பிரம்மையே பேய், பூதங்களையும் தெய்வங்களையும் படைப்பதற்கான காரணமாக இருந்தது. ஆரம்ப நிலையில் மனிதன் இந்தப் 'பய-பைரவர்ளி'டமிருந்து தப்பிக்க கொஞ்சம் பூஜையும் -பலியும் தந்து கொண்டிருந்தான். அக்கால மனிதனின் மதம் இதற்குள்ளேயே அடங்கிவிட்டிருந்தது. ஆனால் வர்க்க பேதங்களுடன் கூடிய சமுதாயம் தோன்றியதுமே, அந்த எளிமையான மதத்தில் பல்வேறு சிக்கல்கள் ஏற்பட்டுவிட்டன. இச்சிக்கல்களுக்கான காரணம், மனிதனின் எளிமையான பய உணர்வல்ல; இப்பொழுது ஆளும் வர்க்கம் அவ்வெளிமையான நம்பிக்கையைத் தனது சுயநலத்துக்காகப் பயன்படுத்தத் துவங்கி விட்டதுதான். நாம் இந்திய ஆரியர்களின் மத வளர்ச்சியையும், தெய்வங்களின் வளர்ச்சியையும் ஆராய்ந்தால் இவ்வுண்மையை நன்கு புரிந்து கொள்ள முடியும். இந்தோ ஆரியர்கள் இந்தியாவுக்குள் நுழைந்தபோது, அவர்களின் சமுதாயம் தந்தை வழிச் சமுதாயமாக இருந்தது. அதனால் அவர்கள் தமது பழைய பரம்பரையைப் பூரணமாக மறந்து விட்டிருக்கவில்லை. அக்காலத்திய அவர்களது கடவுள்கள்கூட அவர்களைப் போன்றே தந்தை வழிச் சமுதாயத்தைச் சேர்ந்தவர்களாக இருந்தனர். இருப்பினும் அவர்களிடையே தந்தை

---

1. பிரம்மை : Hyprotization)

வழிச் சமுதாயத்தைக் காட்டிலும் மக்கள் இனக்குழுவின் செல்வாக்கு அதிகமாக இருந்தது. அக்காலத்தில் இவ்வுலகில் கணவன் - மனைவி உறவு நிலைத்துவிட்டிருந்தாலும், தேவலோகத்தில் நிலைபெறாமல் இருந்தும் தேவி சாதாரணமாகத் தானளித்த வாக்குறுதியின்படி ஒரு குறிப்பிட்ட காலம் வரை மட்டுமே ஒரு தேவனுக்கு மனைவியாக இருந்துவிட்டு, பிறகு மற்றொரு கணவனைத் தேர்ந்தெடுத்துக் கொள்ள உரிமை பெற்றிருந்தாள். வேதங்களின் பழைய மந்திரங்களில் (சுலோகங்களில் - செய்யுட்களில்) ஒரு ரிஷி ஒரு தெய்வத்தைத் துதிக்கும்போது, அத்தெய்வம் எல்லா நற்குணங்களையும் உடையவர் என்று வர்ணித்து விடுகிறார். இதன் காரணம் என்னவெனில், அக்காலத்திற்கு இந்திரன், வருணன், சோமன் ஆகியவர்களின் அதிகாரங்களை வரையறுத்து, சிறிய கடவுள் -பெரிய கடவுளென்று நிச்சயிக்கப்பட்டிருக்கவில்லை. இவ்வுலகத்தில் சமூகச் செல்வாக்கிற்குப் பதிலாகத் தனி நபர் செல்வாக்கு வளர வளர தெய்வங்களில்கூட ஒவ்வொரு காலத்தில் யாரோ ஒருவரே சர்வ வல்லமை படைத்தவராக்கப்பட்டனர். உதாரணமாக வேத காலத்தில் இந்திரனும், உபநிஷதங்களின் காலத்தில் பிரம்மாவும், ஆரியர் - ஆரியரல்லாதோரின் மத ஒற்றுமைக் காலத்தில் சிவன் அல்லது வீஷ்ணு சர்வ வல்லமை படைத்தவர்களாக்கப்பட்டனர். நிலப்பிரபுத்துவ யுக வளர்ச்சியின் சிகரமான குப்தர்களின் காலத்திலோ தேவலோகம் என்பது யமலோகத்தின் ஒரு அழகிய கற்பனை உலகமாகிவிட்டது. இதனால் இன்னொரு மாற்றமும் நிகழ்ந்தது. மனிதன் ‘தெய்வமாக மாறுவதற்கு எவ்விதத் தடையுமில்லை. பதினாறாயிரம் ராணிகளுடன் களியாட்டங்களில் மூழ்கித் திளைத்த கண்ணன், வாசுதேவன் போன்றோர்கூட தெய்வங்களாகவும், பரம தெய்வங்களாகவும், பரமேசுவர்களாகவும் செலவாணியாவதற்கு எவ்விதத் தடையும் இருக்கவில்லை.’

வேதகாலத்தில் சமுதாயத்தில் வர்க்க பேதங்கள் தோன்றியிருந்தன. வர்க்கங்களுக்கிடையே முரண்பாடு இருந்தது. உயர்ந்தவர் - தாழ்ந்தவர் என்ற எண்ணத்தால் பகைமை வளர்ந்திருந்தது. குறிப்பாகக் கீழ்வர்க்கங்களில் ஆத்திரமும், ஆவேசமும் பொங்கிக் கொண்டிருந்தன. பிற்கால வேத மந்திரங்களில் இந்த இனங்களை - வர்க்கங்களை - உடலின் தலை, கை, துடை, கால் ஆகிய உறுப்புகளுடன் ஒப்பிட்டுக் கூறினாலும் அதை நம்பி விடுவதற்கு மக்கள் அவ்வளவு அப்பாவிகளாக இருக்கவில்லை. அதனால் உயர்ந்தவன் - தாழ்ந்தவன் என்பதெல்லாம் கடவுள் இச்சை என்றும், எல்லாம் முற்பிறவியில் செய்த வினையின் பயன் என்றும் சொல்லத் தொடங்கினர். வேதங்களில் பரலோகம் குறித்துக் கூறப்பட்டிருந்தாலும் அவைகளில் ‘மறுபிறவி’ பிரஸ்தாபிக்கப்படவே இல்லை. மனிதன் உலகத்திற்குள்

வருகிறான். நல்லதும் கெட்டதும் செய்கிறான். இறந்தபிறகு தான் செய்த செயல்களின்படி சொர்க்கத்திற்கோ, நரகத்திற்கோ போகிறான். யூத, கிருஸ்தவ, இஸ்லாமிய மதங்களிலும்கூட விஷயத்தை இப்படித்தான் முடித்து விடுகின்றனர். ஆனால் இவ்வுலகத்தில் மனிதன் உயர்ந்தவன் - தாழ்ந்தவனாக, ஏழை - பணக்காரனாக ஏன் இருக்கிறான் என்னும் கேள்விக்கு மட்டும் இதனாலெல்லாம் பதில் கிடைக்காது. இதனால் கடவுள் பாரபட்சமுள்ளவர் என்ற குற்றச்சாட்டு சாட்டப்படலாம். இக்குற்றச்சாட்டை மறுக்கவும், சமுதாயத்திலுள்ள பொருளாதார ஏற்றத்தாழ்வுகள் சரியானவையே என்று சாதிக்கவும் உபநிஷத்துக்களை இயற்றிய ரிஷிகள், 'மறுபிறப்பு' என்னும் தத்துவத்தை எடுத்துக் கூறினர். ஒருவன் பணக்காரனாக ஏன் இருக்கிறான்? அவன் முற்பிறப்பில் தான தருமங்களும் நல்ல காரியங்களும் செய்தான். ஒருவன் ஏழையாக ஏன் இருக்கிறான்? அவன் முற்பிறப்பில் கெட்ட காரியங்கள் செய்தான். ஒருவன் அரசனாக ஏன் இருக்கிறான்? அவன் முற்பிறவியில் கடுமையான தவம் புரிந்தான். சமுதாயத்தின் தற்போதைய நிலைமையை அப்படியே நீடிக்கச் செய்வதற்காக இந்துக்கள் கண்டுபிடித்த 'மறுபிறவி' என்னும் வலிமையான ஆயுதத்தைப் போல், வேறெவராலும் கண்டுபிடிக்க முடியவில்லை. இந்தியாவில் சமுதாய மாறுதலைத் தடுத்து நிறுத்துவதில் இக்கருத்து பலமாக வேலை செய்துள்ளது என்பதில் சந்தேகமே இல்லை.

பழம்பெரும் எகிப்திய மதத்தில் பரலோகம் குறித்து ஒரு எழுத்தாளர் எழுதியிருப்பதாவது:

"ஒவ்வொரு மனிதனும் தான் செய்த காரியங்களுக்குப் பரலோகத்தில் பொறுப்பாளியாக்கப்படுவான், இந்த எண்ணமே ஒரு வலுவான சமுதாயக் கட்டுப்பாடாக இருந்தது. தனிச் சொத்துரிமை குறித்த சமூக விதிகளையும் தான் கடமையுணர்வுடன் பின்பற்றியதாகவும், ஒவ்வொருவனும் தான் மதப்பற்றுடையவன் என்பதையும் நிரூபித்துக் கொள்ள வேண்டும்" ("The Development of Social Thought" by S. Bogardus, p.30)

இன்று உலகத்திலுள்ள மதங்களெல்லாம் இந்து, பவுத்தம், சமணம், யூத, கிருஸ்துவம், இஸ்லாம் - நிலப்பிரபுத்துவயுகத்தின் சிருஷ்டிகளாகும். அவை எப்பொழுதுமே நிலப்பிரத்துவ சமுதாய அமைப்பை ஆதரித்தே வந்திருக்கின்றன. இங்கே இன்னொரு விஷயமும் நினைவிலிருத்திக் கொள்ள வேண்டும். பவுதீக வடிவுடன் கூடிய உண்மையை நாம் அறியாததற்கு - கற்பனைக்கு - மாறாக இருந்தபோது, 'மோட்சம்' என்னும் வடிவமற்ற உருவம் கற்பனை செய்யப்பட்டது. அப்போதிருந்து தத்துவத்தின் வளர்ச்சி ஆரம்பமாயிற்று.

எல்லா மதங்களிலும் சொல்லப்பட்ட 'சொர்க்கம்' என்பது செல்வச் செழிப்புள்ள ஒரு நிலப்பிரபுக் குடும்பத்தின் கற்பனையேயாகும். இந்துக்களின் வைகுண்டத்தையே எடுத்துக் கொள்ளுங்களேன். அந்தப்புரம் போன்று அங்கே தெய்வீக எழிலரசிகளின் கூட்டம் இருக்கிறது. எப்பொழுதுமே அழுக்காகாத அவர்களுடைய அழகான ஆடைகள், பொன்னும், மணியும், வைரமும் ஜொலிக்கும் ஆபரணங்கள், மலர்களாலும், நறுமணத்தாலும் கமகமக்கும் அவர்களது பூவுடல்கள், ஆடல், பாடலும், மதுக் கோப்பைகளும் எல்லாம் ஒரு சந்திரகுப்த விக்கிரமாதித்தன் அந்தப் புரத்தின் இனிய வர்ணனை. ராமானுஜாச்சாரியார் சம்ஸ்கிருதத்தில் இயற்றிய "வைகுண்ட கத்ய" என்ற நூலைப் படியுங்கள்! அதில் யாரோ ஒரு பயந்த அரசவைக் கவிஞர் ஒரு ஹர்ஷ வர்த்தனன் அல்லது ராஜேந்திர சோழனின் அந்தப்புரத்தை வர்ணிப்பதைப் போல் ராமானுஜர் பாவம், வைகுண்டத்தின் வைபோகங்களை வர்ணித்துள்ளார். முதன் முதலில் தேவர்கள் ஒரேயொரு மனைவியுடன் திருப்திப்பட்டிருந்தனர். ஆனால் தேவிகள் மட்டும் எப்பொழுதும் 'புது மணப்பெண்ணாக' ஆகும் உரிமையை விட்டுக் கொடுக்கவில்லை. எனினும் "வைகுண்ட கத்ய" நூலில் ராமானுஜர் தனக்கு முந்தைய ஆசாரியர்களின் கருத்தையொத்து லட்சுமிக்குச் சக்களத்தியை வைக்காமல் விடவில்லை. விஷ்ணுவின் ஒரு துடை காலியாக இருப்பதைப் பார்க்க ராமானுஜரால் பாவம், பொறுக்க முடியவில்லை. அதனால் அங்கே 'நீலா தேவி' யைக் கொண்டு வந்து அமர்த்திவிட்டார்.

பவுத்தர்களும், சமணர்களும், தேவலோகத்தை மறுக்கா விட்டாலும் அவர்களது 'நிர்வாணமும்', 'சித்த ஸிலா'வும் அதைவிட மகத்தானவை. அவர்களுடைய தேவலோகத்தில் கி.மு. ஐந்து, ஆறாம் நூற்றாண்டுகளில் இருந்த நிலப்பிரபுக்களின் சுக போகங்கள் சித்திரிக்கப்பட்டுள்ளன. பாலிமொழி இலக்கியத்தில் சக்கிரன் (இந்திரன்) புத்தரிடம் வந்ததாக ஒரு கதை இருக்கிறது. சக்கிரன் தனது அவையிலிருந்து இசைக் கலைஞனான பஞ்சசிகனை அழைத்துக் கொண்டு புத்தரிடம் சென்றான். அப்பொழுது புத்தர் ஒரு மலைக்குகையில் அமர்ந்திருந்தார். சக்கிரன் இசையால் புத்தரை மகிழ்விக்குமாறு பஞ்சசிகனுக்கு உத்தரவிட்டான். பஞ்சசிகன் வீணையை எடுத்து தனது காதலையே கீதமாக இசைக்கவாரம்பித்தான்.

"மங்களம் அள்ளித்தருகின்ற சூரிய ஒளியைப் போன்ற காதலியே! உன்னுடைய தந்தையான திம்பருவை நான் வணங்குகிறேன். அவராலல்லவோ என் இன்பச் சுரங்கமான கல்யாணி, நீ பிறந்திருக்கிறாய்!"

"களைத்து வேர்வையில் நனைந்தவனுக்கு குளிர் தென்றலைப் போல், தாகம் கொண்டவனுக்குத் தண்ணீரைப்போல், நீ எனக்கு மிகவும் விருப்பமானவள்."

"நோயாளிக்கு மருந்தைப்போல், பசித்தவனுக்கு உணவைப் போல், எரிந்து கொண்டிருப்பவனுக்கு நீரைப்போல் சுபமளிக்கும் கல்யாணி, நீ என்னைத் தழுவு! இதுதான் என் கோரிக்கை!..."

புத்தர் விசாரித்த பின்னர் பஞ்சசிகன் விவரித்தான். "ஒரு சமயம் நான் கந்தர்வ அரசனான திம்பருவின் மகள் சூர்ய வர்சஸாவின் மேல் மையல் கொண்டிருந்தேன். ஆனால் அவளோ ஒரு தேரோட்டியின் புத்திரன் சிகண்டி என்னும் இளைஞனை விரும்பினாள், நான் அவளை அடைய முடியாததால், ஏதோ ஒரு சாக்கில் திம்பருவின் மாளிகைக்குச் சென்று வீணையைக் கொண்டு பாடத் தொடங்கினேன். அப்பாட்டில் தங்கள் (புத்தர்) புகழ் பாடினேன். அப்போது சூர்யவர்சஸா மிகவும் மகிழ்ந்துபோய், 'நான் இதுவரை புத்த பகவானை நேரில் காணாவிட்டாலும், இந்திரலோகத்தில் தேவர்கள் சபையில் நான் நாட்டியமாடச் சென்றிருந்தபோது, அவரைப்பற்றி எவ்வளவோ கேள்விப்பட்டேன். அன்பரே! நீங்கள் அந்த பகவானின் புகழ் பாடுகிறீர்களாகையால், இன்று நாமிருவரும் இணைவோமே!' என்றாள். நான் அந்த ஒரு முறை மட்டுமே இணைந்தேன்; அதற்குப் பிறகு எப்போதுமே நாங்கள் கலக்கவில்லை."

இம்மேற்கோள்களால் நமக்கு ஒரு விஷயம் தெளிவாகிறது. தேவலோகத்துக் காதலும், நாட்டியமும் புத்தர் காலத்திய அஜாத சத்ரு, உதயயன் போன்றோரின் அரச வாழ்வைப் போலவே இருந்தன என்பது விளங்குகிறது. சூர்ய வர்சஸாவின் காதலைக் காதல் என்று சொல்வதானால் அப்படிப்பட்ட காதல் அக்காலத்தில் வேசிகளுக்கு மட்டுமே கிடைத்திருந்தது.

இஸ்லாமிய 'ஜன்னத்' தின் (சொர்க்கத்தின்) திராட்சைத் தோட்டங்கள், குளிர் நிழல், பாயும் ஓடைகள், முத்து விழிகள் கொண்ட எழில் கன்னிகள் - இவையெல்லாம் அக்காலத்திய பாரசீக மாமன்னர் குஸ்ரோபர்வேஜ் (கி.பி. 590-628) அல்லது ரோமானிய சக்ரவர்த்தி மோரிஷ் (மறைவு கி.பி. 602) ஆகியோரின் அரண்மனைகளில் இருந்து வந்தன. கிருஸ்துவர்களின் 'சொர்க்க'மும், யூதர்களின் 'சொர்க்க'மும் கூட இவர்களைப் போன்ற நிலப்பிரபுக்களின் ஆடம்பர வாழ்வைப் பிரதிபலிப்பதாகவே இருக்கின்றன.

2. **தத்துவம் :** புராதன மனித சமுதாயத்தில் மனிதனின் வாழ்க்கை பூராவும், அவனது தேவைகளைப் பூர்த்தி செய்து கொள்வதிலேயே கழிந்து கொண்டிருந்தது. அக்காலத்தில் அவன் ஒருநாள் உழைத்து நான்கு நாட்கள் உட்கார்ந்து சாப்பிடும் அளவுக்கு, அவனுடைய உழைப்புச் சக்தி வளர்ச்சி பெற்றிருக்கவில்லை. அல்லது இருவர் உழைத்து அவர்களின் உழைப்பின் பலனை ஒருவன் அபகரித்து

வாழவும் முடியாமலிருந்தது. இதனால் தான் அப்போது ‘சிந்தனையாளர் வர்க்கம்’ என்று ஒன்றிருக்கவில்லை. ஆனால் பிற்காலத்தில் உற்பத்திச் சாதனங்களில் வளர்ச்சி ஏற்பட்ட பிறகு, உழைப்பின் உற்பத்திச் சக்தி பெருகிய பின்னர், பெரும்பான்மை மக்களின் ‘கூடுதல் உழைப்பிலி’ருந்து உடல் வளர்க்கக்கூடிய ஒரு வர்க்கம் தோன்றியது; அவ்வர்க்கம், தான் வாழ்வதற்கு உடலுழைப்பு செய்ய வேண்டிய அவசியம் இல்லாமலிருந்தது. உடலுழைப்பில்லாத இவ்வர்க்கமே மற்றவர் உழைப்பை மேற்பார்வையிடுதல், அரசாங்க நிர்வாகம், நீதி, தத்துவம், விஞ்ஞானம், கலைகள், மதம் ஆகியவைகளின் பொறுப்பை ஏற்றுக் கொண்டது. அல்லது ஓய்வு நேரத்தில் இவற்றை நிர்வகிக்கும் வேலையையும், படைக்கும் பணியையும் இவ்வர்க்கம் ஆரம்பித்தது. இவ்விதம் தத்துவம், கலைகள், விஞ்ஞானம் போன்றவை உடலுழைப்பில்லாத வர்க்கத்தின் விஷயங்களாகிவிட்டன. பிற்காலத்திலோ அவை அவ்வர்க்கத்தின் சொந்த சொத்துக்களாகி விட்டன.

புராதன கிரேக்கநாட்டில் ஹெராகிலிதுவும், பிளாட்டோவும் தமது தத்துவ இயல்களை உருவாக்கிக் கொண்டிருந்த காலத்தில், சமுதாய வாழ்வு முழுவதும் அடிமைகளின் உழைப்பையே ஆதாரமாகக் கொண்டிருந்தது. இவ்வடிமைகள் பெரிய பெரிய எசமானர்களின் அசையும் சொத்தாக விளங்கினர். தத்துவ இயலின் பொற்காலமான அக்காலத்திலேயே இந்த அடிமைகள் ஆடு மாடுகளைப் போல் சந்தைகளில் விற்பனை செய்யப்பட்டு வந்தனர். ஹெராகிலது சமுதாயத்திற்குள் நடைபெற்றுக் கொண்டிருந்த இம்முரண்பாட்டைக் கவனித்துக் கொண்டிருந்தார். புதிய சிருஷ்டிக்கு இம்முரண்பாடு எத்தனை முக்கியத்துவம் வாய்ந்த தென்பதையும் அவர் உணர்ந்திருந்ததாலேயே, “முரண்பாடு எல்லா நிகழ்ச்சிகளின் தாய்” என்று குறிப்பிட்டார். ஹெராகிலது *(கி.மு. 535- 425)* பரம்பரைப் பணக்காரக் குடும்பத்தில் பிறந்தார். ஆனால் அக்காலத்தில் தலைநகர் ஏதென்ஸில் வியாபாரிகளின் செல்வாக்கு கொடி கட்டிப் பறந்து கொண்டிருந்தது. இதனால் ஹெராகிலது சமுதாய மாறுதலை நன்கு புரிந்து கொண்டார். வணிகர்களின் செல்வாக்கு குறையும் வகையில் சமுதாய மாறுதல் ஏற்பட வேண்டுமென்று அவர் விரும்பியிருக்கலாம். தாரயோஷ் *(கி.மு. 521 -485)*, க்ஷயார்ஷ் *(கி.மு. 485 - 65)* ஆகியோரின் படையெடுப்புக்களால் கிரேக்க நாடு சீரழிந்த காலத்தில், ஏதென்ஸ் குடியரசின் வாழ்க்கை ஏமாற்றமாக முடிந்த நேரத்தில் பிளாட்டோ பிறந்தார். பிளாட்டோ இந்த உலகத்தை உயர்த்த முடியும் என்கிற நம்பிக்கை இழந்து விட்டிருந்ததால், தனது தத்துவ இயலில் மற்றொரு மகிழ்ச்சிகரமான கற்பனா உலகத்தை உருவாக்கினார். யதார்த்த

உலகமே கற்பனையானதாகவும், அழிவுடையதாகவும், குறைகள் உள்ளதாகவும் தோன்றியது. புலன்களுக்கு எட்டாத, கற்பனாவாத, அலௌகீகமான உலகமே அழிவற்றதாகவும், யதார்த்தமானதாகவும், முழுமையுடையதாகவும் பிளாட்டோவுக்குத் தோன்றியது. அன்றைய சமூக முரண்பாட்டின் பிரதிபலிப்பு பிளாட்டோவின் மேல் இருந்தது. அவர் இரண்டு எதிர் வர்க்கங்களின் முரண்பாட்டின் ஆழத்திற்குச் சென்று ஆராய்ந்து வேறுவிதமானதொரு நிவாரண வழியைத் தெரிவித்தார். முரண்பாடுள்ள இவ்வுலகமே எதார்த்தமானதாக இல்லாதபோது, அதன் நோய்க்கு மருத்துவம் எப்படிச் செய்ய முடியும்? பிளாட்டோ இம்முரண்பாட்டைக் கண்ணெடுத்துப் பார்க்காமல், தன்னுடைய கற்பனையில் உதித்த ‘சத்தியம் - சிவம் - சுந்தரமான உலகத்திற்கு மக்களை அழைத்துச் செல்ல விரும்பினார். அவருடைய இத்தத்துவ இயலால் யாருக்குப் பயன் விளைந்தது? சொத்துரிமை படைத்த சுரண்டும் வர்க்கத்திற்கு. ஏனெனில் செல்வந்தர்களின் எதிர்த்தரப்பினரை பிளாட்டோவின் தத்துவம் நிராசையில் ஆழ்த்திற்று. இவ்வுலகத்தில் நாம் ஒரு சில நாட்கள்தானே வாழப்போகிறோம்! அதற்காக நாம் ஏன் போராட வேண்டும்? அதற்குப் பதில் அழிவில்லாத மறு உலகைப்பற்றி நாம் சிந்திக்க வேண்டும். தத்துவ இயலை நாம் வேறு நூல்களில் (‘இந்து, பவுத்த, இஸ்லாமிய, ஐரோப்பியத் தத்துவ இயல்கள்’) விவரித்திருப்பதால், இங்கே விரிவாக விளக்கவேண்டிய அவசியம் இல்லை. தத்துவ மேதைகள் பாட்டாளி மக்களின் உழைப்பைத் தின்று கொழுத்து, அவர்களுக்கு எதிரான கருத்துக்களையே ‘தத்துவங்கள்’ என்னும் பெயரால் உலகத்திற்கு அளித்துள்ளனர். இது அத்தத்துவ மேதைகளுக்குத் தெரிந்தோ, தெரியாமலோ நடந்திருக்கிறது. வர்க்க நலன்கள் என்னும் கண்ணோட்டத்தில் ஆராய்ந்தால், கிரேக்கத் தத்துவ ஞானிகளின் கருத்துக்கள் இப்படித்தான் இருக்கின்றன. சுரண்டும் வர்க்கம் தன்னுடைய கொள்ளைச் செல்வத்தையும், ஆடம்பரக் களியாட்டாங்களையும் கற்பனைக் கடவுள்களின் மூலமாகவும், அக்கடவுள்களை அடிப்படையாகக் கொண்ட மதங்களின் மூலமாகவும் நியாயமானவை என்று நிரூபிக்க முயற்சித்தது. ஒரு குறிப்பிட்ட காலம்வரை அம்முயற்சி வெற்றி பெற்றது; ஆனால் அதன் பின்னர் மனித அறிவு வளர்ச்சி பெற்றது. அக்கடவுள்களும், அந்த மதங்களும் எல்லா நாடுகளிலும், எல்லா இனங்களிலும் சாஸ்வத உண்மைகளாக ஏற்றுக் கொள்ளப்படவில்லை. அவைகளில் சந்தேகம் தோன்றியது இயற்கையேயாகும். இந்த அறிவுச் சுதந்திரத்தை தடுக்க ஒரு வழி தேவைப்பட்டது. அவ்வழி இந்தத் தத்துவ இயல்தான்! அறிவு, மதத்தைவிட தன்னை உயர்ந்ததென்று பெருமைப்பட்டுக் கொள்கிறது.

ஆனால் அந்த அறிவுக்கே தத்துவம் புரியாத புதிராகி விடுகிறது. தத்துவத்தின் இருட்டறையில் சிக்கிக் கொள்ளும் அறிவு வெளியேற முடியாமல் தவிக்கிறது.

இந்தியத் தத்துவ இயல் முழுவதும் கூட நிலப்பிரபுத்துவ யுகத்தின் படைப்பேயாகும். இதுவும் கிரேக்கத் தத்துவ இயலைப் போலவே உடலுழைப்பில்லாத, உணவு, உடை போன்ற கவலைகளில்லாதவர் களின் சிந்தனையின் பலனேயாகும். அது மட்டுமல்லாமல் இந்தியாவில் தத்துவ இயலைப் படைத்ததில் நிலப்பிரபுக்களுக்கு நேரடிப் பங்கு இருந்தது. உபநிஷத்துகளின் தத்துவத்தை உருவாக்கியதில் பிரவாஹன், ஜனகர், அஸ்வபதி, கைகேயர் போன்ற அரசர்களுக்கு முக்கிய பங்கிருந்தது. யாகங்களின் போது அளிக்கப்பட்ட தட்சணைகளைப் பெற்றுக் கொண்ட புரோகித (பிராமண) வர்க்கம் மக்களின் உண்மை நிலையைப் பார்க்கத் தவறிய போது, பிராமணர்களின் சடங்குகள் ஓட்டைப்படகு என்று சொல்லி, ‘பிரம்ம ஞானம்’ என்ற இருட்டறையை நிலப்பிரபுக்கள் (க்ஷத்திரியர்கள்) தயார் செய்தனர். வேதகால ரிஷிகள் எதார்த்த வாதிகள். அவர்கள் உலகம் எப்படி இருக்கிறதோ, அதை அப்படியே ஏற்றுக்கொண்டு அதில் அதிகபட்ச மகிழ்ச்சியை அடைய விரும்பினர். அவர்களுடைய வாழ்க்கை லட்சியம் வீடு வாசலையும், மனைவி மக்களையும் துறந்து காட்டுக்கு ஓடிப்போவதல்ல! அவர்களது குறிக்கோள் “புத்திர பௌத்திரர்களுடன் வீட்டிலேயே மகிழ்ச்சியாக வாழ்வது” தான்! (“கிரீடந்தஹ புத்ரைர்ன த்ரு பிர்மோத மானாஹ ஸ்வேதமே.”) அவர்கள் தமது குறிக்கோளை நன்கு புரிந்திருந்தனர். தேனும், பாலும் கலந்த ‘ஸோம ரஸம்’ என்னும் லாகிரிப் பொருளைப் பருகி, “ஸோம ரஸம் குடித்து நாம் அமரர்களாகி விட்டோம்” என்று கூறிக்கொண்டனர். (“அபாம் ஸோமமம்ருதா பவேம்.”)

பிராமணர்கள் செய்து வந்த யாகங்களில் நடந்ததென்ன! மக்கள் குழுக்காலத்தில் மக்கள் அனைவரும் ஓரிடத்தில் கூடி, உண்பதும், குடிப்பதும், ஆடுவதும், பாடுவதுமாக இருந்தனர். அவர்கள் அப்போதைக்குத் தெய்வங்களை மனிதர்களைக் காட்டிலும் சற்றே உயர்ந்தவர்களாக எண்ணிக் கொண்டிருந்ததால், தமது களியாட்டங்களில் தெய்வங்களையும் இணைத்துக் கொண்டு அவர்களையும் மகிழ்விக்க விரும்பினர். தமக்காகத் தயாரித்து வைக்கப்பட்டிருந்த ஸோமரஸத்தின் கோப்பைகளைக் காட்டி, தமது பெரிய தெய்வமான இந்திரனை, “இந்திரனே வருக! ஸோம ரஸத்துடன் இக்கோப்பைகள் அலங்கரிக்கப் பட்டுள்ளன. இவற்றைப் பருகி உன் புகழ்பாடும் கீதங்களைக் கேட்டு மகிழ்க!” என்று வரவேற்றுக் கொண்டிருந்தனர். (“இந்திர ஆயாஹி வீயதே, இமே ஸோமா அலங்கிருதாஹ எஷாம் பாஹி ஷ்ருதி ஹவம்”)

போர்க் குணம் படைத்த ஒரு மக்கள் கூட்டம் சாராயம் குடித்துக் கொண்டு, வெற்றி கொண்ட தமது தலைவனை வரவேற்று, அவன் புகழ்பாடும் பாடல்களை இசைப்பது போல் இது தெரிகிறது. ஒரு காலத்தில் யாகங்களின் போது நடத்தப்பட்ட நிகழ்ச்சிகள் ஆரிய வாழ்க்கையின் உயிர்த்துடிப்புள்ள விழாக்களாக இருந்தன. ஸோமரஸம் குடித்த பின்னர், சாப்பாட்டுக்கு முன்னர், அவர்கள் தமது நன்றியைத் தெரிவிக்கும் முறையில் தெய்வங்களை இயற்கைச் சக்திகளையும் இறந்த பிதுரர்களையும் தமது மகிழ்ச்சியில் சேர்த்துக்கொண்டு விழாவைத் தொடங்கிக் கொண்டனர் - சாப்பிடுவதும், குடிப்பதும், பின்னர் ஆண்களும் பெண்களும் கட்டிப்பிடித்து நாட்டியமாடுவதும். ஆனால் சில காலத்திற்குப் பிறகு ஆரியர்கள் மற்ற இனத்தவர்களுக்கு அக்கம் பக்கத்தில், சிறுபான்மையினராக வாழத் தொடங்கியதும், ஆடுமாடுகளை மேய்த்துக் கொண்டிருந்த அவர்கள் விவசாயமும், மற்ற கைத்தொழில்களும் செய்ய ஆரம்பித்ததும், கழிந்துபோன, அப்பழைய நாட்கள் மீண்டும் திரும்ப முடியாது. அதனால் இப்போது அந்த யாகங்கள் பழைய விழா நாட்களின் உயிரில்லாத நகல்களாக மட்டுமே ஆகிவிட்டிருந்தன. அவைகள் இப்போது புரோகிதர்களின் வருவாய்க்குச் சாதனங்களாக மட்டும் இருந்து விட்டன. ஆகவே வளர்ச்சியில் முன்னேறிய சமுதாயத்தை யாகங்கள் இப்பொழுது திருப்திபடுத்த முடியாது. இதனாலேயே சடங்குகளை எதிர்த்து உபநிஷத்துக்களின் 'பிரம்ம வாதம்' தோன்றிற்று.

'மறு பிறவி' சித்தாந்தம் நமக்கு முதன் முதலில் உபநிஷத்து களிலேயே காணப்படுகிறது. வேதங்கள் பரலோகத்தில் 'அமரனாவதைப் பற்றிக் கூறியபோது, உபநிஷத்துக்கள் இவ்வுலகத்திலேயே மறுபிறப்பு குறித்து வலியுறுத்தின. வர்க்கங்களாகப் பிரிந்த சமுதாய அமைப்பைப் பாதுகாப்பதற்காகப் பயன்படுத்தப்பட்ட வாதம் இதுவென்பதை ஏற்கனவே குறிப்பிட்டோம். புரோகிதர்களுக்கு வெள்ளி அல்லாமல் தங்கத்தையே தானமாகத் தந்து நடத்தும் யாகங்களுக்கான பலன், தேவலோகத்திலே மட்டும் கிடைத்து, இவ்வுலகத்தில் எவ்விதப் பயனும் இல்லை என்று சொன்னால் பெருஞ்செலவு செய்து யாகங்களைச் செய்பவர்களுக்கு மகிழ்ச்சியாயிருக்குமா?' அதனால் இவ்வுலகத்தில் செல்வந்தனாக இருப்பது முற்பிறவியில் செய்த புண்ணியத்தின் பயன் என்று கூறப்பட்டது. இது ஒரே கல்லால் இரண்டு மாங்காய்களை அடிப்பதாகும். பிராமணர்களுக்குக் கொடுக்கப்படும் தானங்களின் பயனும், யாகங்களின் பலனும் இவ்வுலகச் சமுதாயத்திற்குள்ளேயே காட்டுவது, சமுதாய ஏற்றத்தாழ்வுகளை நியாயமானவை என்று நிரூபிப்பதாகும். 'மறு பிறப்பு' சித்தாந்தத்தின் மூலம் இப்பிறப்பு ஒன்றே என்று கருதாதீர்கள்.

ஆகவே சமுதாய ஏற்றத்தாழ்வுகளை அகற்றவோ, ஏழ்மையை ஒழிக்கவோ முயற்சிக்காதீர்கள் என்று அடக்கப்பட்ட வர்க்கத்திற்கு உபதேசிக்கப்பட்டது. உங்களுடைய ஏழ்மை கடவுள் சித்தம் மட்டுமல்ல; அது உங்கள் முற்பிறப்பின் வினைப் பயனேயாகும். மற்றவர் செல்வத்தைக் கண்டு நீங்கள் பொறாமைப் படக்கூடாது. சமுதாயத்தில் ஏழை - பணக்கார வர்க்கங்கள் சாஸ்வதமாக இருக்கின்றன; ஏனெனில் இவை மூலமாகவே நல்ல - கெட்ட காரியங்களுக்குப் பலன்கள் கிடைக்கின்றன. மலையை முட்டி மோதிக் கொள்வதற்குப் பதிலாக நீங்களும் நல்ல காரியங்களைச் செய்யுங்கள்! தான தருமங்களும், யாகங்களும் புரியுங்கள்! இதனால் அடுத்த பிறவியிலாவது அரச குடும்பத்திலோ, பணக்காரக் குடும்பத்திலோ பிறந்து வைபோகங்களை அனுபவிக்கலாம்.

'மறுபிறப்பு' சித்தாந்தம் கண்டுபிடித்ததும் 'சொர்க்க லோகம்' என்னும் கருத்தையும் விட்டுவிடவில்லை. இந்த ஆயுதமும் அப்படியே வைத்துக் கொள்ளப்பட்டது. இவ்விதம் உபநிஷத் யுகத்தைச் சேர்ந்த நிலப்பிரபுத்துவம் அறிவுடையவர்களை 'பிரம்ம ஞானம்', 'முடிவில்லாத பிரம்மம்' ("நேதி நேதி"), தெரிந்து கொள்ளப்பட முடியாதவன்' ("அக்ஞேய") போன்ற புதிர்களில் சிக்கவைத்து விட்டது. நிலப்பிரபுத்துவம் எதார்த்த உலகத்தை மறுத்து, அதைத் துச்சமாகவும், சாரமற்றதாகவும் வர்ணித்து அறிவாளர்களை மற்றொரு பக்கம் செலுத்திவிட்டது. எஞ்சிய சாதாரண மக்களைச் சமூகப் புரட்சிப் பாதையிலிருந்து விலக்க சொர்க்கமும், மறுபிறப்புமே போதுமானவையாக இருந்தன. பல்வேறு உள்நாட்டு - வெளிநாட்டு மதங்களால் மதங்களின் எண்ணிக்கை பெருகிவிட்டது. அவற்றால் மக்கள் எங்கே மதங்களிலேயே நம்பிக்கை இழந்துவிடுவார்களோ என்று அஞ்சி, "நதிகள் பல, ஆனால் கடல் ஒன்றே" என்னும் தத்துவம் பேசப்பட்டது. எல்லா மதங்களிடத்திலும் சகிப்புத்தன்மையும், எல்லா மதங்களும் சரியானவையே என்றும் பிரச்சாரம் செய்யப்பட்டது.

இந்தியாவில் பிற்காலத்தில் நிகழ்ந்த மத வளர்ச்சியை ஆராய்ந்தால் இன்னும் பல விஷயங்கள் தெரிகின்றன. உபநிஷத்துக்களின் 'பிரம்ம ஞானம்' ஆரியர்களின் மூளையிலிருந்து உதித்ததாகும். அக்காலத்திலும் நிறப் பிரச்சினை - ஆரியர், ஆரியரல்லாதாரின் உயர்ந்தவர், தாழ்ந்தவர் என்னும் பிரச்சினை அல்லது பொருளாதார நலன்களின் முரண்பாடு - முடிவுக்கு வரவில்லை. ஆகையால் இப்பிரச்சினையையும் தீர்க்க வேண்டிய தேவையும் இருந்தது. வியாபார வளர்ச்சி இப்பணியைச் செய்தது. வியாபாரிகளில் பெரும்பாலோர் ஆரியரல்லாதாரே! வணிய யுகம் தோன்றுவதற்கு முன்பு அவர்கள் ஏதாவதொரு தொழிலோ, (எண்ணெயும், சாராயமும் தயாரித்தல், உணவு விடுதிகளையும், மது விடுதிகளையும் நடத்துதல், பொன், வெள்ளி நகைகளைத் தயாரித்தல்)

விவசாயமோ செய்து வந்தனர். வியாபார வர்க்கத்தில் பல்வேறு ஜாதிகள் இருந்தன. 'கணங்கள்' என்னும் குடியரசுகளைச் சேர்ந்த அவர்கள் 'வர்ண அமைப்பை' (பிராமண, க்ஷத்திரிய, வைசிய, சூத்திரர் என்னும் அமைப்பை) எதிர்ப்பவர்கள். அக்ரவால், அக்ரஹரி, ரோஹதகி அல்லது ரஸ்தோகி ஆகிய ஜாதிகள் வணிக வர்க்கத்தைச் சேர்ந்தவையே! வணிக வர்க்கம் சமாதானத்தை விரும்புவதென்பதைக் கூறியுள்ளோம். அதனால் வர்ணப் போராட்டத்திற்கெதிரான கருத்தை வணிக வர்க்கம் ஆதரித்ததில் வியப்பில்லை. இதன் காரணமாகவே வைசிய இனம் பவுத்த, சமண மதங்களின் மகத்தான ஆதரவாளனாக மாறியது.

கி.மு. ஆறாம் நூற்றாண்டிலிருந்து பல்வேறு நிறங்களுக்கும், வர்க்கங்களுக்குமிடையே சமரஸம் செய்து வைக்கும் முயற்சியை பவுத்தர்களும், சமணர்களும் மற்ற சம்பிரதாயங்களைச் சேர்ந்தோரும் தொடங்கியதும் பிராமணர் தமது நிலை எங்கே தாழ்ந்து விடப்போகிறதோ என்றஞ்சினர். அவர்கள் ஆரியர்கள் இந்தியாவுக்கு வந்ததிலிருந்து - வேதகாலத்திலிருந்து உபநிஷத் காலம் வரையிலும் - தொடர்ந்து வந்து கொண்டிருந்த நிறப் பிரச்சினையின் கடுமையைக் குறைத்தனர். ஆரியரல்லாதோரின் கடவுள்களையும், மதக் கருத்துக்களையும், பரம்பரைகளையும் புறக்கணிக்கும் போக்கை விட்டுவிட்டனர். கி.பி. நான்காம் நூற்றாண்டில் குப்தப் பேரரசு நிலைபெற்றதும் பிராமணர்கள் சமரஸப் பாதையை மேற்கொண்டு விட்டனர். மறுமலர்ச்சி பெற்ற பிராமண மதம் அல்லது இந்து மதத்தில் இது புதிய சிறப்பாகும். இப்புதிய சிறப்பு இந்து மதத்தைப் பேரழிவிலிருந்து காப்பாற்றியது. அது பல்வேறு வர்க்கங்களுக்கிடையே நிற பேதத்தை ஒழித்து விட்டது. கடந்த இரண்டாயிரம் இரண்டாயிரத்து ஐந்நூறு ஆண்டுகளில் ரத்தக் கலப்பு பெருமளவுக்கு நிகழ்ந்து விட்டது. இப்போது நல்ல சிவப்பாக இருப்பது பிராமணர்களுக்கே உரிய விஷயமல்ல. புத்தர் காலத்தில் (கி.மு. 500) 'ஸோணதண்ட்' என்னும் பிராமணன், பிராமணன் என்பவன் சிவப்பாக இருக்க வேண்டுமென்கிறான். ஆனால் இக்காலத்தில் பிராமண இனம், குணம், பணி, சுபாவம் ஆகியவற்றை அடிப்படையாகக் கொண்டு மதிக்கப்படத் துவங்கியது. நிறத்தைப் பூரணமாக விட்டுவிட்டனர். புதிய சீர்திருத்தம் வர்ணங்களை முன்னைப்போலவே நான்காகவே வைத்திருந்தாலும், இப்போது 'வர்ண'ங்களின் கதவுகள் மற்றவர்களுக்காகத் தாராளமாகத் திறக்கப்பட்டன. ஆரியர், ஆரியரல்லாதோர் பழைய புதிய வெளிநாட்டு இனத்தவர் - யாராயிருந்தாலும் புரோகித வர்க்கம் அவர்களை உயர் 'வர்ண'த்திற்குள் சேர்த்தது. யாகங்களால் பிராமணர்களின் வருவாய்

குறைந்துவிட்டாலும், அவர்களுக்குக் கிடைத்த புதிய அதிகாரத்தால் அவர்களுடைய சக்தியும், பணம் பண்ணும் ஆற்றலும் அதிகரித்துவிட்டன. இப்போது பல்வேறு ஜாதியினரிடையே உயர்ந்தவர் - தாழ்ந்தவர் என்று நடக்கும் தகராறுகளைத் தீர்த்து இறுதி முடிவு செய்யும் பொறுப்பு பிராமணர் கையில் இருந்தது- உயர்ந்தவர் - தாழ்ந்தவர் என்னும் சச்சரவு இப்போது உணர்ச்சி பூர்வமாக இல்லாமல், பொருளாதார வாழ்க்கையை நிர்ணயிப்பதாகவுமிருந்தது. இம்மாபெரும் சமரஸயுகத்தில் இந்தியாவிற்குள் வந்த சகர், யவணர் போன்ற ஆளும் இனங்களின் பெரும்பகுதி க்ஷத்திரியர்களிலும் பிராமணர்களிலும் கலந்துவிட்டன. போர்க்குணமிக்க ஆபிரர்களுக்கும், ஜாட்களுக்கும், கூர்ஜரர்களுக்கும் க்ஷத்திரிய 'வர்ண'த்தில் இடம் கிடைத்தது. புராதன 'வர்ண' அமைப்பைத் தகர்த்தெறியப் பல நூற்றாண்டுகளாக பவுத்தர்களும், சமணர்களும் எவ்வளவோ முயற்சி செய்து வந்தார்கள். அவர்கள் உள்நாட்டு - வெளிநாட்டுப் பிராமணரல்லாதோருக்குச் சமுதாயத்தில் சமமான இடமளிக்க முயற்சித்தார்கள். அவர்களுடைய இந்தத் தொடர்ந்த முயற்சியின் பலனாகவே பிராமணர்களிலும் மாறுதல் ஏற்பட்டது. ஆனால் இப்புதிய சீர்திருத்தம் பழைய அமைப்பைப் பூரணமாக ஒழித்துக் கட்டும் அளவுக்கு இருக்கவில்லை.

மேற்கூறியவற்றையெல்லாம் கவனிக்கும்போது எல்லா நாடுகளிலும் மதம் என்பது நிலப்பிரபுத்துவ அமைப்பைப் பாதுகாக்கும் வேலையைச் செய்தது. ஆளும் வர்க்கத்தின் சுயநலத்தைக் காத்தது. மதம் அவ்வப்போது புதுமையையும் சீர்திருத்தத்தையும் ஏற்றுக் கொண்டாலும், அது உள்ளே புகைந்து கொண்டிருந்த தீ, அன்றையச் சமுதாய அமைப்பையும் ஆளும் வர்க்கத்தையும் பொசுக்கி விடக்கூடாதே என்பதற்காகத்தான்.

உபநிஷத்துக்களின் புரியாத ரகசியவாதம் பவுத்தர்களின் நிலையற்ற ஆன்மீகவாதம், கிரேக்கர்களின் பரமாணு வாதம் - ஆகியவற்றின் கலப்பால் உருவானதுதான் இந்தியத் தத்துவ இயல் அனைத்தும். இந்த இந்தியத் தத்துவ இயல் நேரடியாகவும் மறை முகமாகவும் நிலப்பிரப்புத்துவ சமுதாய அமைப்பைப் பாது காப்பதற்காகவே உருவாக்கப்பட்டது. இந்தியத் தத்துவ இயலைப் பற்றி நாம் வேறு நூல் எழுதியிருப்பதால் இங்கே இத்துடன் முடித்துக் கொள்கிறோம்.[1]

---

1. இந்துத் தத்துவ இயல். பவுத்த தத்துவ இயல் :ராகுல்ஜி; என்.சி.பி.எச் வெளியீடுகள்.

3. **நன்னடத்தை** : கொலை, கொள்ளை, திருடுதல், பொய் பேசுதல், சோரம் போதல் - இவற்றைச் செய்யாமலிருப்பது நன்னடத்தையாகும். இவைகளில் பொய் பேசுதல் புராதன மனிதனுக்குத் தெரியவே தெரியாது. உள்ளொன்று வைத்துப் புறமொன்று பேசுவது அவனுடைய தன்மைக்கே புறம்பானது. திருட்டுத்தனத்தைப் போலவே பொய் பேசும் கலையையும் மனிதன் பிற்காலத்தில் பெருமுயற்சி செய்து வளர்த்தான்.

பயத்தாலோ, பேராசையாலோ வாயிலிருந்து பொய்ச் சொல் வெளிவந்து விடுவது இயற்கையே! ஆனால் விஷயம் அத்துடன் முடிந்து விடுவதில்லை. ஒவ்வொரு பொய்யையும் நினைவில் வைத்துக்கொள்ள வேண்டும். முன்சொல்லிய பொய்க்கு எதிரான பொய் சொல்லிவிடக்கூடாதே என்று மிகவும் எச்சரிக்கையாக இருக்க வேண்டும். புராதன மனிதனால் இத்தனை மனவேதனையைத் தாங்கிக் கொள்ள முடியவில்லை. இதைக் காட்டிலும் உண்மை பேசுவதால் கிடைக்கும் தண்டனையை அனுபவிப்பதே அவனுக்குச் சுலபமாக இருந்தது. இன்றும்கூடப் பழங்குடிகள் மிகக் குறைவாகவே பொய் பேசுகின்றனர். அவர்கள் பேசும் கொஞ்சநஞ்ச பொய்யும் அவர்களைவிட நாகரிகமானவர்களின் தொடர்பினால் கற்றுக் கொண்டதேயாகும். உண்மையில் பொய்கூட வர்க்கங்களுடன் கூடிய சமுதாயத்தின் படைப்பேயாகும். வர்க்க சமுதாயம் எவ்வளவுதான் பொய்யை எதிர்த்து வாய்கிழியக் கத்தினாலும் தனிச் சொத்துடைமையையும், வர்க்க நலனையும் அடிப்படையாகக் கொண்ட இச்சமுதாயம் பொய்யைத் தன்னிடமிருந்து போகவிடாது. பொய்யைச் சரியான தென்று முதன் முதலில் ஏற்றுக் கொண்டவர்கள் வியாபாரிகளாகத்தான் இருக்கலாம். ஏனெனில் பொருளின் விலை சொல்லும் போது பொய் சொன்னால் அவர்களுக்கு அதிக லாபம் கிடைக்கிறதே!

திருட்டுக்கு அடிப்படையே தனிச் சொத்துடைமைதான். சொத்துரிமையின் விளக்கத்தைப் பொறுத்தே திருட்டின் விளக்கமும் இருக்கும். பிறர் சொத்தை அபகரிப்பது திருட்டாகுமென்று சொல்லி விடுவதால் மட்டும் விஷயம் தீர்ந்து விடாது. நாம் கவனமாக ஆராய்ந்து பார்த்தால், எந்த ஒரு சின்னஞ்சிறு பொருளும்கூட ஒரேயொரு மனிதனின் உடலுழைப்பாலோ, மூளை உழைப்பாலோ உருவாவதில்லை என்னும் உண்மையை அறிந்து கொள்ள முடியும். ஒரு பொருளை உருவாக்கும் வகையில் ஒரு மனிதனின் கரத்தை உருவாக்குவதும், அப்பொருளின் வரிவடிவத்தைக் கற்பனை செய்யும் வகையில் அவனுடைய மூளையை உருவாக்குவதும் சமுதாயமே என்பதை எவருமே மறுக்க முடியாது. அப்படி மறுத்தால் அது

நேர்மையான செயலாக முடியாது. எல்லாப் பொருட்களிலுமே சமுதாயத்திற்கு உரிமை இருக்கிறது, ஆனால் உரிமையிலுள்ள சிறப்பால் அது தனி நபரையே சேரும் என்று வாதிடுவதும் சரியல்ல. ஏனெனில் 'சமுதாயத்திற்கு உரிமை' என்று சொல்லி மட்டும் விட்டுவிடுவதால் சமுதாயத்திற்கு அதன் பங்கு கிடைக்காமற் போய்விடுகிறது. ஒருவன் ஒரு பொருள் மேல் எப்படித் தனது உரிமையை நிலை நாட்டுகிறான்? உருவாக்குவதை அடிப்படையாகக் கொண்டு கூறுவதனால், இன்றைய சொத்துடைமையாளர்கள் அனைவருமே திருடர்கள் என்பதில் சந்தேகமில்லை. காரணம், அவர்கள் அனைவரும் மற்றவர் உரிமைகளை அபகரிப்பவர்களேயாவர். ஆனால் நிலப்பிரபுத்துவச் சமுதாயம் இந்த விளக்கத்தை ஏற்றுக் கொண்டு தன்னைத்தானே அழித்துக் கொள்ளத் தயாராகுமா? அது 'மற்றவர் உரிமைகளை அபகரிப்பதிலிருந்து முன்னே போக விரும்பவில்லை. ஏனெனில் அது தன்னுடைய முயற்சியாலேயே 'உரிமை'யின் பொருளை மக்கள் புரிந்து கொண்டுள்ளனர் என்று நம்புகிறது. அந்த 'உரிமை' யினாலேயே உற்பத்திப் பணியில் பங்கேற்காதவர்களும், சொத்துடைமையாளர்களாகி விட்டனர். சுருக்கமாகச் சொல்வதானால், எந்த வேலையுமே செய்யாமல் அநியாயமாகச் சேர்த்து வைத்த தனியுடைமையை, சாதாரண மக்கள் கவனிக்கக்கூடாது என்பதற்காகவே, 'திருடாமலிருப்பது' நன்னடத்தையில் சேர்த்துக் கொள்ளப்பட்டது.

சோரம் போதலையும் மாபெரும் பாவச் செயலாக அறிவிக்கப் படுகிறது. ஆனால் சோரம் போவதின் எல்லையை நிச்சயிப்பதில் தம்மிச்சைப்படி நடந்து கொள்ளப்படுகிறது. சோரம் போதல் மற்ற நிலைமைகளைப் பொறுத்தே இருக்கும். அது எல்லாச் சமுதாயங்களிலும், எல்லா நாடுகளிலும், எல்லாக் காலங்களிலும் ஒரே விதமாகக் கருதப்படவில்லை. ஐரோப்பாவில் இரண்டாந் திருமணமும், திருமணமான பெண்ணுடன் உடலுறவு கொள்வதும் துர்நடத்தையாகும். ஆனால் இந்தியாவில் கண்ணன், தசரதன் காலத்திலிருந்து மேற்படி காரியங்கள் நன்னடத்தைகளாகவே கருதப்பட்டு வருகின்றன. ஐரோப்பாவிலும், இன்றைய இந்தியாவிலும் கூட ஒரு பெண் பல ஆண்களுடன் உடலுறவு கொள்வது உசிதமானதாகக் கருதப்படுவதில்லை. ஆனால் திரௌபதிக்கு ஐந்து கணவர்கள் இருந்தார்கள். அப்படியிருந்தும் அவள் 'புனிதமான பதிவிரதையாகவே' விளங்கினாள் என்பது நமக்குத் தெரியும். திபேத்திலும், இமயமலையில் வாழும் சில ஜாதிகளிலும் இன்றும் ஒரு பெண் பல கணவர்களைக் கொண்டிருப்பதும், சகோதரர்கள் அனைவருக்கும்

ஒருத்தியே மனைவியாக இருப்பதும் காணப்படுகிறது. அம்மக்கள் இதை துர்நடத்தையாகக் கனவிலும் கருதுவதில்லை. அங்குள்ள உயர்வர்க்கத்தைச் சேர்ந்தவர்களும், படித்த நிலச்சுவாந்தர்களும் தமது தகப்பன்மார்களின் அல்லது தாயின் கணவன்மார்களின் எண்ணிக்கையைச் சொல்வதற்கு சங்கோஜிப்பதில்லை. திரௌபதியும் தனக்கு ஐந்து கணவர்கள் என்று சொல்வதற்கு சங்கோஜிக்க வில்லையல்லவா!

சமுதாயம் எதை ஒப்புக் கொண்டதோ, அதுவே 'நன்னடத்தை' என்று கூறலாம். அப்படியென்றால் 'சோரம் போதல்' என்பதே இருக்க முடியாது. ஏனெனில் ஆண் வேசிகளிடம் போகலாமென்பதைச் சமுதாயம் ஒப்புக் கொண்டிருக்கிறது. வேசித் தொழில் சமுதாயம் ஒப்புக் கொண்ட ஒரு தொழிலாகும். வேசியைத் தேடிச் சென்றவனுக்குத் தண்டனையளிக்க சமுதாயம் தயாராயில்லை. சமுதாயம் அவனை வெளியேற்றுவதுமில்லை. அவனுக்கு மறுவுலகில் கடவுளே தண்டனை வழங்குவார் என்று மட்டும் மிஞ்சினால் சொல்லி, சமுதாயம் சும்மா இருந்துவிடும். ஆனால் அது திருட்டைப் பற்றி மட்டும் இப்படிப்பட்ட கொள்கையை அனுசரிக்கவில்லை. சோரம் போவதற்கும் செல்வத்திற்கும் நெருங்கிய தொடர்புண்டு. எவ்வளவு பெரிய மகா மோசமான துர்நடத்தை யுள்ளவனாக இருப்பினும், அவன் மட்டும் செல்வந்தனாக இருந்துவிட்டால் போதும் சமூகத் தலைவனாகி விடுகிறான். ஆகவே உடலுறவு கொள்வதில் நன்னடத்தை என்பதெல்லாம் வெறும் நாடகமேயாகும். முதன் முதலாக வேசித்தொழிலைத் தோற்றுவித்த நிலப்பிரபு, 'ஒருவனுக்கொருத்தி' என்பதை எப்படிக் கடைப்பிடிப்பான்? பணத்திற்காகப் பெண் தன் உடலை விற்பதை நிலப்பிரபுத்துவம்தான் ஆரம்பித்து வைத்தது? ஆண்-பெண் உறவு பற்றிய நன்னடத்தையைத் தெரிந்து கொள்ள வேண்டுமானால், பழங்கால, இன்றைய மன்னர்களின் அந்தப்புரங்களைக் கவனியுங்களேன்!

மாபாதகங்களில் கொலையும் ஒன்று! ஓரிடத்தில் மனிதக் கொலை மட்டுமே கெட்டதாகச் சொல்லப்பட்டிருக்கிறது. மற்றோரிடத்தில் எவ்வுயிரையும் கொல்வது தடை செய்யப்பட்டுள்ளது. நிலப்பிரபுத்துவ ஆட்சிதான் முதன் முதலில் படைபலத்தைத் திரட்டியது. அதுதான் மற்ற இனத்தவரின் நிலத்தையும், செல்வத்தையும் பறித்துக் கொள்வதைச் சரியென்று கூறியது. இதையெல்லாம் செய்த பின்னர் அது கொலையை எதிர்க்கிறேன் என்று கூறினால், அது ஏமாற்று வித்தையல்லாமல் வேறென்ன? பயனற்ற கொலை, பயனுள்ள கொலை என்று கொலைக்கு ஒரு புதுவிளக்கம் தர முயற்சிக்கப் படுகிறது. ஆனால் இதன் பொருள் ஆளும் வர்க்கத்தாரின் நலத்தைப்

பாதுகாக்கச் செய்யப்படும் கொலை - ஆட்சியால் ஆங்கீகரிக்கப்பட்ட கொலை - சட்டப்பூர்வமானது என்பதுதானே! நிலப்பிரபுத்துவ யுகத்தைச் சேர்ந்த ஒரு காலத்தில் திருட்டுக் குற்றத்துக்கு மரண தண்டனை விதிக்கப்பட்டு வந்தது. அதாவது தனியுடைமையைப் பாதுகாப்பதற்காக மனிதக் கொலை சரியானதென்று கருதப்பட்டது. உண்மையில் நிலப்பிரபுத்துவம் பூராவுமே, அதன் காலத்திய புகழ் பெற்ற பழமொழியான "மத்ஸ்ய நியாயத்தை" (பெரிய மீன் சிறிய மீனை விழுங்குவது) அடிப்படையாகக் கொண்டிருந்தது. அப்படியிருந்தும் அது கொலையை எதிர்த்ததென்றால், ஒன்று அது ஏமாற்று வேலையாகும். அல்லது பழங்காலத்திலிருந்து தொடர்ந்து வந்த மனித விருப்பத்தின் எதிரொலியாகும்.

9. பெண்களும், திருமணமும்

1. பெண்கள்: தந்தை வழிச் சமுதாயம் தோன்றியதிலிருந்து சமுதாயத்தில் பெண்கள் ஏன் தாழ்ந்து போயினர் என்பதைக் கூறினோம். நிலப்பிரபுத்துவ யுகத்தில் அவர்கள் தமது உடலை விற்பனைக்குரிய கடைச்சரக்காக்கினர் என்பதிலிருந்தே, பெண்களின் நிலை எவ்வளவு தாழ்ந்து விட்டதென்பதைப் புரிந்து கொள்ளலாம். அக்காலத்தில் உயர்ந்த வர்க்கம் பெண்களைக் காம விளையாட்டுப் பொருட்களாக மட்டுமே கருதிற்று. அப்போது பெண்களுக்குச் சொத்துரிமையும் இருக்கவில்லை; ஆண்களே சொத்துக்களை ஆண்டு அனுபவித்தனர். பெண்கள் போக விளையாட்டில் பங்கேற்கலாம். ஆனால் ஆண்கள் மட்டும் தமது விருப்பப்படி பெண்களுக்கு ஆடையணிகளை அலங்கரித்தார்கள். தங்கமும் வைரமும் அவர்களுக்கு அளித்தார்கள். இதனாலேயே இந்து தர்ம விளக்கவுரையாளரான மனு "யத்ர நார்யஸ்து பூஜ்யந்தே..." (பெண்கள் பூஜிக்கப்படும் இடத்தில்...) என்று எழுதி வைத்தார் போலும். பூஜைகூட வர்க்க நலனை மூடி மறைக்க நிலப்பிரபுத்துவ சமுதாயத்தில் நன்கு வளர்க்கப்பட்டது. ஆனால் மனுவைக் காட்டிலும், அவரது காலத்தில் நிலப்பிரபுத்துவச் சமுதாயத்தைக் காட்டிலும் உபநிஷத்துகளின் ரிஷிகள் இன்னும் தெளிவாகக் கூறியிருக்கின்றனர். "ந வை ஜாயாளய காமாய ஜாயா பிரியா பவதி. ஆத்மனஸ்து காமாய ஜாயாய பிரியாபவதி" ('மனைவியின் விருப்பத்திற்காக அவள் விரும்பப்படுபவளாக இருப்பதில்லை; அவள் கணவனின் விருப்பத்திற்காகவே விரும்பப்படுபவளாக இருக்கிறாள்')

நிலப்பிரபுத்துவ யுகத்தில் பெண்களுக்கிருந்த கவுரவம் மனுவின் கீழ் வரும் வாக்கியத்திலிருந்து உணரலாம்.

"பிதா ரக்ஷதி கௌமாரே, பர்த்தா ரக்ஷதி யௌவனே,
புத்ரோ ரக்ஷதி வார்தக்யே, ந ஸ்திரி ஸ்வாதந்திரயமர்ஹதி."

(பெண் குமரியாக இருக்கும் வரை அவளைத் தந்தை காக்கிறான். இளமையில் கணவனும், முதுமையில் மகனும் அவளுக்குப் பாதுகாவலர்களாக இருக்கின்றனர். ஆகவே பெண்ணுக்குச் சுதந்திரம் தேவையில்லை)

இந்தியாவில் குப்தர் காலத்துக்குப் பிறகு பெண்களுக்கு மற்றோர் பேரபாயம் வந்து சேர்ந்தது. கணவன் இறந்ததும் 'உடன் கட்டை' ஏறுவது பெண்களுக்கான கடமையாகக் கருதப்பட்டது. இந்தக் கொடுமையான பழக்கத்திற்கு நூற்றம்பைது வருடங்களுக்கு முன்புதான் முடிவு காணப்பட்டது. 'சதி' வழக்கம் (உடன் கட்டை ஏறுவது) அமலில் இருந்த அந்த ஆயிரத்து ஐந்நூறு ஆண்டுகளில் எத்தனை கோடிப் பெண்களைக் கொடுமையாகப் பலாத்காரமாகக் கொலை செய்து விட்டார்களோ விதவை மறுமணம் நடைபெறாத அக்காலத்தில், பெண்கள் உடன்கட்டை ஏறும் வழக்கம் சமுதாயத்தின் 'புனித'த்திற்கு மிகவும் அவசியமானது. ஆகவே உடன்கட்டை ஏறும் வழக்கத்தைத் தடுத்திருக்கக் கூடாதென்று சம்ஸ்கிருதப் பண்டிதரான எனது நண்பரொருவர் ஒரு சமயம் கூறினார். இத்தனைக்கும் அவர் தற்கால உலகத்தின் முன்னேற்றத்தை அறியாதவரும் அல்ல. நிலப்பிரபுத்துவ சமுதாயத்தின் விதவை மறுமணம் நடைபெற்று வந்த ஜாதிகளிலும் கூட உயர் வர்க்கத்தார் விதவைகளுக்கு மறுமணம் செய்ய அனுமதிக்கவில்லை. இந்தியாவிலுள்ள உயர் ஜாதி முஸ்லீம்களில் விதவை மறுமணம் செய்யப்படுவதில்லை. முகலாயப் பேரரசர்களில் எத்தனையோ தலைமுறைகள் வளர அரசகுமாரிகளுக்குக் கல்யாணம் செய்யாமலிருப்பது வழக்கமாக இருந்தது. இப்படிப்பட்ட எடுத்துக்காட்டுகள் எத்தனையோ உள்ளன. நிலப்பிரப்புத்துவ சமுதாயத்தில் பெண்கள் போகப் பொருட்களாகவும் வேலைக் காரிகளாகவும் மட்டுமே இருந்தனர். அவர்களுக்கு எப்போதுமே தலை நிமிர்ந்து நடக்கும் வாய்ப்பு கிடைக்கவில்லை. அது மட்டுமல்ல. ஆசியக் கண்டத்தின் பெரும் பகுதியில் இன்றும் பெண்கள் முக்காடு போடாமல் வெளியில் வருவது மத விரோதச் செயலாகவே கருதப்படுகிறது.

ஐரோப்பியப் பெண்களும் ஆண்களைவிடத் தாழ்ந்தவர்களாகவே நடத்தப்பட்டாலும், இந்தியா அல்லது இஸ்லாமிய நாடுகளைக் காட்டிலும் அவர்களுக்கு அதிக சுதந்திரம் இருந்தது. இந்திய நிலப்பிரபுக்களின் பெண்களைப் போல் ஐரோப்பியப் பெண்கள் வீட்டுக்குள்ளேயே அடைக்கப்பட்டிருக்கவில்லை. அரசர்களின்

அந்தப்புரங்களில் கைதிகளாக்கப்பட்டிருக்கவில்லை. மனைவி உயிரோடிருக்கும்போது இரண்டாம் திருமணம் செய்து கொள்ள அனுமதிக்கப்படவில்லை. கிருஸ்துவமதம் மணவிலக்கை ஏற்றுக் கொள்ளாமலிருந்தது. அவர்களில் ரோமன் கத்தோலிக்கப் பிரிவு இன்னும் மணவிலக்கை ஒப்புக் கொள்ளாவிட்டாலும் ஐரோப்பியப் பெண்களுக்கு மணவிலக்கு உரிமை தரப்பட்டுள்ளது. கிருஸ்துவ மதத்திற்கு முன்னாலிருந்து இருந்து வந்த இவ்வுரிமை ஐரோப்பாவில் முழுவதுமாகப் பறிக்கப்படவில்லை. ஆனால் அங்கேயும் வாக்குரிமை பெறுவதற்காகவும், பாராளுமன்றத் தேர்தலில் போட்டியிடுவதற்காகவும், ஆக்ஸ்போர்ட், கேம்பிரிட்ஜ் ஆகிய பல்கலைக்கழகங்களில் பிரவேசிப்பதற்காகவும் அண்மைக் காலம் வரை ஐரோப்பிய மாதர்கள் எப்படிப்பட்ட போராட்டங்களை நடத்தினார்கள் என்பதை நாமறிவோம்.

2. **திருமணம்:** புராதனப் பொதுஉடைமைச் சமுதாயத்தில் குழுத்திருமணமும், மக்கள் குழுச் சமுதாயத்தில் நிச்சயிக்கப்படாத ஜோடித்திருமணமும் இருந்தன. இவ்விரு அமைப்புகளிலும் ஆண்களைத் தேர்ந்தெடுக்கும் விஷயத்தில் பெண்களுக்கு நிறையவே சுதந்திரம் இருந்தது. ஆனால் அச்சமுதாயங்களில் பெண்கள் தான்தோன்றித்தனமாக இருந்தனர் என்பதல்ல இதன் பொருள். மனைவி என்பவள் ஆணின் அசையும் பொருளாக மாறவில்லை என்பதே இதன் பொருளாகும். திருமணம் என்பது ஆண்-பெண்களின் இயற்கையான காம இச்சையைப் பூர்த்தி செய்யும் ஒரு ஏற்பாடு என்பதைவிட அதற்கு மாறாகத் தோன்றும் காதலின் அறிமுகம் எனலாம். நாம் இப்படிப்பட்ட திருமண உறவை இந்துக்களின் பழைய தெய்வீகப் பெண்களுடைய சுயேச்சையான காதலுடன் ஒப்பிடலாம். தந்தை வழிச் சமுதாயக் காலத்தில் பெண்களுக்கிருந்த அச்சுதந்திரம் பறிக்கப்பட்டுவிட்டது. ஆண்கள் தமது செல்வத்தின் பலத்தாலும், அதிகார பலத்தாலும் அடிமைப் பெண்களுடன் உடலுறவு கொள்ளவும் உரிமை பெற்றுவிட்டனர். அத்துடன் உலகின் பல பகுதிகளில் பலதார மணம் புரியும் அதிகாரம் படைத்துவிட்டனர். பெண்கள் மட்டும் ஒரேயொரு திருமணம் செய்துகொள்ளும் வழக்கம் நிலப்பிரபுத்துவ யுகம் முழுவதும் அப்படியே தொடர்ந்து வந்தது.

புராதன எகிப்து நாட்டின் மிகப் பழைய நிலப்பிரபுத்துவ சமுதாயத்தையே எடுத்துக் கொள்ளுங்கள். அங்கே பலதார மணமுறை அதிகமாகவே இருந்தது. எனினும் பணக்காரர்களே பல திருமணங்களைச் செய்துகொள்ள முடியும். பணக்காரத் தனியுடையாளர்களின் கண்டுபிடிப்பே இப்பலதார மண முறையாகும். அசையும்

பொருட்களாக இருந்த பல பெண்களுக்கும் உணவும், உடையும் பணக்காரர்களால் மட்டுமே அளிக்க முடியும். புராதன எகிப்தில் நிலப்பிரபுக் குடும்பத்துப் பெண்கள் முக்காடு போட்டிருக்கவில்லை. அவர்கள் தமது கணவர்மார்களுடன் வெளியில் திரியவும் உரிமை பெற்றிருந்தனர். ஆனால் அங்கே இஸ்லாமிய மதம் பரவிய பின்னர் எகிப்தியப் பெண்களுக்கு இவ்வுரிமை பூரணமாக இல்லாமற் போய்விட்டது. கி.பி.பதின்மூன்றாம் நூற்றாண்டு வரையும் அவர்கள் நிலை இப்படியே இருந்தது. பின்னால் வந்த நிலப்பிரபுத்துவச் சமுதாயத்தில் வாழ்ந்த பெண்களைவிட புராதன எகிப்தியப் பெண்கள் நல்ல நிலையிலேயே வாழ்ந்தனர். அவர்கள் சொத்துரிமை படைத்தவர்களாகவும் அதை விற்கவும், தானம் செய்யவும் உரிமை பெற்றிருந்தனர். எகிப்தியப் பெண்கள் தமது கணவர்களுக்குக் கடனும் அளித்து வந்தனர். இவர்களுடன் பிற்காலப் பெண்களை ஒப்பிட்டுப் பார்க்கும்போது நாளுக்கு நாள் பெண்கள் உரிமைகளை இழந்து விடுகிறார்கள் என்பது தெரியவரும்.

நான்காயிரம் ஆண்டுகளுக்கு முன்பிருந்த பாபிலோனிய நிலவுடைமைச் சமுதாயம், அக்காலத்தில் சிந்துநதிப் பள்ளத்தாக்கில் இருந்த ஆரியரல்லாத சமுதாயத்துடன் பல விஷயங்களிலும் ஒற்றுமைகொண்டிருந்தது. அந்த பாபிலோனியச் சமுதாயத்தில் பெண்ணுறவு கொள்ளவேண்டுமானால், சட்டப்பூர்வமான திருமணம் செய்துகொண்டாக வேண்டிய கட்டாயமிருந்தது. மணவிலக்கு செய்து கொள்ளும் உரிமை இருந்தது. பெண்களுக்குச் சொத்துரிமை இருந்தது. குழந்தைகளைப் பெற்ற பெண்ணை மணவிலக்குச் செய்வதாக இருந்தால், அவள் தன்னுடன் கொண்டு வந்த வரதட்சணையும் கணவன் சொத்தில் ஒரு பகுதியும் குழந்தைகள் வளர்ப்புக்குத் தந்து விட வேண்டும். கெட்டுத் திரியும் பெண்ணையும், கணவனுக்குக் கெட்ட பெயர் வாங்கித் தருபவளையும் நீரில் மூழ்கடிக்கும் அதிகாரம் இருந்தது. ஆனால் ஆண் கெட்டுத் திரிந்தாலோ, மனைவிக்குக் கெட்ட பெயர் உண்டாக்கினாலோ, மனைவி குற்றமற்றவளாகக் கருதப்படுவாள். அவள் பணத்தைப் பெற்றுக் கொண்டு தனது தந்தை வீட்டிற்குச் சென்றுவிடலாம். (Code of Hammurabi sec.*196*)

நிலப்பிரபுத்துவ யுகத்தில் நடந்த ஒரு திருமணத்தை ஏற்கெனவே வர்ணித்துள்ளோம். அக்காலத்தில் திருமணம் என்பது ஒரு சமுதாயப் பிரச்சினையாக இல்லாமல், மதத்தின் ஒரு அங்கமாக விளங்கியதென்று கருதப்படுகிறது. அனால் இக்கருத்து முழுமையான கருத்தல்ல. அக்காலத் திருமணத்தில் பெண்ணுக்கிருந்த கட்டுப்பாடு ஆணுக்கிருந்ததில்லை.

முக்கியமாக நிலப் பிரபுத்துவக் குடும்பங்களில் நடைபெறும் திருமணங்களில் காதலுக்கு அவ்வளவு இடம் இருந்ததில்லை. ஆஸ்தியையும் அந்தஸ்தையும் பார்த்தே திருமணங்கள் நிச்சயிக்கப்பட்டன. கணவனுக்கு எப்பொழுதும் மனைவியைக் கண்காணிக்கவும் அவள்மேல் சந்தேகம் தோன்றினாலே அவளைக் கொலை செய்யவும் உரிமை இருந்தது. ஆனால் கணவன் எவ்வளவு துர்நடத்தை யுள்ளவனாக இருந்தாலும் மனைவியானவள் அதை வாய் மூடி மவுனியாகப் பொறுத்துக் கொண்டுதான் கிடக்க வேண்டும். ஏனெனில் பெண்ணின் துர்நடத்தையைச் சமுதாயம் அவமானமாகக் கருதியது. ஆணின் துர்நடத்தையை அது மிகச் சாதாரண விஷயமாகக் கருதிக் கண்ணை மூடிக்கொண்டது.

ஆறாம் அத்தியாயம்

நாகரிக மனித சமுதாயம் (3)

(ச) முதலாளித்துவ யுகம் (1)

இதுவரை நாம் கவனித்த பல்வேறு காலங்களின் சிறப்பு என்னவெனில், வாழ்க்கைக்குத் தேவையான உற்பத்திச் சக்திகளின் நிலையைப் பொறுத்தே சமுதாயத்தில் மாறுதல் நிகழ்ந்து கொண்டிருந்தது. புராதனப் பொதுவுடைமைச் சமுதாயத்தில் உற்பத்திச் சக்திகள் ஆரம்ப நிலையில் இருந்தன. அப்போதைக்கு 'உழைப்புப் பிரிவினை' ஏற்பட்டிருக்க வில்லை. உலோக ஆயுதங்கள் கண்டு பிடிக்கப்படவில்லை. அதனால் கைகளாலும், மர ஆயுதங்களாலும், கல்லாயுதங்களாலும் அதிகமாக உழைத்தாலும், பயன் குறைவாகவே இருந்து வந்தது. கி.பி. பதினொன்றாம் நூற்றாண்டில் திபெத்தில் அரைவு இயந்திரம் இல்லாததால் மக்கள் உரலையும் உலக்கையையுமே பயன்படுத்தி வந்தனர். உரல், உலக்கையால் கோதுமை மாவு நல்ல விதமாக அரைக்கப்பட முடியாதென்பது தெரிந்ததே! புராதனப் பொதுவுடைமைச் சமுதாயத்தில் உற்பத்திச் சாதனங்கள் இவைகளைவிட மோசமான நிலையிலேயே இருந்ததால், அவைகளின் உற்பத்தித் திறனை நாம் எளிதாகவே புரிந்து கொள்ளலாம்.

ஒவ்வொரு புதிய உற்பத்திச் சாதனத்தைக் கண்டுபிடிக்க, கண்டுபிடிக்க உற்பத்தித் திறன் வளர்ந்துகொண்டிருந்தது. உற்பத்தித் திறன் வளரும் போதெல்லாம் சமூக நிலைமையில் மாறுதல் ஏற்படும்.

பல ஆண்டுகளுக்கு முன்பு - என்னுடைய குழந்தைப் பருவத்தின்போது - உத்திரப் பிரதேசக் கிராமங்களில் கல்லால் செய்த கரும்பாலையை உபயோகப்படுத்தி வந்தனர். அது மிக அதிக நிறை உள்ளது. அதை ஒரு கிராமத்திலிருந்து மற்றோர் கிராமத்திற்கு இழுத்து வருவது சாதாரண காரியமல்ல. அதற்குப் பலபேர் உதவி புரிய வேண்டும். வழியில் வரும் கிராமங்களின் மக்களெல்லாம் அக்கரும்பாலையைச் 'சிவபெருமான்' எனக் கும்பிட்டு இழுத்து வந்தனர்.

குறிப்பிட்ட கிராமத்திற்குக் கல்லாலான கரும்பாலை கொண்டு வரப்பட்ட பின்னர், அதைக்கொண்டு கரும்பைப் பிழிவது ஒரு குடும்பத்தாரால் மட்டுமே சாத்தியப்படக்கூடிய காரியமல்ல. அதனால்

கிராம மக்கள் அனைவரும் ஒன்று சேர்ந்து அதைப் பயன்படுத்தி வந்தனர். இதனால் அக்கரும்பாலை, கிராமப் பொது நிறுவனமாக மாறியிருந்தது.

ஆனால் இந்த நூற்றாண்டின் துவக்கத்தில் உலோகக் கரும்பாலைகள் வந்தன. கல்லாலான கரும்பாலைகள் எங்கோ மறைந்துவிட்டன. மக்கள் அவற்றை மறக்கவும் ஆரம்பித்து விட்டனர். கிராமச் சமூக அமைப்பிலேயே இதனால் ஒரு மாற்றம் ஏற்பட்டுவிட்டது. "உலோகக் கரும்பாலையால் உபயோகமேதுமில்லை. கல்லாலான கரும்பாலையால் பல பேருக்கு வேலை கிடைத்துக் கொண்டிருந்தது. அதுவுமல்லாமல் உலோகக் கரும்பாலையில் பிழிந்த கரும்புச் சாறு ருசியாகவும் இருப்பதில்லை." என்றெல்லாம் சொல்லிக் கொண்டிருந்தது மறைந்தே போய்விட்டது. இப்படியெல்லாம் உலோகக் கரும்பாலையைக் குறைகூறினாலும், அதனால் கல்லாலான கரும்பாலையை எப்படி ஒழிக்க முடிந்தது? காரணம், அதில் குறைவானபேர் அதிக வேலை செய்ய முடியும். குறைந்த ஆட்களை வைத்துக் கொண்டே அதில் போக்கில்லாமல் கரும்புச்சாறை நன்கு பிழியலாம். இப்புதிய கண்டுபிடிப்பால் உழைப்புச் சக்தி பெருகுகிறது. இதனால் மக்கள் அதை மேலும் பயன்படுத்த ஆரம்பிக்கிறார்கள். இதனால் முந்தையச் சமுதாய நிலையிலும் மாறுதல் ஏற்படுகிறது.

ஒவ்வொரு மாறுதலுக்குப் பிறகும் பழைய நிலை முடிந்து விடுகிறது; புதிய நிலை தோன்றிவிடுகிறது. கொஞ்ச காலத்திற்குப் பின் பழைய நிலையின் சுவடும் இருப்பதில்லை. அமைதியாக உள்ள ஒரு ஏரியின் நீரில் கல்லை எறிகிறோம். அலைகள் தோன்றுகின்றன. ஏரியின் அமைதி மறைந்து விடுகிறது; ஆனால் சற்று நேரத்திற்குப் பிறகு மெள்ள மெள்ள அலைகள் அடங்கி விடுகின்றன. மீண்டும் ஏரியில் அமைதி நிலவுகிறது. சமுதாயத்திலும் உற்பத்தித் திறன் வளர்ச்சியால் இப்படிப்பட்ட நிலை தோன்றுகிறது. ஆனால் ஏரி நீருக்கும், சமுதாயத்திற்கும் ஒரு முக்கியமான வித்தியாசம் இருக்கிறது. சமுதாயத்தில் வெளியிலிருந்து கல்லை வீச வேண்டியதில்லை; மாறுதலைத் தோற்றுவிக்கும் இயல்பு சமுதாயத்திற்குள்ளேயே இருக்கிறது...

உற்பத்திச் சக்திகள் ஒரு குறிப்பிட்ட அளவுக்கு வளர்ச்சி யடைந்ததும், மனிதர்களின் முந்தைய நிலையில் மாற்றம் கொண்டு வர வேண்டிய அவசியம் ஏற்பட்டது. இல்லாவிட்டால், சமுதாயத்தில் குழப்பம் தோன்றிவிடும். அக்குழப்பத்தைத் தொடரவிட்டால் சமுதாயத்தில் அமைதியும், கட்டுப்பாடும் குலைந்துவிடும். இதனால் சமுதாயக் கட்டுக்கோப்பே அழிந்துவிடும் அபாயம் உள்ளது. புதிய செயல் முறையைப் புகுத்தும் போது சமுதாயத்தின் சமூக,

பொருளாதார அமைப்பிலும் புதிய மனிதக் குழுக்களை ஏற்படுத்துவது தவிர்க்க முடியாததாகிவிடும். இப்புதிய ஏற்பாட்டால் சட்டம், நடைமுறை, கருத்துக்கள், எண்ணங்கள் ஆகிய எல்லாவற்றிலும் மாறுதல் நிகழ்கிறது. உள் மாறுதலால் - புதியதாகத் தோன்றிய முரண்பாட்டால் - சமுதாயத்தை ஜீவனுடன் வைத்திருக்கும் முறை இதுதான்! உற்பத்திச் சக்தி சமூக - அரசியல் துறைகளில் மாறுதலைத் தவிர்க்க முடியாததாக்கி விடுவதைப் போலவே, அது சமூக மனோ தத்துவத்திலும், கருத்தோட்டத்திலும் கூட மாபெரும் மாறுதலைத் தோற்றுவித்து விடுகிறது.

காட்டு மனித வாழ்க்கை முறையிலிருந்து நிலப்பிரபுத்துவ வாழ்க்கை முறை வரையும், சமுதாயம் தொடர்ந்து மாறிக் கொண்டே இருப்பதைக் காண்கிறோம். சமுதாயத்திற்குள் மனிதக் குழுக்கள் புதிய உருவமெடுத்துக் கொண்டிருக்கின்றன. சமுதாய அமைப்பிலும், தன்மையிலும் மாறுதல் நிகழ்ந்துகொண்டே இருக்கிறது. சமுதாயத்தின் இம்மாறுதல்கள் உற்பத்திச் சக்திகளின் வளர்ச்சியுடன் தொடர்பு கொண்டிருக்கின்றன. ஆண்கள் மட்டும் மாடு மேய்த்தலின் மூலம் உற்பத்தித் திறனைப் பெருக்குவதில் வெற்றி பெறாமலிருந்திருந்தால், தாய்வழிச் சமுதாய அமைப்பிற்குப் பதிலாகத் தந்தை வழிச் சமுதாய அமைப்பும், தனியுடைமையும் தோன்றியே இருக்காது. விவசாயத்திற்கும், கைத்தொழில்களுக்கும் அதிக மனித உழைப்பு தேவைப்படாமல் இருந்திருந்தால், பகைவர்களைக் கொன்று குவித்துக் கொண்டிருந்ததற்குப் பதிலாக அடிமைமுறை வந்திருக்காது. எல்லா உற்பத்திச் சக்திகளின் வளர்ச்சியின் மூலம் தனிச் சொத்து வளராமலும், தனி மனிதர்களின் செல்வமும், பேராசையும் பெருகாமலும் இருந்திருந்தால், நிலப்பிரபுத்துவ அமைப்பே ஏற்பட்டிராது. ஆகவே சமூக மாற்றத்திற்கான முக்கிய காரணம், உற்பத்திச் சக்திகளின் வளர்சசியேயாகும் என்று மார்க்ஸ் கூறுகிறார்.

"வளர்ச்சியின் ஒரு கட்டத்தில் சமுதாயத்திற்குள் உற்பத்திச் சக்திகளுக்கும், அக்கால உற்பத்தி உறவுகளுக்கும், சொத்தின் உறவுகளுக்குமிடையே முரண்பாடு தோன்றிவிடுகிறது. அதுவரையிலும் உற்பத்திச் சக்திகளின் வளர்ச்சிக்கு உதவிய விஷயங்களே அவற்றுக்குத் தடைகளாகி விடுகின்றன. அப்பொழுது சமூகப் புரட்சிக்குக் காலம் வந்துவிடுகிறது. பொருளாதார அஸ்திவாரம் மாறுவதுடன் சமுதாயத்தின் பரந்த அமைப்பே மாறி விடுகிறது." (A Contribution to the Critique of Political economy by Marx)

இப்படிப்பட்ட மாபெரும் மாறுதலைப் 'புரட்சி' என்கிறோம். சமூக உடைமைக்குப் பதிலாகத் தனிமையுடைமை வந்தது. தாய்வழிச்

சமுதாயத்திற்குப் பதிலாகத் தந்தை வழிச் சமுதாயம் தோன்றியது. இவையெல்லாம் அப்படிப்பட்ட புரட்சிகளேயாகும். மக்கள் இனக்குழுச் சமுதாயத்தின் உற்பத்தி முறைகளும், பொருளாதார அடிப்படையும் மாறி அடிமைச் சமுதாயமும், நிலப்பிரபுத்துவச் சமுதாயமும் தோன்றின. இவையெல்லாம் கூடச் சமூகப் புரட்சிகளேயாகும்.

மார்க்ஸ் புரட்சியின் காரணங்கள் குறித்துக் கூறுகிறார்: "புரட்சியின் காரணங்கள் பொருளாதாரக் கொள்கைக்கும், விதிகளுக்கும் ஏற்படும் முரண்பாடல்ல; அதற்குப் பதில் அம்முரண்பாட்டின் பலன்களே புரட்சியின் காரணங்களாகும். அப்பலன்கள் உற்பத்திச் சக்திகளுக்கும், பொருளாதாரக் கொள்கைக்குமிடையே விளைகின்றன. இரண்டுக்கு மிடையே வேற்றுமை இருக்கிறது." மாடு மேய்த்தலின் உற்பத்திச் சக்தியும், தாய்வழிச் சமுதாயப் பொருளாதார முறையும் ஒன்றாக இருக்க முடியாதென்பது தெளிவு. பொருளாதார முறை உற்பத்தி உறவுகளைத் தெரிவிக்கின்றன; தாய் வழிச் சமுதாயம், தந்தை வழிச் சமுதாயம், நிலப்பிரபுத்துவச் சமுதாயம் - இவையனைத்தும் வேறுபட்ட பொருளாதார அமைப்புக்களாகும். இவ்வமைப்புக்களில் உற்பத்தி உறவுகளும் வெவ்வேறாக இருந்தன. உற்பத்திச் சக்தியும், உற்பத்தி உறவுகளின் முரண்பாடும் புரட்சியைக் கொண்டுவருகின்றன. ஆனால் எல்லா முரண்பாடுகளுமே புரட்சியைக் கொண்டு வந்துவிடாது. எப்படிப்பட்ட முரண்பாடு புரட்சியைக் கொண்டுவரும் என்பது மிகவும் சிக்கலான விஷயமாகும்.

"நாம் நேரடியாக உற்பத்திப் பணியில் ஈடுபட்டிருக்கும் உழைப்பாளரின் உற்பத்தி நிலையையும், அவ்வுற்பத்தியைக் கட்டுப்படுத்தக் கூடிய முதலாளிகளின் உறவுகளையும் ஆராய்ந்து பார்த்தால், சமுதாய அமைப்புக்குள் மறைந்துள்ள அதன் அடிப்படையைப் புரிந்துகொள்ளலாம். இவ்வடிப்படையைப் புரிந்துகொண்டால், நாம் சுதந்திரங்களுக்கிடையே உள்ள அரசியல் உறவுகளை அல்லது அது தொடர்பான ஆட்சியைப் புரிந்து கொள்ளலாம்." *(மார்க்ஸ், "மூலதனம்", பாகம் 3)*

'அரசியல்' என்பது பொருளாதாரத்திலிருந்து வேறுபட்டதல்ல; அது சிதறியிருக்கும் பொருளாதாரத்தின் ஒருங்கிணைக்கப்பட்ட சாரமாகும். கடைசி வர்க்கத்தின் பொருளாதார நலன்களைப் பாதுகாப்பதற்காகவே அரசியல் இருக்கிறது. ஆகவே எந்த ஒரு புரட்சியுமே வெறும் அரசியல் புரட்சியாக மட்டுமே இருந்துவிட முடியாது. ஒவ்வொரு புரட்சியும் சமூகப் புரட்சியுமாகும்; ஒவ்வொரு சமூகப் புரட்சியும் அரசியல் புரட்சியுமாகும். சமுதாயப் புரட்சி ஒரு

வர்க்கத்திற்குப் பதிலாக மற்றோர் வர்க்ககத்தை ஆட்சிப் பீடத்தில் அமர்த்துகிறது. உற்பத்தி உறவுகள்தான் (உழைப்பாளர்களுக்கும், அவர்களது எஜமானர்களுக்கும் உள்ள உறவுகள்தான்) எல்லாவற்றின் அடிப்படையாகும். அடிப்படையில் மாறுதல் ஏற்பட்டதும், அமைப்பு பூராவிலும் மாறுதல் ஏற்பட்டு விடுகிறது. இம்மாறுதலிலிருந்து அரசியலமைப்பு தனித்திருக்க முடியாது. உற்பத்தி உறவுகளில் இவ்வுறவே எல்லாவற்றிற்கும் ஆதாரமாகும். இதையே 'பொருளாதார ஏகபோகம்' என்கிறோம். இந்தப் பொருளாதார ஏகபோகத்தின் அடிப்படைகளாவன: பொருட்களுக்கும், உற்பத்திகளுக்குமிடையே யுள்ள உறவுகள், செல்வத்தின் உறவுகள், உற்பத்திக் கருவிகளின் மீது ஒரு குறிப்பிட்ட வர்க்கத்திற்கு உள்ள உரிமைகளின் உறவுகள். முதலாளித்துவம் இயந்திரங்களை அபிவிருத்தி செய்து, அவற்றைப் பயன்படுத்தி, தொழிலாளர்களைத் திரட்டி, தொழில்களை அமைத்து உற்பத்திச் சக்தியை வளர்த்த விதம் குறித்துப் பின்னால் விவரிக்கப் போகிறோம். ஆனால் அதிக உற்பத்தியை விற்பதில், 'லாபம்' என்பது பொருளாதார மந்த நிலைமையையும் வேலையில்லாத் திண்டாட்டத்தையும் தோற்றுவித்தது. அதாவது முதலாளி இயந்திரங்களுக்கும், உற்பத்திக்கும் உரிமையாளனான உறவே இப்போது தடைக்கல்லாக மாறிவிட்டது.

சமூகப்புரட்சி ஏன் நடந்தே தீரும் என்பது குறித்து ஒரு ஆசிரியர் இவ்வாறு எழுதுகிறார்: "உற்பத்திச் சக்திகளுக்கும், உற்பத்தி உறவுகளுக்குமிடையேயுள்ள முரண்பாடுகளே புரட்சியின் காரணங்களாகும். இந்த உற்பத்தி உறவுகள் உற்பத்திச் சக்திகளின் வளர்ச்சியில் பெரும் தடைக்கற்களாகும். ஆகவே அவற்றை ஒழிப்பது அவசியமாகும். அவற்றை ஒழிக்காவிட்டால் அவை உற்பத்திச் சக்திகளை முன்னேறவிடாமல் தடுத்து நிறுத்திவிடும். அதனால் சமுதாயம் முழுவதும் முன்னேற்றமில்லாமல் நின்று போகும். இதன் பொருள் வீழ்ச்சியை நோக்கி நடப்பதாகும்."

1. முதலாளித்துவத்தின் துவக்கம்

மூலதனத்தின் வழியாக உற்பத்திச் சக்திகளையும், இயந்திரங் களையும், தொழிலாளர்களையும் கட்டுப்படுத்தி, லாபம் பெறுவதற்காக மட்டுமே உற்பத்தி செய்து விற்பதான 'முதலாளித்துவம்' முதன் முதலில் இங்கிலாந்தில் தோன்றியது. ஆகவே முதலாளித்துவத்தின் ஆரம்ப நாட்களை அறிந்து கொள்வதற்கு நாம் இங்கிலாந்தைத் தெரிந்து கொள்ள வேண்டும்.

கி.பி. 1200ல் இந்தியாவில் வெளிநாட்டுத் துருக்கியர் தமது ஆட்சியை வலுப்படுத்திக் கொண்டிருந்த காலத்தில், இங்கிலாந்தில்

மக்கள் விவசாயக் கூலிகளாகவும், நிலச்சுவாந்தார்களாகவும் பிளவுண்டிருந்தனர். நிலம் முழுவதும் விவசாய உற்பத்தி முழுவதும் சட்டப்படி நிலச்சுவாந்தார்களுக்கே சொந்தமாக இருந்தன. நாடு முழுவதிலும் இந்நிலச்சுவாந்தார்களின் கோட்டைகள் சுற்றுப்புறமிருந்த கூலிகளின் குடிசைகளை ஏளனம் செய்து கொண்டிருந்தன. அக்கோட்டைகள் வசதியாக வாழவும், படை பலத்திற்காகவும் கட்டப்பட்டிருந்தன. அமைதிக் காலத்தில் கூலிகள் தமது நிலப்பிரபுவின் வசதியான வாழ்வுக்காக உழைத்தனர். பக்கத்திலுள்ள மற்ற ஒரு நிலப்பிரபுவுடன் போர் மூண்டால், தமது நிலப்பிரபுவின் படையில் சிப்பாய்களாகச் சென்று போரிட்டனர். நிலப்பிரபுக்களுக்கு ஒரு சட்டமும், கூலிகளுக்கு வேறொரு சட்டமும் இருந்தன. ஒரு குறிப்பிட்ட குற்றத்திற்காகக் கூலிகளுக்கு மரண தண்டனை விதிக்கப்படுவதாயிருந்தால், அதே குற்றம் புரிந்த நிலப்பிரபுவுக்குச் சொற்ப தண்டனையோ அல்லது எச்சரிக்கை மட்டுமோ செய்யப்பட்டது. விவசாயக் கூலியின் மான மரியாதை நிலப்பிரபுவின் கையிலிருந்தது. கூலிகளில் இளம் பெண்கள் நிலப்பிரபுக்களின் போகப் பொருட்களாகக் கருதப்பட்டனர். இவைகளில் பல விஷயங்கள் இந்தியாவில் இன்னும் நடைபெற்று வருகின்றன. பாட்டியாலா, அல்வர் போன்ற சமஸ்தானங்கள் அண்மைக்காலம் வரை நிலப்பிரபுத்துவத்தை இந்தியாவில் நிலைநிறுத்த முழு முயற்சி செய்துகொண்டிருந்தன. அச்சமஸ்தானங்கள் முதலாளித்துவக் கடலில் நிலப்பிரபுத்துவத் தீவுகளாக இருந்தன. சமஸ்தானங்களில் மக்களுக்கு எப்படிப்பட்ட கொடுமைகள் புரியப்பட்டன என்பதை விளக்கத் தேவையில்லை. அங்கே சிறிய சிறிய அதிகாரிகளும் வைத்ததுதான் சட்டம்! 1916 ஆம் ஆண்டில் அலைந்து திரிந்துகொண்டே நான் ஹைதராபாத் சமஸ்தானத்தின் ஒரு கிராமத்திற்குள் சென்றேன். அங்கே கிராமச் சாவடியில் என்னை நிற்க வைத்துக் கடுமையாக விசாரணை செய்ததிலிருந்து, நிலப்பிரபுத்துவ அதிகார வர்க்கம் ஒவ்வொருவரையும் குற்றவாளியாகவே கருதுகிறது என்பது புரிந்தது. 1929-ல் மீண்டும் நான் எல்லோரா குகைகளைக் காண அவுரங்கபாத் போய்ச் சேர்ந்ததும், ரயில்வே நிலையத்தில் வைத்து என்னை விசாரித்ததுடன் நில்லாமல், என்னைக் கைது செய்து தாசில்தாரிடம் இழுத்துப் போனார்கள். பெரும் சிரமத்துடன் தப்பித்துக்கொண்டேன். முதல் உலகப்போரும் இருபதாம் நூற்றாண்டின் முதல் பதினாறு ஆண்டுகளையும் கூட இந்திய நிலப்பிரபுத்துவம் ஒரு பொருட்டாகவே நினைக்கவில்லை என்பது இதிலிருந்து தெரிகிறது.

பதின்மூன்றாம் நூற்றாண்டில் மங்கோலியர் ஐரோப்பாவின் மேல் படையெடுத்தபோது ஐரோப்பியரின் கண்கள் திறக்கின்றன. அத்துடன்

வெடிமருந்தும், திசைகாட்டி போன்ற கருவிகளும் அங்கு போய்ச் சேர்கின்றன. இதற்கு முன்பே அராபியர் மூன்று நான்கு நூற்றாண்டுகளில் கிரேக்கத் தத்துவ இயலையும், பூகோள, வாணிப ஆராய்ச்சிகளையும் செய்திருந்தனர். அவற்றின் செல்வாக்கு ஐரோப்பாவின் மேல் விழுந்துகொண்டிருந்தது. தாமஸ் அக்வினா (கி.பி. 1225 - 74) அரிஸ்டாட்டிலின் எதார்த்தவாதத் தத்துவ இயலை ஏற்றுக் கொண்டதிலிருந்து அக்காலத்திய கருத்தோட்டத்தைப் புரிந்து கொள்ளலாம். இதன் பிறகு எல்லாத் துறைகளிலும் மூடக்கருத்துக் களுக்குப் பதிலாகச் சுதந்திரச் சிந்தனை தொடங்கிற்று. லியோனார்டோ டா வின்சி (கி.பி.1452 - 1529). தான் வாழ்ந்த காலத்தில் மட்டுமல்லாமல், எல்லாக் காலத்திற்குமே உரிய மாபெரும் கலைஞராகவும், இஞ்சினீயராகவும் விளங்குகிறார். அவர் இந்த மறுமலர்ச்சி யுகத்தின் (Renaissance Period) சிறந்த பிரதிநிதியாவார். அவர் தனது துறையில் புரியாத ரகசியத் தத்துவத்தை விட்டொழித்து, ‘கருணையற்றும்’, ‘வெட்கமற்றும்’ இயற்கையைப் பின் தொடர்ந்தார். அவர் தன் ஓவியங்களில் ஒளி, கோடுகள் ஒப்புவமை உருவங்கள், பரிமாணங்கள் ஆகிய அனைத்திலும் பழங்காலக் கருத்துக்களை விட்டுவிட்டார். உயிருடன் கூடிய நிர்வாண உடலையும், எலும்புக் கூடுகளையும் தனது சித்திரங்களுக்கு அடிப்படையாகக் கொண்டார். பொருள்வாதம், பகுத்தறிவு வாதம், தனி நபர் வாதம் ஆகியவை டா வின்சியின் கலையில் தெரிகின்றன.

நிலப்பிரபுத்துவ யுகத்தில் வணிகம் நன்கு வளர்ந்ததென்று சொல்லியுள்ளோம். ஐரோப்பாவிலும் இக்காலத்தில் வியாபாரம் அமோக வளர்ச்சி பெற்றது. அரேபியரின் சர்வ தேச வணிகத்தையும், செல்வத்தையும் கண்டு வெனிஸ் ஃபுளோரன்ஸ் நகர வணிகர்கள் தமது வணிகத்தை வளர்க்கத் தொடங்கினர். அவர்கள் வியாபாரத்தில் அரேபியரைத் தோற்கடிக்க முடியாவிட்டாலும், சொற்ப காலத்திலேயே அவர்கள் குபேரர்களாகிவிட்டனர். ஐரோப்பாவிலிருந்த வணிகர்கள் அனைவரும் இவ்விரு நகர வணிகர்களைப் பின்பற்ற விரும்பினர். ஐரோப்பாவின் ஒரு பக்கத்திலிருந்த இங்கிலாந்து தீவிலும் இதன் பிரதிபலிப்பு இல்லாமலிருக்காது.

நாம் கி.பி.1200ம் ஆண்டில் பார்த்த இங்கிலாந்து கி.பி. 1550ல் இருக்கவில்லை. இப்போது நாம் அங்கே ஒரு புதிய காட்சியைக் காண்கிறோம். நகரங்கள் வேலை வாய்ப்புகளின் மையங்களாகி விட்டன. வியாபாரிகளின் மாளிகைகள் மேல் மாளிகைகள் எழும்பிக் கொண்டிருந்தன. துறைமுகங்களில் கப்பல்கள் வெளிநாட்டுச் சரக்குகளை இறக்கிக் கொண்டிருந்தன. அங்கிருந்து தயாரான

பொருட்களை ஏற்றிக்கொண்டு புறப்பட்டுக் கொண்டிருந்தன. இந்தச் சரக்குகளை விற்பனை செய்ய சாதாரண கடைகளல்லாமல் ஆங்காங்கே சந்தைகளும் நடைபெற்று வந்தன. அங்கே பழைய நிலத்தடிமைகளின் சந்ததியினர் தங்கு தடையில்லாமல் சென்று சரக்குகள் வாங்கிக் கொண்டிருந்தனர். நகரங்களில் கைவினைஞர்களின் சங்கங்கள் (Guilds) இருந்தன. வியாபாரிகள் கம்பெனிகளையும், வணிகக் கழகங்களையும் நிறுவிக் கொண்டனர். அவர்கள் பள்ளிகளுக்கும், கல்வி நிறுவனங்களுக்கும் பொருளுதவி புரிந்து பகுத்தறிவைப் பரப்பிக் கொண்டிருந்தனர். நகரங்களில் செல்வந்தர்களைத் தவிர சுதந்திரமானவர்கள் நிறையவே இருந்தனர். நிலப்பிரபுத்துவக் காலத்திய மடாதிபதிகளின் செல்வாக்கும், மடங்களின் வலிமையும் குறைந்துவிட்டன. இப்போது ஒரு புதிய மத நிறுவனம் - இங்கிலீஷ் சர்ச் - நிறுவப்பட்டது. இது ரோம் நகரத்திலிருந்த போப்பாண்டவரைத் தனது மதத் தலைவராக ஏற்றுக் கொள்வதில்லை. துறைமுக நகரங்களில் மாலுமிகள், சிறு வியாபாரிகள், கைவினைஞர்கள், திறமையான தொழிலாளர்கள் நிறைந்திருந்தனர். நூறு ஆண்டுகளுக்கு முன்பேயே ஃபிளாண்டர்ஸ் (வடக்கு ஃபிரான்சும், கிழக்கு பெல்ஜியமும்) ஸிலிருந்து மதக் கொடுமைகளிலிருந்து தப்பித்துக்கொள்ள, இங்கிலாந்தின் கிழக்குக் கடற்கரைக்கு ஓடி வந்த நிபுணத்துவம் படைத்த நெசவாளர்கள் தமது தொழிலைத் திறம்படச் செய்து வந்தனர். வியாபாரம் நன்கு வளர்ந்தது. ஸ்பெயினின் கடல் கொள்ளைக்காரர்கள் எங்கெங்கோ கொள்ளையடித்த செல்வமெல்லாம் இங்கிலாந்து வியாபாரிகளிடம் குவிந்து கொண்டிருந்தது. அங்கே வலிமை படைத்த வியாபார வர்க்கம் தோன்றிக் கொண்டிருந்தது. செத்தொழிவதற்குத் தயாராகிக் கொண்டிருந்த நிலப்பிரபுத்துவச் சமுதாயத்தின் வயிற்றிலிருந்து ஒரு புதிய வாழ்க்கை, ஒரு புதிய உயிர், புதிய சாதனங்களுடன் ஒரு புதிய சமுதாயம் தோன்றிக் கொண்டிருந்தது., அந்தப் புதிய வர்க்கம் தனது புதிய செல்வத்தையும், சமுதாயக் கவுரவத்தையும் பாதுகாத்துக் கொள்வதற்காக, பலவீனப்பட்டிருந்த நிலப்பிரபுக்களிடமிருந்து ஆளும் அதிகாரத்தைப் பறித்துக் கொள்ளத் தயாராகி விட்டது.

கி.பி. 1640ஆம் வாக்கில் நிலப்பிரபுக்கள், வியாபாரிகளின் இம்முரண்பாடு மிகவும் தீவிரமடைந்துவிட்டது. புரட்சி தோன்றுவதற்கு வேறெந்தக் காரணம் கூறப்பட்டாலும், அதன் அடிப்படை இந்த இரு வர்க்கங்களின் மிகத் தீவிரமடைந்த முரண்பாடேயாகும். நிலப்பிரபுக்களையும், அவர்களின் மிகப்பெரிய தலைவனான இங்கிலாந்து மன்னனையும் எதிர்த்து, சாதாரண குடிமக்களும், வியாபாரிகளும் கிராம்வெல் (கி.பி.1599-1658)

தலைமையில் திரண்டதிலிருந்தே இதை நாம் உணர்ந்து கொள்ளலாம். கி.பி.1649 ஜனவரி 30ஆம் நாள் முதல் சார்லஸ் அரசர் கொல்லப்பட்டு கிராம்வெல் வெற்றியடைந்ததுடன் இங்கிலாந்தில் நிலப்பிரபுத்துவ அரசாட்சி முடிவு பெற்றது. புதிய வலிமையைப் பெற்ற ஆங்கில வியாபாரிகள் புதிய உற்சாகத்துடன் உலகத்தின் பல்வேறு நாடுகளிலும் - இந்தியாவிலும் கூட - தமது வியாபார நிறுவனங்களை நிறுவினர். தமது பாதுகாப்புக்கு அவர்கள் படைகளை அமைத்துக் கொண்டனர். அவர்களுடைய சுயநலத்திற்கும், அவர்கள் செய்த போர்களுக்கும் பிரிட்டிஷ் அரசு தனது ஒப்புதலைத் தெரிவிக்க வேண்டியதாயிற்று. கி.பி.1715-ல் கிராம்வெல் புரட்சிக்கு எதிராக இங்கிலாந்தின் நிலச்சுவாந்தர்கள் போர்க் கொடி உயர்த்தினாலும் அவர்களால் வெற்றி பெற முடியவில்லை. கி.பி.1745-ல் அவர்கள் கடைசி முறையாக முயற்சித்து அதற்குப் பிறகு சும்மாயிருந்துவிட்டனர். இன்றும் ஒரு நூற்றாண்டுக்குப் பின்னரே வணிக வர்க்கம் இங்கிலாந்தில் முழுமையான அரசியலதிகாரத்தைப் பெற்றதென்றாலும், வியாபார நலன்களே இப்பொழுது அரசு நலன்களாகிவிட்டன. வணிகர்களின் நலன்களைப் பாதுகாப்பதே அரசின் கடமையாகிவிட்டது. இதற்கு முன் வியாபாரிகளும், மற்ற குடிமக்களும் போரிடத் தகுதியற்றவர்கள், அடங்கிக் கிடப்பவர்கள், கோழைகள் என்று கருதப்பட்டு வந்தனர். ஆனால் இப்போது அவர்கள் கிராம்வெல் படையில் சேர்ந்து தமது வீரத்தையும் திறமையையும் தெளிவுபடத் தெரிவித்து விட்டனர். நாட்டை ஆள ஒரு புதிய சக்தி தோன்றிவிட்டதை அவர்கள் அறிவித்து விட்டனர்.

பிரான்ஸிலும் வணிக வர்க்கத்தின் செல்வம் பெருகிக் கொண்டிருந்தாலும், இங்கிலாந்தில் இருந்ததைப் போல் இருக்கவில்லை. பிரெஞ்சு வணிக வர்க்கம் தம் நாட்டு நிலப்பிரபுக்களை எதிர்கொள்ள கி.பி. 1789ஆம் ஆண்டுவரை காத்திருக்க வேண்டியிருந்தது. இங்கிலாந்தில் இறுதி முடிவு இருவர்க்கங்களுக்கிடையே கி.பி.1833 ஆண்டைய சீர்திருத்த சட்டத்தால் ஏற்பட்டுவிட்டது. ஆனால் பிரான்ஸில் கி.பி.1870ல் தான் பிரெஞ்சு நிலப்பிரபுத்துவச் சமுதாயம் பிரஷ்யாவிடம் (ஜெர்மனி) தோல்வியடைந்த பிறகே, அங்கே முடியாட்சியை ஒழித்துக் குடியரசு நிறுவப்பட்டது. இப்போது விவசாய முக்கியத்துவமுள்ள பிரெஞ்சு நாட்டிலும் தொழில்கள் வளரத் தொடங்கின; புதிய தொழிற்சாலைகள் துவக்கப்பட்டன.

இங்கிலாந்தில் நூறாண்டுகள் வரை முதலாளித்துவம் வளர்ச்சி யடையாத நிலையில் இருந்தது. பிரான்ஸில் அது 90 ஆண்டுகள் வளராமல் இருந்தது. ருஷ்யாவில் கி.பி. 1861ல் அடிமை விவசாயக்

கூலிகள் முறை ஒழிந்தது. அதனால் நிலப்பிரபுத்துவத்துக்குப் பெரிய அடிவிழுந்தது. முதலாளித்துவமும் துவங்கியது. இருப்பினும் முதலாளித்துவம் அரசியலதிகாரம் பெற அரை நூற்றாண்டு (கி.பி. 1917 பிப்ரவரி) பிடித்தது. ஆனால் அதன் வயிற்றுக்குள்ளேயே வளர்ந்து வந்த தொழிலாளி வர்க்க விழிப்புணர்வு மிக அதிகமாக இருந்ததால், சில மாதங்களானதுமே (கி.பி. 1917 நவம்பர் 7ஆம் நாள்) தொழிலாளர் ஆட்சிக்கு இடம் தந்து முதலாளித்துவம் விலகிக்கொள்ள நேர்ந்தது.

நிலப்பிரபுத்துவத்தின் அரசியலதிகாரம் எல்லாவிடங்களிலும் ஒரே சமயத்தில் இருக்க முடியாது. ஏனெனில் பொருளாதார வளர்ச்சி எல்லாவிடங்களிலும் ஒரே சமயத்திலும், ஒரே மாதிரியாவும் இருக்க முடியாது. சென்ற யுகங்களில் நாம் பொருளாதார வளர்ச்சியின் இந்த ஏற்றத்தாழ்வுகளைப் பார்த்திருக்கிறோம். உலகத்தின் பல்வேறு நாடுகளில் நிலப்பிரபுத்துவ ஆதிக்கம் பதினைந்தாம் நூற்றாண்டிலிருந்து மறையத் தொடங்கிற்று. இங்கிலாந்து இவ்விஷயத்தில் முதலிடம் வகித்தது. அங்கே கி.பி.1495- 1600ல் வணிக வர்க்கத்தின் வலிமை ஒப்புக் கொள்ளப்பட்டு விட்டது. ஸ்காட்லாந்து நிலப்பிரபுக்களின் ஆதிக்கம் கி.பி.1747ல் குறைக்கப்பட்டது. பிரான்ஸில் இது கி.பி.1789ல் நிகழ்ந்தது. ஜப்பான் கி.பி.1871ல் நிலச்சுவாந்தார்களின் நுகத்தடியிலிருந்து விடுதலை அடைந்தது. ஆனால் இங்கே ஒரு விஷயம் மறந்துவிடலாகாது. முதலாளித்துவ ஆட்சி நன்கு நிலைபெற்று விட்ட நாடுகளிலும் கூட நிலப்பிரபுத்துவம் பூரணமாக மறைந்துவிடவில்லை. அது முதலாளித்துவத்துடன் சேர்ந்து கொண்டு புதிதாகத் துவக்கப்பட்ட தொழில்களிலிருந்து லாபம் சம்பாதிக்கத் தொடங்கிற்று. படை பலத்திலும், ஆட்சிப் பொறுப்பிலும் பாராளுமன்றத்தின் மேல் சபைகளிலும் நிலப்பிரபுத்துவம் தனக்காக இடங்களை ஒதுக்கும்படி செய்து கொண்டது. ஜெர்மனியின் படை அதிகாரிகளிலும் ஆட்சித் தலைவர்களிலும் அயல்நாட்டுத்துறை அதிகாரிகளிலும் 'ஃபான்' என்னும் நிலச்சுவான் குடும்பங்களைச் சேர்ந்தவர்களே அதிக எண்ணிக்கையில் உள்ளனர். ஜப்பானிலும் இதே நிலைமைதான். இங்கிலாந்தில் முதலாளிக் குடும்பங்களும், நிலச்சுவான் குடும்பங்களும் இரண்டறக் கலந்து போய்விட்டிருந்தாலும், பழக்கவழக்கங்கள். மத அனுஷ்டானங்கள் ஆகிய பல விஷயங்களில் நிலப்பிரபுத்துவ அமைப்பைப் பாதுகாக்க முயற்சிக்கப்பட்டது. அவ்வப்போது முதலாளித்துவம் முடிசூட்டுவிழா போன்ற நூற்றுக்கணக்கான நிலப்பிரபுத்துவ மிச்ச சொச்சங்களை நீடிக்கவிட்டாலும், நிலச்சுவாந்தார்கள் உழைப்பாளர் வர்க்கத்தின் ஆதரவைப் பெற்றுத் தன்னைப் பலவீனப்படுத்த அனுமதிப்பதில்லை. எட்டாம் எட்வர்ட்

மன்னரை ஆட்சியிலிருந்து நீக்கியதிலிருந்து இதை நாம் தெரிந்து கொள்ளலாம்.

2. முதலாளித்துவத்தின் வளர்ச்சி

'முதலாளித்துவம்' என்றால் என்ன என்பதைச் சில வார்த்தைகளில் சொல்வதற்குப் பதிலாக அதன் உருவத்தைச் சித்திரிப்பது பயனுடையதாயிருக்கும். வாணிபத்தில் நாம் என்ன பார்க்கிறோம்? ஒருவன் பொருளை உற்பத்தி செய்கிறான்; மற்றொருவன் அதை வாங்கிக் கொள்கிறான். பொருளை விற்பவனுக்கும், வாங்குபவனுக்கும் இடையே 'வியாபாரி' என்று ஒருவன் இருக்கிறான். அவன் தான் உயிர் வாழ்வதற்கு மட்டுமே தேவையான அளவுக்கு 'லாபம்' சம்பாதிப்பதில்லை. அவன் அந்த அளவுக்கு மட்டுமே லாபம் சம்பாதிப்பதாயிருந்தால் அப்பொருள் விற்பனையாகும் வரை அதை உற்பத்தி செய்தவனே அதன் சொந்தக்காரனாக இருப்பான். வியாபாரி அப்பொருளின் பாதுகாப்பாளனாக மட்டுமே இருப்பான். சிறிய சிறிய கைத்தொழில்களில் வியாபாரி கைவினைஞர்களிடமிருந்து பொருள்களை விலை கொடுத்து வாங்கிக் கொண்டு அவற்றுக்குச் சொந்தக்காரனாகிவிடுகிறான். நிதானமாக மிக அதிக லாபம் வரும் போது மட்டுமே அப்பொருள்களை விற்பனை செய்கிறான். பொருள்களின் வாங்கிய விலையைவிட விற்பனை விலை அவ்வியாபாரியின் உடலுழைப்பைக் காட்டிலும் மிக அதிகமாகவே இருக்கும். இந்தியாவில் கிராமம் கிராமமாகப் பொருள்களைச் சுமந்து சென்று விற்றுப் பெரும் வியாபாரிகளானவர்களைக் கவனித்தால் இவ்விஷயம் நன்கு புலனாகும். ஓர் இடத்தில் இரு சகோதரர்கள் கடுகு எண்ணெய் வியாபாரம் செய்து கொண்டிருந்தனர். அவர்களில் ஒருவர் அண்மையில்தான் காலமானார். அந்தச் சகோதரர்கள் கிராமம் கிராமமாகத் திரிந்து கடுகு வாங்கிக் கொண்டு எண்ணெய் தந்து வந்தனர். கடுகை மீண்டும் எண்ணெயாக்கி அதைப் பல்வேறு கிராமங்களில் விற்று லாபம் சம்பாதித்தனர். சில ஆண்டுகளுக்குள்ளாகவே தமது குடும்பச் செலவுக்குப் போகக் கணிசமான தொகை அவர்களிடம் மிஞ்சியது. அவர்கள் சரக்குகளைச் சுமந்து போக ஒரு குதிரையை வாங்கிக் கொண்டனர். பேட்டையில் ஒரு மளிகைக் கடையையும் துவக்கினர். மீண்டும் அதிக லாபம் கிடைத்ததும் மளிகைக் கடையுடன் ஜவுளிக்கடையையும் ஆரம்பித்தனர். சில வருடங்களுக்குப் பின் மளிகைக் கடையிலிருந்து கிடைத்த லாபம் அவர்களுக்குக் குறைவாகத் தோன்றியதால், அதை மூடிவிட்டு ஜவுளி வியாபாரத்தையே வளர்த்துக்

கொண்டனர். இன்னும் சில ஆண்டுகளுக்குப் பிறகு சுற்றுப் பக்கத்திலிருந்த நிலச்சுவாந்தார்களுக்குப் பத்தாயிரம், இருபதாயிரம் என்று வட்டிக்குப் பணம் புரட்ட ஆரம்பித்தார்கள். நான் இதை எழுதும்போது அவர்கள் வியாபாரத்திற்குப் பேரப்பிள்ளைகள் வந்துவிட்டார்கள். சொத்தும் லட்சக்கணக்கில் சேர்ந்துவிட்டது. ஒத்தை மாட்டுச் செக்கிலிருந்து பெரிய அரிசி, எண்ணெய் மில் வந்துவிட்டது. அந்த இரு சகோதரர்களிடம் இவ்வளவு சொத்து எப்படிச் சேர்ந்துவிட்டது? குறைந்த விலையில் சரக்குகளை வாங்கி அதிக விலையில் விற்றார்கள். இரண்டு செயல்களுக்குமிடையே மிகுதியாகிக் கொண்டிருந்த தொகையே 'மூலதன'மாயிற்று. ஒவ்வொரு தடவையும் வளர்ந்த மூலதனத்தைக் கொண்டு அவ்விரு சகோதரர்கள் புதியதாகக் கொள்முதலும், விற்பனையும் செய்தார்கள். மேலும் மேலும் லாபம் சம்பாதித்து மூலதனத்தைப் பெருக்கினார்கள். அவர்கள் பெருமுதலாளிகளானதின் ரகசியம் இதுதான்!

முதலாளிகளின் எல்லாச் செயல்களின் மையமும், அவர்கள் உலகமும் மார்க்கெட்தான். அங்கே பொருள்கள் சரக்குகளாக அல்லாமல் ரூபாய் பைசாக்களில் கணக்கிடப்படுகின்றன. முதலாளியின் கண் சரக்குகளின் மீதல்லாமல், அவற்றின் கொள்முதல் - விற்பனை விலைகளுக்கிடையிலேயான வித்தியாசத்தின் (லாபம்) மீதே இருக்கும். இதனாலேயே முதலாளிகள் அந்த வித்தியாசத்திற்கு மிக முக்கியத்துவம் அளிக்கிறார்கள்.

அராபியர்களைப் பின்பற்றி வெனிஸ் ஃபுளோரன்ஸ் ஆகிய இத்தாலிய நகரங்களைச் சேர்ந்த வியாபாரிகள் வணிகத்தால் பெரும் பணக்காரர்களாகித் தமது நகரங்களைச் செல்வச் செழிப்புடையவை யாக்கினார்கள் என்பதையும் ஏற்கெனவே கூறினோம். போர்ச்சுகல், ஸ்பெயின் ஹாலந்து (டச்சு)க்காரர்களும் இத்தாலியரைப் பார்த்தே தமது வியாபாரத்தைப் பெருக்கிக் கொண்டனர். ஒரு காலத்தில் ஆங்கியேலயர், வணிகத்தில் இவர்கள் அனைவரையும் விடப் பின் தங்கியே இருந்தனர்.

இந்தியாவிலும் இதர ஆசிய நாடுகளிலும் வணிகம் மிகப் பழங்காலத்திலிருந்தே உச்ச நிலையில் இருந்து வந்தது. அராபிய இனமும் இன்றைய ஐரோப்பிய இனங்களும் உருப்பெறாத காலத்திலேயே இந்திய வியாபாரிகள் ஜாவா, சீனம், அரேபியா, ஆப்பிரிக்கா (எகிப்து) ஆகியவற்றுடன் வியாபாரத் தொடர்புகளை ஏற்படுத்திக் கொண்டிருந்தனர். கிரேக்கர்கள் இந்தியர்களுடன் வெற்றிகரமாக வணிகம் செய்தனர் என்பது உண்மைதான். இந்திய வணிகர்கள்- லாபத்தையும், மூலதனத்தையும் நன்றாகச் சேகரித்தனர்.

அவர்களில் பணங்கொழித்த செல்வந்தர்கள் இருந்தாலும், அவர்கள் சமூகத் தலைவர்களாக முடியவில்லை. அதாவது அவர்களால் சமுதாயத்தில் முதலாளித்துவ அமைப்பை ஏற்படுத்த முடியவில்லை. அவர்கள் உற்பத்தியான பொருள்களை வாங்கி விற்பதிலே மட்டுமே கவனம் செலுத்தினார்கள். அவர்கள் பொருள்களை உற்பத்தி செய்யத் தொழிற்சாலைகளை சுயமாக ஆரம்பிக்கவில்லை. இது அவர்களால் முடியாத காரியமுமாகும். (1) அவர்களின் விற்பனைச் சந்தை குறுகியதாகவே இருந்தது. அதை விஸ்தரித்துக் கொள்ளும் அறிவோ, சாதனங்களோ அவர்களுக்கிருக்கவில்லை. (2) கைவினைஞர்களின் அமைப்பும், ஒற்றுமையும் வலிமையுள்ளவைகளாக இருந்தன. அவர்கள் ஒருவருக்கொருவர் திருமண உறவிலும் வலுப்பட்டிருந்தனர். கைவினைஞர்கள் வணிகர்களின் தொழிற்சாலைகளில் வேலை செய்யத் தயாராயில்லை. வணிகர்கள் கைவினைஞர்களின் வலிமையைக் குறைக்க முயற்சித்தால், மொத்த சமுதாய அமைப்பிலும், மத நம்பிக்கைகளிலும் அதன் பாதிப்பு உண்டாகும். ஆகையால் அதை இந்திய நிலப்பிரபு வர்க்கம் விரும்பவில்லை. (3) இயற்கைச் சக்திகளைப் பயன்படுத்துவதிலும் விஞ்ஞான ஆராய்ச்சியிலும் இந்தியர்கள் குறிப்பிடத்தக்க வெற்றியடைந்தும் மேலும் முன்னேறாததற்கான காரணத்தை நாம் பின்னால் கூறுவோம். இன்ன பிற காரணங்களால் இந்தியர்கள் சிறந்த வணிகர்களானாலும் மேலும் முன்னேறித் தொழில் பிரதானமான முதலாளித்துவத்தை அடைய முடியவில்லை.

1. வணிகத்துவத்திலிருந்து முதலாளித்துவத்திற்கு: (Mercantalism to capitalism)

இங்கிலாந்தில் வியாபாரிகள் முதலாளித்துவத்தை நோக்கி எவ்வாறு முன்னேறினார்கள்? விற்பனை பெருகுகிறது. லாபம் அதிகமாகிறது. மூலதனமும் வளர்கிறது. மூலதனத்தை அதிகமாக்கிப் பொருள்களை இன்னும் அதிகமாக உற்பத்தி செய்து அவற்றை அதிகமான மக்களிடம் கொண்டு சேர்க்கப்படுகின்றன. சரக்குகளை வாங்குவதற்கும், விற்பதற்கும் புதிய நாடுகளும், சுலபமான வழிகளும் தேடப்படுகின்றன. துணிவு படைத்த யாத்ரீகர்களுக்குப் பெருமதிப் பளிக்கப்படுகிறது. அவர்கள் தாம் கண்டுகொண்ட புதிய நாடுகளை விரிவாக வர்ணிக்கின்றனர். புதிய தேசப்படங்களை வரைகின்றனர். மார்க்கோபோலோ (கி.பி.1254-1324) பதின்மூன்றாம் நூற்றாண்டில் இந்தியாவுக்கும் சீனத்துக்கும் வந்து சென்றார்.

புதிய நாடுகளும், புதிய சந்தைகளும் (மார்க்கெட்டுகளும்) கண்டுகொண்ட பின்னர் சரக்குகளுக்குக் கிராக்கி அதிகமாகி விடுகிறது. வியாபாரிகள் தொழிலாளர்களை அதிக உற்பத்தி செய்யுமாறு

நிர்ப்பந்திக்கின்றனர். ஆனால் தேர்ச்சி பெறாத தொழிலாளர்களால் எதிர்பார்த்த வேகத்தில் பொருளுற்பத்தியைப் பெருக்க முடியவில்லை என்றால் தேர்ந்த தொழிலாளர்களைக் கொண்டு பொருளுற்பத்தி செய்விக்கின்றனர். முதலில் தனிப்பட்ட கைவினைஞர்களும், சிறிய சிறிய கடைக்காரர்களும் இருந்தனர். இப்போது அவர்களுக்குப் பதிலாகச் சிறிய சிறிய தொழிற்சாலைகள் தோன்றின. இந்தத் தொழிற்சாலைகளில் தொழிலாளர்களுக்குச் சம்பளம் தரப்பட்டது. அவர்கள் வேலை செய்வதற்கான கருவிகளும், மூலப் பொருள்களும், இடமும் முதலாளியால் அளிக்கப்பட்டன. இப்போது வியாபாரி, வியாபாரியாக மட்டுமே இருந்து விடவில்லை. அவன் கைவினைஞர்களையும், தொழிலாளர்களையும் தனது கட்டுப்பாட்டிற்குள் கொண்டு வருவதில் வெற்றி பெற்றான். இதற்குமுன் கைவினைஞர்கள் வியாபாரிகளின் கட்டுப்பாட்டில் இருக்கவில்லை. தொழில் கருவிகளும், கச்சாப் பொருட்களும் அவர்களுக்கே சொந்தமாக இருந்தன. வியாபாரிகள் தயார் செய்த பொருட்களை அவர்களிடம் விலை கொடுத்து வாங்கிக் கொண்டிருந்தனர். இப்போது நிலைமை நேர்மாறாகிவிட்டது. வியாபாரிகள் தொழிற்சாலைகளுக்கும் அவற்றில் வேலை செய்யும் தொழிலாளர்களுக்கும் எஜமானர்களாகிவிட்டனர். தொழிற்சாலைகளுக்கு வெளியே இருந்த சுதந்திரக் கைவினைஞர்களும்கூட முன்னைப் போல் பூரண சுதந்திர புருஷர்களாக இருக்கவில்லை. தொழிற்சாலை முதலாளிகள் தமது பொருட்களின் விலையைக் குறைத்து மலிவாக விற்று அந்தச் சுதந்திரக் கைவினைஞர்களின் இடுப்பை ஒடித்தனர். இதனால் அவர்களும் புதிய தொழிற்சாலை முதலாளிகளுக்கு அடிபணிய வேண்டியதாயிற்று. இந்தியாவில் கிழக்கிந்தியக் கம்பெனி துவங்கிய காலத்தில் ஆங்கிலேயர்கள் இப்படிப்பட்ட பல தொழிற்சாலைகளை-குறிப்பாக மெல்லிய துணி ஆலைகளையும், கம்பளத் தொழிற்சாலைகளையும்-ஆரம்பித்தனர். கிழக்கிந்தியக் கம்பெனியின் கைக்கு ஆளும் அதிகாரமும் கிடைத்த பின்னர் சுதந்திரத் தொழிலாளரின் நிலைமை படு மோசமாயிற்று. கம்பெனிக்காரர்கள் தொழிலாளரிடம் குறைந்த விலையை நிச்சயித்துக் கொண்டு, கட்டாயமாக முன் பணம் தந்து பொருட்களை நிர்ப்பந்தமாக வாங்கிக் கொண்டனர். இதனால் மனமுடைந்து எத்தனையோ நெசவாளர் தமது கட்டை விரல்களைத் துண்டித்துக் கொண்டனர். (william Boits considaration on Indian Affairs, vol.I.1772)

இதுவரை நாம் விவரித்ததில் வியாபாரி தொழிற்சாலை முதலாளியாகவும் ஆகிவிட்டான். இதற்கு முன் செய்ததைப் போல் அவன் தயார் செய்த பொருட்களை வாங்கி, விற்று லாபம்

சம்பாதிப்பதோடு நின்றுவிடவில்லை. மலிவான விலையில் கச்சாப் பொருட்களை வாங்கவும், மலிவாக உற்பத்திக் கருவிகளைத் தயாரிக்கவும், மிக மிக மலிவான சம்பளத்திற்குத் தொழிலாளர்களை அமர்த்திக்கொள்ளவும் ஆரம்பித்துவிட்டான். தயாரான பொருட்களை மிக அதிக விலைக்கு விற்கவும் துவங்கிவிட்டான். சுதந்திரத் தொழிலாளர்களிடமிருந்து அவனுக்குப் போட்டி ஏற்பட்டால், சில காலத்திற்குத் தனது பொருட்களின் விலையைக் குறைத்து விற்று, அவர்களைத் தொழில் அரங்கத்திலிருந்தே விரட்டிவிட்டான். உத்தரப்பிரதேசம், பீகார், மத்தியப்பிரதேசம் ஆகிய பகுதிகளில் வாழ்ந்திருந்த கைத்தறி நெசவுத் தொழிலாளரை வியாபாரிகளின் தொழிற்சாலைகள் அழித்துவிட்டன. அவர்கள் இப்போது வழக்கமாகப் பட்டினியால் வாடும் விவசாயக் கூலிகளாகவும், கல்கத்தா, பம்பாய் நகரங்களில் சணல் ஆலைகளிலும், துணி ஆலைகளிலும் தொழிலாளர்களாகவும் இருக்கின்றனர்.

பதினேழாம், பதினெட்டாம்- நூற்றாண்டுகளில் கை இயந்திரங்கள் இருந்தன. ஆனால் பதினெட்டாம் நூற்றாண்டு இறுதியில் நீராவி இயந்திரங்கள் கண்டுபிடிக்கப்பட்டன. பத்தொன்பதாம் நூற்றாண்டு ஆரம்பத்திலிருந்து தொழிற்சாலைகளில் நீராவி இயந்திரங்கள் பயன்படுத்தப்பட்டன. அதன் பின்னர் கை இயந்திரங்களை உபயோகப் படுத்துவதற்கான வாயப்பே இல்லாமற் போய்விட்டது.

வணிகத்துவத்தையும், முதலாளித்துவத்தையும் நாம் மேலே விவரித்ததிலிருந்து, ஒரு விஷயத்தைப் புரிந்துகொள்ளலாம்: வியாபாரி வியாபாரம் மட்டுமே செய்கிறான்; ஆனால் முதலாளியோ பொருட்களைத் தனது தொழிற்சாலையில் உற்பத்தி செய்யும் வியாபாரியுமாவான்.

2. கூலி (சம்பளம்): உழைப்புக்குக் கிராக்கி ஏற்படவே யுத்தக் கைதிகளைக் கொல்வதற்குப் பதிலாக, எவ்வாறு அவர்களை அடிமைகளாக மாற்றினார்கள் என்பதை அடிமைச் சமுதாயத்தை வர்ணித்தபோது நாம் எடுத்துரைத்தோம். நிலப்பிரபுத்துவ யுகத்திலும் அடிமைமுறை முடிவுக்கு வரவில்லை. அடிமைமுறை அண்மைக் காலம் வரை எத்தனையோ நாடுகளில் நிலவியிருந்தது. ஆனால் ஒரு மாற்றம் மட்டும் அவசியம் நிகழ்ந்தது- கைத்தொழில்களில் ஈடுபட்ட பெரும்பாலானவர்களை முன்னைப் போல விற்பனை செய்ய இயலவில்லை. அவர்கள் நிலப்பிரபுக்களின் வசத்தில் இருந்தாலும், தத்தமது குடில்களில் இருந்து பொருட்களைத் தயாரித்துக் கொண்டிருந்தனர். வருடத்தில் சில நாட்கள் மட்டும் அவர்கள் நிலப்பிரபுக்காகக் கூலி வாங்கிக் கொள்ளாமலோ, அல்லது வெறும்

சாப்பாட்டுக்கோ உழைத்துக் கொண்டிருந்தனர். திபேத்தில் சமீப காலம்வரை நிலப்பிரபுத்துவம் இருந்தது. அங்கே தலாய் லாமாவின் ஓவியர்கள் தமது வீடுகளில், தமது துரிகைகளால் முன்பணம் பெற்றுக் கொண்டதற்காகவும், விற்பனைக்காகவும் ஓவியங்களைத் தயாரித்துக் கொண்டிருந்தனர்; ஆனால் தலாய்லாமாவின் தர்பாரிலிருந்து அழைப்பு வந்ததும், ஓடோடிச் சென்று வெறும் உணவைப் பெற்றுக் கொண்டு உழைத்தனர். லாமாவுக்குக் 'குஷி' பிறந்தால் ஏதாவது இனாம் தருவார். லாமாவுக்காகக் குறிப்பிட்ட வேலை செய்ய வேண்டிய தேவை ஏற்படாவிட்டால், அந்த ஓவியர்கள் ஒரு குறிப்பிட்ட எண்ணிக்கையில் ஓவியக் கருவிகளும் ஓவியங்களும் அவருக்குச் சமர்ப்பித்துக் கொள்ளவேண்டும். நிபுணத்துவம் வாயந்த ஓவியர்களுக்குச் சம்பந்தப்பட்ட விஷயம் இது. சிறிய ஓவியர்களின் சித்திரங்கள் அங்கே விரும்பப்படுவதில்லை. ஆதலால் அவர்கள் வண்ணங்களையும், துணிகளையும் லாமாவுக்குத் தரவேண்டும். லாமாவின் அனுமதியில்லாமல் ஓவியர்கள் வேறெங்கும் போகக் கூடாது. இக்கட்டுப்பாடு களெல்லாம் அடிமைச் சமுதாய யுகத்தின் மிச்ச சொச்சங்களே என்பதில் ஐயமில்லை. அடிமைகள் மிகக் குறைவான அளவிலேயே வேலை செய்வார்கள். சிறைக் கைதிகளைப் பார்த்தவர்களுக்கு இது நன்கு புரியும். சிறைக் கைதிகளில் நல்ல திறமை படைத்தவர்களும் கூட அவ்வளவு வேகமாகவும், திறமையுடனும் வேலை செய்யமாட்டார்கள். எவ்வளவு அதிகமாகத் திறமையாக வேலை செய்தாலும் அவர்களுக்குக் கிடைக்கப்போவது ஒருபிடி சோறும், ஒரு முழத்துணியும் தானே! அதனால் அவர்கள் சிறைக் காவலர்களின் அடிகளிலிருந்து தப்பித்துக் கொள்ளும் அளவுக்கே வேலை செய்வார்கள். இதே போல் அடிமைகளுக்கும் தாம் கொல்லப்படுவோம் என்ற அச்சமில்லை. ஏனெனில் அடிமைக்கு எஜமானன் பணத்தை முதலீடு செய்திருக்கிறானே! தன்னுடைய மாடுகளை அடித்தே கொல்லும் எந்த முட்டாள் விவசாயியும் இருக்கமாட்டான்.

அடிமையிடமிருந்து பொறுப்புள்ள வேலையை வாங்கிக்கொள்ள வேண்டுமென்றால், அவனுக்கும் சற்று சுதந்திரம் வழங்க வேண்டும். அவனுக்குக் கிடைக்கும் சொற்ப ஆதாயத்தையும் அவன் தன் விருப்பப்படி செலவிட வாய்ப்பு இருக்கவேண்டும். இந்தக் கருத்தோட்டமே அடிமைகளைவிட நல்ல நிலைமையிலிருக்கும், விற்கவும், வாங்கவும் இல்லாத உழைப்பாளர் வர்க்கத்தைத் தோற்றுவித்தது. உழைப்பாளர் வர்க்கத்தில் பெரும்பாலானவர்கள் விவசாயம் செய்தனர். அவர்கள் நிலச்சுவாந்தார் விரும்பும் வரை அவருடைய நிலத்தை உழுதனர்.

இங்கிலாந்தில் நிலப்பிரபுத்துவ இறுதிக் காலத்தில் வணிகம் மிக அதிகமாக வளர்ந்துவிட்டது. செய் பொருட்களுக்கு நல்ல கிராக்கி ஏற்பட்டுவிட்டது. அப்போது நிலச்சுவாந்தார்கள் விவசாயிகளின் நிலங்களைப் பறித்துக் கொண்டு அவற்றைச் செம்மறியாட்டு மேய்ச்சல் நிலங்களாக மாற்றத் தொடங்கினர். கிராமங்கள் அழியவாரம்பித்தன. விவசாயிகள் குழந்தை குட்டிகளுடன் திக்குத் தெரியாமல் அலையத் துவங்கினர். இதே காலத்தில் வியாபாரிகள் தமது கைக்குக் கிடைத்த புதிய 'மார்க்கெட்'டுகளுக்குச் சரக்குகளை 'சப்ளை' செய்யத் தொழிற்சாலைகளை நிறுவினார்கள். பிழைக்க வேறு வழி இல்லாத விவசாயிகள் இத்தொழிற்சாலைகளில் கூலிகளாகச் சேர்ந்தார்கள். ஆசியா, ஆப்பிரிக்கா, அமெரிக்காக் கண்டங்கள் இங்கிலாந்தின் சரக்குகளுக்கு நல்ல சந்தைகளாக இருந்ததால், எவ்வளவோ சரக்கு விற்பனையாயிற்று. எனினும் எல்லா விவசாயிகளுக்கும் வேலை கிடைப்பது கடினமாகவே இருந்தது. இதனால் அவர்களின் துன்பங்களுக்கு எல்லை இல்லாமற் போய்விட்டது.

பதினெட்டாம் நூற்றாண்டு செல்லச் செல்ல, வணிகம் பெருகப் பெருக ஸ்திரத்தன்மை நிலை பெற்றது. இதே காலத்தில் நீராவி இயந்திரங்கள் கண்டுபிடிக்கப்பட்டன. பத்தொன்பதாம் நூற்றாண்டு துவக்கத்திலிருந்து அவை பயன்படுத்த ஆரம்பிக்கப்பட்டதும், தொழிலாளர்களுக்கு மீண்டும் பெரும் துன்பம் விளைந்தது. நீராவி இயந்திரங்கள் நன்றாகவும், பெரிய அளவிலும் வேலை செய்தன. இதற்கு முன் நூறு கெஜம் துணியைப் பத்து தொழிலாளர்கள் தயாரித்தனர். இப்போது அதே துணியை நீராவி இயந்திரத்தின் உதவியால், ஐந்து தொழிலாளர்களே தயாரித்தார்கள். புதிய தறிகளைப் புகுத்திய தொழிற்சாலைகள் தொழிலாளர் எண்ணிக்கையைக் குறைக்க ஆரம்பித்ததும், அவர்களது குடும்பங்கள் பட்டினி கிடக்கத் துவங்கின. தமது துன்பங்களுக்குக் காரணம் இயந்திரங்களே எனக் கருதிய தொழிலாளர்கள் எத்தனையோ தொழிற்சாலைகளின் மேல் படையெடுத்து, இயந்திரங்களைச் சுக்கு நூறாக்கினார்கள். இது 'லுட்டாயிட் இயக்கம்' என அழைக்கப்பட்டது.

இயந்திரங்கள் விரிவாகப் பரவத் தொடங்கியதும் பொருட்களின் விலைகள் விழுந்துவிட்டன. கையால் உற்பத்தியான பொருட்களின் விலை, இயந்திரத்தால் தயாரான பொருட்களின் விலையைக் காட்டிலும் அதிகமாக இருந்தது. அது மட்டுமல்லாமல், கையாலான பொருட்கள், இயந்திரப் பொருட்களைப் போலத் தரமாகவும் இருக்கவில்லை. ஒரு பொருளின் விலை அதற்காகச் செலவிடப்பட்ட மனித உழைப்பை அடிப்படையாகக் கொண்டிருக்கும். சாதாரணமாக

மண்ணுக்கு விலை எதுவும் இருப்பதில்லை, ஆனால் அதையே குயவன் மண் பாண்டமாகத் தயாரிக்கும் போது, அவன் செலவிட்ட உழைப்பைப்பொருத்து அந்த மண்பாண்டத்தின் விலை அமையும். ஒரு பொருள் தாராளமாகக் கிடைக்கவில்லை என்றாலும், அதன் விலை உயரும். ஆனால் இதையே நம்பி ஒரு முதலாளி தனது தொழிலை ஆரம்பிக்க முடியாது. பொருட்களை அதிக அளவில் தயாரித்து அவற்றைத் தாராளமாகக் கிடைக்கச் செய்வதே முதலாளியின் வேலையாகும். பொருட்களை உற்பத்தி செய்யும் போது எவ்வளவோ உழைப்பு வீணாகியும் விடுகிறது. ஆனால் அந்த வீணாகிய உழைப்பும் உற்பத்தியான பொருளில் சேர்ந்து, அதன் விலையை உயர்த்திவிடுகிறது. அதிக அளவில் உழைப்பு செலவானதாலேயே வைரத்தின் விலை அதிகமாக உள்ளது. வைரம் மிகக் குறைந்த உழைப்பாலேயே கிடைப்பதாயிருந்தால், அது கண்ணாடித் துண்டைவிட மலிவாயிருக்கும்.

3. லாபமும் முதலாளியும்: இயந்திரத்தைப் பயன்படுத்துவதால் மனித உழைப்பின் சக்தி அதிகரித்துவிடுகிறது- ஆனால் உற்பத்திப் பெருக்கத்தின் பின்னே சமுதாய நலன் இருக்க வேண்டும். உண்மையில் அதிக லாபம் சம்பாதிப்பதும், அதற்காக முதலீட்டைப் பெருக்குவதுமே குறிக்கோள்களாக இருக்கின்றன. முதலாளித்துவத்தில் ஒரு பொருள் உற்பத்தியாவதிலிருந்து, அது தேய்ந்து அழிந்து போகிறவரை ஒவ்வொரு கட்டத்திலும் லாபம் சம்பாதிக்க வேண்டுமென்னும் கருத்தே முதன்மைப்படுத்தப்படுகிறது. 'லாபம்' என்றால் உண்மை மதிப்பை விடக் குறைந்த விலையில் வாங்குவதும் அதிக விலையில் விற்பதுவுமேயாகும். ஒரு முதலாளி ஒரு தொழிலாளியை வேலைக்கு அமர்த்திக் கொள்ளும் போது, அவனுக்கு மிகக் குறைந்த கூலியைக் கொடுத்து, அவனிடமிருந்து மிக அதிகமான வேலையை வாங்கவே விரும்புகிறான். தொழிலாளி பெறும் சம்பளமும் (கூலியும்) இறுதியில் முதலாளியிடம்தான் போய்ச் சேர்கிறது. அதாவது, தொழிலாளி தான் பெறும் சம்பளத்தைக் கொண்டு பொருட்களை வாங்குகிறான். அவன் தனது உழைப்பை முதலாளியின் பொருட்களுக்குப் பண்ட மாற்று செய்கிறான். அவன் வாங்கும் பொருட்கள் அனைத்தும் அவனால் உற்பத்தி செய்யப்பட்டவையல்ல. முதலாளி ஒவ்வொரு பொருளை விற்பதிலும் லாபம் சம்பாதிக்கிறான். இதனால் தொழிலாளிக்கு அவனுடைய கூலி குறைவது மட்டுமல்ல. அவன் வாங்கும் ஒவ்வொரு புதிய பொருளிலும், முதலாளி லாபம் சம்பாதிக்க வழி செய்து கொடுக்கிறான், கூலியின் உருவத்தில் மாறுதலடைந்த உழைப்பின் ஒரு பகுதியை அவன் இலவசமாக முதலாளிக்குச் சமர்ப்பிக்க வேண்டி வருகிறது. முதலாளி சொல்லும் 'லாபம்' என்பதுதான் என்ன?

ஒவ்வொரு உபயோகப் பொருளின் மதிப்பும் அதில் செலுத்தப்பட்ட மனித உழைப்பைப் பொருத்துத்தான் இருக்கும் என்பதை நாம் கூறிவந்துள்ளோம். காற்றுக்கும், நீருக்கும் விலை இல்லை. ஏனெனில் அவற்றில் மனித உழைப்பு செலுத்தப்படவில்லை. நகரங்களிலும், பாலைவனங்களிலும் ஒரு குடம் தண்ணீர் இவ்வளவு விலை எனப்படுகிறது. காரணம், அங்கே அந்தத் தண்ணீரைக் கொண்டு வர மனித உழைப்புத் தேவைப்படுகிறது. உழைப்பின்றிக் கிடைத்த எந்தப் பொருளுக்கும் விலை இருப்பதில்லை, அது மட்டுமல்ல, ஒரு பொருளில் எந்த அளவுக்கு உழைப்பு செலவிடப்படுகிறதோ, அந்த அளவுக்குத் தான் அதன் விலையும் இருக்கும். இவ்விதம் பொருளை உற்பத்தி செய்யும்போது, விலையும், உழைப்பும் தராசின் இரண்டு தட்டுகளில் வைக்கப்படுகின்றன. உழைப்பின் சொந்தக்காரன் தொழிலாளியேயாவான். ஒரு பொருளை உற்பத்தி செய்வதில் முழு உழைப்பும் அவனுடையதுதான். இப்படிப்பட்ட நிலையில் பொருளில் விலை முழுவதும் தொழிலாளிக்குச் சேர்வதுதான் நியாயமானதாகும். ஆனால் அப்படி நடந்துவிட்டால் முதலாளிக்கு ‘லாபம்’ எங்கிருந்து வரும்? முதலாளி புண்ணியத்தைச் சம்பாதிக்க தொழிலை ஆரம்பிக்கவில்லை. முதலாளிக்கு கார்கள், மாளிகைகள், மனைவி மக்களுக்கான நகைகள், அதிகாரிகளுக்கு வழங்கப்படும் விருந்துகள் ஆகிய அனைத்தும் எங்கிருந்து வரும்? இவை அனைத்தும் தொழிலாளியின் உழைப்பிலிருந்தும் பொருளின் விலையிலிருந்தும்தான் வரும். முதலாளி ஒரு சிறிய தொழிற்சாலையிலிருந்து பெரிய தொழிற்சாலையின் உரிமையாளனாக, ஒரு தொழிற்சாலையிலிருந்து இரண்டு தொழிற்சாலைகளின் சொந்தக்காரனாக, பத்து லட்சத்திலிருந்து பத்து கோடிக்கு அதிபதியாக எப்படி ஆகிறான்? தொழிலாளியிடமிருந்து எட்டு மணி நேர வேலை வாங்கப்படுகிறது. அவன் ஒரு ரூபாய் பருத்தியை நான்கு ரூபாய்த் துணியாக மாற்றுகிறான். இயந்திரத் தேய்மானம், தொழிற்சாலையின் வாடகை போன்றவைகளைக் கழித்துக் கொண்டு, தொழிலாளியின் உழைப்பின் மதிப்பான இரண்டு ரூபாய் அவனுக்குத் தந்து விடுவதுதான் உசிதமாகும். ஆனால் அவனுக்குக் கிடைப்பதோ ஐம்பது பைசாதான்! அதாவது தொழிலாளி ஒரு மணிக்கு இருபத்தைந்து பைசா மதிப்புள்ள உழைப்பைப் பருத்தியில் கலந்து துணியை உற்பத்தி செய்தான். ஆனால் அவனுக்குக் கிடைத்த கூலியோ இரண்டு மணிநேர உழைப்புக்கு மட்டுமே கிடைத்தது. மீதி ஆறு மணி நேர உழைப்பின் கூலி எங்கே போயிற்று? முதலாளியின் பைக்குள்தான்! இதிலிருந்துதான் முதலாளியின் செல்வமும், தொழில் பெருக்கமும் உண்டாயிற்று. இன்றைய பண

முதலைகளின் மாளிகைகள், ஆடம்பர வைபோக வாழ்க்கையின் முன்னே பழங்கால மன்னர்களின் ஆடம்பர வாழ்க்கை நிற்க முடியாது. ஒரு முதலாளி தனது நான்கு பிள்ளைகளின் படிப்பிற்காக ஆண்டுக்கு லட்ச ரூபாய் செலவு செய்கிறான். ஒவ்வொரு வருடமும் ஐரோப்பாவுக்கோ, அமெரிக்காவுக்கோ, ஜப்பானுக்கோ உல்லாசப் பயணம் போய் வருகிறான். உல்லாச பயணங்களின் போது அவர்கள் ரயில், விமானம், கப்பல்களில் உயர் வகுப்புகளில் பிரயாணம் செய்கிறார்கள், விலை உயர்ந்த ஓட்டல்களில் தங்குகிறார்கள். துரதிருஷ்டவசமாகவோ, அதிர்ஷ்டவசமாகவோ நமது முதலாளி அசைவ உணவை மட்டுமே சாப்பிடுபவராக இருந்தால், உணவுக்காக அவர் இன்னும் அதிகமாகச் செலவிடவேண்டும். அவர்கள் ஒவ்வொரு உல்லாசப்பயணத்தின் போதும் அலட்சியமாகச் செலவு செய்யும் லட்சக்கணக்கான ரூபாய்கள் தொழிலாளரின் அந்த ஆறு மணி நேர உழைப்பிலிருந்துதான் வருகின்றன என்பதை மனதிலிருத்திக் கொள்ளுங்கள். இவ்வளவு தாராளமாக ஊதாரிச் செலவு செய்யும் இந்த முதலாளிகள் சில காசுகள் கூலி உயர்த்தித் தரக்கோரும் தொழிலாளரை அடக்குவதற்காக போலீசை வரவழைக்கிறார்கள். துப்பாக்கிகளால் சுடச் செய்கிறார்கள். லாரிகளை ஏற்றி நசுக்கிக் கொல்லவும் பின் வாங்குவதில்லை. முதலாளிகளின் ஊதாரிச் செலவு இத்துடன் மட்டும் நிற்பதில்லை. ஒவ்வொரு ஆண்டும் தமது மாளிகைகளைப் புதுப்பிக்கவும் அலங்கரிக்கவும் எவ்வளவோ பணம் செலவிடப்படுகிறது. அவர்களின் தொழில் வளர வளர புதிய புதிய நகரங்களில் புதிய இல்லங்கள் விலைக்கு வாங்கப்படுகின்றன. அவற்றை அலங்கரிப்பதற்கும், காவல்காரனுக்கும் தோட்டக் காரனுக்குமாக எவ்வளவோ செலவு செய்யப்பட்டாலும் முதலாளிகள் அங்கே வந்து தங்குவது வருடத்தில் சில நாட்களேதான். சிம்லா, டார்ஜிலிங், மசூரி, ஊட்டி, கொடைக்கானல் போன்ற மலை வாசஸ்தலங்களில் அரசு மாளிகைகளைப் போல் முதலாளிகளுக்கு எத்தனையோ மாளிகைகள் இருக்கின்றன. ஆனால் அவர்கள் அவைகளில் வந்து தங்குவது எந்தக் கோடையிலாவது அவர்கள் வெளிநாடுகளுக்குப் போகாமலிருக்கும்போதுதான். இவையெல்லாம் அவர்கள் தமக்காகச் செய்துகொள்ளும் செலவுகள். ஆனால் தொழிலாளர்களிடமிருந்து திருடப்பட்ட ஆறு மணி நேர உழைப்பு இத்துடன் முடிந்து விடுவதில்லை. முதலாளிகள் கவர்னர்களுக்கும், மந்திரிகளுக்கும் அடிக்கடி விருந்துகள் கொடுக்கிறார்கள். ஸ்தல அதிகாரிகளான கலெக்டர், போலீஸ் அதிகாரிகள் போன்றவர்களுடன் அவர்கள் தொடர்ந்து தொடர்பு வைத்துள்ளார்கள். அவர்களுக்கும் விருந்துகளும், தேநீர் விருந்துகளும் மற்ற வசதிகளும் செய்துகொண்டே இருக்கிறார்கள். முதலாளிகளின் குடும்பத்தார் சவாரி செய்யப் பல

கார்கள் தயாராய் நிற்கும். அமைச்சர்களும், கவர்னர்களும் எந்த ஒரு நிதிக்காக வேண்டுகோள் விட்டாலும் முதலாளிகளின் பணப்பைகள் உடனே திறந்து கொள்ளும். மாவட்ட அதிகாரிகளும் ஏதாவது நிதிவசூலிக்கச் சென்றால் முதலாளிகள் அவர்களை வெறுங்கையுடன் அனுப்பி வைப்பதில்லை. இவ்வளவு பணமும் எங்கிருந்து வருகிறது? அந்தத் திருடப்பட்ட ஆறு மணி நேர உழைப்பிலிருந்து தான்!

ஒரு முதலாளிக்குத் துணி, சணல், சர்க்கரைத் தொழிற்சாலைகள் பன்னிரண்டுக்கும் மேல் இருக்கின்றன. இவற்றில் இருபதாயிரத்துக்கும் அதிகமான தொழிலாளர்கள் வேலை செய்கின்றனர். அதாவது அவர்கள் எல்லாருடைய ஒரு லட்சம் இருபதாயிரம் மணி நேர உழைப்பு அல்லது முப்பதாயிரம் ரூபாய் ஒவ்வொரு நாளும் திருடப்படுகிறது. அந்த முதலாளியின் இல்லத்திற்குள் வரும் 'லட்சுமி' எதுவென்பது புரிகிறதா? ஆனால் அம்முதலாளி அதே சமயத்தில் காந்திஜியின் கைராட்டின பக்தரும்கூட. கதர்நிதிக்கு அவர் ஆயிரக்கணக்கான ரூபாய் அள்ளித் தந்திருக்கிறார். அவர் பாவம், கதராடையே அணிகிறார். கதராடை ஏற்றத்தாழ்வுகளை ஒழித்து விடுகிறதென்றும் புகழப்படுகிறது. ஆனால் 'முதலாளி ஐயா' கதராடையை ஒருநாள் மட்டுமே அணிந்து சலவைத் தொழிலாளிக்கு அனுப்பி விடுகிறார். அவன் அக் கதராடையை வெள்ளை வெளேரென்று துவைத்து, இஸ்திரி செய்து அனுப்புகிறான். அதன் நேர்த்தியைப் பார்த்த எவனும் கதராடை ஏற்றத்தாழ்வுகளை ஒழிக்குமென்று கூறத் துணியமாட்டான். இந்த முதலாளி காந்திஜியின் மாபெரும் பக்தர். காந்திஜி எந்த நிதி வசூலித்தாலும், இவர் நிதி அளிக்கத் தவறுவதில்லை. காந்திஜியின் எல்லா நண்பர்களின் எல்லா சிபாரிசுகளையும் இவர் எப்போதும் ஆமோதித்து விடுவார். அவர்களை வரவேற்க இவர் எப்போதும் தயாராய் இருப்பார். அரிஜன நிதிக்கும் இவர் அன்று இருபதாயிரம் ரூபாய் நன்கொடை வழங்கினார். அன்றொரு நாள் கையில் துடைப்பம் பிடித்து நகரத் துப்புரவு நிகழ்ச்சியிலும் உற்சாகமாகப் பங்கெடுத்துக் கொண்டார். ஆனால் இவ்வெல்லாவற்றுக்கும் அடிப்படை அந்தத் திருடப்பட்ட ஆறு மணி நேரத் தொழிலாளரின் உழைப்புதான்!

அந்த முதலாளி பெரிய ஆஸ்திகர், மதப்பற்றுடையவர். அவர் 'பகவத் கீதை'யை லட்சம் பிரதிகள் அச்சிட்டு இலவசமாக விநியோகித்தார். அவர் தனக்குச் சொந்தமான ஒரு பெரிய தொழிற் சாலையில் ஒரு அழகான கோயிலைக் கட்டினார். அவர் பாவம், தொழிலாளரின் வயிற்றுப்பசியுடன் ஆன்மீகப் பசியையும் கவனத்தி லெடுத்துக்கொண்டார். தொழிலாளரின் இவ்வுலகை மட்டுமல்லாமல்

அவர்களின் மறு உலகையும் 'செப்பனிட' அவர் விரும்புகிறார். அவர் கட்டிய கோயிலுக்குள் 'தாழ்த்தப்பட்டவர்களையும்' வர விட்டார். அவர்கள் அங்கே தங்கு தடையில்லாமல் கடவுளைத் தொழலாம். பஜனை செய்யலாம். அம்முதலாளி வணக்கத்திற்குரிய மதன மோகன மாளவியா அவர்களைக் கொண்டு கோவிலைத் திறந்து வைத்தார். மாளவியா அவர்களும் 'முதலாளி ஐயா'வின் மதப்பற்றையும் இந்து மதத்தின்பால் அவருக்குள்ள ஆழ்ந்த பக்தியையும் புகழ்ந்துரைத்தார். அந்தப் பேச்சு ஆங்கிலப் பத்திரிகைகளிலும் இந்தியமொழிப் பத்திரிகைகளிலும் பிரமாதமாகப் பிரசுரிக்கப்பட்டது. காந்திஜி இத்திறப்பு விழாவுக்காகத் தன் கைப்பட எழுதிய வாழ்த்துச் செய்தியை அனுப்பியிருந்தார். மாளவியா அவர்களுக்கு விடை கொடுத்து அனுப்பும்போது முதலாளி காசி இந்துப் பல்கலைக்கழக நிதிக்காக இருபத்தி ஐந்தாயிர ரூபாய் 'செக்' அளித்தார். அதற்காக பல்கலைக்கழக நிர்வாகக் குழு முதலாளிக்கு நன்றி தெரிவிக்கும் தீர்மானத்தை நிறைவேற்றியது. முதலாளி ஆங்கிலக் கல்வி கற்றவராதலால், வெளிநாடுகளுக்குச் செல்லும்போது அவர் கோட்டும் சூட்டும் அணிந்து கொள்ளவேண்டி வருகிறது., (ஆனால் அப்பொழுதும் அவரது சூட்கேஸில் ஒரு சோடி கதராடை தயாராய் இருக்கும்) ஆகவே அவருடைய மதப்பற்று கண்மூடித் தனமானதுமல்ல. அவர் அவ்வப்பொழுது பாண்டிச்சேரி சென்று அரவிந்தரையும் தரிசித்து வருகிறார். அந்தத் தெய்வீக புருஷரின் முகத்திலிருந்து தெய்வீக ஒளியும், அமைதிக் கதிர்களும் வீசிக்கொண்டே இருக்கும். அவர் திருவண்ணாமலையில் ரமண மகரிஷியையும் தரிசித்து வந்தார். அவரைப் பார்த்த பிறகுதான் தனக்கு யோக சக்தியிலும் ஆன்மீகத் தத்துவத்திலும் நம்பிக்கை பிறந்ததாக அவர் கூறிக்கொள்கிறார். சிறு வயது முதலே 'முதலாளி ஐயா'வுக்குப் பிரம்மஞானம் என்றாலும் ஈடுபாடு இருந்து வருகிறது. அக்காலத்திலேயே அவர் வெள்ளை வெளேரென்று அன்னை வாசந்தியிடமிருந்து ஜகத்குரு வரப்போகிறார் என்னும் நற்செய்தியைக் கேட்டிருக்கிறார். அப்போதே அவர் 'ஸ்டார் ஆர்டரின்' உறுப்பினரானார். அவர் அன்னை வாசந்திக்கும் எவ்வளவோ நன்கொடைகள் வழங்கியிருக்கிறார்.

முதலாளியின் மனைவியும் மதப்பற்றில் கணவனுக்குக் குறைந்தவளல்ல. சென்ற முறை அவள் ஹரித்துவாரிலிருந்து பத்ரிநாத்துக்கு விமானத்தில் சென்று வந்தாள். கடவுளுக்கு அவள் ஒரு விலையுயர்ந்த வைர மாலையையும் படைத்தாள். கோவில் பூசாரிகளுக்குத் தாராளமாக வெகுமதிகளை வாரி வழங்கினாள். 'காலி கமலிவாலா' என்னும் தர்ம ஸ்தாபனத்திற்கு அவள் பத்தாயிரம் ரூபாய் நன்கொடை வழங்கினாள். அங்குள்ள வெந்நீர் குளத்திற்குத் தன்னுடைய தாயார்

நினைவாகச் சலவைக்கல் பதிக்கிறேன் என்று வாக்குறுதியும் அளித்தாள். பத்ரிநாத்தில் விழும் பனியினாலும், வெந்நீர்க் குளத்திலிருந்து எழும்பும் ஆவியினாலும் சலவைக்கல் உறுதியாக இருக்காதென்று நிபுணர்கள் ஐயப்பாடு தெரிவித்தபின்னர், அவள் அம்முயற்சியைத் தற்காலிகமாக நிறுத்தி வைத்திருக்கிறாள். முதலாளியம்மாளின் மகள்களும் ஆங்கிலம் தாராளமாகப் பேசுகிறார்கள். அவர்களில் இருவர் இங்கிலாந்திலேயே படித்துக் கொண்டிருக்கிறார்கள். ஆனால் பாவம், அவள் தாய் வீட்டிலிருந்து ராமாயணம் மட்டுமே படித்து வந்தாள். இங்கே வந்த பிறகு முதலாளியாலும், அடிக்கடி போய்வரும் அயல்நாட்டுப் பயணங்களாலும் அரைகுறை ஆங்கிலம் பேசக் கற்றுக் கொண்டிருக்கிறாள். முதலாளி வீட்டு எஜமானர் ஆனபிறகு முதலாளியம்மாவுக்கு ஒரு ஆங்கிலோ- இந்தியப் பெண்மணியை அமர்த்தி ஆங்கிலம் கற்றுத் தர எவ்வளவோ முயற்சி செய்தார். ஆனால் அவளுக்குத்தான் அது மண்டைக்கு ஏறவில்லை. முதலாளியம்மாள் முதலில் தீண்டாமையை வெகுவாகப் பாராட்டினாள். முதன் முதலாக முதலாளி வெளிநாட்டுப் பயணம் முடித்து வந்தபோது அவரை அவள் மதப் பிரஷ்டம் ஆனவராகவே கருதினாள். அவள் தன்னுடைய சமையலையும் தனியாக வைத்துக் கொண்டாள். ஆனால் கொஞ்ச நாட்களே சென்றதும், முதலாளியின் பெயருக்கு இங்கிலாந்திலிருந்து வந்திருந்த ஒரு கடிதத்தை ஆவல் உந்தித் தள்ளப் பிரித்துப் பார்த்தாள். அதிலே ஒரு வெள்ளையழகியின் புகைப்படம் கமகமவென்று வாசனை பரப்பிக் கொண்டிருந்தது. அவள் கடிதத்தை அப்படியே மடித்து வைத்து விட்டாலும், உள்ளத்தில் மட்டும் ஊமை வேதனை அப்படியே நிலைபெற்றுவிட்டது. அவர் ஆங்கிலம் கற்றுக்கொள்ள வற்புறுத்தியபோது ஏன் கற்றுக்கொள்ளாமல் போனோமோ என்று அவள் நொந்துகொண்டாள். எனக்கு மட்டும் ஆங்கிலம் தெரிந்திருந்தால் இந்தச் சிறுக்கியின் விஷயத்தைத் தெரிந்து கொண்டிருக்கலாமே என்று அவள் வருந்தினாள். இதைப் பற்றி அவள் முதலாளியிடம் ஒன்றுமே சொல்லாவிட்டாலும், அடுத்த கோடைக்காலத்தில் வெளிநாடு செல்ல முதலாளி தயாரானபோது அவள் தானும் அவருடன் வருவதாகக் கூறிவிட்டாள். அதைக் கேட்டு முதலாளி வியப்படைந்தாலும் அவருக்கு உண்மை புரியவில்லை. 'ராமன் எங்கிருக்கிறானோ அங்கேயே சீதையும்' என்று சொல்லி அவள் கணவனை மகிழச் செய்துவிட்டாள். 'நான் உன் வைப்பாட்டியைக் கண்காணிக்க வருகிறேன்' என்று அவள் உண்மையைக் கூறவில்லை. அன்றே முந்நூறு ரூபாய் சம்பளத்தில் அவளுக்கு ஆங்கிலம் கற்றுத்தர ஒரு ஆங்கிலோ- இந்திய ஆசிரியை அமர்த்தப்பட்டாள். அவள் முதலாளியம்மாளுடன் அயல்நாட்டுப் பயணத்திலும் கூடவே

இருந்தாள். முதலாளியம்மாள் செய்யும் தான - தருமங்கள் மிகவும் புகழ் பெற்றவை. கல்யாண் என்னும் மதப் பிரச்சாரப் பத்திரிகையின் ஆயிரம் பிரதிகளை விலை கொடுத்து வாங்கி, அவள் இனாமாக வினியோகிக்கிறாள்.

முதலாளியின் குடும்பத்தில் பாட்டன் காலத்திலிருந்து தர்மப் பங்கு எடுத்து வைக்கும் வழக்கம் அப்படியே தொடர்ந்து வந்து கொண்டிருக்கிறது. முதலாளி புதிதில் இது ஒரு மூடப் பழக்கம் என்று கருதி அதை நிறுத்திவிடவும் எண்ணினார். ஆனால் தாய், மனைவி, சமூகம் ஒப்புக்கொள்ளாததை நினைவிலிருத்தி அவ்வெண்ணத்தை விட்டுவிட்டார். இப்போதோ அவர் இந்த வழக்கத்தில் தமது முன்னோர்களின் முன்யோசனையைப் பெரிதும் பாராட்டுகிறார். தர்மப் பங்குக்காக வசூலிக்கப்படும் காசு, பொருட்களை வாங்குவோரிடமிருந்து தான் வசூலிக்கப்படுகிறது, இந்தப் பணத்தை அவரது முன்னோர்கள் புண்ணியத் தலங்களை தரிசிப்பதற்கும், அன்னதானம் செய்வதற்கும் கோவில்களைச் செப்பனிடுவதற்கும் செலவிட்டுவந்தனர். அப்படியும் எஞ்சிய பணத்தைத் தொழிலுக்கு முதலீடாக எடுத்துக்கொண்டனர். முதலாளியின் வியாபாரி இப்போது லட்சக்கணக்கில் அல்லாமல், கோடிக்கணக்கில் வளர்ந்துவிட்டது. இப்போது அவர் வெறும் வியாபாரி மட்டுமல்ல, தொழிலதிபராகவும் மாறிவிட்டதனால் அவருடைய லாபமும் எக்கச் சக்கமாகிவிட்டது. அப்படி இருந்தும் தர்மப்பங்கு வழக்கம் அப்படியே தொடர்ந்து வந்துகொண்டிருக்கிறது. அதிலிருந்து வரும் வருவாயும் அதிகரித்துக் கொண்டே இருக்கிறது. முதலாளி இந்தத் 'தர்மப் பங்கு' கணக்கிலிருந்துதான் தொழிற்சாலைக் குள்ளேயே ஒரு கோவிலைக் கட்டுவித்தார். காசி இந்து பல்கலைக்கழகத்தை நிறுவிய- மதன- மோகன மாளவியாவுக்கு இருபத்தி ஐந்தாயிரம் ரூபாய் நன்கொடையும் வழங்கினார். இதிலிருந்தே அவர் காந்திஜியின் கதர் நிதிக்கும், அரிஜன நிதிக்கும்கூட நன்கொடை தந்தார். அமைச்சர்களின் நிதிக்கும், கவர்னர்களின் நிதிக்கும்கூட இதிலிருந்தே பணம் தரப்படுகிறது. அம்மாநிலத்தின் உயர்நீதிமன்றக் கிறிஸ்துவத் தலைமை நீதிபதி கோரியதுமே பத்தாயிரம் ரூபாய் இந்த 'தர்மப் பங்கி'லிருந்தே கொடுக்கப்பட்டது. செஞ்சிலுவைச் சங்கத்திற்கும் யுத்த நிதிக்கும் லண்டனிலுள்ள ஒய்.எம்.சி.ஏ. கட்டிட நிதிக்கும்கூட இந்தக் கணக்கிலிருந்தே பணம் வழங்கப்படுகிறது. அப்படியும் எவ்வளவோ பணம் நிலுவை சேர்ந்துவிட்டிருப்பதால் இப்போது அவர் லண்டன் மாநகரில் ஐந்து லட்ச ரூபாய் செலவில் ஒரு சிவன் கோவிலைக் கட்டப் போகிறார்.

இந்தத் தான தருமங்களுக்கும், நன்கொடைகளுக்கும் செலவிடப்படும் பணம் எங்கிருந்து வருகிறது? தொழிலாளர்களின் ஆறுமணி நேர உழைப்பைத் திருடியதிலிருந்துதான் இச்செலவுகள் எல்லாம் செய்யப்படுகின்றன.

தொழிலாளரின் ஆறுமணி நேர உழைப்பைத் திருடியதிலிருந்து முதலாளியின் குடும்பத்தினரின் செலவும், அவர்கள் செய்யும் தான தருமங்களும், ஊதாரிச் செலவுகளும் மட்டுமல்லாமல், அவருடைய எண்ணிக்கையில் பெருகியுள்ள தொழிற்சாலைகளும், இருபது மடங்கு வளர்ந்துள்ள முதலீட்டுப் பணமும்கூட வந்தன. அது மட்டுமல்லாமல் முதலாளியின் தொழிற்சாலைகளில் தயாரான சரக்குகளை விற்பனை செய்யும் அலங்கரிக்கப்பட்ட கடைகளும், கடைக்காரர்களும் குமாஸ்தாக்களும், ஏஜெண்ட்களும், சப் ஏஜெண்டுகளும் கடைத் தரகர்களும் கூட அந்தத் திருடப்பட்ட ஆறுமணி நேர உழைப்பிலிருந்து உருவானவர்களேயாவர்.

சுருக்கமாகக் கூறுவதானால், முதலாளி திருடிய தொழிலாளர்களின் உழைப்பிலிருந்து வரும் பெரும் பகுதியை முதலீடாக மாற்றிக் கொள்கிறான். ஒரு பொருளின் உண்மை மதிப்பிலிருந்து குறைக்கப்பட்டு மிஞ்சிய மதிப்பே முதலீடாகும். அல்லது ஒரு முதலாளியின் அனைத்து வியாபாரத்தின் குறிக்கோளே முதலீடாகும். இந்த எஞ்சிய மதிப்புப் பணத்தின் ஒரு பகுதியிலிருந்து முதலாளி இயந்திரங்களை விலைக்கு வாங்குகிறான். தொழிற்சாலை கட்டுகிறான், கச்சாப் பொருட்களை வாங்குகிறான். கச்சாப் பொருளை உபயோகப் பண்டமாக உருமாற்றுகிறான். அதை அதிக விலைக்கு விற்கிறான். தொழிலாளிக்குக் குறைவான கூலி தந்து எஞ்சியதைத் தனது தொழிற்சாலைகளை அதிகரித்துக் கொள்ளவும் புதிய இயந்திரங்களை வாங்கவும் பயன்படுத்துகிறான். தொடர்ந்து பண்டங்களின் உற்பத்தியைப் பெருக்குவதும், அவற்றை விற்பனை செய்வதும், லாபத்தைச் சம்பாதிப்பதுமே முதலாளித்துவ முறையின் சாரமாகும்.

4. மந்த நிலை : கைத்தொழில் சாதனங்களுக்குப் பதிலாக நீராவி இயந்திரங்கள் உருவானதால், அவற்றில் மனித உழைப்பு குறைவாகவும், பொருளுற்பத்தி வேகமாகவும் நடைபெறத் துவங்கியது. நூறாண்டுகளுக்கு முன்பு தொழிற்சாலைகளிலிருந்த தறியைப் பொருட்காட்சி சாலையில் பார்த்து அதை இன்றைய புதிய தறியுடன் ஒப்பிட்டால் இரண்டுக்குமிடையே உள்ள அபார வித்தியாசம் தெள்ளென விளங்கும். நூறு ஆண்டுகள்கூடத் தேவையில்லை.

இருபது வருடங்களுக்கு முந்தைய இயந்திரங்களுடன் இன்றைய இயந்திரங்களை ஒப்பிட்டுப் பார்த்தால் இன்று மனித உழைப்பு குறைந்துள்ளதையும் பொருளுற்பத்தி அதிகரித்திருப்பதையும் புரிந்து கொள்ளலாம். இந்தியாவில் சர்க்கரைத் தொழிற்சாலைகள் நிறுவுவது பத்து, பன்னிரண்டு ஆண்டுகளுக்கு முன்புதான் ஆரம்பமாயிற்று. சென்ற ஐந்தாறு ஆண்டுகளுக்குள் வெளிநாடுகளில் மார்க்கெட்டுகளைத் தேட வேண்டிய அளவுக்குச் சர்க்கரை உற்பத்தி அதிகரித்து விட்டது. கடந்த இரண்டு வருடங்களிலோ சரக்கு விற்பனையாகாமல் முடங்கிவிட்டதால், சர்க்கரைத் தொழிற்சாலை முதலாளிகள் விவசாயிகளிடமிருந்து கரும்பு வாங்க மறுத்துவிட்டார்கள். கரும்பு விவசாயம் படுத்துவிட்டது. விவசாயிகளுக்கு நிவாரணமளிப்பதற்காக உத்தரப்பிரதேச, பீகார் அரசுகள் பல லட்ச ரூபாய் அவர்களுக்கு அளித்தன. முதலாளித்துவ உலகில் இயந்திரங்களின் கண்டுபிடிப்பாலும், அவை மேலும் மேலும் அபிவிருத்தி செய்யப்படுவதாலும் பொருளுற்பத்தி மேலும் பெருகுகிறது. எல்லாச் சரக்குகளும் விற்பனையாகாமல் தேங்கிக் கிடக்கின்றன. பொருட்களின் விலை விழுந்துவிடுகிறது. பொருட்களை வாங்குபவர்கள் முன்னைக் காட்டிலும் குறைந்து விடுகின்றனர். ஏனெனில் விளைபொருளின் விலை குறைவதால் விவசாயிகளுக்கு வேலை இல்லாமல் போய்விடுகிறது. தொழிலாளர்கள் ஆட்குறைப்பு செய்யப்படுகின்றனர். அவர்களின் சம்பளம் குறைந்துவிடுகிறது. பொருட்களின் விலை என்னவோ குறைந்துவிட்டது. ஆனால் என்ன செய்வது, கையில் பணமில்லையே! தொழிற்சாலைப் பண்டங்களின் விலையில் மந்த நிலையால், அவற்றை வாங்குபவர்கள் குறைந்து விடுகிறார்கள். இதனால் விவசாயிகளின் விளைபொருள்களும் விலை குறைந்து மலிவாகி விடுகின்றன. இதனால் விவசாயிகளின் கையில் பணம் புழங்குவது குறைந்துவிடுகிறது. தொழிற்சாலைகளில் உற்பத்தியான பண்டங்கள் கிடங்குகளிலும், மார்க்கெட்டுகளிலும் முடங்கிக் கிடக்கும்போது, அவை விற்பனையே ஆகாமலிருக்கும்போது எந்த முதலாளியாவது தொழிலாளரின் ஜீவனோபாயத்திற்காகவே தொழிற்சாலையை நடத்திக் கொண்டிருப்பாரா? இது ஒரு பெரிய சங்கடமான விஷயந்தான்! தொழிலாளி ஏன் வேலையில்லாமல் திண்டாடுகிறான்? ஏனென்றால், தொழிற்சாலையில் உற்பத்தியான பண்டங்கள் விலை போகவில்லை. தொழிற்சாலையில் உற்பத்தியான பண்டங்கள் ஏன் விலை போகவில்லை? ஏனென்றால், விவசாயிகளிடமும், தொழிலாளர்களிடமும் அப்பண்டங்களை வாங்குவதற்குக் காசில்லை. அவர்களிடம் ஏன் காசில்லை? ஏனென்றால், விவசாயிகள் விளைவித்த பொருட்களையும், தொழிலாளரின் உழைப்பையும் தொழிற்சாலை வாங்கிக்

கொள்ளவில்லை. தொழிற்சாலைகளில் உற்பத்தியாகும் பொருட்கள், உபயோகிப்பாளரின் எண்ணிக்கையை விட அதிகமாகி விட்டனவா? இல்லை. இப்போது செலவாகும் பொருட்களைவிட இன்னும் பத்து, இருபது மடங்கு பொருட்கள் செலவாவதற்கு வாய்ப்பிருக்கிறது. ஏனெனில் இப்போதும் கோடிக்கணக்கான மக்கள் அரைப்பட்டினியுடனும், கோவணாண்டிகளாகவும் தான் இருக்கிறார்கள். உற்பத்தியாகும் எல்லாப் பொருட்களையும் மக்கள் எப்படிப் பயன்படுத்த இயலும்? முதலாளி தொழிலாளிக்குத் தரவேண்டிய இரண்டு ரூபாய்க்குப் பதிலாக அரை ரூபாய் மட்டுமே தந்து, ஒன்னரை ரூபாய் பறித்து விடுகிறான். அந்த ஒன்னரை ரூபாய் தொழிலாளிக்குக் கிடைக்குமானால் அவன் இப்போதைக் காட்டிலும் நான்கு மடங்கு பொருட்களை வாங்குவான். நல்ல சாப்பாடு சாப்பிடுவான். விவசாயிகளின் விலை பொருட்கள் இன்னும் அதிகமாகச் செலவாகும். அவன் அதிக ஆடைகளை உடுத்துவான். தொழிற்சாலைகளில் உற்பத்தியாகும் துணிகள் அதிகமாகச் செலவாகும். மற்ற உபயோகப் பண்டங்களையும் அவன் அதிகமாக வாங்கும்போது, தொழிற்சாலைகளில் உற்பத்தி மேலும் மேலும் பெருகும். தொழிலாளி தனது மனைவி மக்களுடன் வயிறார சாப்பிடுவான். மார்க்கெட்டில் காய்கறிகள் பெரும் எண்ணிக்கையில் செலவாகும். கால்நடை மேய்ப்போரிடமிருந்து ஆடுகளும், செம்மறியாடுகளும் கறிக்காக அதிக அளவில் வாங்கிக் கொள்ளப்படும். மீனவர்கள் பெருமளவில் மீன்களைப் பிடிக்க நேரும். பழத்தோட்டங்களை அதிகமாக வளர்க்க வேண்டிவரும். தொழிலாளர் குடும்பத்திலுள்ள அனைவரும் காலணிகளும், கோட்டும், சூட்டும், போர்வைகளும், புடவை ஜாக்கெட்டுகளும் பெருமளவில் பயன்படுத்தும்போது, தொழிற்சாலைகளில் உற்பத்தியாகும் இப்பொருள்களுக்கு நல்ல கிராக்கி ஏற்பட்டுவிடும். தொழிலாளரின் ஆறு மணி நேரக் கூலியைப்பறித்துவிடுவதனாலேயே மார்க்கெட்டில் மந்த நிலையும், விவசாயிகளின் பேரழிவும் தொழிலாளரின் வேலையில்லாத் திண்டாட்டமும் ஏற்படுகின்றனவென்பதை இதிலிருந்து தெரிந்து கொள்ளலாம்.

*1929-33*ஆண்டுகளுக்கிடையே தோன்றிய உலகு தழுவிய மந்த நிலையை கல்வியறிவில்லாத இந்திய விவசாயியும் அறிவான். ஆனால் அவன் அந்த மந்த நிலையின் விளைவைத் தன்னைப் பொருத்தவரையில்தான் அறிவான். இந்த மந்த நிலையாலேயே நாணயத்தின் மதிப்பு வீழ்ந்துவிட்டதென்பதும், பல நாடுகள் தாம் பெற்ற கடனுக்காக வட்டி செலுத்துவதை நிறுத்திவிட்டனவென்பதும் அவனுக்குத் தெரியாது. பின் தங்கிய நாடுகளில் முதலீடு செய்ய

முதலாளித்துவ நாடுகளிடமே பணம் இல்லாமற்போய்விட்டது அது மட்டுமல்ல. தேயிலைத் தோட்டங்களில் தேயிலை பறிப்பதை நிறுத்திவிட்டனர். ரப்பர் தோட்டங்களை அப்படியே விட்டுவிட்டனர். கப்பல் கப்பலாக ஆரஞ்சுப் பழங்கள் கடலில் கொண்டு போய்க் கொட்டப்பட்டன. 1933-ஆம் ஆண்டு குளிர் காலத்தில் அமெரிக்க அரசு ஐம்பது லட்சம் பன்றிகளை விலை கொடுத்து வாங்கி அவற்றைக் கொன்றுவிட்டது. அவற்றை உண்பதற்கு யாருக்கும் தரவில்லை. டென்மார்க்கில் வாரத்துக்கு 1500 பசுக்களைக் கொன்று மண்ணில் புதைத்து வந்தனர். அர்ஜென்டினாவில் லட்சக்கணக்கான செம்மறியாடுகள் வீணாகவே கொன்று குவிக்கப்பட்டன. அவற்றை மேய்ச்சல் நிலத்திலிருந்து ஆட்டுத் தொட்டிக்குக் கொண்டு செல்லும் செலவு அவற்றின் கறியின் விலையைக் காட்டிலும் அதிகமாக இருந்ததால், மேய்ச்சல் காட்டிலேயே அவை கொன்று குவிக்கப்பட்டன. கோதுமைப் போர்கள் தீக்கிரையாக்கப்பட்டன. காப்பிப் பாக்கெட்டுகள் கடலில் வீசியெறியப்பட்டன. அதாவது உணவுப் பண்டங்களையும், மற்ற சரக்குகளையும், ஈவிரக்கமில்லாமல் அழித்துவிடுவது, பொருளுற்பத்தியில் குறைந்தபட்ச தொழிலாளர்களை ஈடுபடுத்துவது, அக்காலத்து முதலாளிகளின் அணுகுமுறையாகும். ஒரு பக்கம் கோடிக்கணக்கான மக்கள் உணவுக்கும், உடைக்கும் ஆலாய்ப் பறந்து கொண்டிருந்தபோது, மறுபக்கம் இந்த அக்கிரமம் நடந்துகொண்டிருந்தது.

5. முதலீடு குவிப்பு : பரவலாக இருக்கும் பொருட்கள் ஒன்றிணையும்போது, அவற்றின் சக்தி பெருகிவிடுகிறதென்பதை ஏற்கெனவே குறிப்பிட்டோம். புராதனப் பொதுவுடைமை அமைப்பைவிட மக்கள் குழுக்கள் அதிக சக்திகளை ஒருமைப்படுத்தும் திறமையும் பெற்றிருந்ததாலேயே, அவைகளால் புராதனப் பொதுவுடைமைக் குழுக்களை அழிக்க முடிந்தன. அதேபோல் மக்கள் குழுக்களைக் காட்டிலும், தந்தை வழிச் சமுதாயமும், தந்தை வழிச் சமுதாயத்தைக் காட்டிலும் நிலப்பிரபுத்துவ அமைப்பும் அதிக சக்திகளை ஒருமைப்படுத்தின. அதனாலேயே அவை ஒன்றை ஒன்று வெற்றிகொண்டன. இதை நாம் அரசியல், சமூகக் கண்ணோட்டங் களிலிருந்து கூறினோம். ஆனால் லோகாயத சாதனங்கள் அல்லது சக்திகள் அதாவது பொருளாதாரக் காரணங்கள் மிக வலுவானவை என்பதும், பொருளாதாரத் துறையில் சக்தி குவிப்பதால் உற்பத்தியும் பெருகுகிறது என்பதும் நாமறிவோம். வணிக யுகத்தின் துவக்கத்தில் பொருட்கள் கைத்தொழில் முறையிலேயே உற்பத்தியாயின. ஆனால் வணிக யுகத்தின் முடிவிலே பொருட்களுக்கு அபரிமிதமான கிராக்கி ஏற்பட்டுவிட்டதால் வியாபாரிகள் பெரிய பெரிய தொழிற்சாலைகளை

ஆரம்பித்தனர். கச்சாப்பொருள், இயந்திரங்கள், சாதாரணத் தொழிலாளர், நிபுணத்துவம் வாய்ந்த தொழிலாளர் - ஆகியவைகளைத் திரட்டியதுடன் அவர்கள் நிற்கவில்லை. தொழிற்சாலைகளில் உற்பத்தியான பண்டங்களை விற்கும் பொறுப்பையும் ஏற்றுக்கொண்டனர். அவர்கள் ஆங்கிலேயர், போர்த்துக்கீசியரைப் போல ஆசியா, ஆப்பிரிக்கா, அமெரிக்கா நாடுகளில் கிடங்குகளையும் ஏஜென்டு களையும் அமர்த்தினர். இதனால் பொருளுற்பத்தி முன்னைவிட அதிகரித்தது. பொருட்களும் மலிவாகவும் நல்ல முறையிலும் உற்பத்தியாகத் தொடங்கின. அதிக சாதனங்களும், வசதிகளும், வாய்ப்புகளும் இல்லாதவர்கள் பெரும் தொழிலதிபர்களிடம் வேலைக்குச் சேர்வதைத் தவிர வேறு வழி ஏது? இவ்விதம் சிதறியிருந்த சிறுதொழில்கள் ஒரு பெரிய தொழிற்சாலை உருவத்தில் ஒன்று குவிந்தன. சொந்த சிறு தொழில்களாக இருந்த கைராட்டினங்களும் கைத்தறிகளும் மறைந்தன. உற்பத்தி தனது சமுதாய உருவத்தைப் பெற்றது. இந்தத் தொழில் குவிப்பு அல்லது சமூக மயம் முதலாளித்துவ வரலாற்றில் தொடங்கியதும், அது வளர்ந்துகொண்டே போகாமல் இருக்க முடியுமா? தொழிற்சாலைகளில் கூடச் சிறிய-பெரியவற்றுக்கிடையேயும், அதிக இயந்திரங்கள்-குறைந்த இயந்திரங்கள் உள்ளவற்றுக்கிடையேயும் போட்டி இருந்தது. இரண்டுவிதத் தொழிற்சாலைகளிலும் தனது பண்டங்களை மலிவாகவும், வேகமாகவும், அதிக அளவிலும் விற்கக்கூடியதே மார்க்கெட்டில் பிரதான இடத்தைப் பெற முடிந்தது. இந்தப் போட்டியில் சிறு முதலாளிகள் பெரு முதலாளிகளின் முன்னே நிற்க முடியாமல் தொழில் அரங்கத்திலிருந்தே மறையத் தொடங்கினர். சிறு முதலாளிகளைப் பெரு முதலாளிகள் விழுங்கத் தொடங்கினர். "பெரிய மீன்கள் சிறிய மீன்களை விழுங்குகின்றன" என்னும் பழமொழி உண்மையாகத் துவங்கிற்று.

நீராவி இயந்திரங்களும், மின்சார இயந்திரங்களும் வந்த பின்னர் தொழில் குவிப்பு மேலும் வேகமாக நடைபெற்றது- ஏனெனில் ஐந்தாறு வருடங்களுக்கு ஒருமுறை இயந்திரங்களில் மாறுதல் நிகழ்கிறது. முன்னைக்காட்டிலும் அதிகமாக இயங்கக்கூடிய இயந்திரங்கள் உருவாகின்றன. புதிய இயந்திரங்களை அமைத்துக்கொள்ள சக்தியற்ற முதலாளிகள், குறிப்பிட்ட ஒரு வேலையைச் செய்து முடிக்க அதிகத் தொழிலாளர்களை வைத்துக்கொள்ள வேண்டியதாகிறது. அவர்களுக்கு அதிக சம்பளம் கொடுக்கவேண்டியதாகிறது. இதனால் பொருட்களின் விலை அதிகமாகிறது. இப்படிப்பட்ட தொழிற்சாலைகள் மார்க்கெட்டில் எத்தனை காலம் போட்டியைச் சமாளித்துக் கொண்டு நிற்க முடியும்? இதன் விளைவாகப் பழைய தொழிற்சாலை விற்கப்பட்டுவிடுகிறது.

ஒரு பெரிய முதலாளி அதை விலைகொடுத்து வாங்கிக்கொள்கிறான். புதிய பெரு முதலாளியிடம் நசிந்துவிட்ட பழைய சிறு முதலாளிக்கு ஒரு வேலை கிடைக்கலாம். புதிய முதலாளி பழைய தொழிற்சாலையைப் புதிய இயந்திரங்களைக் கொண்டு புதுப்பித்து, அதை மீண்டும் மார்க்கெட்டில் செலாவணிக்குக் கொண்டு வருகிறான்.

இயந்திரங்களைப் புதுப்பித்துக் கொள்ளும் விஷயத்துடன் சிறு முதலாளிகளுக்கு மற்றொரு கஷ்டமும் இருக்கிறது. மார்க்கெட் மந்த நிலையை ஏற்கெனவே குறிப்பிட்டுள்ளோம். மார்க்கெட்டில் சரக்குகள் குவிந்துவிடுவதாலும், தொழிலாளர்கள் பெரும் எண்ணிக்கையில் வேலையிழந்துவிடுவதாலும் பணச் சம்பாதனையும், பணத்தால் பொருட்கள் வாங்கப்படுவதும் கூடக் குறைந்துவிடுகின்றன. மந்த நிலைக்காலத்தில் ஒரு பக்கம் வருவாய் நின்று விடுகிறது. ஆனால் மறுபக்கம் தொழிற்சாலையையும், இயந்திரங்களையும் பழுது பார்க்கும் செலவுகளும், அவற்றைப் பாதுகாக்க ஆகும் செலவும், நிலத்தின் வாடகையும், குடும்பச் செலவுகளும் பாங்கின் வட்டியும் அதிகமாகிவிடுகின்றன. இதைச் சமாளிக்க சிறு முதலாளிகளுக்கு இரண்டே வழிகள் உள்ளன. ஒன்று எல்லாவற்றையும் இழந்து திவாலாகிவிடுவது: மற்றொன்று ஏதாவதொரு தொகையைப் பெற்றுக்கொண்டு தன் தொழிற்சாலையைப் பெரிய முதலாளிக்கு விற்றுவிடுவது. எட்டுபத்து ஆண்டுகளுக்கு ஒரு முறை வரும் மந்தநிலை அல்லது பொருளாதார நெருக்கடியின்போது ஆயிரக்கணக்கான சிறிய மீன்கள் பெரிய மீன்களின் வயிற்றுக்குள் போய்விடுகின்றன. அதேபோல் முதலீட்டுப் பணமும் பலரிடமிருந்து ஒரு சிலரிடம் குவிந்துவிடுகிறது.

முதலீடு சேர்வதற்கான எடுத்துக்காட்டாக நாம் இரு சகோதரர்களின் உதாரணம் தந்தோம். அதைக் கொண்டு மிதமாகச் செலவிடுவதாலும், வியாபாரத் திறமையாலுமே முதலீடு சேர்கிறது என்றும் தவறான முடிவுக்கு வரக்கூடாது. ஆனால் ஐரோப்பிய முதலாளித்துவ நாடுகளை- குறிப்பாக இங்கிலாந்தை- ஆராய்ந்தால் முதலீட்டுப் பணத்தைச் சேர்ப்பதற்கு வேறு பல முறைகளும் பயன்படுத்தப்பட்டன என்பதையும் தெரிந்து கொள்ளலாம். பதினெட்டாம் நூற்றாண்டின் கிழக்கிந்தியக் கம்பெனியைக் கவனியுங்கள். அது தனது சிப்பாய்களை வாடகைக்குத் தந்து கொண்டிருந்தது. அந்த வாடகைப் பணம் கொஞ்ச நஞ்சமல்ல. பெரும் தொகையாகும். கிழக்கிந்தியக் கம்பெனி தனது பலத்தை உணர்ந்துகொண்டதும் அது சுயநலத்திற்காகச் சுயமாகவே யுத்தங்கள் செய்யத் தொடங்கியது. பதினெட்டாம் நூற்றாண்டுப் பிற்பகுதியில் ராபர்ட் கிளைவ், வாரன் ஹேஸ்டிங்ஸ், காரன் வாலிஸ் ஆகியோரின் ஆட்சிக் காலத்தைப் பாருங்கள். அக்காலத்தில் நிலவரி, வியாபாரம்,

தொழிற்சாலை ஆகியவைகளிலிருந்து மட்டுமே வருவாய் கிடைக்கவில்லை. அவர்கள் நேரடிக் கொள்ளையும் நடத்தினார்கள். அயோத்திய பேகம்களின் கஜானாவையும் கொள்ளையடித்தார்கள். சேத்சிங் ராணிகளின் செல்வத்தைப் பறித்துக் கொண்டார்கள். பெரிய பெரிய மன்னர்களிடமிருந்தும் நவாபுகளிடமிருந்தும் வசூலிக்கப்பட்ட தொகைகளுக்கு எல்லையே இல்லை. இந்தப் பணத்தையெல்லாம் கம்பெனி நேரடியாகப் பறித்துக் கொண்டிருந்தாலும் அல்லது அதன் சிப்பந்திகளின் பைக்குள் போயிருந்தாலும் அது இங்கிலாந்தின் முதலீட்டுப் பணத்தை வளர்த்தது என்பதில் ஐயமில்லை.

பத்தொன்பதாம் நூற்றாண்டின் முற்பகுதியில் இந்தியாவில் ஆங்கிலேயரின் கொள்ளை அப்படியே தொடர்ந்தது. ஆனால் நேரடிக் கொள்ளை குறைந்தது என்பது உண்மைதான். அதற்குக் காரணம் பிரிட்டிஷ் முதலாளிகள் இந்தியாவை ஆண்டு கொண்டிருந்ததுதான். இதனால் நாட்டை நேரடியாகக் கொள்ளையடிப்பதற்குப் பதிலாக, வேறு பல முறைகளில் கொள்ளையடிக்க அவர்களால் முடிந்தது. பத்தொன்பதாம் நூற்றாண்டில் இங்கிலாந்தின் செல்வம் இவ்வாறு வளர்ந்தது.

கி.பி.1814ல்	*230*	கோடி	பவுண்டுகள்
கி.பி.1857ல்	*6100*	”	”
கி.பி.1865ல்	*8500*	”	”

உற்பத்திச் சாதனங்களைப் பெரும் அளவில் சேகரித்துக் கொள்வதாலேயே முதலாளித்துவ முறை வளர்ச்சியடைகிறது. முதலில் சிறுசிறு தொழிலாளரும், கடைக்காரர்களும் இருந்தனர். கடை வியாபாரம் வளர்ந்ததால் பெரிய வியாபாரிகள் தோன்றினர். அவர்கள் உலகத்தின் எல்லா நாடுகளிலும் தமது கிடங்குகளை ஆரம்பித்தனர். தமது கப்பல்களில் சரக்குகளை எடுத்துச் சென்றனர். இறுதியில் தமது சொந்தத் தொழிற்சாலைகளையே தொடங்கினர். புதிய இயந்திரங்கள் கண்டுபிடிக்கப்பட்டன. சிறிய தொழிற்சாலைகள் பெரிய தொழிற்சாலைகளாக மாறின. அதுவும் அவை ஒரு பெரிய அமைப்பின் கட்டுப்பாட்டிற்குள் கொண்டு வரப்பட்டன. அதன் பின்னர் இயந்திரங்களில் மேலும் முன்னேற்றம் காணப்பட்டது. தொழிலாளர்கள் ஆட்குறைப்பு செய்யப்பட்டனர். நிர்வாகத் துறையிலும் செலவைக் குறைக்கவும், அதை வலுப்படுத்தவும் முயற்சிகள் மேற்கொள்ளப்பட்டன. சரக்குகளை விற்பனை செய்ய சிறிய சிறிய கடைகளுக்குப் பதிலாகப் பெரிய வணிக நிறுவனங்களும் ஸ்டோர்களும் திறக்கப்பட்டன. பல ஊர்களில் சொந்தக் கடைகள்

உள்ள முதலாளியே மார்க்கெட்டில் வெற்றி பெறும் நிலை ஏற்பட்டது. இந்தப் பெரிய கம்பெனிகளை மேலும் வளர்த்து, அபரிமிதமான முதலீட்டைத் திரட்டி, டிரஸ்டுகள் தோன்றின. உற்பத்தியையும், விற்பனையையும் மேலும் திறம்பட நிர்வகிக்கும் முறையில் மொத்த சில்லறைக் கடைகளையும், தொழிற்சாலைகளையும், வங்கி அல்லது நிதித் தலைவர்களின் கட்டுப்பாட்டுக்குள் கொண்டு வரப்பட்டன. இதைக் கீழ்க்கண்டவாறு விவரிக்கலாம்.

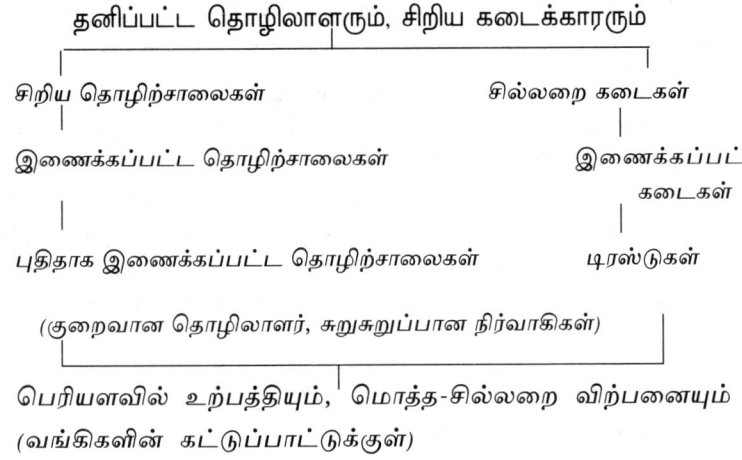

தனிப்பட்ட தொழிலாளரும், சிறிய கடைக்காரரும்

சிறிய தொழிற்சாலைகள் | *சில்லறை கடைகள்*

இணைக்கப்பட்ட தொழிற்சாலைகள் | *இணைக்கப்பட்ட கடைகள்*

புதிதாக இணைக்கப்பட்ட தொழிற்சாலைகள் | *டிரஸ்டுகள்*

(குறைவான தொழிலாளர், சுறுசுறுப்பான நிர்வாகிகள்)

பெரியளவில் உற்பத்தியும், மொத்த-சில்லறை விற்பனையும் *(வங்கிகளின் கட்டுப்பாட்டுக்குள்)*

3. உற்பத்திச் சாதனங்கள்

இயந்திர வளர்ச்சி: உற்பத்திச் சாதனங்களில் அதாவது பொருட்களை உற்பத்தி செய்யப் பயன்படுத்தப்படும் சாதனங்களில் கடந்த இரண்டாயிரத்து ஐநூறு ஆண்டுகளில் ஏற்பட்ட மாற்றங்களைச் சுலபமாக விவரித்துவிட முடியாது. மனிதன் ஆயுதந்தரிக்கும் உயிரினமாகும். அவன் முதலில் கல்லாயுதங்களையும், மரத்தாலான ஆயுதங்களையும் பயன்படுத்தினான். ஆனால் இரண்டாயிரத்து ஐந்நூறு வருடங்களுக்கு முன்பு மனிதன் உலோக ஆயுதங்களைப் பயன்படுத்தத் துவங்கி விட்டான். அவ்வாயுதங்கள் எண்ணிக்கையிலும், தரத்திலும் எவ்வளவோ வளர்ந்துவிட்டிருந்தன. ஆயினும் இன்றைய ஆயுதங்களைக் கொண்டு அவற்றை ஒப்பிடவே முடியாது. புத்தர் காலத்திய (கி.மு.ஆறாம்- ஐந்தாம் நூற்றாண்டுகளில்) இந்தியாவிலும் அரிஸ்டாட்டில் காலத்திய (கி.மு.நான்காம் நூற்றாண்டு) கிரேக்க நாட்டிலும் கீழ்க்கண்ட ஆயுதங்கள் புழக்கத்தில் இருந்தன:

கவலைப்பானை | *இரண்டு தட்டுத் தராசு*

ஒரு தட்டுத் | *தராசு சிம்ட்டா*

சம்மட்டி	காற்றுப் பை
ஆணி	கோடாரி
அரிவாள்	கல்லுரல்
வண்டி	ஆப்பு
சக்கரம்	உறி
வில்	அம்பு
காவடி	துடுப்பு
குயவன் சக்கரம்	உலோக வளையங்கள்
மம்மட்டி	

இப்புராதன ஆயுதங்களை இன்றைய நவீன ஆயுதங்களுடன் ஒப்பிட முடியுமா? இக்கால யுத்தத்திற்கு நாற்பதாயிரத்துக்கு மேற்பட்ட உறுப்புகள் தேவைப்படுகின்றன. அவற்றைக் கொண்டு ஆயிரக்கணக்கான பல்வேறு ஆயுதங்கள் தயாரிக்கப்படுகின்றன. உற்பத்திச் சாதனங்களையும், உறுப்புக்களையும் மொத்தமாக விவரிக்க இயலாவிட்டாலும் இங்கே நாம் சாதாரண இயந்திரங்களையும் மின்சார இயந்திரங்களையும் மட்டுமே குறிப்பிடுவோம்:

1. இயந்திரங்கள், உறுப்புகள் சாதனங்களின் உற்பத்தி

(க) நீராவி அல்லது எண்ணெயால் இயங்கும் இயந்திரங்கள்.

I. அசையும் இஞ்சின் (ரயில், மோட்டார்)

II. அசையா இஞ்சின் (தொழிற்சாலை)

III. மற்ற சக்தியைக் கொண்டு இயங்கும் இயந்திரங்கள்.

(ங) சாதாரணமாகப் பயன்படுத்தப்படும் பல நோக்கு இயந்திரங்கள்.

I. உலோகம், மரம், கல் முதலியவற்றில் வேலை செய்யும் இயந்திரங்கள்.

II. பம்புகள்

III. கிரேன்களும், ஓரிடத்திலிருந்து மற்றோரிடத்திற்கு எடுத்துச் செல்லும் இயந்திரங்கள்.

IV. மற்ற இயந்திரங்கள்

(ச) குறிப்பிட்ட பிரிவைச் சேர்ந்த பல நோக்கு இயந்திரங்கள்:

I. நூற்கும் இயந்திரங்கள்

II. விவசாய இயந்திரங்கள்

III. புதிய பொருட்களை உற்பத்தி செய்யும் இயந்திரங்கள்.

IV. நுண்ணிய பொருட்களைத் தயாரிக்கும் முக்கிய இயந்திரங்கள்.

V. போர்த் தளவாடங்களைத் தயாரிக்கும் இயந்திரங்கள்.

VI. பல்வேறு இயந்திரங்களைத் தயாரிக்கும் கனரக இயந்திரங்கள்.

(ஞ) பழுது பார்க்கும் தொழிற்சாலைக்கான இயந்திரங்கள்.

(ட) பாய்லரும், மற்ற இயந்திரங்களும்

I. நீராவி பாய்லர்

II. குறிப்பிட்ட பிரிவுகளுக்கான பாய்லர்களும், இதர இயந்திரங்களும்

(ண) இயந்திரங்களுக்குத் தேவையான உறுப்புகள்.

I. மெஷின் டூல்ஸ்

II. இயந்திர உறுப்புகள்

(த) தொழிற்சாலை அமைத்தல்

(ந) கப்பல் கட்டும் தொழில்

(ப) விமானங்களைத் தயாரிப்பதும் அவற்றின் உறுப்புக்களை உற்பத்தி செய்வதும்.

(ம) காஸ் டாங்குகள்,

(ய) வண்டிகளின் உற்பத்தி.

I. சைக்கிள், II. மோட்டார் கார், III. ரயில் IV. மற்ற போக்குவரத்துச் சாதன உற்பத்தி

(ர) பல்வேறு கடிகாரங்களை உருவாக்குதல்

(ல)பியானோ, ஆர்மோனியம், கிராமஃபோன் ஆகிய வாத்தியங்களைத் தயாரித்தல்.

(வ) கண்கள் சம்பந்தப்பட்ட இயந்திரங்கள், தொலைநோக்கி போன்றவை.

I. புகைப்படக் கேமிரா, வானொலி, டெலிவிஷன், சினிமா இயந்திரம் ஆகியவை.

II. டாக்டர்களின் அறுவை சிகிச்சைச் சாதனங்கள்

III. உயிரின ஆராய்ச்சிக்கான இயந்திரங்கள்

IV. லாந்தர், சிம்னி ஆகியவற்றின் தயாரிப்பு,

2. மின்சார சாதனத் தொழில்:

(க) டைனமோ மோட்டார், மின்சார மோட்டார் உற்பத்தி

(ங) பல ரக பேட்டரிகள்.

(ச) தந்திக் கம்பிகளும் கேபிள்களும்

(ஞ) மின்சார அளவுச் சாதனங்கள், கடிகாரங்கள், கணக்கு இயந்திரங்களின் உற்பத்தி

(ட) லாம்புகளும், ஸர்ச் லைட்டுகளும்

(ண) சிகிச்சைக்கான மின்சார இயந்திரங்கள்

(த) லேசான கிரணங்கள் சம்பந்தப்பட்ட இயந்திரங்கள்

(ந) மின்சார இழப்பைத் தடுக்கும் இயந்திரம்

(ப) கனரகத் தொழிலுக்கான மின்சாரப் பொருட்கள்.

(ம) பல்வேறு மின்சார இயந்திரங்களையும் சாதனங்களையும் பழுது பார்க்கும் தொழிற்சாலை,

பழங்காலத்தில் மனித சமுதாயத்தில் கொல்லர், பொற்கொல்லர், தச்சர் போன்ற தொழில் பிரிவினர் ஒரு சிலர் மட்டுமே இருந்தனர். ஆனால் இன்றைய தொழில் பிரிவினரின் முடிவு பெறாத பட்டியலைக் கீழே காணுங்கள்:

மின்சாரத் தொழிலாளி	மெக்கானிக்
ஃபிரேஸர் கம்பாஸிட்டர்	கண் சம்பந்தப்பட்ட
லித்தோகிராஃபர்	சாதனங்களைத் தயாரிப்பவன்
ரயில்வே லைன் மெக்கானிக்	ரயில் இஞ்சின் டிரைவர்
ஃபயர் மேன்	இயந்திரங்களைத் தயாரிப்பவன்
பாய்லரைத் தயாரிப்பவன்	நீராவி சம்மட்டித் தொழிலாளி
வெட்டும் இயந்திரத் தொழிலாளி	- காற்று இயந்திரத் தொழிலாளி டிராக்டர் பழுதுபார்க்கும் மெக்கானிக்
'பாக்' செய்யும் இயந்திரத் தொழிலாளி	- ரசாயனத் தொழிலாளி
மின்சார இன்ஜினீயர்	இஞ்சினைத் தயாரிப்பவன்

இஞ்சினுக்கு மெருகூட்டும் மெக்கானிக் - நீராவி பாய்லர் நிபுணர்
கம்போஸ் டைப்பிஸ்ட்
ஃபோட்டோகிராஃபர்   காம்பவுண்டர்
ரேடியோ மெக்கானிக்   தந்தி இயக்குவோன்

புராதன காலத்து நெசவாளர்களுக்கும், இக்காலத்து நெசவாளர்களுக்கும் ஏதாவது ஒற்றுமை உண்டா? புதிய தொழிற்சாலைகளில் தானாகவே இயங்கும் இயந்திரங்கள் மிக அதிக அளவில் உள்ளன. அமெரிக்காவில் டெட்ராய்ட் நகரிலுள்ள ஃபோர்டின் மோட்டார்த் தொழிற்சாலையில் தொழிலாளர்களைக் கொண்டல்லாமல், அதிகபட்ச அளவில் இயந்திரங்களைக் கொண்டே வேலை வாங்க முயற்சி செய்யப்பட்டுள்ளது.

செயின்ட் பீட்டர்ஸ்பர்க்கில் (இன்றைய லெனின்கிராடில்) 1917 இல் எஃகுத் தொழிற்சாலைகளில் கீழ்க்கண்ட பிரிவுகளாக வேலை பிரிக்கப்பட்டிருந்தது.

இயந்திரப் பிரிவு	மின்சாரப் பிரிவு
கொல்லர் பிரிவு	எஃகு ஊற்றும் பிரிவு
மர ரசாயனப் பூச்சு	தொழிற்சாலைக் கட்டுமானம்
துணைவேலைகள்	இரும்பைக் காய்ச்சுவது
எஃகுக்கு மெருகூட்டல்	மார்ட்டின் கொதிஉலை
உலோகமல்லாதவற்றைக் கரைத்தல்	ரயில் வண்டி

1914-16ல் பட்டர்ஸ்பர்க் புத்திலோவ் தொழிற்சாலையில் கீழ்க்காணும் தொழிலாளர்கள் வேலை செய்து கொண்டிருந்தனர்.

பூட்டு மெக்கானிக்குகள்	சமனத் தொழிலாளர்கள்
அழுத்தும் இயந்திரத் தொழிலாளர்கள்	ஸ்டாம்ப் தொழிலாளர் இணைக்கும் தொழிலாளர்கள்
கொல்லர்	சம்மட்டித் தொழிலாளர்கள்
கொதிஉலை போர்மேன்கள்	ரோலர் தொழிலாளர்கள்
மெக்கானிக்குகள்	வெட்டும் தொழிலாளர்கள்
உளித் தொழிலாளர்கள்	பர்மாகத் தொழிலாளர்கள்
அச்சுத் தொழிலாளர்கள்	கட்டிடத் தொழிலாளர்கள்
கொதிஉலைத் தொழிலாளர்கள்	தச்சுத் தொழிலாளர்கள்
குழாய் மெக்கானிக்குகள்	பாத்திரத் தொழிலாளர்கள்

காகிதத் தொழிலாளர்கள்   சாயத் தொழிலாளர்கள்
நகர மெக்கானிக்குகள்   கம்பித் தொழிலாளர்கள்
சாதாரணத் தொழிலாளர்கள்

மேற்குறிப்பிட்ட தொழிலாளர்களுக்கும், மெக்கானிக்குகளுக்கும் அதிகமாகச் சம்பளம் பெறும் மத்திய வர்க்கத்தைச் சேர்ந்த இயந்திர வல்லுநர்கள், தலைமை மெக்கானிக்குகள், இஞ்சினீயர்கள் நிபுணர்கள் ஆகியோர் உள்ளனர். இவர்களைக் காட்டிலும் அதிக சம்பளம் வாங்கும் உயர் அதிகாரிகள்- சூப்பிரண்டெண்ட் டைரக்டர்கள் போன்றோர்- உள்ளனர். இவர்களுக்கெல்லாம் மேலாக உண்மை எஜமானன் 'முதலாளி' இருக்கிறான். இவனை அப்பட்டமான பொய்யுடன் 'நிர்வாகி' என்கின்றனர். ஏனெனில் முதலீடு எவ்வளவு, அதன்மீது லாபம் எவ்வளவு வந்துகொண்டிருக்கிறது என்பதைத் தெரிந்து கொள்வதைத் தவிர முதலாளிக்குத் தொழிலுடன் வேறெந்தத் தொடர்பும் கிடையாது. லாபம் அடைய வேண்டும் என்கிற எண்ணம் தொழிலாளர் விவசாயிகள் சாதாரண மக்கள் ஆகியோர் மீது எப்படிப்பட்ட விளைவு உண்டாக்குகிறது என்பதை ஏற்கெனவே கொஞ்சம் சொல்லியிருக்கிறோம்.

முதலாளி தனக்குக் கீழே வேலை செய்பவர்களைத் தனித் தனிப் பிரிவுகளாகப் பிரித்து வைத்துள்ளான். அவர்களுக்குச் சம்பளமும் வெவ்வேறு விதமாகத் தருகிறான். அவர்களுடைய நலன்கள் ஒரே மாதிரியாக இருக்கக்கூடாதென்பதற்காகவே இவ்வாறெல்லாம் செய்கிறான். மெக்கானிக்குகள், இயந்திரத் தொழிலாளர், பயிற்சித் தொழிலாளர் ஆகியோர் ஒரு பிரிவில் வருகின்றனர். இஞ்சினியர்களும், தொழில் வல்லுநர்களும் மற்றொரு பிரிவில் சேர்கின்றனர். இவர்கள் எல்லார் தலைவிதியையும் நிர்ணயிக்கும் முதலாளி ஒரு தனிப் பிரிவாகிறான். இந்தப் பாட்டாளிகள் அனைவரும் ஒரே பிரிவாக ஒன்றுபடுவதில்லை. முதலாளி தனது தொழிற்சாலையில் உள்ள இயந்திரங்களுக்கு வெவ்வேறு வேலைகளைத் தருவதைப் போலவே தொழிலாளர்களையும் வெவ்வேறு வேலைகளில் அமர்த்துகிறான். ஆனால் இதேபோல் தொழிலாளர்கள் முதலாளிகளுக்கு வேலையைப் பிரித்துத் தரும் அதிகாரம் பெற்றிருக்கவில்லை. இதனால்தான் ஒருவன் எஜமானனாகவும், மற்றவர்கள் அனைவரும் அவன் தயவை நாடும் சேவகர்களாகவும் இருக்கிறார்கள்.

முதலாளித்துவ யுகத்தில் உற்பத்திச் சாதனங்கள் எவ்வளவு வளர்ந்துள்ளன என்பதை மேலே கண்டோம். நாம் மனித உழைப்பை மேலும் அதிகப் பயனுள்ளதாக்க விரும்பினால் மேலும் மேலும் இயந்திரங்களை உபயோகப்படுத்த வேண்டியுள்ளது. இயந்திரங்களின்

உற்பத்திச் சக்தியைப் பெருக்க வேண்டுமென்றால் அவற்றைப் பல பிரிவுகளாகப் பிரிக்க வேண்டும். ஒரு ஊசியை ஒரு கொல்லனே தயாரிக்க வேண்டுமானால், அதற்காக அவன் தனது உழைப்பை அதிகமாகச் செலவிட வேண்டும். அப்பொழுது அந்த ஊசியின் விலை அதிகமாகிவிடும். இன்று ஊசிகளும், குண்டூசிகளும் இவ்வளவு மலிவாகக் கிடைப்பதற்குக் காரணம் அவை உலோகக் கம்பியிலிருந்து வெட்டப்பட்டு 'பேக்' செய்யப்படும் வரை எத்தனையோ இயந்திரங்களுக்குள் மிக வேகமாக நுழைந்து வெளியே வருகின்றன. ஒவ்வொரு கண்டுபிடிப்பும் இயந்திரங்கள் உற்பத்திச் சாதனங்களின் எண்ணிக்கையைப் பெருக்குகிறது. விமானம் கண்டுபிடிக்கப் பட்டதுடன் அதன் சம்பந்தப்பட்ட ஆயிரத்திற்கும் அதிகமான உறுப்புகளும் தயார் செய்யப்பட்டன. ரேடியோ புழக்கத்திற்கு வந்ததும், அதன் தொடர்பான நூற்றுக்கணக்கான உறுப்புகள் உற்பத்தி செய்யப்பட்டன. இதனாலெல்லாம் பொருளுற்பத்தி அதிகமாகிவிட்டது. ஆனால் பழங்காலத்தில் ஊசியைக் கையால் தயாரித்த தொழிலாளிக்கிருந்த திறமை இன்றைய ஆலைத் தொழிலாளிக்கு நிச்சயமாக இல்லை. இன்றைய ஆலைத் தொழிலாளியின் கையில் ஊசி ஒரு வினாடிகூட நிற்பதில்லை. ஊசியைத் தயாரிக்கும் தனது இயந்திரம் எப்போது ஊசியைத் தொட்டது. அது எப்போது நழுவிப் போய்விட்ட தென்பதுகூட அவனுக்குத் தெரியாது. அதாவது, முதலாளி தொழிலாளியையும் ஒரு இயந்திர உறுப்பாக்கிவிட்டான். இன்றைய தொழிலாளி தனது வேலையில் மூளையைச் செலவிட வேண்டிய அவசியமே இருக்கவில்லை.

ஏழாம் அத்தியாயம்

நாகரிக மனித சமுதாயம் (4)

(ஞ) முதலாளித்துவ யுகம் (2)

ஏகாதிபத்தியமும், ஏகபோகமும்

முதலாளிகளிடையே இழுபறி போட்டி நடக்கிறதென்பதையும், அப்போட்டியில் சிறு முதலாளிகளைப் பெரு முதலாளிகள் விழுங்கி ஏப்பம் விட்டுவிடுகின்றனர் என்பதையும் முன்னமே குறிப்பிட்டுள்ளோம். அதிலும் குறிப்பாகப் பொருளாதார மந்த நிலையின்போது சிறு முதலாளிகள் திவாலாவது அதிகரித்து விடுகிறது. அப்போது பெருமுதலாளிகளின் கொண்டாட்டம் சொல்லத் தரமன்று. இவ்விதம் சிறிய சிறிய முதலாளிகளை விழுங்கிக்கொண்டே, பெருமுதலாளிகள் உலகிலுள்ள கச்சாப் பொருட்களின் மேலும் மார்க்கெட் மேலும் ஏகபோக ஆட்சி புரிகின்றனர். இதையே குத்தகைத்தனம், ஏகபோகம், ஏகாதிபத்தியம் என்கிறோம்.

ஏகாதிபத்தியத்தைச் சில சொற்களில் சொல்வதைக் காட்டிலும் அதன் தோற்றத்தையும் வளர்ச்சியையும் ஆராய்வது பயனுள்ளதாக இருக்கும். முதலாளித்துவம் நிலை கொண்ட பிறகு கச்சாப் பொருட்களுக்காகவும், மார்க்கெட்டுக்காகவும் நிகழ்ந்த போட்டி தனிப்பட்ட முதலாளிகளின் பொறுப்பில் விடப்பட்டது. மார்க்கெட் எல்லாருக்குமாகத் திறந்துவிடப்பட்டது. விரும்பியவர்கள் அங்கே தமது சரக்குகளை விற்றுக்கொள்ளலாம். கச்சாப் பொருளை விரும்பியவர்கள் கொள்முதல் செய்து கொள்ளலாம். இதைச் 'சுயேச்சையான வியாபாரக் கொள்கை' என்கின்றனர். இக்கொள்கையை மிகப் பழமையானதும் வலிமையுள்ளதுமான முதலாளித்துவ நாடு இங்கிலாந்து கடைப்பிடித்து வந்தது. ஆனால், இங்கிலாந்து தனக்கு அடங்கியிருந்த நாடுகளிலிருந்து சிறப்பான பயன் பெறவில்லை என்பது இதன் பொருளல்ல. இருப்பினும் (1) 1860-70க்கு முன்பு வரையிலும் முதலாளித்துவ வளர்ச்சியில் போட்டாபோட்டி மும்முரமாக நிலவியிருந்தது. ஏகபோகம் இந்தக் காலத்தில்தான் ஆரம்பமாயிற்று. (2) 1873-ல் மிக மோசமான தொழில் மந்தநிலை ஏற்பட்டது. அதற்கான காரணங்கள் அதிக தொழிற்சாலைகள், அதிக உற்பத்தி புதிய

மார்க்கெட்டுகள் இல்லாமை ஆகியவையாகும். இந்த மந்த நிலை காரணமாகச் சிறு முதலாளிகள் திவாலாகினார்கள், பெரு முதலாளிகள் பணத்திலும் வலுவிலும் வளர்ந்தார்கள். ஏகபோகம் மேலும் வளர்ச்சியடைந்தது.(3) பத்தொன்பதாம் நூற்றாண்டின் இறுதியில் மார்க்கெட் சுறுசுறுப்படைந்தது. முதலாளிகள் நல்ல லாபம் சம்பாதித்தனர். ஆனால் மீண்டும் இந்த நூற்றாண்டின் துவக்கத்தில் 1900-1903ல் ஒரு பெரும் தொழில் நெருக்கடி ஏற்பட்டது. தொழில் துறையில் பெரும் மாற்றங்கள் நிகழ்ந்தன. சிறு முதலாளிகளும், மத்தியதர முதலாளிகளும் அழிந்துவிட்டனர். அவர்களின் தொழில்களெல்லாம் பெருமுதலாளிகளின் கைக்குப் போய் விட்டன. ஒரு சில முதலாளிகளின் கைக்குள் அபரிமிதச் செல்வமும் உலக மார்க்கெட்டும் வந்துவிட்டது. முதலாளிகளுக்கிடையே சுயேச்சையான போட்டி குறைந்துவிட்டது. அதற்குப் பதிலாக ஏகாதிபத்தியம் ஆதிக்கம் செலுத்தத் தொடங்கிற்று. முதலாளித்துவம் தனது மிகப் பெரிய வளர்ச்சிக் கட்டமான 'ஏகாதிபத்திய'மாக உருப்பெற்றுவிட்டது.

1.சுயேச்சையான போட்டியிலிருந்து ஏகபோக மாறுதல்

ஏகபோகம் (Monopoly) அதாவது, ஒரு குறிப்பிட்ட நாட்டின் கச்சாப் பொருட்களின், உபயோகப் பண்டங்களின் கொடுக்கல், வாங்கலைத் தன் கைக்குள் வைத்திருப்பது ஏகாதிபத்தியத்தின் முக்கிய தன்மையாகும். ஏகபோக முதலாளித்துவமே ஏகாதிபத்தியமாகும். முதலாளித்துவ ஏகபோகம் திட்டமிட்டு உருவாக்கப்பட்டதல்ல. முதலாளித்துவம் தானாகவே தோன்றியதைப் போல் ஏகபோகமும் அப்போதைய சூழ்நிலையாலேயே உருவாயிற்று. முதலீட்டுப் பணம் எவ்வளவுக் கெவ்வளவு ஓரிடத்தில் குவியவாரம்பித்ததோ, மார்க்கெட் ஒரு சிலரின் கைகளில் எவ்வளவுக்கெவ்வளவு அதிகமாக வரத் தொடங்கியதோ அவ்வளவுக்கவ்வளவு ஏகபோகம் வளர்ச்சி பெற்றது.

பெரு முதலாளிகள் எப்படி வளர்த்தார்கள் என்பதற்குச் சில புள்ளி விவரங்களைப் பாருங்கள். 1882ல் ஜெர்மனியில் ஆயிரத்திற்கு மூன்று பெரிய கம்பெனிகள் இருந்தன. 1894ல் அவை ஆறாயின. 1907இல் ஒன்பதாகவும் 1925ல் பதினெட்டாகவும் ஆயின. அத்தொழிற் சாலைகளில் வேலை செய்யும் தொழிலாளர்களின் எண்ணிக்கை கீழ்வருமாறு பெருகியது.

வருடம்	பெரிய கம்பெனிகள்	தொழிலாளர்கள்
1882	நூற்றுக்கும் 30 சதம்	நூற்றுக்கு 22 சதம்
1895	,, 60 சதம்	,, 34 ,,
1907	,, 90 சதம்	,, 48 ,,
1925	,, 180	,, 55 ,,

1925ல் ஜெர்மனியில் தொழிலாளர்களின் மொத்த எண்ணிக்கையில் பாதிக்கும் மேலாகச் சில பெரிய கம்பெனிகளுக்குச் சொந்தமான தொழிற்சாலைகளில் வேலை செய்து வந்தனர். அதே ஆண்டு ஜெர்மனியில் 80 சதவீதம் தொழில் சக்தி (நீராவி, மின்சாரம், எண்ணெய்) வெறும் 2 சதவீதத் தொழிற்சாலைகளின் கையிலிருந்தது. எஞ்சிய 20 சதவீதத் தொழில் சக்தி மட்டுமே 98 சதவீதத் தொழிற்சாலைகளுக்கு இருந்தது.

இங்கிலாந்திலும் 1884-1931ஆம் ஆண்டுகளுக்கிடையே துணியாலைகள் இரண்டு மடங்கு வேலை செய்தன. அவற்றில் 25 ஆயிரம் கதிர்கள், 60 ஆயிரம் கதிர்களாகப் பெருகின. எஃகு ஆலைகளின் உற்பத்தித் திறன் 1882-1913 வருடங்களுக்கிடையே இரட்டிப்பாயிற்று. 1882-1924 ஆண்டுகளுக்கிடையே மூன்று மடங்காயிற்று.

அமெரிக்காவில் 1914 ல் பெரிய தொழிற்சாலைகளில் 73.6 சதவீதத் தொழிலாளர்களும், எஞ்சிய 26.4 சதவீதத் தொழிலாளர்கள் சிறிய தொழிற்சாலைகளிலும் வேலை செய்தனர். இதனால் அங்குச் சிறு முதலாளிகளின் அழிவும், பெருமுதலாளிகளின் வளர்ச்சியும் புலனாகின்றன, ஒரு கோடி டாலர் சரக்குகளுக்கும் அதிகமாக உற்பத்தி செய்யும் தொழிற்சாலைகள் கொண்டிருந்த தொழிலாளர்களையும் அவை உற்பத்தியில் எத்தனை சதவீதம் கொண்டிருந்தன என்பதையும் கீழ்க்கண்ட விவரத்திலிருந்து தெரிந்து கொள்ளலாம்.

வருடம்	தொழிலாளர்	உற்பத்தி
1904	25.6 சதவீதம்	38 சதவீதம்
1921	48.4	59

ஒவ்வொரு பொருளாதார மந்தநிலைக்குப் பிறகும் பெருமுதலாளிகளின் வலிமை பெருகுவதையும் சிறு முதலாளிகள் நசித்துப் போவதையும் பார்க்கிறோம். பெரிய தொழில் நிறுவனங்கள் தமது தொழிலை ஒரு கட்டுக்கோப்புக்குள் கொண்டு வர முடியும். அவை தம்மிடையே கச்சாப் பொருட்களுக்காகவும், மார்க்கெட்டு

களுக்காகவும் ஒப்பந்தங்கள் செய்து கொள்ள முடியும். ஆனால் பெரிய எண்ணிக்கையில் உள்ள சிறிய நிறுவனங்கள் எப்போதுமே அவ்வாறு செய்ய இயலாது. கச்சாப் பொருட்களுக்காகவும் மார்க்கெட்டு களுக்காகவும் செய்து, கொள்ளும் ஒப்பந்தங்களே ஏகபோகத்தை நிலை பெறச் செய்கின்றன.

தனிநபர் சுயநலம் முதலாளித்துவத்தின் அடிப்படை என்றாலும் அது தனிநபரைப் பின்னுக்குத் தள்ளி ஸ்தாபனமாகத் திரட்டப்பட்ட குழுக்களை முன் வைத்து வேலை செய்கிறது. ஒரு காலத்தில் இந்தியாவிலும் ஐரோப்பாவிலும் ஒவ்வொரு குடும்பமும் தனித்தனியாகத் தொழில் நடத்தி வந்தது. ஆனால் தனித்தனித் தொழில் சிறிய அளவில்தான் செய்ய முடியுமென்பதையும் பெரிய அளவில் தொழிலை நிர்வகிப்பவர்களே நிலைபெற முடியுமென்பதையும் தொழிலதிபர்கள் புரிந்துகொண்டனர். முதலாளிகளுக்கு ஆட்சியதிகாரம் கிடைத்த பின்னர் அவர்கள் இன்னொரு லாப வழியையும் கண்டு கொண்டனர். ஜாயிண்ட் ஸ்டாக் கம்பெனி (கூட்டுவியாபார நிறுவனம்) இதில் பல நபர்கள் இணைந்திருப்பார்கள். கம்பெனி திவாலானால் அதன் சொத்தைக் கடன் கொடுத்தவன் ஏலம் போடலாம். உங்களிடம் பத்தாயிரம் ரூபாய் இருந்தால் அதைப் பத்து கம்பெனிகளில் முதலீடு செய்யலாம். ஒரு வேளை அவற்றில் ஏதாவதொரு கம்பெனி திவாலானால் உங்களுடைய பத்தாயிர ரூபாய் முழுகிவிடாது, ஓராயிரம் ரூபாய் மட்டுமே நஷ்டமாகும். எஞ்சிய ஒன்பதாயிரம் ரூபாய் பத்திரமாக இருக்கும். இந்த முறை மிகவும் லாபகரமானதாக இருந்ததால், முதலாளிகள் தனித்தொழிலுக்குப் பதிலாகக் கூட்டுத் தொழிலையே ஏற்றுக்கொண்டனர்.

எடுத்துக்காட்டாக, சேட் ராம்குமார் ஒரு சிமெண்ட் தொழிற்சாலை ஆரம்பிக்க நினைக்கிறார். அதற்கான செலவு முழுவதையும் சேட் ஒருவராலேயே சமாளிக்க முடியவில்லை. அல்லது அவர் தான் ஒருவரே அதன் பொறுப்பேற்றுக் கொள்ள விரும்பவில்லை. அவர் தொழிற்சாலைக்குள்ள சிறந்த எதிர்காலத்தையும், அடையப் போகும் லாபத்தையும் எடுத்துக் கூறி, மற்ற முதலாளிகளை அதில் பங்குதாரர்களாகச் சேர சம்மதிக்க வைக்கிறார். சேட் ராம்குமார் ஐந்து லட்ச ரூபாய்களை முதலீடு செய்யக் கருதுகிறார். ஐந்து லட்சத்தை, பத்து, பத்து ரூபாயாக ஐம்பதாயிரம் பங்குகளாகப் பிரிக்கிறார். பங்குகளை வாங்கிக் கொள்பவர்கள் அப்போதே முழுப் பணத்தையும் கொடுக்க வேண்டிய அவசியமில்லை. ஒரு பங்கின் சொந்தக்காரன் கம்பெனியில் 1/50,000 பங்குதாரனாகிறான். பங்குகளிலும் (ஷேர்களிலும்) இரண்டு ரகங்கள் உள்ளன. (1) சிறப்புப் பங்குகள்:

இவைகள் மீது ஒரு குறிப்பிட்ட சதவீத லாபம் நிச்சயமாக வழங்கப்படும். (2) சாதாரண பங்குகள்: இவற்றுக்குப் பங்குகளை அனுசரித்து லாபம் பங்கிடப்படும். சாதாரணப் பங்குதாரர்களுக்கு நஷ்டமடையும் அபாயமும் உள்ளது. அதிக லாபம் பெறும் வாய்ப்பும் இருக்கிறது. பங்குதாரர்கள் கம்பெனியின் கொள்கையை வகுக்கின்றனர். அவர்கள் கம்பெனியின் டைரக்டர்களைத் தேர்ந்தெடுக்கும் உரிமையைப் பெற்றிருக்கின்றனர். ஒரு பங்குக்கு ஒரு ஓட்டு இருக்கும். அதன்படி ஒருவன் எத்தனை பங்குகள் வாங்குகிறானோ, அவனுக்கு அத்தனை ஓட்டுகள் இருக்கும். சேட் ராம்குமார் கம்பெனியைத் தன் பிடிக்குள் வைத்துக் கொள்ள விரும்பினால், அதன் 51 சத வீதப் பங்குகளைத் தானே அல்லது தனது நம்பிக்கைக்குரியவர்களைக் கொண்டோ வாங்கிவிட்டால் கம்பெனியின் மேனேஜிங் டைரக்டர் என்ற முறையில் பெரும் சம்பளமும், அலவென்ஸூம், பயணப்படியும் பெற்றுக் கொள்ளலாம்.

கம்பெனி தனது பணத்தைப் பாதுகாப்பாக வைத்துக்கொள்வதற்காக மட்டுமே வங்கிகள் பயன்படுவதில்லை. மாறாக, வங்கிகள் அவசியம் நேரும்போதெல்லாம் கம்பெனிக்குக் கடன் தந்து உதவுகின்றன. அது மட்டுமல்லாமல் கம்பெனியை நிறுவுவதற்கும் உதவிபுரிகின்றன. கம்பெனிக்கு வங்கியின் உதவி அதிகமாக, அதிகமாக அதன்மீது வங்கியின் பிடிப்பு அதிகமாகிக் கொண்டே போகிறது. வங்கிகளைத் தவிர பங்குதாரர்கள் கூட ஒரு குறிப்பிட்ட வட்டிக்குக் கம்பெனிக்குக் கடன் தருகிறார்கள். அதை 'டிபென்சர்கள்' என்கின்றனர். தொழிற்சாலைக்கட்டிடம், நிலக் குத்தகை, டைரக்டர்களின் கட்டணம்-ஆகியவற்றைக் குறைத்துக் கொண்டு எஞ்சிய லாபத்தில் (லாபம் ரூ.90000 என்று வைத்துக் கொண்டால்) வங்கியின் கடனை அடைக்க வேண்டும். பின்னர் டி பென்சர்களுக்கும், சிறப்புப் பங்குகளுக்கும், சாதாரணப் பங்குகளுக்கும் பணம் செலுத்த வேண்டும்.[1]

---

1. 1914ல் ஜுக்கீலால் கமலாபத் காட்டன் மனுபாக்சரர்ஸ் கம்பெனி (கான்பூர்) பதினைந்து லட்சரூபாய் முதலீட்டைக் கொண்டு ஆரம்பிக்கப்படவிருந்தது. அதில் பன்னிரண்டரை லட்ச ரூபாய்க்குப் பங்குகள் வெளியிடப்பட்டன. அவற்றில் 2700 சிறப்புப் பங்குகளையும் (ஒவ்வொன்றும் ரூ.100) 8100 சாதாரணப் பங்குகளையும் மொத்தம் 10, 80, 100 ரூபாய்க்கு டைரக்டர்களே வாங்கிக் கொண்டு விட்டனர். 1700 பங்குகள் மட்டுமே பொது மக்களுக்குத் தரப்பட்டன. சிறப்புப் பங்குகளுக்கு 6 சதவீத வட்டி நிச்சயிக்கப்பட்டது. டைரக்டர்களில் பத்மத், கைலாசபத், லட்சுமிபத், சிங்கானியா ஆகியோர் வங்கி முதலாளிகளே! எஞ்சிய மூன்று டைரக்டர்களில் ராம் நாராயண் வங்கி முதலாளியாவார் கோக்லஸூம். கர்கும் தொழில் முதலாளிகளும், வியாபாரிகளுமாவர்.

வங்கியிலிருந்து வாங்கிய கடன்

ரூ.12,000, 000க்கு 7%   ரூ.14,000

டிபென்சர்கள் ரூ.2,00,000க்கு 5%   ரூ.10,000

சிறப்புப் பங்குகள் ரூ.3,00,000க்கு 6%   ரூ.18,000

சாதாரணப் பங்குகள் ரூ.2,00,000க்கு 20% ரூ.40,000

மொத்தம்   ரூ.82,000

கம்பெனியின் மூலதனத்தை அதிகரித்தல், ஒரு குறிப்பிட்ட தொகையை எதிர்காலத்திற்காக எடுத்து வைத்தல் - இவைகளைப் பங்குகளின் லாபத்தைக் குறைத்துச் செய்யலாம்.

இங்கிலாந்தில் ஜாயிண்ட் ஸ்டாக் கம்பெனிகள் வளர்ந்த வேகத்தைக் கீழ்க்காணும் பட்டியலிலிருந்து தெரியலாம்.

ஆண்டு	கம்பெனிகளின் எண்ணிக்கை	செலுத்தப்பட்ட மூலதனம்
1884	8692	4,750 லட்சம் பவுண்ட்
1900	29,730	16,230 ,, ,,
1905	39,616	19,540 ,, ,,
1913	60,754	24,260 ,, ,,
1919	73,341	30,830 ,, ,,
1924	90,918	43,560 ,, ,,
1929	1,08,698	52,000 ,, ,,
1931	1,14,295	56,150 ,, ,,

அதாவது, 1884 லிருந்து 1931ம் ஆண்டுகள் மூலதனம் சுமார் பன்னிரண்டு மடங்கு பெருகிவிட்டது.

ஜாயிண்ட் ஸ்டாக் கம்பெனி முறை ஏகாதிபத்தியத்தின் ஏகபோக ஆதிக்கத்தை நிலைநிறுத்துவதில் இரு விதத்தில் உதவியிருக்கிறது. (1) கம்பெனிகளின் அமைப்பு ஒரு தனி நாட்டுக்குச் சொந்தமான தாகவோ, ஒரு குடும்பத்திற்குச் சொந்தமானதாகவோ இல்லாததால், கம்பெனிகளை ஒன்றோடு ஒன்றை இணைத்துக் கொள்ளவும் அவை குழுக்களாக அமைவதற்கும் வசதி ஏற்பட்டது. (2) தமது தொழிற்சாலை எங்கிருக்கிறது என்பதையும் அறியாமல், லாபத்தின் மீது மட்டுமே

குறி வைத்திருந்த சில பங்குதாரர்களுக்கு ஹேஷ்ய பேரம் (ஸ்டாக் எக்சேஞ்ச்) செய்ய வாய்ப்பு உண்டாயிற்று.

இந்தக் கம்பெனிகள் பெயரளவுக்கு மட்டும் ஆயிரக்கணக்கான பங்குதாரர்களுக்குச் சொந்தமானவை என்று கருதப்படுகின்றன. ஆனால் அவற்றுக்கு ஓரிரு டைரக்டர்கள் மட்டுமே சர்வாதிகாரிகளாக விளங்குகின்றனர். இன்று தொழில் முழுவதையும் நடத்திச் செல்வதற்கு ஓரிரு மேனேஜர்கள் (உற்பத்தி நிர்வாகி, வியாபார நிர்வாகி) இருக்கின்றனர். டைரக்டர்கள் கம்பெனியை ஒரு விதமான குடும்பச் சொத்தாகி விடுகிறார்கள். வாய்ப்புக் கிடைத்ததும் தமது மகன்களையும், மருமகன்களையும், உறவினர்களையும் கம்பெனியின் நிர்வாகத்தில் நுழைத்து விடுகின்றனர். டைரக்டர்கள் தமது அதிகாரத்தைப் பாதுகாத்துக் கொள்ளவும் தமது கம்பெனியின் செல்வத்தை வளர்த்துக் கொள்ளவும் அவசியம் ஏற்பட்டால் பெரிய அரசியல் தலைவரையும், முக்கிய அரசாங்க அதிகாரியையும் தம்முடன் சேர்த்துக் கொள்கிறார்கள். இப்படிச் செய்வதால் நல்ல லாபம் அடையமுடிகிறது. ஒரு குறிப்பிட்ட கம்பெனி ஒரு அரசியல் தலைவரின் கவைக்குவதவாத மகனுக்கு ஒரு பெரும் தொகையைச் சம்பளமாகத் தந்து வேலையில் அமர்த்திக் கொள்கிறது. மற்றொரு கம்பெனி ஒரு நீதிபதி, கலெக்டர் அல்லது அமைச்சரின் மருமகனைப் பல வசதிகள் அளித்து வேலைக்கு வைத்துக் கொள்கிறது. இவ்வாறு செய்வதெல்லாம் கம்பெனி மேலும் மேலும் லாபம் அடைவதற்காகத்தான்!

தமது கம்பெனியைப் பற்றிய ஞானமே இல்லாத பங்குதாரர்கள் திவாலாவதிலிருந்து தம்மைப் பாதுகாத்துக் கொள்வதற்காக, பல கம்பெனிகளில் முதலீடு செய்கிறார்கள். அதனால் விரும்பினாலும் அவர்களால் எல்லாக் கம்பெனிகளின் வருடாந்தரக் கூட்டங்களில் பங்கெடுக்க முடிவதில்லை. பங்கெடுக்க வேண்டுமென்னும் எண்ணமும் அவர்களுக்கிருப்பதில்லை. லாபத்தொகை முறையாகக் கிடைத்துக்கொண்டிருக்கும் வரை அவர்கள் டைரக்டர்களை வாழ்த்திக் கொண்டிருப்பார்கள். இதன் விளைவு என்னவெனில், சொற்பப் பணத்தையே முதலீடு செய்த ஒரு சிறு முதலாளிக்குழு, கம்பெனி முழுவதையுமே தனது சுயநலத்துக் கேற்றவாறு நிர்வகிக்க முடிகிறது. டாடா, பிர்லா, டால்மியா, ஜுக்கீலால், ஹுகும்சந்த் ஆகியோரின் கம்பெனிகளை நீங்கள் இந்தக் கண்ணோட்டத்துடன் ஆராய்ந்தால், உண்மை விளங்கும்.

ஓரிரு டைரக்டர்கள் மட்டுமே எப்படி ஒரு கம்பெனியைத் தமது பிடிக்குள் வைத்திருக்கிறார்கள் என்பதைக் குறிப்பிட்டோம். இந்த

டைரக்டர்கள் பல்வேறு கம்பெனிகளைத் தமது பிடியில் சிக்க வைத்துக் கொண்டு, சிறு முதலாளிகளைப் போட்டியிலிருந்து விரட்டிவிட்டு, மார்க்கெட்டை ஆட்சி செலுத்தும்போது, தொழில் ஏகபோகம் ஆரம்புமாகிறது. ஒவ்வொரு முதலாளித்துவ வியாபாரத்திலும் ஏகபோகம் ஆதிக்கம் செலுத்துகிறது. ஒரு முதலாளித்துவ நாட்டின் உள்நாட்டு வியாபாரத்தில் மட்டுமே இப்படி நடப்பதில்லை. அதன் ஆதிக்கத்திற்குட்பட்டிருக்கும் அடிமை நாடுகளிலும் இப்படித்தான் நிகழ்கிறது. கப்பல், ரயில், மோட்டார், விமானப் போக்குவரத்து, எஃகு கனரகத் தொழில்கள், பால் உற்பத்தி முதலியவைகளில் இங்கிலாந்தில் மட்டுமே ஏகபோகம் அமையவில்லை. ஆசிய, ஆப்பிரிக்காவின் பல்வேறு நாடுகளிலும் கோடிக்கணக்கான தொழிலாளர் உற்பத்தி செய்யும் பொருட்களிலும் ஏகபோகம் ஆதிக்கம் செலுத்துகிறது. இங்கிலாந்தைச் சேர்ந்த பி.ஓ.கம்பெனி உலக முழுவதும் தனது கப்பல் தொழிலை நடத்துகிறது. அது நடத்தும் பெருந்தொழிலை ஆராய்ந்தால், அதனடியில் எத்தனையோ சிறு கம்பெனிகள் அழிந்துவிட்டதைக் காணலாம். இந்தியாவின் கடல்களிலும், பெரியநதிகளிலும் கப்பல் போக்குவரத்தை நடத்த பி.ஓ.கம்பெனி தனது ஆதிக்கத்தில் 'பிரிட்டிஷ் இந்தியா நேவிகேஷன் கம்பெனி'யைத் தொடங்கியது. மற்ற வெளிநாட்டுக் கம்பெனிகளுடன் போரிட்டு அல்லது ஒப்பந்தம் செய்து கொண்டு அது தனது கடல் விஸ்தரிப்பை ஏற்படுத்திக் கொண்டது.

ஆங்கிலேயர் ஆண்டுகொண்டிருந்த இந்தியாவைச் சேர்ந்த முதலாளிகள் தமது சொந்தக் கப்பல் வியாபாரத்தை நடத்த முயன்ற போதெல்லாம், 'பிரிட்டிஷ் இந்திய நேவிகேஷன் கம்பெனி' தனது கப்பல் கட்டணத்தைக் குறைத்து இந்தியக் கப்பல் கம்பெனிகளுக்குப் பெரும் நஷ்டத்தை ஏற்படுத்தியதுமல்லாமல், அவை திவாலாவதற்கு வழி வகுத்தது அல்லது அவை தனக்கே விலை போகும்படி செய்துவிட்டது. பிரிட்டிஷ் கம்பெனி கல்கத்தாவிலிருந்து ரங்கூனுக்குக் கப்பல் கட்டணம் ஒரேயொரு ரூபாயாக்கி விட்டது. கோடிக் கணக்காக முதலீடு செய்துள்ள பெரிய கம்பெனி சில லட்சம் ரூபாய்கள் நஷ்டத்தைப் பொறுத்துக் கொள்ளமுடியும். ஆனால் சிறிய இந்தியக் கம்பெனியால் அந்த நஷ்டத்தைச் சமாளிக்க முடியாது. இதனாலேயே கப்பல் தொழில் நடத்த இந்தியர்கள் செய்த முயற்சிகள் யாவும் வீணாயின. இந்தியக் கப்பல் கம்பெனிகளில் 'ஸிந்தியா' மட்டுமே நெருக்கடிகளைச் சமாளித்து நிற்க முடிந்தது. அதற்குக் காரணம், அது பெரும் மூலதனத்துடன் துவக்கப்பட்ட கம்பெனியாகும். அதற்காதரவாகத் தேசியத் தலைவர்களெல்லாம் வரிந்து கட்டி நின்றனர்.

பிரிட்டிஷ் கம்பெனி ஸிந்தியா கம்பெனிக்குத் தொல்லைகள் தந்த போதெல்லாம், தேசீயத் தலைவர்கள் பாராளுமன்றத்திலும், வெளியேயும் குலலெழுப்பினர். ஆங்கில அரசு சற்றுப் பின் வாங்கவும் நேர்ந்தது. ஆங்கில ஆட்சியாளர்கள் முதல் உலகப் போருக்கு முந்தைய நிலைக்கு இனிபோக முடியாது.

கான்பூரிலுள்ள சிங்கானியா குடும்பத்தின் தொழிற்சாலைகளைப் பாருங்கள்.

உலகத்தில் பல்வேறு நாடுகளுக்கும் செய்திகளை அனுப்புவதற்காக 'ராய்ட்டர்' செய்தி நிறுவனம் பிரிட்டிஷ் சாம்ராஜ்யம் முழுவதும், வெளியேயும் பரவியிருக்கிறது. அது இந்தியாவில் அசோசியேடட் பிரஸ் என்னும் பெயரில் தனது ஒரு கிளையை அமைத்திருக்கிறது. ராய்ட்டர் கோடிக்கணக்கில் வியாபாரம் செய்கிறது. கட்டுதிட்டமான அமைப்பு அதனிடம் இருக்கிறது. மிகப் பெரிய ஆட்சியாளரை அணுகும் வாய்ப்பும் அதற்கிருக்கிறது. அது இந்தியாவில் தனது சொந்த செய்தி ஏஜென்ஸியை நிறுவப் பெரு முயற்சி செய்தது, ஆனால் அதற்கு எதிராக அரசியல் இயக்கம் ஆரம்பமாகுமோ என்றஞ்சி, அம்முயற்சியைக் கைவிட்டு, 'யுனைடெட் பிரஸ்' என்னும் செய்தி நிறுவனத்தை ஏற்படுத்தியது. ஆனால் அதுவும் பல தடங்கல்களால் வளர முடியவில்லை. 'அசோசியேடட் பிரஸ்' நிறுவனத்திற்கு மட்டும் பல வசதிகள் இருந்தன. அது அரசாங்க அதிகாரிகளிடையே நல்ல செல்வாக்கு பெற்றிருந்தது. அதற்குப் போலீஸ் கெடுபிடிகளும் இருக்கவில்லை. அதன் மூலம் இந்தியச்

1. ஜுக்கீலால் கமலாபாத் பருத்தித் துணியாலை *(கான்பூர்)*
2. ஜே.கே.சணல்மில் *(கான்பூர்)*
3. ஜே.கே.இரும்பு, உருக்குக் கம்பெனி *(கான்பூர்)*
4. லட்சுமி நாராயண் காட்டன் மில் *(கான்பூர்)*
5. கார்ட் போர்ட்லிமிடெட் *(போபால்)*
6. பிளாஸ்டிக் பிராடக்ட் லிட். *(கான்பூர்)*
7. ஸ்னோ வைட்ஃபுட் பிராட்கட் கம்பெனி *(உணவு உற்பத்தி)* கல்கத்தா,
8. மேலாதிலால் பதம்பத் ஷுகர் மில் *(சர்க்கரை)* கான்பூர்.
9. கமலாபத் மோதிலால் ஷுகர் மில் *(சர்க்கரை)* கான்பூர்
10. ஜே.கே.ஹொஸைரி *(பனியன்)* பாக்டரி, கான்பூர்
11. ஜே.கே.ஹொஸைரி *(பனியன்)* பாக்டரி, கல்கத்தா,
12. ஜே.கே.ஆயில்மில், கான்பூர்
13. கமலா ஐஸ் பாக்டரி, கான்பூர்
14. ஜே.கே.பாங்கர்ஸ், கான்பூர்
15. ஜே.கே.காட்டன் மனுபாக்சர்ஸ், கான்பூர்
16. அலுமினியம் தொழிற்சாலை.

செய்திகளை ராய்ட்டர் நிறுவனம் சேகரித்தது. சுதந்திர இந்தியாவில் இன்றும் 'ராய்ட்ட'ரின் மேலாதிக்கமே கொடிகட்டிப் பறந்து கொண்டிருக்கிறது. 'அசோசியேடட் பிரஸ்' ஸுக்குப் பதிலாக பிரஸ் ட்ரஸ்ட் ஆப் இந்தியா நிறுத்தப்பட்டிருக்கிறது.

இந்திய வியாபாரிகள் முதலில் ஏஜென்ஸி வியாபாரம் மட்டுமே செய்து வந்தனர். வெளிநாட்டுத் தொழிற்சாலைகளில் தயாரிக்கப்பட்ட பொருட்களுக்கு ஏஜென்ஸிகளை எடுத்துக் கொண்டு, அவற்றை உள்நாட்டில் விற்று லாபம் சம்பாதித்துக் கொண்டிருந்தனர். முதல் உலகப்போருக்கு முன் வணிகர்கள் அனைவரும்- குறிப்பாக மார்வாடிகள்- வியாபாரத்தில் மட்டுமே ஈடுபட்டிருந்தனர். ஆனால் இப்போது அந்த நிலைமை மாறிவிட்டது. இந்தியப் பெரு முதலாளிகள் துணியாலைகள், எஃகு, சிமெண்ட், சர்க்கரை முதலிய ஆயிரக்கணக்கான தொழில்களைத் துவக்கியுள்ளனர்.[1] டாடா, பிர்லா ஆகியோர் வெளிநாடுகளிலும் புகழ் பெற்றுள்ளனர். ஒரு காலத்தில் கடல் தாண்டிப் போனால், குலம் அழிந்து விடுமென்று அஞ்சிக் கொண்டிருந்த மார்வாடிகள், இன்று கொழும்பு, லண்டன், நியூயார்க், டோக்கியோ ஆகிய நகரங்களுக்கு வியாபாரப் பயணங்கள் செய்து கொண்டிருக்கின்றனர். அவர்கள் உலக முதலாளித்துவக் குடும்பத்துடன் சேர்ந்து கொண்டு புதிய புதிய பகுதிகளில் ஆதிக்கம் செலுத்திக் கொண்டிருக்கின்றனர். இந்தியாவில் மற்ற தொழில்களைப் போலவே ஆங்கிலப் பத்திரிகைத் தொழிலும் முதலில் வெள்ளை முதலாளிகளின் கைகளிலேயே இருந்தது. அவர்களது குறிக்கோள் வாசகர்களுக்குச் சூடான செய்திகளைத் தருவது மட்டுமல்ல. இந்தியாவில் முதலாளித்துவத்தையும், அதன் ஆதிக்கத்தையும் வலுப்படுத்துவதும் தேசிய விழிப்புணர்ச்சியை ஒடுக்குவதும் கூட அவர்களுடைய நோக்கமாக இருந்தது. இந்திய நலன்களைப் பாதுகாக்க இந்திய முதலாளிகளால் நடத்தப்பட்டு வந்த சில ஆங்கிலப் பத்திரிகைகள் செத்துப் பிழைத்துக் கொண்டிருந்தன. வெள்ளையர்களின் பத்திரிகைகள்தான் நன்கு விற்பனையாகிக் கொண்டிருந்தன. காரணம், அவற்றுக்கு எல்லாவித வசதிகளும் கிடைத்து வந்தன. முதல் உலகப் போருக்குப் பின்னர் நாட்டில் தேசீய எழுச்சி ஏற்பட்டதும் சுதேசிப் பத்திரிகைகளுக்குக் கிராக்கி ஏற்படத் தொடங்கிற்று. பல ஆங்கிலப் பத்திரிகைகள் நின்றுவிட்டன. இதனால் 'ஸ்டேட்ஸ்மன்' பத்திரிகை வலிமை பெற்றது. அது கல்கத்தாவுடன் டெல்லியிலிருந்தும் தனது பதிப்பைத் தொடங்கியது. அரசாங்க அதிகாரிகளிடையே அதன் ஏகபோகம் நிலவியது. அப்பத்திரிகையின் அரசாங்கச் செய்திகளும் மற்ற செய்திகளும் விரிவாகப் பிரசுரமாவதால் மற்றவர்களும் அதை விரும்பி வாங்கினர். அதுவுமல்லாமல்

‘ஸ்டேட்ஸ்மன்’ அதிகச் செலவு செய்து ஆசிரியர் குழுவைச் செழுமைப்படுத்திக் கொண்டுள்ளதால், அதில் செய்திகள் சிறப்பாக வெளிவந்தன. அது அரசாங்கத்தின் கொள்கைகளை ஆதரிப்பதால் அரசாங்க விளம்பரங்களும் மற்ற தொழிலதிபர்களின் விளம்பரங்களும் அதில் நிறைய வெளிவந்தன. இப்பொழுது பத்திரிகைத் துறையில் இந்திய முதலாளிகளும் இறங்கியுள்ளனர். பத்திரிகைகள் லாபம் ஈட்டுவதற்கான சாதனங்கள் மட்டுமல்ல, முதலாளித்துவத்திற்கெதிரான அறிவாளிகளின் தாக்குதலை முறியடிக்கவும், உழைக்கும் மக்களின் வர்க்கப் போராட்டங்களை எதிர்க்கவும் அவை வலுவான ஆயுதங்கள் என்பது அவர்களுக்குத் தெரியும். டெல்லியிலிருந்து வெளிவரும் ‘இந்துஸ்தான் டைம்ஸ்’ பத்திரிகை இதை இந்திய முதலாளிகளுக்கு நன்கு உணர்த்திவிட்டது. அது இந்திய முதலாளிகளின் நலன்களைப் பாதுகாக்க அயராது பாடுபட்டுக் கொண்டிருக்கிறது. ஒருநாள் அது பிரிட்டிஷ் ஆட்சியாளருக்கு எதிராகத் தலையங்கமும் கேலிச் சித்திரமும் வெளியிடுகிறது. மற்றோர் நாள் தொழிலாளரின் கோரிக்கைகளுக்கும் வேலை நிறுத்தங்களுக்கும் எதிராகக் குரல் எழுப்புகிறது. சோவியத் யூனியனுக்கும், கம்யூனிஸ்ட்களுக்கும் எதிராக விஷம் கக்குவதற்கு அது எப்பொழுதும் தயாராயிருக்கிறது. ஜெர்மனி சோவியத்தின் மீது படையெடுத்த பின்னர், சோவியத் நாட்டின் வீழ்ச்சி என்பது அமெரிக்க இங்கிலாந்தின் வீழ்ச்சியுமாகுமென்பதையும், அதனால் இந்தியாவும் ஜாதி, இன வேற்றுமைகளைப் பிரச்சாரம் செய்து அடிமை நாடுகளைச் சுரண்டிக் கொழுத்துக் கொண்டிருந்த நாசிகளின் பிடியில் சிக்கிக் கொண்டு விடுமென்பதையும் ‘இந்துஸ்தான் டைம்ஸ்’ அறியும். ஆனால் சோவியத் போர்க்களச் செய்திகளை ‘ஸ்டேட்ஸ்மனும்’ ‘இந்துஸ்தான் டைம்ஸும்’ வெளியிடும் முறையிலிருந்து இந்திய முதலாளிகள் நாஜிஸத்தின் பேரபாயத்தைச் சரியாகப் புரிந்து கொள்ளவில்லை என்பதை நாம் தெரிந்து கொள்ளலாம்.

நான் இங்கே பத்திரிகைத் தொழில் ஏகபோகத்தைப் பற்றிக் கூற விரும்பினேன். ஓரிடத்து அனுபவத்தைக் கண்ட பிறகு இந்திய முதலாளிகள் பத்திரிகைத் தொழிலை அலட்சியப்படுத்த முடியாது. அவர்கள் இப்போது இந்தியாவின் புதிய தலைநகரான டெல்லியிலிருந்து பழைய தலைநகரான பாட்னா வரை தமது செல்வாக்கைப் பரவச் செய்துள்ளனர். இதன் விளைவாக காங்கிரஸின் தேசீயப் பத்திரிகையான ‘ஸர்ச் லைட்’ இப்போது மிகச் சிறந்த முறையில் வெளிவரத் துவங்கியிருக்கிறது. அது இப்போது கையால் அச்சு கோர்த்துக் கேலிச் சித்திரமும் புகைப்படமும் இல்லாமல் வெளிவரும் பத்திரிகையல்ல. இதிலிருந்து காலம் எப்படி இருக்கப்போகிறது என்பதையும் நாம் ஊகிக்கலாம். உத்தரப்

பிரதேசத்திலும், மத்தியப்பிரதேசத்திலும் சிறு பத்திரிகைகளைப் பெரும் பத்திரிகைகள் விழுங்கி விட்டதைச் சமீபத்தில் தான் கண்டோம். ஆங்கிலப் பத்திரிகைத் துறையில் மட்டுமல்லாமல் இந்தியப் பத்திரிகைத் துறையிலும் பிர்லாவின் ‘இந்துஸ்தான்’ பத்திரிகை வாயிலாகப் பணச் சாம்ராஜ்யம் நுழைந்துவிட்டது. அப்பத்திரிகை, தொழிலாளர் - விவசாயிகளின் வாழ்க்கைப் போராட்டங்களை எதிர்க்கவும் ஆரம்பித்துவிட்டது. உலகப் போருக்குப் பின்னர் செய்திப் பத்திரிகைகளில் ஏகபோகம் நிலை பெற்றுவிட்டது.

பத்திரிகை ஏகபோகம் நமது பத்திரிகைகளை எங்கே கொண்டு போகுமென்பதை நாம் கற்பனைசெய்து கொள்ளலாம்.

பத்தொன்பதாம் நூற்றாண்டு முடிவுறும் முன்பே பெரு முதலாளிகள் சரக்குகளின் அளவு குறித்தும் அவற்றின் விலைகள் குறித்தும் தமக்குள்ளே ஒப்பந்தம் செய்துகொண்டபோதே முதலாளித்துவத் துறையில் ஏகபோகம் ஆரம்பமாகிவிட்து. இதற்குப் பிறகு தனித்தனிக் கம்பெனிகளை இணைத்து ஒரு பெரிய கம்பெனியை நிறுவியபோது இரண்டாம் கட்டம் தோன்றியது. இரண்டு முறைகளில் இதைச் செய்தனர். (1) முதலாளிகள் தமது பங்குகளையும் டைரக்டர்களையும் ஒன்றாகச் சேர்த்துப் பெரிய கம்பெனியாக்கினர். (2) சுயேச்சையாக இயங்க விரும்பும் கம்பெனிகளைத் தமது பொருட்களின் விலைகளைக் குறைத்தும், பங்கு மார்க்கெட்டுகளில் குழப்பம் விளைவித்தும் திவாலாகும் படி செய்துவிடுகின்றனர். அல்லது தம் முன்னே மண்டியிடச் செய்து விடுகின்றனர். இந்தியாவில் எத்தனையோ சிறிய சிகரெட் கம்பெனிகள் இப்படி அழிந்துவிட்டன. இப்பொழுது ஆங்கிலேயரின் சிகரெட் கம்பெனி ஒன்றே ஏகபோகம் செலுத்திக் கொண்டிருக்கிறது.

மூலதனக் குவிப்பு முதலாளிகளின் லாபத்தையும் வலிமையையும் வியாபார எல்லையையும் விபரீதமாக வளர்த்து விடுகிறதென்பதைத் தெரிந்துகொண்டோம். முதலாளித்துவ உலகில் இன்று எத்தனையோ பெரிய கம்பெனிகள் உள்ளன. அவை பத்திரிகைகளை நடத்துவதோடு காகிதத் தொழிற்சாலைகளையும் மைத் தொழிற்சாலைகளையும் கூட நடத்துகின்றன. இங்கிலாந்தின் கெஸ்ட், கீன் அண்ட் நெட் அண்ட் போல்ட் கம்பெனிகள் எஃகுத் தொழிற்சாலைகளுடன் இரும்பு நிலக்கரிச் சுரங்கங்களுக்கும் இஞ்சினீயரிங் தொழிற்சாலைகளுக்கும் உரிமையாளர்களாக உள்ளனர்.

2. வங்கி முதலாளிகளின் பேராதிக்கம்: வியாபாரத்திற் காகவும், தொழில்களை நடத்தவும் பழங்காலத்திலும் வட்டிக்குப் பணம் தரும் பழக்கம் இருந்து வந்ததென்றாலும் இன்றுள்ள

வங்கிகளைப் போல் வியாபார யுகத்தைச் சேர்ந்த வட்டி வியாபாரிகள்கூட அவ்வளவு கொடுமைக்காரர்களாக இருந்ததில்லை. முதலாளித்துவ யுகத்தில்- ஏகாதிபத்திய காலத்தில் வங்கிகளின் வலிமை எல்லை மீறிவிட்டது. இன்று சமுதாயத்தின் வாழ்வும் சாவும் வங்கிகளின் கையிலேயே இருக்கிறதென்றால் அது மிகையாகாது. இதன் காரணம், தொழில்களுக்கும் வங்கிகளுக்குமிடையே உள்ள புதிய தொடர்புகளாகும். தொழில்களுக்கு எப்போதுமே கடன் தேவை இருந்து கொண்டே இருக்கும். அதிலும் குறிப்பாக நீண்ட காலத் தவணைக் கடன்கள் அவற்றுக்கு மிகவும் தேவை. இத்தேவைகளை வங்கிகள் பூர்த்தி செய்யமுடியும். வங்கி மூலதனத்தின்மேல் லாபம் சம்பாதிக்க முயற்சிக்கிறது. வங்கி தன்னிடம் 'டெபாஸிட்' செய்யப்பட்ட பணத்திற்குக் குறைந்த வட்டி தருகிறது. அதே பணத்தை அதிக வட்டிக்கு மற்றவர்களுக்குக் கொடுக்கிறது. இதன் மூலமே அதற்கு லாபம் கிடைக்கிறது. வங்கியின் லேவாதேவி அதிகமாக அதிகமாக அதன் லாபமும் பெருகுகிறது. வங்கியில் எவ்வளவு அதிக மூலதனம் செலுத்தப்படுமோ அவ்வளவு அதிகக் கிளைகள் நிறுவப்படும் வங்கியின்மேல் மக்களின் நம்பிக்கையும் பெருகும். வங்கியில் டெபாஸிட் செய்யும் நபர்களின் எண்ணிக்கையும் வளரும். 'பணம் பணத்தை இழுக்கும்' என்னும் பழமொழி இங்கே பொருந்தும்.

சென்ற ஐம்பதாண்டுகளில் வங்கிகளின் குவிப்பு மிக வேகமாக நடந்தேறியது. இங்கிலாந்திலுள்ள வங்கிகள் எல்லாவற்றிலும் உள்ள மூலதனத்தில் 90 சதவீதம் மிகப் பெரிய ஐந்து வங்கிகளில் மட்டுமே உள்ளது. அந்தப் பெரிய ஐந்து வங்கிகளாவன: லாயட், நேஷனல் பிராவன்ஷியல், வெஸ்ட் மினிஸ்டர், பர்க்லே, மிட்லண்ட், சிறிய வங்கிகளைப் பெரிய வங்கிகள் விழுங்கி விடுவது சர்வசாதாரணம்: 1870ல் 104 வங்கிகள் 2203 கிளைகளோடும் 678 லட்சம் பவுண்ட் மூலதனத்தோடும் இருந்தவை. 1932ல் வெறும் 16 ஆகக் குறைந்துவிட்டன. ஆனால் இவற்றின் கிளைகளோ 10,178 ஆக உயர்ந்துவிட்டன. மூலதனமோ 1348 லட்சம் பவுண்டாகப் பெருகிவிட்டது.[1]

ஸ்காட்லாந்திலும் 1890ல் இருந்த 10 வங்கிகள் 1931ல் 8 ஆகக் குறைந்துவிட்டன. (இவ்வெட்டு வங்கிகளிலும் நான்கு இங்கிலாந்தின் மிகப் பெரிய ஐந்து வங்கிகளுக்குட்பட்டவையாகும்) ஆனால் இதே காலத்தில் கிளைகளின் எண்ணிக்கை 975 லிருந்து 1663 ஆக உயர்ந்துவிட்டது. 148 லட்சம் பவுண்டாக இருந்த முதலீடு 307 லட்சம் பவுண்டாக அதிகரித்துவிட்டது.

---

1. "தி எக்கனாமிஸ்ட்" (லண்டன்), 13 மே, 1933.

வங்கிகள் வட்டிக்குப் பணம் கொடுப்பதும், வாங்குவதும் மட்டுமின்றிப் பல தொழிற்சாலைகளைச் சொந்தமாகக் கொண்டிருக்கின்றன. இங்கே இதை மேலும் விளக்குவது அவசியம். வங்கிகள் வெறும் பெரிய பெரிய கட்டடங்களும், பணப் பெட்டிகளும் மட்டுமல்ல, அவை தமது உரிமையாளர்களான டைரக்டர்களின் சுயநலத்தின் மறு உருவங்களுமாகும். இந்த டைரக்டர்கள் வங்கிகளுடன் தொடர்பு கொண்டிருப்பதைப் போன்றே மற்ற தொழில் நிறுவனங்களுடனும் தொடர்பு கொண்டிருக்கின்றனர். 1932ல் பிரிட்டனைச் சேர்ந்த 6 பெரிய வங்கிகளின் 174 டைரக்டர்கள் மற்ற கம்பெனிகளின் 1275 டைரக்டர் பதவிகளிலும் இருந்தனர்.

வங்கி	டைரக்டர்கள்	மற்ற கம்பெனிகள்	விவரம்
1. பர்க்லே லேவாதேவி	38	202	21 கப்பல் 20 24 இன்சூரென்ஸ்
2. வெஸ்ட் மினிஸ்டர்	25	211	37 வெளிநாட்டு வங்கிகள் 24 லேவாதேவி 17 இன்சூரன்ஸ்
3. நேஷனல் பிராஷன் ஷியல்	21	152	21 ஜவுளி, 65 லேவாதேவி, 24 பிரிட்டிஷ் வங்கிகள், 24 இரும்புநிலக்கரி.
4. மிட்லண்ட்	32	291	
5. லாயட்	33	245	16 வெளிநாட்டு வங்கிகள், 25 லேவா தேவி, 22 இன்சூரென்ஸ், 14 இரும்பு நிலக்கரி, 9 மின்சாரம்
6. பாங்க் ஆஃப் இங்கி லாந்து	25	175	12 இரும்பு, நிலக்கரி, 11 கப்பல், 22 லேவாதேவி

'வங்கியின் வளர்ச்சியின் இறுதி வடிவம் ஏகபோகமாகும்' என்று லெனின் கூறியது எத்தனை உண்மை!

ஜெர்மனியில்கூட இதே நிலைமையைப் பார்க்கிறோம். 1913ல் அங்கே இருந்த 40 வங்கிகளின் மூலதனத்தில் பாதிக்கும் அதிகமாக 8 வங்கிகளில் மட்டுமே இருந்தது. 1926ல் 17 பெரிய வங்கிகள் மட்டுமே இருந்தன. அவற்றில் 6 வங்கிகள் மட்டுமே 70 சதவீத மூலதனம் கொண்டிருந்தன.

"இன்று ஒரு சிலரின் கையில் செல்வம் குவிந்து கொண்டிருப்பதைப் போல் முன்னெப்போதும் நிகழ்ந்ததில்லை" என்று 1938ல் அமெரிக்க ஜனாதிபதி ரூஸ்வெல்ட் குறிப்பிட்டார். அமெரிக்காவில் 5 சதவீதப் பெருந்தொழிலதிபர்கள் 87 சதவீத மூலதனத்திற்கும் செல்வத்திற்கும் அதிபதிகளாவர். 4 சதவீதத் தொழில் முதலாளிகள் 84 சதவீத ரொக்க லாபத்தைக் கொள்ளையடித்துக் கொண்டிருக்கின்றனர். ஹர்ஸ்ட், ராக்ஃபெல்லர், மெலோன், டூ-போண்ட், ஃபோர்ட், மோர்கன்[1] போன்ற செல்வந்தக் குடும்பங்கள் அமெரிக்காவில் மட்டுமல்லாமல் உலகத்திலேயே பெரும் பணக்காரக் குடும்பங்களாகும். 1929ல் அமெரிக்காவின் மொத்த தேசியச்செல்வம். 42,500 லட்ச லட்சம் டாலர்களாகும். அதை அமெரிக்க மக்களுக்குச் சமமாகப் பங்கிட்டால் தலைக்கு 3,500 டாலர் வருகிறது. ஆனால் உண்மை என்ன? அமெரிக்காவிலுள்ள 1 சதவீத பணக்காரர்கள் 83 சதவீத செல்வத்தின் உரிமையாளர்களாக இருக்கின்றனர். 99 சதவீத மக்கள் 17 சதவீத செல்வத்தை மட்டுமே கொண்டுள்ளனர். 1930 விருந்து 1937க்கு இடைப்பட்ட வருடங்களில் 17 லட்சம் அமெரிக்க விவசாயிகள் தமது நிலங்களை இழந்துவிட்டனர். இவர்கள் மொத்த விவசாயிகளில் கால் பகுதியினர்.

ஃபிரான்ஸின் மூலதனம் அனைத்தும் ஏறக்குறைய இருநூறு குடும்பங்களுக்குச் சொந்தமாக இருக்கிறது. இங்கிலாந்தில் 10,000 பவுண்டுக்கு அதிகமாக வருமானமுள்ளவர்கள் எட்டாயிரத்துக்கும் குறைவாகவே உள்ளனர். இவர்கள் வருமான வரி செலுத்துவோரில் ஒரு சதவீதமானவரேயாவர். இவர்களின் சராசரி ஆண்டு வருமானம் 22,000 பவுண்டாகும்.

இங்கே இந்திய வங்கிகள் குறித்தும் சற்றுக் கூற வேண்டும். இந்தியாவின் மிகப் பெரிய வங்கி ரிசர்வ் வங்கியாகும். இது 1934ல் ஐந்து கோடி ரூபாய் முதலீட்டுடன் அமைக்கப்பட்டது. இது பெயரளவுக்கு அரசாங்க வங்கியாக இருந்தாலும் இதில் அதிகாரிகளையும் அரசே நியமிக்கிறது. பிரிட்டிஷ் அரசைப் போலவே

---

1. மோர்கன் குடும்பத்தைச் சேர்ந்த 167 பேர் 2,450 டைரக்டர் பதவிகளை வகிக்கின்றனர்.

இந்திய அரசும் பிரிட்டிஷ் முதலாளிகளின் அடிமையேயாகும். மற்ற ஐந்து பெரிய வங்கிகளாவன:

பெயர்	நிறுவியவருடம்	மூலதனம்
1. இம்பீரியல் வங்கி	*1921*	ரூ.*562* லட்சம் *(1927)*
2. சென்டரல் வங்கி	*1911*	ரூ.*168* லட்சம் *(1931-36)*
3. அலகாபாத் வங்கி	*1865*	
4. பேங்க் ஆப் இந்தியா	*1906*	
5. பேங்க் ஆப் பரோடா		
6. பஞ்சாப் நேஷனல் வங்கி		

இம்பீரியல் வங்கியும் அரசாங்க வங்கியேயாகும். அதாவது அதிலும் முதலாளிகளே ஆதிக்கம் செலுத்துகின்றனர். சென்ட்ரல் வங்கி மிகப் பெரிய அரசு சார்பற்ற இந்திய வங்கியாகும். அதை சர் ஸோரப்ஜி போச்கான்வாலா என்பவர் நிறுவி, அதை வெளிநாட்டுப் போட்டியிலிருந்து பாதுகாத்து வளர்த்தார். பஞ்சாப் நேஷனல் வங்கி நம்நாட்டுப் பெரிய வங்கிகளில் ஆறாவது இடத்தை வகிக்கிறது. இதை நமது நாட்டின் தேசீயத் தலைவர் லாலா லஜபதிராய் அமைத்தார்.

பல தனித்துறை வங்கிகள் இருந்தாலும் அவை மற்ற வங்கிகளின் அவற்றின் உரிமையாளர்களின் தயவை நாடியே இருக்கின்றன.

வங்கிகளின் சொந்தக்காரர்கள் எவ்வாறு சுரங்கங்கள், தொழிற்சாலைகள் முதலியவைகளையும் நிர்வகிக்கின்றனர் என்பதை மேலே கண்டோம். இன்சூரன்ஸ், கப்பல், ரயில்வே ஆகியவைகளின் மீது ஆதிக்கம் செலுத்தாமல் பெரும் முதலீடுகள் செய்யப்பட்ட தொழில் குவிப்பு இல்லாமல் பெரும் போட்டியிலிருந்து தப்பிக்கவும் முடியாது. அதிக லாபங்களைச் சம்பாதிக்கவும் முடியாது. இதனாலேயே பிர்லாக்கள் சணல், பருத்தித்துணி, சர்க்கரைத் தொழில்களை மட்டுமல்லாமல், இன்சூரன்ஸ் கம்பெனிகளையும் வங்கிகளையும்கூட நிர்வகித்து வருகிறார்கள்.

இந்தியா வெள்ளையருக்கு அடிமைப்பட்டிருந்ததால், இந்திய முதலாளிகளால் தம் விருப்பம் போல் வளரமுடியவில்லை. இருந்தாலும் நம் நாட்டிலுள்ள பல இன்சூரென்ஸ் கம்பெனிகளின், வங்கிகளின் டைரக்டர்கள் பட்டியலைப் பார்த்தால், அதில் பல தேசியத் தலைவர்களின் பெயர்களையும் சட்டமன்ற உறுப்பினர்களின் பெயர்களையும் காண முடியும். வங்கியின் நிர்வாகிகளில் உயர் அதிகாரிகளின், அமைச்சர்களின் மகன்களையும், மருமகன்களையும் பார்க்க முடியும்.

இங்கிலாந்து, அமெரிக்கா, ஜெர்மனி, ஃபிரான்ஸ் ஆகிய நாடுகளிலும், நமது நாட்டிலும் அரசியல் சக்தியும், பணச் சக்தியும் இரண்டற ஒன்று சேர்ந்திருப்பதைக் காணலாம். இங்கிலாந்துப் பாராளுமன்றத்தின் பிரபுக்கள் சபையில் உள்ளவர்கள் நாட்டின் பெரிய பெரிய ரயில்வே கம்பெனிகளிலும் வங்கிகளிலும், தொழிற்சாலை களிலும் அங்கம் வகிப்பதைக் காணலாம் ஒருவர் அமைச்சரவையில் அமைச்சராகப் போகும்போது, தனது கம்பெனி டைரக்டர் பதவியை ராஜினாமா செய்ய வேண்டும். ஆனால் இந்தப் பிரிவு கொஞ்ச காலத்திற்குத்தான் இருக்கும். அவர் அமைச்சராக அரசாங்கத்தில் இருக்கும் போது, தனது முன்னாள் கம்பெனியின் நலன்களை வளர்க்க நேரான வழியிலோ, குறுக்கு வழியிலோ முயற்சித்துக் கொண்டே இருப்பார். அவர் அமைச்சரவையிலிருந்து வெளியேறியதும் மீண்டும் தனது பழைய கம்பெனி டைரக்டர் பதவியில் வந்து அமர்ந்து விடுவார். இங்கிலாந்தில் நிதி அமைச்சகத்தைச் சேர்ந்த பெரிய பெரிய அதிகாரிகள் ஓய்வு பெற்றதும், வங்கிகளின் உயர் அதிகாரிகளாகி விடுகின்றனர். பெரிய பெரிய ராணுவ அதிகாரிகளை அவர்கள் பதவியிலிருந்து ஓய்வு பெற்றதுமே, ஆயுதத் தளவாடத் தொழிற்சாலைகளுக்கு டைரக்டர்களாக நியமித்து விடுகின்றனர். அப்போதுதான் பெரிய பெரிய சர்க்கார் காண்டிராக்டுகளைச் சுலபமாகப் பெறமுடியும்.

கெஸ்ட், கீன், நெட்டல் ஃபீல்ட் கம்பெனிகள் ஒன்று சேர்ந்து ஒரு கோடியே இருபது லட்சம் பவுண்டுகள் நிலக்கரி, இரும்புத் தொழிலில் முதலீடு செய்தன. இத்தொழிலில் சேம்பர் லேன் குடும்பத்தின் ஆதிக்கம் நிலவுகிறது. கெஸ்ட், கீன் கம்பெனிகள் தெற்கு வேல்ஸைச் சேர்ந்த பால்ட்வின் கம்பெனியுடன் தொடர்பு கொண்டுள்ளன. நேபில் சேம்பர் லேனின் தந்தை ஜோஸஃப் சேம்பர் லோன் நெட்டல்ஃபீல்ட், சேம்பர் லேன் கம்பெனிகளை வளர்த்தார். அவை இங்கிலாந்தின் 'ஸ்க்ரூ' வியாபாரத்தில் ஏகபோகத்தை நிறுவின. ஜோஸஃப் சேம்பர் லேனே தனது குடும்பத்தின் பெரிய தொழில்களுக்கு அடித்தளம் அமைத்தார். ஜோஸஃப் சேம்பர் லேன் 1899-1902ஆம் ஆண்டுகளில் நடந்த போயர் யுத்தத்தின் போது இங்கிலாந்தின் காலனி நாட்டு அமைச்சராக இருந்தாரென்பது நமக்குத் தெரியும். சேம்பர் லேனின் சொந்த கம்பெனியான 'இலியட் மெட்டல் அண்ட்டியூப் லிமிடெட்' யுத்த காண்டிராக்டுகளில் நன்றாகக் கொள்ளையடித்தது என்று 1900ல் பெரிய கூக்குரல் எழுந்தது. 'பிரிட்டிஷ் சாம்ராஜ்ஜியம் வளர வளர சேம்பர் லேனின் காண்டிராக்டும் பெரிதாகு' மென்பது அக்காலத்திய பழமொழியாகவே மாறிவிட்டது. பால்ட் வினைப் போலவே நேபில் சேம்பர் லேனும் தொழில்

முதலாளியாகவே வாழ்க்கையைத் தொடங்கினார். அவர் 1920 வரை இலியட் மெட்டல் கம்பெனி, இம்பிரியல் கெமிக்கல் இண்டஸ்ட்ரி, பர்மிங் ஹாம் ஸ்மால் ஆர்ம்ஸ் லிமிடெட், ஹோங்கின் அண்ட் சன்ஸ் (கப்பற்படைக் காண்டிராக்டர்கள்) ஆகியவற்றின் டைரக்டராக இருந்தார். சேம்பர்லேன் டைரக்டராக இருந்தபோது பர்மிங்ஹாம் ஸ்மால் ஆர்மஸ் கம்பெனி கீழ்க்கண்டவாறு லாபங்களைச் சம்பாதித்தது:

1913ல்   1,89,000 பவுண்டுகள்
1915ல்   4,08,000   ,,
1918ல்   4,35,000   ,,

1915-18ல் 20 சதவீதம் லாபம் பங்கிட்டுத் தரப்பட்டது. 1935ல் இக்கம்பெனிக்கு நாலரை லட்சம் பவுண்டுகள் லாபம் கிடைத்தது. ஆயுதப் போட்டி மிகுந்திருந்த இக்காலத்தில் மற்ற ஆயுத உற்பத்திக் கம்பெனிகளும் நல்ல லாபத்தை ஈட்டின. இங்கிலாந்தின் மிகப் பெரிய 12 கம்பெனிகளின் லாபம் 1935ல் 12,20,000 பவுண்டுகளாக இருந்தது, 1938ல் 41,50,000 பவுண்டுகளாகி விட்டது. சேம்பர்லேன் நாட்டு நலத்தை வற்புறுத்தும்போது, அதன் பொருள் நாட்டின் 95 சதவீத செல்வத்தைச் சொந்தமாக்கிக் கொண்டுள்ள வெறும் 5 சதவீத மக்களின் (பணக்காரர்களின்) நலத்தைப் பாதுகாக்க வேண்டும் என்பதேயாகும்.

கடந்த இருபத்தைந்து ஆண்டுகளாக ஐரோப்பிய அரசாங்கங் களுக்கிடையே நடைபெற்ற எத்தனையோ கொடுக்கல்- வாங்கல்கள். அமைச்சர்களுக்கும் உயர் அதிகாரிகளுக்கும் இடையே நடந்த லேவாதேவிகள் வெளிச்சத்திற்கு வரவேயில்லை. வெளி உலகுக்குத் தெரிந்த கொஞ்ச நஞ்ச விவரங்கள் நம்மைத் திடுக்கிடவைக்கும். மக்களுக்குத் தெரியவந்த பல ஊழல்களிலிருந்து அவர்கள் சட்டத்திற்குச் சிக்காமல் தப்பித்துக் கொண்டு விட்டார்கள். தனியுடைமையைப் பாதுகாக்கும் ஆளுங்கூட்டம் தனக்குச் சாதகமான சட்டங்களைத் தானே செய்துகொள்ளும்!

3. மூலதன ஏற்றுமதி: மூலதனக் குவிப்பாலும், வங்கிகளும், தொழிற்சாலைகளும் கூட்டு சேர்வதாலும் ஏகபோகம் உருவாகிறது. ஆரம்ப காலத்தில் முதலாளிகள் பிற்பட்ட நாடுகளிலிருந்து கச்சாப் பொருட்களை இறக்குமதி செய்து கொண்டு, நுகர் பொருட்களை ஏற்றுமதி செய்துகொண்டிருந்தனர். இதைத் தவிர அவர்கள் ரெயில்வேக்கும், கடனுக்கும் பணம் தந்துகொண்டிருந்தனர். பிற்பட்ட நாடுகள் தமது பிடிக்குள்ளேயே இருக்க வேண்டுமென்பதற்காகவே அவர்கள் இவ்வாறு செய்தனர், ஆனால் ஏகபோகம் நிலை

கொண்டுவிட்ட பின்னர் அவர்கள் தமது மூலதனத்தைக் கொண்டு சொந்தத் தொழிற்சாலைகளை அமைக்கவாரம்பித்தனர். இந்தியப் பருத்தியைக் கொண்டு இந்தியாவிலேயே துணிநெய்தல், அப்பருத்தியை இங்கிலாந்துக்கு எடுத்துச் செல்லவும், அங்கிருந்து துணியை எடுத்து வருவதற்குமான கப்பல் செலவு மிச்சமாகிறது. இங்கிலாந்துத் தொழிலாளர்களைக் காட்டிலும் இந்தியத் தொழிலாளர்கள் மிக மலிவாகவும் கிடைக்கின்றனர். இதனாலேயே பிரிட்டிஷ் முதலாளிகள் கான்பூரிலும், பம்பாயிலும் துணியாலைகளை வேகமாகத் தொடங்கினார்கள். பிற்காலத்தில் இதிலிருந்து இந்திய முதலாளிகள் பயன் பெற்றனர். முதல் உலகப் போருக்குப் பிறகு இது வேகமாக நடந்தது. வெளிநாடுகளுக்கு மூலதனத்தை ஏற்றுமதி செய்வதால் உள்நாட்டுத் தொழிலாளர்கள் வேலைவாய்ப்பை இழக்கின்றனர் என்பது உண்மைதான்! ஆனால் லாபமே முக்கிய நோக்கமாகக் கொண்டுள்ள முதலாளிகளுக்கு அதைப் பற்றிக் கவலையில்லை. அவர்கள் வேலை வாய்ப்பளிப்பதற்காகத் தொழில் செய்வதில்லை, லாபத்தை- மிகுதி மதிப்பை- சம்பாதிப்பதற்காகவே தொழில் நடத்துகின்றனர்.

பிரிட்டிஷ் முதலாளிகள் ஆண்டுக்கு ஆண்டு அயல் நாடுகளுக்கு மூலதனம் ஏற்றுமதி செய்வது அதிகமாகிக் கொண்டே இருந்தது. 1881-ல் அவர்கள் 125 கோடி பவுண்டுகள் மூலதனத்தை ஏற்றுமதி செய்தார்கள். 1915ல் 380 கோடி பவுண்டுகளை ஏற்றுமதி செய்தார்கள். வெளிநாடுகளுக்கு ஏற்றுமதி செய்த மூலதனத்தில் பாதி பிரிட்டிஷ் காலனி நாடுகளுக்கே ஏற்றுமதி செய்யப்பட்டது. ஏகாதிபத்தியம் என்றால், கச்சாப் பொருட்களின், நுகர் பொருட்களின் வியாபாரம் மட்டுமல்ல, தமது மூலதனத்தைக் கொண்டு சென்று அடிமை நாடுகளில் தொழிலும் செய்வதுமாகும். அமெரிக்கா அரசியல் ஏகாதிபத்தியத்தை நிறுவாவிட்டாலும், பண ஏகாதிபத்தியத்தை அமைத்திருக்கிறது. குறிப்பாக முதல் உலகப் போருக்குப் பிறகு அமெரிக்க மூலதனம் வேகமாக வெளிநாடுகளுக்கு ஏற்றுமதி செய்யப்பட்டது.

1923ல்	26 கோடியே	70 லட்சம் டாலர்
1924ல்	99 ,,	70 ,,
1925ல்	108 ,,	60 ,,
1926ல்	114 ,,	50 ,,
1927ல்	156 ,,	70 ,,

இந்தியா: இங்கிலாந்து தொழில்துறையில் இந்தியாவுடன் தொடர்பு கொண்டது. அக்காலத்தில் பிரிட்டிஷ் வியாபாரிகள் கிழக்கிந்தியக் கம்பெனியின் முக்கிய வேலை, ஓரிடத்தின் கச்சாப் பொருளை வேறிடத்தில் லாபத்திற்கு விற்பதாகும். மெள்ளமெள்ள இந்தியாவின் பலவீனங்களைப் பயன்படுத்திக்கொண்டு கிழக்கிந்தியக் கம்பெனி அரசியலதிகாரத்தையும் பறித்துக் கொண்டுவிட்டது. வங்காளத்தில் கம்பெனியின் ஆட்சி தொடங்கியபோது (1764-65) 8,18,000 பவுண்டுகளாக இருந்த நிலவரி அடுத்த ஆண்டே 14,70,000 பவுண்டுகளாக அதிகரித்துவிட்டது. அதாவது ஒன்னே முக்கால் மடங்குக்கும் அதிகமாகிவிட்டது. அப்போதிருந்து நிலவரி உயர்ந்த விதத்தைப் பாருங்கள்:

1790-91	26,80,000	பவுண்டுகள்
1822-23	1,26,00,000	”
1857 -58	1,72,00,000	”

பிளாஸி யுத்தத்திற்குப் பிந்தைய ஒன்பதாண்டுகளில் (1757-66) கிழக்கிந்தியக் கம்பெனிக்கு ஏறத்தாழ 80 லட்சம் பவுண்டு மதிப்புள்ள பரிசுகள் கிடைத்தன. தனி நபர்களுக்குக் கிடைத்த பரிசுகள் வேறு!

மேற்கூறியதின்படி, 93 ஆண்டைய கம்பெனியின் ஆட்சிக் காலத்தில், வங்கத்தில் நிலவரி இருபது மடங்கு பெருகிவிட்டது. நல்ல லாபகரகமான வியாபாரமலலவா இது! இந்தக் கடும் சுரண்டலின் விளைவாகக் கம்பெனியின் ஆட்சி ஆரம்பமான ஆறாவது வருடமே, வங்கத்தில் ஒரு பெரும் பஞ்சம் ஏற்பட்டது. அதில் ஒரு கோடி மக்கள் பட்டினியால் மாண்டு போயினர். 1770லிருந்து 1900 வரை. இந்தியாவில் 130 ஆண்டு பிரிட்டிஷ் ஆட்சியில் 22 பெரிய பெரிய பஞ்சங்கள் ஏற்பட்டன. அந்தப் பஞ்சங்களில் கடந்த முந்நூறு ஆண்டுகளில் உலக முழுவதும் நடந்த யுத்தங்களில் மாண்டு போனவர்களுக்கும் அதிகமாகவே இறந்து போனார்கள்.

இது முதலாளித்துவ இங்கிலாந்தின் வணிக காலத்திய விஷயமாகும். பத்தொன்பதாம் நூற்றாண்டு துவக்கத்திலிருந்து நீராவி இயந்திர யுகம் ஆரம்பமாகிறது. இங்கிலாந்து தொழிற்சாலைகளைத் துவக்குவதில் முன்னணியில் இருக்கிறது. இத்தொழிற்சாலைகளை நிறுவ மூலதனம் அதற்கு எங்கிருந்து கிடைத்தது? மேற்கூறிய கிழக்கிந்தியக் கம்பெனியின் நிலவரி வசூலிலும், பரிசுகளிலும் இதற்கு விடை கிடைக்கும். பத்தொன்பதாம் நூற்றாண்டு ஆரம்பத்தில் கிழக்கிந்தியக் கம்பெனி மூலமாக ஆண்டுதோறும் இந்தியாவிலிருந்து

இங்கிலாந்துக்கு மூன்று லட்சம் பவுண்டுகள் சென்றுகொண்டிருந்தன. தனி நபர்களின் சுரண்டலையும் சேர்த்துக்கொண்டால் வருடத்திற்குக் கிட்டத்தட்ட 25 லட்சம் பவுண்டுகளாகும். பிற்காலத்தில் இச்சுரண்டல் மேலும் அதிகரித்துவிட்டது.

1835 -39ல்	*53,47,000*	பவுண்டுகள்
1855-59ல்	*77,30,000*	”

இது கிழக்கிந்தியக் கம்பெனி இங்கிலாந்துக்கு அனுப்பிய தொகை மட்டுமே!

வியாபார நோக்கம் கொண்டிருந்த பிரிட்டன் முதலாளித்துவ நாடாக ஆக, இந்தியாவிலிருந்து அந்நாட்டுக்கு நுகர் பொருட்கள் குறைவாகவும், கச்சாப் பொருட்கள் அதிகமாகவும் ஏற்றுமதியாக ஆரம்பித்தன. இங்கிலாந்தில் தயாரான சரக்குகள் நம் நாட்டிற்கு அதிகமாக வரத்தொடங்கின.

வருடம்	இந்தியாவிலிருந்து பிரிட்டனுக்கு	பிரிட்டனிலிருந்து இந்தியாவுக்கு
1814	*12,66,60* கஜத்துணி	*8,18,208* கஜத்துணி
1821	*5,34,451* ”	*1,91,38,726* ”
1828	*4,22,504* ”	*4,28,22,077* ”
1835	*3,26,086* ”	*5,17,77,277* ”

அதாவது, மேற்குறிப்பிட்ட 21 ஆண்டுகளில் இந்தியாவில் உற்பத்தியான துணி பிரிட்டனுக்கு ஏற்றுமதியாவது கால் பகுதியாகக் குறைந்துவிட்டது. ஆனால் பிரிட்டனிலிருந்து இறக்குமதியாகும் துணி அறுபது மடங்குக்கு அதிமாகிவிட்டது. பட்டு, கம்பளித் துணி விஷயத்திலும் நிலைமை இதே போலிருந்தது. பத்தொன்பதாம் நூற்றாண்டு பாதி முடிவதற்குள் இந்தியாவிலிருந்து பிரிட்டனுக்கு ஏற்றுமதி முற்றாக நின்றுபோய்விட்டது. அதன் பின் இந்தியா பிரிட்டிஷ் முதலாளிகளுக்குக் கச்சாப் பொருட்களை சப்ளை செய்யும் நாடாகி விட்டது. கீழ்க்காணும் பட்டியலிலிருந்து இதைப் புரிந்து கொள்ளலாம்.

ஆண்டு	பருத்தி	சணல்	தானியம்
1849	*17,75,309* பவுண்டு	*68,717* பவுண்டு	*8,58,691* பவுண்டு
1858	*43,09,768* ”	*3,03,292* ”	*37,90,374* ”
1901	*1,01,29,717* ”	*1,08,77,766* ”	*1,40,69,509* ”

பத்தொன்பதாம் நூற்றாண்டின் முற்பகுதியில் முதலாளித்துவம் ஏகாதிபத்தியமாக உருப்பெறாத வரை, இந்தியா இங்கிலாந்துக்கு கச்சாப் பொருட்களை சப்ளை செய்து, இங்கிலாந்தில் தயாரான பொருட்களை விற்பனை செய்யும் மார்க்கெட்டாக மட்டுமே இருந்து வந்தது. ஆனால் இங்கிலாந்து ஏகாதிபத்திய நாடாக உருமாறத் தொடங்கியதும் அது இந்தியாவுக்கு மூலதனத்தை ஏற்றுமதி செய்யத் தொடங்கியது. பல தொழிற்சாலைகள் தொடங்கப்பட்டன. இந்தியாவில் பெருகிய துணியாலைகளின் எண்ணிக்கையைக் கவனியுங்கள்.,

ஆண்டு	துணியாலைகள்	தறிகள்	முதலீடு
1876		9,139	
1913	172	94,136	
1932	340	1,86,407	
1934	350		36,46 கோடி ரூ.
1938	384		37.90 ,,

இந்தியாவில் தயாரான துணி

1899ல்	10கோடியே 40 லட்சம் பவுண்டுகள்
1914ல்	27 ,, 40 லட்சம் ,,
1931ல்	59 ,, கோடி பவுண்டுகள்

சணல் தொழில் வளர்ச்சி

வருடம்	மில்கள்	தறிகள்	கதிர்கள்
1876-80	22	4,946	70,840
1913-14	64	36,050	7,44,289
1930	100	61,834	12,24,982
1935	100	63,000	12,79,000
1938	105	99,000	13,38,800

இரும்புத் தொழில்

ஜாம்ஷெட்பூரில் டாட்டாவின் தொழிற்சாலை 1907ல் நிறுவப்பட்டது. 1925ல் பெங்கால் இரும்பு- உருக்குக் கம்பெனியும் துவக்கப்பட்டுவிட்டது. இவை தவிர பத்ராவதி (மைசூர்) முதலிய

தொழிற்சாலைகளும் இருக்கின்றன. டாட்டாவின் தொழிற்சாலையில் உற்பத்தி இவ்வாறு அதிகமாயிற்று.

கச்சா	இரும்பு	உருக்கு
1914	2,40,000 டன்	70,000 டன்
1930	11,40,000 ”	6,16,000 டன்
1939	18,38,000 ”	28,75,000 ”

நிலக்கரி

1913	1 கோடி	62 லட்சம் டன்		
1919	2	”	26	”	”
1929	2	”	30	”	”
1939	2	”	77	”	”

சணல் தொழிலும், நிலக்கரித் தொழிலும் பெரும்பாலும் வெள்ளையர் கம்பெனிகளிடமே இருந்தன. இந்தியாவில் 1916ல் 26 கோடியே 50 லட்சம் பவுண்டுகள் மட்டுமே அன்னிய மூலதனம் இருந்தது. அது 1931-32ல் இரட்டிப்பாகிவிட்டது. 1934ல் இந்தியத் தொழிற்சாலைகளில் முதலீடு செய்யப்பட்ட பணத்தில் பாதி பிரிட்டிஷாரின் பணமாகும். பிரிட்டிஷ் முதலீடு முதல் உலகப் போருக்குப் பிறகு எப்படி வளர்ந்ததென்பதைப் பாருங்கள்.

கம்பெனிகள்		மூலதனம்	
1922-23	720	4,870 லட்சம் பவுண்டுகள்	
1931-32	911	7,560 ”	”

இம்முதலீட்டின் விவரம் கீழ்வருமாறு

கம்பெனிகள்		முதலீடு		
வங்கிகள்	29	993	லட்சம் பவுண்டுகள்	
இன்சூரன்ஸ்	143	804	”	”
கப்பல்தொழில்	18	413	”	”
ரெயில்வே	18	248	”	”
வணிகம்	359	3,008	”	”
தேயிலை	180	282	”	”
சுரங்கம்	34	1,124	”	”
சணல்	5	28	”	”

ஒரு அமெரிக்கப் பேராசிரியர் இந்தியாவில் பிரிட்டிஷ் ஏகாதிபத்தியத்தின் சுயநலம் பற்றி இவ்வாறு எழுதினார்.

"பொதுக்கடன் தொகையில் பெரும்பகுதி வெள்ளை முதலாளிகளுடையதாகும். இந்த 350 கோடி டாலர்களில் அதிக அளவிலுள்ள பிரிட்டிஷ் கம்பெனிகள் 250 கோடி டாலர்களை மூலதனமாகக் கொண்டுள்ளன. இந்தியாவில் 5194 கம்பெனிகள் உள்ளன. அவற்றில் நூறு கோடி டாலர்கள் முதலீடு செய்யப்பட்டுள்ளன. இதிலும் பிரிட்டிஷ் முதலீடு அதிகமாக இருக்கிறது."

"இதில் வியாபாரத்தைச் சேருங்கள்! பிரிட்டன் இந்தியாவில் ஆண்டுதோறும் நூறுகோடி டாலர் பெறுமானமுள்ள சரக்குகளை விற்பனை செய்கிறது. இது பிரிட்டனின் ஏற்றுமதியில் பத்தில் ஒரு பகுதியாகும். அது இந்தியாவிடமிருந்து 40 கோடி டாலர் பொருட்களை வாங்குகிறது. இவை ஏறக்குறைய கச்சாப் பொருட்களேயாகும். இது இந்தியாவின் ஏற்றுமதியில் பத்தில் ஒன்பது பங்காகும். இங்கிலாந்திலுள்ள துணியாலை முதலாளிகளுக்கு இந்தியாவிலிருந்து வருடந்தோறும் 22.5 கோடி டாலர்கள் கிடைக்கின்றன. இரும்பு, உருக்கு, ரெயில்வே, மோட்டார் தொழில்களிலிருந்து பத்துக்கோடி டாலர்கள் கிடைக்கின்றன. 12 கோடி டாலர் பெறுமானமுள்ள தேயிலை, கோடிக்கணக்கான டாலர் சணல் பருத்தி, தோல் போன்றவற்றின் வியாபாரமெல்லாம்கூட பிரிட்டிஷ் கம்பெனிகளிடம்தான் இருக்கிறது." (Imperialism and World Politics Parkar T. Moon, 1939. p. 239)

பொருளாதார லாபமடையவும், வியாபாரத்திற்காகவும் வெள்ளையர்கள் ஆட்சியைக் கைப்பற்றிய விதம் குறித்து "மூன்" மேலும் எழுதுகிறார்.

1857ல் நடந்த சிப்பாய் புரட்சிக்குப் பிறகு வாரிசு அற்ற சுதேச சமஸ்தானங்களைத் தமதாக்கிக் கொள்ளும் கொள்கையைப் பிரிட்டிஷார் விட்டுவிட்டாலும் பிரிட்டிஷ் இந்தியாவின் பரப்பளவு அதிகமாகிக் கொண்டே போயிற்று.

1861-72	*4,000* சதுர மைல்கள்
1871-82	*15,000* ,, ,,
1882-92	*90,000* ,, ,,
1891-1901	*1,33,000* ,, ,,

1901ஆம் ஆண்டுக்குப் பிறகு இந்தியாவின் பிரிட்டிஷ் அரசின் வளர்ச்சி மற்றொரு மாற்றமடைந்தது. சுதேச சமஸ்தானங்களைச் சேர்ந்த

ராஜாக்கள், மகாராஜாக்கள், நிஜாம் நவாபுகள் இப்போது, 'கடவுள் அருளால்' அல்லாமல், இங்கிலாந்தின் தயவில் ஆண்டு கொண்டிருக்கிறார்கள். உண்மையில் சமஸ்தான மன்னர்களின் ஆட்சியை வெள்ளையர்கள் தமக்கு மிகவும் பயனுள்ளதாகக் கருதுகின்றனர். அவர்களின் கொடுங்கோலாட்சி பிரிட்டனின் உதவியில்லாமல் ஒரு நாள்கூட நடக்க முடியாது.

"1876ல் பிரிட்டிஷ் ஏகாபதிபத்தியத்தின் முக்கிய தலைவரான டிஸ்ரேலி விக்டோரியா மகாராணியை இந்தியாவின் மகாராணி என அறிவிப்பதற்காகப் பாராளுமன்றத்தின் சம்மதத்தைப் பெற்றார். 'இங்கிலாந்தின் ராணி கீழ்த்திசையில் வலிமைமிக்க ஒரு நாட்டின் அரசி' என்று உலகுக்கு விளம்பரப்படுத்தவே அவர் அப்படிச் செய்தார். அதைத் தொடர்ந்து 1911ல் ஜார்ஜ் சக்ரவர்த்தியும், மேரி அரசியும் இந்தியாவுக்கு வருகை தந்தபோது நாட்டின் பழைய தலைநகரான டெல்லியில் அவருக்குத் தடபுடலாக முடிசூட்டு விழா நடத்தப்பட்டது. மொகலாயர்கள் ஆண்ட டெல்லி சிம்மாதனத்தின் இந்திய ஆட்சியைத் தம் கைகளில் எடுத்துக் கொண்டுவிட்டோமென்று இந்திய மக்களுக்கு உணர்த்துவதற்காகவே முடிசூட்டு வைபவம் ஆடம்பரமாக நிகழ்த்தப்பட்டது. பாராளுமன்ற ஆட்சி முறைக்கும் அரசியல் சுதந்திரத்திற்கும் பிறந்த நாடான இங்கிலாந்து செத்து அழிந்து கொண்டிருந்த கீழ்த்திசைக் காட்டு தர்பாருக்கு இந்தியாவில் இப்படி உயிரூட்டுமென்று யாரும் எதிர்பார்க்கவில்லை."

பிரிட்டிஷ் ஆட்சியாளர்கள் தம்மை இந்தியாவின் நண்பர்கள் என்று தம்பட்டமடித்துக் கொள்வதைப் பற்றி அமெரிக்கப் பேராசிரியர் கூறுகிறார்:

"சென்ற உலகப்போரில் வெற்றி பெறுவதற்காக இந்தியா 15 கோடி பவுண்டுகள், எட்டு லட்சம் சிப்பாய்கள் கடல் கடந்த நாடுகளில் வேலை செய்ய 4 லட்சம் தொழிலாளர்களை அளித்ததாகப் பிரிட்டிஷ் ஏகாதிபத்தியவாதிகள் பெருமை பேசிக் கொள்கின்றனர். ஆனால் இதை அப்பாவித்தனமாக ஒப்புக் கொண்டுவிடக்கூடாது. ஏனெனில் சிப்பாய்களை கிராமப்புறங்களிலிருந்தே திரட்டிக்கொண்டனர். அவர்களுக்கு நகர்ப்புறத்துப் படிப்பாளிகளுடன் எவ்விதத் தொடர்புமே இல்லை. போருக்கான பணம் பூராவும் வெள்ளையர்களின் கட்டுப்பாட்டிலுள்ள அரசால் அளிக்கப்பட்டதாகும். சமஸ்தான மன்னர்கள் சிலர் தாராளமாகப் பிரிட்டிஷ் அரசுக்குப் பண உதவி செய்தார்கள் என்பதும் உண்மைதான். ஆனால் அவர்கள் தமது கொடுங்கோலாட்சி தொடர்ந்து நடக்க பிரிட்டிஷாரின் தயவு தேவை, என்பதற்காகவே உதவினார்கள். இதையே ராம்ஸே மாக்டொனால்டும் கூறியுள்ளார்."

முதலாளித்துவ பிரிட்டன் எவ்வாறு இந்தியாவைச் சுரண்டிக் கொண்டிருந்தது என்பதற்கு இன்னொரு புள்ளி விவரம் தருவோம். இந்தியாவில் பணியாற்றிக் கொண்டிருந்த ஆங்கிலேய அதிகாரிகளின் நலன்களைப் பாதுகாப்பதும் பிரிட்டிஷாரின் குறிக்கோளாக இருந்தது. 1876 லிருந்து 1929 வரை அரசாங்கச் செலவு எப்படிப் பெருகிக் கொண்டே போயிற்று என்பதைப் பாருங்கள்:

	ராணுவம் (தலைக்கு ரூபாய்)	பொதுநலன் (தலைக்கு ரூபாய்)
1876	1,810	159
1886	2,108	166
1896	2,142	201
1906	2,462	277
1912	2,514	302
1921	4,511	588
1929	4,210	867

ராணுவத்திலும் சிவில் சர்விஸிலும் பெரும்பாலும் உயர்அதிகாரிகளாக வெள்ளையர்களே இருந்தார்கள். ராணுவத் தளவாடங்கள் முழுவதும் ஏறக்குறைய இங்கிலாந்திலிருந்தே வந்துகொண்டிருந்தன. இதிலிருந்து மேற்குறிப்பிட்ட பணத்தின் பெரும்பகுதி யாருக்குப் போய்ச் சேருமென்பதைச் சுலபமாகவே புரிந்துகொள்ள முடியும்.

4. ஏகாதிபத்தியம் உருவாவதற்கான காரணங்களும் அதற்குத் துணை செய்பவைகளும்: முதன் முதலில் ஐரோப்பா கண்டம் ஆர அமர விவாதித்து ஏகாதிபத்தியத்தை உருவாக்கிக் கொள்ளவில்லை. அதற்குப் பதிலாகப் பொருளாதார நிலைமைகளும், அவற்றிலிருந்து தோன்றிய அரசியல் நிலைமைகளுமே ஏகாதிபத்தியத்தை உருவாக்க ஐரோப்பாவைக் கட்டாயப்படுத்தின. பழங்காலமும், பழைய நிலையும் மாறிவிட்டன.

(க) இயந்திரங்கள்: தொழில் புரட்சியால் புதிய கண்டுபிடிப்புகள் தோன்றின. இவற்றால் முதன் முதலில் பயனடைந்தது இங்கிலாந்தே யாகும். அது நீராவியாலும், மற்ற இயந்திரங்களாலும் வேலை செய்து கொண்டிருந்தபோது மற்ற நாடுகள் கைத்தொழில்களையே நம்பியிருந்தவரை இங்கிலாந்துக்கு எவ்விதப் போட்டியும் இருக்கவில்லை. உலகத்திலுள்ள மற்ற நாடுகள் முதலில் இயந்திரங்களைப்

பயன்படுத்துவதில் தீவிரம் காட்டவில்லை. அதற்குக் காரணம் மூலதனப் பஞ்சமுமாகும். பத்தொன்பதாம் நூற்றாண்டுக்கு முன்பு வரைக்கும் உலகத்தின் முக்கால் பகுதியில் பிரிட்டிஷ் தொழில்களுக்குப் போட்டியாக மற்ற நாட்டுத் தொழில்கள் இருக்கவில்லை. 1870ல் இங்கிலாந்து உலகத்தின் பாதி இரும்பை உற்பத்தி செய்து கொண்டிருந்தது. பருத்தித்துணியில் பாதியை அது தயார் செய்தது. இங்கிலாந்து எந்த ஒரு நாட்டுக்கும் அதிகமாக அயல்நாட்டு வியாபாரம் செய்தது. ஆனால் பத்தொன்பதாம் நூற்றாண்டின் இறுதியில் நிலைமை மாறிவிட்டது. அமெரிக்கா, ஜெர்மனி, ஃபிரான்ஸ், மற்ற ஐரோப்பிய நாடுகளும் தொழில் துறையில் முன்னேறின. இங்கிலாந்தின் இரும்பு உற்பத்தி மற்ற நாடுகளைவிடப் பின்னடைய வாரம்பித்தது. பத்தொன்பதாம் நூற்றாண்டு முடிவதற்குள் அமெரிக்கா இரும்பு உற்பத்தியில் முன்னணிக்கு வந்துவிட்டது. இங்கிலாந்து இரண்டாவது இடத்திற்குப் போய்விட்டது. கீழ்க்காணும் பட்டியலைப் பாருங்கள்.

(கச்சா இரும்பு லட்சம் டன்களில்)

	1870	1896	1917	1903
இங்கிலாந்து	59.60	86.6	87.97	79.35
அமெரிக்கா	16.70	86.23	96.53	180.09
ஜெர்மனி	13.9	62.6	67.6	98.6

அதாவது 1870-1903 ஆண்டுகளில் இங்கிலாந்தின் இரும்பு உற்பத்தி 52 சதவீதம் மட்டுமே பெருகியது. ஆனால் அமெரிக்காவின் இரும்பு உற்பத்தி 96.6 சதவீதம் உயர்ந்தது. ஜெர்மனியின் உற்பத்தி 60.9 சதவீதம் பெருகிற்று.

இதே போலப் பருத்தித்துணி விஷயத்திலும் அமெரிக்காவும், ஜப்பானும் இங்கிலாந்துடன் போட்டி போடத் துவங்கின. பருத்தித் துணி வியாபார வளர்ச்சியின் இப்புள்ளி விவரத்தைக் கவனியுங்கள்.

	1870-80	1880-90	1890-1900
பிரிட்டன்	19	18	-3
அமெரிக்கா	90	42	50
ஐரோப்பா	32	56	25

ஏற்றுமதி வணிகமும் இப்படித்தான் இருந்தது. 1870-1900 ஆம் ஆண்டுகளுக்கிடையே அமெரிக்காவின் ஏற்றுமதி வர்த்தகம் நான்கு

மடங்கானது ஜெர்மனியின் வர்த்தகம் இரட்டிப்பாயிற்று. ஆனால் இங்கிலாந்தில் 45 சதவீதத்தைத் தாண்ட முடியவில்லை.

இதன் விளைவாக உலகச் சந்தையில் போட்டி கடுமையாயிற்று. தொழில் மயமான ஒவ்வொரு பெரிய நாடும் தன்னுடைய தேவைக்கதிகமாகவே துணி, இரும்பு, உருக்கு, மற்ற சரக்குகளை உற்பத்தி செய்யத் தொடங்கியது. எல்லாரிடமும் மிகுதிச் சரக்குகள் குவிந்திருந்தன. அவைகளை வெளிநாடுகளில் விற்க விரும்பினர். ஆனால் எந்த ஒரு தொழில்மயமான நாடும் மற்ற நாடுகளின் சரக்குகளை இறக்குமதி செய்துகொள்ள விரும்பவில்லை. இங்கிலாந்தும், மற்ற நாடுகளும் அயல்நாட்டுச் சரக்குகள் மேல் பெருமளவுக்குச் சுங்க வரி விதிக்கவாரம்பித்தன. இதனால் அச்சரக்குகளின் விலை எக்கச்சக்கமாக உயர்ந்துவிட்டது. உள்நாட்டுப் போருக்குப் பின்னர் அமெரிக்காவும் தன்னுடைய இளம் தொழில்களைப் பாதுகாத்துக்கொள்ள வெளிநாட்டுச் சரக்குகள் மீது சுங்க வரி விதிக்கத் துவங்கியது. 1890லும் 1897லும் அதை மேலும் உயர்த்திவிட்டது. ஜெர்மனி 1879லும் ஃபிரான்ஸ் 1881லும் அமெரிக்காவைப் பின் தொடர்ந்தன. மற்ற நாடுகளும் இதேபோல் செய்தன. பிரெஞ்சுப் பிரதமர் 1884ல் நிலைமையை இவ்வாறு விளக்கினார்.

"நமது மகத்தான தொழில்களுக்கு என்ன குறை? அவைகளுக்கு மேலும் மேலும் சந்தைப் பஞ்சம்தான் உள்ளது. ஜெர்மனி தன்னைச் சுற்றிலும் சுங்க வரி என்னும் பெரும் மதில்சுவரை எழுப்பிக் கொண்டிருக்கிறது. அமெரிக்கா எல்லையற்ற சுங்க வரியை விதிப்பதால், ஜெர்மனியும் இப்படிச் செய்து கொண்டிருக்கிறது."

இப்படிப்பட்ட கும்மிருட்டில் ஒரேயொரு பக்கத்திலிருந்து ஒளிக்கீற்று தோன்றிக்கொண்டிருந்தது. அவைதான் காலனி நாடுகள்-அடிமை நாடுகள்! பிரிட்டிஷ் ஏகாதிபத்தியவாதி லர் ஃபிரடரிக் லகார்ட் தனது "நமது கிழக்கு ஆப்பிரிக்க சாம்ராஜ்ஜிய வளர்ச்சி" என்னும் நூலில் இவ்வாறு எழுதினார்.

"சுயேச்சை வியாபார முறை நமது கொள்கையாக உள்ளவரை நாம் புதிய மார்க்கெட்டுகளைத் தேடித்தான் ஆகவேண்டும். ஏனெனில் பழைய மார்க்கெட்டுகள் எதிர்ப்புகளாலும் சுங்க வரிகளாலும் ஒவ்வொன்றாக நமக்கு மூடப்பட்டு வருகின்றன. இதற்கு முன் நமக்கு அடங்கியிருந்த பெரிய பெரிய நாடுகள் நமது பொருட்களை வாங்கிக் கொண்டிருந்தன. அவை நமது வியாபார எதிரிகளாகிக் கொண்டு வருகின்றன."

பத்தொன்பதாம் நூற்றாண்டின் இறுதியில் ஐரோப்பா, சாம்ராஜ்ஜிய விஸ்தரிப்பை முதன்மைப்படுத்தியது மிகுதி சரக்குகளை

விற்பதற்கான சந்தைகளைத் தேடவே சாம்ராஜ்ஜிய விஸ்தரிப்பில் இறக்கவேண்டியதாயிற்று. இதன் விளைவாக உலகத்தில் பல்வேறு ஏகாதிபத்திய வல்லரசுகள் தோன்றி வளர்ந்தன.

(சதுர மைல்கள்)

	ஆப்பிரிக்க	ஆசியா	பசிபிக் மாகடல்	அமெரிக்கா கண்டம்	மொத்த பரப்பளவு
பிரிட்டிஷ்	*42,03,000*	*21,60,000*	*30,79,000*	*40,08,000*	*1,36,16,000*
பிரெஞ்சு	*37,73,000*	*3,17,000*	*10,000*	*36,000*	*64,00,000*
போர்ச்சுக்கல்	*9,27,000*	*7,000*	*1,600*		*9,36,000*
பெல்ஜியம்	*9,31,000*	*7,000*			*9,37,000*
அமெரிக்கா	*37,000*		*1,22,000*	*7,52,000*	*9,.11,000*
டச்சு			*7,34,000*	*55,000*	*7,89,000*
இத்தாலி	*7,80,000*				*7,80,000*
ஸ்பானிஷ்	*1,32,000*				*1,32,000*
ஜப்பான்		*86,000*		*28,000*	*1,10,000*
				மொத்த சதுர மைல்கள்	*2,87,42,000*

காலனி நாடுகளின் மக்கள் தொகை (லட்சங்களில்)

	ஆப்பிரிக்க	ஆசியா	பசிபிக் மாகடல்	அமெரிக்கா கண்டம்	மொத்த பரப்பளவு
பிரிட்டிஷ்	*650*	*3330*	*80*	*110*	*4170*
பிரெஞ்சு	*350*	*230*	*-10*	*-10*	*599*
டச்சு			*500*	*-10*	*500*
ஜப்பான்		*190*	*40*		*230*
அமெரிக்கா	*115*		*114*	*90*	*220*
பெல்ஜியம்	*115*				*115*
போர்ச்சுகல்	*80*		*-10*	*-10*	*90*
இத்தாலி	*19*				*20*
ஸ்பானிஷ்	*10*				*10*
				மொத்த மக்கள் தொகை	*6300*

சாம்ராஜ்ஜிய விஸ்தரிப்பின் வேகம் எப்படி இருந்ததென்பதற்கு இங்கிலாந்தை எடுத்துக் கொள்ளுங்கள். *1860*ல் பிரிட்டிஷ்

சாம்ராஜ்ஜியம் 25 லட்சம் சதுர மைல் பரப்பளவு பல்வேறு நாடுகளில் பரவியிருந்தது. அவற்றின் மக்கள் தொகை பதினாலரை கோடியாகும். ஆனால் 1900ல் அடிமை நாடுகளின் மொத்த பரப்பளவு 93 லட்சம் சதுர மைல்களாகும். ஜனத்தொகையோ 31 கோடியாகும். அது இப்போது 136 லட்சம் சதுர மைல் பரப்பளவாகவும் 42 கோடி மக்கள் தொகையாகவும் உள்ளன. ஃபிரான்ஸின் வளர்ச்சியைப் பாருங்கள்.

	பரப்பளவு (சதுர மைல்கள்)	மக்கள் தொகை
1860	*2,00,000*	*34,00,000*
1880	*7,00,000*	*75,00,000*
1900	*37,00,000*	*5,64,00,000*
முதல் உலகப் போருக்குப் பிறகு	*64,00,000*	*5,90,00,000*

முதல் உலகப் போருக்குப் பின்னர் தோற்றுப்போன நாடுகளைத் தமக்குள் பங்கிட்டுக் கொண்டதில் இங்கிலாந்தும் பிரான்ஸும் அதிக லாபமடைந்தன. சமீப கிழக்கில் துருக்கியின் அடிமை நாடுகளில் பாலஸ்தீனமும், ஈராக்கும் பிரிட்டிஷாருக்குக் கிடைத்தன. சிரியா ஃபிரான்ஸின் கைக்குப் போயிற்று. எஞ்சிய நாடுகள் கீழ்க்கண்டவாறு பங்கிடப்பட்டன.

ஆப்பிரிக்கா

		பரப்பளவு	மக்கள்தொகை
டோகோலாண்ட்	பிரிட்டிஷ் டோகேலாண்ட்	*12,600*	*1,85,000*
	பிரெஞ்சு டோகோலாண்ட்	*22,000*	*7,47,000*
கேமரோன்	பிரிட்டிஷ் கேமரோன்	*31,000*	*5,50,000*
	பிரெஞ்சு கேமரோன்	*1,66,000*	*27,71,000*
ஜெர்மன் கிழக்கு ஆப்பிரிக்கா	பிரிட்டிஷ் டாங்கனிக்கா	*3,65,000*	*41,25,000*

ரூவாண்டா உருண்டி	*21,235*	*30,00,000*
தென்மேற்கு ஆப்பிரிக்கா	*3,22,000*	*22,80,000*

தெற்கு மா கடல்

தெற்கு மா கடல் (ஜப்பான்)	*8,000*	*42,000*
நியூ கயானா (ஆஸ்திரேலியா)	*89,000*	*4,00,000*
மேற்கு ஸமோவா (நியூசிலாந்து)	*1,250*	*38,000*
ந ஹூறா தீவு (பிரிட்டன்)	*10*	*2,000*

(ங) போக்குவரத்து வசதிகள்: பத்தொன்பதாம் நூற்றாண்டின் இறுதியில் ஏற்பட்ட போக்குவரத்து வசதிகளும் ஐரோப்பிய முதலாளித்துவம் ஏகாதிபத்தியமாக மாறுவதற்கு உதவி புரிந்தன. அடிமை நாடுகளின் விளைபொருட்களைக் (கச்சாப் பொருட்களை) கொண்டு வருவதற்காக நீராவிக் கப்பல்கள் தேவைப்பட்டன. ஆப்பிரிக்கா, ஆசிய நாடுகளின் உள்பிரதேசங்களுக்கு நுகர்பொருட் களையும் படைச் சிப்பாய்களையும் அனுப்புவதற்காக ரெயில்வேக்கள் தேவையாயிருந்தன. அடிமை நாடுகளை ஏகாதிபத்திய நாடுகளுடன் இணைக்க தந்தி வசதி தேவைப்பட்டது. நீராவிக்கப்பல்கள், ரெயில் இஞ்சின், தந்தி ஆகியவை ஏற்கனவே கண்டுபிடிக்கப்பட்டு விட்டாலும் பத்தொன்பதாம் நூற்றாண்டுக் கடைசியில்தான் அவை விரிவாகப் பயன்படுத்தப்பட்டன. கீழே அட்டவணையைப் பாருங்கள்.

	1850	*1873*	*1880*	*1890*	*1900*
ரெயில்வே *(ஆயிரம் மைல்களில்)*	*24*		*224*		*500*
நீராவிக்கப்பல் *(மொத்த கப்பல்கள் சதவீதம்)*		*25*		*51*	*77*
தந்தி (கப்பல் மைல்கள்)	*5*		*440*		*1180*

(ச) கச்சாப் பொருளுக்குக் கிராக்கி: வெப்ப நாடுகளிலும் சொற்ப வெப்ப நாடுகளிலும் விளைந்த கச்சாப் பொருட்களுக்குத் தொழில் மயமான நாடுகளில் ஏற்பட்ட கிராக்கி மூன்றாவது விஷயமாகும். இந்தியாவிலிருந்து கச்சாப் பொருட்கள் எவ்வாறு ஏற்றுமதியாயின என்பதை ஏற்கெனவே குறிப்பிட்டோம். இங்கிலாந்து தனக்குத் தேவையான பருத்தியை அமெரிக்காவிலிருந்து இறக்குமதி செய்து கொண்டிருந்தது. ஆனால் அமெரிக்கா தானே பருத்தித் துணி

உற்பத்தி செய்யவாரம்பித்ததுமே இங்கிலாந்து எகிப்திலிருந்து பருத்தியை இறக்குமதி செய்துகொள்ளத் தொடங்கியது. 1865ல் எகிப்து 3,48,000 மடங்கு பருத்தி விளைவித்தது. அது 1890ல் ஒன்பது மடங்காகப் பெருகியது. ரப்பர், கோக்கோ, தேயிலை, சர்க்கரை, தேங்காய் முதலியவைகளுக்கு நல்ல கிராக்கி ஏற்பட்டதால் காங்கோ, மலேயா, இலங்கை, ஜாவா, தெற்கு பசிபிக்மாகடல் தீவுகள்- ஆகியவை வலுவான அடிமைத் தளைகளில் பிணைக்கப்பட்டன. உரத் தயாரிப்பில் ஃபாஸ்பேட் மிகவும் தேவைப்படுகிறது. அதற்காகவே ஃபிரான்ஸ் வட ஆப்பிரிக்காவிலுள்ள தனது அடிமை நாடுகளைக் கெட்டியாகப் பிடித்துக் கொண்டுள்ளது. அது ஈயத்திற்காகவே தென் சீனத்தைத் தனது பிடிக்குள் வைத்துக்கொண்டிருக்கிறது. ஆப்பிரிக்காவின் டிரான்ஸ் வாலில் தங்கச் சுரங்கங்கள் உள்ளதாலேயே இங்கிலாந்து அதை வெற்றி கொள்வது அவசியமெனக் கருதியது. இரும்பு, நிலக்கரி, பருத்தி ஆகிய பொருட்களுக்காகவே ஜப்பான் சீனத்தை விழுங்க விரும்பியது. எண்ணெய் உலகச் சண்டைகளுக்கு ஒரு காரணமாகும். ஈரான், பர்மா போன்ற சின்னஞ்சிறு நாடுகளில் எண்ணெய் வளம் இருக்கும் வரையிலும் அவை தம்மைப் பாதுகாத்துக் கொள்ளும் சக்தி இல்லாமல் இருக்கும் வரையிலும் அந்நாடுகள் ஏகாதிபத்தியவாதிகளின் பிடியிலிருந்து தப்ப முடியாது.

(4) நான்காம் விஷயம் மூலதன ஏற்றுமதியாகும். இதைக் குறித்து ஏற்கெனவே விளக்கியிருக்கிறோம்.

மாமேதை லெனின் ஏகாதிபத்தியம் அடிமை நாடுகள் பற்றி எழுதியிருப்பதாவது: "காலனியாதிக்கம் ஒன்றுதான் சந்தைக்காகப் போட்டியிடுபவர்களின் அபாயத்திலிருந்து ஏகபோகம் மீளுவதற்கு வழி செய்ய முடியும். முதலாளித்துவம் வளர வளர கச்சாப் பொருட்களுக்குக் கிராக்கியும் அதிகமாகிக் கொண்டே போகும். போட்டி வளர வளர உலகம் பூராவும் கச்சாப் பொருட்களுக்கான தேடல் அதிகமாகிறது. அதே அளவுக்கு அதிக காலனி நாடுகளைப் பெறுவதற்கான போரும் ஆரம்பமாகிறது."

(ங) தன்னுடையவர்களுக்குப் பங்கிடுதல்: சுங்கவரிகளிலிருந்து தப்பித்துக் கொள்ள தொழில் வளநாடுகளுக்கு அடிமை நாடுகளின் சந்தைகளும், கச்சாப் பொருட்களும் தேவைப்படுகின்றன. அதுவுமல்லாமல் உயர் இனத்தவருக்கு ஒரு உரிமையுண்டு. அவ்வுரிமை அவர்களுடைய கடமையினால் ஏற்பட்டது. 'தாழ்ந்த இனத்தவரை நாகரிகப்படுத்துவது உயர் இனத்தவரின்' கடமையாகும். ஆப்பிரிக்காவிலுள்ள அடிமை முறை என்னும் களங்கத்தைத் துடைத்தெறிவது பிரான்ஸின் கடமையாகும். நாகரிகமான வெள்ளை இனத்தவர் மேல் கடவுள் ஒரு பெரும் பொறுப்பைச் சுமத்திவிட்டார்.

பிரிட்டிஷ் ஏகாதிபத்தியத்தின் கவிஞரான கிப்ளிங் 1899ல் இயற்றிய கவிதையைப் பாருங்களேன்:

“Take up the white man’s burden
send forth the best ye breed
Go find your sons to exite
To serve your captives need
To wait in heavy harness
On fluttered folk and wild
your new caught, seldom peoples,
Half devil and half Child.”

தமது மக்களை வெளிநாடுகளுக்கு அனுப்புவது வெள்ளையரின் பொறுப்பாகும். ஏழு கடலைத் தாண்டித் தமக்கு அடிமைப்பட்ட மக்களுக்கு உதவுவது அவர்களுடைய கடமையாகும். அங்கே அவர்கள் எப்பொழுதும் கடமை உணர்வுடன் இருக்க வேண்டும். அங்கேயுள்ள அடிமை மக்கள் அநாகரிகமானவர்கள் பாதி அரக்கர்கள் பாதி குழந்தைகள்.

ஆனால் கிப்ளிங்கின் கவிதையோ தம்முடையது உயர்ந்த குறிக்கோள் என்று முதலாளிகள் செய்யும் பிரசாரமோ எவரையும் ஏமாற்ற முடியாது. 1920-21ஆம் ஆண்டுகளில் இங்கிலாந்திலிருந்து இந்தியாவுக்கு இறக்குமதியான பொருட்களின் விவரத்தை யாரால் மறைக்க முடியும்?

பருத்தி நூலும், துணிகளும்	53,35,77,000	பவுண்டுகள்
இரும்பு, எஃகு இயந்திரங்கள்	3,74,23,000	”
பஸ்,லாரி,கார்	42,74,000	”
காகிதம்	18,58,000	”
பித்தளை, செம்புப் பொருட்கள்	18,13,000	”
கம்பளிநூல், துணிகள்	16,00,000	”
புகையிலை	10,60,000	”
மற்ற சாமான்கள்	10,23,000	”
மொத்தம்	58,26,28,000	”

கச்சாப் பொருட்கள், நுகர்பொருட்கள் ஆயுதத் தயாரிப்புத் தொழில் ஆகியவற்றுடன் அடிமை நாடுகளில் வங்கி அதிபர்கள் அடிக்கும் கொள்கைக்கு நேரடித் தொடர்பு இருக்கிறது. ஆனால்

கொள்ளைக்காரர்கள் கொள்ளையடித்த சொத்தைப் பங்கிட்டுச் சாப்பிடுவதையே லாபகரமானதாக நினைக்கின்றனர். இதனாலேயே தொழிலதிபர்கள் இரண்டாம் வில்ஹெல்ம் முன்னரையோ இரண்டாம் நிகோலோ அரசரையோ, அரச வம்சத்தைச் சேர்ந்த ஒரு 'ட்யூக்'[1] கையோ பிரதமரையோ அல்லது ஒரு சாதாரண மந்திரியையோ அல்லது அவர்களது உறவினர்களையோ காலனி நாடுகளின் ரெயில்வேக் களிலேயோ கப்பல் தொழிலிலோ அல்லது மற்ற தொழில்களிலோ முதலீடு செய்யும்படி செய்துவிடுகின்றனர். ஒரு நாட்டு ஜனாதிபதியின் மச்சானை மெக்ஸிகோவின் எண்ணெய்த் தொழிலில் சேர்த்துக் கொள்கின்றனர். அப்போது அந்த நபர் ஜனாதிபதியின் செல்வாக்கைப் பயன்படுத்திக் கொள்ளலாமல்லவா! தென்னாப்பிரிக்கா வைரச் சுரங்கங்களின் பெரு முதலாளியும் இங்கிலாந்தின் மிகப் பெரிய ஐந்து முதலாளிகளில் ஒருவருமான ஸெஸில் ரோட்ஸ் எகிப்தில் தன்னுடைய சுரண்டலுக்குத் தடை போடாமலிருக்க பாராளுமன்ற லிபரல் கட்சிக்குத் தாராளமாக நன்கொடை வழங்கினார். ரோட்ஸ் மிகப் பெரிய பிரிட்டிஷ் பத்திரிகைகளை முதலாளித்துவத்திற்கு அனுகூலமாகப் பிரசாரம் செய்யவும். தன்னைப் புகழ்ந்து எழுதிக்கொண்டிருக்கவும் விலைக்கு வாங்கிவிட்டார். நமது நாட்டிலும் "இந்துஸ்தான் டைம்ஸ்" பத்திரிகையை பிர்லாக்கள் இதற்காகவே விலைக்கு வாங்கினார்கள். பல்கலைக்கழகங்களுக்கும் மருத்துவமனைகளுக்கும் நூல் நிலையங்களுக்கும் நன்கொடைகள் வழங்கப்படுவதும் தொழில்முறை விளம்பரத் தந்திரமேயாகும்.

முதலாளிகள் தமது 'மகத்தான' சுரண்டல் முறையில் மற்ற பல்வேறு விதமானவர்களையும் சேர்த்துக்கொண்டுள்ளனர்.

1. ஆயுத உற்பத்தியில் மட்டுமல்லாமல், படை விஸ்தரிப்பிலும் ராணுவச் செலவிலும்கூட ராணுவ அதிகாரிகள் நிச்சயம் தமது சுயநலத்திற்காகக் கவனம் செலுத்துகிறார்கள்.

2. வெளிநாட்டுத் தூதர்கள், அடிமை நாடுகளின் உயர் அதிகாரிகள் ஆகியோரின் விஷயமும் இதுதான். அவர்கள் தமக்குச் சம்பளமும் ஓய்வுக் கால ஊதியமும் எங்கிருந்து வருகின்றன என்பதை நன்கு அறிவார்கள்.

---

1. ஆப்பிரிக்க மன்னரான லோ பேங்குலாவின் நாட்டின் மீது (இன்றைய ரொடீஷியா) ரோட்ஸ் கம்பெனியின் உரிமையைப் பிரிட்டிஷ் பிரதமர் சாலிஸ்பரி ஒப்புக் கொள்ளவில்லை. உடனே ரோட்ஸ், இனிமேல் தான் நிறுவவிருக்கும் கம்பெனியின் தலைவராகவும், துணைத் தலைவராகவும் அரச வம்சத்தைச் சேர்ந்த ஃபாயிஃபையும் அபேர்கோர்னையும் நியமித்துவிட்டார்.

3. இங்கிலாந்தில் பிரபுக்கள் வம்சத்தில் பிறந்த இளைய குமாரர்களுக்குச் சொத்துரிமை கிடைப்பதில்லை. இதனால் அவர்கள் பிரச்சினையும் ஒரு தீவிரப் பிரச்சினையே. அவகள் பாராளுமன்ற உறுப்பினர்களாகவும் பாதிரியார்களாகவும் ராணுவம் கப்பற்படை, விமானப்படை அதிகாரிகளாகவும் இருப்பதோடல்லாமல், அடிமை நாடுகளிலும் அவர்களுக்கும் பல்வேறு வேலைகள் தரப்படுகின்றன.

4. தொழில் முதலாளிகள், படைவீரர்கள், இளைய குமாரர்கள் ஆகிய பணிகளுடன் பாதிரியார் பதவிகளும் ஏகாதிபத்திய நாடுகளில் மிகக் கவர்ச்சிகரமானவையாகும். பத்தொன்பதாம் நூற்றாண்டில் ஒருபுறம் மத நம்பிக்கை குறைந்துகொண்டே போனாலும், மறுபுறம் ஐரோப்பாவிலும், அமெரிக்காவிலும் மதத்தைப் புனருத்தாரணம் செய்ய வேண்டுமென்னும் எண்ணமும் வலுப்பட்டதால் கிறித்துவ மிஷனரிகள் அதிகமாயினர். காலனி நாடுகளில் மிஷனரிகள் சொர்க்க சாம்ராஜ்ஜியத்தை நிறுவப்போனார்கள் என்று மறுக்கப்பட்டாலும் யதார்த்தத்தில் அவர்கள் ஏகாதிபத்திய சம்ராஜ்ஜிய விஸ்தரிப்புக்கே அதிகமாக உதவினார்கள். பல சந்தர்ப்பங்களில் அவர்கள் இதைத் தமக்குத் தெரியாமலே செய்து வந்தனர். சீனத்தில் இரு ஜெர்மன் மிஷனரிகள் கொலை செய்யப்பட்டதால், ஜெர்மனி சீனத்தின் ஒரு பெரிய துறைமுகத்தின் மீது படையெடுத்து அதைக் கைப்பற்றிக் கொண்டு விட்டது.

5. சாகஸப் பயணிகளும் நிலவியல் விஞ்ஞான ஆராய்ச்சியாளர்களும் விஞ்ஞான அறிவியலின் வளர்ச்சிக்கு மட்டுமே துணை புரியவில்லை. அத்துடன் தமக்குத் தெரியாமலே பல சந்தர்ப்பங்களில் தமக்குத் தெரிந்தே ஏகாதிபத்திய விஸ்தரிப்பிற்கு உதவி செய்திருக்கின்றனர். இதனாலேயே முதலாளிகளும் அவர்களின் அரசாங்கங்களும் அவர்களுக்குத் தாராளமாகப் பண உதவி செய்தனர். ஹென்றி மார்ட்டன் ஸ்டான்லி வெறும் நிலவியல் ஆராய்ச்சியாளர் மட்டுமல்ல. அவர் 1879-84ஆம் ஆண்டுகளில் ஆப்பிரிக்க இருண்ட கண்டத்தில் செய்த பயணம் புதிய பூகோள அறிவை உலகுக்கு அளித்ததுடன் காங்கோ நாட்டைப் பெல்ஜியம் கைப்பற்றவும் துணை செய்தது. ஸ்டான்லி முதலில் தனது பிறந்த நாடான இங்கிலாந்துக்கு இப்பரிசை வழங்க விரும்பினார். ஆனால் பிரிட்டிஷார், அவரது பேச்சைச் செவி மடுக்காததால் பெல்ஜியம் மன்னரான லியோபால்ட்விடம் சென்றார். 1884ல் மான்செஸ்டர் தொழிலதிபர்களிடம் ஸ்டான்லி கூறினார்.

"காங்கோவுக்கு அந்தப்புறம் நாலு கோடி மனிதர்கள் இருக்கின்றனர். அவர்களுக்கு ஆடைகள் அணிவிக்க மான்செஸ்டரின்

நெசவாளர்கள் காத்திருக்கின்றனர் பர்மிங்காமின் எஃகுத் தொழிலாளர்கள் அவர்களுக்காக எஃகு ஆலைகளைக் கட்டத் தயாராய் இருக்கின்றனர். அங்கே கிடைக்கும் முத்தும் பவழமும் நகைகளாக மாறி அந்தக் கருப்பர்களின் கழுத்துக்களை அலங்கரிக்கவிருக்கின்றன. கிறித்துவ மிஷனரிகள் அந்த ஏழை, துரதிருஷ்டக்காரர்களான மதமற்றவர்களைக் கிறித்துவ மதத்தில் சேர்க்கத் துடித்துக் கொண்டிருக்கின்றனர்." (மான்செஸ்டர் வர்த்தகக் கழகத்தாரால் 1884ல் வெளியிடப்பட்ட துண்டுப் பிரசுரம்.)

5. அகில உலகப் போராட்டம்: ஏகாதிபத்தியம் அமைந்ததுமே ஏகாதிபத்திய நாடுகளிடையே உலகைப் பங்கிட்டுக் கொள்வதற்காக எப்படிப்பட்ட தீவிரப் போராட்டம் நடந்ததென்பதைப் பார்த்தோம். முதல் உலக யுத்தத்திற்குப் பிறகு எஞ்சிய பங்கீடும் நடந்து முடிந்துவிட்டது. ஏகாதிபத்தியக் கொள்ளைக்காரர்கள் கைப்பற்றிக் கொள்ள உலகத்தின் எந்த மூலையிலுமே கிஞ்சிற்றும் நிலம் இருக்கவில்லை. உலகைப் பங்கிட்டுக் கொள்வது முடிந்துவிட்டது. எனினும் கச்சாப் பொருட்களுக்காகவும் சந்தைகளுக்காகவும் ஏகபோக முதலாளித்துவம் மீண்டும் உலகைப் பங்கிட்டுக்கொள்ள வேண்டியிருக்கிறது.

"ஏகாதிபத்தியவாதிகளுக்கு யுத்தம் தேவைப்படுகிறது. ஏனெனில் அவர்கள் யுத்தத்தின் மூலமாக மட்டுமே கச்சாப் பொருட்கள் புதிய மார்க்கெட்டுகள் முதலீடு செய்வதற்கான புதிய இடங்கள் ஆகியவற்றுக்காக உலகைப் புதியதாகப் பங்கிட்டுக் கொள்ள முடியும்" (மான்செஸ்டர், வணிகக் கழகம் வெளியிட்ட பிரசுரம்)

1. முதல் ஏகாதிபத்தியப் போர்

(க) போருக்கான காரணங்கள்

*1914-18*ஆம் ஆண்டுகளில் முதல் உலகப் போர் உலகைப் புதியதாகப் பங்கிட்டுக் கொள்வதற்காகவே நடத்தப்பட்டது.

ஃபிரான்ஸூம் பிரிட்டனும் மட்டுமல்லாமல் பெல்ஜியமும் ஹாலந்தும்கூட உலகின் பல பகுதிகளைக் கைப்பற்றிக் கொள்ளும் வரையிலும் கூட ஜெர்மனி ஆழ்ந்த உறக்கத்தில் தூங்கிக் கொண்டிருந்தது. *1866-70*ஆம் வருடங்களில் ஜெர்மனி ஒரு நாடாக உருப்பெற்று, அபாரத் தொழில் வளர்ச்சி ஏற்பட்டு அதற்கு கச்சாப் பொருட்களும் புதிய மார்க்கெட்டுகளும் தேவைப்பட்டன. ஆனால் எல்லா நாடுகளின் எல்லைகளும் மூடப்பட்டு விட்டிருந்தன. சுங்க வரி என்னும் உயர்ந்த சுவர்கள் எழுப்பப்பட்டிருந்தன. இருபதாம் நூற்றாண்டின் துவக்கத்தில்

ஜெர்மனியில் அசுர வேகத்தில் தொழில் வளர்ச்சி ஏற்பட்டது. அதனால் கச்சாப் பொருட்களின் பஞ்சத்தாலும், சந்தைகள் கிடைக்காததாலும் ஜெர்மனியின் தொழில்களே ஸ்தம்பித்து விடும் அபாயம் தோன்றியது. அப்படிப்பட்ட நிலைமையில் ஜெர்மனிக்கு யுத்தம் தவிர வேறு வழி இருக்கவில்லை. முதல் உலகப் போரின் நோக்கம் மீண்டும் உலகைப் பங்கிடுவதும் ஜெர்மனி தனக்கு ஏற்படுத்தப்பட்ட வரலாற்று "அநீதி"யிலிருந்து விடுபடுவதுமாகும்.

மறுபுறத்தில் பிரிட்டிஷ் ஏகாதிபத்தியவாதிகளும், அவர்களது ஆதரவாளர்களும் ஜெர்மனியின் கடுமையான வர்த்தகப் போட்டியை எதிர்கொள்ள வேண்டியிருந்தது. சுங்க வரியைச் சமாளித்துக் கொண்டுகூட ஜெர்மனியின் சரக்குகள் உலகமெல்லாம் பரவிக் கொண்டிருந்தன. அவை அளவில் இல்லாவிட்டாலும் தரத்தாலும் மலிவு விலையாலும் பிரிட்டிஷ் முதலாளிகளின் லாபத்தைத் தாக்கிக் கொண்டிருந்தன. ஜெர்மானிய வண்ணங்கள், ரசாயனப் பொருட்கள், மருந்துகள் ஆகியவை உலக முழுவதும் ஏகபோகத்தை நிறுவிக் கொண்டிருந்தன. பிரிட்டிஷ் ஏகாதிபத்தியவாதிகளும், அவர்தம் ஆதரவாளர்களும் நிலைமையை உன்னிப்பாகக் கவனித்துக் கொண்டிருந்தனர். அவர்கள் யுத்தம் தவிர்க்க முடியாததென்றே கருதவாரம்பித்தனர். ஜெர்மனி ஒரு பக்கமும் பிரிட்டன் ஃபிரான்ஸ் மறு பக்கமுமாகத் தத்தமது ஏகபோகத்தை உறுதி செய்துகொள்ள யுத்தத்தைத் தொடங்கின.

போரில் ஜெர்மனி தோற்றுவிட்டது. அதற்கிருந்த ஒன்றிரண்டு காலனி நாடுகளும் பிரிட்டன், பிரான்ஸ் ஜப்பானுக்குக் கை நழுவிப் போய்விட்டன. ஐரோப்பாவில் மட்டுமே 7,53,000 ச.கி.மீட்டர் பரப்பளவு நிலத்தை ஜெர்மனி இழக்க நேரிட்டது.

(ங) உயிர்ச்சேதமும், சொத்துச் சேதமும்: உலகை மறு பங்கீடு செய்வதற்காக நடத்தப்பட்ட முதல் உலகப்போரின் நோக்கம் நிறைவேறவில்லை. ஆனால் ஏகாதிபத்தியவாதிகளின் பகைமையும் இத்துடன் முடிந்துவிடவில்லை. மாறாக அது இன்னும் தீவிரமடைந்தது. போரின் பயன்கள் ஜப்பானுக்குக் கிடைக்கவொட்டாமல் செய்யப்பட்டது. பசிபிக் மாகடலிலுள்ள சில தீவுகள் மட்டுமே ஜப்பானுக்குத் தந்து தட்டிக் கழிக்கப்பட்டது. ஆகவே அது இனி பிரிட்டனின் குழுவில் இருக்க முடியாது. இத்தாலியின் நிலைமையும் இதுதான்!

சென்ற உலகப் போருக்கு ஓரிரு நாட்களில் தயாரிப்பு நடந்து விடவில்லை. உலகப்போர் வரப்போகிறதென்பதை எல்லா அரசுகளுமே அறிந்திருந்தன. அவை அனைத்தும் உலகப் போருக்காக

மும்முரமான தயாரிப்புகளில் இறங்கிவிட்டன. கீழ்க்கண்ட பட்டியல் 1880லிருந்து 1913 வரை ராணுவச் செலவு அதிகரித்த விதத்தை விளக்கும்:

	1880-86	1890-99 அதிகரித்த சதவீதம் தொகை	1900-13 அதிகரித்த சதவீதம் தொகை
	(லட்சம் பவுண்டுகள்)		
ஜெர்மனி	225	315 + 40	673.5 + 144
பிரிட்டன்	273	370 + 65.5	534 + 61
ஃபிரான்ஸ்	343	328 -4	420 + 30
இத்தாலி	120	130 + 8.3	209 + 61
ஜாரின்ருஷ்யா	249	341 + 8	530 +7 +73

இருபதாம் நூற்றாண்டின் துவக்கத்தில் முதலாளித்துவம் ஏகபோகமாகவும் ஏகாதிபத்தியமாகவும் மாறியபோது ராணுவச் செலவு இன்னும் வேகமாக அதிகரித்ததை மேற்கண்ட பட்டியலிலிருந்து அறியலாம்.

1907-1912ஆம் வருடங்களில் ஜாரின் ரஷ்யாவில் ராணுவச் செலவு 56 சதவீதம் உயர்ந்தது. 1907ல் பட்ஜெட்டில் 18 சதவீதம் ராணுவத்திற்காகச் செலவிடப்பட்டது. அது 1912ல் 23 சதவீதமாகவும் உலகப் போர் அறிவிக்கப்பட்ட 1914-ல் 28 சதவீதமாகவும் உயர்ந்துவிட்டது.

ஃபிரான்ஸிலும் இப்படித்தான், அங்கே 1910ல் ராணுவச் செலவு 130 கோடி ஃபிராங்குகளாக இருந்தது. 1914ல் 200 கோடி ஃபிராங்குகளாக உயர்ந்துவிட்டது. பட்ஜெட்டில் அதன் சதவீதம் 28,32 ஆகும்.

(ச) மீண்டும் அந்தப் பக்கமே: 1914ல் முதல் உலகப் போரின் போது ஜெர்மனி ராணுவத்திற்காக 48.85 கோடி மார்க்குகள் செலவு செய்தது. 1931ல் அந்தத் தொகை 75 கோடி மார்க்குகளாக உயர்ந்துவிட்டது. உலகப் போரில் தோற்றுவிட்ட ஜெர்மனி தன்னுடைய பட்ஜெட்டில் 14.3 சதவீதத்தை (1,2656,000 மார்க்குகள்) ராணுவத்திற்காகச் செலவிட்டது. 1933ஆம் ஆண்டு ஜனவரி 30ஆம் நாள் ஜெர்மனியில் இட்லர் ஆட்சிக்கு வந்த பின்னர் 'வெண்ணெய்க்குப்

பதில் துப்பாக்கி' என்பது ஜெர்மனியின் முழக்கமாகிவிட்டது. ஜெர்மனி தன் ராணுவச் செலவை அறிவிக்காவிட்டாலும் 1939ல் அது தன்னுடைய பட்ஜெட்டின் பெரும் பகுதியை ராணுவத்திற்காகவே செலவிட்டதென்பதில் சந்தேகமில்லை. 1939ல் மற்ற நாடுகளில் யுத்தத் தயாரிப்புகள் எவ்வாறு இருந்தன என்பதைப் பாருங்கள்.

போர்த்துறை	டாங்குகள்		பீரங்கிகள்	மெஷின் கன்கள்	சிப்பாய்கள்
ஜெர்மனி	?	?	?	?	?
பிரான்ஸ்	5,000	4,500	2,000	16,000	7,63,000
பிரிட்டன்[1]	5,000	600	1,900	10,000	5,29,000
இத்தாலி	4,000	1,000	1,900	14,000	4,00,000
அமெரிக்கா	3,700	400	3,300	25,000	3,84,000
ஜப்பான்	2,700	270	600	6,000	3,28,000
போலந்து	1,600	700	1,050	7,000	3,02,000

(Deutsche Where பிப்ரவரி 1939)

ஆயுதத் தொழிற்சாலை முதலாளிகளுக்கு அரசாங்கங்களின் ராணுவச் செலவு அதிகரிப்பால் நல்ல லாபம் கிடைக்கிறதென்பதை முன்னமேயே கூறினோம்.

ஜெர்மனியில் மிகப் பெரிய ஆயுதத் தொழிற்சாலை "க்ரூப்" கம்பெனியினுடையதாகும். ஃபிரான்ஸ்- ஜெர்மனி யுத்தத்தின் போது 1870-71ல் இத்தொழிற்சாலையில் ஒன்பதாயிரம் தொழிலாளர்கள் வேலை செய்துகொண்டிருந்தனர். இந்த எண்ணிக்கை 1885ல் 32 ஆயிரமாகவும், 1902ல் 44 ஆயிரமாகவும் 1913ல் 88 ஆயிரமாகவும் அதிகரித்துவிட்டது. 1902ல் இருந்த எண்ணிக்கையைவிட 1913ல் எண்ணிக்கை இரட்டிப்பாயிற்று. இவ்வதிகரிப்புக் குறிப்பாக ஏகாதிபத்திய யுகத்தில் ஏற்பட்டது. 1939ஆம் ஆண்டின் முதலில் 'க்ரூப்' கம்பெனியின் தொழிற்சாலையில் ஒரு லட்சம் தொழிலாளர்கள் வேலை செய்து கொண்டிருந்தனர். "க்ரூப்" கம்பெனி ஹிட்லருக்குத் தாராளமாகப் பொருளுதவி செய்து வந்ததால், அவன் ஆட்சிக்கு வந்தபின்னர், அக்கம்பெனியின் விபரீத வளர்ச்சியில் வியப்பேது? 1934ஆம் ஆண்டு ஜூன் 30ஆம் தேதி ஹிட்லர் எஸென் நகரில் 'க்ரூப்' கம்பெனியின் பங்களாவில் தங்கியிருந்தபோதே தனது நாஜி கட்சியின்

1. 1940-41ஆம் வருடம் பிரிட்டனின் பட்ஜெட்டில் ராணுவத்திற்காக 59 கோடி ரூபாய்கள் அமைக்கப்பட்டன. இது பட்ஜெட்டில் 42 சதவீதமாகும்.

கொள்கையை அறிவித்தான். 1870லிருந்து 1939 வரை இயந்திரங்களின் உற்பத்திச் சக்தியில் புரட்சிகரமான மாறுதல் நிகழ்ந்ததென்பதையும் இங்கே நினைவுபடுத்திக்கொள்வது, அவசியமாகும்.

இங்கிலாந்தில் சேம்பர்களின் ஆயுதத்தொழிற்சாலையான 'ஸ்மால் ஆர்ம்ஸ் லிமிடெட்' பற்றி ஏற்கெனவே குறிப்பிட்டுள்ளோம். அங்கே வைகர் மாக்ஸிம் கம்பெனி ஆயுத உற்பத்தியில் இரண்டாம் பெரிய தொழிற்சாலையாகும். ஆட்சியாளருடன் இதற்கு நெருங்கிய தொடர்புண்டு. இதன் மூலதன வளர்ச்சியைப் பாருங்கள்.

1870ல்	*1,65,000*	பவுண்டுகள்
1907ல்	*62,00,000*	"
1912ல்	*85,00,000*	"

ஆயுத உற்பத்திக் கம்பெனிகள் யுத்தங்களையும் யுத்த அபாயத்தையும் சார்ந்து வாழ்கின்றன. கம்பெனிகளின் டைரக்டர் பதவிகளை பிரிட்டிஷ் அமைச்சர்கள் ராஜினாமா செய்தாலும் அக்கம்பெனிகளில் அவர்களும் முதலீடு செய்துள்ளதால் அவற்றின் லாபங்களைத் துறந்துவிடமாட்டார்கள். 1909ல் யுத்தத்தைப் பற்றி வதந்தி தீவிரமாகப் பரப்பப்பட்டபோது காலனி நாட்டமைச்சர் ஹார்கோர்ட்டும் ஹாப்ஹவுஸும் இக்கம்பெனிகளில் பங்குதாரர்களாக இருந்தனர். அப்போது ஆர்ம்ஸ்ட்ராங் கம்பெனி 82 சதமும், வைகர் 84 சதமும் லாபத்தைப் பங்குதாரர்களுக்கு அளித்தன. அந்தச் சமயத்தில் ஆர்ம்ஸ்ட்ராங் பங்குதாரர்களில் பிரபுக்கள் ஆறுபேரும், உயர் ராணுவ அதிகாரிகள், பாராளுமன்ற உறுப்பினர்கள் இருபது பேரும், பத்திரிகை உரிமையாளர்கள் எட்டு பேரும் பதினைந்து ஜமீன்தார்களும் இருபது 'ஸர்' பட்டம் பெற்ற பெரிய தனக்காரர்களும் இருந்தனர்.

இதன் விளைவாக முதல் உலகப் போரில் நிகழ்ந்த பயங்கர உயிர்ச் சேதத்தைப் பாருங்கள்:

	இறந்தோர்	காயமடைந்தோர்
பிரிடிஷ் சாம்ராஜ்யம்	*10,89,919*	*24,00,988*
ஃபிரான்ஸ்	*13,93,388*	*14,90,000*
ஜெர்மனி	*20,50,460*	*42,02,030*
அமெரிக்கா	*1,15,660*	*2,05,700*

முதல் உலகப் போரின் மொத்தச் செலவு நானூறு கோடி பவுண்டுகள் என மதிப்பிடப்பட்டது. 1793லிருந்து 1905 வரை உலகில்

நடந்த எல்லாப் போர்களின் மொத்த செலவே 415 கோடி பவுண்டுகள்தான். இவ்வெல்லாப் போர்களிலுமே இறந்து விட்டவர்களைவிட முதல் உலகப் போரில் மட்டுமே பத்து மடங்கு மக்கள் இறந்துவிட்டனர்.

உலக முதலாளிகள் மார்க்கெட்டுகளுக்காகவும் கச்சாப் பொருட்களுக்காகவும் உலகைப் பங்கிட்டுக் கொள்வதற்காகவே இவ்வளவு நாசகரமான யுத்தத்தை முடுக்கிவிட்டனர். ஆனால் அவர்களுடைய திட்டம் முழுமையாக வெற்றி பெறவில்லை. முதல் உலகப் போருக்குப் பிறகு உலகின் ஆறில் ஒரு பகுதியில் ருஷ்யாவில்- முதலாளித்துவ அரக்கன் வெட்டி வீழ்த்தப்பட்டான். அதன் பின்னர் இரண்டாம் உலகப் போருக்காக எப்படித் தயாரிப்புகள் செய்யப்பட்டன என்பதையும் நாம் பார்த்தோம்.

2. இரண்டாம் உலகப் போரின் துவக்கம்

(க) ஜப்பான்: புதிய உலக மறு பங்கீட்டுக்காக ஜப்பான் முன் முயற்சி எடுத்துக்கொண்டது. 1922ல் பிரிட்டனுடன் அதற்கிருந்த நட்பு முறிந்துவிட்டது. முதல் உலகப் போருக்குப் பிறகு தத்தமது சுயநலத்தின் அடிப்படையில் பிரிட்டன், பிரான்ஸ், அமெரிக்க நாடுகளிடையே கருத்து வேற்றுமை தோன்றிவிட்டது. அதைப் பயன்படுத்திக் கொண்டு ஜப்பான் 1931 செப்டம்பர் 18ஆம் தேதியன்று மஞ்சூரியாவின் மேல் படையெடுத்து இரண்டாம் உலகப் போரை ஆரம்பித்து வைத்தது. 4,60,000 சதுர மைல் பரப்புள்ள மஞ்சூரியா நாட்டையும், மூன்று கோடி மக்களையும் கைப்பற்றிக் கொண்டுவிட்ட பின்னரும் ஜப்பானின் தாகம் தணியவில்லை. 1932ல் அது ஷாங்காய் நகரை அழித்தது. அப்போது சீன அதிகார பீடத்திலிருந்த சியாங்கேஷேக் அடங்கி ஒடுங்கி ஜப்பானைத் திருப்திப்படுத்த முயற்சித்தான். அம்முயற்சி ஐந்தாண்டுகள் தொடர்ந்தது. ஆனால் சந்தைகளுக்காகவும், கச்சாப் பொருட்களுக்காகவுமான முதலாளித்துவத்தின் கோரப் பசி சியாங் கே ஷேக்கின் அடக்க ஒடுக்கத்தால் எல்லாம் தீருமா? இறுதியாக 1937 ஜூலை ஏழாம் நாள் பீகிங்கில் ஜப்பான் சிப்பாய்கள் நடத்திய துப்பாக்கிச் சூட்டால் சீன- ஜப்பான் யுத்தம் ஆரம்பமாகிவிட்டது. அதில் 1940 பிப்ரவரி 19ந் தேதி வரை ஜப்பானின் 6 லட்சம் துருப்புகளும், 17 லட்சம் சீனத் துருப்புகளும் மாண்டு போயினர். ஜப்பான் சீனத்தின் பெரும் பகுதியைக் கைப்பற்றிக் கொண்டுவிட்டாலும் சீனம் தனது சுதந்திரத்திற்காகப் போராடத் தயாராக இருந்தது. உலகெல்லாம் மக்கள் சுதந்திரத்திற்காக உறுதியாக நிற்கும் சோவியத் யூனியன் சீனத்திற்கும் உதவத்தான் செய்யும். மறுபக்கம் இங்கிலாந்து சீனத்தில் 4-5 கோடி பவுண்டுகளையும்

அமெரிக்கா 40 கோடி டாலர்களையும் முதலீடு செய்துள்ளதால் அவை அங்கே தமது பணத்தைப் பாதுகாத்துக் கொள்ளத்தான் விரும்பும். ஆகவே அவ்விரு ஏகாதிபத்தியங்களும்கூடத் தத்தமது சுயநலத்திற்காகச் சீனத்திற்கு உதவி வந்தன.

(ங) இத்தாலி: முதலில் ஜெர்மனி- ஆஸ்திரியாக் குழுவில் சேர்ந்திருந்த இத்தாலி, முதல் உலகப் போரில் பிரிட்டன். ஃபிரான்ஸ் நாடுகள் அதிக வலிவுடையனவாக வெளிப்பட்டதும் நடுநிலை நாடாக இருந்துவந்த இத்தாலி, பிரிட்டன், ஃபிரான்ஸ்ுடன் சேர்ந்து கொண்டு விட்டது. ஆனால் போரில் வெற்றி பெற்ற பிறகு கொள்ளைச் சொத்தைப் பங்கிட்டுக் கொள்ளும்போது இத்தாலிக்கு முக்கியத்துவம் அளிக்கப்படவில்லை. கம்யூனிஸத்தால் பயந்த இத்தாலிய முதலாளிகளின் உதவியைக் கொண்டு முசோலினியின் பாஸிஸ்ட் கும்பல் 1926ல் ஆட்சியதிகாரத்தைக் கைப்பற்றியதும் ஜப்பானைப் போலவே இத்தாலியும் உலகை மறு பங்கீடு செய்ய வற்புறுத்தத் தொடங்கிற்று. 1935 அக்டோபர் 2ஆம் தேதியன்று இத்தாலி போரைத் துவக்கி நச்சு வாயுக்களால் மக்களைக் கொன்று குவித்து மூன்றரை லட்சம் சதுர மைல் பரப்பும், எழுபத்தைந்து லட்சம் மக்களையும் கொண்ட அபிசீனியாவை அடிமையாக்கிக்கொண்டது. 1936 மே 9ஆம் நாள் அபிசீனியா இத்தாலியின் அதீன நாடாகப் பிரகடனப்படுத்தப் பட்டது. ஓராண்டுக்குப் பிறகு மேற்கு நாடுகள் முசோலினியின் வெற்றியை ஏற்றுக்கொண்டு கொள்கையை அங்கீகரித்து விட்டன. இரண்டாம் உலகப் போரில் இது இரண்டாவது கட்டமாகும்.

(ச) ஸ்பெயின்: யுத்தங்களிலிருந்தும் பசியிலிருந்தும் தப்புவதற்கான ஒரே வழி உலகில் பண முதலைகளின் ஆட்சியை ஒழித்துக் கட்டுவதுதான். சோவியத் அரசு தனது நாட்டில் பண முதலைகளின் ஆட்சியை ஒழித்துக்கட்டி, தன் நாட்டு மக்களுக்கு மகிழ்ச்சிகரமான வாழ்க்கையை அளித்ததுடன் உலகத்தின் மற்ற நாட்டு அடக்கி ஒடுக்கப்பட்ட மக்களுக்கும் நம்பிக்கையும் உற்சாகமும் வழங்கியது. முதலில் ஜெர்மனி, ஹங்கேரி, ஆஸ்திரியா ஆகிய நாடுகளிலும் பணத் திமிங்கலங்களின் ஆட்சியை வீசியெறிய முயற்சிகள் நடந்தன. வெளிநாட்டு முதலாளிகள் இவ்வபாயத்தை நன்கு உணர்ந்திருந்தனர். அதனால் அவர்களெல்லாரும் ஒன்று சேர்ந்து அந்நாடுகளில் பணக்காரர்களின் ஆட்சியை வலுப்படுத்தினார்கள். ஸ்பெயினின் பாராளுமன்றத்திற்கு நடந்த தேர்தலில் தொழிலாளர் உழவர்களின் கட்சிகளுக்குப் பெரும்பான்மை கிடைத்ததுமே ஸ்பெயினைக் சுரண்டிக் கொழுத்தவர்களான ஜமீந்தார்களும் முதலாளிகளும் மடாதிபதிகளும் பயந்துவிட்டனர். அத்துடன் பக்கத்து நாடுகளின் இத்தாலி, ஜெர்மனியின் - பாசிஸ்ட் சக்திகளும் அஞ்சின.

பிரிட்டன், பிரான்ஸ் நாடுகளின் முதலாளித்துவ அரசுகளும் ஸ்பெயினின் நிலைமைக்குத் திருப்தி கொள்ள முடியாது. முதலாளித்துவ வளர்ச்சிக்கான முயற்சியில் உலகை மறுபங்கீடு போடுவதில் உலகப் போர்கள் தோன்றிவிடுகின்றன. அவற்றால் உயிர்ச்சேதமும், சொத்துச் சேதமும் அபாரமாக ஏற்படுகின்றன. ஆனால் யுத்தம் ஏற்படாமல் செய்யவேண்டுமானால் முதலாளிகளின் சுயநலத்தையும், அவர்களின் ஆடம்பர உல்லாச வாழ்வையும் ஒழித்துக் கட்ட வேண்டும். இதை அவர்கள் ஒப்புக் கொள்வார்களா? அதனால்தான் ஜெர்மனி, இத்தாலி நாடுகளின் நேரடியான உதவியுடனும், இங்கிலாந்து பிரான்ஸ் நாட்டு முதலாளிகளின் மறைமுக உதவியுடனும் 1926 ஜூலை 18ஆம் தேதி ஃபிராங்கோ கலகத்தை ஆரம்பித்து 1929 ஏப்ரல் 4ஆம் தேதி இரண்டே முக்கால் ஆண்டு ரத்தக் களரிக்குப் பிறகு மக்களாகத் தேர்ந்தெடுக்கப்பட்ட அரசைக் கவிழ்த்துவிட்டுக் கொடுங்கோலாட்சியை நிறுவினான்.

(ஏ) பாசிஸ்ட் ஜெர்மனி: எல்லா முதலாளித்துவ நாடுகளிலும் ஜெர்மனி ஒன்று மட்டுமே தனக்கென்று அடிமை நாடுகள் இல்லாமலிருந்தது. அதாவது அதற்குக் கச்சாப் பொருட்களும் கிடைக்கவில்லை. சந்தைகளும் இருக்கவில்லை. இதனாலேயே அது உலகை மறுபங்கீடு செய்வதற்காக மற்ற நாடுகளைக் காட்டிலும் துடித்துக் கொண்டிருந்தது. அப்போது லண்டனில் ஜெர்மனியின் தூதுவராக இருந்த மெடர்னிக் இளவரசர் கூறினார். "1866-1870ஆம் ஆண்டுகளுக்கிடையே ஜெர்மனி தன் பகைவர்களையெல்லாம் வெற்றிகொண்டு ஒரு மாபெரும் நாடாக மாறிவிட்டது. ஆனால் ஜெர்மனியால் தோற்கடிக்கப்பட்ட பிரான்ஸூம், இங்கிலாந்தும் தம்மிடையே உலகைப் பங்கிட்டுக் கொண்டுவிட்டன. ஜெர்மனிக்கு ஓரிரு துண்டுகள்தான் கிடைத்தன. ஜெர்மனி தனது நியாயமான கோரிக்கையை வெளியிடும் சமயம் இப்போது வந்துள்ளது."

ஜெர்மனியின் இந்த "நியாயமான கோரிக்கை"யின் வெளியீடே முதல் உலகப்போருக்குக் காரணமாயிற்று. அதன் இரண்டாம் 'நியாயமான கோரிக்கை'யின் வெளியீடே இரண்டாம் உலகப் போருக்குக் காரணமாயிற்று.

1. ஹிட்லருக்கு வரவேற்பு: முதல் உலகப் போரில் ஜெர்மனி வீழ்ச்சியடைந்த பின்னர் அங்கே பணநாயக ஆட்சியை ஒழித்துக்கட்ட முயற்சிகள் செய்யப்பட்டன என்றாலும் உலகப் பண மூட்டைகள் அனைவரும் ஒன்று சேர்ந்து அம்முயற்சிக்கு எதிராக சதி செய்யத் தொடங்கினர். இச்சதிக்கு மெள்ள மெள்ள முதலாளித்துவத்திலிருந்து

சோஷலிஸத்திற்குப் போக வேண்டுமென்னும் ஜனநாயக சோஷலிஸ்டுகள் உலகப் பணமூட்டைகளின் கைப்பாவைகளாக மாறினார்கள். இவர்களின் மெள்ள மெள்ள சோஷலிசம் கொண்டு வரும் கொள்கையால் மக்களிடையே அதிருப்தி வளரத் தொடங்கியது. அதை ஹிட்லர் தந்திரமாகப் பயன்படுத்திக் கொண்டான். அவன் "தேசீய சோஷலிஸம்" என்றும் கவர்ச்சிகரமான கோஷத்துடன் முதலாளித்துவத்தின் கடைசிப் பாதுகாப்பான 'பாசிஸ்ட் அமை'ப்பைப் பிரசாரம் செய்யவாரம்பித்தான்.

1933ஆம் ஆண்டுக்கு முதல் உலக யுத்தம் முடிந்து 15 ஆண்டுகளாகிவிட்டிருந்தன. மக்கள் அதன் மனித அழிவையும் நாசத்தையும் மறந்து கொண்டிருந்தனர். அத்துடன் ஜெர்மனியில் புரட்சி எதிர்ப்பாளர்களான சோஷலிஸ்டுகளின் செல்வாக்கு குறைந்து புரட்சிகர சோஷலிஸ்டுகளான கம்யூனிஸ்டுகளின் செல்வாக்கு வளர்ந்துவருவதையும் ஜெர்மன் முதலாளிகள் கவனித்தனர். இதனால் அவர்களுடைய கவலை மேலும் அதிகரித்தது. ஜெர்மனி நாட்டு முதலாளிகளும், நிலச்சுவாந்தார்களும் முதலிலிருந்தே ஹிட்லரின் ஆதரவாளராகவும், பாதுகாவலராகவும் இருந்துவந்தனர். க்ருப், தைஸேன் போன்ற முதலாளிகள் பாசிஸ்ட் நிறுவனத்திற்குத் தாராளமாகப் பொருளுதவி செய்து வந்தனர். 1928 வரை ஹிட்லரின் செல்வாக்கு மிகவும் நிதானமாக வளர்ந்து வந்தது. அவ்வாண்டு நடந்த தேர்தலில் அவன் எட்டு லட்சம் வாக்குகள் பெற்று ஜெர்மன் பாராளுமன்றமான ரீசஸ்டாகூக்குப் பன்னிரண்டு உறுப்பினர்களை மட்டுமே அனுப்ப முடிந்தது. 1929ல் உலகு தழுவிய பொருளாதார நெருக்கடி கிராக்கியைவிட அதிகப் பொருளுற்பத்தியின் விளைவாக-ஜெர்மனியைக் கடுமையாகத் தாக்கியது. அப்போது அங்கே பொதுவுடைமை அலை தீவிரமாக வீசியது. பணமூட்டைகள் திசை தெரியாமல் விழி பிதுங்கி நின்றனர். அந்த நேரத்தில் ஹிட்லருக்கு ஆதரவு தருவதைத் தவிர வேறு வழியில்லை என்பதை அவர்கள் கண்டனர். இதன் பலனாக 1930ல் நடந்த தேர்தலில் ஹிட்லர் 64 லட்சம் வாக்குகள் பெற்று 105 உறுப்பினர்களுடன் பாராளுமன்றத்தை அடைந்தான். பதினைந்து வருடங்களாகச் சீர்திருத்த சோஷலிஸ்டுகளை நம்பிக் கொண்டிருந்த ஜெர்மன் மக்கள் பெரும் ஏமாற்றமடைந்திருந்தனர். ஆட்சி அதிகாரம் கைக்கு வந்த பின்னும் அவர்களால் ஒன்றுமே செய்ய முடியவில்லை என்பதை மக்கள் பார்த்தனர். இப்படிப்பட்ட நேரத்தில் ஹிட்லர் பணமுதலைகளின் மறைமுகமான பொருளுதவியைக் கொண்டும் 'தேசிய சோஷலிஸம்' என்னும் பகிரங்கமான முழக்கத்தைக் கொண்டும் வார்ஸா ஒப்பந்தத்தையும் ஜனநாயகத்தையும்,

யூதர்களையும் மார்க்ஸீயத்தையும் எதிர்த்தும். தீவிரமான பிரசாரத்தை முடுக்கிவிட்டான். பின்னர் நடந்த தேர்தல்களில் ஹிட்லருக்குக் கிடைத்த வாக்குகள் பின்வருமாறு:

1932 ஏப்ரல் 10 : 1,34,00,000

1932 ஜூலை 31 : 1,37,00,000

தேர்தல்களில் தனது பாசிஸ்ட் கட்சி மிகப் பெரிய கட்சியாக வெளிப்பட்டதால், சான்ஸலர் (பிரதமர்) பதவி தனக்கே கிடைக்க வேண்டுமென்று ஹிட்லர் வாதிட்டான். ஆனால் மற்றவர்கள் ஒப்புக்கொள்ளாததால், அது நிறைவேறவில்லை. ஜெர்மன் மக்கள் இட்லரால் நிராசையடைந்ததன் விளைவாக 1932 நவம்பர் ஆறாம் தேதி நடந்த தேர்தலில் ஹிட்லரின் வாக்குகள் 1,17,00,000 ஆக குறைந்துவிட்டன.

1932இல் இந்நூலாசிரியர் ஜெர்மனியில் இருந்தபோது ஹிட்லரின் செல்வாக்கு மங்கி மறைந்துகொண்டிருந்தது. ரயில் நிலையங்களிலும் நிலத்தடி ரயில் நிலையங்களிலும் ஹிட்லரின் சாம்பல் நிறச் சீருடை அணிந்த தொண்டர்கள் நிதி உதவிக்காக மக்களிடம் கைநீட்டிக் கொண்டிருந்தபோது மக்கள் அவர்களை வெறுப்புடன் நோக்கினார்கள்.

பொருளாதார நெருக்கடியால் திவாலாகிக் கொண்டிருந்த நிலச்சுவாந்தார்களும் இரும்பு எஃகு முதலாளிகளும் வங்கி முதலாளிகளும் ஹிட்லரைக் காட்டிலும் கம்யூனிஸ்டுகளின் வலிமை பெருகுவதைக் கண்டு பயந்துவிட்டனர். இவர்கள் அனைவரும் கோலோன் நகரில் மிகப்பெரும் வங்கி முதலாளியான ஸ்டோய்டர் இல்லத்தில் முன்னாள் சான்ஸலரான டோன் பாபேன் தலைமையில் குழுமினார்கள். இட்லர் தமது நலன்களுக்கு எதிராகச் செயல்பட மாட்டான் என்பதும் அவன் நமது கூற்றுப்படி நடப்பான் என்பதும் ஜெர்மன் முதலாளிகளும் நிலச்சுவாந்தார்களும் நன்கு அறிந்திருந்தனர். அவர்கள் இட்லரை சான்ஸலராக்க (பிரதமராக்க) முடிவு செய்தனர்: ஆகவே 1930 ஜனவரி 30ந் தேதி இட்லர் ஜெர்மனியின் சான்ஸலரானான்.

2. இட்லர் ஆட்சி: ஹிட்லர் ஆட்சிக்கு வந்ததும் அவன் செய்த முதல் காரியம் கம்யூனிஸ்டுகளை எதிர்த்துப் பொய்ப் பிரச்சாரம் செய்ததும், பாராளுமன்றக் கட்டிடத்திற்குத் தீ வைத்ததுமாகும்.

அவன் இப்பின்னணியில் பார்லிமென்டில் பெரும்பான்மையைப் பெறுவதற்காகப் பொதுத் தேர்தலை அறிவித்தான். எனினும் 1933 மார்ச் 5ல் நடைபெற்ற பொதுத் தேர்தலில் இட்லருக்கு, 1,72,77,000

வாக்குகள் அல்லது 44 சதவீத வாக்குகள் மட்டுமே கிடைத்தன. பாராளுமன்றத்தில் 'தேசீயக் கட்சி'யின் ஆதரவு உடனேயே ஹிட்லருக்குப் பெரும்பான்மை கிடைத்தது.

பணமூட்டை ஆட்சியமைப்பில் ஹிட்லர் பசித்தவர்களுக்கு உணவும், வேலையற்றோருக்கு வேலையும் வழங்க முடியாது. அதனால் அவன் ஜெர்மன் மக்களைப் பிரசாரத் தந்திரத்தாலும், பசுமையான எதிர்காலத்தைக் காட்டியும் ஏமாற்ற ஆரம்பித்தான். அத்துடன் படை வலிமையைப் பெருக்குவதில் ஈடுபட்டு விட்டான். இங்கிலாந்து, அமெரிக்கா, ஃபிரான்ஸ் நாடுகளைச் சேர்ந்த முதலாளிகளும், அரசுகளும் ஹிட்லரை அடக்குவதற்குப் பதில் உற்சாகப்படுத்திக் கொண்டிருந்தனர். அவர்களும் ஜெர்மன் நிலச்சுவாந்தார்கள். முதலாளிகளைப் போலவே, கம்யூனிஸம் என்னும் 'பூத'த்தைக் கண்டு பயந்து நடுங்கிக் கொண்டிருந்தனர். அவர்கள் ஹிட்லர் மூலமாக ஜெர்மனியில் மட்டுமல்லாமல், உலகத்திலிருந்தே கம்யூனிஸத்தை அழித்து ஒழித்துவிட விரும்பினர். ஹிட்லர் இதைப் பயன்படுத்திக் கொண்டு, தனது வலிமையை வளர்த்துக் கொள்ளத் தொடங்கினான். ஒன்றரை ஆண்டு ஹிட்லர் ஆட்சியில் நிலச்சுவாந்தார்கள். முதலாளிகளின் கை ஓங்குவதைக் கண்டு, தேசீய சோஷலிஸத்தையே சோஷலிஸமென்று கருதிக்கொண்டிருந்த ஹிட்லரின் தோழர்கள் பெரும் அதிருப்திக் குள்ளானார்கள். அவர்களுடைய அதிருப்தி பயங்கர உருவெடுத்துக் கொண்டிருந்த நேரத்தில், 1934 ஜுன் 30ல் எஸேன் நகரில், எஃகு மன்னரான டாக்டர் க்ருப்பின் பங்களாவில் தன்னை ஜெர்மன் சான்ஸலராகத் தேர்ந்தெடுத்த தனது தோழர்களையே ஹிட்லர் படுகொலை செய்தான். இப்படுகொலையில் ஹிட்லர் ஆயிரத்திற்கும் அதிகமான உயிர்களைப் பலி கொண்டான். ஹிட்லரின் வலது கரமாக விளங்கிய கேப்டன் ரோயெம், பல நாஜித், தலைவர்கள், முன்னாள் சான்ஸலரான ஜெனரல் ஃபான் ஸ்லைய்கேர் ஆகியோருடன் நாஜியல்லாத பல தலைவர்களும் கொல்லப்பட்டனர்.

இரண்டு வருடத் தயாரிப்புக்குப் பின்னர் ஹிட்லர் வார்ஸா ஒப்பந்தத்தைப் பகிரங்கமாக மீறத் தலைப்பட்டான். 1935 மார்ச்சில் அவன் ஒப்பந்தத்துக்கு எதிராக ராணுவப் பயிற்சியை ஆரம்பித்தான். பிரிட்டன், ஃபிரான்ஸ், அமெரிக்கா ஆகிய நாடுகளின் முதலாளித்துவ ஆட்சியாளர்கள் கண்டும் காணாமலிருக்கும் கொள்கையைக் கடைப்பிடித்தனர். ஏனெனில் அவர்கள் அப்போதுதான் உலகப் பொருளாதார நெருக்கடியிலிருந்து மீண்டு, சற்று மூச்சு வாங்கிக் கொண்டிருந்தனர். அவர்கள் அப்போதே மற்றொரு உலக யுத்தத்திற்குத் தயாராக இருக்கவில்லை. அதுமட்டுமல்லாமல், அவர்கள் தமது சொந்த

நலன்களுக்காகத் தம்மிடையே கருத்து வேற்றுமையும் கொண்டிருந்தனர். இன்னொரு வருடம் முன் தயாரிப்பு செய்து கொண்டு 1936 மார்ச் 7ஆம் தேதி ஹிட்லர் ரைன்லாண்ட் பகுதிக்குத் தனது படையை அனுப்பிவிட்டான். இது ஃபிரான்ஸுடன் செய்து கொள்ளப்பட்ட லோகர்னோ ஒப்பந்தத்திற்கு விரோதமான செயல் என்றாலும், ஃபிரான்ஸ் இதற்காக எதிர்ப்பு தெரிவித்தாலும், பிரிட்டனின் பால்ட்வின் அரசு தனது முயற்சியை எவ்விதத்திலும் தடுக்காது என்பதை ஹிட்லர் நன்கு உணர்ந்திருந்தான்.

ஹிட்லர் அதிகரிக்கப்பட்ட படைக்குத் தேவையான தளவாட உற்பத்தியைப் பெருக்கியும் பெண்களை வீட்டுக்குள் அடைத்தும் வேலையில்லாதோருக்கு வேலையும் தந்தான். 'வெண்ணெய்க்குப் பதில் உருளைக்கிழங்கு, வெண்ணைய்க்குப் பதில் துப்பாக்கி' என்ற கோஷங்களை எழுப்பி உலகை மறுபங்கீடு செய்துகொள்ள இரண்டாம் உலகப் போரின் தயாரிப்புகளில் முழுமூச்சுடன் இறங்கிவிட்டான்.

3. பிரிட்டிஷ் பணமூட்டைகளின் சதி: எஃகு ஆயுதத் தொழிற்சாலைகளின் முதலாளியான பால்ட்வின் தலைமை வகிக்கும் பிரிட்டிஷ் அரசு ஹிட்லரை ஊக்குவித்துக் கொண்டிருந்தது. ஹிட்லரின் வயிற்றை நிரப்ப சோவியத் யூனியன், பிரான்ஸ், ஸ்பெயின், பெல்ஜியம் சாம்ராஜ்ஜியங்களே போதுமானவையென்று பிரிட்டிஷ் அரசு நினைத்தது. இந்நாடுகள் இருக்கும் வரை பிரிட்டன் பயப்படத் தேவையில்லை. இக்கொள்கையைக் கொண்ட அது அமெரிக்கா யோசனை கூறிய பிறகும் ஜப்பான் மஞ்சூரியாவின் மேல் படையெடுத்தபோதும் ஒன்றுமே நடவடிக்கை எடுக்காமல் சும்மா இருந்துவிட்டது. 1937 ஆகஸ்ட் 31ந் தேதி பால்ட்வினுக்குப் பதிலாக நெவில் சேம்பர்லேன் பிரிட்டிஷ் பிரதமரானார். அவர் பணமூட்டைகள் வழிபடும் தெய்வமாவார். பணத்தைக் கொள்ளையடிப்பதைத் தவிர அவருக்கு வேறெந்தக் குறிக்கோளுமில்லை. சேம்பர்லேனுக்கு எதிர்காலம் குறித்துச் சிந்திக்கும் ஆற்றல் கிடையாது. அப்படிச் சிந்தித்தாலும் பணத்தைத் தவிர வேறெதுவும் சிந்திக்கமாட்டார். அவருடைய கருத்தில் பணமூட்டைகளின் நலனே நாட்டின் நலனாகும். பிரிட்டிஷ் பாராளுமன்றத்தில் பணமுதலைகளுக்கே பெரும்பான்மை பலமிருந்தது. அவர்களுடைய வணிக அரசர் சேம்பர்லேன். அவருக்குப்போய் தீயில் குதிக்கும் நெஞ்சுறுதி இருக்குமா?

இங்கிலாந்தில் சேம்பர்லேனின் அரசு - சுயநலக்காரர்களின் அரசு- ஹிட்லருக்கு அரிய வாய்ப்பை அளித்தது. 1938 மார்ச் 12ஆம் தேதி ஹிட்லர் திடீரென்று ஆஸ்திரியாவை வசப்படுத்திக் கொண்டு

விட்டான். இங்கிலாந்தும், பிரான்ஸும் திணறிப் போய்விட்டன. பிரிட்டன் ஹிட்லரை ஊக்கப்படுத்துவதைக் கண்டு பிரான்ஸும் சில காலமாக முசோலினிக்கு உற்சாகமளிக்கத் தொடங்கியிருந்தது. இதன் விளைவாகவே முசோலினி அபிசீனியாவை விழுங்குவதைப் பார்த்தும் பிரிட்டனால் ஒன்றுமே செய்ய முடியவில்லை. இப்போது அது ஆஸ்திரியா விஷயத்தில் எந்த வழியையும் அவசரமாகக் கண்டுபிடிக்க முடியாது. முசோலினி ஆஸ்திரியா விஷயத்தில் தலையிடுவான் என்று பிரான்ஸ் எதிர்பார்த்தது. ஆனால் அங்கே திருடர்கள் ஒன்று சேர்ந்து ஊரைப் பங்கு போட்டுக் கொண்ட கதைதான்.

ஹிட்லர் உலகை வெற்றி கொள்ள- உலக முழுவதிலும் ஜெர்மன் பணமூட்டைகளின் ஆதிக்கத்தை நிலைநிறுத்தப் புறப்பட்டு விட்டான். உலகை மறுபங்கீடு செய்வதில் தோல்வியடைந்த ஜெர்மனி 20 ஆண்டுகளுக்குப் பின்னர் மீண்டும் அதைச் செய்து முடிக்கப் பெருந்தயாரிப்புடன் முனைந்துவிட்டது. செப்டம்பரில் அது ஸுடேடன் பிரதேசத்தை வசப்படுத்திக் கொள்வேன் என்று செக்கோஸ்லோவியாவைப் பயமுறுத்தியது. உடனடியாகப் போர் மூளும் அபாயம் இருந்தது. சேம்பர்லேன் இருமுறை பறந்து சென்று ஹிட்லரின் தர்பாரில் ஆஜரானார். கடைசியில் செக்கோஸ்லோவாகியாவின் கடுமையான எதிர்ப்பையும் பொருட்படுத்தாமல் முசோலினி, தலானியே, சேம்பர்வேன் ஆகியோரின் ஆலோசனையின்படி, 1938 செப்டம்பர் 19ந் தேதி செக்கோஸ்லோவாகியாவை பலியிடும் பத்திரம் எழுதப்பட்டது. அக்டோபர் முதல் தேதியன்று ஜெர்மன் படைகள் செக்கோஸ்லோ வாகியாவிற்குள் நுழைந்துவிட்டன. செக்கோஸ்லோவாகியாவின் சுதந்திரத்தை இனி பறிக்கமாட்டேன் என்று மூனிச் நகரில் ஹிட்லர் வாக்குறுதியளித்திருந்தான். பணமூட்டைகளின் பாதுகாவலனான ஹிட்லரின் வாக்குறுதியை இங்கிலாந்து போன்ற நாடுகள் அப்படியே நம்பிவிட்டன. உண்மையில் செக்கோஸ்லோவாகியாவின் சுதந்திரத்தைப் பாதுகாக்கக்கூடிய சோவியத் யூனியனுடன் அந்நாடுகள் இது குறித்துப் பேச்சுவார்த்தையே நடத்தவில்லை. ஹிட்லருக்கா சாக்குப் போக்குகள் சொல்லத் தெரியாது. அமைதியையும் ஒழுங்கையும் பாதுகாக்கிறேன் என்று கூறி ஹிட்லர் 1939 மார்ச் 15ந் தேதி செக்கோஸ்லோவாகியா முழுவதையும் கபளீகரம் செய்து கொண்டான். ஒரு வாரத்திற்குப்பின்னர் மெமேலையும் லிதுவேனியாவிடமிருந்து பறித்துக் கொண்டுவிட்டான். ஜெர்மனி தன்னந்தனியாக எவ்வித எதிர்ப்புமின்றி உலகை மறுபங்கீடு போடத் தொடங்கிவிட்டது. பிரிட்டன், பிரான்ஸ், அமெரிக்கப் பண முதலைகள் இதைத் திக்பிரமை பிடித்துப் பார்க்கவாரம்பித்தனர். ஹிட்லர் ஆஸ்திரியாவையும் செக்கோஸ்லோவாகியாவையும் ஆக்ரமித்துக் கொண்ட பிறகு "ஜெர்மனி இழந்த தனது பூமியை

மீண்டும் கைப்பற்றிக் கொண்டது. இனி எனக்கு வேறெந்த கோரிக்கையும் இல்லை" என்று அறிவித்தான்.

4. ஹிட்லரின் தாக்குதல்: நான்கு மாதங்கள் கூடக் கழியாமலேயே ஹிட்லர் டென்ஜிங் போன்ற போலந்துப் பிரதேசங்களுக்காகப் போலந்துக்கு இறுதி எச்சரிக்கை விடுத்தான். 1939 செப்டம்பர் முதல் நாளன்று அவன் டென்ஜிங்கைக் கைப்பற்றிக் கொண்டு போலந்து மேல் படையெடுத்தான்.

பிரிட்டனும், பிரான்ஸும் சோவியத் யூனியனை முன்னிறுத்தி லாபமடையப் பார்த்துக் கொண்டிருந்தன. ஹிட்லர் மேற்கு நோக்கி அல்லாமல் கிழக்குத் திசையில் போகவேண்டுமென்பது இவர்களின் குறிப்பாக சேம்பர்லேன் கும்பலின் விருப்பமாக இருந்தது. இதை அவர்கள் மறைமுகமாக ஹிட்லருக்குத் தெரிவித்துக் கொண்டுமிருந்தனர். ஆனால் கடந்த ஐம்பதாண்டுகளில் ராணுவ விஞ்ஞானத்தில் ஏற்பட்ட முன்னேற்றத்தை சோவியத் யூனியன் நன்கு பயன்படுத்திக் கொண்டுள்ளதென்பதும் சோவியத் மக்கள் பணமூட்டை ஆட்சியைத் தூக்கி எறிந்துவிட்டவர்கள் என்பதும் அவர்கள் தமது புதிய சமுதாய அமைப்பைப் பாதுகாத்துக்கொள்ள உயிர் கொடுத்துப் போராடவும் தயாராயிருக்கிறார்கள் என்பதும் ஹிட்லருக்கு நன்கு தெரியும். இதனாலேயே அவன் சோவியத் யூனியன் மீது போர் தொடுப்பதற்குப் பதிலாக அதனுடன் 1939 ஆகஸ்ட் 23ஆம் தேதி அனாக்கிரமிப்பு ஒப்பந்தம் செய்து கொண்டான்.

போலந்து, ஹிட்லருக்குப் பலியாகிவிட்டதைக் கண்டு, பிரிட்டனும், பிரான்ஸும் தாம் இனி செயலில் இறங்காமல் சும்மாயிருந்தால் பயனில்லை என்பதையறிந்து 1939 செம்டம்பர் 3ஆம் தேதி ஜெர்மனிக்கு எதிராகப் போர்ப் பிரகடனம் செய்தன.

கச்சாப் பொருளையும் சந்தைகளையும் கைப்பற்ற முதலாளித்துவம் உலகை மறுபங்கீடு செய்ய இரண்டாம் உலகப் போரைத் துவக்கிவிட்டது. அதையும் பெருமளவிலும் புதிய புதிய விஞ்ஞானக் கண்டுபிடிப்புகளின் உதவியைக் கொண்டும் துவக்கி விட்டது. ஒரு காலத்தில் கல்லாயுதங்களாலும், தடிகளாலும் யுத்தங்கள் செய்யப்பட்டன. அப்போது தனி மனிதனின் உடலுழைப்பும், விழிப்புணர்வுமே முக்கிய பங்கு வகித்தன. பின்னர் வில்-அம்பும், வாளும் கண்டுபிடிக்கப்பட்டன. அவற்றைக் கொண்டு சில ஆயிரம் பேர் போரிட்டுக் கொண்டிருந்தனர். சண்டை நேருக்கு நேர் நடந்து கொண்டிருந்தது. இரும்பு யுகத்தில் ஆயுதங்கள் அனைத்தும்

இரும்பினால் தயாரிக்கப்பட்டன. அப்போது தாரா, அலெக்ஸாந்தர், சந்திர குப்த மவுரியர் போன்றவர்களின் பேரரசுகள் அமைக்கப்பட்டன. அவர்கள் நடத்திய போர்களில் பெரும் எண்ணிக்கையில் படை வீரர்கள் பங்கெடுத்துக் கொண்டிருந்தனர். அப்படைவீரர்களுக்கு எதனால் இப்போர் நடக்கிறதென்பதே தெரியாது. நாம் நமது மன்னரின் உப்பைச் சாப்பிட்டோம். அந்த நன்றிக் கடனைத் தீர்ப்பதற்காகவே நாம் போரில் உயிரையும் கொடுக்கவேண்டுமென்று அவர்கள் எண்ணினார்கள். 'நன்றி மறந்தார்க்கு உய்வில்லை' யல்லவா? பதின்மூன்றாம் நூற்றாண்டில் துப்பாக்கி மருந்து கண்டுபிடிக்கப் பட்டது. அப்பொழுது துப்பாக்கிகளும், பீரங்கிகளும் தயார் செய்யப்பட்டன. படையமைப்பில் கல்வியும், நிர்வாகத் திறமையும் தேவைப்பட்டன. யுத்தங்கள் ராஜ்ஜிய விஸ்தரிப்புக்கும் கொள்ளையடிக்கவும் - உழைக்கும் மக்களின் உழைப்பைக் கொள்ளையடிக்கவும்- பயங்கர உருவம் பெறத் துவங்கின. வியாபார யுகத்தில் துப்பாக்கிகளும், பீரங்கிகளும் மேலும் வலுப்படுத்தப்பட்டுப் புதுப்பிக்கப்பட்டன. எவ்வளவு வேகத்தில் எந்த வழியில் குண்டு பாய முடியும். குண்டுகளை எதைக் கொண்டு தயாரித்தால் அவற்றுக்குத் தாக்கும் சக்தி அதிகமாகும் என்பது குறித்து விஞ்ஞானிகள் ஆராய்ச்சிகளில் ஈடுபட்டனர். இதன் பிறகு நாம் பத்தொன்பதாவது நூற்றாண்டின் முதலாளித்துவ யுத்தங்களை அடைகிறோம். இப்போது முதலாளிகளிடம் அபாரமான முதலீடுகளைப் போலவே, புதிதாகக் கண்டுபிடிக்கப்பட்ட ஆயுதங்களும் இருக்கின்றன. தமது வியாபாரத்தையும் முதலீட்டையும் பாதுகாக்கவும் அதிக லாபங்களைப் பெறவும் அவர்கள் பெருமளவில் யுத்தங்கள் செய்யத் தொடங்கினார்கள். மிக வேகமாக உலகைப் பங்கு போட்டுக் கொள்ளவாரம்பித்தார்கள். இருபதாம் நூற்றாண்டு ஏகாதிபத்தியப் போர்களின் முன்னே பழங்காலத்திய ஆயுதங்களும், படைவீரர் எண்ணிக்கையும் போர்த் தந்திரங்களும் வெலவெலத்துப் போய்விட்டன. இரண்டாம் உலகப் போரில் எழுபது மைல் தூரம்வரை தாக்கக்கூடிய பீரங்கிகளும், நீர் மூழ்கிக் கப்பல்களும் கம்பியில்லாத் தந்திகள் மட்டுமல்லாமல், போரின் கடைசிப் பகுதியில் விமானங்களும் டாங்கிகளும் அணுகுண்டுகளும் கூடப் பயன்படுத்தப்பட்டன. இதுவரை நடைபெற்ற எந்த யுத்தத்திலும் இந்த அளவுக்கு விஞ்ஞான சாதனங்கள் பயன்படுத்தப்படவில்லை. தடியையும், கல்லாயுதத் தையும் கையிலேந்திப் போரிட்டுக்கொண்டிருந்த மனிதன் இன்று டாங்கிகளாலும் விமானங்களாலும்- யுத்தம்- செய்து கொண்டிருக்கிறான். பழம் ஆயுதங்கள் எவையும் இன்று பயன்படா. பழைய ஆயுதங்களையும் புராதனப் போர்த் தந்திரத்தையும் நம்புகிறவன் சில

நிமிடங்களில் அழிந்து விடுவான். உலகில் போர் வலிமை கொண்ட நாடுகளில் ஒன்றான பிரான்ஸ் மூன்று வாரங்களுக்குள்ளாகவே ஜெர்மனிக்கு அடிபணிந்துவிட்டது இதற்கு ஒரு நல்ல எடுத்துக்காட்டாகும். போலந்து நார்வே, டென்மார்க் ஆகிய நாடுகள் ஹிட்லரின் ரத்த வெறிக்குப் பலியாகிவிட்டன. பெல்ஜியம், ஹாலந்து, பிரான்ஸ் போன்ற நாடுகள் நாஸிஸத்தின் நுகத்தடியின் கீழ் அவதிப்படத் தொடங்கின. உலகை மறுபங்கீடு செய்வதில் இத்தாலி பின் தங்க விரும்பவில்லை. அது தனியாகவே கிரீஸை வெற்றி கொள்ள முடிவு செய்தது. ஆனால் ஹிட்லர் ஹங்கேரி, ருமேனியா, பல்கேரியா, யுகோஸ்லாவியா - முதலிய நாடுகளை அடிமைப்படுத்தி வரும் வரையில் இத்தாலி சாகஸம் புரியவில்லை. ஜெர்மனி கிரீஸையும் வெற்றி கொண்டு ஏறக்குறைய ஐரோப்பா முழுவதின் கடற்கரையைத் தன் வசமாக்கிக் கொண்டுவிட்டது. கிரேக்கத்தில் நடைபெற்ற போர் தற்காலப் போர்த்தளவாடமான விமானத்திற்கும் முந்தைய போர்த் தளவாடமான நடமாடும் கடற்கோட்டையான போர்க்கப்பலுக்கும் நடைபெற்ற போராகும். இங்கே புதிய ஆயுதம் பழைய ஆயுதத்தை வெற்றி கொண்டது.

5. சோவியத் யூனியன் மேல் படையெடுப்பு: இதுவரை நடந்த யுத்தம் கச்சாப் பொருட்களையும், சந்தைகளையும் பங்கிட்டுக்கொள்வதற்காக நடந்த யுத்தமாகும். அது முதலாளித்துவ சக்திகளுக்கிடையே மட்டுமே நடந்தது. ஒரு பக்கம் ஐரோப்பாவின் சிறிய -பெரிய நாடுகள- அவற்றின் பணமூட்டை ஆட்சியாளர்கள்- குட்டி ஹிட்லர்களாக மாறி உலகம் பூராவும் சுரண்டலையும், கொள்ளையையும் அவமானமும் வன்முறையும் கொண்ட கொடுங்கோலாட்சியை நிறுவ விரும்பிக் கொண்டிருந்தன. மறுபக்கம் ஏற்கெனவே உலகத்தில் ஆதிக்கம் புரிந்துகொண்டிருந்த இங்கிலாந்தும், அமெரிக்காவும் யுத்த களத்தில் நின்றிருந்தன. ஆனால் உலகத்தில் பணமூட்டைகளின் அரசுகளுடன் மற்றோர் அரசும் சோவியத் கம்யூனிஸ்ட் அரசும் - இருக்கிறதென்பதைப் பாசிஸத்தின் பிரதிநிதியான ஹிட்லர் கண்டான். சோவியத் அரசு ஆயுத வலிமையில் சிறந்திருப்பதோடல்லாமல் எல்லாப் பிரச்சினைகளுக்கும் அது பொதுவுடைமைப் பரிகாரம் வைத்திருக்கிறது. ஒரு சில சுயநலக்காரர்களைத் தவிர, உலக முழுவதிலுமுள்ள உழைப்பாளி மக்கள் சோவியத் யூனியனை நேசநாடாகக் கருதுகிறார்கள் என்பதும் ஹிட்ருக்குத் தெரியும். சோவியத் யூனியன் முன்வைத்துள்ள பொதுவுடைமைப் பரிகாரத்தால் உலகில் கருப்பர் வெள்ளையர் பிரச்சினையோ, யூதர் - யூதரல்லாதோர் தகராறோ, இந்து முஸ்லிம்

கலவரமோ, அடிமை- ஆண்டான், தொழிலாளி முதலாளி, உழவர்- நிலச்சுவாந்தார். ஏழை பணக்காரன் என்னும் வேற்றுமைகளோ பொருளாதார மந்த நிலையோ விலைவாசி ஏற்றமோ சுரண்டுபவன் சுரண்டப்படுபவன் பிரச்சினையோ இருக்காது. சோவியத் அமைப்பு மக்களைத் திரட்டிப் புதிய சமுதாயத்தை அமைத்துள்ளது. அந்தச் சமுதாயத்தை அழித்து மீண்டும் சுரண்டல் தன்மையுள்ள முதலாளித்துவத்தையும் குரூரமான பாசிஸத்தையும் நிறுவி மனித குலத்தின் விடிவெள்ளியான பொதுவுடைமை அமைப்பையே தகர்த்தெறிய முயற்சிக்கப்பட்டது. ஹிட்லர் இரண்டாண்டுகளுக்கு முன்பு சோவியத் யூனியனுடன் போர் நிறுத்த ஒப்பந்தம் செய்து கொண்டது சமாதானத்திற்காக அல்ல, தன்னுடைய சுயநலத் திற்காகத்தான் செய்து கொண்டான். அவன் தன் சக்தி விரயமாகிக் கொண்டிருப்பதைப் பார்த்தான். வெற்றியின் சுவடுகூடத் தெரியவில்லை. ஹிட்லர் அடிமை கொண்ட நாடுகளில் உள்ள மக்கள் மட்டுமல்ல ஜெர்மனி மக்களும்கூடப் பாசிஸத்தின் கும்மிருட்டில் சோவியத் யூனியனை ஒளிக்கதிராக எண்ணினர்.

1942 ஜூன் 22ஆம் தேதி ஹிட்லர் சோவியத் யூனியன்மேல் படையெடுத்தான். அவன் தனது படையெடுப்பை முன்னதாக அறிவிக்கவில்லை. ஏற்கெனவே சோவியத் யூனியனுடன் செய்துகொண்ட போர் நிறுத்த ஒப்பந்தத்தை மதிக்கவுமில்லை. இது பச்சை நம்பிக்கைத் துரோகமாகும். ஆனால் இதைப் பற்றி ஹிட்லர் கவலைப்படவில்லை. பொதுவுடைமைக்குப் பதில் தனிஉடைமை மனித குலத்தை உயர்ந்த நிலைக்குக் கொண்டு போவதல்ல. தனிஉடைமையின் இலட்சியம் பச்சையான சுயநலம், இழிவான பேராசை, சமுதாயத்தைக் கசக்கிப் பிழிந்து தனிநபரின் லாபத்தைப் பெருக்குவது. காலம் செல்லச் செல்ல சுயநலம் படைத்த ஆளுங்கூட்டம் மனித சமுதாயத்தை அதன் இயற்கையான குணங்களை இழக்கச் செய்துகொண்டே இருந்தது. ஒரு காலத்தில் எதிரிக்குச் சமமான ஆயுதம் தராமல் அவனுடன் போரிடுவது தமது வீரத்திற்குக் களங்கம் கற்பித்துக் கொள்வதாகுமென்று கருதிக் கொண்டிருந்தனர். ஒரு காலத்தில் நிராயுதபாணியான பகைவனைத் தாக்குவது கோழைத்தனம் என்று எண்ணப்பட்டது. ஆனால் இன்று? ஒரு காலத்தில் பகைவனுக்கு முன்னறிவிப்பு செய்யாமல் படையெடுப்பது கோழைத்தனமென்று கருதப்பட்டது. ஆனால் இன்று? ஒரு காலத்திய 'சத்தியயுக'த்தைப் பற்றிச் சிந்திப்பதை விட்டுவிடுங்கள். மனிதனின் இவ்வீழ்ச்சிக்குக் காரணம் தனியுடைமையே தவிர விஞ்ஞான வளர்ச்சி இதற்குப் பொறுப்பாளியல்ல.

பிரான்ஸை வெற்றிகொண்டதைப் போலவே சோவியத் யூனியனையும் சில வாரங்களிலேயே வீழ்த்தி விடலாமென்று ஹிட்லர் நினைத்துக்கொண்டிருந்தான். வாஸ்தவத்தில் ருஷியாவில் பொதுவுடைமை அரசுக்குப் பதிலாகப் பணமுதலைகளின் ஆட்சி இருந்திருந்தால் ஹிட்லரின் விருப்பம் சுலபமாக நிறைவேறியிருக்கும். ஹிட்லர் முன்னேறினான் என்றாலும் எத்தனையோ அழிவுக்குப் பிறகே அது சாத்தியமாயிற்று. ஹிட்லர் தான் மூட்டிய தீயில் தானே வெந்து கருகிப் போனாலும் அதற்காக இரண்டு கோடி ஆண் பெண்கள் பலியானார்கள்.

6. **அரசாட்சி:** வர்க்க நலனைப் பாதுகாக்க வர்க்க ஆட்சி ஆரம்பமாயிற்று. தந்தை வழிச் சமுதாயத்தில் வர்க்க ஆட்சி முதன் முதலில் தொடங்கியது. ஆண், மாடு மேய்த்தலால் செல்வத்தை உற்பத்தி செய்ய வாரம்பித்ததும் அவன் தாய்வழி அதிகாரத்தை பெண் சமத்துவத்தை ஏற்றுக்கொள்வானா? அதன் பிறகு அடிமைச் சமுதாய அமைப்பிலும் நிலஉடைமைச் சமுதாயக் காலத்திலும் தனது அதிகாரத்தைப் பெண் சவால் செய்யாமலிருப்பதற்காக ஆண் கருவூலத்தையும் சட்டத்தையும் ஆயுதங்களையும் தன் கையிலேயே வைத்துக்கொண்டான். நில உடைமைச் சமுதாய அமைப்பில் நிலச்சுவாந்தார்கள் குறுநில மன்னர்கள் படைத்தளபதிகள் ஆகியோரின் ஆட்சி நிலவியது. அவர்கள் தமது ஆடம்பர வாழ்வின் செலவுகளைச் சமாளிக்க வணிகர்களை பொன்,வைரம், பட்டு, மசாலாப் பொருட்கள் ஆகியவற்றை உலகின் மூலை முடுக்குகளிலிருந்தும் கொண்டு வருவதற்காக அனுப்பிவைத்தார்கள். பணத்திற்கு வலிமை இருக்கிறதென்பதை வியாபாரிகள் உணர்ந்திருந்தாலும் முதலாளித்துவ யுகத்தில் லட்சக்கணக்கான தொழிலாளர்கள் தமது தொழிற்சாலைகளில் வேலை செய்யவாரம்பித்த காலத்தில்தான் நிலப்பிரபுக்களின் வலிமைகுன்றிச் சிதறியபோதுதான் வியாபாரிகள் (முதலாளிகள்) நிலச்சுவாந்தார்களிடமிருந்து அதிகாரத்தைப் பறித்துக் கொள்ளத் துணிந்தனர். கிராம்வெல் தலைமையில் அப்போதே தோன்றி வளர்ந்துகொண்டிருந்த முதலாளி வர்க்கம் எவ்வாறு வானாலும், ரத்தக்களரியாலும் நிலச்சுவாந்தார்களின் கொடுங்கோலாட்சியை ஒழித்துக் கட்டினார்கள் என்பதை ஏற்கெனவே குறிப்பிட்டுள்ளோம். ஆனால், இதனால்கூட முதலாளிகளுக்குப் பூரண வெற்றி கிட்டவில்லை. அதனால் அவர்கள் புதிய தொழிலாளி வர்க்கத்தின் துணைகொண்டு பெரும் அரசியல் புயலைக் கிளப்பினார்கள். இதன் விளைவாக 1832ல் சீர்திருத்தச் சட்டம் நிறைவேறிற்று. ஆட்சியமைப்பில் முதலாளிகளின் ஏகபோகம் நிறுவப்பட்டது.

உலகின் சில பகுதிகளில் இன்றும் நிலஉடைமை ஆட்சியமைப்பை நிறுவுவதைப் பார்க்கிறோம். ஆனால் அவை இந்திய சுதேச சமஸ்தானங்களைப் போல முதலாளித்துவத்தின் விருப்பத்திற்குகந்த முறையில் அமையும். அரேபியா, ஆப்கானிஸ்தானம், திபேத் ஆகிய நாடுகளில் கட்டுக்கோப்பான ஆட்சியமைப்பு இல்லாவிடினும் அவை கூட நிலஉடைமையின் சுரண்டலிலிருந்தும் கட்டுப்பாட்டிலிருந்தும் விடுபடவில்லை.

பெரும்பாலான நாடுகளில் முதலாளித்துவ ஜனநாயகம் ஆட்சி புரிந்துகொண்டிருக்கிறது. இதற்கு அமெரிக்கா ஹாலந்து போன்ற நாடுகளை உதாரணங்களாகக் கூறலாம்.

மூன்றாம் ரக ஆட்சியமைப்பு முதலாளித்துவத்தின் மிகக் குரூரமான உருவம் படைத்த ஆட்சியமைப்பான 'பாசிஸ' மாகும். ஜெர்மனி, இத்தாலி, ஜப்பான் முதலிய நாடுகளும் அவற்றுக்கு அடிமைப்பட்ட நாடுகளும் இவ்வமைப்பையே கொண்டிருந்தன.

நான்காம் ரக ஆட்சியமைப்பு சோஷலிஸ்ட் ஆட்சி முறையாகும். இதைச் சோவியத் யூனியன், சீனம் ஆகிய நாடுகளில் காணலாம். அந்நாடுகளில் ஆட்சியமைப்புகளில் சுரண்டும் வர்க்கத்தின் சர்வாதிகாரத்திற்கும் இடமே இல்லை. செல்வத்தை உற்பத்தி செய்யும் உழைப்பாளி வர்க்கத்தால் தேர்ந்தெடுக்கப்பட்ட பிரதிநிதிகளாலேயே அரசாங்கம் நடத்தப்படுகிறது.

இப்போது நாம் நான்கு வித அரசு முறைகளையும் ஆராய்வோம்:

1. தற்காலத்தில் நிலஉடைமை அரசாட்சி

(க) திபேத்: திபேத் இயற்கை நிலைமைகளாலும், பவுத்த மடங்களாலும் மக்களிடையே உள்ள மதத்தின் பிடிப்பாலும், பரஸ்பர பகை நாடுகளின் எல்லையில் உள்ளதாலும் இன்றும் ஐந்நூறு வருடங்கள் பிற்பட்டிருக்கிறது. திபேத் கடல் பரப்பிலிருந்து பன்னிரண்டாயிரம் அடி உயரத்தில் இருக்கிறது. ஆனால் அங்கே ஆற்றுப்படுகைகள் மிகவும் அகலமாக- இருபது, முப்பது மைல் அகலமாக- உள்ளன. நிலம் கற்களால் மண்டிக் கிடந்தாலும் நல்ல பாதைகளை அமைக்க அனுகூலமானது. ஆனால் அங்கே சமீப காலம் வரைகூட காரோ, பஸ்ஸோ ஓடவில்லை. அச்சு இயந்திரமும், செய்திப் பத்திரிகைகளும் திபேத் மக்கள் அறிய மாட்டார்கள். இயந்திரங்களும் தொழிற்சாலைகளும் அவர்களுக்குத் தெரியாது. அங்கே நேற்றுவரை ஒரு சாண் அகலத் துணியே நெய்யப்பட்டு வந்தது. அவர்களுக்கு நாடா பாயும் தறிகூடத் தெரியாது. விவசாயமும், மாடு மேய்த்தலுமே

அவர்களது முக்கிய தொழில்கள். திபேத்தின் பல பிரதேசங்களில் மாடு மேய்ப்பே முக்கிய தொழிலாகும். விவசாய நிலம் பூராவும் நிலச்சுவாந்தார்களுக்கே சொந்தமாகும். அதில் பாதி நிலம் பெரிய பெரிய மடங்களுக்கும் மடாதிபதிகளுக்குமே சொந்தம். அரசுத் தலைவரான 'தலாய்லாமா' இம்மடாதிபதிகளில் பெரிய மடாதிபதியாவார். மக்கள் எல்லாம் அடிமைகளைப் போல் வாழ்ந்தார்கள். மடாதிபதிகள் அவர்களுக்கு மரண தண்டனை தவிர மற்ற எல்லாத் தண்டனைகளும் விதிக்கலாம். அப்படி மரண தண்டனை விதித்துச் சாகடித்துவிட்டாலும் நிலச்சுவாந்தார்களும் மடாதிபதிகளும் தண்டிக்கப்படுவார்கள் என்னும் உறுதியில்லை. ஏனெனில் அரசியலதிகாரம் அனைத்தும் ஆதிக்க வர்க்கமான மடாதிபதி வர்க்கத்தின் கையில் இருந்தது. மக்களின் உழைப்பை மடாதிபதிகள் தம்மிஷ்டம் போல் கொள்ளையடிக்கலாம். அடிமை மக்கள் நடு இரவிலும் கூட வழிச் செலவுக்கும் ஒன்றுமில்லாமல் மடாதிபதியின் உத்தரவின் பேரில் நூறு- இருநூறு மைல்கள் கால்நடையாகவே சென்று வரவேண்டி இருந்தது. அவ்வடிமையின் குழந்தை சாகக் கிடந்தாலும் அவனது பயிர் வாடிக்கொண்டிருந்தாலும் மடாதிபதிக்கு அவன் சேவை செய்துதானாக வேண்டும். அவ்வடிமையின் மகளோ, மனைவியோ நிலச்சுவாந்தார் குடும்பத்தார்க்குத் தொண்டூழியம் புரிய வேண்டும். அத்தொண்டூழியத்தில் நிலச்சுவாந்தாரின் காம இச்சையைப் பூர்த்தி செய்வதும் பாட்டு பாடுவதும் நாட்டியமாடுவதும் உடலுழைப்பு செய்வதும் நூற்பதும், நெய்வதும் அடங்கும். இவையனைத்தும் பிரதிபலனை எதிர்பார்க்காமல் வெறுமனே செய்ய வேண்டும். திபேத் மிருதுவான கம்பளி நூலையும் கம்பளி ஆடைகளையும் கஸ்தூரி, மாமிசம், வெண்ணெய், கொஞ்சம் தானியம் ஆகியவைகளை உற்பத்தி செய்கிறது. இவற்றில் கம்பளி நூலையும் கம்பளித் துணியையும் கஸ்தூரியையும் அது வெளிநாடுகளுக்கு அனுப்பி தேயிலை, பட்டுத்துணி, முத்து, ரத்தினம், ஆடம்பரப் பொருட்கள் இரும்பு, பீங்கான், கண்ணாடிச் சாமான்கள் ஆகியவற்றை வரவழைத்துக் கொண்டிருந்தது. முதலாளித்துவ உலகில் இப்பொருட்களுடன் கூடவே தந்தியும், மின்சாரமும் திபேத்திய தலைநகர் லாஸாவுக்கு வந்துவிட்டன. எனினும் திபேத் குறுகியே இருந்தது. திபேத்தின் வானத்தில் கூட்டங்கூட்டமாகத் 'தேவர்களும்' பேய்களும் நடமாடிக் கொண்டே இருந்தன.

திபேத்தின் அரசியல் தலைவர் தலாய்லாமா ஆவார். கி.பி. 1642ல் மங்கோலியப் படைத்தளபதி குஷ்ரீகான் என்பவன் திபேத்தின் சிறிய

சிறிய தளபதிகளைத் தோற்கடித்து திபேத் முழுவதையும் ஒன்றுபடுத்தித் தனது பவுத்த மத பக்தியை எடுத்துக்காட்ட நாடு பூராவையும் 'டெபுங்' மடத்தின் செல்வாக்கு மிகுந்த மடாதிபதிக்குச் சமர்ப்பித்துவிட்டான். தலாய் லாமாவை எவ்விதத் தேர்தல் மூலமும் தேர்ந்தெடுப்பதில்லை. முற்காலத்தில் தலாய் லாமாவுக்கு சீடனோ, மகனோ இருந்ததில்லை. ஒரு தலாய் லாமா இறந்தபின் மீண்டும் பிறக்கிறாரென்றும் திபேத்தின் 'தெய்வீக சக்தி' படைத்த லாமாவும், ஜோதிடனும் அந்தக் குழந்தையைக் கண்டுபிடித்து லாமாவின் அரியணையில் அமர்த்திய பிறகு, அவனே திபேத்தின் ஆட்சித் தலைவனாகிறான் என்றும் நம்பிக்கை திபேத்திய மக்களின் உள்ளத்தில் ஆழமாகப் பதிய வைக்கப்பட்டுள்ளது. சாதாரணமாகத் தலாய்லாமா செல்வாக்கு படைத்த ஒரு மடாதிபதிக் குடும்பத்தைச் சேர்ந்தவராக இருப்பார். அல்லது தலாய்லாமாவைத் தேர்ந்தெடுக்கும்போது பல்வேறு மடாதிபதிக் குடும்பங்களுக்கிடையே தகராறு ஏற்பட்டால் ஒரு சாதாரண குடும்பத்திலிருந்து தலாய் லாமாவைத் தேர்ந்தெடுத்துக் கொண்டு அப்பையனின் பெற்றோருக்குப் பெரிய ஜாகீரும், நாட்டின் உயர்ந்த 'குங்' (Duke) என்னும் பட்டமும் தந்து அவர்களை நலச்சுவாந்தார் குடும்பமாக்கி விடுகின்றனர். இவ்வாறு திபேத்தின் பெரிய மடாதிபதி ஒரு பெரிய நிலச்சுவான்தாராகக் கூட இருந்தார்.

நாட்டின் அரசு மடாதிபதியின் அரசாக இருப்பதால் சாமியார்கள்கூட அரசாங்க ஊழியர்களாகவும் அமைச்சர்களாகவும் இருந்தார்கள். தலாய்லாமாவுக்கு அடுத்தபடியாக லோன் சோன் என்னும் பிரதமர் இருந்தார். இவர் ஒரு பெரிய நிலப்பிரபுவாகத்தான் இருப்பார். பல ஆண்டுகளாக தலாய் லாமாவின் அண்ணன் மகனே பிரதமராக இருந்து வருகிறார். அவருக்குக் கீழே நான்கு அமைச்சர்கள் இருந்தார்கள். அவர்களில் ஒரு லாமாவோ அல்லது சாமியாரோ இருந்தார். இவர்கள் ஐவரே திபேத்தின் அமைச்சரவையாகக் கருதப்பட்டனர். இந்த அமைச்சரவையை ஆக்குவதும் அழிப்பதும் தலாய்லாமாவின் கையில்தான் இருந்தது. ஒரு தலாய்லாமா இறந்த பின்னர் மற்றொரு தலாய்லாமா பிறப்பதற்குக் குறைந்தது ஒன்பது மாதங்களாகின்றன. அவன் வளர்ந்து பெரியவனாகும் இருபது வருடங்கள் வரை ஆட்சித் தலைவராகப் பெரிய மடாதிபதிகளில் ஒருவர் இருப்பார். நிர்வாகம் நடத்த நாடு பூராவும் 108 மாவட்டங்களாகப் பிரிக்கப்பட்டிருந்தது. ஒவ்வொரு மாவட்டத்திற்கும் ஒரு சம்சாரியும் ஒரு சாமியாரும், அதிகாரிகளாக இருந்தார்கள். சம்சாரி அதிகாரி ஒரு நிலச்சுவாந்தார் குடும்பத்தைச் சேர்ந்தவராக இருந்தார். சாமியார் அதிகாரி சாதாரண மக்களிடமிருந்து கூட வரலாம். ஆனால்

இருபதாண்டுக் காலம் மடத்து வாழ்க்கை வாழ்ந்த பிறகு அவர் சாதாரண மக்களைச் சேர்ந்தவராக இருக்கமாட்டார். படைத் தளபதிகளும் மற்ற அரசுச் சிப்பந்திகளும்கூட நிலப்பிரபுக் குடும்பங்களைச் சேர்ந்தவர்களாகத்தான் இருந்தார்கள். நிலப்பிரபு-அடிமைகளுக்கிடையே மூன்றாம் வர்க்கமே திபேத்தில் தோன்றவில்லை. நேப்பாள வியாபாரிகளின் கையிலோ, நிலச்சுவாந்தார்களின் கையிலோதான் திபேத்தின் வணிகமும் இருந்தது.

தலாய்லாமாவும், அமைச்சர்களும் தேவை ஏற்பட்டால் நிலச்சுவாந்தார்களும், பெரிய மடாதிபதிகளும் நிரம்பிய ஒரு குழுவின் உதவியைக்கூடப் பெற்றுக்கொண்டனர். அங்கே அரசியல் சட்டம் என்று ஒன்றுமே இல்லை. அவ்வப்போது வெளியிடப்படும் தலாய்லாமாவின் ஆணைகளும், உயர் அதிகாரிகளின் உத்தரவுகளுமே அங்கே சட்டங்களாகச் செல்லுபடியாயின.

மாவட்ட அதிகாரிகளுக்கு அபரிமிதமான அதிகாரம் இருந்தது. அவர்கள் நீதி, நிர்வாகத் துறைகள் இரண்டுக்குமே அதிகாரிகள். காணிக்கை ஏதுமில்லாமல் மனுவோ, வழக்கோ கொடுக்க முடியாது. வழக்கில் வெற்றி பெற வேண்டுமானால் ரகசியப் பரிசு (லஞ்சம்) நிறைய கொடுக்க வேண்டும். பல மாவட்ட அதிகாரிகள் தாம் ஒரு வேலையும் செய்யாமல், தமக்குப் பதிலாகத் தமது வேலைக்காரர் களையே நியமித்திருந்தனர். தலைநகர் லாஸாவைச் சேர்ந்த ஒரு பெரிய பணக்காரக் குடும்பத்தைச் சேர்ந்த ஒருவர் மாவட்ட அதிகாரியாக இருந்தார்.

சுருக்கமாகக் கூற வேண்டுமானால் திபேத்தில் அங்குள்ள நிலப்பிரபு வர்க்கத்திற்காகவே ஆட்சி நடந்துகொண்டிருந்தது. உழைப்பாளி மக்கள் அந்நிலப்பிரபுகளுக்காக உழைத்து உழைத்து ஓடாகத் தேய்ந்துகொண்டிருந்தனர். வெளிநாட்டு முதலாளித்துவ அரசுகள் திபேத் இருபதாம் நூற்றாண்டுக்குள் நுழைவதை விரும்பவில்லை. அவை திபேத் தமக்கொரு சந்தைக் காடாக இருக்கத் தேவையான ஏற்பாடுகளைச் செய்து வைத்துக் கொண்டிருந்தன. ஆனால் இறுதியில் அவர்களது முயற்சிகள் எல்லாம் தோற்றுப் போய்விட்டன. திபேத், சீனப் பொது உடைமைக் குடும்பத்தில் இணைந்துவிட்டது.

(ங) நேபாளம் : நேபாள அரசு நிலச்சுவாந்தார் ஆட்சிக்கு மற்றோர் எடுத்துக்காட்டாகும். திபேத் அரசியல் மதமும், மடமும் செல்வாக்கு பெற்றிருந்தன. ஆனால் நேபாள நிலப்பிரபுக்கள் அப்பட்டமான நிலச்சுவாந்தார் ஆட்சியை நடத்திக் கொண்டிருந்தார்கள். பதினெட்டாம் நூற்றாண்டின் இறுதியில் கிழக்கிந்தியக் கம்பெனி

மெல்ல மெல்ல இந்தியாவை விழுங்கிக் கொண்டிருந்த நேரத்தில் நேபாளத்தில் 'கூர்க்கா' என்னும் கிராமத்தைச் சேர்ந்த பிருத்வி நாராயணன் என்பவர், சிறிய சிறிய மலைவாழ் மன்னர்களைத் தோற்கடித்து தனது ராஜ்ஜியத்தை விஸ்தரித்துக் கொண்டார். கூர்க்கா கிராமத்திலிருந்து அரச வம்சம் வந்ததால் நேபாள நாட்டை 'கூர்க்கா நாடெ'ன்றும் அழைக்கிறார்கள். பிருத்வி நாராயன் குடும்பத்தார் அரை நூற்றாண்டுவரை ஆட்சி புரிந்தார்கள். அதன் பின் மற்றொரு மாறுதல் நிகழ்ந்தது. 'ஜங் பகதூர்' என்னும் ஒரு நிலப்பிரபுக்குடும்பத்தைச் சேர்ந்த வாலிபன் அமைச்சர்களையும், உயர் அதிகாரிகளையும் அரச மாளிகையில் படுகொலை செய்து ஆட்சியைக் கைப்பற்றிக் கொண்டான். அவன் மகாராஜாதி ராஜாவை வெறும் கோவில் சிலையாக்கி விட்டான். ஜங் பகதூர் தன் சகோதரர்களின் வாள் வலிமையைக் கொண்டு அரசைப் பிடித்தான். இதனால் அதிகாரத்தை அவர்களுக்கும் பங்குபோட வேண்டி வந்தது. இதற்காக அவன் ஒரு விசித்திரமான வழியைக் கண்டுபிடித்தான். பிரதமர் இறந்தால், அவருடைய மூத்த சகோதரனோ அல்லது அடுத்த தலைமுறையில் வயதில் பெரியவனோ பிரதமராகலாம். அப்பொழுதிலிருந்து நேபாளத்தில் இம்முறை தொடர்ந்து, பஞ்சாயத்தோ, சட்டமன்றமோ, பாராளுமன்றமோ எதுவுமே அங்கே இருந்ததில்லை. 'கடவுள்' பிருத்வி நாராயணன் வம்சத்தாரை 'மகா ராஜாதி ராஜா'க்களாகவும் ஜங் பகதூர் ராணா வம்சத்தாரை பிரதமர்களாகவும் நேபாளத்துக்கு அனுப்பினார். இதனாலேயே அங்கே அவர்கள் ஆட்சி செய்து கொண்டிருக்கிறார்கள். நேபாள ஆளும் வம்சங்களிலும் மற்ற இந்து மன்னர்களைப் போலவே டஜன் கணக்கான ராணிகளை வைத்துக்கொள்ளும் பழக்கம் இருந்தது. இதனால் குடும்பம், பெரிதாகி வளர்வது தவிர்க்க முடியாதது. குடும்பம் பெரிதாவதால் பதவியை விரும்பக் கூடியவர்களின் எண்ணிக்கையும் பெருகி விடுகிறது. இதனால் பலர் ஏமாற்றமடைந்து சதிகள் செய்யவும் ஆரம்பித்து விடுகிறார்கள். பிரதமரான ராணா குடும்பத்தில் இப்படிப்பட்ட பல சதிகள் நடந்தன. கடைசிச் சதி சென்ற இருபதாண்டுகளுக்கு முன்பு நடந்தது. அது வெற்றியடைவதற்கு முன்பாகவே குட்டு வெளிப்பட்டு, பிரதமராகும் வாய்ப்பிருந்த எத்தனையோ பேர் கைது செய்யப்பட்டார்கள், நாடு கடத்தப்பட்டார்கள்.

1925வருடம் வரை கூட நேபாளத்தில் அடிமை முறை நிலவி வந்ததைச் சொல்லியிருக்கிறோம். அடிமைத்தனத்தை ஒழித்த பிரதமர் சந்திரஷம்ஷேர் சட்டப் புத்தகத்தையும் தயாரித்தார். ஆனால் இது

பிரிட்டிஷ் இந்திய அரசின் நகல் மட்டுமே! நேப்பாளத்தின் சட்டம் அங்கே உள்ள ஆட்சியாளர்களைப் பொருத்தே இருந்தது. ஆட்சியாளர் மாறிய போதெல்லாம் அதுவும் மாறிக்கொண்டே இருந்தது. நேப்பாளத்தில் ஒரு சிறு வணிக வர்க்கமும் இருக்கிறது. இதில் காட்மண்டு பள்ளத்தாக்கைச் சேர்ந்த 'நேவார்' இன மக்களே அதிகம் பேர். மற்ற மக்களைப் போலவே இவர்களுக்கும் அரசாட்சியில் எவ்விதப் பங்குமில்லை. கொடுங்கோலாட்சியில் பெரிய அளவில் முதலீடு செய்து தொழிற்சாலைகளை ஆரம்பிக்க வாய்ப்பில்லை. இதனாலேயே நேப்பாளத்தில் மலிவான மின்சாரமும், கச்சாப் பொருட்களும் நிறைய கிடைத்தாலும் தொழில்கள் வளரவில்லை. 'ரோப் லைன்' (மேலே கம்பியில் செல்லும் போக்குவரத்துச் சாதனம்) போடப்பட்டதாலும், மோட்டார்கள் பெருகியதாலும் கீழேயிருந்து வினியோகப் பொருட்கள் விரிவாக வரத்தொடங்கின. இதனால் நேப்பாளக் குடிசைத் தொழில்கள் சீரழிந்து கொண்டிருக்கின்றன. பல நகரங்களும், கிராமங்களும் ஒளியிழந்து காணப்படுகின்றன. எனினும் இதன் மூலம் சுங்க வரி வசூலிக்கவும், ஆடம்பரப் பொருட்களை வரவழைக்கவும் ஆளும் வர்க்கத்திற்கு நல்ல வாய்ப்பு கிடைத்தது.

நேப்பாள அரசு உலகத்தின் மிகக் கேடு கெட்ட கொடுங்கோல் அரசாகும். அது நாட்டின் செல்வம் பூராவையும் ஒரேயொரு நிலப்பிரபுக் குடும்பத்தாரின் ஆடம்பர வாழ்க்கைக்காக ஊதாரித் தனமாகச் செலவழித்துக் கொண்டிருக்கிறது. நேப்பாள மக்களின் வாயடைக்கப்பட்டுள்ளது. அவர்கள் தமது அரசியல் கருத்துக்களை வெளியிடவோ, பத்திரிகைகள் பிரசுரிக்கவோ, புத்தகங்கள் வெளியிடவோ முடியாது.

நேப்பாளம் குட்டைக்குள்ளிருக்கும் பாசியைப் போல் இன்னும் நிலப்பிரபுத்துவ யுகத்தில் ஏன் அழுகிக் கொண்டிருக்கிறது?

காரணம், பிரிட்டிஷார் வெளிநாட்டு ஆக்கிரமிப்புகளிலிருந்து அதைப் பாதுகாத்தனர். மக்களின் ஒத்துழைப்பு நேப்பாள அரசுக்குத் தேவையில்லை. நிலப்பிரபுத்துவ நேப்பாளத்துக்குப் பதிலாக பெல்ஜியம், ஹாலந்து அல்லது செக்கோஸ்லோவேகியா போன்ற நவீன நேப்பாளம் தோன்றுவதைப் பிரிட்டிஷ் ஏகாதிபத்தியம் விரும்பவில்லை. இன்றும் நேப்பாள ராணுவத்தில் ஒரு யுத்த விமானமோ, டாங்கோ அல்லது வேறெந்த நவீன ஆயுதமோ இல்லை. நேப்பாளம் பிரிட்டனிலிருந்து உபயோகப்பொருட்களை அதிகமாக இறக்குமதி செய்துகொள்கிறது. அதாவது அந்நாட்டில் பிரிட்டிஷ் முதலாளிகளின் ஏகபோகம் நிலவுகிறது. நேப்பாளம் இங்கிலாந்துக்குக் கச்சாப் பொருட்களை மட்டும் ஏற்றுமதி செய்யவில்லை, பிரிட்டிஷ்

படைக்குப் பெரும் எண்ணிக்கையில் கூர்க்காவினரைப் 'பீரங்கித் தீனி'யாகவும் அனுப்பி வைக்கிறது. கூர்க்கா சிப்பாய்கள் சுயமாகச் சிந்திக்கும் திறன் படைத்தவர்களல்ல, அதிகாரிகளின் சொல்படி கண்ணை மூடிக்கொண்டு நடக்கும் பொம்மைகள்! இந்த நிலைமையில் இருபதாம் நூற்றாண்டு நாகரிகத்தைக் கைக்கொண்டு, தமக்கு நிம்மதி இல்லாமல் செய்வதை வெள்ளையர் விரும்புவார்களா? இந்தியா சுதந்திரமடைந்த மூன்றாண்டுக்குள்ளாகவே நேப்பாளத்தில் ராணாக்களின் கொடுங்கோன்மை ஒழிந்தது. என்றாலும், அங்குள்ள தலைவர்களும், பக்கத்து நாடுகளின் பிற்போக்குத் தலைவர்களும் நேப்பாளத்தை முன்னேற விடாமல் தடுத்துக்கொண்டிருக்கிறார்கள். ஆனால் எத்தனை காலத்துக்குத் தான் தடுக்கப்போகிறார்கள்?

2. முதலாளித்துவ ஆட்சி

(க) இங்கிலாந்து: *(1)* கிராம்வெல் நிலப்பிரபுத்துவக் கொடுங்கோலாட்சியை ஒழித்துக் கட்டினார். 1832வருடத்திய சீர்திருத்த சட்டம் முதலாளி வர்க்கத்தின் கையில் ஆட்சியை ஒப்படைத்தது. இன்று இங்கிலாந்தில் பாராளுமன்றம் ஆட்சி செலுத்துகிறது. அரசு பெயரளவுக்குத்தான் மன்னருக்குக் கீழ்ப்படிந்துள்ளது. 1649ஆம் ஆண்டு ஜனவரி 30ஆம் தேதி முதலாளிகளின் படைத் தளபதி கிராம் வெல்லின் உத்தரவின் பேரில் முதல் சார்லஸ் மன்னருக்கு மரண தண்டனை விதித்தபோதே, பாராளுமன்றம் மன்னரின் பிடியிலிருந்து மீண்டுவிட்டது. இதற்குப் புதிய எடுத்துக்காட்டாக 1936 டிசம்பர் 10ந் தேதி பண முதலைகளின் தலைவர் பிரதமர் பால்ட்வின் உத்தரவுப்படி, தான் விரும்பிய பெண்ணைத் திருமணம் செய்து கொண்டதற்காக எட்டாம் எட்வர்ட் மன்னர் செங்கோல் இழந்தார்.

பாராளுமன்றம் இங்கிலாந்தை ஆள்கிறது. அது நிரந்தர அதிகாரிகளைக் கொண்டும், அமைச்சர் குழுவைக் கொண்டும் ஆட்சி நடத்துகிறது. ஆனால் சட்டங்களைத் தானே இயற்றுகிறது. பாராளுமன்றத்தில் பிரபுக்கள் சபை என்றும் சாதாரண மக்கள் சபை என்றும் இரண்டு சபைகள் உள்ளன.

2. பாராளுமன்றம்: தாமோ அல்லது தமது முன்னோர்களாலோ பரம்பரை பரம்பரையாகப் பேரன் வைகவுண்ட், அர்ல், மார்க்விஸ், டியூக் போன்ற விருதுகள் பெற்றவர்கள் அனைவரும் பிரபுக்கள் சபை (House of Lords)யின் உறுப்பினர்களாவர். அயர்லாந்து, ஸ்காட்லாந்து பிரபுக்களுக்கு இந்த விதி தளர்த்தப்படலாம். பிரபுக்களைத் தவிர பிரிட்டிஷ் அரசு மாதா கோவில்களைச் சேர்ந்த எத்தனையோ தலைமைப் பாதிரியார்களும் இச்சபையில் அங்கத்தினர்களாக உள்ளனர்.

பெரும்பாலான பிரபுக்கள் இங்கிலாந்தின் புராதன நிலச்சுவான்தார் குடும்பத்தைச் சேர்ந்தவர்கள். அர்ல், பால்ட்வின் போன்ற முதலாளிகளும், இச்சபை உறுப்பினர்கள். இவ்வாறு நாட்டின் பழைய நிலச்சுவாந்தர் குடும்பங்களைச் சேர்ந்தவர்களும் முதலாளித்துவக் குடும்பங்களைச் சேர்ந்தவர்களே, பெரும்பான்மை உறுப்பினர்களாகப் பிரபுக்கள் சபையில் வீற்றிருக்கின்றனர். முதலில் இரண்டு சபைகளுக்கும் சம அதிகாரங்கள் இருந்தன. ஆனால் முதலாளித்துவ வர்க்கம் ஆட்சியைக் கைப்பற்றிய பின்னர் பிரபுக்கள் சபை மக்கள் சபைக்குத் தடைக்கல்லாக மாறியது. லிபரல் கட்சி முதலாளிகளுக்கு இது பிடிக்கவில்லை. அவர்கள் 1911ல் ஒரு சட்டம் செய்தார்கள். அதன்படி மக்கள் சபையில் மூன்று தடவை செய்யப்பட்ட சட்டம் பிரபுக்கள் சபையும் ஆமோதித்ததாகவே கருதப்படும். மக்கள் சபை சபாநாயகர் நிதி சம்பந்தமான மசோதா என்று ஒன்றை அறிவித்தால், அது ஒரு சட்டமாகக் கருதப்படும். பிரபுக்கள் சபை உறுப்பினர்களின் எண்ணிக்கையை மன்னர் அதிகரிப்பார். ஆனால் குறைப்பதற்கு எவ்வித விதியுமில்லை. இன்று எல்லாப் பிரபுக்களும் சபைக்கு வந்துவிட்டதால் இடங்கொள்ளாத அளவுக்குப் பிரபுக்களின் எண்ணிக்கை உள்ளது. ஆனால் அவர்கள் பெரும்பாலும் சபைக்கு வருவதேயில்லை.

மக்கள் சபையில் (House of Common) 640 உறுப்பினர்கள் இருக்கின்றனர். இச்சபை ஒரு முறை தேர்ந்தெடுக்கப்பட்ட பிறகு, ஆளும் கட்சியின் யோசனைப்படி, மன்னர் அதை இடையிலே கலைக்காமலிருந்தால், ஐந்தாண்டுகள் இயங்கும். பிரிட்டனில் முதலில் ஆண்களுக்கு மட்டுமே வாக்குரிமை இருந்தது. 1928ஆம் ஆண்டிலிருந்து மட்டுமே இருபத்தோரு வயது நிரம்பிய பெண்களுக்கும் வாக்குரிமை அளிக்கப்பட்டது. மக்கள் சபையில் பெரும்பான்மைக் கட்சியின் தலைவரே பிரதமராகிறார். பிரிட்டிஷ் ஆட்சியின் அடிப்படையே மக்கள் சபைதான்! இருப்பினும் மக்கள் சபை செய்த சட்டங்களையும் மன்னர் மூன்றாண்டுகள் வரையிலும் அமலாகாமல் தடுத்து நிறுத்த முடியும்.

மக்கள் சபைக்கு நடக்கும் தேர்தல் ஜனநாயக முறை என்று சொல்லப்படுகிறது. ஆனால் எல்லாருக்கும் வாக்குரிமை அளித்துவிடுவதாலேயே அது ஜனநாயகமாகிவிடாது. நாட்டின் செல்வம் எல்லாம் ஒரு சிலர் கையில் இருக்கும்வரை, பத்திரிகைகள் எல்லாம் ஒரு சில முதலாளிகளுக்குச் சொந்தமாக உள்ளவரை, தேர்தல்களில் தாராளமாகப் பணம் செலவு செய்ய அவர்களால் மட்டுமே இயலும். இதற்கு எதிராக ஒரு சாதாரண வேட்பாளன்

தனது வாக்காளர் அனைவரையும் சந்திக்கவும் முடியாத நிலைதான் இருக்கும். பொருளாதார சமத்துவம் இல்லாமல் வாக்குரிமை அளித்துவிட்டோமென்பது பிரச்சாரத்துக்குப் பயன்படலாமே தவிர, அதுவே ஜனநாயகமாகி விடாது. இதனால்தான் இங்கிலாந்தில் சாதாரண மக்களுக்கு வாக்குரிமை கிடைத்த பின்னும், அங்கே தொழிலாளர் கட்சி ஆட்சிக்கு வந்தபின்னும் பாராளுமன்றம் பணமூட்டைகளின் கையில்தான் இருந்து வருகிறது.

(ங) அமெரிக்கா: அமெரிக்க நாட்டின் 83 சதவீதச் செல்வம் 10 சதவீதப் பணக்காரர்களின் கையிலேயே இருக்கிறது. 90 சதவீத மக்களிடம் 117 சதவீதச் செல்வமே உள்ளது. அமெரிக்காவில் வங்கி அதிபர்களின், பெரு முதலாளிகளின் செல்வாக்கே கொடிகட்டிப் பறக்கிறது. 1930-70ஆம் ஆண்டுகளுக்கிடையே அங்கே ஏற்பட்ட பொருளாதார நெருக்கடியின்போது, 17 லட்சம் விவசாயிகள் தமது நிலத்தை இழந்துவிட்டனர். அவர்களுடைய நிலமெல்லாம் இந்தப் பத்து சதவீதச் செல்வந்தர்களிடம் போய்விட்டது. அமெரிக்கா பணக்கார அரசுக்கு ஒரு நல்ல எடுத்துக்காட்டாகும். இங்கிலாந்து போன்ற புராதன நாடுகளில் உள்ள நிலப்பிரபுத்துவக் குடும்பங்களைப் போல் அமெரிக்காவில் இல்லாவிட்டாலும், ஒரு தலைமுறைக் குள்ளாகவே மேல்தட்டு வர்க்கத்தை உண்டாக்கும் சக்தி அமெரிக்க டாலருக்கு இருக்கிறது. அங்கே அடிமைகளாக ஆப்பிரிக்காவிலிருந்து கொண்டு செல்லப்பட்ட நீக்ரோ சந்ததியினர் இன்றும் பல குடியுரிமைகள் மறுக்கப்பட்டுள்ளனர்.

அமெரிக்கா 48 மாநிலங்களின் அமைப்பாகும். இவை தவிர அலாஸ்கா, ஹவாயும் இருப்பினும், அவற்றுக்கு மற்ற மாநிலங்களுக்குள்ள உரிமைகள் இல்லை. அவை அமெரிக்கப் பாராளுமன்றத்துக்கு (காங்கிரஸுக்கு) உறுப்பினர்களைத் தேர்ந்தெடுத்து அனுப்ப இயலாது. அமெரிக்கா 30,26,798 சதுர மைல் பரப்புள்ளது. மக்கள் தொகை 23 கோடியாகும். அமெரிக்காவில் மாநிலங்கள் தாமாக அளித்த அதிகாரங்கள் மட்டுமே மத்திய அரசுக்கு உள்ளன. 1776இல் அமெரிக்கா சுதந்திரப் பிரகடனம் செய்ததிலிருந்து இன்றுவரை அங்கு மிகக் குறைந்த மாறுதல்களே நிகழ்ந்துள்ளன. அமெரிக்க அரசியல் சட்டம் 1787இல் தயாரிக்கப்பட்டு 1789இல் அமலுக்கு வந்தது. சென்ற நூற்றைம்பது வருட நீண்ட காலத்தில் அரசியல் சட்டத்திற்கு 21 திருத்தங்கள் மட்டுமே செய்யப்பப்பட்டன. இதனால் அமெரிக்காவில் சமுதாய மாற்றத்தைத் தடுத்து நிறுத்த செய்யப்பட்ட முயற்சி விளங்குகிறது. அமெரிக்க முதலாளிகளின் நலன் இதில்தான் அடங்கியிருக்கிறது. அதனாலேயே அவர்கள் உற்பத்தித் துறையில்

புதிய கண்டுபிடிப்புகளுக்கு ஊக்கமளித்திருந்தாலும், தமது சமுதாய அரசியலை அப்படியே நிலைநிறுத்தினார்கள்.

அமெரிக்க ஆட்சி ஜனாதிபதி, காங்கிரஸ், சுப்ரீம் நீதிமன்றம் ஆகியவைகளை அடிப்படையாகக் கொண்டது.

1. ஜனாதிபதி: அமெரிக்க ஜனாதிபதி பெயரளவுக்கு மட்டு மல்லாமல், செயல் அதிகாரமும் படைத்தவர், நாட்டை ஆள்வதில் அவருக்குப் பெரும் பங்குண்டு. அங்கே குடியரசு ஜனநாயகக் கட்சிகள் இரண்டும் ஜனாதிபதித் தேர்தலுக்குத் தத்தமது வேட்பாளர்களை நிறுத்துகின்றன. இரண்டு கட்சிகளும் முதலாளித்துவத்தை ஆதரிப்பவை மட்டுமல்லாமல், இரண்டு கட்சிகளின் அரசியல் நடவடிக்கைகளிலும் வேற்றுமை ஏதுமில்லை. இரு கட்சிகளைச் சேர்ந்தவர்கள் சுயேச்சையாகப் பல விஷயங்களில் தமது கருத்தை வெளியிடுகின்றனர். ஜனாதிபதித் தேர்தல் நான்காண்டுக்கொரு முறை நடக்கிறது.

அரசியல் சட்டத்தில் ஜனாதிபதிக்கு காங்கிரஸையும் (பாராளுமன்றத்தையும்) தலைமை நீதிமன்றத்தையும் கட்டுப்படுத்தும் அதிகாரம் வழங்கப்படவில்லை. இவைகளை அவர் கலைக்க முடியாது. ஆனால் பாராளுமன்றம் அங்கீகரித்த சட்டத்தைப் பத்து நாட்களுக்குள் ரத்து செய்துவிடலாம். எனினும் அமைச்சரவையை ஏற்படுத்திக் கொள்வதில் ஜனாதிபதிக்கு முழுஉரிமையுண்டு. அவர் அமெரிக்காவின் பிரதமரும் தலைமைப் படைத் தளபதியுமாவார். 'தலைமைத் தளபதி' என்னும் பதவி மரியாதைக்காக இருந்தாலும் பிரதமரான அவருக்கு எல்லையற்ற அதிகாரங்கள் உள்ளன. இதனாலேயே அமெரிக்க மந்திரிகள் ஜனாதிபதியின் வேலைக்காரர்கள் எனப்படுகின்றனர். அமைச்சரவையில் மட்டுமல்லாமல், அரசாங்க அதிகாரிகளிலும் அவர் விரும்பியவர்களை வைத்துக்கொள்ளலாம். விரும்பாதவர்களை நீக்கிவிடலாம். புதிய ஜனாதிபதி தேர்ந்தெடுக்கப் பட்டதும் பழைய அதிகாரிகள் அனைவரும் வீட்டுக்கு அனுப்பப்பட்டு புதிய கலெக்டர்கள், கமிஷனர்கள், டைரக்டர்கள், இன்ஸ்பெக்டர்-ஜெனரல்கள் அமர்த்தப்படுகின்றனர். ராஜஸ்தானத்து சமஸ்தானங் களிலும் இதேபோல் நடைபெற்று வந்தது.

அமெரிக்க ஜனாதிபதி தலைமைப் படைத்தளபதி மட்டுமல்லாமல், அவர் புதிய ஒப்பந்தங்களைச் செய்து, கொள்ளவும் உரிமை படைத்தவர். ஆனால் செண்ட் சபையினர், மூன்றில் இரண்டு பங்கு உறுப்பினர்கள் அவற்றை அங்கீகரிக்க வேண்டும். ஜனாதிபதியே தலைமை நீதிமன்ற நீதிபதிகளையும் நியமிக்கிறார். ஆனால் அவர்களை நீக்கும் உரிமை அவருக்கு இல்லை. ஜனாதிபதி இரண்டாம்

ரூஸ்வெல்டின் எத்தனையோ சீர்திருத்த சட்டங்களைப் பழைய நீதிபதிகள் ரத்து செய்து விட்டனர்.

ஜனாதிபதித் தேர்தலின் போதே துணை ஜனாதிபதியும் தேர்ந்தெடுக்கப்படுகிறார். அவரே செனட் சபைத் தலைவராகவும், ஜனாதிபதி இறந்துவிட்டால் ஜனாதிபதியும் ஆகிறார். தியோடர் ரூஸ்வெல்ட், ட்ரூமன், ஜான்ஸன் போன்றோர் இவ்விதம் ஜனாதிபதியானவர்களே!

2. காங்கிரஸ்: அமெரிக்கப் பாராளுமன்றத்தில் இரண்டு சபைகள் உள்ளன. மேல் சபை 'செனட்' என்றும், கீழ்ச்சபை 'பிரதிநிதிகள்' சபை என்றும் அழைக்கப்படுகின்றன. இரண்டு சபைகளும் வயது வந்தோர் வாக்குரிமையின் அடிப்படையில் தேர்ந்தெடுக்கப்படுகின்றன. அமெரிக்க மக்கள் அனைவருக்கும் வாக்குரிமை இருந்தாலும், நீக்ரோக்களில் பெரும்பாலோருக்குப் பல காரணங்களைக் காட்டி வாக்குரிமை மறுக்கப்படுகிறது.

3. (அ) பிரதிநிதிகள் சபை: 1938ஆம் ஆண்டு நவம்பர் 8ஆம் தேதி நடைபெற்ற தேர்தலில் இச்சபை உறுப்பினர் எண்ணிக்கை 435ஆகஇருந்தாலும், மாநிலங்களின் மக்கள் தொகை மாறுவதை யொட்டி அது மாறிக்கொண்டே இருக்கும். இரண்டு வருடங்களுக்கு ஒரு முறை பிரதிநிதிகள் தேர்ந்தெடுக்கப்படுவார்கள். சில பிரதேசங்களின் பிரதிநிதிகள், சபையில் விவாதம் செய்ய முடியுமே தவிர, வாக்களிக்க முடியாது. 1938ஆம் ஆண்டு தேர்தலில் 261 ஜனநாயகக் கட்சி உறுப்பினர்களும், 169 குடியரசுக் கட்சி உறுப்பினர்களும் தேர்ந்தெடுக்கப்பட்டனர். கிராமப்புறப் பிரதிநிதிகளே அதிகம்பேர் இருந்தனர். பிரதிநிதிகள் சபைக்கு ஒரு தலைவர் இருப்பார். செனட் சபையில் உறுப்பினர்களுக்குள்ள பேச்சுச் சுதந்திரம் பிரதிநிதிகள் சபை அங்கத்தினர்களுக்கு இருப்பதில்லை.

(ஆ) செனட் : இச்சபையில் மாநிலத்திற்கு இருவர் வீதம் 96 உறுப்பினர்கள் இருப்பார்கள். அவர்கள் ஆறு ஆண்டுகளுக்குத் தேர்ந்தெடுக்கப்பட்டாலும், ஒவ்வொரு ஆண்டும் மூன்றிலொரு பங்கு புதிய உறுப்பினர்கள் தேர்ந்தெடுக்கப்படுவார்கள். மாநிலத்திற்கு இருவர் வீதம் அவர்கள் தேர்ந்தெடுக்கப்படுவதால், எல்லாரும் ஒரே எண்ணிக்கையில் உள்ள மக்களின் பிரதிநிதிகள் அல்லர். எடுத்துக்காட்டாக, ஒரேயொரு பிரதிநிதியை அனுப்பும் டெலாவெர் மாநிலமும், 45 பிரதிநிதிகளை அனுப்பும் நியூயார்க் மாநிலமும் இருவரை மட்டுமே செனட்டுக்குத் தேர்ந்தெடுக்க முடியும். செனட் சபைக்குப் போட்டி தீவிரமாக இருக்கும். ஏனெனில் செனட் சபை

அங்கத்தினர்களின் பதவிக்காலம் மும்மடங்கு இருப்பதோடு, அவர்களுக்கு உரிமைகளும் அதிகமாக உள்ளன. அமெரிக்காவில் புகழ்பெற்ற அரசியல் தலைவர்கள் பிரதிநிதிகளாக அல்லாமல் செனட்டர்களாக இருக்கின்றனர். இதற்காகக் குடும்பப் பரம்பரை அமலுக்குக் கொண்டு வரவும் முயற்சிக்கப்படுகிறது. செனட்டர், தான் விரும்பும் வரை சபையில் பேசிக்கொண்டே இருக்கலாம். வெளிநாடுகளுடன் ஒப்பந்தங்கள் செய்துகொள்ள அச்சபையின் மூன்றில் இரண்டு பங்கு ஒப்புதல் இருக்கவேண்டும். தலைமை நீதிமன்றத்திற்கு நீதிபதிகளை நியமிப்பதில் அதன் கருத்துக்கு மதிப்பளிக்கப்படுகிறது. இவையெல்லாம் செனட் சபையின் அதிகாரத்தைப் பெருக்கி விட்டது. இங்கிலாந்தில் கீழ்ச்சபைக்கு- காமன்ஸ் சபைக்கு- பெருமளவுக்கு அதிகாரங்கள் இருந்தால், அமெரிக்காவில் மேல் சபைக்கு- செனட்டுக்கு - நிறைய உரிமைகள் உள்ளன.

3. தலைமை நீதிமன்றம்: இதில் ஒன்பது நீதிபதிகள் இருப்பார்கள். இவர்களைச் செனட் சபையின் யோசனைப்படி ஜனாதிபதி நியமிப்பார். ஆனால் நியமிக்கப்பட்ட நீதிபதிகளைப் பதவியிலிருந்து விலக்க முடியாது. பிரதிநிதிகள் சபை அங்கீகரிக்க எந்த ஒரு சட்டத்தையும் நீதிமன்றம் அரசியல் சட்டத்திற்கு விரோதமானதெனக் கூறி, ரத்து செய்துவிடலாம். ரூஸ்வெல்ட் கொண்டு வந்த பல சீர்திருத்த சட்டங்களை ரத்து செய்துவிட்டது.

அமெரிக்க ஆட்சி முறையை ஆராய்ந்தால், அது சூழ்நிலைகளுக் கேற்றவாறு நிகழும் மாறுதல்களைத் தடுத்து நிறுத்துவதிலேயே கண்ணுங்கருத்துமாய் இருந்து வந்ததைக் கவனிக்கலாம். அது அமெரிக்காவை இருபதாம் நூற்றாண்டிலும் பதினெட்டாம் நூற்றாண்டிலேயே பிடித்து வைக்க விரும்புகிறது. இதில் அமெரிக்க ஆளும் வர்க்கம் இது வரை வெற்றி பெற்றும் வருகிறது. காரணம், அங்கே மக்கள் சஞ்சாரமற்ற பிரதேசங்கள் நிறைய இருந்தன. அயல் நாடுகளிலிருந்தும் வருபவர்களுக்கு வேலைவாய்ப்பு தரக்கூடிய தொழிற்சாலைகளும் நிறைய இருந்தன. ஆனால் இப்போது மக்கள் சந்தடியில்லாத பிரதேசங்கள் முடிந்துவிட்டன. சென்ற 1930-33ஆம் வருடங்களில் ஏற்பட்ட பொருளாதார நெருக்கடியில் நான்கில் ஒரு பங்கு அமெரிக்க விவசாயிகள் தமது நிலபுலன்களை இழந்துவிட்டனர். வெளிநாட்டு மார்க்கெட்டுகளிலும் கடுமையான போட்டி நிலவுகிறது. இதனால் அமெரிக்காவில் ஒரு கோடிக்கு மேல் வேலையில்லாதோர் பெருகிவிட்டனர். இந்நிலையில் 1787ல் இயற்றப்பட்ட அமெரிக்க அரசியல் சட்டம் நாட்டை முன்னேற விடாமல் தடுத்து நிறுத்த முடியுமென்று கூறுவதற்கில்லை.

இரண்டாம் உலகப் போர்க் காலத்தில் மிக அதிகமான அளவில் ஆயுதங்களை விற்பனை செய்வதும் உலக மார்க்கெட்டுகளைக் கைப்பற்றுவதுமே அமெரிக்காவின் கொள்கையாக இருந்தது. ஆனால் ஹிட்லர் ஜெர்மனியின் தொடர்ந்த வெற்றிகளைக் கண்டு அமெரிக்காவிற்குத் தனது எதிர்காலத்தைப் பற்றிய பயம் பிடித்துக் கொண்டுவிட்டது. ஜெர்மனியின் வெற்றிகளின் முன்னே முதலாளித்துவ அமெரிக்கா தனது 13 கோடி மக்கள் தொகையுடன் ஐரோப்பிய பாசிஸ்ட் ஜெர்மனியின் 34[1] கோடி மக்கள் பலத்தின் முன்னே கச்சாப் பொருட்களுக்காகவும் மார்க்கெட்டுகளுக்காகவும் போட்டி போட முடியாது. அத்துடன் ஹிட்லர் அமெரிக்கா மீதும் படையெடுக்க மாட்டான் என்பதற்கு உறுதியில்லை. இதனாலேயே அமெரிக்கா ஹிட்லருக்கு எதிராகப் பிரகடனப்படுத்தப்படாத யுத்தத்தில் பங்கெடுத்துக்கொண்டது. புரட்சியைத் தள்ளிப் போடுவதற்கு வாய்ப்பளிக்கும் வேலையற்றோருக்கும் ஏழைகளுக்கும் நிவாரணமளிக்கக்கூடிய சீர்திருத்தங்களையும் எதிர்த்த அமெரிக்கப் பெருமுதலாளிகளே அந்நாடு ஹிட்லர் மேல் போர் தொடுத்ததையும் எதிர்த்தனர். ஆனால் இட்லரின் வெற்றிகளால் அமெரிக்காவிற்குப் பேராபத்து சூழ்ந்துவிட்டது. இதனாலேயே அமெரிக்கா போரில் குதிக்க நேர்ந்தது. ஆனால் போரில் சோவியத் யூனியனும், மற்ற ஐரோப்பிய நாடுகளும் செய்த மகத்தான தியாகங்களைப் போல் அமெரிக்கா செய்யவில்லை. "மக்கள் உரிமைச்சாசனம்" ரூஸ்வெல்ட்டோடு போய்விட்டது. இரண்டாம் உலக யுத்தத்திற்குப் பிறகு அமெரிக்க ஏகாதிபத்தியம் ஹிட்லரைப் போலவே உலகத்தை வெற்றி கொள்ள வேண்டுமென்னும் பேராசை கொண்டுள்ளது. அதற்குத் தடையாக இருப்பதால் சோவியத்யூனியனை அது பரம எதிரியாகக் கருதுகிறது. அமெரிக்கா உலகை மூன்றாம் உலகப் போரில் தள்ளப் பார்க்கிறது.

3. பாசிஸ்ட், நாஜி ஆட்சிகள்

(க) பாசிஸ்ட் இத்தாலி

1. பாசிஸத்தின் தோற்றம்: முதல் உலக ஏகாதிபத்திய யுத்தத்திற்குப் பின்னர் முதலாளித்துவத்தின் நிலைமை மேலும் மோசமடைந்துவிட்டதால், அது தனது முகமூடியைக் கிழித்தெறிந்து

---

1. இரண்டாம் உலகப் போரில் ஜெர்மனி படையெடுத்து வெற்றி கொண்ட அல்பேனியா, பெல்ஜியம், பல்கேரியா டென்மார்க், கிரீஸ், ஆஸ்திரியா, லக்ஸம்பர்க், ஹாலந்து, நார்வே, போர்ச்சுகல், ருமேனியா, செக்கோஸ்லோவாகியா ஆகிய நாடுகளின் மக்கள் தொகை 34 கோடி ஆகிறது.

உண்மை உருவத்துடன் நின்றது. அது தேசீய வெறியைத் தூண்டிவிட்டு உலக சகோதரத்துவத்தின் மீது தாக்குதல் தொடுத்து, யுத்தத்தின் மகிமையைப் புகழ்ந்து உலகத்தை மறுபங்கீடு செய்வதற்காக அடுத்த போருக்கான தயாரிப்புகளை ஆரம்பித்து விட்டது. முதலாளித்துவத்தின் இப்புதிய உருவம் முதன் முதலில் இத்தாலியில் தோன்றியது.

2.பாசிஸத் தத்துவம்: *1919*ல் இத்தாலியில் முசோலினி பாசிஸ்ட் கட்சியைத் தொடங்கினான். ஆனால் பாசிஸம் முசோலினியின் கண்டுபிடிப்பல்ல. இத்தத்துவத்தைப் பிரச்சாரம் செய்தவர் வல்ஃபிரடோ பரேத்தோ *(1848-1923)* ஆவார். அவர் நீஷேயின் தத்துவ இயலையும், மாகியவெல்லி *(1469-1527)*யின் 'சாணக்கிய நீதி'யையும் அடிப்படையாகக் கொண்டு தனது அரசியல் கருத்துக்களைத் தயாரித்தார். பரேத்தோவின் தந்தை மனிதத்துவத்தையும், மாஜினியின் கருத்துக்களையும் ஆதரித்ததால் இத்தாலியை விட்டு ஓடிப்போக நேர்ந்தது. பரேத்தோ தன் தந்தையின் கருத்துக்களைத் தீவிரமாக எதிர்ப்பவர் மனிதத்துவத்தைப் படுகொலை செய்வதே அவரது குறிக்கோள். பரேத்தோ தந்தையுடன் இத்தாலிக்குத் திரும்பிவந்தபோது அவருக்குப் பத்து வயது. வயது வந்த பிறகு அவர் அரசியலில் பங்கெடுக்க வாரம்பித்தார். ஆனால் அவருடைய சுயேச்சை வியாபாரக் கொள்கையும், பரந்த கருத்துக்களும் இத்தாலிய அரசாங்கம் விரும்பவில்லை. இதனால் அவர் கொள்கையை மாற்றிக்கொண்டு சக்தியை ஆராதிக்கத் துவங்கிவிட்டார். மனிதத்துவம், பரந்த சிந்தனை, சோஷனீட்டார். பரேத்தோவின் இவ்வெதிர்மறை கருத்துக்களையே பாசிஸ்ட் கட்சி தனது கொள்கையாக ஏற்றுக்கொண்டது. பரேத்தோ இஞ்சினீயரும் கணித வல்லுநருமாவார். அவர் ஸ்விட்சர்லாந்தில் லவ்ஜேன் பல்கலைக்கழகத்தில் பேராசிரியராகப் பணியாற்றினார். அப்போது முசோலினி அவரது மாணவர்களில் ஒருவன்.

*1922*ஆம் ஆண்டில் முசோலினி இத்தாலிய அரசாங்கத்தைக் கைப்பற்றியதும் பேராசிரியர் பரேத்தோவிற்கு ஒரு உயர் பதவி தந்தான். ஆனால் அவர் பாவம், அடுத்த ஆண்டே காலமாகிவிட்டதால், பாசிஸ்ட் இத்தாலி அவருடைய 'சிறப்பான சேவை'யை இழந்துவிட்டது "சமுதாயத்தின் சிறப்பான உருவம் எப்படி இருக்கவேண்டும்?" என்னும் கேள்விக்கு, "என் எண்ணங்களுக்கு உகந்தபடி இருக்கும் சமுதாய உருவமே சிறப்பானதாக இருக்கும்" என்று பதிலளித்தார் பரேத்தோ. அவரது சமூகக் கருத்துக்களுக்கு அடிப்படை 'பிறவித் தலைவன்' (ELEI) என்னும் தத்துவாகும். ஒவ்வொரு சமுதாயத்திலும் சிலர் அறிவு, தகுதி, திறமை, துணிவு போன்றவைகளில் சிறப்புடையவர்களாக இருப்பார்களென்பது

அவரது கூற்று. பிறவித் தலைவர்கள் எல்லாத் தகுதிகளையும் பெற்றிருப்பார்கள். ஆனால் ஒரேயொரு விஷயத்தில் மட்டும் அவர்கள் குறையுள்ளவர்களே. அவர்கள் தம்மைப் போன்ற சந்ததியை ஈன்றெடுக்க முடியாது. சாக்ரடீஸ், பிளாட்டோ போன்ற தத்துவ மேதைகளும் இப்படிப்பட்ட கருத்துக்களையே கூறியிருக்கின்றனர். சாக்ரடீஸைப் போலவே பரேத்தோவும் ஒவ்வொரு தலைமுறையிலும் பிறவித் தலைவர்கள் வர்க்கத்தைப் புதிய ஆட்களைக் கொண்டு நிரப்பவேண்டுமென்று யோசனை கூறினார். அவருடைய வாதப்படி, சமூக நிர்வாகம், 'பிறவித் தலைவர்கள்' வர்க்கத்தின் ஊகயில் இருக்கவேண்டும். பெரும்பாலான மக்கள் 'பிறவித் தலைவர்களாக' இருப்பதில்லை. ஆகவே அவர்களுக்கு சொந்தமாகச் சிந்திக்கவும், பேசவும், செயலாற்றவும் சுதந்திரம் இருக்கக்கூடாது. அவர்களுடைய கடமை தலைவரைப் பின்பற்றுவதுதான்! தலைவர் அவர்களைக் காட்டிலும் அவர்களது நலன்களைப் பற்றிச் சிந்தித்து, செயலாற்ற முடியும். புரட்சி குறித்து பரேத்தோவின் கருத்து : "தாழ்ந்த வர்க்கத்தில் உயர் தகுதி கொண்டவர்கள் பெருகும்போது, அதே சமயத்தில் உயர் வர்க்கத்தில் குறைந்த தகுதியுடையவர்கள் அதிகரிக்கும் போது உயர் வர்க்கம் பலத்தைப் பயன்படுத்தத் தயங்குகிறது. அதனாலேயே புரட்சி வெடிக்கிறது." புரட்சியைத் தடுக்க பரேத்தோ கூறிய வழி, அடிக்கடி தாழ்ந்த வர்க்கத்திலுள்ள தகுதி திறமை படைத்தவர்களை உயர்ந்த வர்க்கத்தில் சேர்த்துக்கொண்டிருக்க வேண்டும். இதைச் செய்யாவிட்டால், தாழ்ந்த வர்க்கத்தார் வெற்றிகரமான புரட்சியைச் செய்துவிடுவார்கள். உலக சகோதரத்துவம், சமத்துவம் போன்றவை கெட்ட பண்புகளாகும். இவை ஆளும் வர்க்கத்தைப் பலவீனமாக்கி விடும். அடக்கப்பட்ட வர்க்கம் அதைச் சுலபமாக ஆட்சிப் பீடத்திலிருந்து விரட்டியடித்து விடும். வஞ்சனை, நம்பிக்கை,மோசடி, பொய், புனைச் சுருட்டு போன்றவற்றில் தேர்ந்த ஆளும் வர்க்கத்தைச் சுலபமாக யாராலும் தோற்கடிக்க இயலாது. ஆட்சியாளர்கள் தமது நிலையை வலுப்படுத்திக்கொள்ள ஆசை காட்டுதல், பாரபட்சம் காட்டுதல் ஆகியவைகளைப் பயன்படுத்த வேண்டும். பணக்காரர்களுக்கும், முதலாளிகளுக்கும் நன்மைகள் செய்யச் செய்ய அவர்கள் ஆளும் வர்க்கத்துக்கு உதவி புரிவார்கள். ஆனால் பணக்காரர்களுக்கும், ஆட்சியாளர்களுக்கும் உள்ள நெருங்கிய தொடர்பை வெளிக்காட்டிக்கொள்ளக்கூடாது. பரேத்தோவின் கருத்தில் ஜனநாயகத்துக்கு எவ்வித முக்கியத்துவமுமில்லை. அவருக்கு மக்கள் கூட்டம் செம்மறியாட்டு மந்தையே! அவர் மற்ற பல பிற்போக்கு அறிஞர்களைப் போலவே 96 சதவீத மக்களுக்கு நாலு சதவீதத் தலைவர்களைக் கண்ணை மூடிக்கொண்டு பின்பற்றுமாறு

யோசனை கூறுகிறார்: "பரேத்தோ நல்லொழுக்கத்தின் பெயரையும் விரும்பவில்லை. உண்மை, நீதி, நியாயம், ஜனநாயகம் போன்றவை அவருக்கு வேம்பாகக் கசக்கும்." என்று பேராசிரியர் வெல்ஸ்வர்த் ஃபாரிஷ் சொல்கிறார்.

3. பாசிஸ்ட் அரசியல்: பாசிஸம் குறிப்பாகப் பரேத்தோவின் மேற்சொன்ன கருத்துக்களை அடிப்படையாகக் கொண்டது. பாசிஸத்தின் முதல் சித்தாந்தம்: தேசீய வெறி. தமது நாடு எல்லா நாடுகளையும் விடச் சிறந்ததும், அந்நாடுகளை ஆளத் தகுதியுடையது மாகும். உலகிலுள்ள மற்ற நாடுகளெல்லாம் தமது நாட்டிற்கு ஊழியம் செய்ய வேண்டியவையும், தமது நாட்டுக் கட்டளைகள் நிறைவேற்ற வேண்டியவையேயாகும். இரண்டாவது சித்தாந்தம்: போர்வெறி, போர் மனித சமுதாயத்தின் வளர்ச்சிக்கும், செழிப்பிற்கும் அவசியமாகும். தமது வலிமையைக் காட்ட முடியாதவர்கள் ஆட்சிபுரிய அருகதையற்றவர்கள். மூன்றாம் சித்தாந்தம்: கொடுங்கோலாட்சி. அதன் கடிவாளம் ஒரேயொரு தலைவர் (முசோலினி) கையில் மட்டுமே இருக்க வேண்டும். இத்தாலிய பாசிஸ்ட் மத்தியக் குழுவும் அந்த ஒரு தலைவருக்கு (முசோலினிக்கு) யோசனைகள் மட்டுமே கூற இயலும். பேச்சுரிமை, எழுத்துரிமை, கூட்டம் கூடும் உரிமை, வானொலி ஆகிய உரிமைகளைச் சிறிய, பெரிய தலைவர்களுக்கு மட்டுமே அளிக்க முடியும். மற்றவர்கள் அவ்வுரிமைகளுக்குத் தகுதியற்றவர்கள். நான்காம் சித்தாந்தம்: முதலாளித்துவ சர்வாதிகாரம்.

4. பாசிஸ்ட் பொருளாதாரக் கொள்கை: பாசிஸம் முதலாளிகள்- தொழிலாளருக்கிடையே தோன்றும் தகராறுகளைத் தீர்க்க ஒரு புதிய கொள்கையைக் கைக்கொண்டது. அது முதலாளியின் முதலீட்டுப் பணத்தைத் தனது பாதுகாப்பில் எடுத்துக் கொண்டது. இப்பொழுது, தான் திவாலாவோமென்னும் பயமே முதலாளிக்கு இருக்கவில்லை. லாபம் சற்றுக் குறைவாகக் கிடைக்கலாமே தவிர, முற்றாகக் கிடைக்காதென்ற அச்சமில்லை. முதலாளி தனது மிகுதிப் பணத்தைப் புதிய தொழிற்சாலைகளில் முதலீடு செய்யலாம். தனது தொழில்களை நடத்தலாம். அரசாங்கம் முதலாளியின் லாபத்திற்காகவே, அவருடைய வர்க்கத்தாரலேயே அல்லவா நடத்தப்படுகிறது! ஆகவே அரசாங்கம் சார்பில் முதலாளி மீது அவருடைய நன்மைக்காகவே சில கட்டுப்பாடுகள் விதிக்கப்பட்டால் அதிருப்தி கொள்ள வேண்டியதில்லை. தொழிலாளிக்குத் தனது நிலைமையை மேம்படுத்திக்கொள்ள, ஊதிய உயர்வுக்காக வேலை நிறுத்தம் செய்யும் உரிமையில்லை. வேலை நிறுத்தம் செய்வது அரசாங்கத் துரோகமாகும்.

5. பாசிஸம் வெற்றி பெற்றதன் காரணங்கள்: 1922இல் பாசிஸம் அரசைக் கைப்பற்றுவதில் எப்படி வெற்றி பெற்றது? முதல் உலகப் போருக்கு முன்பிருந்தே இத்தாலியில் சோஷலிஸ்ட் இயக்கம் நடந்து வந்தது. போர்க் காலத்தில் அது மேலும் வளர்ந்தது. ஆனால் அவ்வியக்கத்தில் சீர்திருத்தவாதிகள் நிறைய பேர் இருந்தனர். மறுபக்கம் கத்தோலிக்கப் பாதிரியார்களும், பணக்காரர்களும் வரவிருக்கும் அபாயத்தையறிந்து சும்மாயிருக்க முடியாது, அவர்கள் கிறிஸ்துவ மதத்தின் பேரால் விவசாயிகளிடையே பிரச்சாரம் செய்து அவர்களைத் திரட்ட வாரம்பித்துவிட்டனர். முசோலினியும் முதலில் சோஷலிஸ்டாகவே இருந்தான்: ஆனால் வேறு வழியைப் பின்பற்றினால்தான் தன் சொந்த ஆசை நிறைவேறுமென்பதை அவன் தெரிந்து கொண்டான். முதலில் இத்தாலி யுத்தத்தில் சேராவிட்டாலும், யுத்தத்தில் கூட்டு நாடுகள் வலுப்பெறுவதைக் கண்டு, போரில் சேர்ந்துகொண்டது. இப்போது முசோலினி பகிரங்கமாகவே சோஷலிஸ்டுகளை எதிர்த்த ஆளும் வர்க்கத்தின்- சுரண்டும் வர்க்கத்தின்- கொள்கையைப் பிரச்சாரம் செய்யத் தொடங்கினான். யுத்தம் முடிவதற்குள் இத்தாலியில் சோஷலிஸத்தின் செல்வாக்கு மிகவும் வளர்ந்தோங்கி விட்டது. சீர்திருத்த வாதிகளின் பிரித்தாளும் சூழ்ச்சி இல்லாமலோ, தென் இத்தாலியின் விவசாயிகள் போப்பாண்டவரின் பக்தியில் மூழ்காமலோ இருந்திருந்தால், இத்தாலியிலும் ருஷியாவைப் போலவே பொதுவுடைமைப் புரட்சி நடந்துவிட்டிருக்கும். யுத்தத்தின் விளைவாக நாட்டில் ஏற்பட்ட பொருளாதார நெருக்கடியால் தோன்றிய அதிருப்தியைப் பயன்படுத்திக்கொண்டு, மக்களைப் புரட்சியை நோக்கி அழைத்துச் செல்வதில் காலதாமதம் செய்யப்பட்டு வந்தது. மறுப்பக்கம் முசோலினியின் பாசிஸ்ட் கட்சி பணக்காரர்களின், மடாதிபதிகளின் உதவியைக் கொண்டு ஊர்வலங்களையும், பொதுக்கூட்டங்களையும் சிறப்பாக நடத்தி, கீழ்த்தட்டு மத்தியதர வர்க்க இளைஞர்களையும் தன் பக்கம் கவர வாரம்பித்துவிட்டது. இந்நிலை தொடர்ந்து நீடிக்க முடியாது. சீர்திருத்த சோஷலிஸ்ட்களின் செயலற்ற தன்மை, அவர்கள் நாட்டை ஆளமுடியாதென்பதை நிரூபித்துவிட்டது. 1921லிருந்தே பாசிஸ்டுகள் சோஷலிஸ்டுகளுடன் கலகங்களையும், சண்டை சச்சரவுகளையும் ஆரம்பித்துவிட்டனர். பாசிஸ்டுகளை ஆட்சியாளர்களும், படைத் தளபதிகளும், பணக்காரர்களும் ஆதரித்தனர். நமது நாட்டில் ராஷ்ட்ரீய சுவயம் சேவச் சங்க் (ஆர்.எஸ்.எஸ்.) காரர்களைப் போலவே பாசிஸ்டுகளும் ‘சோஷலிஸம் ஒழிக!’ “புராதன ரோமானிய நாகரிகத்துக்குத் திரும்புவோம்!” என்னும் கோஷங்களை முழக்கினர். சோஷலிஸ எதிரிகள் வலுவுள்ளவர்களாகவும், வசதி படைத்தவர்களாகவும் இருந்தார்கள். இதனால் அவர்கள் சோஷலிஸ்டுகளை அடித்து

நொறுக்குவதில் வெற்றி பெற்றனர். 1921ல் இத்தாலியப் பாராளுமன்றத்தில் 35 பாசிஸ்ட் உறுப்பினர்கள் மட்டுமே இருந்தார்கள். ஆனால் அவர்களுக்கு வாக்குச் சீட்டில் நம்பிக்கை இருந்ததில்லை. தாம் இத்தனை காலமாகக் கட்டி வளர்த்த மிருக பலத்தின் மீதே பாசிஸ்ட்கள் நம்பிக்கை வைத்திருந்தனர். 1922 அக்டோபர் 28ஆம் தேதி முசோலினி தனது நாற்பதாயிரம் கருஞ்சட்டை வீரர்களுடன் ரோம் நகரத்தின் மேல் படையெடுத்தபோது, மன்னர் ராணுவ சட்டத்தை அறிவிக்க மறுத்துவிட்டார். சுரண்டும் கூட்டம் பூராவும் இதையே எதிர் பார்த்துக்கொண்டிருந்தது. அதனால் அது முசோலினிக்கு எதிராக நடவடிக்கை எடுத்துக்கொள்ளுமா? முசோலினி செய்த இந்தப் பகிரங்கக் கலகத்திற்கு அவனுக்குக் கைமேல் பலன் கிடைத்தது. மன்னர் அவனை அழைத்துப் பிரதமராக்கினார். பாராளுமன்றத்திலுள்ள 35 பாசிஸ்ட் உறுப்பினர்களைக் கொண்டே அவன் அரசை நிர்வகிக்க முடியாது. ஆனால் படைத் தளபதிகள் அவனது கையிலிருந்தார்கள்: போப்பாண்டவரின் ஆசி அவனுக்கிருந்தது, எல்லாவற்றுக்கும் மேலாக வர்க்க ஆட்சியின் வலுவான அங்கமான ராணுவம் அவன் கையிலிருந்தது. பாராளுமன்றத்தைக் கைப்பற்றிக்கொள்ள முசோலினி தேர்தல் விதிகளையே மாற்றிவிட்டான். அதன்படி, நாலில் ஒரு பங்கு வாக்குகள் பெறும் கட்சிக்குப் பாராளுமன்றத்தில் நாலில் மூன்று பங்கு இடங்கள் அளிக்கப்படும். இவ்வாறு 1924ல் நடந்த தேர்தலில் பாசிஸ்ட்களுக்குப் பெரும்பான்மை கிடைத்தது. 1924 ஜூன் 10ஆம் தேதி சோஷலிஸ்ட் தலைவர் மத்தேயோத்தியைப் பாசிஸ்ட்கள் படுகொலை செய்துவிட்டனர். இதை எதிர்த்து உலகப் பாராளுமன்றங்களில் எல்லாம் உள்ள பாசிஸ்ட் எதிர்ப்பாளர்கள் தத்தமது சபைகளிலிருந்து வெளிநடப்பு செய்தனர். ஆனால் இதுவெல்லாம் முசோலினியைச் சற்றும் அசைக்கவில்லை. 1925ல் அவன் இத்தாலியில் சர்வாதிகாரத்தை ஏற்படுத்திவிட்டான். 1926இல் அவன் மற்ற அரசியல்கட்சிகளை ரத்து செய்துவிட்டான். அக்கட்சிகளின் தலைவர்கள் சிலர் நாட்டைவிட்டு ஓடிவிட்டனர். மற்றும் பலர் பாசிஸ்ட்களின் கொலை வெறிக்குப் பலியாகிவிட்டனர்.

6. பாசிஸ்ட் அரசியலமைப்பு: *(1) தலைவரே சர்வாதிகாரி:* முசோலினி சர்வாதிகாரியான பிறகு கூட மன்னரை அப்படியே நீடிக்கவிட்டான். யார் நலன்களைக் காப்பாற்ற பாசிஸம் தோன்றியதோ, அந்நலன்களின் பிரதிநிதியே மன்னரும் கூட! மேலெழுந்த வாரியாக மன்னரின் அதிகாரங்கள் குறைக்கப்படாவிட்டாலும், 'தூசே' எனப்படும் தலைவர் சாதாரணப் பிரதமரல்ல, அவர் நாட்டின் சர்வாதிகாரியுமாவார். இத்தாலியப் பார்லிமெண்டில் இரு சபைகளிலும்

எந்த ஒரு மசோதாவும் தலைவரின் (முசோலினியின்) அனுமதியின்றித் தாக்கல் செய்ய முடியாது. தலைவர் பிரதமர் பதவியுடன் கூட வேறு மந்திரிப் பதவிகளையும் தன்னுடைய கையில் வைத்துக்கொள்ளலாம். 1934,இல் கலே அஜ்ஜோ சியானோ என்பவன் முசோலினியின் மருமகனானான். அப்போதிருந்து அவனுக்கும் யோகம் அடித்தது. 1936ல் அவன் வெளிநாட்டுத் துறை அமைச்சரானான். முசோலினி பல மந்திரிப் பதவிகளைத் தானே வைத்துக்கொண்டதோடு, அமைச்சரவை, அரசாங்கம், பாசிஸ்ட் கட்சி ஆகிய எல்லாவற்றுக்கும் சர்வாதிகாரி அவனே!

(2) பாராளுமன்றம்: இரண்டு சபைகள் இருந்தன. 1. செனட் சபை: இதில் மன்னர் வம்சத்தைச் சேர்ந்தவர்களும் மன்னரால் நியமனம் செய்யப்பட்ட பெரிய மனிதர்களும் உறுப்பினர்களாக இருந்தனர். செனட்டுக்கு எவ்வித முக்கியத்துவமும் கிடையாது.

(3) பிரதிநிதிகள் சபை: (Chamber of Deputies) இதில் 400 அங்கத்தினர்கள் இருந்தனர். பாசிஸ்ட் கட்சியின் கிளைகளிலிருந்து அதன் மத்தியக் குழுவுக்கு வேட்பாளரின் பெயர்கள் அனுப்பப்பட்டன. அவற்றிலிருந்து மத்தியக்குழு நானூறு பெயர்களைத் தேர்ந்தெடுத்து வாக்காளர் முன் வைக்கும். வாக்காளர்கள் இந்த முழுப் பட்டியலுக்கு ஆதரவாகவோ எதிராகவோ வாக்களிப்பர்.

இரண்டாம் உலக யுத்தம் முசோலினியையும் அவனது பாசிஸ்ட் கட்சியையும் ஒழித்துக் கட்டினாலும் அமெரிக்க ஏகாதிபத்தியம் பாசிஸத்தை மீண்டும் உயிர்ப்பிக்க விரும்புகிறது.

(ங) நாஜி ஜெர்மனி

1. நாஜி சித்தாந்தம்: ஹிட்லர் அதிகாரத்தைக் கைப்பற்றியதைக் குறித்து நாம் முன்பே விவரித்துள்ளோம். ஹிட்லரின் 'தேசீய சோஷலிஸம்' அல்லது 'நாஸிஸம்' பாசிஸத்தின் நகல் மட்டுமேயாகும். ஹிட்லர், முசோலினியின் பாசிஸத்திலிருந்து உத்வேகம் பெற்றான். நாஸிஸம் இத்தாலியப் பாசிஸத்தின் ஜெர்மன் பதிப்பு எனக் கூற வேண்டும். ஆனால் ஹிட்லரின் ராஜ்ஜியத்தில் அவனுடைய தத்துவ குருவான ரோஸன்பெர்க் (1893-1946) கின் ரத்த சம்பந்தமான சித்தாந்தமும் கலந்திருந்தது. இதனால் நாஸிஸத்தில் யூத எதிர்ப்பும், சற்றுக் கிறிஸ்துவ எதிர்ப்பும்கூடச் சேர்ந்திருந்தன. ஆட்சியாளர்களும், ஆளப்படுபவர்களும் இயற்கையாலேயே உண்டாக்கப்பட்டார்கள் என்பது நாஸிஸத்தின் தந்தை ரோஸன்பெர்கின் கூற்றாகும். ஒரு இனத்தின் தலைவர் யாரென்பதையும், உலகத்திலுள்ள மற்ற

இனங்களுக்குத் தலைமை தாங்குவதும் அவற்றை ஆள்வதும் எந்த இனம் என்பதையும் கூட இயற்கையாகவே நிர்ணயிக்கிறது. தலைவரல்லாத வர்க்கத்தினர் தலைவர்களின் கட்டளைப்படி நடக்க வேண்டுமென்று பரத்தோவைப் போலவே ரோஸன்பெர்கும் கூறினார். ஜெர்மன் இனம் ஒன்றில் மட்டுமே புராதனத் தலைமை இனமான ஆரிய இனத்தின் ரத்தம் ஓடிக்கொண்டிருக்கிறது என்று அவர் ரத்த சம்பந்தமான சித்தாந்தத்தை முன்கொண்டு வந்தார். உலகிலுள்ள எல்லா இனங்களையும் ஆளக்கூடிய உரிமை ஜெர்மன் இனம் ஒன்றுக்கு மட்டுமே இருக்கிறது. இயற்கை நிர்ணயித்த 'ஆளும் இன'த்தை விலக்கிவிட்டுத் தாழ்ந்த இனங்கள் ஆட்சிக்கு வந்ததன் விளைவுகளே சோஷலிஸம், பரந்த மனப்பான்மை, ஜனநாயகம் ஆகியவையாகும். நாஸிஸத்தின்படி ஆங்கிலேயர் பிரஞ்சுக்காரர்கள், ருஷ்யர், போலந்துக்காரர்கள், இத்தாலியர், அமெரிக்கர், இந்தியர் ஆகிய அனைவருமே தாழ்ந்த கலப்பு இனத்தவர்களாவர். இவர்கள் அனைவருக்குமே இயற்கை ஆளும் தகுதி அளிக்கவில்லை. கிறித்துவ மத நிறுவகரான ஏசுநாதர் மிகத் தாழ்ந்த இனமான யூத இனத்தில் பிறந்தவராதலால், கிறித்துவ மதத்தையும் நாஜிகள் வெறுத்தார்கள்.

2. ஆட்சியில் தலைவரே சர்வாதிகாரி ரீச் ஸ்டாக் (பாராளுமன்றம்): ஜெர்மனியில் பாராளுமன்றம் இருந்தது. ஆனால் சட்டங்களைச் செய்வது அதான் வேலையல்ல. ஃபுரேர் (தலைவர்) ஹிட்லரின் சொற்பொழிவுகளைக் கேட்பதுதான் அதனுடைய வேலை. அவ்வப்போது தேர்தல், நாடகமும் நடக்கும். ஆனால் நாஜிக் கட்சி முன்வைக்கும் வேட்பாளர் பட்டியலுக்குத்தான் ஜெர்மன் மக்கள் வாக்களிக்க முடியும். நாஜிகள் ஆட்சியைக் கைப்பற்றிய மூன்று மாதங்களானதுமே, 1933 ஏப்ரலில் அவர்கள் ஒரு சட்டம் செய்துவிட்டனர். அதன்படி ஒரு மசோதா பாராளுமன்றத்தில் தாக்கல் செய்யப்படாமலேயே ஜனாதிபதியின் கையெழுத்துடன் சட்டமாகிவிடலாம். ஹிட்லர் சர்வாதிகார ஆட்சியையல்லவா நிறுவினான்? ஜெர்மன் இனம் முழுவதுக்கும் ஒரே தலைவர் ஹிட்லர். அவனுடைய ஒவ்வொரு சொல்லும் சட்டமாகும். அவனே ஒவ்வொரு அரசாங்கத் துறைக்கும் அதிகாரிகளை நியமித்தான். ஹிட்லர் வெற்றி கொண்ட நார்வே, செக்கோஸ்லோவாக்கியா, ஹாலந்து, பெல்ஜியம் முதலிய நாடுகளில் அவனே தன் கையாட்களை நாட்டுத் தலைவர்களாக அமர்த்தினான். இவ்விதம் நாஜிஸத்தில் ஆளும் சக்தி கீழிலிருந்து அல்லாமல் மேலிருந்து வருகிறது.

3. நாஜி பொருளாதாரக் கொள்கை: முதலாளித்துவம் இருபதாம் நூற்றாண்டு துவக்கத்தில் ஏகாதிபத்தியமாக ஏகபோக முதலாளித்துவமாக மாறிவிட்டதென்பதைச் சொன்னோம். முதல்

உலகப் போருக்குப் பிறகு இந்த ஏகபோக முதலாளித்துவமே ராணுவ சர்வாதிகாரத்துடன் பாசிஸம் அல்லது நாஸிஸம் உருவத்தில் நம் முன்னே தோன்றிற்று. நாஜிகளை ஆட்சிப் பீடத்திலமர்த்த தமது பணத்தைத் தாராளமாகச் செலவு செய்த கரூப், தைஸேன் போன்றவர்கள் பெருந் தொழிலதிபர்களாவார்கள். நாஜிகளின் ஆட்சியால் அவர்களே மிக அதிக லாபமும் பெற்றனர். இதிலிருந்தே நாஜிகளின் ஆட்சி பெரு முதலாளிகளின் நண்பன் என்பது தெரிகிறதல்லவா!

(அ) மார்க்கெட் விலைக்கட்டுப்பாடு: இப்போது நாஜி பொருளாதாரக் கொள்கையை ஆராய்வோம். மூன்று விதக் கட்டுப்பாடுகளின் மேல் நாஜி ஆட்சி சார்ந்திருந்தது. முதலாவது விலைக்கட்டுப்பாடு, விலையைக் கட்டுப்படுத்த முதலீட்டுச் செலவையும் கட்டுப்படுத்துவது அவசியமாகும். இதன் பொருள் தொழிலாளியின் சம்பளத்தைக் குறைப்பதுதான்! அவர்களுக்கு மிகக் குறைந்த சம்பளம் தருவதுதான்.

(ஆ) ஏற்றுமதி- இறக்குமதிக் கட்டுப்பாடு: ஜெர்மன் முதலாளிகள் இறக்குமதியைக் காட்டிலும் தமது சரக்குகளை அதிகமாக ஏற்றுமதி செய்ய விரும்புவார்கள். அத்துடன் வெளிநாடுகளிலிருந்து அதிகக் கச்சாப் பொருளை இறக்குமதி செய்துகொள்ள முயற்சிப்பார்கள். ஏனெனில் இதனால் அவர்களுக்கு அதிக லாபம் கிடைக்கும். ஆனால் ஏற்றுமதியைவிட இறக்குமதி அதிகரித்தால் நாட்டின் பொருளாதார நிலை பாதிக்கும். நாணயச் செலாவணி மதிப்பு விழுந்துவிடும். இதனால் இறக்குமதிச் சரக்குகளுக்கும் கச்சாப் பொருளுக்கும் அதிகப் பணம் கொடுக்க வேண்டியிருக்கும். நாணய மதிப்பு நிலையாக இல்லாமலிருந்தால், நாட்டின் பொருளாதார வாழ்வும் சீரழியும்.

இப்படிப்பட்ட நெருக்கடிகளைத் தவிர்க்கவே நாஜி அரசு ஏற்றுமதி-இறக்குமதிகள் மேல் கட்டுப்பாடு விதிக்க நேர்ந்தது.

(இ) மூலதனக் கட்டுப்பாடு: மூன்றாவது தொழிலில் போடும் மூலதனத்தைக் கட்டுப்படுத்துவது சாதாரணமாக முதலாளிகள் வருடாந்தர லாபத்தில் ஒரு பகுதியை ஆடம்பர வாழ்க்கைக்குச் செலவிடுகிறார்கள். மற்றொரு பகுதியை விரைவாக அதே தொழிலிலோ அல்லது வேறு தொழிலிலோ முதலீடு செய்கிறார்கள். இன்னொரு பகுதியை வங்கியில் அப்படியே போட்டு வைக்கிறார்கள். அதைத் தொழிலிலோ அல்லது ஸ்டாக் எக்சேஞ்சுகளில் ஷேஷ்ய பேரங்களிலோ அதிக லாபம் வருவதாயிருந்தால் முதலீடு செய்வார்கள். நாஜி அரசாங்கம் முதலாளிகளை அவர்களுடைய வருவாயின் பெருந்தொகையைத் தொழிலில் முதலீடு செய்ய

நிர்ப்பந்தித்தது. பெரிய ஆயுதத் தொழிற்சாலை முதலாளிகளும், அரசியல் தலைவர்களும் ஆடம்பர வாழ்க்கை வாழ்ந்து கொண்டிருந்தனர். அவர்களுடைய இந்த ஊதாரிச்செலவுக்குக் கட்டுப்பாடு கிடையாது. ஆனால் மற்ற முதலாளிகளும் சிறு தொழிலதிபர்களும் வீண்செலவு செய்யமுடியாது. அப்படிப்பட்டவர்கள் நாஜி ராணுவ அரசின் திட்டப்படி தமது வருவாயின் பெரும்பகுதியை ஆயுதத் தயாரிப்புத் தொழிலில் முதலீடு செய்ய வேண்டிய வந்தது. இதன் விளைவாக 1932இல் 420 கோடி மார்க்குகள் (ஜெர்மன் நாணயம்) தொழில்களில் முதலீடு செய்யப்பட்டிருந்தன. 1937ல் அம்முதலீடு 1600 கோடி மார்க்குகளாக உயர்ந்துவிட்டது. அதிலே பெரும் பகுதி ஆயுதத் தயாரிப்புத் தொழிலிலேயே முதலீடு செய்யப்பட்டது. 450 கோடி மார்க்குகளாக இருந்த அம்முதலீடு 900 கோடி மார்க்குகளாகப் பெருகிவிட்டது. அதாவது 450 கோடி மார்க்குகள் முதலீடு செய்ய நாஜி அரசாங்கம் முதலாளிகளைக் கட்டாயப்படுத்தியதன் விளைவாக 1932இல் வேலையற்றிருந்த 70 லட்சம் பேருக்கு வேலை கிடைத்தது.

4. நாஜிகளின் ராணுவச் செலவு: நாஜிகள் முதலாளிகளைக் கட்டாயப்படுத்திக் தொழில்களில் முதலீடு செய்யச்செய்து தொழிற்சாலைகளையும் தொழிலாளரையும் பெருக்கினார்கள். தொழிலாளர்கள் சம்பளத்தையும் கூலியையும் குறைத்து அவர்களது வாழ்க்கைத் தரத்தைக் குறைத்து விட்டார்கள். வெளிநாட்டு இறக்குமதிகளையும் குறைத்து விட்டார்கள். இம்மூன்று வழிகளிலும் கிடைத்த வருவாயை அவர்கள் எவ்வாறு பயன்படுத்தினார்கள் என்பதற்கு அவர்களின் வருடாந்தர வரவு-செலவுப் பட்டியலை (பட்ஜெட்டை)ப் பாருங்கள்.

செலவு
(நூறு கோடி மார்க்குகளில்)

ஆண்டு	மொத்தம்	ராணுவச்செலவு
1932-33	6.7	1.0
1933-34 (ஹிட்லர்)	9.7	3.0
1934-35	12.2	5.5
1935-36	16.7	10.0
1936-37	18.8	12.6
1937-38	22.0	15.0
1938-39	31.5	24.0

வரவு
(நூறு கோடி மார்க்குகளில்)

ஆண்டு	வரிகள்	வேலையற்றோரர் இன்சூரன்ஸ்	நீண்ட காலக் கடன்கள்	குறுகிய காலக் கடன்கள்	தானங்கள்	மொத்தம்
1933-34	*6.9*	*0.1*	*0.8*	*1.6*	*0.3*	*9.7*
1934-35	*8.2*	*0.1*	*0.8*	*2.8*	*0.3*	*12.2*
1935-36	*9.7*	*0.2*	*1.7*	*4.7*	*0.4*	*16.7*
1936-37	*11.5*	*0.5*	*2.6*	*3.7*	*0.5*	*18.8*
1937-38	*14.0*	*1.0*	*3.3*	*3.2*	*0.5*	*22.0*
1938-39	*17.7*	*1.5*	*7.6*	*4.2*	*0.5*	*31.5*

யுத்தம் துவங்கிய முதல் வருடத்தில் ஜெர்மனி தனது 3150 கோடி மார்க்குகள் வருவாயில் 2400 கோடி மார்க்குகள் போருக்காகச் செலவிட்டது. 1933ல் ஹிட்லர் ஆட்சிக்கு வந்ததும் ராணுவ பட்ஜெட் நூறு கோடிகளிலிருந்து முந்நூறு கோடிகளுக்கு உயர்ந்துவிட்டது. அதுவே ஆறு ஆண்டுகளுக்குப் பிறகு முன்னைவிட 24 மடங்காகவும், நாஜி ஆட்சியின் முதலாண்டைவிட எட்டு மடங்காகவும் ஆகிவிட்டது. அது மொத்த பட்ஜெட்டின் ஐந்தில் ஒரு பங்காகும். இதுவே நாஜி அரசாங்கம் எந்த நோக்கத்தோடு தோன்றியதென்பதைத் தெரிவிக்கிறது. அது விதித்த பல கட்டுப்பாடுகளால் கிடைத்த வருவாயை அது எதற்காகப் பயன்படுத்தியதென்பதும் புரிகிறது.

1939ஆம் வருடத்திய பட்ஜெட்டில் 350 கோடி மார்க்குகளின் பெரும் பகுதியைத் தொழிற்சாலைகளுக்காகவே செலவு செய்யப்பட்டது. ஆனால் எந்தத் தொழிற்சாலைகளுக்காக? ஆயுதத் தயாரிப்புத் தொழிற்சாலைகளுக்காகத்தான். இவ்வளவு மூலதனத்தை வாழ்க்கைத் தேவைப்பொருட்களை உற்பத்தி செய்யும் தொழில்களில் முதலீடு செய்திருந்தால், ஜெர்மனியின் வேலையில்லாத் திண்டாட்டமும் ஒழிந்திருக்கும். தொழிலாளர்கள் சம்பளத்தைக் குறைத்ததற்குப் பதில் உயர்த்தியிருக்கலாம். அப்போது அவர்கள் வாழ்க்கைத் தேவைப் பண்டங்களை மேலும் அதிகமாக வாங்கிப் பயன்படுத்தியிருப்பார்கள். ஆனால் நாஜிகள் தொழிலாளரின் சம்பளத்தைக் குறைத்து மக்களின் வாங்கும் சக்தியைத் தாக்கினார்கள். ஜெர்மனியின் ஆயுதத் தொழிலதிபர்களுக்கு மேலும் மேலும் மிகுதி மதிப்பு (லாபம்) பெருக வேண்டும். அதை அவர்கள் மேலும் மேலும் ஆயுதத் தயாரிப்புத் தொழிலில் ஈடுபடுத்த வேண்டுமென்பதற்காகவே அவர்கள் அவ்வாறு

செய்தனர். தொழிலாளரின் சம்பளத்தை உயர்த்தினால் முதலாளிகளின் பைகள் நிறையாதல்லவா! அவர்களுக்குக் கிடைக்கும் வாடகைப் பணமும், வட்டியும் லாபமும் குறைந்து விடுமே நாஜிகள் இதைச் செய்வார்களா? 1932 ல் தமது வருவாய் குறையாமல் பார்த்துக்கொள்வதற்காகவே ஜெர்மன் பெருமுதலாளிகள் ஹிட்லரை ஆட்சிப் பீடத்திலேற்றினார்கள்.

முதலாளிகள் அரசாங்கக் கட்டுப்பாட்டிற்குக் கீழ் படிந்து தமது முதலீட்டை ஈடுபடுத்தும்போது அதன் மூலம் தியாகம் செய்யும் போது தொழிலாளர்களுக்கும் ஊதிய உயர்வு அளித்து தமது தாராள மனப்பான்மையைக் காட்டக்கூடாதா என்று கேட்கலாம். இதனால் தொழிலாளரின் வாங்கும் சக்தி உயர்ந்து பொருட்களின் விற்பனையும் அதிகரிக்குமல்லவா? ஆனால் எந்த வியாபாரியும் தனது பணத்தைக்கொண்டு வாங்குபவர் எண்ணிக்கையை உயர்த்திப் பொருள் விற்பனையை விரும்பமாட்டான். ஒவ்வொரு வியாபாரியும் வாங்குபவர் தமது சொந்தப் பணத்தைக் கொண்டே பொருளை வாங்கிக்கொள்ள வேண்டுமென விரும்புவான்.

5. நாஸிஸம் சோஷலிஸமல்ல: ஒரு புறம் நாஸி அரசு முதலீட்டைக் கட்டுப்படுத்திற்று. மறுபுறம் பொருட்களின் விலைகளை நிர்ணயித்து முதலாளிகளிடையே போட்டியை ஒழித்துவிட்டது இதைப்பார்த்துப் பலரும் நாஸிஸம் முதலாளித்துவமல்ல. ஒருவிதமான சோஷலிஸமே என்று தவறாகப் புரிந்து கொள்கிறார்கள். ஆனால் முதலாளித்துவத்திற்கு போட்டி தவிர்க்க முடியாததல்ல. ஏகபோக முதலாளித்துவமே இந்த நாசகரப் போட்டியைத் தவிர்ப்பதற்காகவே ஏற்பட்டது. விலைக்கட்டுப்பாட்டைப்பற்றிக் கூற வேண்டுமானால், அது முதலாளிகளின் லாபத்திற்காகப் பழைய முதலாளித்துவத்தில் செய்யப்பட்ட ஒரு சீர்திருத்தமேயாகும். இவ்விதம் அது முதலாளிகள் நலனை உறுதி செய்கிறது. லாபமே பிரதானமாகக் கொண்டுள்ள முதலாளித்துவம் அப்படியேதான் இருக்கும். வியாபாரப் போட்டிக்குப் பதிலாக ஏகபோகம் நிறுவப்பட்டது. தன்னைப் பாதுகாத்துக் கொள்ள முதலாளித்துவம் எவ்வளவு தூரம் போகும் என்பதற்கு இது ஒரு எடுத்துக்காட்டாகும். நாஸிஸம் உழைப்பில் போட்டியை ஏற்படுத்த விரும்பவில்லை. ஒரு முதலாளி மற்றவர்களைக் காட்டிலும் தொழிலாளர் ஊதியம் உயர்த்த முடியாது. நாஸிஸம் எல்லாத் தொழிற்சாலைகளையும் ஒரே நிறுவனத்தில் இணைத்துவிட்டது. இதனால் அவற்றுக்கிடையே போட்டி ஏற்பட வழி இருக்காது. நிறுவனத்தின் சார்பில் (டிரஸ்டின் சார்பில்) கச்சாப் பொருட்களின் விலையும், உபயோகப் பண்டங்களின் விலையும் நிர்ணயிக்கப்படும். நமது நாட்டில் சர்க்கரைத் தொழிலில் இம்முறை அமல்படுத்த

முயற்சிக்கப்பட்டது. சர்க்கரைத் தொழிற்சாலைகள் ஒன்று சேர்ந்து கரும்பின் விலையும் சர்க்கரைவிலையும் நிர்ணயிக்க முயற்சித்தன. சுதந்திரப் போட்டி மட்டுமே முதலாளித்துவமல்ல. நாட்டின் பொருளாதாரத்தின் மேல் அரசுக்கட்டுப்பாடே சோஷலிஸமும் ஆகிவிடாது. முதலாளித்துவத்தின் உண்மையான உருவம் என்னவெனில் ஒரு சிறு வர்க்கத்தின் பிடியில் உற்பத்திச் சாதனங்களான இயந்திரங்களும் கச்சாப் பொருட்களும் வினியோகப் பண்டங்களும் சிக்கியிருப்பதாகும். இதனால் பெரும்பான்மையான சாதாரணத் தொழிலாளர்கள் அம்முதலாளிகளுக்குத் தமது உழைப்பை மலிவாக விற்கக் கட்டாயப்படுத்தப்படுகின்றனர். சம்பள உயர்வையும் தனி முதலாளிகளின் வியாபாரப் போட்டியையும் முடிவுக்குக்கொண்டு வர எவ்வளவோ முயற்சி செய்யலாம். எனினும் உற்பத்திச் சாதனங்கள் ஒரு சிலரின் கைகளில் இருக்கும்வரை அது முதலாளித்துவமாகத்தான் இருக்கும். பாசிஸ்ட் ஜெர்மனியில் இந்நிலைமைதான் இருந்தது. ஆகவே அது சோசலிஸமென்று குழம்ப வேண்டியதில்லை. உற்பத்திச் சாதனங்கள் ஒரு சிலரின் உடைமைகளாக இல்லாமல் அனைத்து மக்களுக்கும் சொந்தமாக இருக்கும் நாட்டில்தான் சோஷலிசம் இருக்க முடியும். சோவியத் யூனியனிலும் மற்ற பொது உடைமை நாடுகளிலும் நாம் இதைக் காணலாம். 1939ல் ஒரு கோடி தொண்ணூறு லட்சம் ஜெர்மன் தொழிலாளர்கள் குறைந்த ஊதியத்திற்கு வேலை செய்து க்ரூப், தைஸேன் போன்ற முதலாளிகளின் தொந்திகளைப் பெருகச் செய்து கொண்டிருந்தனர். ஹிட்லரும், அவனது கூட்டாளிகளான கோயபல், கோயரிஸ் போன்றவர்கள் தாம் கொள்ளையடித்த பணத்தை அயல்நாட்டு வங்கிகளில் போட்டுக் கொண்டிருந்தனர். இதிலிருந்தே நாஸிஸத்தில் சோஷலிஸம் என்பது உழைப்பாளி மக்களை ஏமாற்றுவதேயாகும். ஆகவே ஜெர்மானிய முதலாளிகள் மீது அரசாங்கம் விதித்த கட்டுப்பாடுகள் அவர்களுடைய நன்மைக்கானவையேதான்.

6. போர் வெறி: *1938-39* ஆம் வருடத்திய வரவு-செலவுத் திட்டத்தில் *2400* கோடி மார்க்குகளில் *2150* கோடி மார்க்குகள் ராணுவத்திற்குச் செலவு செய்யப்பட்டதிலிருந்தே நாஸிஸம் யுத்த வெறி பிடித்ததென்பது தெரிகிறதல்லவா! அப்படியிருக்கும்போது அது உலகமக்களுக்குச் சமாதானத்தையும், செழிப்பையும், சுதந்திரத்தையும் கொண்டு வருமென்று எதிர்பார்க்க முடியுமா? *1939* செப்டம்பர் *3* ந் தேதிக்குப் பிறகு நாஜி ஜெர்மனியின் நடவடிக்கைகளைக் கவனிக்கும்போது உலகத்திற்கு நன்மை பயக்கும் நோக்கம் ஹிட்லருக்குக் கிஞ்சிற்றும் இல்லை என்பதில் ஐயமே இல்லை. இரண்டாம் உலக யுத்த காலத்தில் ஐரோப்பாவில் ராணுவ வீரர்கள்

மட்டுமல்ல சாதாரண ஆண், பெண், வயோதிகர், குழந்தைகள்கூட லட்சக்கணக்கில் நிர்தாட்சணியமாகப் படுகொலை செய்யப்பட்டனர். இதைப் பார்க்கும்போது நாம் மீண்டும் காட்டுமிராண்டி யுகத்திற்குத் திரும்பிப் போய்விட்டோம் என்று கருதவேண்டியிருக்கிறது. சில மாதங்களுக்குள்ளாகவே மூன்று லட்ச ஸர்வியன் பெண்களும் குழந்தைகளும் படுகொலை செய்யப்பட்டது நமக்கு என்ன எடுத்துக்காட்டுகிறது? சோவியத் போர் முனையில் சோவியத் யுத்தக் கைதிகளின் கால், மூக்குகள் துண்டிக்கப்பட்டது எதைத் தெரிவிக்கிறது? ஹிட்லர் ஜெர்மன் இனத்தை அடிமைத்தனத்திலிருந்து விடுவிப்பேன் என்று சொன்னாலும் ஜெர்மன் இனத்தைக் கடவுளே உலகை ஆள்வதற்காக அனுப்பியுள்ளாரென்றும் பிரச்சாரம் செய்து கொண்டிருந்தான். நாஸிஸம் ஜெர்மன் இனத்தின் விடுதலையுடன் மட்டுமே திருப்தி கொள்ளவில்லை. ஐரோப்பாவை மட்டும் விழுங்குவதால் அதன் வயிறு நிரம்பாது. அது உலகம் பூராவையும் வெற்றி கொள்ளப் புறப்பட்டது. தனது ஆயுத பலத்தைக் கொண்ட அது உலகை அடிமைப்படுத்த விரும்பியது. வெற்றிக்குப்பின்னர் அது அடிமை கொண்ட மக்கள் நாஸி ஆட்சியாளர்களுக்காக வயல்களில் வேலை செய்வார்கள். தொழிற்சாலைகளில் பணியாற்றுவார்கள். புராதனகிரேக்கர்கள், ரோமானியர்கள்போல் ஜெர்மானியர்கள் துப்பாக்கியைக் கொண்டு கிளர்ந்தெழும் அடிமைகளை அடக்குவார்கள்.

சென்ற ஐந்து லட்சம் ஆண்டுகளில் மனிதத்துவம் எங்கிருந்து எங்கே சென்றுவிட்டது. அதன் பாதை நேராக இருக்கவில்லை. வரலாற்றில் பல்வேறு இனங்களின் முன்னேற்றங்களையும் வீழ்ச்சிகளையும் நாம் பார்த்திருக்கிறோம். மானிட இனம் முன்னேறியும் பின் வாங்கியும் இருக்கிறது. ஆனால் அது கடிகாரத்தின் பெண்டுலத்தைப் போல ஒரே இடத்தில் இயங்கவில்லை. அறிவும் அனுபவமும் எப்போதுமே மனிதனை முன்னுக்கே தள்ளிக் கொண்டிருந்தது. இந்த அறிவும் அனுபவமும் அவனுக்குத் திடீரென்று ஏற்பட்டுவிடவில்லை. அவன் தவறுகளைச் செய்து செய்தே அவற்றைக் கற்றுக்கொண்டான். இன்றும் மனிதன் அறிவையும் அனுபவத்தையும் ஆதரிப்பவன் தான் அதனால் அவனைப் பின்னுக்குத் தள்ள முடியாது.

7. மதமும் ஒழுக்கமும்: நிலப்பிரபுத்துவம் மதத்தையும் ஒழுக்கத்தையும் தனக்கு உதவும்படி அமைத்திருந்தது. முதலாளித்துவம் முதலில் அவைகளை எதிர்த்தது. ஆனால் மதமும்; ஒழுக்கமும் முதலாளித்துவத்திற்குத் தொண்டூழியம் செய்யவாரம்பித்ததுமே முதலாளித்துவமும் மதமும் இரண்டறக் கலந்துவிட்டன.

1. மதம்: நிலப்பிரபுத்துவ யுகத்தில் மதக் கலைகளான ஓவியமும், சிற்பமும் மிக வளர்ச்சியடைந்தன. இன்றும்கூட அக்காலத்திய மிகப் பெரிய கோவில்களும், மாதா கோவில்களும் அழகான மலைக்குகைகளும் (அஜந்தா எல்லோரா போன்றவை) காணப்படுகின்றன. பல நூற்றாண்டுகள் வரை அடிமைகளும், உழைப்பாளர்களும் இவைகளை ஒரு அரசனுக்காகவோ ஒரு அரசிக்காகவோ ஒரு படைத் தலைவனுக் காகவோ சிருஷ்டித்துக் கொண்டிருந்தார்கள். மதப்புரோகிதர்கள் அக்கலைச் செல்வங்களின் மூலமாக நிலப்பிரபுத்துவச் சமுதாய அமைப்பின் புகழைப் பரப்பிக்கொண்டிருந்தார்கள். இன்று இந்தக் கலைச் சிருஷ்டிகளைப் படைத்தவர்களைத் தெரிந்துகொள்ள முயற்சித்தாலும் நம்மால் முடியாது. அந்த உன்னதப் படைப்பாளிகளுக்கு ஒரு பிடி சோறும் கந்தல் துணியுமே போதுமென்று கருதப்பட்டது.

முதலாளித்துவ யுகத்தின் ஆரம்பத்தில் முதலாளிகள் தாம் நிலச்சுவாந்தார்களால் அடக்கப்படுவதாக உணர்ந்தார்கள். முதலாளிகள் பாட்டாளி மக்களைத் தம்முடன் இணைத்துக் கொண்டு சுதந்திரம், சமத்துவம், சகோதரத்துவம் ஆகிய முழக்கங்களை முழங்கியபோது அதுவரை நிலச் சுவாந்தார் ஆட்சியாளர்களின் எச்சிலைத் தின்று கொண்டிருந்த மதமும், புரோகிதர்களும் தம்மை ஆதரிக்கத் தயாராயில்லை என்பதைக் கண்டு கொண்டனர். இதை நாம் அக்காலத்திய மேற்கத்தியத் தத்துவ இயலில் காணலாம். ஆனால் நிலப்பிரபுத்துவத்தின் வலு குறையக் குறைய மதப் புரோகிதர்கள் முன்னேறிக்கொண்டிருந்த புதிய ஆட்சியாளருக்கு ஆதரவளிக்கத் தொடங்கினார்கள். வர்க்கச் சமுதாயம் தோன்றியதிலிருந்ததே புதிய ஆளும் வர்க்கம் வந்தவுடன் மதத்திலும் மாற்றம் செய்ய நேர்ந்தது. அம்மாற்றம் சீர்திருத்தத்தின் மூலமும் வரலாம். அல்லது புதிய விஷயத்தை ஏற்றுக் கொள்வதாலும் வரலாம். இதனாலேயே நாகரிகங்களை ஆராயும்போது அவற்றின் கல்லறைகளுடன் மதக் கல்லறைகளும் காணக்கிடக்கின்றன. உலகத்தின் மற்ற பகுதிகளில் கிறித்துவம், இஸ்லாம் போன்ற புதிய மதங்கள் பழைய மதங்களுக்குப் பதிலாகத் தோன்றின. ஆனால் இந்தியாவில் சீர்திருத்தங்களாலும், புதிய வியாக்கியானங்களாலும் பழைய மதம் குணத்தில் அல்லாவிட்டாலும் உருவத்திலாவது மாறுதலடைந்தது. சமூகப் பிரச்சினைகளைத் தீர்ப்பதில் வெற்றி பெற்றவர்களே மத விஷயங்களிலும் வெற்றி பெற்றார்கள். கிறித்துவ மதம் ஆசியாமைனரில் தோன்றி ஐரோப்பா முழுவதும் எவ்வாறு பரவிற்று? அதற்குக் காரணம், அது ஐரோப்பாவில் அடக்கப்பட்ட சுரண்டப்பட்ட அவமானங்களுக்கான அடிமைகளையும் பாட்டாளிகளையும் ஆதரித்தது. ஊதாரி, சோம்பேறிப் பணக்காரர்களின் கொடுமைகளைக்

கண்ணை மூடிக் கொண்டு சகிப்பதற்குப் பதிலாக, எதிர்த்து நின்று போராடி மாள்வதே சிறந்தது என்னும் பாடத்தைக் கிறித்துவம் அவர்களுக்குப் போதித்தது. அது ரோமானிய கிரேக்க நாடுகளில் பரவியபிறகு ஐரோப்பாவிலிருந்த மற்ற இனக் குழுக்களை ஒன்றுசேர்த்து, அவை தேசீய இனங்களாக உருப்பெறுவதற்குத் துணை புரிந்தது. துவக்கத்தில் பல ஐரோப்பியப் படைத்தலைவர்கள் கிறித்துவ மதத்தைத் தழுவினார்கள். அது குறித்துச் சிந்தித்தோமானால் அவர்கள் கிருத்துவர்களானது மதக் கவர்ச்சியாலோ பரலோகக் கவர்ச்சியாலோ அல்ல, தமது சக்தியையும் ராஜ்ஜியத்தையும் பெருக்கிக் கொள்ளவே அப்படிச் செய்தார்களென்று தெளிவாகும். இஸ்லாமிய மதப் பிரச்சாரத்தால்கூடத் தகுதியும் திறமையுமில்லாத ஆட்சியாளர்கள் ஒழிந்து மக்கள் தலைவர்கள் ஆட்சிக்கு வந்தார்கள். இப்படிப்பட்ட பயன்கள் இல்லாமலிருந்தால் இம்மதங்களுக்குச் சரித்திரத்தில் வெற்றிகள் கிடைத்திருக்காது.

முதலாளித்துவ காலத்திற்கு நாம் வந்தோமானால் முதலாளி வர்க்கம் தனது நிலையை வலுப்படுத்திக் கொண்ட பின்னர் நிலச் சுவாந்தார் வர்க்கத்தைப் போலவே முதலாளி வர்க்கமும் பெரிய மத ஆதரவாளனாக மாறிவிட்டது. ஒரு காலத்தில் புரட்சிகர சீர்திருத்த மதச் சம்பிரதாயங்கள் என்று கருதப்பட்டவை அன்றைய அரசின் ஆத்திரத்திற்காளானவை, இன்று எல்லா வித மாற்றங்களையும் எதிர்க்கின்றன. முதலாளித்துவமே நிலப்பிரபுத்துவத்தின் வயிற்றிலிருந்து வெளிவந்தபோது புரட்சிகரச் சிந்தனையையும் தன்னுடன் கொண்டு வந்தது. அச்சிந்தனைக் கருத்து மோதலுடன் மட்டுமே நின்றுவிடவில்லை. கிராம்வெல் காலத்தில் அது நிலப்பிரபுத்துவத்துடன் யுத்தமும் புரிந்தது. பத்தொன்பதாம் நூற்றாண்டின் பிற்பகுதியில் முதலாளித்துவம் ஆட்சியைக் கைப்பற்ற முயற்சிக்கும் குழுவல்ல. அதுவே ஆளும் வர்க்கமாக விளங்கியது. இதனால் இக்காலத்தில் ஐரோப்பாவில் பலம் வாய்ந்த ஒரு மத விழிப்புணர்வு எழுந்தது. கோடிக்கணக்கான ரூபாய்களைச் செலவு செய்து மதப் பிரசாரகர்கள் உலகத்தின் மூலை முடுக்குகளுக்கெல்லாம் அனுப்பப்பட்டார்கள். நிலப்பிரபுத்துவ யுகத்தில் நடந்ததைப் போலவே, இன்றும் எத்தனையோ ஆண்-பெண்கள் மதப் பிரச்சாரத்திற்காகத் தமது வாழ்வையே அர்ப்பணித்து வருகிறார்கள்.

இருபதாம் நூற்றாண்டு செல்லச் செல்ல சாதாரண மக்கள் மேலும் மேலும் மத நம்பிக்கை இழந்து வந்தார்கள். இதைக் கண்டு ஆளும் பணக்கார வர்க்கம் அதிகமாக அஞ்ச ஆரம்பித்தது. ஒரு காலத்தில் பணக்கார வர்க்கம் ஆடம்பர வாழ்க்கையில் மூழ்கித் திளைத்து மதத்தை

உதாசீனப்படுத்திக் கொண்டிருந்தது. இன்னும் கூட அது உள்ளுக்குள் அப்படித்தான் இருக்கிறது. ஆனால் வெளிக்கு மட்டும் பெரிய மதப் பற்றுள்ளதைப் போல் வேஷம் போடுகிறது. மக்கள் செல்லாமல் மாதா கோவில்கள் சூனியமாக ஆகப் பணக்கார வர்க்கம் மக்களிடையே மதப்பற்றை நிரப்ப பெருமுயற்சி செய்துகொண்டிருக்கிறது.

இந்தியாவில் முதலாளித்துவக் கடலில் பல 'நிலப்பிரபுத்துவத் தீவுகள்' இருக்கின்றன என்று ஏற்கெனவே கூறியுள்ளோம். இதனாலேயே நமது நாட்டில் நிலப்பிரபுத்துவ மத நம்பிக்கையையும் முதலாளித்துவ மத நம்பிக்கையையும் ஒரே சமயத்தில் பார்க்க முடியும். இங்கே நிலப்பிரபுத்துவச் சிந்தனையிலிருந்து தோன்றும் மதப்போர்களைத் தொடர விரும்புகின்றனர். இதன் விளைவாக இந்து-முஸ்லிம் மதக் கலகங்கள் தொடர்ந்து ஏற்பட்டு வருகின்றன. ஆசிய மனித சமுதாயத்தின் முன்னேற்றம் குறித்து நாம் சொல்லவிருக்கிறோம். ஆசியாவின் பல நாடுகளில் சமுதாய முன்னேற்றம் எவ்வாறு தடைப்பட்டு நிற்கிறது என்பதை அப்போது விவரிப்போம்.

2. ஒழுக்கம்: வர்க்க நலனைப் பாதுகாப்பதே முதலாளித்துவ ஒழுக்கமாகும். நிலப்பிரபுத்துவத்துக்கு எதிரிடையானவையல்லாத 'ஒழுக்க' விதிகளையெல்லாம் முதலாளித்துவம் நிலை பெறச் செய்தது. திருட்டு, கொலை, பொய், விபசாரம் ஆகியவைகளை முதலாளித்துவமும் துர்நடத்தைகளாகவே கருதுகிறதென்றாலும், அவற்றை நிலப்பிரபுத்துவ ஆட்சியாளர்கள், வியாக்கியானம் செய்ததைப் போலவே வியாக்கியானம் செய்கிறது. ஆனால் இந்தத் துர்நடத்தைகளுக்கான தண்டனையை முதலாளித்துவம் மிகவும் லேசாக்கி விட்டது. நிலப்பிரபுத்துவ யுகத்தில் விபசாரியைக் கொன்றுவிடவும் கணவனுக்கு உரிமை இருந்தது. இவ்வுரிமை அவனுக்கு சமுதாயத்தின் மூலமும் கிடைத்திருக்கலாம் அல்லது நிலப்பிரபுத்துவ ஆளும் வர்க்கத்தின் மூலமும் கிடைத்திருக்கலாம். ஆனால் முதலாளித்துவம் நிலப்பிரபுத்துவத்தைக் காட்டிலும் தன்னைப் பண்பட்டதாகவும், இளகிய மனம் படைத்ததாகவும் காட்டிக்கொள்ள வேண்டி இருந்தது. அதனால் அது விபசாரத்தைத் திருமண வாக்குறுதியை மீறுவதாக மட்டுமே கணக்கிலெடுத்துக் கொண்டது. இதற்காக முதலாளித்துவம் 'மண விலக்கு' என்னும் தண்டனையை விதித்தது. உண்மையில் அது விபசாரத்தைத் தண்டனைக்குரிய குற்றமாகவே எண்ணவில்லை. கற்பழிப்பை மட்டுமே அது மற்ற கிரிமினல் குற்றங்களைப் போல் தண்டனைக்குரியதாகக் கருதுகிறது. மண விலக்கு விஷயத்தில்; ஆணுக்கே அதிக வசதி உள்ளது. ஏனெனில், அதனால் பெண் பொருளாதார ரீதியில் திக்கற்றவளாகி

விடுகிறாள்; ஆனால் ஆணிடம் அவனது சொந்த சொத்து இருக்கிறது. நீதி மன்றம் விரும்பினால் பெண்ணுக்கு 'ஜீவனாம்சம்' வாங்கித்தரலாம். பகிரங்க விபசாரத் தொழிலை முதலாளித்துவம் எதிர்க்கவில்லை.

பொய் பேசி அகப்பட்டுக்கொள்வது மோசமானதென்று கருதப்படுகிறது; ஆனால் முதலாளித்துவத்தின் இரட்டைக் கொள்கை, இரட்டை வாழ்க்கை, ஆகியவை பொய்க்கு ஆக்கமும், ஊக்கமும் அளிக்கின்றன. முதலாளித்துவ ஆட்சியின் ஒரு நூற்றாண்டு காலத்தில் மனித இனம் பேசிய பொய்யின் அளவுக்கு அது தன்னுடைய நீண்ட நெடுங்கால வாழ்விலேயே பேசி இருக்காது. முதலாளித்துவத்தின் சட்டங்களும், நீதி மன்றங்களும் பொய்யின் உற்பத்தி நிலையங்களாகும். அதன் வியாபாரமும், தொழில்களும் ஏமாற்று வித்தைகளும், மோசடிகளுமாகும்.

இனி கொலைகளைப் பற்றிக் கூறவேண்டுமா? சென்ற இரண்டு உலகப் போர்களில் கொல்லப்பட்டவர்களின் அளவுக்கு மனித இன வரலாற்றிலேயே மனிதர்கள் கொல்லப்படவில்லை.

8. பெண்கள் நிலை

1. பெண்களுக்கு ஏற்பட்ட அவமானம்

மேரிஇன்மான் என்னும் ஒரு அமெரிக்கப் பெண் எழுத்தாளர் தனது நூலான "In womens Defence" ல், முதலாளித்துவ சமுதாயத்தில் பெண்களின் மோசமான நிலையை விளக்குவதற்காக, ஆண்கள் பெண்களைக் குறிப்பிடும் பெயர்களின் ஒரு பட்டியல் தந்துள்ளார். ஆங்கிலத்தில் தரப்பட்டுள்ள அப்பட்டியல் வருமாறு:

BAGGAGE *(பயணியின் சுமை)*

BALL AND CHAIN *(பந்தும் சங்கிலியும்)*

BAT OLD *(கிழ வெளவால்)*

BASTTLE AXE *(கோடாரி)*

BETTER HALF *(சிறப்புப் பாதி)*

BOSS *(எஜமானி)*

CAT *(பூனை)*

CHICKEN *(கோழிக்குஞ்சு)*

COW *(பசு)*

FLIRT *(காதல் பைத்தியம்)*

FRAIL *(அபலை)*

FRUMP *(முட்டாள்கிழவி)*

FURY *(கோபம்)*

GABBLER *(வாயாடி)*

GAD-ABOUT *(ஊர் சுற்றி)*

GOLD-DIGGER *(தங்கம் தோண்டுபவள்)*

GOSSIP *(உளறு வாய்)*

GROSS-WIDOW *(வெளிநாட்டிலுள்ள கணவனைக் கொண்டவள்)*

HAG *(பேய்)*

CRONE *(அழுகிய மாமிசம்)*

CUTIE *(மோசக்காரி)*

DAME, A *(ஒரு பெண்)*

DIZZIE, A *(மோசடிக்காரி)*

DUMB-BELL *(ஊமைக்கொட்டான்)*

DUMB -KLUCK *(முட்டாள் பெட்டைக்கோழி)*

FILLY *(தலைமுடி ரிப்பன்)*

FLAPPER *(வெளிப்பகட்டுக்காரி)*

MOLL *(மென்மையானவள்)*

NAGGER *(ஏற்றுபவள்)*

OLD MAID *(கிழவி)*

PAIN *(வேதனை)*

PONசீ *(சின்னக் குதிரை)*

SHE-DEVIL *(பெண் பேய்)*

SHREW *(கடினமானவள்)*

SKIRT *(பாவாடை)*

SIATTEN *(ஊதாரிச் செலவாளி)*

SNIP *(பருந்து)*

SOD WINDOW *(பழைய ஜன்னல்)*

SORCERESS *(பேய்)*

HARPY *(அரக்கி)*

HAY-BAG *(வைக்கோல் மூட்டை)*

HEIFER *(காளையைச் சேராத பசு)*

HELL-CAT *(நரகப் பூனை)*

HEN *(பெட்டைக் கோழி)*

HUSSY *(வீணானவள்)*

MARE *(பெண் குதிரை)*

MEDDLER *(தவறாகத் தலையிடுபவள்)*

SOW *(பெண் பன்றி)*

SPUAW *(ஈன்றெடுப்பவள்)*

STORM-STRIFE *(புயலும், போராட்டமும்)*

TATTLER *(வாயாடி)*

TOMATO *(தக்காளிப் பழம்)*

TOOTS *(குழலூதி)*

TWIST AND TWIRL *(சுழன்றாடுபவள்)*

VAMP *(வில்லி)*

VIXEN *(பெண் வெளவால்)*

WEAKER SEX *(அபலை)*

WENCH *(களியாட்டங்களை விரும்புகிறவள்)*

WITCH *(மந்திரக்காரி)*

பெண்களுக்கு முழுச் சுதந்திரம் உள்ள நாடு என்று தம்பட்ட மடிக்கப்படும் முதலாளித்துவத்தின் தலைமை நாடான அமெரிக்காவிலேயே பெண்களின் நிலை இதுவென்றால் பாதி

நிலப்பிரபுத்துவ பாதி முதலாளித்துவ நாடான இந்தியாவில் அவர்களுடைய நிலையைப்பற்றிக் கூறவும் வேண்டுமா? இங்கே பெண்களுக்குள்ள பெயர்களுக்கு அளவேயில்லை. இந்தியின் பெருங்கவிஞரான துளசிதாஸரின் கீழ்க்கண்ட வரிகளை இன்றும் ஆண்கள் மேற்கோள் காட்டிக் கொண்டே இருக்கின்றனர்.

"மத்தளம், முட்டாள், சூத்திரன், மிருகம், பெண் இவர்கள் எல்லாரையும் அடித்துத்தான் வசப்படுத்திக்கொள்ள வேண்டும்."

"உண்மையாகப் பெண் சுபாவத்தைப் பற்றிக் கூறுகிறேன். அவள் உள்ளத்தில் எத்தனையோ கெட்ட குணங்கள் நிறைந்துள்ளன."

"பெண் நரகத்தின் சுரங்கம்"

2. பொருளாதார அடிமைத்தனம்: மேலே குறிப்பிட்ட அமெரிக்கப் பெண் எழுத்தாளர் மேரி இன்மேன் அமெரிக்கப் பெண்களைப் பற்றி எழுதுகிறார்.

1930ஆம் ஆண்டு மக்கள் தொகைக் கணக்கின்படி நாலு கோடி எண்பத்தெட்டு லட்சம் ஆண்களில் மூன்று கோடி எண்பது லட்சம் பேர் ஏதோ ஒரு வேலையில் இருந்தனர். அவர்களுடன் ஒரு கோடி பெண்கள் வேலை செய்து வந்தனர்.

"அமெரிக்காவில் இரண்டு கோடி முப்பது லட்சம் மணமான பெண்கள் வருவாய் தரும் எந்த வேலையும் செய்வதில்லை அவர்கள் தமது கணவர்மார் வீசியெறியும் பணத்தைக் கொண்டே வாழ்கிறார்கள்" (அதே புத்தகம் பக்கம் 36).

அமெரிக்கப் பெண்களில் ஒரு குறிப்பிட்ட பகுதி வேலை செய்து சம்பாதிக்கிறார்கள். ஆனால் நமது நாட்டிலோ உயர் தட்டு மத்தியதர வர்க்கப் பெண்களில் மிகச் சிலரேதான் சம்பாதனை உள்ளவராக இருப்பார்கள். கீழ்நிலையிலுள்ள விவசாயிகளிலும் உழைப்பாளர்களிலும் மிகப் பெரும்பாலான பெண்கள் வேலை செய்தாலும் அவர்களது உழைப்புக்கு மதிப்பிருப்பதில்லை. முஸ்லிம் பெண்களுக்கு ஓரளவுக்குப் பணக்காரக் குடும்பங்களில் சொத்துரிமை இருந்தாலும் அது பெயரளவுக்குத்தான். ஏனெனில் முக்காட்டுக்குள் புழுங்கிக் கொண்டிருக்கும் பெண்கள் தமது சொத்தை அனுபவிக்கவும் முடியாது. நிர்வகிக்கவும் முடியாது. இந்துக்களில் பெண்களுக்குள்ள சொத்துரிமையைக் கூற வேண்டியதில்லை.

தமது குடும்பத்து ஆண்களின் மேல் இவ்வளவு அதிகமாகச் சார்ந்திருப்பதுதான் பெண்களின் அடிமைத்தனத்தின் காரணமாகும்.

ஆணிடம் சொத்து இருக்கிறது. அவன் தந்த சாப்பாட்டைச் சாப்பிட்டு, அவன் வாங்கித் தந்த ஆடைகளை உடுத்தும் பெண், அவனுக்கு எதிராக உரிமைப் போரை எவ்வாறு நடத்த இயலும்?

ஒரு காலத்தில் பெண் சமுதாயத்தில் முக்கிய இடம் வகித்ததையும் உற்பத்திக்கான உழைப்பில் ஆண் முக்கிய பங்கு வகித்துப் பெண்ணைப் பின்னுக்குத் தள்ளிவிட்டுத் தன்னை முதன்மைப்படுத்திக் கொண்டதையும் முன்னமேயே விவரித்தோம். லீவிஸ் மோர்கன் என்பவர் தான் எழுதிய "புராதன சமுதாயம்" (Ancient Society) என்னும் நூலில் 1877 லேயே, பெண் ஆதிக்கம் குறித்த விஞ்ஞான பூர்வமான எடுத்துக்காட்டுகளைத் தந்தார். ஆனால் கடந்த கால உரிமைகள் தற்காலத்திற்கோ எதிர்காலத்திற்கோ உறுதியான உரிமைகள் ஆக முடியாது. தந்தை வழிச் சமுதாயக் காலத்திலிருந்தே பெண்களின் உரிமைகள் மீது தாக்குதல் ஆரம்பமாகிவிட்டது. என்றாலும் அப்போது பெண்கள் அவ்வளவு பலவீனர்களாக இருக்கவில்லை. நிலப்பிரபுத்துவ யுகத்தில் மட்டுமே பெண்கள் பூரணமாக அடிமைப்படுத்தப்பட்டு விட்டனர். நிலப்பிரபுத்துவத்தை ஒழித்துவிட்டு முதலாளித்துவம் ஆட்சியைக் கைப்பற்றியதும் புதிய ஆட்சியாளர்களும் பெண்களை அடிமைகளாகவே நடத்த விரும்பினார்கள். அவர்கள் பெண்களுக்குச் சில வசதிகளை அளித்தார்கள் என்றால் அது இதுதான். மத்தியகாலக் கிறித்துவப் பாதிரியார்களைப் போல் இப்புதிய ஆளும் வர்க்கமும் பெண்ணை ஆன்மா அற்ற இயந்திரமென்று கருதவில்லை. இன்று பல நாடுகளிலும் பெண்களுக்கு வாக்குரிமை கிடைத்திருக்கிறதென்றாலும், அவர்கள் வாழ்வின் பல துறைகளிலும் முன்னேறியிருக்கிறார்கள் என்றாலும், அவை பெண்கள் நடத்திய போராட்டத்தின் விளைவுகளேயாகும். ஆனால் இவ்வாறு நீண்ட போராட்டங்களுக்குப் பின்னர் பெண்கள் பெற்ற உரிமைகளையும் முதலாளித்துவ சர்வாதிகாரமான பாசிஸம் சில நிமிடங்களில் எப்படிப் பறித்துவிட்டது என்பதற்கு ஜெர்மனி சிறந்த உதாரணமாகும். ஜெர்மனியின் நாஜிகள் வேலையில்லாத ஆண்களுக்கு வேலை தருவதற்காக லட்சக்கணக்கான பெண்களின் வேலையைப் பறித்துவிட்டனர். அவர்கள் பெண்களுக்குப் பதிலாக நியமிக்கப்பட்ட ஆண்களுக்கு, பெண்களுக்குத் தந்து கொண்டிருந்த சம்பளத்திற்கும் குறைவாகச் சம்பளம் தந்தனர். பெண் இல்லத்தரசி என்றும் அவள் வீட்டு வேலைகள் செய்ய வேண்டுமென்றும் குழந்தைகளை வளர்க்க வேண்டுமென்றும் அப்போது கூறப்பட்டது. ஆனால் போரின் போது பீரங்கித் தீனியாகப் போடுவதற்கு ஆண்கள் தேவைப்பட்ட சமயத்தில் மீண்டும் பெண்கள் தொழிற்சாலைகளுக்காகவும் அலுவலகங்களுக் காகவும் எடுத்துக்கொள்ளப்பட்டனர். அவர்களுடைய சம்பளம் மேலும் குறைக்கப்பட்டது.

3. பெண்கள் அடிமைத்தனத்தின் காரணங்கள்

(க) எதிரிடையான வர்க்க பேதம்: ஆண் வர்க்கம் முழுவதும் பெண்களுக்கு அடிமைத்தனத்தை அளிக்கவில்லை. அதற்கு முக்கிய பொறுப்பாளிகள் சோம்பேறி வர்க்க ஆட்சியாளர்களும் தனிச் சொத்துடைமையேயாகும். ஆளும் கூட்டம் எப்படிப் பெண்களின் நிலையைத் தாழ்த்திக்கொண்டே வந்தது என்பதை விளக்கத் தேவையில்லை. சோம்பேறி வர்க்கத்தின் ஆட்சி ஒழிக்கப்பட்டுவிட்ட சோவியத் யூனியன், சீனா மற்ற பொதுவுடைமை நாடுகளில் உள்ள பெண்கள் மட்டுமே, மற்ற நாட்டுப் பெண்களைவிட அதிக சுதந்திரம் அனுபவிக்கிறார்கள். அந்நாடுகளில் பெண்கள் பொருளுற்பத்தி உழைப்பில் ஈடுபடுகிறார்கள். தமது செலவிற்காக அவர்கள் ஆண்கள் கையை எதிர்பார்ப்பதில்லை. எல்லாச் சுதந்திரங்களுக்கும் அடிப்படையான பொருளாதாரச் சுதந்திரம் அப்பெண்களுக்கு நிறைய இருக்கிறது.

பெண்கள் அடிமைத்தனமும், அவர்களைத் தாழ்வாகக் கருதுவதும் ஏதோ ஒரு வரலாற்று நிகழ்ச்சி மட்டுமல்ல; இன்றும் பெண்களைத் தாழ்ந்த நிலையிலேயே வைத்திருப்பதற்குச் சாதகமான கல்வியே அவர்களுக்குத் தரப்படுகிறது. அவர்களை முன்னேறவிடாமல் செய்வதற்கு வேண்டிய கல்வியே அவர்களுக்குக் கற்பிக்கப்படுகிறது. அவர்களில் 'பெண்மை'யை பாதுகாக்கப் பெருமுயற்சி செய்யப்படுகிறது. ஒரு பெண் குழந்தையைப் பெற்ற மறு வினாடியே அது ஆணா, பெண்ணா என்பதைத் தெரிந்துகொள்ள ஆவல் காட்டப்படுகிறது. இந்துக்களில் பெரும்பாலோர் பெண் குழந்தை என்று கேள்விப்பட்டதுமே துயரத்தில் மூழ்கிவிடுகின்றனர். என்னுடைய நண்பரொருவரின் சகோதரருக்கு இரண்டாம் முறையும் பெண் குழந்தை பிறந்தபோது அவரது சின்னம்மா, "கவலைப்படாதே அடுத்த தடவை அதிர்ஷ்டம் பிறக்கலாம்" என்று தேறுதல் தந்தி கொடுத்தாள்.

(ங) எதிரிடையான கல்வி: பெண் குழந்தை பிறந்த பிறகு வேறென்ன? அங்கே இரண்டு உலகங்கள் தயாராய் இருக்கும். இரண்டு விதச் சட்ட திட்டங்கள் முன்னதாகவே தயார் செய்யப்பட்டிருக்கும். ஆண் குழந்தைக்கு ஒரு விதச் சட்ட திட்டங்களும் பெண் குழந்தைக்கு வேறு சட்டதிட்டங்களும் இருக்கும். ஆண் குழந்தை மிக அக்கறையாக மிகப் பாதுகாப்புடன் வளர்க்கப்படும். பெண் குழந்தையில் 'பெண்மை' வளர்க்கப்படும்.

சிறு வயதிலிருந்தே ஆண் குழந்தைக்குத் தன்னம்பிக்கையும் சுதந்திரமும் கற்றுத்தரப்படும். பெண் குழந்தைக்கு அடிமைத்தனமும்

விழிப்புணர்வும் சொல்லிக் கொடுக்கப்படும். "நீ உன் மனக்கிடக்கையைச் சாதித்துக் கொள்ள முடியும்" என்று ஆண் குழந்தைக்குச் சொல்லப்படுகிறது. ஆனால் பெண் குழந்தைக்கு மட்டும் "நீ உன் விருப்பத்தைப் பூர்த்தி செய்துகொள்ள ஒரு ஆணின் துணை அவசியம் இருக்கவேண்டும். அவன் மூலமாகத்தான் நீ உன் கோரிக்கைகளை நிறைவேற்றிக்கொள்ள முடியும்" என்று கூறப்படுகிறது. ஆண் குழந்தைக்கு அவன் தன்னுடைய அறிவை வளர்த்துக்கொள்ளத் தேவையான விளையாட்டுச் சாமான்கள் அளிக்கப்படுகின்றன. அவன் கட்டைக்குதிரைமேல் சவாரி செய்கிறான். வீட்டையும் கோட்டையும் அமைக்க மரத்துண்டுகள் கொடுக்கப் படுகின்றன. ஆனால் பெண் குழந்தைக்குப் பொம்மைக் கல்யாணம் செய்யப் பொம்மைகள் தரப்படுகின்றன. அவளுக்கு விளையாட வாணலி, அடுப்பு போன்ற பொம்மைகளே அளிக்கப்படுகின்றன. அவள் பெரியவளான பிறகு தன்னுடைய பொறுப்பை உணர்ந்து கொள்ளவே இவ்வாறு செய்யப்படுகிறது. பையன் உலகம் புரியவாரம்பித்ததுமே தான் ஒரு 'ஆண்' என்பதை உணர்கிறான். சின்னப் பையனுக்குக்கூட நீங்கள் ஒரு பொம்மையைக் கொடுத்துப் பாருங்கள்! அவன் அதைத் தூர வீசியெறிந்து "நான் என்ன பாப்பாவா?" என்று கேட்பான். விளையாட்டுகள் கூடச் சிறுவர்களுக்கும் சிறுமிகளுக்கும் பங்கிடப்பட்டுள்ளன. சாப்பாட்டு விஷயத்தில் கூடச் சிறுமிகளைவிடச் சிறுவர்களுக்கு அதிக கவனம் செலுத்தப்படுகிறது. பெற்றோர்களும் மகளை வளர்க்கும்போது அவள் வேறொரு வீட்டிற்குப் போய்ச் சேர்பவள் என நினைத்துத் தான் வளர்க்கிறார்கள்.

சிறுவன் கொஞ்சம் பெரியவனானதும் துணிகர விளையாட்டுக்களான சடுகுடு போன்றவைகளையே விளையாடுகிறான். அப்போதிருந்தே அவன் தனது சகோதரிகளின் மேல் அதிகாரம் செலுத்தக் கற்றுக் கொள்கிறான். பிற்காலத்தில் இதையே தன்னுடைய மனைவியின் மேலும் உபயோகப்படுத்துகிறான். பெண் பிள்ளை ஒவ்வொரு வினாடியும் கட்டளைக்குக் கீழ்ப்படிதலும் மற்றவர்களுக்குப் பணிவிடை செய்வதும் கற்க வேண்டி இருக்கிறது. எவ்விதத் துணிகர விளையாட்டிலும் அவளைக் கலந்து கொள்ளவிடுவதில்லை. அவள் கடைவீதியில் விற்பனைக்காகத் தயாரிக்கப்பட்ட மண்பாண்டமாகும். அதில் சிறு கீறல் விழுந்தாலும் பிறகு அதை யார் விலை கொடுத்து வாங்குவார்கள். யார் அவளைக் கல்யாணம் செய்து கொள்வார்கள்? பிறகு அவள் எப்படி வாழ்வாள்?

இந்தியாவில் இன்றும் பெண்களுக்குக் கல்வியறிவு தேவையில்லை என்று எண்ணப்படுகிறது. மேற்கத்திய நாடுகளில் பெண் கல்வி அதிகரித்திருந்தாலும் அங்கேயும் பெண்களுக்குச் சாதாரணக் கல்வியே

போதுமானதென்று கருதப்படுகிறது. பாசிஸ்ட் நாடுகளில் பெண்களுக்குக் கற்றுத்தரும் விஷயங்களும் வேறாக இருக்கின்றன. ஜப்பானியப் பெண்களின் கல்வியில் பெரும் பகுதி தேநீர் பரிமாறுவது வீட்டை அலங்கரிப்பது, தையல், பின்னலாகவே இருக்கிறது. இந்தியாவில் இன்றும் பெண்கள் பள்ளியிலும் கல்லூரிகளிலும் அவர்களுக்கு மனைவியாகவும் தாயாகவும் இருப்பதற்கு அவசியமான கல்வியே தரப்படுகிறது.

பெண் பிள்ளையைப் படிக்கவைப்பது தண்டம் என்றே கருதப்படுகிறது. படிப்பில்லாத பெண்ணுக்குச் சிறந்த வரன் கிடைக்கமாட்டான் என்னும் பயத்தாலேயே கொஞ்ச நஞ்சமாவது பெண்களைப் படிக்கவைத்துக் கொண்டிருக்கிறார்கள்.

இன்று பெண்களின் தாழ்ந்த நிலைக்குக் காரணம் அவர்களுடைய மூளையமைப்போ பாலினமோ அல்ல. ஆண், பெண் எல்லாருடைய மூளைகளுமே பெண்ணின் ரத்தத்தில் தான் உருவாகின்றன. ரேடியம் கண்டுபிடித்து 'நோபல்' பரிசு பெற்ற பிரெஞ்சு பெண்மணி மேரிக்யூரி, ஆண்களுக்கு மட்டுமே அறிவு இருக்குமென்பதைப் பொய்ப்பித்து விட்டாள், பெண்களின் மோசமான நிலைக்கு காரணம் அவர்களின் பொருளாதார அடிமைத்தனமும், சிறு வயதிலிருந்தே அவர்களுக்கு அளிக்கப்படும் கல்வியுமாகும், ஒரு ஆணுக்கு மனைவியாவதுதான் - ஆணுடன் உடலுறவு கொள்வதுதான் - வாழ்வதற்கான ஒரே வழி என்று சிறுவயதிலிருந்தே பெண்கள் உள்ளத்தில் பதியப்படுகிறது.

(ச) **எதிரிடையான ஒழுக்கவிதிகள்:** ஆண்-பெண் உடலுறவுக்கு அளிக்கப்பட்ட முக்கியத்துவமும், பொருளாதார அடிமைத்தனமும் சமுதாயத்தில் ஆண்களின் நிலை பெறுவதற்கும் பெண்களைத் தமது உடலை விற்பதற்கும் நிர்ப்பந்தித்தன. இருபதாம் நூற்றாண்டு சுதந்திர நூற்றாண்டு என்று ஆரவாரமாகக் கோஷிக்கப் படுகிறது. ஆனால் இன்று பெண் தனது உடலை விற்பது முதலாளித்துவ நாகரிகத்தின் ஒரு அங்கமாகிவிட்டது. விபசாரத்தொழில் பொருளாதாரக் கஷ்டங்களின் விளைவே என்பது சோவியத் யூனியனில் அனுபவத்தால் நிரூபணமாகிவிட்டது. ஆயிரக்கணக்கான ஆண்டுகளாக லட்சக்கணக்கான மகான்களும் மகரிஷிகளும் வேசித் தொழிலுக்கு எதிராகத் தொண்டை வரண்டுபோகக் கத்திக் கொண்டிருந்தாலும் அது குறைவதற்குப் பதிலாகப் பெருகிக் கொண்டே இருக்கிறது. முதலாளித்துவ சட்ட நிபுணர்கள் சட்டங்கள் மூலம் விபசாரத்தை ஒழிக்க எவ்வளவோ முயற்சிகள் செய்துகொண்டே இருக்கிறார்கள். ஆனால் அது புதிய புதிய உருவங்களைக் கொண்டு செழித்தோங்கிக் கொண்டே இருக்கிறது.

(ஞ) **விபசாரத் தொழில் ஏன்?:** முதலாளித்துவ நாடுகளின் தலைமைப் பீடமான அமெரிக்காவில் விபசாரத் தொழிலை

முதலாளிகள் வியாபாரமாக நடத்துகிறார்கள். பெரு முதலாளி ராக்ஃபெல்லரைத் தலைவராகக் கொண்ட சமுதாய நல பியூரோ அமெரிக்காவில் விபசாரத் தொழிலை ஆராய்ந்தது. அது 1591 இடங்களைப் பரிசீலனை செய்து 1915ஆம் ஆண்டில் தனது அறிக்கையை வெளியிட்டது. அறிக்கையின் முதல் பகுதியில் நியூயார்க் நகரில் விபசார வியாபாரம் விவரிக்கப்பட்டது. பெட்ஃபார்ட் ஹில்லிலுள்ள அரசாங்க சீர்திருத்த நிலையத்திலிருந்த பெண்கள் 621 பேரில் ஒரு சிலரைத் தவிர மற்ற அனைவரும் பொருளாதாரக் காரணங்களாலேயே விபசாரத் தொழிலில் சிக்கிக் கொண்டார்கள். ஆனால் ஆராய்ந்த பியூரோ இந்த உண்மையை மறைக்க முயற்சித்தது. முதலாளிகளின் பணத்தைக் கொண்டு நிறுவப்பட்ட பியூரோ முதலாளித்துவத்திற்கு எதிராக வாய் திறக்குமா? பெரும்பாலான பெண்கள் சொந்த காரணங்களால் விபசாரத் தொழிலில் ஈடுபட்டவர்கள் என்று பியூரோ சொன்னாலும் அந்தச் சொந்த காரணங்களில் நோய்கள், பணப்பஞ்சம், பணத்தேவை ஆகியவை கூறப்பட்டுள்ளன.

அறிக்கையின் முதல் பாகத்தில் பங்குமார்க்கெட் பற்றிச் சொல்லப்பட்டுள்ளது. அங்கே விபசார வியாபாரப் பங்குகளும் விலைக்கு விற்கப்படுகின்றன வாங்கப்படுகின்றன. அவ்வறிக்கையில் விபசாரத் தொழில் நடக்கும் இடங்களும் விலை விவரங்களும் விபசாரத் தொழிலில் பெண்களைப் புதிதாகச் சேர்த்துக் கொள்வதும் விவரிக்கப்பட்டன. அத்தொழிலில் ஈடுபட்டவர்களிடையே உள்ள போட்டி குறித்தும் அதில் நீதித்துறை எவ்வாறு சிக்கவைக்கப்படுகிறது என்பது குறித்தும் விளக்கப்பட்டுள்ளது.

டாக்டர் யென்ரைட்மேன் என்பவர் 1929 "இரண்டாம் பழம்பெரும் தொழில்" என்னும் நூலில், அமெரிக்காவில் முதலாளித்துவ முறையில் நடத்தப்படும் விபசாரத் தொழிலை வர்ணித்துள்ளார் இத்தொழிலை நடத்தும் முதலாளிகளும் மற்ற முதலாளிகளைப் போலவே தமது பெண் தொழிலாளிகளை (விபசாரிகளை) உரிய நேரத்திற்கு 'வேலை'க்கு வரவேண்டுமென்றும் 'வேலை'யைச் செவ்வனே செய்ய வேண்டுமென்றும் நிர்ப்பந்திக்கிறார்கள். அதிக லாபம் கிடைத்தால் போனஸ் தரும் ஏற்பாடும் உள்ளது. உருக்கு எண்ணெய், நிலக்கரி, மோட்டார்த் தொழில் ஆகிய தொழில்களில் கிடைக்கும் லாபத்தைக் காட்டிலும், விபசாரத் தொழிலில் அதிக லாபம் கிடைக்கிறதென்று செல்வி இன்மேன் கூறுகிறார். விபசாரத் தொழிலும் மற்ற பெரும் தொழில்களைப் போலவே நடத்தப்படுகிறது. மற்ற தொழில்களைப் போலவே இதுவும் முதலாளியின் லாபத்திற்காக மட்டுமே நடத்தப்படுகிறது. மற்ற முதலாளித்துவத் தொழில்களில் உள்ளதைப்

போன்றே இதிலும் வியாபார மாற்றங்களும், ஏகபோகமும், பல்வேறு கிளைகளும் காணப்படுகின்றன. இருபத்தைந்து வருடங்களுக்கு முன்பு அமெரிக்காவில் விபசாரத் தொழில் பகிரங்கமாக நடந்து வந்தது. ஆனால் இதற்கிடையே அதைப்பற்றிப் பல புத்தகங்கள் எழுதப்பட்ட பிறகு, அதற்கு எதிராகத் தீவிரமான விமர்சனங்கள் வெளிவந்த பிறகு, இப்போது விபசாரத் தொழிலதிபர்கள் மிகவும் விழிப்புடனிருக்கிறார்கள். அவர்கள் தற்போது ஓட்டல், ரெஸ்டாரெண்டுகள், கிளப்புகள் நாட்டிய சாலைகள், இசை நிலையங்கள் என்ற பெயரில் தமது தொழிலை மறைமுகமாக நடத்திக் கொண்டிருக்கிறார்கள். சுருக்கமாக அமெரிக்காவில் விபசாரத்தொழில் பெருமளவிலும் கட்டுப்பாடாகவும் நடந்து வருகிறது.

இங்கிலாந்து, இலங்கை போன்ற நாடுகளிலும் வேசித்தொழில் பகிரங்கமாக நடத்தப்படுவதற்கு அனுமதிக்கப்படாவிட்டாலும் அங்கேயும் அது தாராளமாகவே நடந்து வருகிறது. ஜப்பானிய முதலாளிகளும் இத்தொழிலில் அமெரிக்காவுக்குப் பின்னடையவில்லை ஜப்பானில் நிலப்பிரபுத்துவ யுகத்திலிருந்து தொடர்ந்து வந்து கொண்டிருக்கும் 'கெய்ஷா' (பாடகிகள்) முறையை இப்பொழுது நவீன முதலாளிகள் கைக்கொண்டு விட்டார்கள். இதில் அவர்கள் கொள்ளை லாபத்தையும் சம்பாதித்துக் கொண்டிருக்கிறார்கள்.

முதலாளித்துவச் சுரண்டலுக்காக இயந்திரங்களாக மாற்றப்பட்டுள்ள வேசிகளின் நிலை பரிதாபகரமாக இருக்கிறது. அவர்கள் விபசாரத் தொழிலில் பிரவேசிக்கும்போதும் பணத்திற்காக அல்லல்படுகிறார்கள், அந்தத் தொழிலை விட்டுப் போகும்போதும் அவர்கள் பணத்திற்காக அவதிப்படுவதோடு பயங்கர நோய்களுக்கும் ஆளாகி உடல் நலத்தையும் ஆயுளையும் இழந்துவிடுகிறார்கள்.

விபசாரத் தொழிலுக்குப் பெண்களைச் சேர்க்கும் முறைகள் மிகவும் சரளமானவை. பெரும்பாலும் நர்ஸ்கள், ஆசிரியைகள் வீட்டு வேலைக்காரிகள் தேவை என்று விளம்பரப்படுத்தப்படுகிறது. அதற்காக வந்த பெண்களைப் பிடித்துவிட்டால் "உன் வயது என்ன?" "வீட்டிலேயே இருக்கிறாயா?" "யாருடன் சேர்ந்திருக்கிறாய்?" "அவர்களின் வயதும் பொருளாதார நிலையும் என்ன?" என்பன போன்ற கேள்விகள் அப்பெண்ணின் உள்ளக்கிடக்கையைத் தெரிந்துகொள்ளப் போடப் படுகின்றன. இன்னொரு முறை: சில மோசடி ஏஜென்ஸிகள் மூலம் இளம் பெண்களைச் சேர்ப்பது. இந்த ஏஜென்ஸிகள் வேலை தேடித் தரும் நிலையங்கள் என்று சொல்லப்படுகின்றன. அவை தம்மிடம் வரும் ஒவ்வொரு பெண்ணின் வயது அங்க அடையாளங்கள், பொருளாதார நிலை இன்னல்கள் ஆகியவை பற்றிப் பட்டியல்

தயாரித்து வைத்திருக்கும். எந்தப் பெண் அவர்களுக்குகந்தவள் என்பதைக் கண்டுபிடிப்பது அந்த ஏஜென்ஸிகளுக்குக் கடினமல்ல; அப்படிப்பட்ட பெண்களை அவை தேர்ந்தெடுத்துத் 'தொழிலுக்கு' அனுப்பிவிடுகின்றன.

வேசித்தொழிலுக்கு அடிப்படை பசி என்பதில் எவ்வித ஐயமுமில்லை. இப்பசியிலிருந்து மீள்வதற்காகவே பழைய, சமுதாயத்தில் பெண் தனது உடலை விற்க வேண்டி வந்தது. இன்றும் அதே காரணத்தால் முதலாளித்துவச் சமுதாயமும் பெண்ணை விலைக்கு வாங்கவும், விற்கவும் செய்து கொண்டிருக்கிறது. உலகில் முதலாளித்துவம் நிலைத்திருக்கும் வரை பெண்ணை விலை பொருளாக்குவது நிற்கப் போவதில்லை.

வேசித்தொழில் மனித சமுதாயத்துடனே தோன்றிய புராதனத் தொழிலென்றும், விருந்தினர்களை மகிழ்விக்கும் பொருட்டு இத்தொழில் துவங்கியதென்றும் கூறப்படுகிறது. இதைப் புராதனமான தொழிலென்று சொல்வதால், இது கடவுளிடமிருந்து வந்த தொழிலென்று கொள்ள வேண்டுமாம். விருந்தினர்களை மகிழ்விப்பதற்காகவென்றே விபசாரத் தொழில் பிறந்ததென்று கூறுவதும் தவறாகும். வர்க்க பேதங்களற்ற புராதனப் பொதுவுடைமைச் சமுதாயத்தில் இத்தொழில் இருக்கவில்லை யென்பது நாமறிவோம். மக்கள் குழுச் சமுதாயத்திலும் இது இருக்கவில்லை. ஒரு குறிப்பிட்ட வர்க்க நலனைப் பாதுகாக்க அரசு அமையும்போதுதான் வேசித் தொழிலும் துவங்குகிறது. ஆகவே இத்தொழில் மனித சமுதாயத்துடனே துவங்கிற்றென்பது தவறு. விருந்தோம்பல் குறித்துக் கூறவும் வேண்டுமா? காசுக்காக உடலை விற்பது விருந்தோம்பலாகுமா?

எட்டாம் அத்தியாயம்

இந்திய சமுதாயம்

இதற்குமுன் மனிதசமுதாய முன்னேற்றத்தைப்பற்றி விளக்குகையில், இந்திய சமுதாய மாற்றங்களையும் குறிப்பிட்டோம். அப்போதே இந்தியாவில் சமுதாய முன்னேற்றம் மிகவும் மெதுவாக நிகழ்ந்த தென்றும் சொன்னோம். இந்த மெதுவான முன்னேற்றத்திற்கான காரணத்தையும் சற்று விவரித்தோம். ஆனால் இந்த முழு சமுதாய வளர்ச்சி குறித்து மேலும் விளக்க வேண்டிய அவசியம் உள்ளது. குறிப்பாகச் சில முதலாளித்துவப் பிரசாரகர்கள் பகிரங்கமாகவும், வேறு சிலர் மறைமுகமாகவும் நாட்டின் இந்தப் பிற்பட்ட நிலையையே மகத்தான சிறப்பாகச் சித்தரிக்க முயலுகின்றனர். இந்திய சமுதாய முன்னேற்றத்தின் விதிகளே வேறானவை என்று அவர்கள் கதைக்கின்றனர். இதை அம்பலப்படுத்துவதற்காகவாவது இங்கே நாம் விரிவாக ஆராய வேண்டியுள்ளது.

1. சமுதாயச் செயலற்ற தன்மை

ஆரியர், யவனர், சகர், கூர்ஜார், ஜாட், ஆபிரர், ஹூணர்கள், அராபியர், துருக்கியர் முதலிய எத்தனையோ வெளிநாட்டு இனங்கள் காலக்கிர மத்தில் இந்தியாவிற்குள் பிரவேசித்தனர், அவர்கள் முதலில் தமது ஆளும் சமுதாயத்தையோ அல்லது காலனி வாழ் சமுதாயத்தையோ அமைத்தனர். அவை தேசீயத்தின் இடத்தைப் பிடிக்கப் பார்த்தன. ஆனால் அவர்கள் கையிலிருந்து ஆட்சி பறிபோனதும் அவர்கள் ஒரு இனமாக மட்டும் மாறி, சாதாரண மக்களுடன் இரண்டறக் கலந்துவிட்டனர்.

இந்தியாவில் உள்நாட்டுப் போர்களும், வெளிநாட்டு யுத்தங்களும் நடந்துவந்தன. அரசியல் புரட்சிகள் நடந்தேறி வந்தன. வெற்றி, தோல்விகள் கிடைத்து வந்தன. பஞ்சங்கள் ஏற்பட்டுக்கொண்டிருந்தன. ஒன்றன் பின் ஒன்றாக எத்தனை விபத்துக்கள் இந்தியாவுக்கு நேர்ந்தன என்று கணக்கிட முடியாது. ஆனால் அவை அனைத்தும் கூடப் பத்தொன்பதாம் நூற்றாண்டின் துவக்கம் வரை இந்திய சமுதாயத்தின் உட்புற உருவத்தை மாற்ற முடியவில்லை. இந்தியாவின் புராதன மனித சமுதாயம் மாற்றம் அடைந்து கொண்டிருந்ததைப்போல் தோன்றினாலும், அதன் சொந்த உருவமைப்பில் எவ்வித மாறுதலும்

ஏற்படவில்லை என்பதை அக்காலத்திய சமுதாயத்தை ஆராய்ந்தால் நாம் புரிந்து கொள்ள முடியும். ஆயிரக்கணக்கான ஆண்டுகளுக்கு முன்பு கண்டுபிடிக்கப்பட்ட கை ராட்டினமும், கைத்தறியும் தொடர்ந்து வந்தன. அவற்றைச் செலுத்த திறமைவாய்ந்த கரங்களுக்கும் பஞ்சம் இருக்கவில்லை. மிகப் பழைமையான காலத்திலிருந்தே ஃபினிஷியன், கிரேக்க, ரோமானிய, அராபிய வியாபாரிகளின் மூலம் இந்தியத் துணிகளையும், மற்ற உபயோகப் பொருட்களையும் ஐரோப்பா வாங்கிக் கொண்டு, விலையுயர்ந்த ரத்தினங்களையும், பல்வேறு கனிப்பொருட்களையும் அனுப்பிக் கொண்டிருந்தது. விலையுயர்ந்த நகைகளை அணியும் விருப்பம் இந்தியர்களுக்குப் புராதன காலத்திலிருந்தே இருந்து வந்தது. வேதகாலத்திய ஆரியர்கள் தங்கக் குண்டலங்களையும், தங்கக் கைவளையங்களையும் மிக விருப்பமுடன் அணிந்து வந்தனர். ஆரியப் புரோகிதர்கள் வேள்வி மண்டபத்தில் தமது சிவப்புத் தலைப்பாகைக்கும், தங்கக் குண்டலங்களுக்கும் புகழ் பெற்றனர்.

1. கிராமக் குடியரசு: பத்தொன்பதாம் நூற்றாண்டின் முற்பகுதியில் இந்திய சமுதாய அமைப்பை விவரிக்கையில் கார்ல் மார்க்ஸ் பிரிட்டிஷ் பாராளுமன்றத்திற்குச் சமர்ப்பிக்கப்பட்ட ஒரு அரசாங்க அறிக்கையை இவ்வாறு மேற்கோள் காட்டினார்:

(க) கிராமக் குடியரசின் அமைப்பு

"ஒரு கிராமம் என்பது பூகோள ரீதியில், சில நூறு அல்லது ஆயிரம் ஏக்கராக்களைக் கொண்ட விவசாய நிலங்களும், தரிசு நிலங்களும் அமைந்ததாகும். அரசியல் ரீதியாகப் பார்த்தால் இது ஒரு பேட்டை அல்லது சிறு நகரம் போன்றதாகும். ஒவ்வொரு கிராமத்திலும் கீழ்க்கண்ட சிப்பந்திகளும், அதிகாரிகளும் இருக்கிறார்கள். கிராம முன்சீப் கிராமத்தின் அலுவல்களையெல்லாம் கவனிக்கிறார். அவர் கிராமத்தவரின் ரச்சரவுகளைத் தீர்த்து வைக்கிறார். சட்டம் அமைதியைக் காக்கிறார்; வரி வசூலிக்கிறார் அவர் தனது சொந்த செல்வாக்காலும், அங்குள்ள சூழ்நிலையைச் சரியாக உணர்ந்திருப்பதாலும் தனது அலுவல்களைத் திறமையாக நிர்வகிக்கிறார். கிராமக் கணக்கப்பிள்ளை (கர்ணம்) வயல்கள் சம்பந்தப்பட்ட எல்லாக் கணக்குகளையும் வைத்திருக்கிறார். வெட்டியான் கிராமத்தில் நடக்கும் குற்றங்களை உளவு அறிகிறான். ஒரு கிராமத்திலிருந்து வேறொரு கிராமத்திற்குப் பயணிகளைப் பத்திரமாகச் சேர்க்கிறான். தோட்டியின் பணி பெரும்பாலும் கிராமத்திற்குள்ளாகவே இருக்கும். அவன்

விளைச்சலைக் காவல் காத்து, அதை எடை போடுவதில் உதவுகிறான். எல்லைக் காவல்காரன் கிராம எல்லையைப் பாதுகாக்கிறான். இரு கிராமங்களுக்கிடையே எல்லை குறித்து விவாதமேற்பட்டால் அவன் சாட்சியம் கூறுகிறான். நீர்நிலைக் காவல்காரன் கிராமத்திலுள்ள ஏரிகளையும், கால்வாய்களையும் கவனித்துக் கொள்கிறான். எல்லா வயல்களுக்கும் சமமாக நீரைப் பங்கிடுகிறான். பிராமணன் கிராமம் பூராவுக்குமாகப் பூஜை செய்கிறான். கிராம ஆசிரியர் பிள்ளைகளுக்கு மணலில் எழுத்துக்களை எழுதக் கற்றுத்தருகிறார். ஜோதிடர் நல்ல சகுனங்களைத் தெரிவிக்கிறார். சாதாரணமாக மேற்கூறிய சிப்பந்திகள் அனைவரும் ஒவ்வொரு கிராம அமைப்பிலும் உள்ளனர் என்றாலும் சில கிராமங்களில் ஒரு ஊழியரே பல பொறுப்புக்களையும் நிர்வகிப்பதுண்டு. சில கிராமங்களில் ஒரு வேலைக்கே பல ஊழியர்களும் இருப்பதுமுண்டு. இவ்வாறு மிகச் சரளமான அரசின் கீழ் மிகப் பழங்காலத்திலிருந்தே மக்கள் இருந்து வருகின்றனர். கிராமத்தின் எல்லை சாதாரணமாக மாறுவதே இல்லை. அவ்வப்பொழுது கிராமங்கள் தாக்கப்பட்டாலும், போர்களாலும், பஞ்சங்களாலும், பயங்கர நோய்களாலும் பீடிக்கப்பட்டாலும் அந்தக் கிராமங்கள் அப்படியே இருந்து வருகின்றன. அவற்றின் நலன்களும், குடும்பங்களும் அப்படியே தொடர்ந்து வருகின்றன. அரசாங்கங்கள் புதியதாகத் தோன்றினாலும், அழிந்தாலும் கிராம மக்களுக்கு அதைப்பற்றிக் கவலை இருக்கவில்லை. ஒரு கிராமம் உடையாமல் இருக்கும்வரை, அது எந்த மன்னரின் ஆளுகையில் இருக்கிறது என்பது குறித்து அம்மக்கள் லட்சியம் செய்யவில்லை. கிராமத்தின் உட்புறப் பொருளாதார அமைப்பு தொடப்படாமல் அப்படியே இருக்கும். கிராம முன்சீப் இன்றும் கிராம மக்களின் தலைவராக விளங்குகிறார். அவர் இன்றும் கிராமத்தின் சிறிய நீதிபதியாகவும், நிலவரி வசூலிக்கும் கலெக்டராகவும் இருக்கிறார்.”

முதல் இந்தியச் சுதந்திரப் போரான ‘சிப்பாய்கள் கலகம்’ நடந்த ஆண்டுக்கு நான்கு ஆண்டுகளுக்கு முன்பு, 1853 ஜுன் 25ம் தேதியிட்ட “நியூயார்க் ட்ரிப்யூன்” பத்திரிகையில் வெளியான தனது கட்டுரை “இந்தியாவில் பிரிட்டிஷ் ஆட்சி”யில் மேற்கூறிய அரசாங்க அறிக்கையை மேற்கோள்காட்டி மார்க்ஸ் எழுதுகிறார். “இந்தச் சிறிய அசைவற்ற சமுதாய அமைப்பு இப்பொழுது பெரும் பகுதி அழிந்துவிட்டது அல்லது அழிந்துகொண்டிருக்கிறது. ஆனால் இதற்குக் காரணம் பிரிட்டிஷ் வரி வசூலைக் காட்டிலும் பிரிட்டிஷ் சிப்பாய்களைவிடவும் பிரிட்டிஷாரின் நீராவி இஞ்சினும், சுதந்திர வணிகக் கொள்கையுமேயாகும்.

(ங) கிராமக் குடியரசால் விளைந்த செயலற்ற தன்மை

அதே ஆண்டு ஜுன் 15ஆம் நாள் மார்க்ஸ் தன் நண்பரான ஏங்கெல்ஸுக்கு எழுதிய கடிதத்தில் இந்தியக் கிராம அமைப்பைப் பற்றிக் கூறுகிறார்.

"ஆசியாவின் இப்பகுதியில் (இந்தியாவில்) அரசியல் துறையில் லட்சியமற்ற ஒருவித செயலாக்கம் தென்பட்டாலும், மிகப் பெரிய அளவுக்குச் செயலற்ற தன்மை நிலவுகிறது. இது ஒன்றையொன்று சார்ந்துள்ள இரண்டு நிலைமைகளின் விளைவாகும். (1) பொதுப் பணிகள் (ஏரிகள், குளங்கள், கால்வாய்கள் வெட்டுதல் முதலியன) மத்திய அரசின் பொறுப்பிலிருந்தன. (2) சில விரல் விட்டு எண்ணக் கூடிய நகரங்களைத் தவிர சாம்ராஜ்ஜியம் முழுவதும் கிராமங்களாலேயே அமைந்திருந்தது. கிராமங்கள் ஒரு தனி அமைப்பாக விளங்கின; அவை ஒருசிறு உலகமாக இருந்தன.

"இந்தக் கிராமக் குடியரசுகள் பக்கத்துக் கிராமங்களின் தாக்குதலிலிருந்து தமது எல்லைகளைப் பாதுகாத்துக் கொள்வதிலேயே கண்ணும் கருத்தாக இருந்து வந்தன. சமீபத்தில் வெள்ளையர் வசம் வந்த வட இந்தியப் பகுதிகளில் உள்ள கிராமங்களில் பெரும்பான்மையானவை இப்படித்தான் இருந்தன. ஆசியக் கொடுங்கோன்மையின் செயலற்ற தன்மையின் காரணங்களை வேறெங்கேயோ தேட வேண்டுமென்று நான் கருதவில்லை. வெள்ளையர்களால் அவ்வசைவற்ற அமைப்புகளின் அழிவு இந்தியாவை ஐரோப்பிய மயமாக்குவதற்கு அவசியமாகும். சுரண்டுபவன் மட்டுமே இந்த விஷயத்தில் வெற்றியடைய முடியாது. கிராமங்களின் தன்னிறைவு அமைப்பை ஒழித்துக் கட்ட அவற்றின் பழைய சிறு தொழில்கள் அழிந்து போவது அவசியமாகும்."

பல நூற்றாண்டுகளாகத் தொடர்ந்து வந்துகொண்டிருக்கும் இந்திய மனித சமுதாயத்தின் அசைவற்ற தன்மை, சூனியம் சென்ற நூற்றாண்டு வரை நிலவி வந்தன. இதன் காரணத்தாலேயே இந்தியன் கிராம பக்தியிலிருந்து தேசபக்திக்கு உயரவில்லை. அவன் வெளிநாட்டுப் பகைவர்களைக் கூட்டாக எதிர்கொள்ளவுமில்லை. இந்தக் கிராமப் பஞ்சாயத்துக்கள் கைத்தொழிலாளர்களை ஆயிரக்கணக்கான ஆண்டுகளாகத் தொடர்ந்து வந்து கொண்டிருக்கும் பழங்காலத் தொழில் சாதனங்களான உளி, இழைப்பபடி, அரிவாள் ஏர்க்காலுடன் பிணைத்துவிட்டிருந்தன. இந்தக் கிராம சமுதாய அமைப்பு இந்திய சமுதாயத்தின் உயிர் நாடி என்பதை ஆளும் வர்க்கம் அறிந்திருந்தது. கிராம அமைப்பைத் தாக்கினால் இந்திய மக்கள் பொறுத்திருக்க மாட்டார்கள் என்பதையும் அவர்கள் எதிர்க்காமல் இருக்கமாட்டார்கள்

என்பதையும் அவர்கள் அறிந்திருந்தார்கள். இதனாலேயே ஆளும் வர்க்கம் கிராம அமைப்பைத் தொடவில்லை. இந்திய கிராமத்தவரும் *"அரசன் யாராவது இருக்கட்டும்! அதைப் பற்றி நமக்கென்ன கவலை?"* என்றே இருந்துவிட்டனர்.

இந்திய கிராமக் குடியரசு முற்காலத்திலேயே அழிந்து ஒரு பரந்த அமைப்பில் திரண்டிருந்தால் சாதாரண மக்கள் ஆட்சியாளர்களின் கொடுங்கோன்மையை எதிர்த்து நிற்கும் வலிமையைப் பெற்றிருப்பார்கள். கடந்த இரண்டாயிரம் வருட இந்திய வரலாற்றில் நாம் காணும் கொடுங்கோன்மை நடைபெற்றிருக்குமா?

2. சமுதாய மாறுதலின் துவக்கம்

1. படையெடுப்புகளுக்காளான பாரத பூமி: ஆயிரக்கணக்கான ஆண்டுகளாக இந்திய சமுதாயம் நீரோட்டமுள்ள நதியைப் போலல்லாமல் தேங்கிய குட்டையைப் போலாகி விட்டது. தேங்கிய குட்டையின் அருகில் சென்றால் துர்நாற்றம் மூக்கைத் துளைக்கும். இந்திய மனித சமுதாயம் பத்தொன்பதாம் நூற்றாண்டு வரையிலும் இப்படித்தான் இருந்தது. அது தனது பழைமையின் பெருமையை மிக அதிகமாகக் கொண்டிருந்தது. பாய்ந்தோடும் ஆற்று வெள்ளத்தின் புத்துணர்ச்சியைத் தமது சமுதாயத்தில் கொண்டு வர இந்தியர்கள் அக்கறை கொள்ளவில்லை.

"உள்நாட்டுக் கலகங்கள், வெளிநாட்டுப் படையெடுப்புகள், பயங்கரக் கொள்ளை நோய்கள், கடும்பஞ்சங்கள் வெற்றி தோல்விகள் ஆகியவை எவ்வளவுதான் பலம் வாய்ந்ததாகவும் அழிக்கும் சக்தி படைத்ததாகவும் இருந்தாலும் அவை இந்திய சமுதாயத்திற்குள் ஊடுருவவே முடியவில்லை" என்கிறார் மார்க்ஸ்.

ஐரோப்பாவில் ஏற்பட்டுவிட்ட மாறுதல்களை இந்தியாவும் ஏற்றுக்கொள்ளும்படி நிர்ப்பந்திப்பதே வெள்ளையர்களின் வேலையாக இருந்தது. இதற்கு முன்பு இந்தியர்களை வெற்றி கொண்ட அயல்நாட்டு இனத்தவர் இந்தியாவில் இரண்டறக் கலந்து இந்தியர்களாகவே மாறிவிட்டார்கள். ஆனால் வெள்ளையர் அப்படிப்பட்டவர்களல்ல. அவர்கள் கிரேக்கர், சகர், துருக்கியர், முகலாயர் ஆகியோரைப் போல் இந்தியர்களாக மாறிவிடவில்லை. இந்தியாவை முன்பு வெற்றி கொண்டவர்களைவிட வெள்ளையரில் பல சிறப்பியல்புகள் இருந்தன. மற்ற வெளிநாட்டினர் இந்தியர்களை வெற்றி கொண்டாலும், அவர்கள் இந்தியர்கள் அடைந்திருந்த நாகரிக வளர்ச்சியை அடைந்திருக்கவில்லை. ஆகவே வரலாற்றின் பழைமையான விதியின்படி அரசியல் ரீதியாக வெற்றி கொண்ட இனத்தவர் அவர்கள் வெற்றி

கொண்ட இனத்தின் நாகரிகத்திடம் தோற்றுப்போய்விட்டனர். ஆனால் ஆங்கிலேயர்கள் இந்திய நாகரிகத்தைக் காட்டிலும் உயர்ந்த நாகரிகத்தைக் கொண்டவர்கள். இதனால் தோற்ற இனம் அவர்களைத் தன்னுள் ஜீரணித்துக்கொள்ள இயலாது. அனேக தலைமுறைகளாக அது வெற்றி கொண்டஇனத்தின் நாகரிகத்திலிருந்து தூர விலகி இருக்க முயற்சித்துக் கொண்டிருந்தது. ஆனால் இந்த வீண் பிடிவாதம் எத்தனை காலம் நீடிக்க முடியும். இன்று இந்தியாவின் அந்தப் பழைமை எவ்வாறு மறைந்து கொண்டிருக்கிறதென்பதையும் புதிய சமுதாயம் எப்படி உருவாகிக் கொண்டிருக்கிறதென்பதையும் நாம் நேரில் பார்த்துக் கொண்டிருக்கிறோம்.

2. வெற்றி கொண்ட வெள்ளையரின் சிறப்பு: வெள்ளையர் இந்தியாவில் வெள்ளை அரச வம்சத்தை நிலைபெறச் செய்ய வரவில்லை என்பது மற்றொரு அம்சமாகும். இந்தியாவை வெற்றி கொண்டு இந்நாட்டின் ஆட்சியைத் தன் கையிலெடுத்துக் கொண்டது ஒரு வெள்ளை மன்னனோ அல்லது படைத் தளபதியோ அல்ல, அதைச் செய்தது வியாபாரிகளின் ஒரு கூட்டமாகும். அக்கூட்டத்தார் தமது முதலீட்டுப் பணத்தால் அதிகபட்ச ஆண்டு லாபத்தை ஈட்ட விரும்பினார்கள். ஒரு நாட்டை வெற்றி கொண்டவர்கள் அந்நாட்டில் தமது அரச வம்சத்தை ஆட்சிப் பீடத்தில் அமர்த்த விரும்பாதது முற்றிலும் ஒரு புதிய விதமான வெற்றியாகும். தனது பங்குதாரர்களுக்கு மிக அதிக லாபத்தைப் பங்கிட வேண்டுமென்றே வெள்ளையர்களின் கிழக்கிந்தியக் கம்பெனி விரும்பிக் கொண்டிருந்தது. அதற்காகவே அது இந்தியாவை ஆண்டுகொண்டிருந்தது. இது தவிர அதற்கு வேறு ஒரு நோக்கம் இருந்ததென்று கூறினால், அது இந்தியாவில் அதிகபட்ச வெள்ளையர்களை வைத்துக் காப்பாற்றுவதேயாகும். முகலாயர்களின், சகர்களின் வரி வசூலிப்பதால் இதுவெல்லாம் நடத்த இயலாது. முகலாயர்களும் சகர்களும் இங்கே வசூலித்த பணத்தை இங்கேயே செலவிட்டும் வந்தனர், ஆகவே அந்தப் பணம் நாட்டிற்குள்ளேயே சுற்றி வந்தது. ஆனால் ஆங்கிலேயர்களுக்குக் கடல் கடந்த நாட்டில் செலவு செய்வதற்கு இந்தப் பணம் தேவைப்பட்டது. ஒரு முறை இந்நாட்டைவிட்டுச் சென்ற பணம் மீண்டும் திரும்பி வரப்போவதில்லை. ஆகவே ஆங்கிலேயர்கள் மற்றவர்களைவிட இந்தியர்களை அதிகமாகச் சுரண்டவேண்டி வந்தது. இந்தியாவுக்கு இதனால் என்ன விளைவு ஏற்பட்டதென்பதை ஏற்கெனவே பார்த்தோம்.

சுருங்கக்கூறின், ஆங்கிலேயர்கள் தமது ஆளும் வர்க்கமான முதலாளி வர்க்கத்தின் லாபத்திற்காக இந்தியாவைச் சுரண்டியாக வேண்டும். முதலில் வியாபாரம் மூலமாகவும், பின்னர் வியாபாரம் ஆட்சி ஆகியவைகள் மூலமாகவும் அதற்குப்பிறகு வியாபாரம், ஆட்சி,

முதலாளித்துவச் சுரண்டல் முறையான கச்சாப் பொருட்களை வாங்கி வினியோகப் பொருட்களை விற்பதன் மூலமாகவும் நாட்டைச் சுரண்டியாகவேண்டும். இந்தக் கொள்ளைச் சுரண்டலில் கிராமியக் குடியரசைப் பாதுகாத்துக் கொள்ள முடியாது. அக்குடியரசு எவ்வளவு கவர்ச்சிகரமாக இருந்த போதிலும் அதை நிலைநிறுத்த முடியாது. சென்ற காலம் எல்லாமே கவர்ச்சிகரமாகத்தான் இருக்கும்; ஆனால் அதை மறுபடியும் உயிர்ப்பிக்க இயலாது.

3. ஆங்கிலேய ஆட்சியின் விளைவுகள்

(க) சமூகப் புரட்சி: ஆயிரக்கணக்கான ஆண்டுகளாகப் புது நீரோட்டமில்லாமல், இந்திய சமுதாயம் குட்டையாக மாறிவிட்டது. அந்தக் குட்டையின் கரையை உடைத்தெறிந்ததே வெள்ளையர்கள் சாதித்த பெரிய காரியமாகும். அவர்கள் இந்தியக் கைராட்டினத்தை உடைத்தெறிந்தார்கள். பழைய தறிக்கு விடையளித்துவிட்டார்கள். அவர்கள் தமது நாடான இங்கிலாந்திலும் மற்ற ஐரோப்பிய நாடுகளிலும்கூடப் பழைய கைராட்டினக் கைத்தறி ஆடைகளை வெளியேற்றிவிட்டார்கள். அவர்கள் காலப்போக்கையே மாற்றிவிட்டார்கள். மார்க்ஸ் கூறுகிறார்: "இங்கிலாந்து பருத்தி விளையும் நாடான இந்தியாவிற்குள் பருத்தித் துணிகளை வெள்ளமாகக் கொண்டு வந்து தள்ளிவிட்டது. 1812 ம் ஆண்டிலிருந்து 1836க்குள் பிரிட்டனிலிருந்து அனுப்பப்பட்ட துணிகள் 5200 மடங்கு அதிகரித்துவிட்டன 1838ல் இங்கிலாந்தில் இந்தியாவிற்குள் வந்த 'மல்மல்' என்னும் நைஸ் ரகத் துணி பத்து லட்சம் கஜம்தான் இருந்தது. ஆனால் அந்தத் துணியை நெய்வதில் பிரசித்தி பெற்றிருந்த டாக்காவின் மக்கள் தொகை ஒன்னரை லட்சத்திலிருந்து இருபதாயிரமாகக் குறைந்துவிட்டது. கைத்தொழில்களுக்குப் புகழ்பெற்றிருந்த இந்திய நகரங்கள் பலவும் சீரழிந்து விட்டதோடல்லாமல் பிரிட்டிஷ் நீராவி இஞ்சினாலும், விஞ்ஞானத்தாலும் இந்தியா முழுவதும் இணைந்து செயல்பட்டுக் கொண்டிருந்த விவசாயமும் கைத்தொழில்களும் வேரோடு பிடுங்கி எறியப்பட்டன. இந்தியக் குடும்ப அடிப்படை குடிசைத் தொழில்களாகும். (கைத்தொழில்களாகும்) கையால் நூற்பதும், கையால் நெய்வதும், கையாலேயே நிலத்தை உழுவதும் இதனாலேயே இந்தியக் குடும்பம் தன்னிறைவு பெற்றிருந்தது. ஆங்கிலேயர் இதில் தலையிட்டதால் என்ன விளைவு ஏற்பட்டது? இங்கிலாந்தின் லங்காஷயர் நகரம் இந்திய நூற்பாளரையும் நெசவாளரையும் அழித்து விட்டது. சிறிய சிறிய பாதி நாகரிகமடைந்த சமூகங்களை அவற்றின் பொருளாதார அடிப்படையை அழித்து ஒழித்துவிட்டது. இவ்வாறு ஆங்கிலேயர் மிகப் பரந்த ஆசியாவில்

என்றுமே கேள்விப்பட்டிராத ஈடிணையற்ற சமூகப் புரட்சியைத் தோற்றுவித்தார்கள்."

(ங) அழிவுப் பணியின் அவசியம்: இன்று மனிதனின் உள்ளம் வேதனையடைந்து கொண்டிருக்கிற தென்பதில் சந்தேகமில்லை இன்று அவன் கண்முன்னாலேயே எண்ணற்ற அமைதியான தந்தை வழிச் சமுதாய அமைப்புகள் அழிந்துபட்டுக் கொண்டிருக்கின்றன. அவை காலக்கடலில் வீசியெறியப்பட்டு வருகின்றன. அவை தமது நாகரிகத்தின் பழைய உருவங்களைத் தாமே விழுங்கி வருகின்றன. பல தலைமுறைகளாக இருந்து வந்த வாழ்க்கைச் சாதனங்கள் அவற்றின் கைகளிலிருந்து பறிக்கப்பட்டு வருகின்றன. இந்தக் கிராம அமைப்புகள் பார்ப்பதற்கு எவ்வளவு எளிமையானவையாகத் தோன்றினாலும் இவையே கிழக்கத்தியக் கொடுங்கோன்மைக்கு அடிப்படையென்பதை நாம் மறந்து விடக் கூடாது. இக்கிராம அமைப்புகள் மனித மூளையைச் சிறுசிறு எல்லைகளில் குறுக்கிவிட்டது. மூட நம்பிக்கைகளைக் கண்ணை மூடிக்கொண்டு ஒப்புக் கொள்ளும்படி மக்களைச் செய்துவிட்டன. அவர்களைப் பழைய விதிமுறைகளுக்கு அடிமைகளாக்கிவிட்டன. அவர்களை மகத்தான சரித்திர வளர்ச்சிச் சக்திகளிடமிருந்து வேறுபடுத்திவிட்டன. ஒரு சிறு நிலப்பகுதியின் மேல் கொண்டிருந்த பற்று பேரரசுகளின் அழிவிற்கும், சொல்லவொண்ணாத கொடுங்கோல் அரக்கத்தனத்திற்கும், நகரங்களின் அழிவிற்கும் காரணமாக இருந்ததென்பதை நாம் மறக்கக்கூடாது. இந்த அவமானகரமான உயிரற்ற புழுக்களின் வாழ்க்கை மறுபக்கம் இதற்கு எதிரிடையான அழிவுத்தன்மை கொண்ட காட்டுமிராண்டி சக்திகளைக் கட்டவிழ்த்துவிட்டன என்பதையும் மனிதக் கொலையை இந்தியாவில் மதம் சம்பந்தமான செயலாக்கிவிட்டது என்பதையும் நாம் மறந்துவிடலாகாது. இந்தச் சின்னச் சின்ன குழுக்களும், ஜாதி வித்தியாசங்களும் இந்தியாவை அடிமைத் தளையில் பிணைத்திருந்தன என்பதையும் அவை மனிதனைச் சூழ்நிலையை வெற்றி கொள்ளச் செய்வதற்குப் பதிலாக அவை மனிதனை அதற்கு அடிமையாக்கிவிட்டன என்பதையும் அவை வளரும் சமுதாய நிலைமையை ஒரு மாறுதலுமில்லாமல் தேங்கச் செய்துவிட்டன என்பதையும் அவை இயற்கைக்கு முக்கியத்துவமளித்து இயற்கையை வெற்றி கொள்ளும் மனிதனின் வீழ்ச்சிக்குத் துணை புரிந்தன என்பதையும் அவை குரங்கு அனுமனையும் 'கபிலா' என்னும் பசுவையும் மனிதன் வழிபடும் படி செய்துவிட்டன என்பதையும் நாம் மறக்கக்கூடாது.

"இந்தியாவில் இங்கிலாந்து செய்து கொண்டிருக்கும் சமுதாயப் புரட்சிக்குப் பின்னே ஒரு கெட்ட நோக்கம் மறைந்திருக்கிறதென்பது உண்மைதான், ஆனால் பிரச்சினை அதுவல்ல ஆசியாவின் சமூக அமைப்பில் புரட்சியை ஏற்படுத்தாமல், மனித இனம் தனது குறிக்கோளை அடைய முடியுமா என்பதுதான் பிரச்சினையாகும். அடைய முடியாது என்றால் இங்கிலாந்து வேறெந்தக் குற்றம் புரிந்திருந்தாலும், இந்தியாவில் சமுதாயப் புரட்சியைக் கொண்டு வந்து வரலாற்றில் தன்னையறியாமலேயே ஒரு ஆயுதமாக விளங்கியிருக்கிறது.

ஒரு பழைய உலகம் நம் கண் முன்னாலேயே சீரழிந்து மறைந்து கொண்டிருந்தால் நமக்கு வேதனை உண்டாகலாம். ஆனால் அது தவிர்க்க முடியாததாகும்."

(ச) இந்திய சமுதாயத்தின் தோல்விகள்: மேலே குறிப்பிட்டுள்ள மார்க்ஸின் மேற்கோள்கள் எழுதப்பட்டு 82 வருடங்களாகிவிட்டன. அவற்றைப் படிக்கும்போது மார்க்ஸ் இந்தியாவிற்கு அவ்வளவு தூரத்தில் இருந்து கொண்டு நம் நாட்டைப்பற்றி அறிந்து கொள்ளும் வாய்ப்புகளும், வசதிகளும் அவ்வளவாக இல்லாமலிருந்தும், அவருடைய பரிசீலனை எத்தனை தீட்சண்யமாய் இருந்தது என்பது தெரிகிறது. அழிந்து கொண்டிருந்த நமது 'தங்கக் கோட்டைக்காக' இரண்டு சொட்டுக் கண்ணீர் விட்டால் போதுமென்று அவர் கருதவில்லை. அத்துடன் அவர் நமது பரிதாபகரமான நிலைமையின் காரணங்களையும் விவரித்தார். அந்தப் பழைய சமுதாய அமைப்பை அழிவதிலிருந்து நாம் பாதுகாக்க வேண்டிய அவசியமும் இல்லை என்று மார்க்ஸ் எடுத்துரைத்தார். மார்க்ஸுக்குப் பிறகு தொண்ணூறு ஆண்டுகளுக்குப் பின்னர் அதே சமுதாய அமைப்பைத்தான் காந்திஜியும் காந்தியவாதிகளும் நிலைநிறுத்த வீண்முயற்சி செய்து கொண்டிருக்கிறார்கள். ஆனால் புராதன சமுதாய அமைப்பிற்குப் பதிலாக மலர்ந்து வரும் புதிய சமுதாய அமைப்பை வாழ்த்தி வரவேற்க நாம் தயாராய் இருக்க வேண்டும்.

முதல் கட்டுரை வெளிவந்த ஒன்னரை மாதத்திற்குப் பின்னர் 1853 ஆகஸ்ட் 8ஆம் தேதிய "நியூயார்க் ட்ரிப்யூன்" பத்திரிகையில் மார்க்ஸ் "இந்தியாவில் பிரிட்டிஷ் ஆட்சியின் விளைவுகள்" என்னும் இரண்டாம் கட்டுரையை வெளியிட்டார். அதில் அவர் இந்திய சமுதாயத்தின் எதிர்காலத்தை விளக்கியிருக்கிறார். அதிலிருந்து சில பகுதிகள் இங்கே தரப்படுகின்றன.

"இந்தியாவில் ஆங்கிலேயர் ஆட்சி நிறுவப்படுவதற்கு என்ன காரணம்?" முகலாயர்களின் பிரதேசத் தளபதிகள் முகலாயரின் மத்திய

ஆட்சியைத் துவம்சம் செய்துவிட்டார்கள். அந்தத் தளபதிகளின் வலிமையை மராட்டியர் ஒழித்துவிட்டனர். மராட்டியர் பலத்தை ஆப்கானியர் அழித்துவிட்டனர். இவர்கள் அனைவரும் ஒருவரையொருவர் அடித்துக்கொண்டு அழித்துக்கொண்டிருந்த நேரத்தில் வெள்ளையர்கள் இங்கிலாந்திலிருந்து ஓடிவந்து எல்லாரையும் அடக்குவதில் வெற்றியடைந்தார்கள். இந்தியா இந்துக்களுக்கும், முஸ்லிம்களுக்கு மிடையே மட்டும் பிரிந்திருக்கவில்லை. அது பல்வேறு குழுக்களிடையேயும், ஜாதிகளுக்கிடையேயும் பிரிந்து கிடக்கிறது. இந்திய மக்கள் ஒருவருக்கொருவர் வேறுபட்டிருப்பதை அடிப்படையாகக் கொண்டே இந்திய சமுதாயம் அமைந்துள்ளது. இப்படிப்பட்ட நாடு இப்படிப்பட்ட சமுதாய அமைப்பு தோற்பதற்கல்லாமல் வெற்றியடையவா முடியும்? இந்தியாவின் பழைய சரித்திரத்தை நாம் அறியாமலும் இருக்கலாம்; ஆனால் இந்த வினாடி அந்த மாபெரும் நாடு வெள்ளையருக்கு அடிமைப்பட்டிருக்கிறது என்பது அப்பட்டமான உண்மையாகும். அதுவும் இந்தியாவின் செலவிலேயே இந்தியப் படையாலேயே அது அடிமைப்பட்டிருக்கிறது. இந்த நிலையில் இந்தியா தோல்வியிலிருந்து தப்பித்துக் கொள்ள முடியாது. அதனுடைய பழைய வரலாறு முழுவதும் தோல்விகளின் வரலாறாகும். சமீபத்திய வரலாற்றை வரலாறு என்றே சொல்ல முடியாது. இந்திய வரலாறு தொடர்ந்து வந்த படையெடுப்புகளின் வரலாறாகும். வெளிநாட்டுப் படையெடுப்பாளர்கள் இந்திய சமுதாயத்தின் மாறாத செயலற்ற தன்மையை அடிப்படையாகக் கொண்டே தமது ஆட்சியை அமைத்தார்கள்.

(ஞ) ஆங்கிலேய ஆட்சியின் இரண்டு பணிகள்: "இந்தியாவில் வெள்ளையர்கள் இரண்டு பணிகளைப் பூர்த்தி செய்ய வேண்டியிருந்தது ஒன்று அழிவு வேலை இரண்டு ஆக்க வேலை பழைய ஆசிய சமுதாயத்தை அழிப்பதும் ஆசியாவில் மேற்கத்திய சமுதாயத்திற்கு அடித்தளத்தை அமைப்பதுமாகும்."

"ஆங்கிலேயர்கள் இந்தியாவின் உள்நாட்டுச் சமுதாயத்தை அழித்து உள்நாட்டுத் தொழில்களை வேரோடு களைந்தெறிந்து, இந்திய சமுதாயத்தில் உள்ள பெருமைக்குரிய விஷயங்களை மண்ணோடு மண்ணாக்கி அழிவு வேலையை நிறைவேற்றினார்கள். அழிவின் களேபரத்திலிருந்து புனர்நிர்மாணம் சொற்பமாகத் தென்பட்டாலும் அது ஆரம்பமாகிவிட்டதென்பது உண்மை."

"மாபெரும் முகலாயர்கள் இந்தியாவை ஆண்ட காலத்தைக் காட்டிலும் இன்று இந்தியாவில் அரசியல் ஒற்றுமை வலுப்பட்டுள்ள தென்பது உண்மை. இந்த ஒற்றுமை நாட்டின் புனர்நிர்மாணத்திற்குத் தேவையான முதல் விஷயமாகும். ஆங்கிலேயர்களின் வாள்

வலிமையால் சாதிக்கப்பட்ட இவ்வொற்றுமை இனி மின்சாரத்தாலும் தந்திச் சாதனத்தாலும் மேலும் பலப்படுத்தப்பட்டு நிரந்தரமானதாக் கப்படும். வெள்ளைப் படைத்தளபதிகளால் அமைக்கப்பட்டு பயிற்சியளிக்கப்படும். இந்தியப் படை வீரர்கள் நாட்டின் சுதந்திரத்திற்கு அவசியமானவர்களாகும். அவர்களே வெளிநாட்டு ஆக்கிரமிப்பாளர்களால் தாக்கப்படும் முன்னணிப் படையினராகும். ஆசிய மக்கள் முதன்முதலில் அறிந்துகொண்ட சுயேச்சையான பத்திரிகைகள் இவை பெரும்பாலும் ஆங்கிலோ இந்தியரின் நிர்வாகத்தில் உள்ளன - புனர் நிர்மாணத்திற்கு ஒரு புதிய வலிமையான ஆயுதங்களாகும். எண்ணிக்கையில் குறைந்தவர்களாக இருந்தாலும், இந்தியர்களிலிருந்து கல்கத்தாவில் ஆங்கிலேயர்களின் மேற்பார்வையில் கல்வி கற்று ஒரு புதிய படிப்பாளி வர்க்கம் தோன்றிக்கொண்டிருக்கிறது. இவ்வர்க்கம் நிர்வாகத் திறமையும் பெற்று ஐரோப்பிய விஞ்ஞான அறிவையும் பெற்றிருக்கிறது. நீராவிக் கப்பல் இந்தியாவிற்கும் ஐரோப்பாவிற்கும் போக்குவரத்தைத் துரிதப்படுத்தி விட்டது. இந்தியாவின் முக்கிய துறைமுகங்களை இங்கிலாந்தின் தென்கிழக்குத் துறைமுகங்களுடன் இணைத்துவிட்டது. நீராவிக் கப்பல் இந்தியாவின் தனிமையை ஒழித்துவிட்டது. அதன் சூனிய நிலையை அழித்துவிட்டது. ரயிலிலும், நீராவிக் கப்பலாலும் இங்கிலாந்திற்கும் இந்தியாவிற்கு மிடையிலான தூரம் குறைந்து எட்டு நாட்களே பிரயாணக்காலம் என்னும் நிலைமை விரைவிலேயே வரப்போகிறது. அப்போது கதைகளால் அறியப்படும் இந்நாடு உண்மையாகவே மேற்கத்திய உலகின் ஒரு பகுதியாகிவிடும்.”

(ட) சுயநலத்தின் நிர்ப்பந்தம்: இதுவரை இந்தியா அடைந்துள்ள முன்னேற்றத்தில் பிரிட்டிஷ் ஆளும் வர்க்கத்தின் சுயநலம் பொதிந்திருந்தது. ஆங்கிலேயப் படைத்தளபதிகள் இந்தியாவை வெற்றி கொள்ள விரும்பினர். பணமூட்டைகள் அதைக் கொள்ளையடிக்க விரும்பினர். மில் முதலாளிகள் இந்தியர் எல்லாரின் குரல் வளையை நெரித்துக் கொண்டிருந்தனர். ஆனால் தற்போது நிலைமை மாறிவிட்டது. இப்போது வெள்ளை முதலாளிகள் இந்தியாவை ஒரு உற்பத்தி நாடாக மாற்ற வேண்டுமென்பதையும், அதற்காக இந்தியாவில் நீர்ப்பாசன வசதிகளையும் போக்குவரத்து வசதிகளையும் ஏற்படுத்த வேண்டுமென்பதையும் தெரிந்துகொண்டனர். இப்போது வெள்ளைத் தொழிலதிபர்கள் இந்தியா முழுவதும் ரெயில்வேக்களை அபிவிருத்தி செய்ய விரும்புகின்றனர். அவர்கள் அதைச் சாதிக்கவும் செய்வார்கள்.

“குறைந்த செலவில் பருத்தியும், மற்ற கச்சாப் பொருட்களும் தமது தொழிற்சாலைகளுக்குச் சேர்ப்பிப்பதற்காகவே வெள்ளை முதலாளிகள் இந்தியாவில் ரெயில்வேக்களை விஸ்தரிக்க

விரும்புகிறார்களென்பது எனக்குத் தெரியும். இரும்பும், நிலக்கரியும் கிடைக்கக்கூடிய ஒரு நாட்டில் இப்படிப்பட்ட இயந்திரங்களை அறிமுகப்படுத்தினால் பிறகு அந்நாடு அவற்றைத் தயாரிப்பதிலிருந்து தடுக்க முடியாது. ஆகவே ரயில்வேக்கள் இந்தியாவில் தொழில்களின் முன்னோடியாக விளங்கப்போகின்றன. இந்தியர்களில் ஒரு கணிசமான எண்ணிக்கையினர் மிகப் பெரிய தொழில் சக்தியைப் பெற்றிருக்கிறார்கள் என்பது பிரிட்டிஷாரே ஒப்புக் கொண்ட விஷயமாகும். அவ்விந்தியர்கள் முதலீட்டுப் பணத்தைத் திரட்டக் கூடிய திறமையும், தெளிவான அறிவும், விஞ்ஞானத்தையும் புரிந்து கொள்ளக்கூடிய ஆற்றலும் பெற்றிருக்கிறார்கள். அவர்கள் கூர்மையான பகுத்தறிவுடையவர்கள். இந்திய ஜாதி அமைப்புக்கு அடிப்படையான குடும்ப உழைப்புப் பிரிவினையை இரயில்வேக்களின் துணை கொண்டு நிறுவப்பட விருக்கும் புதிய ரகத் தொழில்கள் ஒழித்துக் கட்டும். இந்தக் குடும்ப உழைப்புப் பிரிவினை இந்திய முன்னேற்றத்திற்கும் அரசியல் வலிமைக்கும் நிச்சயமாக முட்டுக்கட்டையேயாகும்."

"எதுவும் செய்யத் தயாராகும் வெள்ளை முதலாளி வர்க்கம் இந்திய மக்களை விடுதலையும் செய்யப்போவதில்லை. அவர்களுடைய பொருளாதார நிலையையும் மேம்படுத்தப்பபோவதில்லை. மக்களை ரத்தக் களரியிலிருந்தும் துன்ப துயரங்களிலிருந்தும் படுமோசமான நிலைமையிலிருந்தும் காப்பாற்றுவதற்கு முதலாளித்துவம் எப்போதாவது துணை புரிந்துள்ளதா?"

4. ஒளிமயமான எதிர்காலம்: வெள்ளை முதலாளிகள் இந்தியச் சமுதாயத்தில் புதிய விஷயங்களைத் தோற்றுவித்துக் கொண்டிருக்கிறார்கள். ஆனால் இங்கிலாந்தில் இன்றுள்ள ஆளும் வர்க்கம் ஒழிக்கப்பட்டு தொழிலாளர் வர்க்கம் ஆட்சிக்கு வராத வரையிலும் அல்லது இந்தியர்கள் வெள்ளையரின் அடிமை ஆட்சியைத் தூக்கி எறியாத வரையிலும் புதிய விஷயங்களின் பயன்களை இந்தியர்கள் பெற முடியாது. எது எப்படியானாலும் குறுகிய காலத்திலோ நீண்ட காலத்திலோ என்றைக்காவது ஒரு நாள் அம்மாபெரும் எழிலார்ந்த நாட்டின் புனர் நிர்மாணம் நிகழத்தான் போகிறது. மென்மையான இந்திய மக்கள் வெள்ளையரின் அடிமைத்தனத்தை ஏற்றுக்கொள்வதிலும் ஒரு விதமான சாந்தம் நிறைந்த பெருமையைக் காட்டினார்கள். அவர்கள் செயலற்றவர்களாக இருப்பினும் தமது வீரத்தால் வெள்ளைப்படைத் தளபதிகளை வியப்பிலாழ்த்திவிட்டார்கள். அவர்களுடைய நாடு நமது எத்தனையோ மொழிகளுக்கும் மதங்களுக்கும் பிறப்பிடமாக விளங்கியது. இந்திய ஜாட் இனத்தவர்

பழைய ஜெர்மனியர்களின் பிரதிநிதிகளாவர். பிராமணர்கள் புராதன கிரேக்கர்களின் மறுபதிப்புகளாவர்.''

(5) மாறுதலை எதிர்கொள்ளத் தயாராக வேண்டியதன் அவசியம்.

(க) கடந்த காலத்திற்குத் திரும்ப முடியாது: நமது இந்திய வரலாற்றை ஆழ்ந்து ஆராய்ச்சி செய்ததன் விளைவே கார்ல் மார்க்ஸின் மேற்கூறிய விமர்சனமாகும். மெக்ஸிகோவில் பல்லி இனத்தைச் சேர்ந்த ஒரு பிராணி நீருக்கடியில் இருந்து வந்தது. அது ஆயிரக்கணக்கான ஆண்டுகளாக வளர்ச்சியின்றி அப்படியே கிடந்திருந்தது. ஆனால் புதிய விஞ்ஞானம் அதற்கு, 'அயோடினை'த் தந்ததுமே வளர்ச்சி தடைப்பட்டிருந்த அப்பிராணி முழுவளர்ச்சி பெற்றுத் தன் கால்களால் நிலத்தின்மேல் ஓடத் தொடங்கிற்று. நமது இந்திய இனம்கூட அந்த மெக்ஸிகோவின் உயிரினத்தைப் போலவே வளர்ச்சி தடைப்பட்டிருந்தது. காரணம் நம்மவர்கள் இனக்குழு அமைப்பின் சின்னமான கிராமக் குடியரசு முறையை அப்படியே விடாமல் பிடித்துக் கொண்டிருந்தார்கள். நமது மக்களுக்கு உண்மை உயிரோட்டமுள்ளதாகவும், முற்போக்குத் தன்மையுடையதாகவும் இருக்கவில்லை. அதற்குப் பதிலாக அது அசைவற்ற மிக சனாதனமான மரணமாக இருந்தது. நமது நாட்டிலும் இன்றும் காட்டுமிராண்டி வாழ்க்கை நடத்திக் கொண்டிருக்கும் மலைவாழ் மக்களின் மேல் நாம் பொறாமைப்படுவதில்லை. அவர்களுடைய வாழ்க்கை முறையையும், பழக்க வழக்கங்களையும் நாம் பின்பற்றத் தகுந்தவையாகக் கருதவில்லை. என்றாலும் இனக்குழு காலத்திய கிராம அமைப்பை மிகவும் விரும்புகிறோம். தன்னிறைவுள்ள கிராமக் 'குடியரசை' நாம் மிகவும் நேசிக்கிறோம், நாம் சத்திய யுகத்தின் அன்பளிப்பாக அதைக் கருதிப் பற்றியிருக்கிறோம். ஆனால் அந்தச் சத்திய யுகத்தைச் சேர்ந்த 'கோல்கள்' 'பில்லர்கள்' போன்ற ஆதிவாசிகளின் வாழ்க்கை எவ்வளவு இயற்கையாகவும் சரளமானதாயும் உண்மையானதாகவும் சுதந்திரமானதாகவும் இருக்கிறது. எனினும் நாம் அவர்களுடைய வாழ்க்கையைப் பெறத் துடித்துக் கொண்டா இருக்கிறோம்? கிராமக் 'குடியரசு' நமக்கு எவ்வாறு பயனற்றதென்பதை மேற்குறிப்பிட்ட மேற்கோளில் கூறப்பட்டுள்ளது. மனித வாழ்க்கைக்கு ஆழமும், விஸ்தாரமும் எவ்வாறு தேவை என்பதை நாம் சொல்லியிருக்கிறோம். இவ்விரு விஷயங்களிலும் முன்னேறிய சமுதாயமே உலகில் சிறப்பாக வாழ முடியும்.

பொருளாதாரத் துறையில் தன்னிறைவு பெற்றிருந்த கிராமக் குடியரசு இப்போது இல்லை. தச்சன் மர வேலை செய்து கொண்டிருந்தான். கருமான் இரும்பு வேலை செய்து கொண்டிருந்தான். நெசவாளி

ஆடைகளை நெய்து கொண்டிருந்தான். வண்ணான் துணி துவைத்துக் கொண்டிருந்தான். வாணியன் எண்ணையாட்டிக் கொண்டிருந்தான். இன்று இப்பொருளாதார அடிப்படை மறைந்துவிட்டது. உணவுக்குப் பிறகு துணியும், தோலாலான சாமான்களும் முக்கிய பொருட்களாகும். இப்போது அவை கிராமங்களில் தயாராவதில்லை. இருப்பினும் நமது அந்தப் பழைய மனநிலை பூரணமாக மறைந்துவிடவில்லை. இன்றும்கூட நாம் நம்மை ஒரு தனி ஜாதியாகக் கருதுகிறோமே தவிர ஒரு பரந்த நாட்டின் ஒரு விசாலமான இனமாகக் கருதுவதில்லை. நாம் நமது சமுதாயத்தைக் கோடிக்கணக்கான துண்டுகளாக நினைக்கிறோமே தவிர ஒரே உடலாக நினைப்பதில்லை. தனித்தனி வாழ்க்கை வாழும் 'அமீபா' என்னும் கிருமி நமக்கு ஆதர்சமாகத் திகழ்கிறது. இந்தத் தனிநபர் கண்ணோட்டம் பட்டிக்காட்டுக் கண்ணோட்டம்-இருந்தவரை நாம் நமது மாபெரும் சமுதாயத்தை உற்சாகமுடையதாகவும் வலிமையுள்ளதாகவும் ஆக்க முடியுமா? சென்ற நூற்றாண்டில் வெளிநாட்டுப் பொருளாதாரத் தாக்குதல்களால் நமது கிராமியச் சமுதாய அமைப்பு சரியத் தொடங்கிற்று. நாம் அதன் அடித்தளத்தின் மீது ஒரு பரந்த சமுதாயத்தை அமைப்பதற்குப் பதில் மேலும் மேலும் சிதறிப்போவதையே விரும்பினோம். மூக்கணாங்கயிறு இல்லாத காளை மாட்டைப்போல் மனம் போன போக்கில் போக விரும்பினோம். மோசமான சுயநலத்தாலேயே இவ்வாறெல்லாம் செய்தோம். வாழ்வின் நீரோட்டத்தைத் தடுத்து நிறுத்தும் பழைய மூட நம்பிக்கைகளை ஒழித்துக்கட்டக்கூடிய துணிவு நம்மவர்களுக்கு எங்கே இருந்தது?

(ங) தீவிர சமுதாய மாறுதலின் தேவை: இந்தப் பழைய மனநிலையே வினாடிக்கு வினாடி மாறிக் கொண்டே இருக்கும் உலகத்துடன் நம்மை மாறவொட்டாமல் செய்தது. அது புதிது புதிதாகத் தோன்றிக் கொண்டிருந்த பிரச்சினைகளுக்குத் தீர்வு காணும் திறமை நமக்களிக்கவில்லை. நாம் எல்லாப் பிரச்சினைகளையும் தள்ளிப்போட்டுக் கொண்டே இருந்தோம். நாம் நமது கிராமத்தைத் தாண்டி நாடு முழுமைக்காகவும் நமது தலைமுறையைப்பற்றி மட்டுமல்லாமல் அடுத்த தலைமுறைகளைப் பற்றியும் சிந்தித்திருந்தால் புரையோடிப் போன புண்ணைப் போல எல்லாப் பிரச்சினைகளையும் நமது செயலற்ற தன்மையால் மேலும் சிக்கலாக்கி இருக்க மாட்டோம். நமது நாடு அல்லது சமுதாயம் உயிரோட்டமுள்ளதாக இருக்கவில்லை என்பதற்கு நமது சமுதாயச் செயலற்ற தன்மையே அத்தாட்சியாகும். ஆரோக்கியமான ஒரு உயிருள்ள உடலில் நாம் என்ன கவனிக்கிறோம்? ஒரு பொருள் தனக்குள் வரப் போகிறது என்பதையறிந்ததுமே

வாய்க்குள் நீர் ஊறுகிறது. ஜீரண உறுப்புகள் தயார் நிலையில் இருந்து கொள்கின்றன. இவையெல்லாம் ஏன்? அவை தமக்குள்ளே வரப்போகும் பொருளைத் தனியானதொரு பொருளாக இருக்கவிட விரும்பவில்லை. அதைத் தமக்குள்ளே தனியாக வாழவிட விரும்பவில்லை. ஒரு உயிருள்ள பொருளின் தன்மை என்னவெனில் அதுவேறு ஒரு பொருளைத் தனதாக்கிக் கொள்ளும் அல்லது அதை வெளியேற்றிவிடும். ஆனால் இந்தியாவில் நாம் என்ன காண்கிறோம்? வெளிநாட்டிலிருந்து இங்கே வந்தவர்கள் வெளிநாட்டவர்களாகவே இருந்து விடுகிறார்கள் அல்லது அவர்களும் ஒரு உயிரற்ற செயலற்ற வாழ்க்கை வாழவிடப்படுகிறார்கள். அயல்நாடுகளிலிருந்து வந்தவர்களைத் தம்முடையவர்களாக்கிக் கொள்ளாததன் விளைவே இன்றுள்ள ஆயிரக்கணக்கான ஜாதிகளும் குலங்களுமாகும். வெளிநாட்டவர்களைத் தம்முள் செரித்துக் கொள்ள பெரு முயற்சி செய்யப்பட வேண்டும். ஆனால் செயலற்ற 'நம்மவர்கள்' "எங்களைப்போல் நீங்களும் ஒரு மூலையில் விழுந்து கிடங்கள்! நீங்களும் எங்களைப் போலவே உயிரற்ற வாழ்க்கை வாழுங்கள்!" என்று கூறிவிட்டனர். வெளிநாட்டவர்களைச் செரித்துக் கொள்ளத் தேவையான முயற்சியைவிட அவர்களை நாட்டிலிருந்து விரட்ட அதிக முயற்சி தேவை. நமது கிராமக் குடியரசிடம் அதற்கான வலிமை ஏது?

உலகிலே வேறு பல நாடுகளும் தோல்வியை ருசி பார்த்திருக்கின்றன. அந்நாடுகளுக்கும் வெளிநாட்டவர் பெரும் எண்ணிக்கையில் வந்தனர். உலகத்தில் எந்த ஒரு நாடும் தூய்மையான ஒரேயொரு இனத்தைக் கொண்டிருக்கவில்லை. ஹிட்லர் ஆண்ட ஜெர்மனி, தான் தூய்மையான ஆரிய இன ரத்தம் கொண்டிருக்கிறேனென்று பெருமையடித்துக் கொண்டிருந்தது. தம்மைத்தவிர உலகத்திலுள்ள மற்ற இனங்களனைத்தும் கலப்பு இனங்களே என்று ஜெர்மனி கருதிக் கொண்டிருந்தது. ஆனால் இது வெறும் பிரச்சாரத் தந்திரம்தான். இனப்பற்று தேசீயம் என்னும் பெயரால் அப்பாவி மக்களை உணர்ச்சிவசப்படச் செய்து ஏமாற்றி அவர்களைப் போர்க்களத்தில் பீரங்கித் தீனியாக்குவதற்காக அவர்களுக்கு யுத்த வெறி ஏற்றுவதல்லாமல் இது வேறல்ல. கிழக்கு ப்ரஷ்யா சில நூற்றாண்டுகள் முன்பு வரை ஸ்லாவ் இனத்தவரால் நிரம்பியிருந்ததென்பது யாவருக்கும் தெரியும். மனிதன் மனிதனாக இல்லாமல், மரக்கட்டையாக இருந்தால்தான் அவனுள் தூய்மையான ரத்தம் இருக்க முடியும். ஒரு இனத்தை வெற்றி கொண்டவர்களாக இருந்தாலும் தோற்றவர்களாக இருந்தாலும் ஒரு குறிப்பிட்ட நாட்டில் தலைமுறை தலைமுறையாக இருப்பவர்களானாலும் புதியவர்களானாலும் உயிரோட்டமுள்ள இனங்கள் பிரச்சினைகளைத் தள்ளிப் போடாமல் அவற்றைத் தமது சமூக ஓட்டத்தில் இணைத்துக் கொண்டு விட்டன. நமது நாட்டைப் போல் மற்ற நாட்டவர் ஆயிரக்கணக்கான

வருடங்களாக அந்தந்த இனங்களை அப்படியே வைத்திருக்கவில்லை. இன்றும் நமது நாட்டில் மதக்கலகங்கள், கலாசாரச் சண்டைகள், மொழிக் கலவரங்கள் ஆகியவை குறைந்து வருவதற்குப் பதில் நாளுக்கு நாள் அதிகரித்துக் கொண்டே வருகின்றன. இதன் பின்னாலும் நமது அந்தப் பழைய மனநிலையே இயங்கிக் கொண்டிருக்கிறது. இதன் பொருள் இந்தியாவில் மாறுதலே நிகழவில்லை என்பதல்ல. மாறுதல் நிகழ்ந்தது என்றாலும் அது "மனிதனைச் சூழ்நிலையை வெற்றி கொள்பவனாகச் செய்யாமல் அவனை வெளிப்புறச் சூழ்நிலைக்கு அடிமையாக்கிவிட்டது" எந்த மனித சமுதாயம் இயற்கையான மாறுதலையே நம்பி உட்கார்ந்திருக்கிறதோ அது 'மனித சமுதாயம்' என்று சொல்லிக்கொள்ளும் தகுதியும் இழந்துவிடுகிறது.

(ச) பெருமைக்குரிய பழங்காலம் என்னும் கோஷத்தால் சுரண்டுவோருக்கே லாபம்: நமது உயிரற்ற தன்மைக்குக் காரணம் நாம் புராதனமான இனக்குழு அமைப்பைக் கெட்டியாகப் பிடித்து இருப்பதுதானாகும். ஆனால் இன்றும்கூட நம் நாட்டுப் பெருந்தலைவர்கள் பலர் அதே பழைய சரித்திரத் தவறுகளையே மீண்டும் செய்துகொண்டிருக்கிறார்கள் என்பது வியப்பிற்குரியதாகும். 'காந்தீயம்' என்பது என்ன? அந்தப் பழைய இனக்குழு அமைப்புக்குத் திரும்பவேண்டு மென்பதுதானே. பின்னுக்குத் திரும்பிப் போக முடியாது என்பது நிச்சயம். ஆனால் நம் நாட்டு முதலாளி வர்க்கம் காந்தீயத்தைத் தனக்குச் சாதகமாகப் பயன்படுத்தி வருகிறது. நிலப்பிரபுத்துவம் இதைச் சரியாகப் பயன்படுத்திக் கொள்ளவில்லை என்றாலும் அதற்கும் காந்தீயம் பயனுள்ளதேயாகும். இதிலிருந்து முதலாளித்துவம் நிலப்பிரபுத்துவத்தைவிட விழிப்புணர்வுடையது என்பது விளங்குகிறது.

(ஞ) இந்திய முதலாளித்துவத்தின் வளர்ச்சி: பிரிட்டிஷ் முதலாளித்துவம் இந்தியப் புராதன சமுதாயத்தின் மீது தாக்குதல் தொடுத்தது. ஆனால் அது தன் பணியைப் பூர்த்தி செய்ய முடியவில்லை. அது பெரும்பாலும் அழிவு வேலையையே செய்தது. கிராமக் 'குடியரசை' தூகள் துகள்களாக்கி அதைத் தனி நபர்கள் உருவத்தில் காற்றில் பறக்கவிட்டது. அது உலர்ந்த சருகுகளைப் போல் எவ்வித நோக்கமுமின்றிப் பறந்து கொண்டிருந்தது. வெள்ளை முதலாளித்துவம் தனது தொழில்களை நடத்த ரெயில்வேக்களை அமைத்தது. பறந்து கொண்டிருந்த லட்சக்கணக்கான சருகுகள் ஒன்றாகத் திரண்டு வேலை செய்யக் கற்றுக் கொள்ளவாரம்பித்தன. கோடிக்கணக்கான இந்திய மக்கள் கடும் பஞ்சங்களுக்குப் பலியாகிவிட்டனர். கச்சாப் பொருட்களை உற்பத்தி செய்வோரும் நுகர் பண்டங்களை வாங்குவோரும் குறைந்துவிட்டனர். அத்துடன் இந்தியாவிலிருந்து

இங்கிலாந்துக்குச் சென்று கொண்டிருந்த ஓய்வூதியப் பணத்திற்கு அபாயம் நேரும் போலிருந்தது. இந்த ஓய்வூதியப் பணமே அன்று ஆண்டொன்றுக்கு ஆறுகோடி ரூபாயாக இருந்ததென்று மார்க்ஸ் எழுதினார். பிற்காலத்தில் இந்தியாவில் பிரிட்டிஷ் அரசுச் செலவு எவ்வாறு வேகமாக அதிகரித்ததென்பதைப் பிறிதொரு இடத்தில் குறிப்பிட்டுள்ளோம். அதிலிருந்து வெள்ளையரின் சுரண்டல் எவ்வளவு அதிகரித்துவிட்டதென்பதை உணரலாம். தமக்காக உழைக்கும் மக்கள் பெரும் எண்ணிக்கையில் பஞ்சத்திற்குப் பலியாகிக் கொண்டிருந்ததை அவர்களால் சும்மா பார்த்துக் கொண்டிருக்க முடியுமா? இதனால் விவசாயத்தையும் உழவர்களையும் காப்பாற்றுவதற்காக அவர்கள் நீர்ப் பாசனத்தின் பால் கவனம் செலுத்த வேண்டி வந்தது. இதிலிருந்தும் இந்தியர்களுக்கு வேலைசெய்யவும் கற்றுக் கொள்ளவும் நல்ல வாய்ப்பு கிடைத்தது. இருந்தாலும் பத்தொன்பதாவது நூற்றாண்டில் சிதறியிருந்த சக்திகளை ஒன்று திரட்டும் பணி அதிகமாக நடைபெறவில்லை. உயிரற்ற மரக்கட்டை போலாகிவிட்ட இந்திய சமுதாயத்தை விழித்தெழச் செய்யும் உண்மையான பணி இருபதாம் நூற்றாண்டில் முதல் உலகப்போருக்குப் பின்னர்தான் ஆரம்பமாயிற்று. அப்போது பிரிட்டிஷ் முதலாளிகளுடன் இந்திய முதலாளிகள் தோளோடு தோள் சேர்த்துப் புதிய துறையில் அடியெடுத்து வைத்தார்கள். புதிய புதிய தொழிற்சாலைகள் தோன்றின. தொழிலாளர்களும் தம்முடைய கஷ்டங்களை நீக்கிக் கொள்ளத் தனித்தனியாக அல்லாமல், எல்லோரும் ஒன்றாக வேலை நிறுத்தங்களும் செய்யவாரம்பித்தார்கள். கடந்த இருபது ஆண்டுகளாக எல்லாரையும் விடப் பின்னடைந்த சங்க ரீதியாகத் திரட்டப்படாத பெரும் எண்ணிக்கையில் உள்ள விவசாய வர்க்கமும் உறக்கத்திலிருந்து விழிக்கத் தொடங்கிவிட்டது. சர்க்கரைத் தொழிற்சாலைகள் உள்ள இடங்களில் முதலாளித்துவப் பொருளாதாரத்தால் ஏற்படும் கிராக்கி மந்த நிலையால் லட்சக் கணக்கான ஏக்கர் நிலங்களில் விளைந்த கரும்பு அழிக்கப்படும் போது அங்குள்ள விவசாயிகளின் போராட்ட உணர்வும் தீவிரமாகிறது.

சென்ற நூற்றாண்டில் பொருளாதார நெருக்கடிகளால் இந்தியர்கள் திக்குத் தெரியாமல் விழித்தனர். ஆனால் இன்று தெளிவு பெற்று வருகின்றனர். யுக யுகங்களாக அசைவற்றிருந்த இந்திய சமுதாயம் இப்போது அசையத் தொடங்கிற்று. நமது மக்களைத் தவறான வழியில் இட்டுச்செல்லும் பெரும் தலைவர்களுக்குக் குறைவில்லை. ஆனால் நமது சமுதாயம் இனி பின்னுக்குத் திரும்பிப் போக முடியாது. இதற்கு எடுத்துக்காட்டு இந்தியப் பெரு முதலாளிகளான பிர்லாக்களும், பஜாஜ்களும் ஸாராபாய்களும் கதர் அணிந்து கொண்டு காந்திஜியைப் புகழ்ந்து கொண்டிருந்தாலும் நாட்டில் கதர் சித்தாந்தம் முன்னேற

முடியவில்லை. இந்தியத் துணியாலைகள் கதர் இயக்கத்திற்கு முன்பு மொத்தத் துணியில் ஐந்தில் ஒரு பகுதி உற்பத்தி செய்துகொண்டிருந்தன. ஆனால் இப்போது ஐந்தில் நான்கு பகுதி துணி உற்பத்தி செய்து கொண்டிருக்கின்றன. பல மாநிலங்களில் கைத்தொழிலாக நடந்துவந்த வெல்ல உற்பத்தியைச் சர்க்கரைத் தொழிற்சாலைகள் ஒழித்துவிட்டன. அரிசி ஆலைகளும் எண்ணெய் ஆலைகளும் மாவு ஆலைகளும் நாள்தோறும் பெருகிக்கொண்டே இருக்கின்றன. இவ்வாலை முதலாளிகளுக்கு ஆசிகளை வழங்க காந்தீஜி எப்போதுமே தயாராயிருந்தார். முதலாளித்துவத்தின் தனி நபர் லாபத்திற்கோ தொழில் விஸ்தரிப்புக்கோ காந்தீயத்தால் எவ்வித அபாயமுமில்லை. இதை நன்கு புரிந்துகொண்டுதான் இந்திய முதலாளிகள் - கப்பல், விமானம் துணி சர்க்கரை, சிமெண்ட், காகிதம், இரும்பு உருக்கு தொழிலதிபர்கள் காந்திஜியின் புகழ் பாடுவதில் போட்டி போட்டுக்கொண்டிருக்கின்றனர். இதனால்தான் அவர்கள் அவ்வப் பொழுது காந்திஜிக்குத் தாராளமாக நிதியுதவியும் அளித்துக் கொண்டிருக்கின்றனர். காந்தீயம் முதலாளித்துவத்திற்கு இரு முனை வாளாகப் பயன்பட்டுக் கொண்டிருக்கிறது. அது ஒரு பக்கம் வெளிநாட்டு ஆட்சியாளர்களைப் பயமுறுத்தி இந்திய முதலாளிகளுக்குப் பல சலுகைகளை வாங்கித் தருகிறது மறுபக்கம் அது தொழிலாளர்களுக்கு அன்பாக எடுத்துச் சொல்லி அவர்களை முதலாளிகளின் தயவில் வாழ்பவர்களாக்குகிறது. விவசாயிகளை நிலச்சுவாந்தார்களுக்கு நன்றியுடையவர்களாக்குகிறது. முதல் காரியத்தில் காந்தீயத்திற்கும் நல்ல வெற்றி கிடைத்தது. ஆனால் அதற்கு வேறு பல காரணங்களும் உள்ளன. ஏகபோக முதலாளித்துவம் (ஏகாதிபத்தியம்) வெளிநாடுகளில் முதலீடு செய்யவாரம்பித்தது. முதல் உலகப்போருக்குப் பிறகு உலக நிலைமை மாறிவிட்டது. இக்காரணங்களால் பிற்பட்ட நாடுகளிலும் பல்வேறு தொழில்களைத் தொடங்க வேண்டியதேற்பட்டது. எனினும் தொழிலாளர் - விவசாயிகளின் முன்னேற்றத்தைக் காந்திஜீயோ அவரது செத்துப் பிறந்த காந்தியமோ இனி பின்னுக்குக்கொண்டு போக முடியாது. இந்தியாவின் எதிர்கால நம்பிக்கையாகவும் புரட்சியின் முன்னோடிகளாகவும் உள்ள தொழிலாளர்கள் விழித்துக்கொண்டு விட்டனர். நிலப்பிரபுத்துவ ஆதரவாளரான காங்கிரஸ் தலைவர்களின் நடவடிக்கைகளைக் கண்டு விவசாயிகளின் பிரமைகளும் மறைந்து வருகின்றன.

6. பத்தாம் பசலித்தனம் அழிந்து வருகிறது: சுருக்கமாகப் பொருளாதார சக்திகள் பத்தாம் பசலித்தனமான சமுதாயம் என்னும் முட்டையை உடைத்துக் கொண்டு வெளியேறி விட்டன. அவை

ஆயிரக்கணக்கான ஆண்டுகளாகத் தடைப்பட்டிருந்த வளர்ச்சியை மீண்டும் இயக்கிவிட்டன. பின்னுக்குத் திரும்பும் பிரச்சினையோ நின்றுபோகும் பிரச்சினையோ இனி இல்லை. ஆனால் ஒரு பிற்பட்ட நாடு மற்ற முன்னேறிய நாடுகளுக்குச் சமமாக ஆக நாம் வேகமாகப் போய்க்கொண்டிருக்கிறோமோ என்பதுதான் பிரச்சினையாகும். நமது நாட்டின் புராதனப் பொருளாதார அமைப்பு அழிந்துவிட்டாலும், மேலெழுந்த வாரியான அமைப்பை நாம் அப்படியே நிலையாக வைத்துக் கொள்ள விரும்புகிறோம். பல்வேறு ஜாதிகளும், குலங்களும் அப்படியே வைத்திருக்க முயற்சிக்கிறோம். ஆயிரக்கணக்கான ஆண்டுகளாகப் புனிதமாகக் கருதப்பட்டு வந்த சமுதாய உட்புற அமைப்பே வலுவான தாக்குதலிலிருந்து தன்னைக் காப்பாற்றிக் கொள்ள முடியவில்லை என்றால் இந்த வெளிப்புற அமைப்பு அத்தாக்குதலைத் தாக்குப்பிடிக்குமா என்பது சந்தேகம்தான். தற்போது வெளிப்புற அமைப்பும் ஊசலாடிக் கொண்டிருக்கிறது. எங்கள் பாட்டனாரையே எடுத்துக் கொள்ளுங்களேன். அவருடைய காலத்தில் ஒரு மிலிட்டரி டாக்டர் வெள்ளையரைப்போல் ஆடையணிகிறார் என்பதற்காகவும் வெளிநாட்டுக்குச் சென்று வந்தார் என்பதற்காகவுமே அவரை இந்து என்று ஒப்புக்கொள்ளவே மறுத்துவிட்டார். ஆனால் இன்று அவரது பேரனான என்னை நீங்களே பார்த்துக் கொண்டிருக்கிறீர்கள் அல்லவா. நமது சமுதாயத்தின் வெளிப்புற அமைப்பு மிக நிதானமாக மாறிக் கொண்டிருக்கிறதென்பதும் உண்மைதான். இதனால்தான் இந்தியாவில் இன்றும் மதக்கலகங்களும், ஜாதிச் சண்டைகளும் தொடர்ந்து நடைபெற்று வருகின்றன.

7. சுதந்திர இந்தியா: இரண்டாம் உலகப் போரும் நமது மக்களின் மகத்தான தியாகங்களும் உறுதியும் வெள்ளையர்களை இந்தியாவை விட்டுப் போகும்படி செய்துவிட்டன. ஆனால் அவர்கள் போகும்போதுகூட இந்தியாவிற்கு எவ்வளவு தீங்கிழைக்க முடியுமோ அவ்வளவு செய்துவிட்டே சென்றனர். நாட்டுப்பிரிவினைக்கு அவர்களே காரணமாவர். இல்லாவிட்டால் முஸ்லிம்களுக்குத் தனித் தொகுதிகளை ஏற்படுத்தி முஸ்லிம் மத வெறியர்களை வளர்த்திருப்பார்களா? இல்லாவிட்டால் நாடு முழுவதும் கூட்டுத் தொகுதிகளை ஏற்படுத்தித் தேர்தல் நடத்திப் பாராளுமன்றத்தின் முடிவைக் கோரியிருப்பார்கள் அல்லவா? இதைப்போலவே பிரிட்டிஷார் இந்தியாவைவிட்டு வெளியேறும்போது சுதேசி சமஸ்தான மன்னர்களுக்குச் சுதந்திரமாக இருக்கும் உரிமையை அளித்தனர். இதனால் அம்மன்னர்கள் தமது பழைய துரோகப்படலத்தைத் தொடரட்டும் என்பதே அவர்களது நோக்கமாகும். ஆனால் இது பன்னிரண்டாம் நூற்றாண்டு அல்லது

பதினெட்டாம் நூற்றாண்டைச் சேர்ந்த இந்தியா அல்ல. எத்தனை குறைகள் இருப்பினும் இன்று நம் நாடு வலிமை பெற்று வருகிறதென்பதில் ஐயமில்லை.

நாட்டை வலிமையுள்ளதாக்கவும், மக்களின் வாழ்க்கையை மகிழ்ச்சிகரமானதாக்கவும் நாம் தீவிரமாகச் செயல்பட வேண்டியுள்ளது. 1975 க்குள் உலகின் மூன்று பெரிய நாடுகளின் வரிசையில் இந்தியாவும் சேரவேண்டும். இதைச் சாதிக்க வேண்டுமானால் நாட்டின் விவசாயத்தை இயந்திரமயமாக்க வேண்டும். நிலத்திற்கடியிலுள்ள கனிச் செல்வங்களை வெளியே கொண்டு வர வேண்டும். கனரகத் தொழில்கள் நன்கு வளர வேண்டும். நமது பொருளாதார அமைப்பு சோஷலிஸ அமைப்பாக மாறினால்தான் நமது மக்கள் அனைவருமே கல்வியறிவுள்ளவர்களாக ஆனால்தான் மேற்சொன்னவற்றை நிறைவேற்றமுடியும்.

ஒன்பதாம் அத்தியாயம்

சோஷலிஸ மனித சமுதாயம்

வர்க்க ஆட்சி தோன்றி ஆயிரக்கணக்கான வருடங்களாகி விட்டன. பொருளாதாரச் சாதனங்களும், செல்வமும் கொண்டிருந்த வர்க்கத்தின் கைக்கே ஆட்சி சென்றது. அந்த வர்க்கம் இச்சக்தியைக் கொண்டு பலவீனர்களைக் கொடுமைப்படுத்திற்று. இந்த ஆயிரமாயிரம் ஆண்டுகளில் மனித சமுதாயம் எத்தனையோ முன்னேற்றங்களை அடைந்தாலும் மக்களில் பெரும்பாலோர் உழைத்துழைத்து உருக்குலைந்து பசியாலும் பட்டினியாலும் மாண்டு மடிந்து வருதைக் காண்கிறோம் ஆனால் அதே சமயத்தில் அவர்களுடைய உழைப்பைச் சுரண்டிக் கொழுத்து ஒரு சிலர் உல்லாச வாழ்க்கை வாழ்ந்து கொண்டிருந்தனர். இந்த ஒரு சிலர் மற்றவர்களின் செல்வங்களையும் பெண்களையும் சுதந்திரத்தையும் அபகரிக்க யுத்தங்களைப் பிரகடனப்படுத்தினார்கள்; பெரும்பாலான சாதாரண மக்கள் அவர்களுடைய போர் வெறிக்குப் பலியானார்கள். இந்த ஒரு சிலர் பெரும்பாலான மக்களுக்குச் சட்டங்களைத் தயாரித்தார்கள். "நீங்கள் இந்த வேலையை இப்படிச் செய்ய வேண்டும் உங்களுக்கு இந்தக் கூலி கொடுக்கப்படும். நீங்கள் இவ்வாறு சிந்திக்கவும் பேசவும் நடக்கவும் வேண்டும்" என்று அவர்களின் ஆணைகளுக்குட்பட்டு பெரும்பாலானோர் நடந்து வந்தனர். அவர்கள் சமீப காலம் வரைக்கும் ஓரிரு கலகங்களைச் செய்ததைத் தவிர வாய் பொத்திக் கொண்டு சிறுபான்மையினரின் கொடுமைகளைப் பொறுத்து வந்தனர்.

ஆனால் இந்த ஆயிரக்கணக்கான ஆண்டுகளிலே பெரும்பாலான மக்கள்மேல் நடைபெற்று வந்த கொடுமைகளை எதிர்த்துக் குரலெழுப்பியவர்களும் சுரண்டலற்ற புதிய சமுதாயத்தின் கனவு கண்டவர்களும்கூடத் தோன்றத்தான் செய்தனர். அவர்களுடைய எண்ணிக்கை சொற்பமாக இருந்தும் அவர்களது குரல் மெலிந்திருந்ததும் உண்மைதான். ஆனால் சுரண்டலும் கொடுமைகளும் அதிகரிக்க அதிகரிக்க அந்தக் குரலும் பெரிதாக ஒலிக்கத் தொடங்கியது. அந்தக் குரல் சூனியத்தில் ஒலித்துக்கொண்டிருந்த வரையில் அதனால் ஒரு பயனும் விளையவில்லை. ஆனால் அது சென்ற நூற்றாண்டில் மக்கள் குரலாக ஒலித்தபோது செயற்கரிய காரியங்களைச் சாதித்தது.

(க) கற்பனாவாத சோஷலிஸம்:[1] மனித சமுதாயத்துள் தோன்றிவிட்ட வேற்றுமையையும், பயங்கரச் சுரண்டலையும் சிலர் மனமாற்றத்தால் ஒழித்துவிட முயற்சித்தார்கள். அவர்கள் மதத்தின் பெயரைச் சொன்னார்கள். கடவுளை அழைத்தார்கள். மனிதனின் உயர்ந்த உள்ளத்தை வேண்டினார்கள். எதிர்காலத்தில் விளையப்போகும் நன்மையைக் காட்டி மனிதனைத் திருப்ப முயன்றார்கள். தனிச் சொத்துடைமை இருக்கக்கூடாதென்றும் சமுதாயம் முழுமையின் நலன் கருதி பொருளாதார அமைப்பு இருக்கவேண்டுமென்றும் அவர்கள் விரும்பினார்கள். இப்படிப்பட்ட சோஷலிஸ்டுகளை நாம் 'கற்பனாவாத சோஷலிஸ்டுகள்' என்கிறோம். பொருளியல் சோஷலிஸ வளர்ச்சியில் இவர்களுக்கும் பங்குண்டு. அதனால் இவர்களைக் குறிப்பிட்டுக் கூறவேண்டும். இதுவரை எழுதப்பட்ட வரலாற்றில் இனக்குழு சமுதாயம் பற்றி விவரிக்கப்படவே இல்லை என்பதைக் குறிப்பிட்டிருக்கிறோம். இப்படிப்பட்ட நிலையில் பழைய சமுதாயத்தை எதிர்த்த புரட்சியாளர்களைப் பற்றி நமக்கு வரலாறு தெரிவிக்குமென்று எதிர்பார்ப்பதற்கில்லை. ஆகவே சரித்திரத்தில் கிடைக்கும் ஒன்றிரண்டு குறிப்புகளைக் கொண்டே அக்காலப் புரட்சிகளை ஆராய முடியாது.

1. ஆசியச் சிந்தனையாளர்கள்

1. யூத மகான்கள் (கி.மு. 800-600)

(க) ஆமுஸ் (கி.மு. 800): சமுதாய வேற்றுமைகளுக்கு எதிராக முதன் முதலில் குரலெழுப்பியவர் ஆமுஸ். பாலஸ்தீனத்தைச் சேர்ந்த தெகோவா என்னுமிடத்தில் இவர் கல்வியறிவற்று ஆடு மேய்த்துக் கொண்டிருந்தார். பனி இஸ்ரேலியர் (யூதர்) சிரியாவில் டமாஸ்கஸ் நகரை வெற்றி கொண்ட பின்னர் ஆட்சியாளர் பொறுத்தவரை அக்காலம் செல்வச் செழிப்புடனும் மகிழ்ச்சிகரமானதாகவும் இருந்தது. ஆனால் ஒரு சிலர் மகிழ்ச்சியாக இருப்பதாலேயே, சமுதாயம் பூராவும் மகிழ்ச்சியாக இருப்பதாகக் கொள்ளமுடியாது. ஆமுஸ் அந்தப் பணக்கார ஆட்சியாளர்களைப் பற்றிக் கூறியதாவது[2] "அவர்கள் யானைத் தந்தத்தாலான கட்டில்களில் உறங்குகிறார்கள். செம்மறியாட்டுக் குட்டிகளின் மாமிசத்தைச் சாப்பிடுகிறார்கள். அவர்கள் உயர்ந்த மதுவை அருந்துகிறார்கள். மணங்கமழும் அத்தரைப் பூசிக்

---

1. Utopian Socialism, 'உடோப்பியா என்பது கிரேக்க சொல்லாகும் அதன் பொருள் எங்கேயும் இல்லாதது.

2. பைபிள், ஆமூஸ் 614.

கொள்கிறார்கள். இவற்றுக்காக அவர்கள் லஞ்சம் வாங்குகிறார்கள். புழுத்த தானியத்தை விற்கிறார்கள். எடையில் ஏமாற்றுகிறார்கள்." ஆமூஸ் இந்தப் பாவிகளான பணக்காரர்களின் எதிர்காலம் பற்றிக் கூறுகையில் இத்தனை அக்கிரமங்களையும் அனுமதிக்கும் இனம் அழிந்து போகுமென்றார். "நீதிமான்கள் மட்டுமே எஞ்சியிருப்பார்கள். அவர்களுடைய ராஜ்ஜியம் ஒன்று அமையும். அதன் மூலம் அவர்கள் அழிந்துவிட்ட நகரங்களைப் புனர்நிர்மாணம் செய்வார்கள். திராட்சைத் தோட்டங்களைப் போடுவார்கள் திராட்சைச் சாராயத்தை அருந்துவார்கள்."

(ங) இஸையா (கி.மு 740-700): கி.மு. ஏழாம் நூற்றாண்டில் மற்றொரு யூத மகான் இஸையா பிறந்தார். அக்காலம் பனி இஸ்ரேலியருக்குத் துன்பம் நிறைந்த காலமாகும். அவர் பணக்கார ஆட்சியாளர்களின் ஆடம்பர வாழ்க்கையையும் அவர்கள் ஏழைகளைக் கொடுமைப்படுத்தியதையும் பார்த்துப் பணக்காரர்களைக் கண்டித்ததாவது.[1] "நீங்கள் திராட்சைத் தோட்டங்களை விழுங்கிவிட்டீர்கள். ஏழைகளைக் கொள்ளையடித்ததெல்லாம் உங்கள் வீடுகளில் இருக்கிறது. என்னுடைய மக்களை அடித்து நொறுக்கி அழித்துக் கொண்டிருக்கிறீர்களே. ஏழைகளைக் கசக்கிப் பிழிந்து கொண்டிருக்கிறீர்களே, உங்கள் மனதில் என்னதான் நினைத்துக் கொண்டிருக்கிறீர்கள்?" இந்த உலகில் கடவுளின் அரசு நிறுவப்படுமென்று யூதர்கள் பல தலைமுறைகளாகவே நம்பி வந்தார்கள். அது குறித்து இஸையா கூறுகிறார், "அந்த ராஜ்ஜியத்தில் அமைதி நிலவியிருக்கும். பல்வேறு இனங்கள் தத்தமது வாள்களை உடைத்தெறிந்துவிட்டு ஏர்க்கால்களைத் தயாரிக்கும். ஈட்டிகளிலிருந்து தோட்டத்தை வெட்டும் கத்திரிக்கோல்களைத் தயாரிக்கும். ஒரு இனம் மற்றொரு இனத்திற்கு எதிராக வாளையும் கையிலெடுக்காது போர்க்கலையும் கற்காது."

ஜெரேமியா, எழிகில் போன்ற மற்ற யூத மகான்களும்கூட 'கடவுளின் ராஜ்ஜியம்' பற்றிக் கூறினார்கள். பனி இஸ்ரேல் இனம் அதிக அபாயங்களையும் அரசியல் அடிமைத்தனத்தையும் அனுபவிக்க அனுபவிக்க அதன் மகான்களுக்கு இந்தக் 'கடவுளின் ராஜ்ஜியம்' அதிகமாக நினைவுக்கு வந்து கொண்டிருந்தது.

"இஸ்ரேல் மகான்கள் ஒரு 'உலக ராஜ்ஜியத்'தைக் கற்பனை செய்தார்கள். அதில் தேர்ந்தெடுக்கப்பட்ட இஸ்ரேலியர்கள் மட்டுமே வாழ்வார்கள். அதை ஒரு லட்சிய மன்னரான தாவூதி மன்னர் ஆள்வார். அந்த ராஜ்ஜியத்தில் யஹோவாவின் ஆன்மா இயங்கிக்கொண்டிருக்கும்" என்று ஒரு எழுத்தாளர் எழுதியிருக்கிறார்.

---

1. "The History of Utopian Thought" (J.O. Hertzler) p.71.

2. கிழக்கு ஆசியா

(க) புத்தர் (கி.மு. 563-483): இப்படிப்பட்ட இந்தியச் சிந்தனையாளர்களைப்பற்றி நாம் அதிகமாக விவரிக்கத் தேவையில்லை. காரணம், அவர்கள் எண்ணிக்கையில் அதிகமானவர்களல்ல; அவர்களது கருத்துக்கள் பழைய இந்திய சமுதாயத்தையும் பாதிக்கவில்லை. இன்றைய சமுதாயத்தின் மேலும் அக்கருத்துக்களின் செல்வாக்கு மறைமுகமாகக் கூட இல்லை. இந்தியாவைப் பொருத்தவரை புத்தர்தான் முதன் முதலாகத் தனிவுடைமைக்கு எதிராகவும் பொதுவுடைமைக்கு ஆதரவாகவும் குரல் கொடுத்தவர். அவர் தம்முடைய பிட்சுக்கள்-பிட்சுணிக்களின் சங்கத்தில் பொருளாதார சமத்துவத்தை அமல்படுத்தினர் என்பதை முன்பே விவரித்துள்ளோம். புத்தரின் இச்சமுதாயக் கருத்துகள் பல்கிப் பெருகி மாபெரும் உருவத்தை அடைந்திருக்கும். ஆனால் அவர் வாழ்ந்திருந்த ஆசிய சமுதாயம் பிற்போக்குச் சமுதாயமாக இருந்ததால், புத்தரின் கருத்துகள் பரவ முடியவில்லை.

(ங) முனே-சன்-போ (கி.பி. 846): புத்தரின் சிந்தனையால் உத்வேகம் பெற்ற திபேத்திய மன்னர் முனே-சன்-போ தன்நாட்டில் வறுமையையும் துன்பத்தையும் ஒழிக்க செல்வத்தில் சமத்துவம் கொண்டுவருவது அவசியம் எனக் கருதினார். அவர் தன் மக்கள் மேல் பொதுவுடைமையைப் பலாத்காரமாகத் திணிக்க விரும்பினார். முனே-சன்-போ தன்னுடைய குறுகிய ஆட்சிக் காலத்தில் மூன்று தடவை செல்வத்தைச் சமமாகப் பங்கிட்டார். பழைய வரலாறுகள் அவருடைய பணியை அனுதாபத்துடன் பார்க்கவில்லை. மத்திய ஆசியா, திபேத், மேற்கு சீனம், இமயமலைப் பிரதேசம் ஆகியவற்றின் அரசரான ஸ்ரோஸ்சன் கிரேம்போவைப் பற்றிக் கூறும்போதே, அவ்வம்சத்தைச் சேர்ந்த நமது முனே-சன்-போவை வரலாறுகள் குறிப்பிடுகின்றன. அவர் திபேத்தில் மட்டுமே பொதுவுடைமையை அமலாக்கியதாகத் தெரிகிறது. அவர் செல்வத்தை மட்டும் பங்கிட்டார். ஒவ்வொரு முறைப்பங்கீட்டின் போதும் சோம்பேறிகள் தாம் பெற்றதைச் செலவழித்து விட்டார்களென்றும், சிக்கனப் பேர்வழிகளிடம் செல்வம் சேரவாரம்பித்ததென்றும் வரலாற்றாசிரியர்கள் எழுதுகிறார்கள். மூன்றாம் முறைகூட முனே-சன்-போ செல்வத்தைப் பங்கிடும் தனது முடிவை மாற்றிக் கொள்ளாதபோது அவருடைய அன்னையே அவருக்கு விஷம் தந்துவிட்டார். முனே-சன்-போ ஒரு பைத்தியக்காரர் என்று சரித்திரம் கூறாவிட்டாலும் அவரைத் தவறாகச் சித்திரித்துள்ளார்கள் என்பது உண்மை. திபேத்திய இனம் இருநூறு ஆண்டுகளுக்கு முன்புதான் நாகரிகத்தில் அடியெடுத்து வைத்தது. அவ்வினம் தனது நாட்டில் தனிமையிலேயே வாழ்ந்திருந்தது. இனக்குழு சமுதாயச்

சின்னங்கள் இன்னும் அந்த இனத்தில் எஞ்சியிருந்தன. சாம்ராஜ்ஜிய விஸ்தரிப்பால் செல்வச் செழிப்பு அதிகரித்தாலும் அதனால் ஒரு சில குடும்பங்களே பயன்பெற்றன. மறுபுறம் மக்கள் தொகையில் பெரும்பாலான மக்கள் மேலும் மேலும் மோசமான நிலைமைக்குத் தள்ளப்பட்டு வந்தனர். திபேத்திய இளைஞர்கள் சீனா, இந்தியா, மத்திய ஆசியப் பகுதிகளில் போர்கள் புரிந்து உயிரிழந்து கொண்டிருந்தனர். இப்படிப்பட்ட நிலைமையில் முனே-சன்-போ மேற்கூறிய நடவடிக்கை எடுத்துக் கொண்டார். இதனால் அவருடைய வம்சத்திற்கும் வர்க்கத்திற்கும் பெரும் நஷ்டம் உண்டாயிற்று. அவரது தாயே அவரைக் கொலை செய்துவிட்டார்.

(ச) மஜ்தக் (கி.பி. 484): கி.பி. ஐந்தாம் நூற்றாண்டில் ஈரானில் 'மஜ்தக்' என்னும் சிந்தனையாளர் பிறந்தார். எல்லா மக்களும் சமமாகவே பிறந்துள்ளனர். ஆகவே அனைவருமே வாழ்க்கை பூராவும் சமமாகவே வாழவேண்டுமென்று அவர் சொன்னார். செல்வத்தை மட்டுமல்லாமல் திருமண உறவையும் கூடச் சமூக மயமாக்க வேண்டுமென்று மஜ்தக் வற்புறுத்தினார். அவரது சொற்பொழிவுகளிலும் பேச்சிலும் அபாரமான கவர்ச்சி இருந்ததாலேயே அகாமன்ஷி (தாரா) பார்த்தி ஸாஸானி போன்ற ஈரானியப் பணக்காரர்களும் மஜ்தக்கின் சித்தாந்தத்தை ஒப்புக் கொள்ளத் தொடங்கினர். மனக்கட்டுப்பாடும் பக்தியும் உயிரினங்கள்மேல் அன்பும் மஜ்தக்கின் ஆன்மீக உபதேசங்களாகும். அவரது பிரசாரம் குடிசைகளை மட்டும் எட்டவில்லை. ஈரானிய மன்னரான ஷா கவாத் (கி.பி. 487-98) கூட மஜ்தக்கைப் பின்பற்றினார். இவ்வாறு பொதுவுடைமைத் தத்துவம் வெற்றி பெறுவதால் ஆட்சியாளர்களுக்கும், புரோகிதர் கூட்டத்திற்கும் ஆபத்தாகத்தான் முடியும். ஆகவே தலைமைப் புரோகிதரும் நிலப்பிரபுக்களும் ஒன்று சேர்ந்து சதி புரிந்து கவாதை அரியணையிலிருந்து வீழ்த்திவிட்டார்கள். புதிய மன்னரான ஜாமாஸ்ப், கவாதின் சகோதரரே கவாதுக்கு மரண தண்டனை விதிக்க ஜாமாஸ்ப் எவ்வளவோ நிர்ப்பந்திக்கப்பட்டாலும் அவர் ஒப்புக்கொள்ளாமல் கவாதை சிறை வைத்துவிட்டார். கொஞ்ச காலத்திற்குப் பிறகு கவாத் சிறையிலிருந்து தப்பி ஓடிவிட்டார். அவர் ஹூணர்களின் உதவியைக் கொண்டு மீண்டும் ஆட்சியைக் கைப்பற்றிக் கொண்டார். அப்போதும் அவர் மஜ்தக்கின் சித்தாந்தத்தை ஆதரிப்பவராக இருந்தாலும் அரசு முறையில் ஆதரிப்பதை விட்டுவிட்டார். மஜ்தக் ஆதரவாளரின் சக்தி அதிகரித்துக் கொண்டே வந்தது. இப்போது மன்னர் காவாதுக்கே அச்சம் உண்டாயிற்று. உணர்ச்சிவசப்படுவதைவிட உலக இன்பம் பெரிதல்லவா. கடைசியில் கவாத் பொதுவுடைமையாளரின் விரோதியாகிவிட்டான். மஜ்தக் அப்பொழுதும் உயிர் வாழ்ந்திருந்தார். அவரது சக்தி குறைவதற்குப் பதிலாகப் பெருகிக் கொண்டே போயிற்று. அதே காலத்தில் நீதிக்குப்

புகழ் பெற்ற நவ்ஷேர்வான் (கி.பி. 531-78)ஈரான் மன்னரானார். அவர் பொதுவுடைமைத் தத்துவத்திலிருந்து நாட்டைக் 'காப்பாற்ற' மஜ்தக்கையும், அவரது ஒரு லட்சம் ஆதரவாளர்களையும் கொலை செய்வித்தார். வர்க்க நலன் ஒரு எல்லைக்குள்ளேயே நீதியின் முகமூடியை அணிந்திருக்கும். பொதுவுடைமை ஆதரவாளர்களின் இப்படுகொலை மிகப் பெரிய சாதனையென்று நவ்ஷேர்வான் கருதியதாலேயே அதற்கு முன்பிருந்த 'குஷ்ரோ' என்னும் விருதை விட்டுவிட்டு 'நவ்ஷிர்வான்' (புதிய மன்னர்) என்னும் விருதை ஏற்றுக் கொண்டார்.

(ஞ) மோ-தீ (கி.மு. 480-400): சீனத்தைச் சேர்ந்த மோ-தீயின் சோஷலிஸக் கருத்துக்களை நாம் இதே நூலில் ஐந்தாம் அத்தியாயத்தில் விவரித்துள்ளோம்.

3. கிரேக்க, ரோமானியச் சிந்தனையாளர்கள்

(க) பிளாட்டோ (கி.மு. 427-348): பிளாட்டோவின் பொதுவுடைமைக் கருத்துக்களைப் பற்றி ஏற்கெனவே கூறினோம். அவர் கற்பனை செய்த பொதுவுடைமைச் சமுதாயம் இவ்வுலகில் 'கடவுளின் ராஜ்ஜியம்' போன்ற மதக் கற்பனையல்லவென்றாலும் அதில் கற்பனைதான் அதிகமாக இருந்தது. பிளாட்டோ ஒரு உயர் வர்க்கப் பொதுவுடைமை அரசை விரும்பினார். அந்த அரசு சாதாரண மக்களின் கருத்துப்படி அல்லாமல், தத்துவ மேதைகளான பொதுவுடைமையாளர்களின் சர்வாதிகாரப்படி நடைபெற வேண்டும். தொழிலாளருக்கோ விவசாயிகளுக்கோ ஆட்சி உரிமை இருக்கக்கூடாது; ஏனெனில் அவர்களுக்கு ஆளும் தகுதி இல்லை. பிளாட்டோவின் பொதுவுடைமைக் கற்பனை வெறும் கற்பனையையே அடிப்படையாகக் கொண்டது. அதனால் அதில் குறைபாடு இருப்பது தவிர்க்க முடியாதது. ஆனாலும் பிளாட்டோவின் 'குடியரசு' என்ற நூல் பிற்கால சோஷலிஸக் கருத்துக்கள் மீது தனது செல்வாக்கைப் பரப்பியது என்பதை மறுக்க முடியாது.

(ங) ஸெனேகா (கி.பி.3-65): ரோமானியர்களின் வளர்ச்சிக் காலத்தில் ஒரு பக்கம் மாட மாளிகைகளும் கூட கோபுரங்களும் அவற்றில் வாழும் ஆண் பெண்களின் உல்லாச வாழ்க்கையும் இருக்க மறுபக்கம் ஏழைகளின் நிலையும், அடிமைகளின் நிலையும் துன்பம் நிறைந்து பரிதாபகரமாக இருந்தது. இந்தச் சூழ்நிலையில் ரோமாபுரியில் ஸெனேகா பிறந்தார். ஏழைகளின் அடிமைகளின் ரத்தத்தை உறிஞ்சி நடத்தப்பட்ட இந்த உல்லாச ஆடம்பர வாழ்க்கை அவருக்குப் பிடிக்கவில்லை. அவர் புராதன பொதுவுடைமைச்

சமுதாயத்தின் ஆதரவாளர், அவர் எழுதிய ஒரு கடிதத்தின் பகுதியைப் பாருங்கள்:

"பேராசைச் சமுதாயத்தைத் தன் வலையில் சிக்கவைக்காத வரையில், ஏழ்மை ஏற்படாத வரையில் சமுதாயத்தன்மை புனிதமாகவும், தடையற்றதாகவும் இருந்தது. ஏனெனில் மனிதன் என்று ஒரு குறிப்பிட்ட பொருளை 'என்னுடையது' என்று சொல்லவாரம்பித்தானோ அன்றிலிருந்தே அவன் 'எல்லாப் பொருட்களுக்கும் உரிமையாளன்' என்பதிலிருந்து வீழ்ந்து விட்டான். ஆரம்ப கால மனிதனும் அவனது சந்ததியினரும் இயற்கையைச் சார்ந்து வாழ்ந்திருந்தனர். அவர்கள் தூய்மையானவர்களாகவும் புனிதமானவர்களாகவுமிருந்தனர். அவர்களிலே பாவ எண்ணங்கள் தோன்றியதுமே அரசர்கள் தமது வலிமையைக் காட்ட வேண்டியவர்களானார்கள். அவர்கள் சட்டங்களைத் தயாரித்தார்கள். இயற்கையின் செல்வமெல்லாம் எல்லோருக்கும் பொதுச் சொத்தாக இருந்த அந்தக்காலம் அதை எல்லாரும் ஒன்று சேர்ந்து அனுபவித்த அந்தக்காலம், மானிடத்தின் அந்தத் துவக்கக் காலம் எத்தனை அழகானதாக இருந்திருக்க வேண்டும். அக்காலத்தில் பேராசையும் ஆடம்பரமும் மக்களின் ஒற்றுமையைக் குலைக்கவில்லை. அவர்களை ஒருவருக்கொருவரின் பகைவர்களாக்கவில்லை. அவர்கள் ஒன்று சேர்ந்து இயற்கையின் அனைத்துச் செல்வங்களையும் பயன்படுத்தினர். இதனால் இயற்கைச் செல்வங்களின்மேல் எல்லாருடைய திறமையான கட்டுப்பாடு நிலவியது. அவர்களிலே ஒருவன் கூட ஏழையாக இருக்கவில்லை. அவர்களை மனிதர்களெல்லாரிலும் பணக்காரர்களென்று நான் ஏன் கருதக்கூடாது?"

மத்திய கால ஐரோப்பாவில் சோஷலிஸச் சிந்தனை

'பைபி' ளில் சொல்லப்பட்ட 'கடவுளின் ராஜ்ஜிய'த்தின் எதிரொலி கிறித்துவ மதத்தில் இருந்து வந்ததால், அவ்வவ்போது அது குறித்தும் அக்கறை செலுத்தினர். அகஸ்டின் (கி.பி. 345-430) தன்னுடைய தத்துவ மதக் கருத்துக்களைப் பரப்பிக் கொண்டிருந்தபோது ரோமானியப் பேரரசு முரட்டு ஜெர்மனியர்களால் அழிந்து நீண்ட காலமாகி இருக்கவில்லை. ரோமாபுரி ஜெர்மானியர் கையில் சிக்கி நாசமாகிவிட்டபோதே அகஸ்டின் "கடவுளின் நகரம்" என்னும் புத்தகம் எழுதினார். இதில் அவர் சொர்க்கத்திலும் இவ்வுலகத்திலும் அமையவிருக்கும் ஒரு அழகான நகரத்தை வர்ணித்திருக்கிறார். அதில் எல்லா உயிரினங்களும் தம்மைப் படைத்தவனுடன் அமைதியுடன் வாழப்போகின்றன. மக்களில் ஒருவருக்கொருவர் நன்மை செய்துகொள்ளப் போகிறார்கள். அகஸ்டினின் "கடவுள் நகரத்தின்" படி, மனிதன் அதிகமாக ஒன்றும் செய்ய வேண்டிய தேவையில்லை; அவனுக்கு எல்லாமே கடவுள் அருளப்போகிறார்.

அகஸ்டின் இத்தாலியில் இக்கருத்தைப் பரப்பிக் கொண்டிருந்த காலத்திலேயே இந்தியாவிலும் 'ஸம்பல்' என்னும் தர்ம நகரம் கற்பனை செய்யப்பட்டது. பவுத்தர்களின் நம்பிக்கைப்படி வட திசையில் ஸம்பல் என்னும் நாடு இருக்கிறது. அது போதி ஸத்வர்களின் (ஞானிகளின்) நாடாகும். அங்கே எல்லாரும் சமமாக இருக்கிறார்கள். யாரும் மற்றவரிடம் கைநீட்டி எதுவும் வாங்குவதில்லை. அனைவரும் மகிழ்ச்சியுடனிருக்கிறார்கள். இந்தக் கற்பனை மிகப் பழங்காலத்தில் கூடக் காணப்படுகிறது. திபேத்திய இலக்கியத்திலும் பவுத்த மதத்தின் ஒரு பிரிவான 'மகாயான' இலக்கியத்திலும் வரும் ஸம்பல் நகர வர்ணனை புத்தரின் உபதேசங்களில் வரும் 'வடக்குக் குரு' நாட்டின் வர்ணனை போலவே உள்ளது. புத்தர் வடக்குக் குரு நாட்டில் பழங்களைச் சேகரிக்கும் காலத்திய பொதுவுடைமையைச் சித்திரித்துள்ளார். அக்கற்பனையையே ஸம்பல் நகர வர்ணனையாக மாற்றப்பட்டது போல் தோன்றுகிறது. இதே ஸம்பல் நகரம் பிற்காலத்தில் இந்துப் புராணங்களில் எதிர்கால விஷ்ணு அவதாரமான கல்கியின் பிறப்பிடமாக்கப்பட்டுவிட்டது. இவ்வுலகத்தை அதர்மத்திலிருந்து விடுவிக்க விஷ்ணுக் கடவுள் பிராமணக் கன்னியின் வயிற்றில் பிறந்து வாளுடன் குதிரை மீதேறி வந்து உலகத்திலுள்ள மற்ற மதங்களையும் அதர்மங்களையும் ஒழித்துக்கட்டி மீண்டும் பிராமண தர்மத்தின் அரசை நிலைநாட்டப் போகிறாரென்று பத்தாம் பசலி இந்துக்கள் எதிர்பார்த்துக் கொண்டிருக்கிறார்கள். பவுத்தர்களின் கற்பனையில் உதித்த ஸம்பல் நகரத்திலுள்ள பொதுவுடைமை வாசனைகூட இந்துக்களின் கல்கி அவதாரக் கற்பனையில் இல்லை. இது ஏமாற்றமடைந்த இந்துக்கள் பிராமணத் தர்மத்தின் வாள் வலிமையால் மீண்டும் தமது ஆதிக்கத்தை நிலை நாட்ட விரும்பும் கற்பனை மட்டுமேயாகும். இன்றும் ஸம்பல் நகரக் கற்பனை திபேத்தில் மிக அதிக செல்வாக்கு பெற்றிருக்கிறது. ஆனால் அதைத் தமது நாட்டில் காரிய சாத்தியமாக்க வேண்டும் என்னும் எண்ணம் மட்டும் இல்லை. உயிருடன் அல்லது செத்த பிறகு அங்குப் போய்ச் சேரவேண்டுமென்னும் விருப்பம்தான் மேலோங்கியிருக்கிறது. ஸம்பல் இவ்வுலகத்திலேயே இருப்பதால் திபேத்திய மதக் குருக்கள் சிலர் அங்கே போய்ச்சேரும் வழி குறித்தும் பயணம் குறித்தும் நூல்கள் எழுதியிருக்கின்றனர். ருஷ்யாவில் சோவியத் அரசு அமைக்கப்பட்ட பின்னர் பொதுவுடைமையின்பால் அனுதாபங்கொண்ட சில மங்கோலியத் திபேத்திய லாமாக்கள் (பவுத்த மதக் குருக்கள்) ருஷ்யாவையே ஸம்பல் ராஜ்ஜியமாகப் பிரசாரம் செய்யத் துவங்கினார். உலகப் புகழ் பெற்ற ஓவியர் நிக்கோலய் ரோய்ரிக் இந்த ஸம்பல் கற்பனையை அடிப்படையாகக் கொண்டு ஒரு புத்தகமே எழுதியிருக்கிறார்.

1. ஸ்வோன் ரோலா (கி.பி. 1452-98): அராபியரின் ஆதிக்கக் காலத்தில் கிரேக்கத் தத்துவத்தையும் இலக்கியத்தையும் கற்பதும் கற்றுத் தருவதும் அதிகமாயிற்று. இதனால் ஐரோப்பாவில் பகுத்தறிவுச் சுதந்திரத்திற்கு நல்ல பலம் கிடைத்தது. குறிப்பாகப் பிளாட்டோவின் "குடியரசு" சமூகக் கருத்துக்களின் வளர்ச்சிக்கு முதலில் பெரும் உதவி புரிந்தது.

பிளாட்டோவுக்கு ஆயிரத்தி ஐந்நூறு ஆண்டுகளுக்குப் பிறகு ஃப்ளோரன்ஸ் அரச வம்சத்தின்பால் மக்கள் வெறுப்படைந்து விட்டனர். அவர்கள் அதை ஒழித்துக் கட்டிவிட்டனர். அம்மக்கள் தமது நாட்டிலும் ஒரு குடியரசை அமைத்துக் கொள்ள விரும்பினர். ஆனால் அவர்களிடம் ஒரு நல்ல திட்டமுமில்லை; அவர்களுக்கு ஒரு சிறந்த தலைவருமில்லை. மறுபுறம் பிற்போக்குச் சக்திகள் ஆட்சியைக் கைப்பற்றிக்கொள்ள முயற்சித்துக் கொண்டிருந்தன. அப்படிப்பட்ட நிலைமையில் ஃபிளோரன்ஸ் நகரத்தில் புகழ்பெற்ற செல்வாக்கு படைத்த சந்நியாசியான ஸவோன்ரோலா அரசுத் தலைமையைத் தன் கையிலெடுத்துக் கொண்டார். அவர் வெனிஸ் நகரக் குடியரசு அமைப்பை அடிப்படையாகக்கொண்டு ஃப்ளோரன்ஸுக்காக ஒரு அரசியல் சட்டத்தைத் தயாரித்தார். அதை மக்கள் முன்பு வைத்து, "நாம் கெட்ட விஷயங்களை ஒழித்துக்கட்ட வேண்டும். கடவுளின் விதிகள்படி ஆட்சி புரிய வேண்டும்" என்று கூறினார். குழுமியிருந்த மக்கள் பெரும் ஆரவாரத்துடன் புதிய அரசியலமைப்பை வரவேற்றார்கள். நகர வாழ்வு பூராவிலும் பெரும் மாற்றம் ஏற்பட்டது, பெண்கள் நகைகள் அணிவதையும், ஆடம்பர ஆடைகள் உடுத்துவதையும் விட்டு விட்டனர். வியாபாரிகள் தவறான வழிகளில் சம்பாதித்த பணத்தைத் திருப்பித் தந்துவிட்டனர். மாதா கோவில்கள் மக்களுக்கு மிகவும் பிடித்தமான நிறுவனங்களாகிவிட்டன. 'ஆன்மீக வெள்ளம்' கரை புரண்டோடியது. நகரத்தில் புனிதமும், கம்பீரமும், நீதியும் கொடி கட்டிப் பறந்தன. எல்லா இடங்களிலும் ஸவோன்ரோலாவுக்கு ஒரு பெரிய மகான் என்னும் முறையில் மாபெரும் வரவேற்பு கொடுக்கப்பட்டது.

ஆனால் இப்படிப்பட்ட வாழ்க்கையைச் சுயநல வர்க்கம் எப்படிச் சகித்துக்கொள்ளும்? பிற்போக்கு அரசியல் வாதிகளின் மனத்தில் ஏற்கனவே பகைமை சூழ்ந்திருந்தது. ரோமன் கத்தோலிக்கக் கிறிஸ்துவ மத அரசர் ரோமின் போப் ஆண்டவர் பணக்கார வர்க்கத்தைச் சேர்ந்தவரே!அவர் ஸவோன்ரோலாவின் இப்பணியைப் பொறுப்பாரா? மதமும் பழைய அதிகாரங்களைப் பாதுகாக்கத்தானே இருக்கிறது! ஏசுநாதரின் 'பொதுஉடைமை' ஆன்மீகமானதாகும். அதை எவ்விதத்திலும் இவ்வுலகத்தில் அமல்படுத்த முயற்சிப்பதானது மத விரோத காரியமாகிவிடும். போப்பாண்டவரும், கிறிஸ்துவ மதமும்

ஸவோன்ரோலாவுக்கு எதிராக மக்களைத் தூண்டிவிடும். பின் ஃபிளோரன்ஸ் வாழ் மக்களின் ஒரு பிரிவினரும் இவ்வலையில் விழுந்தனர். அனைவரும் ஒன்று கூடி ஃபிளோரன்ஸ் இளம் குடியரசின் மீது படையெடுத்து அதை அழித்துவிட்டனர். சில காலத்திற்குப் பிறகு கைது செய்யப்பட்டு இந்த ஐரோப்பியப் பொதுஉடைமையாளர் பணக்காரர்களால் படுகொலை செய்யப்பட்டார். ஸவோன்ரோலாவின் படுகொலையுடன் மத சம்பந்தமான பொதுவுடைமையாளர்களின் முக்கியத்துவம் மறைந்துவிட்டது.

2. இங்கிலாந்தில் முதல் சோஷலிஸ அலை

(க) விவசாயிகள் கலகம் (கி.பி. 1381-1448)

சமத்துவம் இயற்கையின் விதியாகும். காற்று நீரைப்போலவே இயற்கைச் செல்வங்கள் அனைத்தும் நாட்டின் அனைத்து மக்களுக்குமே பொதுவானவையே என்னும் கருத்து அடிக்கடி மனிதனின் உள்ளத்தில் தோன்றுகிறது. அதிலும் குறிப்பாகச் செல்வந்தர்களின் கொடுமைகள் அதிகரிக்கும்போது, இச்சிந்தனை மேலும் வலுவடைகிறது. இப்படிப்பட்ட சூழ்நிலையில்தான் இங்கிலாந்தில் கி.பி. 1381 இல் விவசாயிகள் கலகம் தோன்றியது. அப்போது வரைக்கும் இங்கிலாந்து விவசாயக் கிராமங்களின் நாடாகவே இருந்தது. பதின்மூன்றாம் நூற்றாண்டு துவக்கத்தில் இந்தியாவில் துருக்கியர் ஆட்சி அமைந்துகொண்டிருந்த காலத்தில் -இங்கிலாந்தில் வியாபாரமும், ஆடம்பரப் பொருட்களை உற்பத்தி செய்யும் தொழில்களும் வளரத்தொடங்கின. அந்நூற்றாண்டின் பாதி முடிவடையும்போது, இங்கிலாந்தின் பத்து பன்னிரண்டு நகரங்கள் உருவாகிவிட்டன. இந்நகரங்கள் கிராமங்களில் விவசாயிகள் விளைவித்தவைகளைச் சார்ந்து வாழ்ந்துகொண்டிருந்தன. இதனால் விவசாயிகளின் விளை பொருட்களுக்கு கிராக்கி அதிகரித்தது. அவர்களுடைய நிலங்களின் மதிப்பு உயர்ந்தது. இப்போது செல்வந்தர்களான நிலப்பிரபுக்கள் சாதாரண விவசாயிகளின் நிலங்களை அபகரிக்க முயற்சித்தார்கள். தரிசு நிலங்களையும், அதுவரை எவரும் ஆக்கிரமிக்காத பூமிகளையும், கிராமம் முழுவதற்கும் மேய்ச்சல் நிலங்களாக இருந்தவைகளையும் அவர்கள் ஆக்கிரமிக்கத் தொடங்கினார்கள். அக்காலத்தில் விவசாயிகள் சொத்தில்லாத வெறும் பாட்டாளிகளல்ல; அவர்கள் கிராமக் கூட்டுறவு அமைப்புகளின் பங்குதாரர்களும் கூட. அவர்களிலே பரம்பரை பரம்பரையாகத் தொடர்ந்து வந்த சுதந்திர எண்ணங்களும் இருந்தன. அப்பொழுதைக்குச் சமுதாய வாழ்க்கை அவர்கள் வாழ்விலிருந்து பூரணமாக மறைந்துவிட்டிருக்கவில்லை. பொது நிலங்களை இவ்வாறு 'லார்டுகள்' (பிரபுக்கள்) ஆக்கிரமித்துக் கொள்வதை விவசாயிகள் தனியுடைமைக் கொள்கையாகவே கருதினார்கள்.

அவர்கள் கருத்தில் நிலப்பிரபுக்கள் பாவச் செயல் புரிந்து கொண்டிருந்தனர். அவர்களுக்கு எதிராகக் கலகம் செய்து, முந்தைய உரிமைகளைத் திரும்பப் பெறுவதென்பது பொது நிலங்களை மீண்டும் பெறுவதேயாகும்.

1. ஜான் வைக்ளிஃப்: (மறைவு: கி.பி. 1384): விவசாயிகளின் இக்கலகத்தில் தலைவர்களுக்குப் பஞ்சம் இருக்கவில்லை. ஆக்ஸ்ஃபர்ட் அப்போது ஒரு மடாலயப் பள்ளியாகும். அங்கே படித்துக் கொண்டிருந்த துறவி மாணவர்கள் பிளாட்டோ, ஸெனேகா ஆகியோரின் நூல்களைப் படித்திருந்தனர். அவர்கள் விவசாயிகளிடையே கலகக் கருத்துக்களைப் பரப்புவதில் முக்கிய பங்கு வகித்தனர். விவசாயிகளின் படித்த தலைவர்களில் ஜான் வைகிளிஃப்பும் ஒருவர். அவர் 'இயற்கை நீதி' யைப் பிரசாரம் செய்துவந்தார். சமுதாயத்தின் ஆரம்பத்தில் தனிச்சொத்தும் இருக்கவில்லை, சிவில் சட்டங்களும் இருந்ததில்லை. அப்போது மனிதர்கள் புனிதமான, பொதுவுடைமைச் சூழ்நிலையில் வாழ்ந்து வந்தனர். மனிதனின் வீழ்ச்சிக்குப் பின்னர் அவனுடைய நடவடிக்கை வலுவிழந்துவிட்டதால், அவனுக்கு ஒரு செயற்கையான உதவி தேவைப்பட்டது. இதற்காகவே மக்கள் ஒருவருடன் ஒருவர் அன்புடன் வாழவேண்டுமென்பதற்காகவே கடவுள் குடிமக்கள் அரசை ஏற்படுத்தினார். எல்லாவற்றையும் விட நீதிபதிகளின் அரசு சிறந்ததாகும்; அதற்கடுத்தது மன்னராட்சியாகும்.

2. ஜான் பால்: (கி.பி. 1384): ஜான் வைகிளிஃப்பின் சீடர்களில் மிகச் சிறந்தவர் ஜான் பாலாவார். அவர் ஒரு புரட்சிப் பொதுவுடைமை வாதியாவார். பொது மக்கள் கொடுமையாளர்களை ஒழித்துக்கட்ட வேண்டும். பிரபுக்களையும், கூட்டுச் சமுதாயத்திற்கு தீங்கு விளைவிப்பவர்களையும் வேரோடு அழித்துவிட வேண்டுமென்று ஜான்பால் கூறினார். இவர்கள் ஒழிந்த பிறகுதான் மற்றவர்கள் அனைவரும் சுதந்திரமாக வாழ்வார்கள். அவர் சொற்பொழிவுகளின் ஒரு மாதிரி கீழ்வருமாறு:

"என் அன்பிற்குரிய மக்களே! இங்கிலாந்திலுள்ள செல்வமெல்லாம் பொதுச் சொத்தாக ஆகாதவரை, ஏழை - பணக்காரன் என்னும் வேற்றுமை போய் நாமெல்லாரும் ஒன்றாகாத வரை இங்கிலாந்து உருப்படப் போவதில்லை. நாம் பிரபுக்கள் என்று சொல்பவர்களுக்கு நமது சிறந்த பொருட்களைக் கைப்பற்றிக் கொள்வதற்கு என்ன உரிமை இருக்கிறது? நம்மை அடிமைகளாக வைத்திருப்பதற்கு அந்தக் 'கனவான்'களுக்கு என்ன தகுதி இருக்கிறது? நாம் அனைவரும் ஒரே தந்தைக்கு, ஒரே தாய்க்கு, ஆதாமுக்கும், ஏவாளுக்கும் பிறந்தவர்கள் என்றால் - பிரபுக்கள் தம்மை நம்முடைய எஜமானர்கள் என்பதை எப்படி ருசுப்படுத்த முடியும்? அவர்கள் தம்முடைய உல்லாச

வாழ்வுக்காக நம்மைக் கொண்டு பல்வேறு பொருட்களை உற்பத்தி செய்வித்து, அவைகளைத் தாமே அனுபவித்துக்கொண்டு, உழைப்பாளர்களான நம்மை அவர்கள் எவ்வாறு தாழ்ந்தவர்களென்று சொல்லலாம்? அவர்கள் மிருதுவான பாட்டாடைகளையும் கம்பளிக் கோட்டையும் அணிகிறார்கள்; நமக்கு உடலை மறைக்க மோட்டா ரகத் துணிதான் கிடைக்கிறது. அவர்கள் ருசிகரமான பலவித உணவுகளைச் சுவைத்துச் சாப்பிடும்போது, ஊசிப்போன சாதாரண சாப்பாடுதான் நமக்குக் கிடைக்கிறது. அவர்கள் வசதியுடன் வாழச் சொகுசு மாளிகைகளும் இருக்கின்றன; நமக்கு அயராத உழைப்பும், கவலையும்தான் இருக்கின்றன. நாம் வயல்களில் வேலை செய்யும்போது புயலையும், கடும் மழையையும் பொறுத்துக்கொள்ள வேண்டும். நாமும் நமது உழைப்புமே அவர்களுடைய வாழ்க்கைக்குக் காரணங்களாகும். இருப்பினும் அவர்கள் நம்மைக் கூலிகள் என்று இகழ்கிறார்கள். அவர்களுக்குச் சற்றுக் கோபம் வந்தாலும் நம்மை நையப்புடைக்கிறார்கள்."

ஜான் பால் (Jhon Paul) விவசாயிகள் கலகத்தில் நேரடியாகப் பங்கெடுத்துக்கொண்டார். அது தோல்வியடைந்து விட்ட பிறகு அவர் இரக்கமில்லாமல் தூக்கிலிடப்பட்டுவிட்டார்.

3. **ஜாக்கேட்: (கி.பி. 1449):** கி.பி. 1449ல் 'கேண்ட்' பகுதியில் நடைபெற்ற விவசாயிகள் கலகத்தில் பங்கெடுத்துக் கொண்ட ஜாக்கேட் கூட ஜான்பால் போலவே விவசாயிகளுக்கு உபதேசித்து வந்தார். புகழ்பெற்ற ஆங்கில நாடகாசிரியர் ஷேக்ஸ்பியர் தமது "ஆறாம் ஹென்றி" நாடகத்தில் 'கேட்' பாத்திரத்தை இவ்விதம் பேசவைக்கிறார்:

"நான் இதைப்பற்றி நன்றாகச் சிந்தித்துவிட்டேன். அதை இப்படித்தான் செய்ய வேண்டும். புறப்படுங்கள், நாட்டிலுள்ள எல்லா அரசு அலுவலங்களையும் தீயிட்டுக் கொளுத்துங்கள்! என்னுடைய பேச்சே இங்கிலாந்தின் பாராளுமன்றமாகும். இன்று முதல் எல்லாச் செல்வங்களுமே எல்லாருக்கும் பொதுவானவையாகும்."

மக்கள் கலகங்கள் இவ்வாறு நடைபெற்றுக் கொண்டிருந்த போதிலும், பிரபுக்கள் விளை நிலங்களை ஆக்கிரமித்துக்கொண்டே இருந்தார்கள். நிலங்களிலிருந்து விரட்டப்பட்ட விவசாயிகள் நகரங்களில் போய்ச் சேர்ந்துகொண்டிருந்தார்கள். வேலையில்லாதவர்கள் அதிகமாக, அதிகமாக உழைப்பதற்குப் போட்டியும் அதிகமாயிற்று. இதனால் ஏற்கனவே இருந்து வந்த தொழிலாளர் அமைப்புகளான 'கில்டுகள்' மறையத் தொடங்கின.

(ங) ஸர் தாமஸ் மோர் (கி.பி 1478-1535): வாள் பலத்தால் விவசாயிகளின் கலகத்தை அடக்கிவிடலாம்; ஆனால் சமுதாயத்தில் வளர்ந்து வந்த பொருளாதார ஏற்றத்தாழ்வுகளை மறைத்துவிட

முடியாதல்லவா! விவசாயிகள் நிலச்சுவாந்தர்களின் அடிமைகளாகவோ, பிச்சைக்காரர்களாகவோ மாறிக்கொண்டிருந்தார்கள். அவர்களுடைய பரிதாப நிலையைக் கண்டு ஆட்சியாளர்களிலும் யாராவது ஒருவரின் உள்ளம் வேதனையால் நிறைந்து விடலாம். அல்லவா! ஏழாவது ஹென்றி மன்னரின் முக்கிய அமைச்சரான ஸர் தாமஸ் மோரின் மனம் மக்கள் நிலையைப் பார்த்துக் கண்ணீர் உகுத்தது. அவர் மன்னரின் அமைச்சராக இருந்ததால், சமுதாயத்தை அந்த மோசமான நிலைக்கு ஆளாக்கிவிட்ட ஆளும் வர்க்கத்தை நேரடியாக விமர்சிக்க முடியாது. அதற்காக அவர் ஒரு கற்பனைக் கதையை சரணடைந்தார் - இக்கதைப் புத்தகத்தின் பெயர் ‘உட்டோப்பியா’ (எங்குமே இல்லாதது) ஆகும். தாமஸ் மோர் வாழ்ந்த காலத்திற்குச் சமீப காலத்திலேயே இந்தியாவிலும் இந்திமொழியில் கவிஞர் ஜாய்ஸி - ‘பத்மாவத்’ காவியத்தையும், முகலாய மன்னர்கள் ஜஹாங்கீர் ஔரங்கஜேபின் சம காலத்தவரான தரணீதாஸ் ‘பிரேம் பிரகாஷ்’ என்னும் நூலையும் எழுதினார்கள். ஆனால் உணர்ச்சியற்ற நமது சமுதாயத்தில் சமுதாயக் கொடுமைகளுக்கு எதிராகக் குரலெழுப்பப்கூடிய கவிஞர்கள் எங்கே தோன்றினார்கள்? இந்தி இலக்கியத்தில் காதல், ‘ஸூஃபி’ தத்துவம் என்னும் மறைவில் ஆண் - பெண் பாலுறவை பச்சையாக வர்ணித்தார்கள் அல்லது கவிஞர்கள் தமக்கென்று ஒவ்வொரு குருபீடத்தை நிறுவிக்கொண்டார்கள். தாமஸ்மோர் வியாபாரச் சச்சரவுகளைத் தீர்த்து வைக்கும் மத்தியஸ்தராகவும், முக்கிய அமைச்சராகவும் இருந்ததால், சமுதாயத்தை ஊடுருவிக் காணும் வாய்ப்பு அவருக்குக் கிடைத்தது. அவர் அக்காலத்திய மிகப்பெரிய மேதைகளில் ஒருவராகக் கருதப்பட்டார். அவர் காலத்திற்கு முன்பே அமெரிக்கா கண்டுபிடிக்கப் பட்டுவிட்டது. அதைப்பற்றிக் கதை கதைகளாக இங்கிலாந்தில் சொல்லிக் கொண்டிருந்தனர். இவற்றில் ஒரு கதையில் கதாசிரியர் கனாரி தீவிலிருந்து தான் செய்த கடல் பயணத்தை விவரித்துள்ளார்.

“இங்குள்ள மக்கள் இன்னும் அநாகரிக நிலையில்தான் இருக்கிறார்கள். இவர்கள் கட்டுப்பாடான வாழ்க்கை நடத்தவில்லை. சுயேச்சையாகவே வாழந்துவருகிறார்கள். அவர்களிடம் தனிச் சொத்தில்லை. எல்லாப் பொருட்களும் பொதுவானவை. அங்கே ஒரு அரசரோ, உரிமையாளரோ இல்லை. ஒவ்வொருவரும் தனக்குத்தானே எஜமானன். நமது ஐரோப்பாவில் செல்வங்கள் என நாம் கருதும் தங்கம், முத்து, ரத்தினம் போன்றவைகளை இவர்கள் ஒரு பொருட்டாகவே நினைப்பதில்லை; மாறாக அவற்றை அவர்கள் வெறுக்கிறார்கள்!”

தாமஸ் மோர் பிளாட்டோ, ஸெனேகா ஆகியோரின் நூல்களைப் படித்தறிந்தார். அத்துடன் புதிய உலகமான அமெரிக்கக் கதைகளையும்

கேட்டிருந்தார். தன்னைச் சுற்றிலுமுள்ள ஏழை மக்களின் எலும்புக் கூடுகளையும் அவர்களது வேதனை நிறைந்த வாழ்க்கையையும் பார்த்திருந்தார். இவற்றிலிருந்து உத்வேகம் பெற்ற அவர், இங்கிலாந்தையும், கற்பனையில் உதித்த பொதுஉடைமை உலகமான 'உட்டோப்பியா'வையும் ஒப்பிட்டு வர்ணித்தார்; அன்றைய ஏற்றத் தாழ்வுகளுடன் இருக்கும் சமுதாய அமைப்பை ஒழித்து, பொதுவுடைமைச் சமுதாயத்தை அமைக்கவேண்டுமென்னும் விருப்பத்தை மறைமுகமாக வெளியிட்டார்.

உட்டோப்பியா நூலில் ஒரு போர்த்துகல் அறிஞர் ராஃபேல் ஹெத்லோடே மூலம் உட்டோப்பியா தீவின் பயண விவரம் தரப்பட்டுள்ளது. ஹெத்லோடே உட்டோப்பியாவின் நிலையை வர்ணிக்கும்போது கூறுகிறார்: அங்குள்ள மக்கள் இங்கிலாந்திலுள்ள மக்களைக் காட்டிலும் எவ்வளவோ முன்னேறியிருக்கிறார்கள். ஹெத்லோடே இங்கிலாந்தின் சோம்பேறி அரசர்களையும், அரசகுமாரர்களையும் படைத்தளபதிகளையும் கடுமையாக விமர்சித்து, தனிச் சொத்துடைமையின் கேடுகளை விவரிக்கிறார். இதற்கு எதிரான முறையில் உட்டோப்பியாவின் சமுதாய அமைப்பை வர்ணிக்கிறார் உட்டோப்பியாவில் விவசாயமும், தொழில்களும் இருக்கின்றன. ஆனால் விவசாயமே அதிகமாக இருக்கிறது. ஒவ்வொருவரும் ஏதோ ஒரு வேலை செய்தேயாக வேண்டும். எல்லா வேலைகளும் சமமானவையாகவே கருதப்படுகின்றன. நாலு மணி நேர வேலை, எட்டு மணி நேர ஓய்வுக்குப் பிறகு எஞ்சிய நேரத்தை அவரவர் விருப்பப்படி செலவிடலாம். உற்பத்திப் பொருட்கள் மேல் எல்லாருக்கும் சம உரிமை உள்ளது. மக்கள் தமது தேவைக்கேற்ப பொருட்களைப் பெறுகிறார்கள். அங்கே தனிச் சொத்துடைமை இல்லாவிட்டாலும் எல்லாரும் வசதியாகவே வாழ்ந்து கொண்டிருக்கிறார்கள். மனிதன் வசதியாகவும், மகிழ்ச்சிகரமாகவும் வாழ்வதைக் காட்டிலும், வேறென்ன பணக்கார வாழ்க்கை இருக்கமுடியும்? துயரமோ, அச்சமோ, எதிர்காலம்பற்றிய கவலையோ, பெண் அடிமைத்தனமோ, மகனின் வேலை இல்லாமையோ, மகளின் வரதட்சணைக் கவலையோ எதுவுமே உட்டோப்பியாவில் இல்லை. அங்கே பணம், தங்கம், முத்து, வைரம் ஆகியவைகளுக்கு மதிப்பில்லை. மக்கள் வாழும் இல்லங்கள் தூய்மையாகவும், அழகாகவுமிருக்கின்றன. வீடுகளில் பூட்டுகள் போடப்படவில்லை. பொது உணவு விடுதிகள் உள்ளன. அங்கே குழந்தைகளைப் பராமரிக்கக் குழந்தை நலச் சேவகிகள் இருக்கிறார்கள். ஆட்சியில் எல்லாரும் பங்கெடுத்துக்கொள்ள உரிமை படைத்திருக் கிறார்கள். உட்டோப்பிய நாடு தனது குடிமக்களை அவர்களுடைய செல்வத்திற்காகவோ உல்லாச வாழ்க்கைக்காகவோ மதிப்பளிக்காது:

அவர்கள் சமுதாயத்திற்கு என்ன சேவை செய்கிறார்கள் என்பதைப் பொருத்தே அவர்கள் கவுரவிக்கப்படுவார்கள்.[1]

(ச) பதினேழாம் நூற்றாண்டைய விவசாய கலகங்கள்: தாமஸ் மோர் இறந்துவிட்ட பின்னரும் பல வருடங்கள் வரை விவசாயிகள் நிலச்சுவாந்தார்களுக்கிடையே போராட்டம் நடந்து கொண்டே இருந்தது. அக்காலத்திய ஒரு எழுத்தாளரான ராபர்ட் க்ரோலி பாதிரியாரின் எழுத்துக்களில் விவசாயிகள் சொல்கிறார்கள்.

“பெருந்தனக்காரர்கள், கொடுமைக்காரப் பாவிகள், வக்கீல்கள், வியாபாரிகள், பெரிய மனிதர்கள், பிரபுக்கள் ஆகியோர் எங்கள் கண் முன்னாலேயே எங்கள் வீடுகளைப் பறித்துக் கொள்கிறார்கள் நாங்கள் தர வேண்டிய குத்தகைப் பணத்தை உயர்த்திவிடுகிறார்கள். அநியாய அபராதங்களை எங்கள்மேல் விதிக்கிறார்கள். எங்கள் பொது நிலங்களை ஆக்கிரமிக்கிறார்கள். எல்லாமும் இழந்து வாழ நகரங்களுக்குப் போனால் அங்கேயும் இவர்கள் எங்களைச் சும்மா விடுவதில்லை. இந்தப் பேராசை கொண்ட மிருகங்கள் நகரங்களிலுள்ள சொத்துக்களையெல்லாம் தமது கைக்குள் போட்டுக் கொண்டிருக்கிறார்கள்.”

---

1. *அனேகமாக இந்திய மொழிகளில் இந்தியில் நிச்சயமாக முதல் உட்டோப்பிய (கற்பனை சோஷலிச) நூல் நான் எழுதிய இருபதாம் நூற்றாண்டேயாகும். உட்டோப்பிய நூல் எழுத வேண்டுமென்னும் கோரிக்கை எனக்கு ஏன் ஏற்பட்டது? அந்நூலைப் படித்தால் இந்த உட்டோப்பிய எழுத்தாளர்களின் மனநிலையையும் புரிந்து கொள்ளலாம். “இருபதாம் நூற்றாண்டு” 1923 -24 ஆம் ஆண்டுகளில் எழுதப்பட்டாலும் அது 1918 லேயே ஆரம்பிக்கப்பட்ட நூலாகும். முதல் உலகப் போரின் அக்கடைசி ஆண்டில் இந்தியாவில் ‘இன்ஃப்ளுயன்சா’ காய்ச்சல் தீவிரமாகப் பரவிற்று. ஒரு சில வாரங்களிலேயே லட்சக்கணக்கானோர் அதற்குப் பலியாகிவிட்டனர். கால்பி நகரில் இருந்தபோது அந்நோய் என்னையும் சொற்பமாகத் தாக்கியது. அதற்கு ஓராண்டு முன்புதான் ருஷ்யாவில் நடைபெற்ற புரட்சிச் செய்தியுடன் நான் பொதுவுடைமை என்னும் சொல்லைக் கேள்விப்பட்டிருந்தேன். அதுவரை நான் பொதுவுடைமைச் சித்தாந்தம் பற்றிய எந்தவொரு புத்தகமும் படித்திருக்கவில்லை. நான் அதுவரை அதைக்குறித்துப் படித்திருந்ததெல்லாம் கான்பூர் இந்தி வார இதழான ‘பிரதாப்’பில் வெளிவந்து கொண்டிருந்த ருஷ்யப் புரட்சிச் செய்திகளும் விளக்கங்களும்தான் அந்தப் பத்திரிகையிலும் பொதுவுடைமைத் தத்துவம் பற்றி அல்லாமல் ருஷ்யப் புரட்சியாளர்களின் வாழ்க்கை விவரங்களைத்தான் தந்து கொண்டிருந்தார்கள். இரண்டு மூன்று நாட்கள்தான் நான் நோயில் படுத்திருந்திருப்பேன். அப்போது படிப்பை நிறுத்திவிட்டேன். ஆனால் ருஷ்யப்புரட்சிச் செய்திகளால் உத்வேகம் அடைந்திருந்த என் மனம் கற்பனை வானில் சிறகடித்துப் பறந்து கொண்டிருந்தது. எனக்குப் பொதுவுடைமைச் சித்தாந்தம் பற்றித் தெரிந்து கொள்ளும் பேராவல் இருந்தாலும், அது குறித்த புத்தகங்கள் எனக்கும் கிடைக்கவில்லை. குறிப்பாக இந்தியிலும் உருதுவிலும் அதை விளக்கும் நூல்களே இருக்கவில்லை. அவ்விரு மொழிகள் மட்டுமே அப்போது எனக்குத் தெரியும். அதனால் தெளிவில்லாத சில வரிகளைக் கொண்டே நான் அக்காலத்தில் “இருபதாம் நூற்றாண்டு” எழுதினேன்.*

இதற்குப் பதிலளிக்கும் வகையில் பிரபுக்கள் சொல்லிக் கொண்டிருந்ததையும் க்ரோலி பாதிரியார் எழுதியிருக்கிறார்.

"பெரிய மனிதர்கள் வாழ்வதையே இந்த அநாகரிக விவசாயிகள் விரும்புவதில்லை. அவர்கள் எல்லாரையும் தம்மைப் போலவே உருவாக்கிக்கொண்டிருக்கிறார்கள். அவர்கள் செல்வங்கள் அனைத்தையும் பொதுவுடைமையாக்க விரும்புகிறார்கள், நாங்கள் எங்கள் நிலங்களுக்கு எவ்வளவு குத்தகைப் பணம் வாங்க வேண்டுமென்பதை அவர்கள் உத்தரவிட விரும்புகிறார்கள். அவர்கள் எங்கள் தோட்டங்களை அழித்துவிட நினைக்கிறார்கள். எங்களுக்குச் சொந்தமான மேய்ச்சல் பூமிகளில் அனைவரும் தமது கால்நடைகளை மேய்த்துக்கொள்ள விட வேண்டுமென்கிறார்கள். அவர்கள் சரியான வழிக்கு வரும்படி நாங்கள் அவர்களுக்குப் பாடம் புகட்டுவோம். அவர்கள் அனைத்தையும் பொதுவுடைமையாக்க விரும்புவதால் அவர்களுக்காக நாங்கள் ஒன்றையுமே விட்டு வைக்கப் போவதில்லை" (Robert Crowly, Selected works (1550) pp. *133-34)*.

தாமஸ் மோர் மறைவுக்குப் பதினான்கு ஆண்டுகளுக்குப் பிறகு இங்கிலாந்தில் விவசாயிகள் மீண்டும் கலகம் செய்தார்கள். இதுவே அவர்களின் கடைசிப் பெரும் கலகமாகும்.

இக்காலம் வரைக்கும் விவசாயிகளின் பொதுவுடைமை மதம் மூலம் இகழப்படவில்லை. ஆனால் அபாயம் பெருகப் பெருக மதம்

பொதுவுடைமை அமைப்பால் இந்தியாவில் ஏற்படப்போகும் மாற்றங்களை அதில் நான் ஊகம் செய்து எழுதினேன். "இருபதாம் நூற்றாண்டின்" உருவமைப்பு இப்படித்தான் உருவாயிற்று. நான்காண்டுகளுக்குப் பின்னர் 1922ல் அந்நூலை எழுதும் வாய்ப்பு கிட்டியபோது ஒரு உட்டோப்பிய வாதியின் மனநிலைக்கேற்றபடியே அதை சமஸ்கிருதக் காவியமாக எழுத முற்பட்டேன். சில 'ஸர்க்கங்கள்' (அத்தியாயங்கள்) கூட முடித்தேன்; ஆனால் இதற்குள் சிறையிலிருந்து நான் விடுதலை பெற்று வந்துவிட்டதால் அது அத்துடன் நின்று போயிற்று. சில மாதங்கள் வெளியிலிருந்த பிறகு மீண்டும் 1924-25ல் சிறைக்குச் செல்ல நேரிட்டது. இக்கால கட்டத்திற்கு என்னுடைய உட்டோப்பிய (கற்பனை) உலகம் சற்றுக் கீழே இறங்கி வந்து விட்டது. இதனாலேயே நான் சமஸ்கிருத ஸ்லோகங்களில் எழுதுவதை விட்டுவிட்டு என்னுடைய நூல்களை மக்கள் மொழியான இந்தியில் எழுதவாரம்பித்தேன். அப்போதைக்குக்கூட நான் எந்தவொரு பொதுவுடைமை நூலையும் படித்திருக்கவில்லை. உலகத்தின்மற்ற பகுதிகளிலும் இதே போன்று உட்டோப்பிய நூல்களை எழுதியிருக்கிறார்க ளென்பதும் எனக்குத் தெரியாது. மார்க்ஸீய அறிவு எனக்கிருந்து உட்டோப்பியாவையும் நான் அறிந்திருந்தால், "இருபதாம் நூற்றாண்டு" எழுதுவதையே தள்ளிப் போட்டிருப்பேன். கற்பனை உலகில் சஞ்சரித்துக் கொண்டிருப்பவர்கள் பெரும்பாலும் கற்பனைக்கு அதிக முக்கியத்துவம் அளித்து விடுகிறார்கள். மாறுதலுக்கு ஒரு உறுதியான அடிப்படை தேவையென்பதை அவர்கள் மறந்துவிடுகிறார்.

சொத்துடைமையாளர்களின் நலத்தைப் பாதுகாப்பதற்காகப் பச்சையாக வெளிவந்தது. புராதனக் கிறிஸ்துவ மதம் சீர்திருத்தக் கிறிஸ்துவமதமாகப் புரொடஸ்டன்ட் மதமாக - உருப்பெற்றது. அது தலைமுறை தலைமுறையாகத் தொடர்ந்து வந்துகொண்டிருந்த மூடநம்பிக்கைகளைப் போலவே புராதனக் கிறிஸ்துவ பொதுவுடைமையைக் கூட ஒரு மூடநம்பிக்கை என்றே எண்ணியது. புராதனக் கிறிஸ்துவ மதத்தில் மடங்களும், சாதுக்களுமிருந்தனர். அவர்கள் ஓரளவுக்குச் சமூகவாழ்க்கையை ஒப்புக் கொண்டு கடைப்பிடித்தும் வந்தனர். ஆனால் புதிய சம்பிரதாயம் சாதுக்களின் ஆசிரமங்களை ஒழித்துவிட்டது. குடும்பஸ்தர்களான பாதிரியார்களுக்குத் தமது மனைவி மக்களைக் குறித்த கவலை இருந்து வந்ததால் அவர்கள் தனிச் சொத்துடைமையைப் பலமாக ஆதரித்தனர். நாடு பூராவும் தனிச் சொத்துரிமையும் தன்னலமும் தலைவிரித்தாடிக்கொண்டிருந்தன. ஆகவே அக்கால ஆளும் வர்க்கத்துக்குப் பொதுவுடைமை வேம்பாகக் கசந்தது. அக்காலக் குரலை எதிரொலித்த எழுத்தாளர்கள் ஷேக்ஸ்பியரும், ஸ்பென்சருமாவர். அவர்களிருவரும் பொதுவுடைமையையும், ஜனநாயகத்தையும் எதிர்த்தவர்கள்.

(ஞ) பேக்கன் (கி.பி. 1561-1626): இப்போது அக்பர் ஜெஹாங்கீர் காலத்தில் எலிஸபெத் யுகம் இங்கிலாந்தில் வந்தது. இங்கிலாந்து ஸ்பெயினின் வலுவை அழித்துவிட்டது. சீர்திருத்தக் கிறிஸ்துவ மதம் வெற்றி பெற்றது. மக்களிடையே சுதந்திர வேட்கை தோன்றியது. மக்கள் புதிய கண்டுபிடிப்புகளின்பாலும், பூகோளப் பரிசோதனைகளின்பாலும் கவரப்பட்டார்கள். இக்கால கட்டத்தில் விஞ்ஞானியும் தத்துவ மேதையுமான ஃபிரான்ஸின் பேக்கன் இங்கிலாந்தில் பிறந்தார். அவர் எழுதிய "நவீன அட்லாண்டிஸ்" நூல் இரண்டாவது புகழ் பெற்ற உட்டோப்பிய நூலாகும். இந்நூலில் பொதுவுடைமைப் பொருளாதாரத்தை விட விஞ்ஞானம் வலியுறுத்தப்பட்டுள்ளது. பேக்கனின் சொந்த விஞ்ஞான ஆராய்ச்சி சாலையில் விஞ்ஞானிகள் விஞ்ஞான உண்மைகளைக் கண்டுபிடிப்பதில் மும்முரமாக ஈடுபட்டிருந்தனர். பேக்கன் சொத்துடைமைப் பொதுவுடைமையை ஒப்புக்கொள்ளவில்லை. அவர் விஞ்ஞானத்தில் பொதுவுடைமையை விரும்பினார். அந்தப் பொதுவுடைமை நாட்டிற்கு மன்னரே அதிபதியென்றாலும் அவர் மிகவும் தகுதியானவராக இருப்பார்.

3. ஆந்திரேயாயேனின் "கிறிஸ்துவபுரி" (ஜெர்மனி): பதினாறாம் நூற்றாண்டில் ஜெர்மனியைச் சேர்ந்த ஆந்திரேயாயேனின் "கிறிஸ்துவபுரி" இத்தாலியைச் சேர்ந்த கம்பானேலா "சூரியநகரம்" என்னும் உட்டோப்பிய நூலையும் எழுதினார்கள். "கிறிஸ்துவபுரி" யில் ஒவ்வொரு பாட்டாளியும் தான் உற்பத்தி செய்த பொருட்களைப்

பொதுச்சேகரிப்பு நிலையத்தில் தந்து விட்டு தனக்குத் தேவையான பொருட்களை அங்கிருந்து வாங்கி வருகிறான். உற்பத்தி நிர்வாகம் மிகச் சிறந்து இருக்கிறது. அங்கே பொறுப்பிலுள்ளவர்கள் எந்தப் பொருளை எந்த அளவுக்குத் தயார்செய்யவேண்டும். எப்படித் தயார் செய்யவேண்டுமென்பதை யெல்லாம் முன்கூட்டியே நன்கு அறிவர். அதன்படி பொருளுற்பத்தி நடைபெறும். அங்கே யாரிடத்திலும் பணம் இருக்கவில்லை.

4. கம்பானேலாவின் "சூரிய நகரம்": கம்பானேலா "சூரிய நகரத்தில்" வர்ணித்துள்ள பொதுவுடைமை அதற்கு முந்தைய எல்லா உட்டோப்பிய நூல்களைவிடச் சிறப்பாக உள்ளது. ஒவ்வொருவருக்கும் தேவையான பொருளைச் சமுதாயம் அளிக்கிறது. ஒவ்வொருவருக்கும் கிடைக்க வேண்டியதைக் காட்டிலும் அதிகமாகக் கிடைக்காமல் நீதிபதி பார்த்துக்கொள்வார். இருப்பினும் யாருக்கும் அவர்களுக்குத் தேவையான பொருள் கிடைக்காமல் போகாது. "சூரிய நகர"த்தில் ஏழைகளுமில்லை பணக்காரர்களுமில்லை. வறுமை மனிதனைத் தாழ்ந்தவனகாவும் திருடனாகவும், ஏமாற்றுக்காரனாகவும், ஊர் சுற்றியாகவும், பொய்யனாகவும் முட்டாளாகவும் உருவாக்குகிற தென்பதையும் பணக்காரனை செல்வம் சோம்பேறியாகவும் கர்வியாகவும் நம்பிக்கைத் துரோகியாகவும் மோசடிக்காரனாகவும் பெருமையடித்துக் கொள்பவனாகவும் அன்பில்லாதவனாகவும் தயார் செய்கிறதென்பதையும் அங்குள்ள மக்கள் நன்கு அறிவார்கள்.

பொதுவுடைமை அம்மக்களுடைய செயல் திறத்தைக் குறைத்து விடவில்லை. சூரியநகர மக்கள் தமது தந்தை நாட்டை நேசிப்பதைப்போல் வேறெவரும் தமது நாட்டை நேசிக்க மாட்டார்கள்.

3. பதினேழாம் நூற்றாண்டில் பொதுவுடைமை

இங்கிலாந்து: முந்தைய நூற்றாண்டுகளில் இங்கிலாந்து நாட்டில் நடந்த போராட்டங்களால், ஆளும் வர்க்கத்தின் அதிகாரங்கள் அநியாயமாகப் பெற்றவை என்று, மக்கள் கருதத் தொடங்கினார்கள். இதற்கு ஏதாவது ஒன்று செய்தாக வேண்டும். சாதாரண மக்கள் தமது சாதாரண அறிவுடன் உண்மையைப் புரியும் போது அது ஆளும் கூட்டத்திற்கு அபாயகரமான விஷயமல்லவா? அந்தச் சமயத்தில் சாதாரண மக்களை அறிவின் திறமையால் குழப்பத்தில் மூழ்கடித்துவிடுவதுதான் சிறந்த உபாயமாகும். இந்த வேலயைப் பதினேழாம் நூற்றாண்டைச் சேர்ந்த ஆங்கிலத் தத்துவ மேதைகளான ஹியூகோ க்ரோஷியஸ் தாமஸ் ஹாச் ஆகியோர் திறம்படச் செய்தார்கள்.

வர்க்க நலனை ஆதரித்த தாமஸ் ஹாப்ஸ்: இவர் நமது மொகலாய அரசர்களான அக்பர், ஜஹாங்கீர், ஷாஜகான் ஆகியோரின் சமகாலத்தவராவார். அக்காலத்தில் நமது நாட்டில் சமூக விழிப்புணர்வு இருக்கவில்லை. ஆனால் அதே காலத்தில் மக்களின் கோபத்திலிருந்து ஆளும் கூட்டத்தைப் பாதுகாக்க இங்கே தத்துவ அறிஞர்களும் தோன்றிக் கொண்டிருந்தார்கள். அந்தச் சமயத்தில் ஆளும் வர்க்கத்திற்கு எதிராக மெஜௌன்புரி என்னும் சாதுவின் பிரசாரத்தைப் பற்றி குறிப்பிட்டுள்ளோம். மெகதி பதினேழாம் நூற்றாண்டில் பிறந்தார். ஆனால் அவர் மேல் ஈரானின் ‘மஜ்தகி’ சம்பிரதாயத்தாரின் செல்வாக்கு இருந்ததாகத் தெரிகிறது. அச்சம்பிரதாயம் இஸ்லாம் பரவும்போது பலமுறை மேலோங்கி இருந்தது. இதை நவ்ஷேர்வான் பாக்தாத் கலீஃபாக்களின் வாள் பலத்தால்கூட அழிக்க முடியவில்லை. ஆனால் மெகதியின் செல்வாக்கு எல்லா மக்களின்மேல் அல்லாமல் ஒரு பகுதி முஸ்லிம்களின்மீது மட்டுமே பரவியிருந்தது.

தாமஸ் ஹாப்ஸ் வர்க்க ஆட்சியை நியாயமென்று நிரூபிப்பதற்காக க்ரோஷியாஸைப் போலவே ‘சமுதாய ஒப்பந்தம்’ (Social Contract) என்னும் சிந்தாந்தத்தை வற்புறுத்தினார். ஹாப்ஸின் வாதம் வருமாறு: மிகப் புராதன காலத்தில் பொதுவுடைமை இருந்தாலும் மனிதர்களில் கெட்ட குணங்கள் விரைவாக வளரத் தொடங்கின. அவர்களில் வலிமையைப் பெற வேண்டுமென்ற பேராசை தோன்றிவிட்டது. இதற்காக அவர்களிடையே இடைவிடாத சண்டைகள் நடைபெற்று வந்தன. இவற்றிலிருந்து பலசாலிகளும், அறிவாளிகளும் மட்டுமே உயிர்பிழைத்திருக்க முடியும். இயற்கையின் சட்டங்களை நீதியும் கருணையும், சங்கோஜமும் இவ்வாறு வீணானவையாகிவிட்டன. மனித இனத்தின் முன் இப்போது இரண்டு வழிகள் மட்டுமே இருந்தன. ஒன்று இயற்கைச் சுதந்திரத்தைப் பாதுகாப்பது. இதன் விளைவு சண்டைகளுக்கும், போர்களுக்கும் தயாராய் இருப்பதாகும். இரண்டாவது யாராவது ஒருவரின் அதிகாரத்தை ஏற்றுக்கொண்டு அதன் மூலம் வலிமையும் பாதுகாப்பும் பெறுவது. இவ்விரு வழிகளிலும் மனித இனம் இரண்டாவதையும் அத்துடன் சமாதானத்தையும் ஏற்றுக்கொண்டுவிட்டது. ஏனெனில் வாழ வேண்டும் என்னும் விருப்பமும், தற்காப்பும் மனிதனின் பிறவிக் குணங்களாகும்.

இந்த முடிவுக்கு வந்த பிறகு மக்கள் பிரமாண பூர்வமாக எவ்வித நிபந்தனையுமின்றித் தம்முடைய உரிமைகளை ஒரு மன்னரிடமோ, பல பேரைக் கொண்ட குடியரசிடமோ ஒப்படைத்துவிட்டனர். அவர்கள் தமது மன்னரின் சட்டங்களை ஒப்புக்கொண்டு நடப்பதாகப் பிரதிக்கினை செய்தனர். ஒரு மன்னர் அல்லது சர்வாதிகாரி இயற்கைச் சட்டங்களுக்கு மாறாக நடந்து கொண்டாலும்கூட அவருக்கு எதிராகக்

கிளர்ந்தெழ மக்களுக்கு உரிமையில்லை என்று ஹாப்ஸ் இப்பிரதிக்கினையை விவரித்துள்ளார்.

இவ்வாறு வலிமை கைமாறியதுடன் இயற்கை நிலை முடிவு பெற்றுச் செயற்கை நிலை ஆரம்பமாயிற்று. அதில் செல்வம் மதம் ஆகிய எல்லாவற்றிற்கும் மேலாக வலிமை ஆட்சி புரிந்தது. ஏற்றத்தாழ்வுகளும் தனித்தனிச் சட்டங்களும் தோன்றின. அதாவது தன் பொருட்களை மற்றவர்கள் பயன்படுத்தவிடாமல் செய்வதற்கு ஒருவனுக்கு உரிமையுண்டு.

இவ்வாறு ஹாப்ஸ் ஒரு கல்லால் இரண்டு காய்களை அடித்தார் அவர் தனிச்சொத்துடைமையையும் கொடுங்கோல் முடியரசையும் ஆதரித்தார். ஆனால் இவர் இங்கிலாந்து மக்களின் கருத்துக்களைப் பூரணமாக எதிரொலித்தார் என்று கூறுவதற்கில்லை. 1649ஆம் வருடம் ஜனவரி 30ஆம் தேதி முதல் சார்லஸ் மன்னரின் மணி மகுடம் தரித்த தலை மண்ணில் உருண்டது. இது ஷாஜகான் ஆட்சியின் மத்திய காலமாகும்.

ஹாப்ஸைப் போலவே ஜான் லாக் (1632-1704) கூட-இவர் ஔரங்கஸீப்பின் சமகாலத்தவர் - சர்வாதிகார முடியரசை ஆதரித்தார். அத்துடன் புராதன பொதுவுடைமை அமைப்பையும் ஒப்புக்கொள்ள வில்லை. அக்காலத்திலும் தனிச்சொத்துடைமை இருந்ததாக லாக் கருதினார். இது குறித்து லாக் கூறியதாவது. “அமெரிக்கச் சிவப்பிந்தியன் காட்டிலிருந்து சேகரிக்கப்பட்ட பொருட்களில் தனது உழைப்பைச் சேர்த்தான். இவ்வாறு அவன் தன்னுடையதே ஆன ஒரு பொருளை (உழைப்பை) அவற்றில் சேர்த்தான்.” மிகப் பழைய காலத்தில் பொருட்களுக்கு ‘விலை’ என்று ஒன்று இருந்ததில்லை என்றே சொல்லலாம் உழைப்பினால் ஒரு பொருளில் ஒன்பது மடங்கு மதிப்பு நிரப்பப்படுகிறது. உழைப்பால் சொத்துரிமை கிடைக்கிறது. எவ்வளவு நிலத்தில் மற்ற செல்வங்களில் மனிதன் உழைக்கிறானோ அவைகளைப் பயனுள்ளவைகளாக்குகிறானோ அந்த அளவுக்கு அவை அவனுடையவையாகின்றன என்று லாக் கூறினார். புராதன அமைப்பிலும் இது ஒப்புக்கொள்ளப்பட்ட விஷயமாகும். ஆனால் உழைப்பால் பொருளின் மதிப்பு தோன்றுகிறது என்னும் லாக்கின் சித்தாந்தம் சோஷலிஸத்திற்குப் பேருதவி புரிந்தது. இதன் ,பிறகே “ஒரு பொருளில் தன்னுடைய உழைப்பைச் சேர்க்காதவன் அப்பொருளுக்குச் சொந்தக்காரனாக முடியாது” என்று மற்றவர்களும் கூறத் தலைப்பட்டனர்.

(க) நிலத்தை வெட்டும் சோஷலிஸம் 1649-50: இங்கிலாந்தில் ஆலிவர் கிராம்வெல் (1599-1658) செய்த புரட்சி வெற்றி பெற்ற பின்னர் நிலத்தை வெட்டுவோர் என்னும் ஒரு சிறு பொதுவுடைமைக் குழு முடியாட்சியுடன் கூடவே வர்க்க ஆட்சியையும் ஒழித்துக்கட்ட

வேண்டுமென்று கிராம்வெல்லை வற்புறுத்தியது. இக்குழுவின் தலைவர் ஜெரார்ட் வின்ஸ்டன்லே 1652 - 'சுதந்திரச் சட்டங்கள்' என்னும் புத்தகம் எழுதினார். அதில் அவர் கூறியதாவது: "கிராம்வெல் ஆதிக்கக் கூட்டத்தின் அதிகாரத்தையும் ஒழித்துக்கட்டி மக்கள் அவர்களிடம் இழந்துவிட்ட நிலங்களையும் சுதந்திரத்தையும் மீண்டும் திரும்பப் பெற வேண்டும். ஏனெனில் நார்மன்காரர்கள் நமது முன்னோர்களை வெற்றி கொண்டபோது அவர்கள் நம் ஆங்கிலேயர்கள் நிலங்களைப் பறித்துக் கொண்டார்கள். நம்மவர்களைத் தமது வேலைக்காரர்களாக்கிக் கொண்டு விட்டார்கள்." வின்ஸ்ன்லே ஒரு புதிய சமுதாயத்தை கற்பனை செய்தார். அச்சமுதாயத்தில் நிலத்தையோ தானியங்களையோ விற்பதும் வாங்குவதும் இருக்காது. ஒருவருக்கோ அல்லது ஒரு குடும்பத்திற்கோ உணவுப் பொருட்கள் தேவைப்பட்டால் அவர்கள் தானிய சேகரிப்பு நிலையங்களுக்குச் சென்று பயணம் தரவேண்டிய அவசியமில்லாமலேயே வேண்டியதைப் பெற்றுக் கொள்ளலாம்.

அவர்கள் 'நிலம் வெட்டு' தலைத் தமது சித்தாந்தத்தின் சின்னமாகக் கொண்டனர். அவர்கள் ஒரு மலைப் பகுதியையெல்லாம் வெட்டியெடுத்துப் பண்படுத்தி எருவிட்டுப் புஞ்சை நிலமாக மாற்றினார்கள். தரிசு நிலங்களை வெட்டிப் பண்படுத்துவதே தற்கால நெடிக்கடியிலிருந்து மீள்வதற்கான ஒரேவழி என்று அக்குழு கூறியது.

(ங) பீட்டர் சேம்பர்லேன் 1649 எழுதிய "ஏழையின் வக்கீல்" (Poor Man's Advocate):

சேம்பர்லேனும் உட்டோப்பிய எழுத்தாளராவார். அவர் தனது 'ஏழையின் வக்கீல்' என்னும் நூலில் எழுதியிருப்பதாவது: "மனிதன் தகுதியும், திறமையும் இல்லாததாலேயே ஏழையாக இருக்கிறானென்று யாரும் சொல்லக்கூடாது. பணக்காரர்கள் நீதிமான்களாக இருந்திருந்தால் ஏழைகளை அவர்களுடைய செல்வங்களுக்கு உரிமையாளர்களாக இருக்கவிட்டிருந்தால் ஏழைகள் ஏழைகளாக இருந்திருக்கமாட்டார்கள். பணக்காரர்களின் செல்வமெல்லாம் அவர்கள் அநியாயமாகச் சம்பாதித்ததுதான். அதை அவர்கள் ஏழைகளைக் கொள்ளையடித்தோ பொதுச் சொத்துக்களைத் திருடியோதான் சேர்த்துக் கொண்டார்கள்."

4. பதினெட்டாம் நூற்றாண்டில் சோஷலிஸம்

1. ஃபிரான்ஸில்: அவுரங்கசீப் பின் சமகாலத்தவரான பதினாலாம் லூயி மன்னர் கி.பி. 1643 -1715 ஆம் ஆண்டுகளில் பிரெஞ்சு நாட்டை ஆண்டார். அவருடைய நீண்ட ஆட்சிக் காலத்தில் பிரெஞ்சு ராஜ்ஜிய விஸ்தரிப்பும், தொடர்ந்த புத்தகங்களுமே நடைபெற்றுக் கொண்டிருந்தன. அக்காலத்தில் வரிகள் அதிகமாக விதிக்கப்பட்டன.

அரசாங்கக் கஜானா காலியாகிவிட்டது. வியாபாரிகள் திவாலாகிக் கொண்டிருந்தனர். உழவர்கள் பிச்சைக்காரர்களாக மாறிக்கொண்டிருந்தனர். இக்காரணங்களால் முடியாட்சியை எதிர்த்து மக்களிடையே கொந்தளிப்பு ஏற்பட்டுக் கொண்டிருந்தது.

(க-ங) வால்டேரும் (கி.பி. 1694-1778) ரூஸோவும் (கி.பி.1712-78): பிரான்ஸில் பதினாலாம் லூயியின் ஆட்சியைப் போலவே, அக்காலத்தில் இந்தியாவிலும் அவுரங்கசீப்பின் ஆட்சியும் இருந்தது. இந்தியாவிலும் சக்ரவர்த்தியின் படையெடுப்புகளாலும், மராட்டியரோடு தொடர்ந்து செய்து வந்த போர்களாலும் மக்களின் பொருளாதார நிலை மிக மோசமாகி விட்டிருந்தது. ஆனால் ஃபிரான்ஸில் பதினாலாம் லூயிக்குப் பிறகு ஆட்சிக்கு வந்த பதினைந்தாம் லூயி (கி.பி. 1710-1774) யின் காலத்தில் வால்டேர், ரூஸோ போன்ற மாபெரும் எழுத்தாளர்கள் தோன்றி பிரெஞ்சு மக்களிடையே பேரெழுச்சியை உண்டு பண்ணினார்கள். அதே போதில் இந்தியாவில் அவுரங்கசீப்பின் வம்சம் தனது வலுவை மட்டுமே இழந்தது. இந்தியர்கள் புத்தெழுச்சி பெறவில்லை. ஒரு சில படைத்தலைவர்கள் மட்டும் தத்தமது விருப்பங்களை நிறைவேற்றிக் கொண்டார்கள். வால்டேர் தனது நூல்களில் ஏழைகள் பால் அனுதாபம் தெரிவித்தார். ஆனால் அவர் சமூகச் சுதந்திரம் பெறவேண்டுமானால், பகுத்தறிவுச் சுதந்திரத்தையும், தனி நபர் மாற்றத்தையும் வற்புறுத்தினார். அனைத்து மக்களின் ஒன்றுதிரண்ட புரட்சிச் சக்தியை அப்போதைக்கு அவரால் பார்க்க முடியவில்லை.

ஜான்ஜாக் ரூஸோ தமது காலத்திய படித்த நாகரிக வர்க்கத்தைக் கடுமையாக விமர்சனம் செய்தார். அன்றைய ஆட்சி முறையை ஒழித்துக்கட்ட மக்களை அறைகூவினார். அவர் கூற்றுப்படி தனியுடைமை என்பது கொள்ளையைத் தவிர வேறல்ல. தனியுடைமையை ஒழித்துக்கட்டி இயற்கைக்குத் திரும்பிச் சென்றால்தான் 'பொற்காலம்' வரும். இந்தியாவில் பிளாஸி யுத்தத்திற்குப் பின், வாரன் ஹேஸ்டிங்ஸ் காலத்தில் கிழக்கிந்தியக் கம்பெனி தனது குரூரமான சுரண்டல் ஆட்சியை இதே காலத்தில் விஸ்தரித்துக் கொண்டிருந்தது; வலுப்படுத்திக் கொண்டிருந்தது. அப்போதைய இந்தியக் காவியங்கள் பெண்களின் அங்கங்களை வர்ணிப்பதையே முக்கியமாகக் கொண்டிருந்தன. இல்லாவிட்டால் ஒரு சில பக்த கவிஞர்கள் யதார்த்த உலகையே மறந்து, தலைமுறை தலைமுறையாகத் தொடர்ந்து வந்துகொண்டிருக்கும் ஏழைகளின் ஏழ்மையை மறந்து உருவமில்லாக் கடவுளைத் துதி பாடினர். இதற்குக் காரணம், நமது இந்திய சமுதாயம் அசைவற்றிருந்தது தான்!

(ச) முதல் பிரெஞ்சுப் புரட்சி (கி.பி. 1789): வாளைவிட எழுதுகோல் மிகவும் சக்தி வாய்ந்ததென்பதில் சந்தேகமே இல்லை.

அது அப்போதைக்கில்லாவிட்டாலும், நீண்ட காலத்திற்குப் பிறகாவது, தனது வலிமையைக் காட்டியே தீரும். வால்டேர், ரூஸோ ஆகியோரின் எழுத்துக்களைப் படித்த மக்கள் அவற்றை உணர்ந்து, அதன்படி செயலாற்றத் தவறமாட்டார்கள். அவ்விரு புகழ்பெற்ற எழுத்தாளர்களும் கி.பி. *1778*ல் இறந்துவிட்டனர். பதினோராண்டுகளுக்குப் பிறகே கி.பி. **1789**ல் பிரான்ஸில் முதல் புரட்சி நடைபெற்றது. அப்புரட்சியால் நிலப்பிரபுக்களின் ஆட்சி ஒழிந்துவிட்டது. அத்துடன் 'சமத்துவம், சுதந்திரம், சகோதரத்துவம்' முதலிய முழக்கங்களுடன் நகர வியாபாரிகளின், மத்தியதர வர்க்கத்தாரின் ஆதிக்கம் நிலைபெற்றது. சட்டத்தின் முன்னிலையில் எல்லாரும் சமமாகக் கருதப்பட்டனர். ஆனால் தனிச் சொத்துரிமை மட்டும் தொடப்படவில்லை. இதனால் சமுதாய ஏற்றத்தாழ்வு களுக்கான முக்கிய காரணம் அப்படியே இருந்துவிட்டது. தொழிற்சாலைகள் பெருகின; வியாபாரம் வளர்ந்தது. ஆனால் புதிய ஆட்சியாளர்கள் முட்டுமே இதன் பயனை அடைந்தனர், இயந்திரங்கள் அதிகமாகப் புகுத்தப்பட்டதால் உழைப்பாளரிடையே வேலையில்லாத் திண்டாட்டம் அதிகரித்தது. வேலைப்பளு அதிகமாயிற்று; ஆனால் கூலி மட்டும் குறைந்துவிட்டது. பிரெஞ்சு மக்கள் கற்பனை உலகத்தில் சிறகடித்துப் பறப்பதை விட்டு, உற்சாகமாக ஜனசக்தியைத் திரட்டுவதிலும், போராட்டங்கள் நடத்துவதிலும், புரட்சி முறைகளை அனுசரிப்பதிலும் இறங்கிவிட்டனர். ஆனால் புரட்சி ஒரு சிறுபான்மை வர்க்கத்திற்குப் பதிலாக மற்றொரு சிறுபான்மைவர்க்கத்திற்குப் பயன்படுவதைப் பார்த்து மக்கள் ஏமாற்றமடைவது தவிர்க்க முடியாதது.

(ஞ) பாபூஃப் (கி.பி. 1764-97)

1.வாழ்க்கை: முதல் பிரெஞ்சுப் புரட்சியின் ஒளியை முன்னுக்குக் கொண்டு சென்ற ஃபிரான்சிஸ் நோயல் பாபூஃப் முழுச் சமத்துவத்துக்கான பொதுவுடைமைக் கருத்தாளர். அவர் சந்தர்ப்ப வாத சோஷலிஸத்தின் ஆதரவாளரல்ல. பிரெஞ்சப் புரட்சியின் போது அவர் இருபத்தைந்து வயது இளைஞர் சில காலம் அரசாங்க வேலையில் இருந்த பின்னர் பாபூஃப் புரட்சி இயக்கங்களில் பங்கெடுக்க வாரம்பித்தார். அவர் "மக்கள் மேடை" என்னும் பத்திரிகையைத் தொடங்கினார். அதுவே முதல் பொது உடைமைப் பத்திரிகையாக இருக்கலாம். அது 'நாகரிகமானவர்கள்' என்று கருதப்படுபவர்களைக் கடுமையாகத் தாக்கிற்று. இதற்காக அவர் சிறையிலடைக்கப்பட்டார். சிறையிலிருந்து வெளிவந்த பிறகு அவர் முதலாளித்துவ அரசை ஒழித்து பொதுஉடைமை அரசை நிறுவ ஒரு ரகசிய அமைப்பை உருவாக்கினார். இம்முயற்சியில் அவருக்கு நல்ல வெற்றி கிட்டியது. கி.பி. **1796** ஆம் ஆண்டுக்குள் அவ்வமைப்பில் பதினேழாயிரம் பேர் சேர்ந்து புரட்சி செய்யத் தயாரானார்கள். ஆனால் ரகசிய அமைப்பைச்

சேர்ந்த ஒருவன் அரசாங்கத்திற்கு முன்னதாகவே தகவல் தந்துவிட்டான். பாபூஃப் மீண்டும் கைது செய்யப்பட்டு 33ம் வயதில் தூக்கிலிடப்பட்டு விட்டார்.

2. கருத்துக்கள்: பாபூஃபின் கருத்துக்கள் பின்வருமாறு "அனைவரையும் மகிழ்ச்சியுறச் செய்வதே சமுதாயத்தின் நோக்கமாகும்." அம்மகிழ்ச்சி சமத்துவத்தை அடிப்படையாகக் கொண்டுள்ளது. பாபூஃபின் தோழர்கள் தம்மைச் 'சமுத்துவாளர்கள்' என்று சொல்லிக் கொண்டார்கள். அவர்களுடைய ரகசிய அமைப்பு வெளியிட்ட அறிக்கையில் கூறப்பட்டதாவது: "இயற்கை ஒவ்வொரு மனிதனுக்கும் எல்லா இன்பங்களும் பெறுவதற்கான உரிமை அளித்திருக்கிறது. மனிதன் இயற்கையின் விதிப்படி நடக்காததால்தான், எல்லாக் கொடுமைகளும், கெடுதல்களும், சண்டைகளும் நடைபெறுகின்றன." பாபூஃபின் செயல் திட்டத்தில் தொடர்ச்சியான 'தேசீய மய'க் கொள்கை சேர்க்கப்பட்டிருந்தது. முதலில் நிறுவனங்களின் சொத்தை தேசீய மயமாக்கி, பின்னர் தனி நபர்களின் சொத்தை நாட்டுடைமையாக்க வேண்டும். ஒரு மனிதன் இறந்த பிறகு அவனுடைய சொத்தை அரசு ஏற்றுக்கொண்டுவிட வேண்டும். அவனுடைய வாரிசுகளுக்குத் தரக்கூடாது. இப்படிச் செய்தால் ஐம்பதாண்டுகளில் நாட்டிலுள்ள சொத்து முழுவதும் அரசாங்கத்தின் கைக்கு வந்துவிடும். அப்போது மக்களால் தேர்ந்தெடுக்கப்பட்ட நிர்வாகிகளின் மேற்பார்வையில் எல்லாப் பொருளுற்பத்தியும் செய்யப்படும். தனி நபரின் தேவையைத் திட்டமிட்டுப் பொருட்கள் வினியோகம் செய்யப்படும் நிர்வாகிகளும், சாதாரண உழைப்பாளர்களும் ஒருவர் மற்றவர் வேலைக்கு மாற்றப்பட்டுக் கொண்டே இருப்பார்கள். இதனால் ஒருவர் ஓரிடத்தில் செல்வாக்கு பெறுவது தடுக்கப்படும். சமுதாயத்திற்குப் பயனுள்ள வகையில் வேலை செய்பவர்களுக்கே வாக்குரிமை இருக்கும். சிறுவர்களைக் குடும்பங்களிலிருந்து வேறுபடுத்தி முதலிலிருந்தே அவர்களுக்குப் பொதுஉடைமை வாழ்க்கையைக் கற்றுத்தரவேண்டும். வயது ஆண் - பெண் வேற்றுமைகளைத் தவிரப் பொருள் வினியோகத்தில் வேறெவ்வித வேற்றுமையும் பாராட்டக்கூடாது.

2. இங்கிலாந்தில் முதலாளித்துவ அரசின் தொடக்கம்

கி.பி. 1649ல் முதல் சார்லஸ் மன்னர் கொலையுடன் இங்கிலாந்து செய்த புரட்சியைச் சுமார் நூற்றைம்பது வருடங்களுக்குப்பிறகு, கி.பி. 1793ல் பிரான்ஸ் செய்து முடித்தது. இங்கிலாந்தில் கிராம்வெல் செய்த புரட்சிக்கு முன்னர் பிரான்ஸைப் போன்று அறிவுப் புரட்சி நடைபெறவில்லை. எந்த ஒரு மாற்றத்திற்குமே பொருளாதாரக்

காரணங்களே முக்கிய காரணங்களாகின்றன. கிராம்வெல் புரட்சியின்போது ‘தோண்டுபவர்கள்’ என்னும் அமைப்பைச் சேர்ந்தவர்களின் பொதுஉடைமைக் குரல் மெல்லியதாக ஒலித்தது; ஆனால் பிரெஞ்சுப் புரட்சியின்போது, வால்டேர், ரூஸோ ஆகியோரின் முழக்கங்கள் வானைப் பிளந்தனவென்றாலும் உண்மையான சுதந்திரம், சமத்துவம், சகோதரத்துவம் நிலை பெறவில்லை. ஆனாலும பிரெஞ்சுப் புரட்சி அக்கம் பக்கத்து பழைமைக் கொள்கையுடைய நாடுகளிலும் கொந்தளிப்பை ஏற்படுத்திவிட்டதென்பதில் சந்தேகமில்லை.

இங்கிலாந்தில் கிராம்வெல்லின் வணிகர் ஆட்சி நிறுவப்பட்டதுடன் சமத்துவச் சிந்தனை அடங்கிவிடவில்லை. இப்போது பெரிய பீரங்கிகள் முழங்கவில்லை என்றாலும் நாடு உள்ளுக்குள்ளே புகைந்து கொண்டிருந்தது. இதனால்தான் ‘போப்’ என்னும் கவிஞர் (கி.பி. 1688-1744) இவ்வாறு எழுதினார்.

“ஒழுங்கு கடவுளின் முதல் சட்டமாகும்
சிலர் மற்றவர்களைவிட உயர்ந்தவர்கள்
அவர்கள் உயர்ந்தவர்களாகவே இருப்பார்கள்
அவர்களே பணக்காரர்கள் பகுத்தறிவாளர்கள்”

‘போப்’ கவிதை இயற்றியதுடன் நிறுத்திக்கொள்ளவில்லை. தனியுடைமையையும், முடியரசையும் ஆதரித்து உரைநடையிலும் திறம்பட எழுதினார்.

இங்கிலாந்தின் மிகப்பெரும் பேச்சாளரும், வாரன் ஹேஸ்டிங்ஸ் வழக்கில் சகலமும் இழந்த இந்தியப் பணக்காரர்களின் வேதனை நிறைந்த சித்திரத்தைத் தீட்டிய எட்மண்ட் பர்க் சமத்துவமும், பிரெஞ்சுப் புரட்சியும் தனது வர்க்க நலனுக்கு எத்தனை அபாயகரமானதென்பதை உணர்ந்திருந்தார். இதனாலேயே அவர் பிரெஞ்சுப் புரட்சியின் எதிரியாக இருந்தார். புகழ் பெற்ற சட்ட வல்லுநரான பிளாக் ஸ்டோனும் (1723-1780) மாபெரும் பொருளியல் நிபுணரான ஆடம் ஸ்மித்தும் (1723-90) வாரன் ஹேஸ்டிங்ஸும் பிரெஞ்சுப் புரட்சியின் சம காலத்தவராவர் இவர்கள் அத்தனைபேரும் ‘பொதுவுடைமைப் பூத’த்தை விரட்டியடிப் பதற்காகத் தமது அறிவையெல்லாம் பயன்படுத்தினார்கள். ‘உழைப்பால் செல்வம் உற்பத்தியாகிறது’ என்பதில் ஆடம் ஸ்மித் ஒரு திருத்தம் செய்தார். ‘தனிச் சொத்துடையவன்’ தனது பணத்தைக் கொண்டு உற்பத்தியை அதிகரிக்கிறான். ஆகவே மற்றவர்களைப் போலவே உற்பத்திக்கு அவனும் உரிமையாளனாகிறான். இந்தச் செல்வத்தைப் பாதுகாப்பதற்காக நமக்கொரு குடிமக்கள் அரசு அவசியம்.

(க) ராபர்ட் வாலேஸ் பாதிரியார்: இவரும் இதே நூற்றாண்டில் பிறந்தார். இவரும் தனியுடைமையை எதிர்த்துக் குரலெழுப்பியவரே!

அத்துடன் மால்த்தஸ் பாதிரியாருக்கு முன்னமேயே வளரும் மக்கள் தொகையைக் கட்டுப்படுத்த வேண்டியதன் தேவையை இவர் வலியுறுத்தினார். வாலேஸ் இச்சித்தாந்தத்தின் மூலம் பொதுவுடைமைச் சமுதாயத்தைப் பொருளாதார ரீதியாகவும்கூட வலுப்படுத்த விரும்பினார். ஆனால் அதே சமயத்தில் மால்த்த்ஸ், பெருகும் மக்கள் தொகையால் வேலையில்லாத் திண்டாட்டம் வளருகிறதென்று சொல்லி, முதலாளித்துவத்தைக் காப்பாற்ற முயற்சித்தார். அவர், படித்த சோம்பேறி ஆட்சியாளர்களைவிட உழைப்பாளர்களைத் தகுதியற்றவர்கள் என்று கூறி, அவர்களுக்குக் குடும்பக் கட்டுப்பாடு செய்துகொள்ளும்படி உபதேசித்து, சோம்பேறிகளின் சந்ததியை வளர்க்க ஆசைப்பட்டார்.

(ங) தாமஸ் ஸ்பென்ஸ் (1750-1814): பதினெட்டாம் நூற்றாண்டில் சமத்துவக் குரல் சற்று மங்கியிருந்தாலும், அந்நூற்றாண்டில் செல்வம் கொழிக்கும் இந்திய நாடு இங்கிலாந்தின் கைக்குக் கிடைத்திருந்தது. இங்கிலாந்து வியாபாரிகள் இந்தியாவின் அபார வளத்தைச் சுரண்டிக் கொழுத்திருந்தனர். கி.பி. 1760ஆம் வருடத்திற்குப் பிறகு புதிய கண்டுபிடிப்புக்கள் கண்டுபிடிக்கப்பட்டதால், தொழில் புரட்சியுடன் கூடவே புதுயுகம் ஆரம்பமாயிற்று. கி.பி. 1806 ஆம் ஆண்டுவரை தொழிலாளருக்கு நல்ல சம்பளம் கிடைத்துக்கொண்டிருந்தது. வேலையில்லாத் திண்டாட்டம் இருக்கவில்லை; ஆனால் பத்தொன்பதாம் நூற்றாண்டிலிருந்துதான் வேலையில்லாத் திண்டாட்டமும், தொழிலாளரின் மேசமான நிலையும் ஆரம்பமாயின. இருப்பினும் கண்ணுக்கெதிரே இருந்த பொருளாதார ஏற்றத்தாழ்வுகளை மறைக்க முடியாது. தாமஸ் ஸ்பென்ஸ் ஸ்காட்லாந்தில் ஒரு பள்ளி ஆசிரியர் அவர் கி.பி. 1775ல் வால்டேரும், ரூஸோவும் உயிர் வாழ்ந்தும், வாரன் ஹேஸ்டிங்ஸ் ஆட்சிப் பொறுப்பிலும் இருந்தபோது, நியூகேஸல் தத்துவச் சபையில் ஒரு கட்டுரை வாசித்தார். ஸ்பென்ஸ் ஹாப்ஸின் 'சமுதாய ஒப்பந்த' சித்தாந்தத்தை ஒப்புக்கொண்டு தனிச் சொத்துடைமை, 'ஒப்பந்த'த்தால் நிறுவப்பட்டது. உண்மைதான் என்றார். ஆனால் ஒவ்வொரு தலைமுறையிலும் 'ஒப்பந்தம்' புதுப்பிக்கப்பட்டால்தான் அதை ஏற்றுக்கொள்ள முடியுமென்று கூறினார். ஒரு தனி நபருக்கோ அல்லது சமுதாயத்துக்கோ தனக்கு அடுத்து வரப்போகும் தலைமுறையின் எதிர்காலத்தை அடகு வைப்பதற்கு எவ்வித உரிமையும் கிடையாது. 'சமுதாய ஒப்பந்தம்' ஒவ்வொரு தலைமுறையிலும் இவ்வாறு புதுப்பிக்கப்பட்டதா என்று ஸ்பென்ஸ் கேட்டார். இல்லை என்றால், அந்த 'ஒப்பந்தம்' செல்லுபடியாகாதென்றார். 'உழைப்பால் செல்வத்தின் மேல் உரிமை பெறுவது' என்னும் ஜான் லாக்கின் வாதத்தை ஏற்றுக்கொண்டு ஸ்பென்ஸ் கூறினார். முதலாளிகள் விஷயத்தில் 'உழைப்பு' என்பதை ஓரளவுக்கு ஒப்புக்கொள்ளலாம்; ஆனால் உட்கார்ந்தவாறே

உழவர்களிடமிருந்து குத்தகையை வசூலித்துக் கொண்டு உல்லாச வாழ்க்கை வாழ்ந்து கொண்டிருக்கும் நிலச்சுவாந்தார்கள் தானியங்களை விளைவிப்பதில் தம்முடைய உழைப்பை எவ்வளவு சேர்க்கிறார்கள்? ஸ்பென்ஸ் 'வரிகளை' ஆதரிப்பவர். நிலங்களை நிலப்பிரபுக்களிடமிருந்து பறித்துக்கொண்டு பிராந்தியங்களுக்குத் தந்து விட வேண்டும். அவை குறைந்த குத்தகைக்கு விவசாயிகளுக்குக் கொடுக்க வேண்டும். இந்த ஒரு 'வரி' (குத்தகை) தவிர விவசாயிகளுக்கு வேறெந்த 'வரி'யும் விதிக்கக்கூடாது. சில ஆண்டுகளுக்குப் பிறகு 1801ல் ஸ்பென்ஸ் கூறினார். மக்களின் உண்மையான போராட்டம் ஒரு குறிப்பிட்ட அரசை நிறுவுவதற்காக அல்ல; ஓரிடத்தில் செல்வம் குவிவதால் நமக்கேற்படும் தாக்குதலிலிருந்து நம்மைப் பாதுகாக்கவும் ஒரு சில ஈவிரக்கமற்ற பணக்காரப் பேய்கள் மக்கள் அனைவரையும் பட்டினி போட்டுக் கொல்லாமல் பாதுகாப்பதற்காகவே மக்களின் உண்மையான போராட்டம்.

(Thomas Spence, Restorer of Society to its Natural State, 1801)

ஸ்பென்ஸ் சிறு சிறு பிரசுரங்களை அச்சடித்து வீதிகளில் விற்றுக் கொண்டிருந்தார். இது அவருடைய சக தத்துவ மேதைகளுக்கு வெட்கக்கேடான விஷயமாக இருந்தது. இதனால் ஸ்பென்ஸின் மாணவர்கள்கூட அவரை விட்டுச் சென்றார்கள். அரசாங்கத்தை எதிர்த்துக் கொண்டிருந்ததால் அவர் பல தடவை சிறைக்கும் போக நேர்ந்தது என்றாலும் அவர் துன்பங்களைப் பொருட்படுத்தாமல் வாழ்நாள் பூராவும் தனது பிரசாரத்தைத் தொடர்ந்தார். விரைவிலேயே மனித இனம் மகிழ்வுடனும் பகுத்தறிவுடனும் வாழப் போகிறதென்பதில் அவருக்கு அபார நம்பிக்கை இருந்தது.

(ச) வில்லியம் ஓகில்வி (கி.பி. 1736-1813): இந்த நூற்றாண்டிலேயே நிலப்பிரபுத்துவத்தின் தீவிர எதிரியான 'அபர்டீன்' நகரப் பேராசிரியர் வில்லியம் ஓகில்வி பிறந்தார், "பல யுகங்களாக மன்னர்களின் கொடுங்கோன்மையும் புரோகிதர்களின் ஏமாற்று வித்தைகளும் வக்கீல்களின் பொய்களும் செய்ய முடியாத அளவுக்கு இந்த நிலப்பிரபுத்துவ முறை ஒன்று மட்டுமே மனித இனத்தின் மகிழ்ச்சியைப் பறித்துக் குறுக்கிவிட்டது" என்றார் ஓகில்வி. (ogilvic, eesay on the right of property in land, *1781)* ஆனால் அவர் அவசரத்தில் செய்யும் மாற்றத்தை எதிர்த்தார்.

(ஞ) தாமஸ் பேன் (கி.பி. 1737-1809): இவரும் தன்னுடைய "மனித உரிமைகள்" என்னும் நூலில் நிலப்பிரபுத்துவ முறையைக் கடுமையாகத் தாக்கினார். நிலம் சமுதாயத்திற்குச் சொந்தமானது. ஆகவே விளைச்சலில் பத்து சதவீதம் சமுதாயத்திற்குக் கிடைக்க வேண்டும்.

அதைச் சமுதாயம் நிலத்தின்மீது தமக்கிருந்த 'இயற்கை உரிமை'களை இழந்துவிட்டவர்களிடையே பங்கிட வேண்டும். ஆனால் ஸ்பென்ஸ் இதை மக்களின் பிறப்புரிமையை விற்றுவிடுவதாகும் என்று கண்டித்தார்.

(ட) வில்லியம் காட்வின்:(கி.பி. 1756-1836): மேற்குறிப்பிட்ட சீர்திருத்த வாதிகளைத் தவிர வேறு சில புரட்சியாளர்களும் இந்நூற்றாண்டில் பிறந்தார்கள். வில்லியம் காட்வின் அவர்களில் ஒருவர். அவர் 1793ல் "அரசியல் நீதி" என்னும் நூல் எழுதினார். அது அப்போது பிரெஞ்சுப் புரட்சியுடன் கூடவே இங்கிலாந்தில் புகழ் பெற்றுவிட்டது. அந்நூலில் காட்வின் அரசாங்கத்தைக் கடுமையாக விமர்சித்தார். அரசு மிருக பலத்திலிருந்தும் வன்முனையிலிருந்தும் தோன்றியது. அது அநீதியைச் சார்ந்திருக்கும் அமைப்புகளைப் பாதுகாத்துக் கெடுதல்களை வலுப்படுத்துகிறது. அது ஏற்றத்தாழ்வு களை உறுதிப்படுத்துகிறது. மனிதனுக்கு விலங்கிட்டு அவனுடைய சுதந்திரத்தைப் பறிக்கிறது. அரசு மோசமானது. சமுதாயம் இயற்கையானது. அரசு நம்முடைய கெட்ட குணங்களிலிருந்து தோன்றியது. சமுதாயம் நமது தேவைகளுக்காக ஏற்பட்டது. தனியுடைமையை ஒழிக்கவேண்டும். ஒவ்வொருவருக்கும் அவரவர் தேவைக்கேற்ப பொருட்கள் கிடைக்க வேண்டும்.

பத்தாம் அத்தியாயம்

பத்தொன்பதாம் நூற்றாண்டின் ஆரம்பகால மார்க்ஸீய சோஷலிஸம் (கி.பி. 1800-40)

கி.பி. 1793ல் நடந்த முதல் பிரெஞ்சுப் புரட்சி நிலப்பிரபுத்துவத்தை ஒழித்து முதலாளித்துவத்தை நிலைபெறச் செய்தாலும், அது பொதுவுடைமைக் கருத்துக்களால் ஊக்கம் பெற்றது. இந்தப் புரட்சியாளர்கள் அறிவு மாற்றத்தையோ மன மாற்றத்தையோ கைகொள்ளவில்லை. அவர்கள் வலிமையை அடிப்படையாகக் கொண்ட ஒரு வர்க்க ஆட்சியை மற்றொரு வர்க்கத்தின் மூலம் ஒழித்துக்கட்ட விரும்பினார்கள். அவர்கள் தமது முயற்சியில் வெற்றிபெற்றாலும் பெரும்பான்மையினரின் நலனின் பெயரால் சிறுபான்மையினரான வியாபாரிகள் முதலாளிகள் ஆகியோரின் கைகளுக்கு அரசாங்கம் போய்விட்டது. இத்தோல்வியினால் சோஷலிஸச் சிந்தனையோட்டம் மீண்டும் ஒரு முறை ‘அறிவு மாற்றம்’ என்னும் கற்பனாவாதத்தை நோக்கிச் சென்றுவிட்டது. இந்த நிலைமை பத்தொன்பதாம் நூற்றாண்டு மத்தியில் கார்ல் மார்க்ஸூம் ஃபிரடரிக் ஏங்கெல்ஸூம் தோன்றிப் பாட்டாளி வர்க்கத்தின் ஒற்றுமையையும் வலிமையையும் அடிப்படையாகக் கொண்டு வெற்றியடையக் கூடிய ‘விஞ்ஞான சோஷலிச’ சித்தாந்தத்தை உலகுக்கு அளிக்காதாவரை நீடித்தது.

ஃபிரான்ஸில்

வால்டேர், ரூஸோ ஆகியோரின் எழுத்துக்களாலும் புரட்சியாலும் உந்தப்பட்டுப் பொதுவுடைமைக் கருத்துக்களை முன்னுக்குக் கொண்டுசென்ற பிரெஞ்சு சிந்தனையாளர்களில், செயின்ட் சைமனும் ஃபூரியேவும் முக்கியமானவர்கள்.

செயிண்ட் சைமன் (கி.பி. 1760 - 1825)

(க) வாழ்க்கை: கவுண்ட் ஹென்றி செயின்ட் சைமன் பிரெஞ்சு குறுநில மன்னர் வம்சத்தில் பிறந்தவர். ஆனால் அவர் தனது

தந்தையுடன் சண்டை போட்டதால் ஐந்து லட்சம் ஃபிராங்குகள் வருவாய் வந்து கொண்டிருந்த சொத்தை இழந்துவிட்டார். இது குறித்து அவர் எழுதியதாவது "நான் பணத்தையும் குறுநில மன்னன் என்னும் பட்டத்தையும் இழந்துவிட்டேன். ஆனாலும் நான் அந்தப் புகழுக்கு உரியவன் தான். தன்னுடைய எழிலார்ந்த எதிர்காலத்தை எங்கே மறந்து விடுவோமோ என்றஞ்சி அவர் தனது சேவகனுக்கு உத்தரவிட்டிருந்தார். அதன்படி அவன் ஒவ்வொரு நாள் காலை வேளையிலும் ''குறுநில மன்னரே, விழித்தெழுங்கள்! தாங்கள் மகத்தான பணியாற்ற வேண்டியுள்ளது'' என்று செயின்ட் சைமனைத் துயிலெழுப்பிக் கொண்டிருந்தான்.

அமெரிக்க ஐக்கிய நாடுகள் தனது சுதந்திரத்திற்காக இங்கிலாந்துடன் போர் துவக்கிற்று. செயின்ட் சைமனுக்கு அப்போது பதினாறு வயது அவர் சுதந்திர வீரர்களின் சார்பில் யுத்தத்தில் பங்கெடுத்துக் கொண்டார். 'யார்க் டவுன்' அரங்கத்தில் அவர் சிறந்த வீரத்தையும் திறமையையும் காட்டினார். இருபத்தி மூன்று வயதில் அவர் பிரான்ஸுக்குத் திரும்பி வந்தபோது அவருக்கு 'கர்னல்' விருது அளித்துப் பிரெஞ்சுப் படையில் சேர்த்துக் கொள்ளப்பட்டார். ஆனால் சைமனுக்குப் படையில் நீடிப்பதில் விருப்பமில்லாததால் அதை விட்டுவிட்டு அரசியலில் பங்கெடுக்க வாரம்பித்தார்.

அவர் பிரெஞ்சுப் புரட்சியில் கலந்து கொண்டார். பிறகு அவர் ஒரு நிரந்தரக் கம்யூனின் (பொதுவுடைமைப் பகுதியின்) தலைவராகத் தேர்ந்தெடுக்கப்பட்டார். சைமன் தன்னுடைய 'கவுண்ட்' (குறுநில மன்னர்) பட்டத்தைத் துறுந்துவிட்டார். தனக்குக் 'குடிமகன்' என்னும் பதவியே உயர்ந்ததென்று அவர் அறிவித்தார் என்றாலும் அவருக்குக் 'கவுண்ட்' என்னும் பட்டம் இருந்ததால் மக்கள் சந்தேகப்பட்டு அவரைப் பதினோரு மாதம் சிறையிலடைத்து வைத்திருந்தார்கள்.

சிறையிலிருந்து வெளிவந்தபிறகு செயிண்ட் சைமன் நிலங்களை வாங்கி - விற்கும் தொழில் செய்து கொஞ்சம் பணம் சேர்த்தார். பின்னர் பல்வேறு நூல்களை ஆழ்ந்து படித்தறிந்து தனது நாற்பத்திமூன்றாம் வயதில் கி.பி. 1803ல் ஒரு எழுத்தாளராகவும் சமூக சீர்திருத்தவாதியாகவும் தனது பணியைத் தொடங்கினார். தான் இறக்கும் வரை இதையே தொடர்ந்தார். அவருடைய பணம் செலவழிந்துவிட்டது. உடல் நலம் சீர்குலைந்துவிட்டது. ஆனால் அவருடைய நம்பிக்கை குலையவில்லை. "மனித இனத்தின் பொற்காலம் கடந்த காலத்தில் இருக்கவில்லை. அது எதிர்காலத்தில்தான் இருக்கிறது. அப்பொற்காலம் சமுதாய அமைப்பை முழுமையாக்கும்போது வரும். நமது முன்னோர்கள் அதைப் பார்க்க வில்லை. ஆனால் நமது சந்ததியினர் அதைக் காணப்போகிறார்கள்

என்று' சைமன் திட நம்பிக்கை கொண்டிருந்தார். ஒரு சமயம் அவருடைய பொருளாதாரக் கஷ்டங்கள் எல்லை மீறிப் போய்விட்டன. அப்போது அவர் தனக்காக அல்லாமல், தன்னுடைய நூல்களைப் பிரசுரிக்க வேண்டுமென்பதற்காகவே, பிரமுகர்கள் சிலருக்குக் கீழ்வருமாறு எழுதினார். "நான் பட்டினியால் செத்துக் கொண்டிருக்கிறேன். கடந்த பதினைந்து நாட்களாக நான் ஒரேயொரு ரொட்டியும், தண்ணீரும் உட்கொண்டு வாழ்ந்து வருகிறேன். நான் குளிர்காலத்தில் வெப்பம் இல்லாமலேயே காலம் கடத்துகிறேன். என் துணிமணிகளைத் தவிர மற்றெல்லாவற்றையும் நான் விற்றுவிட்டேன். அவற்றையும் வெள்ளைத் தாள்களை வாங்குவதற்காகவே வைத்திருக்கிறேன். நான் என்னுடைய பணியைத் தொடர்ந்து செய்ய உங்கள் உதவியைக் கோருகிறேன்."

(ங) செயிண்ட் சைமனின் கருத்துக்கள்: அறிவு, உழைப்பு ஆகியனவும் படித்தோர் - தொழிலாளர் ஆகியோரின் ஒத்துழைப்பும் புதிய சமுதாயத்தை அமைப்பதற்கு அவசியமானவையாகும். படித்தவர்கள் தலைமையை அவர் வலியுறுத்தினார். இதற்காக அவர் சமாதானத்தையும் ஒத்துழைப்பையும் முதன்மைப்படுத்தினார். புரட்சியும், கட்டாயப்படுத்துதலும் தேவையில்லை. மக்களைச் சம்மதிக்க வைத்தே சோசலிஸம் கொண்டுவரலாம். சர்ச்சை (கிறிஸ்துவ சம்பிரதாயத்தை) கடவுளே நிறுவினாரென்றும் பாதிரியார்களுக்கு மதிப்பளிக்க வேண்டுமென்றும் செயிண்ட் சைமன் தனது நூலான "புதிய கிறிஸ்துவ"த்தில் எழுதினார்.

அவருடைய சோஷலிஸத் திட்டம், தொழில்கள் தனி நபர்களின் கைகளில் அல்லாமல் சமுதாயத்தின் கையில் இருக்க வேண்டும். உபயோகப் பொருட்களை மட்டும் தனி நபர்கள் வைத்துக்கொள்ளலாம். ஒவ்வொருவரும் அவரவர் சக்தியின்படி வேலை செய்ய வேண்டும். அவர்கள் தாம் செய்த வேலைக்கேற்ப பிரதிபலலைப் பெற வேண்டும். ராணுவத்தைப்போல் உற்பத்தி நிர்வாகம் சிறிய - பெரிய அதிகாரிகளின் கீழ் இருக்க வேண்டும். ஒருவன் சமுதாயத்திற்கு எவ்வளவு சேவை செய்ய வேண்டும். அவனுக்கு எவ்வளவு பிரதிபலன் கிடைக்க வேண்டும் என்பதை உயர் அதிகாரிகள் நிர்ணயிப்பார்கள். இவ்வதிகாரிகள் எவ்வாறு தேர்ந்தெடுக்கப்படுவார்கள் என்பது குறித்து செயிண்ட் சைமன் ஒன்றுமே கூறவில்லை. பிரெஞ்சுப் புரட்சி காலத்திய மக்களின் கட்டுப்பாடு குறித்து அவர் அஞ்சினாற் போல் தோன்றுகிறது. திறமையானவர்களும் நல்லவர்களும் தாமாகவே உயர்நிலையை அடைந்துவிடுவார்களென்பது அவருடைய கருத்து போல தெரிகிறது. அவர் வாரிசு உரிமையை ஒழித்துவிட வேண்டுமென்றார்.

2. ஃபூரியே (கி.பி. 1772 - 1837)

(க) வாழ்க்கை: சார்லஸ் ஃபூரியே செயிண்ட் சைமனைப் போல் நிலப்பிரபுக் குடும்பத்தில் அல்லாமல் ஒரு சாதாரண குடும்பத்தில் பிறந்தார் சைமனைப்போல் அவர் நல்லெண்ணம் அனுதாபம் உணர்ச்சி ஆகியவைகளை வற்புறுத்தாமல் விஞ்ஞானத்தையும் தர்க்கத்தையும் முக்கியமாகக் கொண்டார். ஃபூரியேவின் தந்தை ஒரு சாதாரண கடைக்காரர் ஃபூரியே சிறு வயதில் திறமையான மாணவராக இருந்தார். படிப்பிற்குப் பின்னர் ஃபூரியேவும் வியாபாரத்தில் இறங்கினாலும் அவருக்கு அதிலே வெற்றி கிட்டவில்லை. அவர் ஐந்து வயதுச் சிறுவனாக இருந்தபோது கடையில் ஒரு பொருளின் உண்மை விலையை வாங்குவோருக்குச் சொன்னதற்காகத் தந்தையின் திட்டுக்களைப் பெற்றுக்கொண்டார். பத்தொன்பதாவது வயதில் அவர் ஒரு வியாபாரியிடம் குமாஸ்தாவாக வேலை செய்து வந்தார். அப்போது வியாபாரியின் கட்டளைப்படி அரிசி மூட்டைகளைக் கடலில் எறிந்துவிட நேர்ந்தது. அவ்வாறு செயற்கையாக அரிசிப் பஞ்சத்தை ஏற்படுத்தி விலைவாசி ஏற்றத்தை உண்டுபண்ணி கொள்ளை லாபமடிக்க வியாபாரி விரும்பினார். முதலாளித்துவத்தின் இவ்விரண்டு கெடுதல்களான பொய்யும் வீண் விரயமும் ஃபூரியேவின் மனத்தைப் புண்படுத்திவிட்டன. அப்போதிலிருந்தே அவர் முதலாளித்துவத்தின் எதிரியாகி விட்டார்.

(ங) கருத்துக்கள்: ஃபூரியே சாதாரண மக்கள் மேல் அவ்வளவாக நம்பிக்கை வைத்திருக்கவில்லை. தன்னுடைய ஆழ்ந்த சிந்தனையை அறிந்துகொண்டு ஒரு சில பணக்காரர்கள் தன் பக்கம் வந்து சேர்ந்தால், தனது கருத்துக்களின் யதார்த்தத்தை அவர்களுக்கு விளக்கிச் சொல்லிப் பின்னர் மக்கள் எல்லாரையும் தன்பால் ஆகாஷிக்க முடியுமென்று அவர் எண்ணினார். தன்னுடைய லட்சியங்களை சாதிக்கும் வகையில் தான் அமைக்க விரும்பும் சிற்றூருக்குத் தேவையான பத்துலட்சம் பிராங்குகள் தானமளிக்கும் பரந்த உள்ளம்கொண்ட பணக்காரரை எதிர்பார்த்துக் கொண்டிருப்பதாக அவர் ஒருமுறை அறிவித்தார். ஆனால் பரந்த உள்ளம் கொண்ட ஒரு பணக்காரர்கூடக் கடைசி வரைக்கும் முன் வரவேயில்லை. பெரும்பாலான செயிண்ட் சைமனின் சீடர்கள் ஃபூரியேயின் கருத்துக்களை மதிப்புடன் நோக்கவில்லை.

தனது வாழ்நாளில் அவருக்கு ஒருமுறை தன்னுடைய எண்ணங்களைச் செயல்படுத்தும் வாய்ப்பு கிடைத்தது. பிரெஞ்சுப் பாராளுமன்ற உறுப்பினரான ஒரு நிலப்பிரவு வார்ஸாவிலிருந்த நிலங்களை ஃபூரியேவுக்கு ஒப்படைத்தார். அவருயை சீடர்கள் அங்கே

ஒரு சிற்றுரை அமைத்து அதை சோஷலிஸ முறையில் நிர்வகிக்க முயற்சித்தனர். ஆனால் அம்முயற்சியில் அவர்கள் வெற்றி பெறவில்லை.

ஃபூரியேவின் சமூகக் கருத்துக்கள் நடைமுறைக் கொவ்வாததைப் போலவே அவருடைய மற்ற பல கருத்துக்களும் விசித்திரமானவை அவர் "சர்வ தேசிய ஒற்றுமைச் சித்தாந்தம்" என்னும் நூலில் எழுதியிருப்பதாவது:

"உலகம் தற்பொழுது தனது குழந்தைப் பருவத்தைக் கடந்து கொண்டிருக்கிறது அது என்னுடைய திட்டத்தை ஏற்றுக்கொண்டு அமல்படுத்தினால் எழுபதாயிரம் ஆண்டுகளுக்குப் பிந்தைய பொற்காலத்தில் பிரவேசிக்கும். அப்போது சிங்கங்கள் மனிதரின் சொற்படி நடக்கும். அவை மனிதர்களின் வண்டிகளை இழுத்துச் செல்லும் 'வேல்' கடல் மீன்கள் கப்பல்களை இழுத்துப் போகும். கடல்நீர் உப்புகரிக்காமல் இனிப்பாக மாறும். பின்னர் உலகம் வீழ்ச்சியடையும்" ஆனால் இவையனைத்தும் நூற்றி இருபத்தி ஐந்து வருடங்களுக்கு முன்னர் எழுதப்பட்டவை என்பதை நாம் நினைவிலிருத்திக் கொள்ளவேண்டும்.

'கவர்ச்சி' என்னும் விதியை ஃபூரியே அதிகமாக வலியுறுத்தினார். இந்தக் கவர்ச்சி எங்கும் நிறைந்திருக்கிறது. உலகத்தில் நிரந்தர சக்தி ஒன்றிருக்கிறது. அது ஒன்றுபட்டுச் செயலாற்றும் வகையில் மனிதர்களைக் கவர்ந்திழுக்கிறது. இந்தக் கவர்ச்சி விதியின் பாதையில் பல தடைகள் ஏற்பட்டு வந்தன. அதனால் மனிதன் சமூக விரோதப் பாதையில் அலைந்து கொண்டிருந்தான். இத்தத் தடைகள் ஒழிக்கப்பட்டால் உலகம் முழுவதும் சமத்துவமும், ஒற்றுமையும் பரவும். மானிட இனத்தின் செல்வம் பன்மடங்கு பல்கிப் பெருகிவிடும். ஏனெனில் மனிதன் அப்போது உழைப்பை நேசிப்பான். சமுதாயத்தில் வீண் செலவு ஒழிந்துவிடும் இதற்காகப் பன்னிரண்டு விதத் 'தியானம் அவசியம்' (1-5) ஐம்புலன்களின் தியானம் (6-9) நட்பு, காதல், குடும்பம், அனுதாபம், அறிவு ஆகியவற்றின் தியானம் (10-12) கலந்திருத்தல், மாறுதல், ஒற்றுமை சம்பந்தமான தியானம், இப்பன்னிரண்டு தியானங்களும் ஒன்று சேர்ந்து மற்றவர்களை நேசிக்கும் மகத்தான தியானத்தை உருவாக்குகின்றன.

ஃபூரியேவின் கற்பனாவாத சமுதாயத்தில் 400லிருந்து 2000 பேர் கொண்ட குழு இருக்கும். ஒவ்வொரு குழுவிற்கும் தனியாக ஒரு இருப்பிடம் இருக்கும். அவர்களின் முக்கிய தொழிலாகப் பெரும்பாலும் விவசாயமே இருக்கும். அவர்கள் தமது விருப்பத்துக்கேற்ற தொழிலைத் தேர்ந்தெடுப்பார்கள். குழுக்களுக்குக் கீழேயும் சில சிறு அமைப்புகள் இருக்கும். மக்கள் அவரவர் விருப்பப்படி இவ்வமைப்புக்களில்

சேர்ந்து கொள்வார்கள். சமுதாயத்தில் ராணுவம், போலீஸ், வக்கீல்கள், குற்றவாளிகள் ஆகியோர் இருக்கமாட்டார்கள். தனித்தனி வீடுகளும் சமையற்கட்டுகளும் இருக்காது. ஒரே உணவு விடுதியில் சமையல் செய்யப்பட்டுப் பரிமாறப்படும். சரக்குக் கிடங்குகள் எல்லாருக்கும் பொதுவானவையாக இருக்கும். இந்த ஏற்பாடுகளின் மூலம் உழைப்புச் சக்தி நான்கிலிருந்து ஐந்து மடங்கு அதிகரித்து விடுமென்று ஃபூரியே கூறினார். மக்கள் பதினெட்டாம் வயதிலிருந்து இருபத்தி எட்டாம் வயதுவரை மட்டுமே உழைப்பார்கள். எஞ்சிய வாழ்நாள் பூராவும் ஓய்வாக வாழ்வதற்கு இந்த உழைப்பே போதுமானதாகும்.

உற்பத்தியைப் பங்கிடும் விஷயத்தில் ஃபூரியே இன்றைய மிதவாத சோஷலிஸ்டுகளைவிடவும் செயின்ட் சைமனை விடவும் பிற்போக்கான நிலையைக் கொண்டிருந்தார். மொத்த உற்பத்தியில் 12 ல் 5 பங்கு தொழிலாளிக்குக் கிடைக்க வேண்டும். 12ல் 4 பங்கு முதலாளிக்கும் எஞ்சிய 12ல் 3 பங்கு திறமையானவர்களுக்குக் கிடைக்க வேண்டும். ஒவ்வொருவரிடமிருந்தும் அவரவர் திறமையையொட்டி வேலை வாங்க வேண்டும். ஒவ்வொருவருக்கும் அவரவர் உழைப்பு, திறமை, முதலீடு ஆகியவைகளைப் பொருத்துப் பிரதிபலன் கொடுக்கப்படவேண்டும் என்பது ஃபூரியேவின் கொள்கையாகும்.

அவர் உழைப்பை மூன்று பகுதிகளாகப் பிரித்தார். அவசியமான உழைப்பு, உபயோகமான உழைப்பு, அனுகூலமான உழைப்பு. முதல் உழைப்புக்கு அதிகப் பிரதிபலனும், கடைசி உழைப்புக்குக் குறைந்த பிரதிபலனும் தர வேண்டுமென்றார்.

ஃபூரியேவின் கண்ணோட்டத்தில் அரசாங்கத்தின் அவசியம் அவ்வளவாக இல்லை. அரசாங்க அதிகாரிகள் மக்களால் தேர்ந்தெடுக்கப் படுவார்கள். ஒவ்வொரு குழுவிற்கும் ஒவ்வொரு அதிகாரி தலைவராக இருப்பார். அனைத்துக் குழுத் தலைவர் துருக்கித் தலைநகர் இஸ்தான்புல்லில் இருப்பார்.

சமுதாயத்தில் உயர்ந்த தாழ்ந்த வகுப்புக்கள் இருக்கும். ஆனால் செல்வமும் செல்வாக்கும் படைத்தவர்கள் சமுதாயத்தில் குழப்பம் நேராதவாறு ஒற்றுமையுடன் வாழ்வார்கள். குடும்பங்களும், திருமண முறையும் மெள்ள மெள்ள மறைந்து போகும்.

ஃபூரியே சமாதானத்தின் ஆதரவாளரும், வன்முறையின் எதிரியுமாவார். தூய மனத்துடன் அவரது கருத்துக்களை அமல்படுத்தினால் நிச்சயம் வெற்றி கிட்டுமென்பது அவரது ஆழ்ந்த நம்பிக்கையாகும். ரத்தக் களரி ஏற்படக் கூடிய புரட்சி அவசியம் இல்லை. அந்தப் புது உலகம் விரைவிலேயே தோன்றுமென்று அவர் நம்பினார். அதனாலேயே

தன்னுடைய ஆதரவாளர்களுக்கு நிலத்தை விலைகொடுத்து வாங்க வேண்டாமென்று சொன்னார். ஃபூரியாவின் கருத்துக்களை அவரது சீடர்கள் அமலுக்குக் கொண்டுவந்தார்கள். அவர்கள் ஃபூரியேவின் பல கருத்துக்களை விட்டுவிட்டாலும் பிரான்ஸில் விளைநிலங்கள் குறித்த அனுபவங்கள் தோல்வியடைந்துவிட்டன. ஆனால் தொழில் துறையில் அவர்கள் ஓரளவுக்கு வெற்றி பெற்றனர். 1840ல் ஃபூரியேவின் கருத்துக்கள் அமெரிக்காவை அடைந்தன. அங்கேயும் முப்பத்தி நான்கு இடங்களில் அவரது கருத்துக்கள் அமல்படுத்த முயற்சிக்கப்பட்டது. ஆனால் எங்கேயும் வெற்றியடையவில்லை. இதனால் கற்பனையில் சிறகடித்துப் பறப்பதெல்லாம் யதார்த்த உலகில் வீணாகவே முடியும் என்பது நிரூபணமாகிவிட்டது.

3. லூயி பிளாக் (கி.பி. 1811 - 82)

(க) வாழ்க்கை: ஸவான்ரோலாவுக்குப் பிறகு பிளாக்குக்கே தனது கற்பனாவாத சோஷலிஸத் தத்துவத்தை அரசாங்க அளவில் அமல்செய்வதற்கான வாய்ப்பு கிடைத்தது. பிளாக் முதன்முதலாக உயர் வர்க்கத்தின் ஆதரவை நாடுவதற்குப் பதிலாக உழைப்பாளரை அறைகூவி அழைத்தார். ஒருவிதத்தில் அவர் கற்பனாவாத சோஷலிஸத்திற்கும் விஞ்ஞான சோஷலிஸத்திற்கும் இணைப்புப் பாலமாக விளங்கினார்.

பிளாக், லூயி போனபார்ட்டின் ஒரு உயர் அதிகாரி (பொருளாதார இன்ஸ்பெக்டர் ஜெனரல்) யின் மகனாவார். அவர் கி.பி. 1811ல் மாட்ரிட் நகரில் பிறந்தார். குழந்தைப் பருவத்தை அவர் கோர்ஸிகா நகரில் தாய்வீட்டில் கழித்தார். படிப்பை முடித்துக் கொள்ள பிளாக் பாரிஸுக்கு வந்து சேர்ந்தார். அங்கே புத்தகங்கள் எழுதியும் பிள்ளைகளுக்குப் பாடம் சொல்லியும் வாழ்ந்தார். பின்னர் சில ஆண்டுகள் பத்திரிகை ஆசிரியராகவும் பணிபுரிந்தார். தன்னுடைய இருபத்தாறாவது வயதில் அவர் "முற்போக்கு விமர்சனம்" என்னும் பத்திரிகையைத் தொடங்கினார். அது அக்காலத்திய ஜனநாயகவாதிகளிடையே மிகவும் பிரபலமாகிவிட்டது பிளாக்கின் முக்கிய நூலான "உழைப்பின் அமைப்பு" இந்தப் பத்திரிகையிலேயே 1840ல் தொடர்ந்து வெளிவந்தது. 1830 - 40ஆம் ஆண்டுகளில் பிளாக் முதல் பிரெஞ்சுப் புரட்சி குறித்து ஒரு சிறந்த வரலாற்று நூல் எழுதினார். 1840ல் நடந்த இரண்டாம் பிரெஞ்சுப் புரட்சியின் போது அமைந்த தற்காலிக அரசில் அவர் முக்கிய அங்கம் வகித்தார். 'உழைப்பு' வளர்ச்சிக்காக ஒரு தனி அமைச்சகம் ஏற்படுத்தவேண்டுமென்றும், வேலையற்றோர் அனைவருக்கும் வேலை தரும் பொறுப்பை அரசாங்கமே ஏற்க

வேண்டுமென்றும் அவர் வற்புறுத்தினார். பின்னர் ஆயுதந்தாங்கிய சதியில் ஈடுபட்டதாகக் குற்றம் சாட்டப்பட்டதால் அவர் இங்கிலாந்துக்கு ஓடிச் செல்ல நேர்ந்தது. அங்கே 1870ஆம் வருடம் வரை இருந்து மூன்றாம் நெப்போலியன் அதிகாரம் இழந்த பிறகே பிளாக் தாய்நாட்டிற்குத் திரும்பி வந்தார். பிரான்ஸுக்குத் திரும்பி வந்தபிறகு அவர் 'தீவிர இடதுசாரி' என்னும் முறையில் தேசீய பாராளுமன்றத்திற்குத் தேர்ந்தெடுக்கப்பட்டார். 1871ல் மூன்றாம் பிரெஞ்சுப் புரட்சி நடைபெற்றது. அது தொழிலாளர் புரட்சியாகவும் 'பாரிஸ் கம்யூனாகவும்' புகழ் பெற்றது. ஆனால் அந்த ஆயுதந்தாங்கிய உழைப்பாளர் புரட்சியைப் பிளாக் எதிர்த்தார். இதனால் அவர் மக்களிடையே மதிப்பிழந்துவிட்டார். 1872ல் சர்வதேச உழைப்பாளர் சங்கத்திற்கு (International working men's Association) எதிராகச் சட்டம் கொண்டு வந்தபோது பிளாக் அதை ஆதரிக்கும் அளவுக்குத் தாழ்ந்துவிட்டார். 1882 ல் அவர் இறக்கும்போது ஆளும் சுரண்டும் வர்க்கத்தின் பெரும் ஆதரவாளராகி விட்டிருந்தார். அதனாலேயே பிரெஞ்சுப் பாராளுமன்றம் பிளாக்கின் இறுதிச் சடங்கை அரசாங்க மரியாதைகளுடன் நடத்த முடிவு செய்தது.

(ங) கருத்துக்கள்: பிளாக்கின் கருத்துப்படி மனித மகிழ்ச்சியும் மானிட வளர்ச்சியும் சமுதாய முயற்சியின் நோக்கமாக இருக்க வேண்டும் இதற்காக ஒவ்வொருவருக்கும் அனைத்து வளர்ச்சிக்கும் வாய்ப்பளிக்க வேண்டும் சமுதாய அமைப்பு சகோதரத்துவத்தை அடிப்படையாகக் கொண்டிருக்க வேண்டும். இதற்கொரு சிறந்த உதாரணம் நமது உடலேயாகும். எல்லோரும் ஒரு பெரிய குடும்பத்தினரைப் போல் வாழவேண்டும். அரசாங்கம் மக்கள் விருப்பப்படி நடந்துகொள்ள வேண்டும். எல்லாருக்கும் வேலை தருவதற்காக அரசாங்கமே தொழிற்சாலைகளை அமைக்க வேண்டும். மெள்ள மெள்ளத் தனியார் தொழிற்சாலைகளையும் அரசுத்துறை தொழிற்சாலைகளாக மாற்றிவிட வேண்டும். எல்லா தொழிற்சாலைகயையும் ஒரேயொரு அமைப்புக்குள் கொண்டு வர வேண்டும். அவ்வமைப்பு நஷ்டத்தில் நடக்கும் தொழிற்சாலைகளுக்கு உதவி புரிய வேண்டும். இதற்காக உற்பத்தியில் ஒரு பகுதியை ஒதுக்கவேண்டும். இந்த அரசுத் துறைத் தொழிற்சாலைகளில் தனிப்பட்ட முதலாளிகள் முதலீடு செய்ய விரும்பினால் அவர்களை வரவேற்க வேண்டும். ஆனால் தனியார்துறைத் தொழிற்சாலைகளை மேற்குறிப்பிட்ட அமைப்பில் சேர்க்க நிர்ப்பந்திக்கக்கூடாது. போட்டியில் அவை தோல்வியடைந்து மெள்ள மெள்ள அரசுத் தொழிற்சாலைகளின் மத்திய அமைப்பில்

சேர்ந்துவிடும். இந்தத் தனியார் துறைத் தொழில்கள் மறைந்துவிட்டால் சோஷலிச அரசு தானாகவே அமைந்துவிடும்.

ஒவ்வொருவனுக்கும் அவனுடைய தகுதியின்படி வேலை தரவேண்டும். இதனால் மக்களிடையே சமத்துவம் இல்லாவிட்டாலும் பிளாக் அதை விரும்பினார் சமுதாயத்தில் உயர்நிலையில் இருப்பவர்கள் தம்மைக் கடவுளின் சேவகர்களாகக் கருதவேண்டுமென்று அவர் கூறினார். தேவைக்கேற்றவாறு உழைப்பின் பிரதிபலன் கிடைக்க வேண்டும். “ஒவ்வொருவனும் தனது தகுதிக்கேற்றவாறு உழைக்க வேண்டும். ஒவ்வொருவனும் தனது தேவைக் கேற்றவாறு பெற வேண்டும்” என்பதை பிளாக் பிரசாரம் செய்தார்.

4. அராஜகவாதியான புரூதோ (கி.பி. 1809 - 65):

(க) வாழ்க்கை: பியேர் ஜோஸஃப் புரூதோ கடைசிப் பிரெஞ்சு கற்பனாவாத சோஷலிச எழுத்தாளராவார். புரூதோவும் ஃபூரியேவின் பிறந்த ஊரான பேஸான்ஷோவில் அவருக்கு 37 ஆண்டுகளுக்குப் பிறகு பிறந்தார். புரூதோவின் பெற்றோர்கள் மிகவும் ஏழைகளாதலால், மாடு மேய்த்தும், உணவு விடுதிகளில் வேலை செய்தும் தன்படிப்பையும் தொடர்ந்தார் படிப்பில் அவர் முதன்மையாக விளங்கியதால் பள்ளியில் அவருக்கு நிறைய பரிசுகள் கிடைத்துக் கொண்டிருந்தன. ஆனால் வீட்டுக்குத் திரும்பி வந்தால் சாப்பாடும் கிடைப்பதில்லை. பத்தொன்பதாம் வயதில் அவர் கல்லூரியைவிட்டு ஒரு அச்சகத்தில் சேர்ந்தார். ஆனால் அப்போதும் படிப்பை நிறுத்தவில்லை. பேஸான்ஷோ அகாடமி அவருக்கு ஆயிரத்தி ஐந்நூறு பிராங்குகளை உதவித் தொகையாக வழங்கியது.

1840ல் புரூதோ “செல்வம் என்றால் என்ன?” என்னும் புகழ் பெற்ற நூலை எழுதினார். இதில் அவர் உழைப்புக் காலத்தை மதிப்பின் அளவாக நிரூபித்தார். ஆறாண்டுகளுக்குப் பிறகு அவர் “வறுமையின் தத்துவ”த்தை வெளியிட்டார். அந்நூலில் புரூதோ சோஷலிசக் கம்யூனிஸத் தத்துவங்களைக் கண்டித்தார். ஆனால் சொந்தமாக எந்தச் சித்தாந்தத்தையும் வெளியிடவில்லை. மார்க்ஸ் இந்நூலைக் கண்டிக்கும் வகையில் புகழ்பெற்ற தத்துவத்தின் வறுமை என்னும் நூலை எழுதினார்.

புரூதோ அராஜகவாதியாதலால் எல்லாவித அரசியல் அமைப்புகளையும் எதிர்த்தார். இதன் காரணமாகவே அவர் 1848ல் நடந்த பிரெஞ்சுப் புரட்சியில் கலந்து கொள்ளவில்லை. புரட்சி தோல்வியடைந்த பிறகு அவர் அரசியல் நிர்ணய சபை உறுப்பினரானார். ஒவ்வொருவரும் உற்பத்திச் சாதனங்களைப் பெற அரசாங்கம் கடன்

வழங்க வேண்டுமென்று அவர் அரசியல் நிர்ணய சபையில் மசோதா கொண்டுவந்தார் இதற்காதரவாக 2 வாக்குகளும் எதிராக 691 வாக்குகளும் வந்தன. இதற்காகப் புரூதோ ஒரு தனியார் வங்கி நிறுவ முயற்சித்தார். ஆனால் 25 லட்சம் பிராங்குகளுக்குப் பதிலாக 17ஆயிரம் பிராங்குகள் மட்டுமே அவரால் திரட்ட முடிந்ததால் அம்முயற்சியும் தோல்வி கண்டது.

பின்னர் சென்ஸார் சட்டத்தை மீறியதற்காக அவருக்கு மூன்றாண்டு சிறைத்தண்டனை விதிக்கப்பட்டது. விடுதலையடைந்த பிறகு புரூதோ மதத்தைத்தாக்கிப் பேசியதற்காக மீண்டும் தண்டிக்கப்பட்டார். அவர் பெல்ஜியத்துக்கு ஓடிப்போய் இறப்பதற்கு ஐந்தாண்டுகள் முன்பே *(1860)* பிரான்ஸுக்குத் திரும்பி வந்தார்.

(ங) கருத்துக்கள்: சுதந்திரம், சமத்துவம், சகோதரத்துவம் நிறைந்த சமுதாயம் புரூதோவின் லட்சியமாகும். அப்படிப்பட்ட பூரணத்துவம் பெற்ற சமுதாயத்தை ஒரு சில நாட்களில் அமைத்துவிட முடியாது. ஒழுங்கையும், அராஜகத்தையும் இணைத்துச் சமுதாயத்தைப் பூரணத்துவமுடையதாக்கலாம். மனிதன் மேல் மற்றொரு மனிதனின் அதிகாரம் கொடுமையானது. எஜமானனும், அரசும் இல்லாத, 'அராஜகம்' என்னும் ஆட்சி அமைப்பை நோக்கி நாம் ஒவ்வொரு நாளும் போய்க்கொண்டிருக்கிறோம். அரசன் என்று எவரும் இருக்கக்கூடாது. புள்ளி விவர சேகரிப்பு இலாகாவின் புள்ளி விவரங்களின் படி உள்நாட்டுப் பிரச்சினைகளைத் தீர்க்க வேண்டும். சர்வதேச அரசியல் பிரச்சினைகளைச் சர்வதேசப்புள்ளி விவரப்படி தீர்க்க வேண்டும். சர்வதேசப் புள்ளி விவர சேகரிப்பு நிறுவனத்தின் பொதுச் செயலாளரே அவசியம் நேரும்போது பிரதமராவார். ஒவ்வொரு குடிமகனும் பாராளுமன்றத்திற்கு மனு அனுப்பமுடியும். ஆதலால் ஒவ்வொரு குடிமகனுமே சட்டத்தை உருவாக்கு கிறவனாகிறான். கடைசியில் உண்மை நிறைந்த யோசனையே ஏற்றுக்கொள்ளப்படும் ஆகவே அரசன் ஒருவன் தேவையில்லை.

புரூதோ 'சொத்து' என்பது 'திருட்டு' என்றார். அவருடைய லட்சிய சமுதாயத்தில் தனியுடைமைக்கு இடமில்லை. ஒருவன் உரிமையாளன் இல்லாத பொருளை ஆக்கிரமித்தால் அது அவனுக்குச் சொந்தமாகி விடுகிறது. இதற்கு மாறாக ஒன்றன் பின் ஒன்றாகப் பல்வேறு இனங்கள் வந்து கொண்டே இருந்தன. போர்கள் நடந்துகொண்டே இருந்தன. அந்த நிலையில் அங்கே உரிமையாளன் இல்லாத செல்வம் என்று எதைச் சொல்ல முடியும் என்று புரூதோ கேட்டார். முதலில் கூறியதை ஒப்புக் கொள்வதானால் பின்னால் வந்த இனங்களெல்லாம் செல்வத்தின் உரிமையாளர்களல்ல. முதலில் செல்வம் சமுதாயம்

பூராவுக்கும் சொந்தமாக இருந்தது. அதைத் தனி நபர் பறித்துக்கொண்டு விட்டார். அப்படியென்றால் அச்செல்வம் உரிமையாளன் இல்லாமல் இருந்ததில்லை என்பதுதானே அதன் பொருள். உழைப்பின் மூலம் தனிச் சொத்தின் உற்பத்தி குறித்து புரூதோ கூறியதாவது: ஒரு தனிநபர் உழைக்க வேண்டுமென்றாலும் அதற்குரிய சாதனங்கள் அவனுக்குத் தேவை. அவைகளை அவன் சமுதாயத்தினிடமிருந்துதான் பெற முடியும். அந்த நிலையில் உற்பத்தியான ஒருபொருள் அவனுடைய உழைப்பு ஒன்றினால் மட்டுமே உருவானதென்று எவ்வாறு கூற முடியும்?

ஒரு பொருளின் மதிப்பு உழைப்பைச் சார்ந்திருக்கிறது என்பதை புரூதோ வலியுறுத்தினார். ஒரு பொருளை உருவாக்கச் செலவிடப்பட்ட காலமும், உழைப்புமே அப்பொருளின் மதிப்பு (விலை) ஆகிறது. ஒரு வியாபாரியோ, தொழிற்சாலை அதிபரோ ஒரு பொருளின் விலையைப் பத்து சதவீதம் உயர்த்திவிட்டால் அது அப்பொருளின் மதிப்பை உயர்த்தாமல் அதன் விலையை அதிகமாக வசூலிப்பதேயாகும். இது திருட்டைத் தவிர வேறல்ல. தனது சொந்த உழைப்பால் உற்பத்தி செய்த செல்வத்தை ஒருவன் தனியுடைமையாகவும் வைத்துக்கொள்ளலாம். அவன் செல்வத்திற்கு மட்டுமல்லாமல், தனது விருப்பத்திற்கும் எஜமானனாக இருக்க வேண்டும். புரூதோ உழைப்பின் பலனில் சமத்துவத்தைவிரும்பாமல்; செல்வத்தின் உற்பத்திச் சாதனங்களில் சமத்துவத்தை விரும்பினார். சிறந்த திறமை படைத்தவர்களுக்கு அதிகப் பிரதி பலன் கிடைக்க வேண்டுமென்பதை அவர் எதிர்த்தார். ஆனால் அவர்களுக்கு வேலை செய்வதற்கு அதிக வசதிகள் செய்து கொடுக்கவேண்டுமென்பதை ஆதரித்தார்.

அரசற்ற, தனிச் சொத்துரிமையற்ற ஏற்றத்தாழ்வுகளற்ற சமுதாய அமைப்பே புரூதோவின் லட்சியமாகும். ஆனால் அவையெல்லாம் யதார்த்தத்தை அடிப்படையாகக் கொண்டவையல்ல. ஆக்கபூர்வமான விஷயங்கள் அவரது தத்துவத்தில் மிகக் குறைவு, அவர் கட்டுப்பாடில்லாத சுதந்திரம், சமத்துவத்தை ஆதரித்தவர்; ஆனால் அத்துடன் சமுதாயம் எவ்வாறு நடக்கும் என்பதற்கு அவரிடம் எவ்விதப் பரிகாரமும் இருக்கவில்லை.

2. இங்கிலாந்தில்

1. சார்லஸ் ஹால் (கி.பி. 1805): பதினெட்டாம் நூற்றாண்டில் இங்கிலாந்தில் சோஷலிஸக் கருத்துக்களின் வளர்ச்சி குறித்து ஏற்கெனவே குறிப்பிட்டுள்ளோம். பதினெட்டாம் நூற்றாண்டின் இறுதியில் (1789) நடந்த பிரெஞ்சுப் புரட்சியின் எதிரொலி

இங்கிலாந்திலும் கேட்டது. அந்நாட்டில் புரட்சி எதிர்ப்புக் கருத்துக்கள் தீவிரமாக இருந்தாலும் புரட்சிக்கு ஆதரவும் குறிப்பிடத்தக்க அளவிலே இருந்தது. சார்லஸ் ஹால் தனது நூலான "நாகரிகத்தின் செயல்"களில் *(1805)* பணக்காரர்கள்-ஏழைகள் என்று பிரிந்திருக்கும் சமுதாய நாகரிகத்தை வன்மையாகக் கண்டித்தார். பணக்காரர்கள் - ஏழைகளின் நிலை ஒருவருக்கொருவர் எதிரானதும் ஒருவரையொருர் அழிப்பதுமாகும் மக்களில் பத்தில் எட்டுப் பகுதியினர் எட்டில் ஒரு பகுதி செல்வத்துக்குச் சொந்தக்காரர்களாக இருக்கின்றனர். ஆனால் அதே சமயத்தில் எதையுமே உற்பத்தி செய்யாத பத்தில் இரண்டு பகுதியினர் எட்டில் ஏழுபங்கு செல்வத்தைப் பெற்றுள்ளனர். இதன்பொருள், பாட்டாளிகள் ஏழு நாட்கள் இந்தச் செல்வந்தர்களுக்காக உழைக்கிறார்கள் ஒரேயொரு நாள் தமக்காகவும் தம் குடும்பத்திற்காகவும் உழைக்கிறார்கள்.

கவிஞர் ஷெல்லி எழுதினார்:

"நீ விதைக்கிறாய்; வேறொருவன் அறுக்கிறான்;
நீ செல்வத்தை உருவாக்குகிறாய்; வேறொருவன் அதன் எஜமானனாகிறான்;
நீ நெய்யும் ஆடையை வேறொருவன் உடுத்துகிறான்;
நீ உருவாக்கும் ஆயுதங்களை வேறொருவன் பயன்படுத்துகிறான்;"

இதே கருத்தை சார்லஸ்ஹால் ஒரு லத்தீன் கவிதையில் கூறுகிறார்:

"நீங்கள் தேனைச் சிருஷ்டித்தாலும் ஓ தேனீக்களே அது உங்களுக்காக அல்ல;
நீங்கள் நிலத்தை உழுதாலும் ஓ எருதுகளே! அது உங்களுக்காக அல்ல."

ஹாலின் நுணுக்கமான பார்வை சமுதாயத்துள் வர்க்கப் போராட்டத்தை மட்டும் காணவில்லை. பல்வேறு நாடுகளுக்கிடையே நடைபெறும் யுத்தங்களுக்கும் பிரதான காரணம் செல்வமே என்று அவர் கூறினார். செல்வத்திற்காகவே வியாபாரமும் ராஜ்ஜிய விஸ்தரிப்பும் செய்யப்படுகின்றன. உள்நாட்டில் தோன்றும் புரட்சிகர இயக்கங்களை ஒடுக்குவதற்காகப் பணக்கார வர்க்கத்துக்கு அரசியல் சக்தி அவசியமாகிறது. செல்வந்தார்கள் ஏழைகளிடையே யுத்தத்தைப் புகழ்ந்து பாடுகிறார்கள். அதன் பயங்கரத்தையும் துன்பத்தையும் படுகொலை களையும் மறைக்கிறார்கள்.

சார்லஸ் சமூகக் கேடுகளை இவ்வாறு எடுத்துச் சொன்னார். நிலமனைத்தையும் நாட்டுடைமையாக்குங்கள். அதைச் சிறுசிறு

விவசாயிகளுக்குப் பங்கிட்டுத் தந்து அவர்களுக்கு வாழும் வழிகாட்டுங்கள். சமூகக் கேடுகளை அடையாளம் காண்பதில் ஹால் தனது திறமையைக்காட்டினார்.

முதலாளித்துவ ஆதரவாளர் ரிகார்டோ

பொருளாதார அறிஞரான ரிகார்டோ தனியுடைமையையும் அன்றைய சமுதாய அமைப்பையும் ஆதரித்தவர். ஆனால் இவரும் லூயி பிளாக்கின் உழைப்புச்சித்தாந்தத்தைப் போன்று தன்னை அறியாமலேயே சில ஆயுதங்களைத் தன்னுடைய எதிரிகளான சோஷலிஸ்டுகளுக்கு வழங்கிவிட்டார். ஒரு பொருளின் விற்பனை விலை அப்பொருளை உற்பத்தி செய்வதற்கு ஈடுபடுத்தப்பட்ட உழைப்பை அடிப்படையாகக் கொண்டிருக்கும் என்பதை ரிகார்டோ நிரூபித்துக் காட்டினார். இந்த உழைப்புச் சித்தாந்தத்தைக் கார்ல் மார்க்ஸ் முதலாளிகளுக்கு எதிராக எவ்வாறு வெற்றிகரமாகப் பயன்படுத்தினர் என்பதை இனி சொல்லப் போகிறோம். ரிகார்டோ இன்னொன்றையும் கூறினார்: தொழிலாளி உற்பத்தி செய்யும் பொருளால் அவனுடைய கூலி நிர்ணயிக்கப்படுவதில்லை; அவனுடைய உணவு, உடை, வீடு, தன்னுடைய வம்சத்தைத் தொடருவதற்கான செலவு ஆகியவற்றை அடிப்படையாகக் கொண்டு நிச்சயிக்கப்படுகிறது. ஒரு முதலாளி தொழிலாளிக்குக் கூலி தரும்போது இதைத்தான் கவனிக்கிறான். ரிகார்டோ இதைத் தெளிவாக் கூறிவிட்டதால் சோஷலிஸ்டுகள் முதலாளித்துவத்தைத் தாக்குவதற்கு ஒரு நல்ல வாய்ப்பு கிடைத்தது

2. லண்டன் கரஸ்பாண்டிங் சொஸைட்டி (கி.பி. 1792): பிரெஞ்சுப் புரட்சி தோன்றுவதற்கு ஓராண்டுக்கு முன்பு ஸ்காட்லாந்தைச் சேர்ந்த தாமஸ் ஹார்டியும், கவிஞரும் பேச்சாளருமான ஜான் தெர்ல்வாலும் இச்சங்கத்தை நிறுவினார்கள். இந்தச் சங்கம் தோன்றியதுமே மக்களை விழிப்படையச் செய்ய ஒரு மாபெரும் இயக்கத்தை ஆரம்பித்தது. ஆளுங்கூட்டம் இதைத் தேசத் துரோகச் செயலென்று கருதிச் சங்கத் தலைவர்கள்மேல் வழக்கு தொடர்ந்தது. ஆனால் போதிய சாட்சியம் கிடைக்காததால் சங்கத் தலைவர்களைத் தண்டிக்கஇயலவில்லை. தேர்ல்வால் வழக்கின்போது கொடுத்த அறிக்கையின் ஒரு பகுதி வருமாறு:

"தேர்தலின்போது பணக்காரர்களின் வாக்குக்கு உள்ள மதிப்பே ஏழைகளின் வாக்குக்கும் இருக்கிறது. ஆனால் சொத்துள்ளவனே பாராளுமன்றத்திற்குப் போக வேண்டும் என்று பிரச்சாரம் செய்யப்படுவதை ஏழைகள் மறந்துவிடக் கூடாது. ஏனெனில்

அரசாங்கம் செல்வத்தை அடிப்படையாகக் கொண்டிருக்கிறது. ஆனால் பணக்காரர்கள் கடற்ப்படையிலோ காலாட்படையிலோ சேர்ந்து போருக்குச் செல்கிறார்களா? செல்வம் என்பது மனிதனின் உழைப்பைத் தவிர வேறல்ல, ஏழையின் வியர்வை எல்லாச் செல்வங்களைக் காட்டிலும் மதிப்புள்ளதாகும். இவ்வியர்வைச் செல்வத்திலிருந்தே மற்றெல்லாச் செல்வங்களும் சிருஷ்டிக்கப்படுகின்றன. எல்லாருக்கும் சம்பந்தப்பட்ட விஷயங்களில் எல்லாருடைய யோசனையையும் கேட்க வேண்டும். ஏனெனில் அனைவரின் யோசனையும் பெறாமல் அனைவரின் எதிர்காலத்தையும் நிர்ணயிக்க முடியாது. பெரும்பாலோரின் வாழ்வுக்கும் சுதந்திரத்திற்கும் எஜமானர்களாகச் சிறுபான்மையினர்தான் இருக்கிறார்கள்.”

எல்லாருக்கும் வாக்குரிமை இருக்க வேண்டுமென்பது கரஸ்பாண்டிங் சொஸைட்டியின் முக்கிய கோரிக்கையாகும். சில வருடங்கள் வரை சொஸைட்டி வேலை செய்து கொண்டிருந்தது. ஆனால் பிரெஞ்சுப் புரட்சியால் கலவரமடைந்திருந்த பிரிட்டனின் ஆளும் வர்க்கம் சொஸைட்டியைச் சகித்துக் கொள்ளாமல் 1799ல் பாராளுமன்றத்தில் ‘கரஸ்பாண்டிங் சட்ட’த்தைச் செய்து சொஸைட்டியைத் தடை செய்துவிட்டது.

3. தொழிலாளர் கலகம் (கி.பி. 1813): பதினெட்டாம் நூற்றாண்டின் இறுதிவாக்கில் தொழிலாளருக்கு நல்ல சம்பளமும் கிடைத்துக் கொண்டிருந்தது. அவர்களுடைய வேலை நிலைமையும் சுமாராக இருந்தது. ஆனால் பத்தொன்பதாம் நூற்றாண்ட தொடங்கியதுமே சம்பள வெட்டும் வேலையில்லாத் திண்டாட்டமும் அதிகரித்தன. தொழிலாளரின் வேலையில்லாத் திண்டாட்டத்திற்குத் தொழிற்சாலைகளில் இயந்திரங்களை நுழைத்ததேகாரணமென்று தொழிலாளர்கள் எண்ணினர். அதன் விளைவாகத் தொழிலாளர்கள் ஒன்று சேர்ந்து இயந்திரங்களைத் சுக்கு நூறாக்கவாரம்பித்தனர். இயந்திரங்களை அழித்துவிடுவதாலேயே கடந்துபோன இன்பமயமான காலம் திரும்பி வந்துவிடுமென அவர்கள் நினைத்தனர். ஆனால் முதலாளிகள் தொழிலாளர்களுக்கு எதிராகக் கடுமையான சட்டங்களை இயற்றி 1813ல் டஜன் கணக்காகத் தொழிலாளர்களைத் தூக்கிலிட்டார்கள்.

வில்லியம் கோவேட் போன்ற சீர்திருத்தவாதிகள் தொழிலாளரின் அக்கருத்தைக் கண்டித்துப் பாராளுமன்றத் தேர்தலை மேலும் ஜனநாயகமுள்ளதாக்கி நாம் இக்குறையைக் களையலாம் என்றார்கள். நாம் அனைவருக்கும் வாக்குரிமை கோர வேண்டுமென்றார்கள். இந்த இயக்கமும் கொஞ்ச காலம் வரை மட்டுமே அனுமதிக்கப்பட்டது. 1819 ல் மான்செஸ்டர் நகரில் நடந்த தொழிலாளர் கலகத்தைச் சாக்காகக்

காட்டி அவர்களை அடக்குவதற்காகக் கடுமையான சட்டங்கள் செய்யப்பட்டன. சர் வால்டர் ஸ்காட் அன்றைய நிலைமை குறித்து எழுதியதாவது: "கிளாஸ்கோ நகரில் பகலில் போலீசாரும் இரவில் தீவிரவாதிகளும் அணிவகுத்துச் செல்கிறார்கள் ராணுவ பலத்தால் மட்டுமே மக்களை அடக்கியாண்டுக் கொண்டிருக்கிறார்கள்."

*1820*ல் போராட்டக்காரர்கள் ஸ்காட்லாந்தின் தெருக்களிலெல்லாம் சுவரொட்டிகள் ஒட்டினார்கள். அவற்றில் அனைவருக்கும் வாக்குரிமை அளிக்கும்வரை வேலைக்குப் போகக்கூடாதென்று கோரப்பட்டிருந்தது. தொழிலாளர்கள் பலரும் வேலைநிறுத்தம் செய்தார்கள். சிலர் ஆயுதமெடுத்துப் போராடினார்கள் வேறு சிலர் கைது செய்யப் பட்டார்கள். மற்றும் சிலர் ராணுவத்துடன் நடந்த கைகலப்பில் காயமடைந்தார்கள் ஆண்டிஹார்டியும், மற்ற இரு தலைவர்களும் தூக்கிலிடப்பட்டனர். இதே காலத்தில் ஸ்பென்சின் சீடர்கள் ஐவருக்கும் மரண தண்டனை விதிக்கப்பட்டது.

4. ராபர்ட் ஓவென் (கி.பி. 1771 - 1858)

(க) வாழ்க்கை: ராபர்ட் ஓவென் பணியாற்றத் தொடங்கு முன் *1820* வரை இங்கிலாந்தில் மேற்கூறிய நிலைமை இருந்தது. ஓவென் *1771*ல் வடக்கு வேல்ஸில் பிறந்தார் அவருடைய தந்தை இரும்புத் தொழிலாளி. அவர் படிப்பில் மிக அக்கறையுள்ள மாணவராக இருந்தாலும் அவருக்குப் படிப்பதற்குச் சரியான வாய்ப்பு கிடைக்கவில்லை. பத்து வயதில் அவர் ஒரு துணிக்கடையில் உதவியாளராகச் சேர்ந்தார். துணிக்கடைக்காரரிடம் பல நல்ல புத்தகங்கள் இருந்தன. ஓவென் அவற்றை நன்றாகப் பயன்படுத்திக்கொண்டார். அங்கே முதலில் வியாபாரம் கற்றுக்கொண்ட பின் அவர் சொந்தமாகவே வியாபாரம் ஆரம்பித்தார். அதில் அவருக்கு நல்ல லாபமும் கிடைத்தது. இருபத்தொன்பதாம் வயதில் ஓவென் மான்செஸ்டர் நகரிலிருந்து ஒரு பெரிய துணியாலைக்கு சூப்பிரண்டென்டாக நியமிக்கப்பட்டார். அவருடைய நிர்வாகத்தில் அத்தொழிற்சாலை மிக அபிவிருத்தி யடைந்தால், ஓவென் அதன் ஒரு பங்குதாரராகச் சேர்த்துக் கொள்ளப்பட்டார். ஒரு பயணத்தின்போது ஓவென் அவருடைய வருங்கால மனைவியான மிஸ் டெல்லைச் சந்தித்தார். அவளும் தன் தந்தையின் துணியாலையான 'நியூ லானார்க்' கை நிர்வகிக்க வருமாறு ஓவெனுக்கு அழைப்பு விடுத்தாள், கொஞ்ச காலத்திற்குப் பிறகு ஓவெனும் மற்ற பங்குதாரர்களும் அவ்வாலையையும் விலைக்கு வாங்கிக் கொண்டுவிட்டனர்.

மிஸ் டெல்லைத் திருமணம் செய்துகொண்டு அந்தத் துணியாலையையும் வாங்கிவிட்ட பிறகு ஓவென் பத்தொன்பதாம்

நூற்றாண்டின் முதல் நாளிலிருந்து (1800ஆம் ஆண்டு ஜனவரி முதல் நாள்) புதிய ஆலையின் சூப்பிரண்டென்டாக நியூலானார்க்கில் வேலை செய்யத் தொடங்கினார். அவ்வூரில் ஆயிரத்தி நானூறு தொழிலாளர் குடும்பங்களும், எத்தனையோ பிச்சைக்காரர் சிறுவர்களும் இருந்தனர். திருட்டு, குடிப்பழக்கம், அடிதடி இன்னபிற கெட்ட விஷயங்கள் ஆலைத் தொழிலாளர்களில் நிறைய இருந்தன. பெரும்பாலான குடும்பங்கள் ஒரேயொரு அறையில் சுகாதாரமற்ற சூழ்நிலையில் வாழ்ந்து கொண்டிருந்தன. சிறுவர்களும் பல மணி நேரம் வேலை செய்யவேண்டியிருந்தது. அதனால் அவர்களால் படிக்கவே முடியவில்லை.

ஓவென் மான்செஸ்டர் துணியாலையைத் திறம்பட நிர்வகித்தார். இங்கே அவர் தன்னுடைய தொழிலாளர்பாலும் கவனம் செலுத்தினார். அவர்கள் சுகாதார விதிகளைக் கச்சிதமாகப் பின்பற்றுமாறு தொழிலாளர்களைக் கட்டாயப்படுத்தினார். தொழிலாளர்கள் மலிவாகப் பண்டங்களை வாங்க பண்டக சாலைகளை அமைத்தார். அங்கே இருபது சதம் விலை மலிவாக இருந்தது. தொழிலாளருக்காக அவர் நல்ல வீடுகளைக் கட்டினார். வேலை உயர்வு தருவதற்காக ஓவென் எல்லாத் தொழிலாளர்களின் வேலைத்திறனைக் குறித்து வைத்தார். நொழிலாளியின் குடிப்பழக்கத்தைத் தடுத்து நிறுத்தினார். அவர்களின் குழந்தைகள் படிப்பதற்காகப் பள்ளிகளை ஏற்படுத்தினார். 1806ல் அமெரிக்காபருத்தி அனுப்புவதை நிறுத்திவிட்டது. ஆலையை மூடிவிட வேண்டி நேரிட்டது. அப்போதும் தொழிலாளருக்குச் சம்பளம் தந்து கொண்டிருந்தார். இக்காரணங்களால் நியூலானார்க்கின் தொழிலாளர்களில் ஒரு சிறப்பானமாற்றம் தென்படவாரம்பித்தது. துப்புரவு, சுகாதாரம், பகுத்தறிவு, குடிப்பழக்கம் இல்லாமை ஆகியவை அவர்களிடையே தெளிவாகத் தெரிந்தன.

அத்துடன் இச்சீர்திருத்தங்களால் ஆலை முதலாளிகளுக்கு நஷ்டத்திற்குப் பதில் லாபமே ஏற்பட்டது. இருப்பினும் ஓவென் திட்டங்களுக்கு மேலும் பணம் தேவைப்பட்டது. இதனால் மற்ற பங்குதாரர்கள் அதிருப்தியடைந்தார்கள். பழைய பங்குதாரர்களை மாற்றிப் புதிய பங்குதாரர்களைச் சேர்த்துக் கொண்ட பிறகும் நெருக்கடி அப்படியே நீடித்தது. கடைசியில் 1813ல் துணியாலை ஏலத்திற்கு வந்துவிட்டது. ஓவெனும் அவருடைய லட்சியத் தோழர்கள் சிலரும் சேர்ந்து 24 லட்சம் ரூபாய் செலுத்தி ஆலையை வாங்கினார்கள். 1816 ல் அவர் தனது கல்வித்திட்டத்தை முழுதாக அமல்படுத்தினார். பன்னிரண்டு ஆண்டுகள் 1828 வரை ஓவென் அங்கே பணியாற்றினார். அவர் மதம் குறித்துச் சொந்தக் கருத்துக்களை வெளியிட்டதால் அவருடைய மற்ற பங்குதாரர்களுக்கு அவர் மேல் கோபம் ஏற்பட்டது.

இருபத்தியெட்டு வருடங்கள் ஒரு தலைமுறைக் காலம் அங்கே பணியாற்றிய பிறகு கடைசியில் ஓவென் ஆலையைவிட்டு வெளியேற நேர்ந்தது.

ஓவெனின் திட்டம் குறித்து அக்காலத்திய அமெரிக்கப் பயணி ஒருவர் எழுதியதாவது: "உலகத்தின் வேறெந்தப் பகுதியிலுமுள்ள தொழிலாளிகளிடையே இத்தனை கட்டுப்பாடும் ஒழுங்கும் அமைதியும் மகிழ்ச்சியும் இல்லை."

(ங) கருத்துக்கள்: *1813*ஆம் ஆண்டுக்குப் பிறகு ஓவென் தன்னுடைய கருத்துக்களை வெளியிடத் தொடங்கினார். அவரே எழுதிய "Life of Robert Oven" *(1857)* என்ற நூலில் தமது எண்ணங்களை வெளிப்படுத்தியுள்ளார். "எல்லா உயிர்களின் முக்கிய தவிர்க்க முடியாத நோக்கம் மகிழ்ச்சியாகும். ஆனால் அம்மகிழ்ச்சி ஒரேயொரு மனிதனுக்காகச் சாதிக்க முடியாது." "மகிழ்ச்சியை உண்டாக்குவது மனிதனின் ஒரேயொரு இயல்பாகும்." உபயோககரமான வேலைகளைச் செய்வதே கடவுளைத் தொழுவதாகும். "மனிதன் பிறந்து, வளர்ந்து, வேலை செய்யும் சூழ்நிலையிலேயே அவனுடைய தனிச்சிறப்பு உருவாகிறது. மோசமான சூழ்நிலை கெட்ட மனிதனைத் தயார் செய்கிறது. நல்ல சூழ்நிலை நல்ல மனிதனைத் தோற்றுவிக்கிறது. "சிறந்த சூழ்நிலையை ஏற்படுத்துவதற்கு ஓவென் கீழ்க்காணும் விஷயங்களை வற்புறுத்தினார். *1)* எல்லோருக்கும் கட்டாயக் கல்வி அளிக்க வேண்டும் அக்கல்வி தனி நபருக்கும், சமுதாயத்திற்கும் பயன்படுவதாக இருக்க வேண்டும் *2)* செல்வம் செழித்திருக்க வேண்டும் *3)* வேலையில்லாத் திண்டாட்டம் பற்றிய அச்சம் இருக்கக்கூடாது.

"கி.பி. *1815-18*ஆம் வருடங்களுக்கிடையே ஓவென் தொழிலாளரின் பரிதாபகர நிலையை மாற்றுவதற்காகப் புதிய சட்டங்களை ஆக்கவேண்டுமென்னும் இயக்கத்திற்காகத் தனது பணத்தையும் சக்தியையும் அபாரமாகச் செலவிட்டார். மேற்கிந்தியத்தீவுகளில் வாழும் ஏழை நீக்ரோக்களின் அடிமைத்தனத்தைப் போலவே துணி வியாபாரமும் அவர்களுக்குக் கேடு பயப்பதேயாகும். பருத்தி வியாபாரம் நாசமாகப் போகட்டும். பருத்தி வியாபாரத்தையே சார்ந்திருப்பின் நம்நாட்டு அரசாட்சியும் கூட அழிந்து போகட்டும். பருத்தி வணிகம் நமது வாழ்வு பூராவையுமே அழித்துக் கொண்டிருக்கிறது!" என்று அவர் ஒரு சொற்பொழிவில் குறிப்பிட்டார்.

அடுத்த சில ஆண்டுகள் வரை ஓவென் தன் போராட்டத்தைத் தொடர்ந்தார். தொழிற்சாலைகளில் பன்னிரண்டு மணி நேர வேலையாக்க வேண்டுமென்றும் அதிலே ஒன்னரை மணி நேரம்

சாப்பாட்டுக்கு விட வேண்டுமென்றும் அவர் பாராளுமன்றத்தை வலியுறுத்தினார். பத்து வயதுக்குக் குறைந்த சிறுவர்களிடம் வேலை வாங்கக் கூடாது. பன்னிரண்டு வயது சிறுவர்களிடம் ஆறு மணி நேரத்திற்கு அதிகமாக வேலை வாங்கக் கூடாது. அவர்கள் படிப்பதற்குப் பள்ளிகள் திறக்க வேண்டும். 1819 ல் ஓவெனின் சில கோரிக்கைகளை ஏற்றுக்கொண்டு சட்டங்கள் செய்யப்பட்டன.

இயந்திரங்களைப் பயன்படுத்துவது குறித்தும் வளர்ந்து கொண்டிருந்த வறுமை குறித்தும் ஓவென் தன்னுடைய சொற்பொழிவு களிலும் கட்டுரைகளிலும் தெரிவித்ததாவது “இயந்திரங்களைப் பயன்படுத்துவதால் உலகில் செல்வம் பெருகிக் கொண்டிருக்கிறது. ஆனால் தொழிலாளர்கள் சம்பளம் குறைந்து கொண்டே இருக்கிறது.” தொழிலாளர்கள் தாம் உற்பத்தி செய்யும் பல பொருட்களைக் கையில் போதிய காசில்லாததால் வாங்க முடியாத நிலையில் உள்ளனர். இதனாலேயே கிடங்குகளில் சரக்குகள் குவிந்து கிடக்கின்றன. எந்த அளவுக்குப் பொருட்கள் உற்பத்தியாகின்றனவோ அந்த அளவுக்கு விநியோகமும் இருந்தால்தான் எல்லோருக்கும் வேலை கிடைக்க முடியும். பொருளாதார மந்த நிலையிலிருந்தும் வேலையில்லாத் திண்டாட்டத்திலிருந்தும் மக்கள் தப்பிக்க முடியும். ஆனால் தனியார் லாபத்திற்காகப் பொருட்கள் உற்பத்தி செய்யப்படும் வரை அப்பொருட்களை வாங்குவதற்குத் தொழிலாளர்கள் உற்பத்தி செய்த பணம் முழுதும் அவர்களிடம் செல்ல முடியாது. இதற்கான எவ்விதப் பரிகாரமும் நாம் தேடவில்லையென்றால் தொழிலாளர்கள் நிராசையடைந்து ஏதாவதொன்றைச் செய்ய முனைந்து விடுவார்கள். நாம் ஒரு கிடுகிடு பள்ளத்தின் ஓரத்தில் நின்றிருக்கிறோம். நாம் இப்போது விழிப்புடனிருக்கவில்லை என்றால் பயங்கர முடிவுதான் ஏற்படும். எவ்வளவு பரிதாபகரமான விசித்திரமான விஷயம் பாருங்கள். தொழிலாளர்கள் மிக அதிகமான செல்வத்தை உற்பத்தி செய்த ‘குற்றத்திற்காகப்’ பட்டினி கிடந்து செத்துக்கொண்டிருக்கிறார்கள். 1817 ஆம் ஆண்டு அதிக உற்பத்தியில் மிகக் கடுமையான பொருளாதார மந்த நிலை ஏற்பட்டபோது ஓவென் மேற்கண்ட கருத்துக்களை வெளியிட்டார்.

எல்லாத் துன்பங்களிலிருந்தும் விடுபடப் பொதுவுடைமை ஒன்றே மருந்தென்றார் ஓவென். ஆனால் பொதுவுடைமை அமைப்பை நிதானமாகக் கொண்டு வரவேண்டுமென்றார் அவர். துவக்கத்தில் கிராமங்களில் வேலையில்லாதோரின் ஒத்துழைப்பைக் கொண்டு, அவர்களை ஒன்றுபடுத்தி இதைக் கொண்டு வர வேண்டும். இக்கிராமங்களில் ஆயிரத்திலிருந்து ஆயிரத்தி ஐந்நூறு ஏக்கர் நிலம் இருக்க வேண்டும். ஐந்நூறிலிருந்து ஆயிரம் பேர் இருக்க வேண்டும்.

அவர்கள் விவசாயத்திலும் தொழில்களிலும் ஈடுபடவேண்டும் பொதுவுணவு விடுதியும் ஓய்வு விடுதியும் நூல் நிலையமும் பள்ளிக்கூடமும் இருக்க வேண்டும். இப்படிப்பட்டதொரு கற்பனைச் சமுதாயத்தை அவர் சித்திரித்தார். ஆனால் ஓவென் மற்ற கற்பனாவாதா சோஷலிஸ்டுகளைவிட நடைமுறைக்கருகில் இருந்தார். ஓவெனின் பொதுவுடைமைத் திட்டம் மதத் தலைவர்களாலும் கூட எதிர்க்கப்பட்டது. இதனால் முதலாளித்துவ அரசியல்வாதிகள் மட்டுமல்லாமல் மதத் தலைவர்களும் கூடத் தன்னுடைய பொதுவுடைமைத் திட்டத்தை எதிர்ப்பவர்களே என்பது ஓவெனுக்குத் தெரிந்துவிட்டது. 1817 ஆகஸ்டில் நடந்த ஒரு பொதுக்கூட்டத்தில் அவர் எல்லா மதங்களும் மக்களை ஏமாற்றுபவையே என்று மதங்களைக் கண்டித்துப் பேசினார். மதங்கள் மனித இனத்தை உண்மையான மகிழ்ச்சியை அறிந்து கொள்ளாமல் தடுக்கின்றன என்றார் அவர். இதனால் மத்திய தர வர்க்க ஆதரவாளர்களின் அனுதாபத்தை ஓவென் இழந்துவிட்டார்.

பொதுவுடைமையின் வலிமையையும் அதன் எதிரிகளின் சக்தியையும் நன்கு உணர்ந்திருந்து ஓவென் கற்பனா உலகத்தில் அலைந்து கொண்டிருந்தார். 1819ல் அவர் "தொழிலாளருக்கு அறைகூவலில்" (Address to the Workmen) தொழிலாளர்களை வறுமையிலிருந்தும் கல்லாமையிலிருந்தும் விடுதலை செய்ய வேண்டுமென்றால், அவர்கள் ஆளும் வர்க்கத்தைப் பகைப்பதும் வன்முறையையும் விட்டுவிட வேண்டுமென்று கூறினார். இங்கே காந்திஜியின் ஆன்மா பேசுவதுபோல் தெரிகிறது. ஓவென் கொடுமைகளைச் சகித்து சகித்துக் கொந்தளித்துக் கொண்டிருந்த தொழிலாளி வர்க்கத்தைச் சாந்தப்படுத்த பணக்காரர்களும் ஏழைகளும் ஆள்வோரும் ஆளப்படுவோரும் அனைவரும் சமமானவர்களே என்று சொன்னார். உழைப்பாளி வர்க்கத்தை அடிமைப்படுத்த வேண்டுமென்பது உயர்வர்க்கத்தாரின் நோக்கமல்லவாம்! மனித உழைப்பே விலையின் அளவென்று அவர் கூறினார்.

1821 ஆம் ஆண்டில் ஓவென் "சமுதாய அமைப்பு" ("Social system") என்னும் நூலை எழுதினார். அதில் அவர் எல்லா விதச் சொத்துரிமை யையும் எதிர்த்துப் பொதுவுடைமையை வலியுறுத்தினார். முதலாளித்துவப் பொருளாதார நிபுணர்களை விமர்சித்து அவர் எழுதியதாவது: அவர்கள் பணம் சேர்ப்பதே சமுதாயத்தின் முக்கிய நோக்கமென்கிறார்கள். அவர்களின் பார்வைக்கு மனிதன் ஒரு உயிரற்ற இயந்திரமேயாகும். அவர்கள் புகழ்ந்து பாடும் தனியார் துறையும் வியாபாரப் போட்டியும் உழைப்பைச் சிறுமைப்படுத்திவிட்டன. பங்கீட்டுப் பிரச்சினை சமுதாயத்தில் கடுமையான பிரச்சினையாகும். இதைத் தீர்த்து வைப்பதில் அவர்கள் தோற்றுவிட்டார்கள்.

ஓவெனின் கருத்துக்கள் கற்பனாவாதக் கருத்துக்களாகிவிட்டன என்பதை முன்னமேயே கூறினோம். அவற்றை அமலுக்குக் கொண்டுவர வேண்டுமென்று அவருக்கு பேரவா இருந்தது. கி.பி. 1824ல் அவர் முப்பதாயிரம் பவுண்டுகள் செலவிட்டு அமெரிக்காவில் (ஹார்மனி, இண்டியானா) முப்பதாயிரம் ஏக்கர் நிலத்தை வாங்கினார். 'புதிய ஹார்மனி' என்னும் பெயரில் ஒரு பொதுவுடைமை மையத்தை அங்கே ஏற்படுத்தினார். அதைத் திறந்து வைத்து ஓவென் பேசியதாவது:

"நான் ஒரு முற்றும் புதியதான சமுதாய அமைப்பைத் துவக்குவதற்காக இந்நாட்டிற்கு வந்திருக்கிறேன். அஞ்ஞானமும், சுயநலமும் கொண்ட அமைப்பு ஒழிய வேண்டும், அதன் இடத்தில் அறிவுசார் சமுதாய அமைப்பு தோன்ற வேண்டும் அது எல்லார் நலன்களையும் ஒன்றுபடுத்தித் தனிநபர்களின் அர்த்தமற்ற போட்டியை ஒழித்துவிட வேண்டும் என்று நான் விரும்புகிறேன்."

ஆனால் மூன்றாண்டுக் காலம் பெருமுயற்சி செய்த பிறகும் ஓவெனின் திட்டம் தோல்வியுற்றுவிட்டது. இதில் அவருடைய சொந்தப் பணம் எவ்வளவோ நாசமாகிவிட்டது. ஓவெனின் ஒரு சீடர் 1825ல் கிளாஸ்கோ நகரருகில் ஒபிஸ்டனில் இதேபோன்ற இன்னொரு திட்டத்தை அமலாக்கினார். அதுவும் தோல்வியே கண்டது. இப்படிப்பட்ட பல தோல்விகளைக் கண்ட பிறகும் கற்பனாவாத சோஷலிஸ்டுகள் ஒரு பாடத்தையும் கற்றுக் கொள்ளவில்லை. 1840 ஆம் வருடத்திற்குப் ஃபூரியேவும், அவரது சீடர்களும் இது போன்ற பல முயற்சிகள் செய்தும் வெற்றியடையவில்லை என்பதை ஏற்கெனவே கூறியுள்ளோம். இன்றும் கூட முதலாளித்துவ அமைப்பிற்குள் இப்படிப்பட்ட முயற்சிகள் நடைபெற்றுக் கொண்டே இருக்கின்றன. அவை தோல்வியடைந்து கொண்டே இருக்கின்றன. பொதுவுடைமையை எதிர்காலத் திட்டமில்லாமலோ, அவசரத்திலோ கொண்டு வந்து விட முடியாது.

கூட்டுறவுச் சங்கங்களும், தொழிலாளர் சங்கங்களும் அக்காலத்தில் ஆங்காங்கே அமைந்திருந்தன. இச்சங்கங்களின் வேலைகளை ஏன் இணைத்துவிடக் கூடாதென்று ஓவென் சிந்தித்தார். 1833ல் லண்டன் நகரில் கூட்டுறவுச் சங்கங்கள் தொழிலாளர் சங்கங்கள் ஆகியவற்றின் கூட்டு மாநாடு நடத்தப்பட்டது. தொழிலாளர்கள் கூட்டுறவின் முக்கியத்துவத்தை ஆறு மாதங்களுக்குள் உணர்ந்து கொள்வார்கள் என்று ஓவென் தெரிவித்தார்.

ஓவென் தொழிலாளர்களைத் திரட்டுவதற்கு நீண்டகாலம் பெரு முயற்சி செய்தார். இங்கிலாந்தில் சீர்திருத்தச் சட்டங்கள் அமலுக்கு

வந்துவிட்டன. ஆட்சியில் நிலப்பிரவுத்துவச் சக்தி மறைந்து தொழில் முதலாளிகள் கை ஓங்கிவிட்டது. தொழிலாளர், முதலாளிகளுடன் ஒத்துழைக்காதிருந்தால் முதலாளிகள் அம்முயற்சியில் வெற்றி யடைந்திருக்க மாட்டார்கள். இதனால் தொழிலாளருக்கு ஏற்பட்ட லாபம் என்னவெனில், அவர்கள் தம்முடைய வலிமையை ஓரளவுக்கு உணர்ந்துகொண்டனர். அவர்கள் சம்பள உயர்வு, வேலை நேரக்குறைப்பு போன்ற சாதாரண கோரிக்கைகளுக்காக முயற்சித்ததுடன் அரசியலதிகாரம் பெறுவதற்காகவும் முயன்றனர். 1933 அக்டோபரில் "பயனியர்" என்னும் தொழிற்சங்கப் பத்திரிகையில் எழுதப்பட்ட தலையங்கத்தில் "இப்போது நாம் செல்வத் செழிப்பிற்குப் பாதை அமைத்துவிட்டோம்... துன்பங்களும் நம்மை நெருங்கி வந்து கொண்டிருக்கின்றன... போராட்டத்தின் பிரதிபலிப்பு எல்லோரிலும் சமமாகத் தெரியப்போகிறது. தன்னுடைய கடமையாற்றாதவன் இகழ்ச்சிக்குரியவனாவான். அன்பு உயர்ந்ததா, மூலதனம் உயர்ந்ததா என்பது தீர்மானிக்கப்பட வேண்டியுள்ளது" என்று எழுதப்பட்டது.

தொழிலாளர்கள் தமது ஸ்தாபனத்தை வலுப்படுத்திக் கொண்டனர். 1833-34ல் எட்டு லட்சம் தொழிலாளர் சங்கத்தில் உறுப்பினர்களானார்கள். பொதுவேலை நிறுத்தங்களும் பெருகின. அவற்றில் தொழிலாளரும் பெரும் எண்ணிக்கையில் பங்கெடுக்க வாரம்பித்தனர். என்றாலும் அவர்கள் ஓவெனின் பல நடைமுறைக் கொவ்வாத திட்டங்களில் நம்பிக்கை வைக்கவில்லை. அவர்கள் வேலைநிறுத்தத்தை எவ்வாறு கருதிக் கொண்டிருந்தனர் என்பதற்கு 1833 அக்டோபரில் கிளாஸ்கோவில் நடந்த ஒரு தொழிலாளர் கூட்டத்தில் வெளியிடப்பட்ட கருத்துக்கள் சான்றாகும்.

"வேலை நிறுத்ததின்போது கலகம் ஒன்றும் ஏற்படாது. இது ஒரு அமைதியான எதிர்ப்பாக இருக்கும். தொழிலாளர்கள் வேலைக்குப் போகமாட்டார்கள். அவ்வளவுதான். தொழிலாளர்களை அவர்களுடைய விருப்பத்திற்கு மாறாக வேலை செய்யச் சொல்லி நிர்ப்பந்திக்கக்கூடிய எவ்விதச் சட்டமும் இருக்க முடியாது. அவர்கள் கைகளைக் கட்டிக்கொண்டு பாதைகளில் திரிந்துகொண்டிருக்கலாம். அவர்கள் எந்த வித ஆயுதங்களையும் வைத்திருக்க மாட்டார்கள். தொழிலாளர்கள் தடைச் சட்டத்தை அமலாக்கும் வகையில் கூட்டம் சேர மாட்டார்கள் அவர்கள் கையில் காசிருக்கும் வரை ஒரு வாரமோ ஒரு மாதமோ வேலைக்குச் செல்லாமல் இருந்துவிட வேண்டும். இதன் விளைவு என்னவாகும்? முதலாளிகளின் 'செக்' குகள் பணமாகாமல் திரும்பிவரும். 'கெஜட்'டில் திவாலானவர்களின் பட்டியல் பெரிதாகும். முதலீட்டுப் பணம் நாசமாகும். வரிகள் வசூலாகா.

அரசாங்க அமைப்பு அல்லோகல்லோலமாகும். பணக்காரர்களின் சுரண்டலை எதிர்த்து ஏழைகளின் இந்த அமைதியான இயக்கத்தால், சமுதாயத்தைப் பிணைத்திருக்கும் அடிமைத்தளைகள் எல்லாம் அறுந்து வீழும்.'' (Glasgow Liberator) (Trade union gazette).

ஓவெனுக்கு இந்த முறை பிடிக்கவில்லை. தொழிலாளிகள் முதலாளிகள் ஆகியோரின் ஒற்றுமையில்தான் நாட்டின் விடுதலை பொதிந்துள்ளதென்று அவர் நம்பினார். முதலாளிகளும் உற்பத்தியாளர்களே, ஆகையால் அவர்களையும் நம்மோடு இணைத்துக் கொள்ள முயற்சிக்க வேண்டுமென்று அவர் வற்புறுத்தினார். இதைக் கருத்தில் கொண்டு அவர் 1833 நவம்பரில் ''தேசிய மறுமலர்ச்சிக் கழக''த்தைத் துவக்கினார். அதில் தொழிலாளர் முதலாளிகள் இருசாராரையும் இணைக்க முயன்றார். ஆனால் ஓவென் காலத்தைப் பின்னுக்குத் தள்ள முயன்று கொண்டிருந்தார். அக்காலத்தில் தொழிலாளர் முதலாளிகளின் நலன்களும்தொடர்புகளும் மிகத் தொலைவுக்குப் பிரந்துவிட்டிருந்தன. இதனால் அவர்கள் இருவரையும் ஒன்றாக இணைக்க முடியாத நிலைமை. ஓவெனோ அல்லது மற்றெந்தத் தலைவரோ ஒரேயொரு வர்க்கத்தின் நலனை மட்டுமே ஆதரிக்கமுடியும். ஓவெனை எதிர்த்து வேறு சில குழுக்களும் தோன்றின. அவை வர்க்கப் போராட்டத்தைத் தவிர்க்க முடியாததென்று கூறிப் பொதுவேலை நிறுத்தத்தை முதன்மைப்படுத்தின. ஓவெனும் அவரது சீடர்களும் தமது 'சமரஸ சித்தாந்த'த்தைக் கெட்டியாகப் பிடித்திருந்தனர். இந்தத் தகராறினால் தொழிற்சங்கங்கள் பலவீனமடைந்தன. பொதுவேலை நிறுத்தம் நடைபெறவில்லை. ஓவெனுடைய புகழும் மங்கிவிட்டது. தனிநபர் சமுதாயத்திலிருந்து தோன்றியவன் என்று கூறிக் கொண்டிருந்த ஓவென், இப்போதைய நிலைமையிலிருந்து எதையும் கற்றுக்கொள்ளத் தயாராயில்லை. ஒரு சிலரைத் தன்னுடன் வைத்துக்கொண்டு அவர் வர்க்க சக்தி, வர்க் சமரஸம் மன மாற்றம் போன்ற பழந்தத்துவங்களையே பிரசாரம் செய்து கொண்டிருந்தார். இங்கிலாந்தில் 'சார்ட்டிஸ்ட் இயக்கம்' தோன்றியது. 1848ல் பிரெஞ்சுப் புரட்சி ஏற்பட்டது. 1858ல் இந்தியாவில் முதல் சுதந்திரப் போர் (சிப்பாய்க்கலகம்) நடந்தது. மார்க்ஸும், ஏங்கெல்ஸும் விஞ்ஞான பூர்வமான ''கம்யூனிஸ்ட் அறிக்கை'' வெளியிட்டதுடன் அதை அமலாக்கவும் முயற்சிகள் தொடங்கிவிட்டன. ஆனால் ஓவெனின் மனவளர்ச்சி முப்பதாண்டுகளுக்கு முன்பே நின்றுவிட்டது. 1863ல் ஓவென் தனது 86ஆம் வயதில் கிரேட் பிரிட்டனின் சமூக விஞ்ஞானக் கழகத்தில் தண்டனை முறை இல்லாமல் ஆளப்படும் மனிதஇனம் என்பது குறித்து ஒருகட்டுரை

படித்தார். அடுத்தாண்டுகூட அதே கழகத்தில் லிவர்ஃபூலில் மற்றொரு கட்டுரை வாசிக்கச் சென்று கொண்டிருந்தபோது ஓவென்கீழே விழுந்து காயமடைந்து தனது சொந்த ஊரான நியூட்டனில் காலமானார்.

5. சார்ட்டிஸ்ட் இயக்கம் கி.பி. 1837-54

(க) வேலையில்லாத் திண்டாட்டமும் கலகமும்: இங்கிலாந்துத் தொழிலாளர் வர்க்கம் இனி ஏமாற்று வார்த்தைகளால் மோசம் போகத் தயாராயில்லை என்பது ராபர் ஓவெனின் வாழ்க்கையிலிருந்து நமக்குத் தெரிகிறது. சீர்திருத்தச் சட்டம் செய்யப்பட்ட இரண்டு வருடங்களுக்கு முன் 1830ல் ஒரு பெரிய பொருளாதார நெருக்கடி ஏற்பட்டது. தொழிலாளருடன் விவசாயிகளின் நிலைமையும் மிகவும் மோசமாகிவிட்டது. அத்துடன் செம்மறியாடுகளில் தொத்து நோய் பரவி இருபது லட்சம் செம்மறியாடுகள் மடிந்துவிட்டன. இதே காலத்தில் விவசாயத்தில் இயந்திரங்கள் புகுத்தப்பட்டதால் விவசாயத் தொழிலாளர்களிடையேயும் வேலையில்லாத் திண்டாட்டம் அதிகரித்தது. அவர்கள் ஆகஸ்ட் மாதத்தில் ‘கேண்ட்’ பிரதேசத்தில் அவ்வியிந்திரங்களை நாசமாக்கத் தொடங்கியதும் கலகம் தோன்றிவிட்டது. அந்த இயக்கம் அழிவுத்தன்மை மட்டும் கொண்டிருக்கவில்லை. அத்துடன் கலகக்காரர்களிடம் ஒரு சமூகத் திட்டமும் இருந்தது அக்காலத்தில் ஒரு பத்திரிகை எழுதியதாவது:

“நாம் இந்த வருடம் விவசாய இயந்திரங்களை அழிப்போம். அடுத்த வருடம் நாம் நபர்களைத் தாக்குவோம். மூன்றாம் ஆண்டு அரசியல்வாதிகளுடன் போர் துவக்குவோம்.”

அப்போது ரெயில் பாதைகள் இங்கிலாந்தில் விரைவாகப் போடப்பட்டுவந்தன. இதனால் தூரங்கள் நெருங்கி வந்துவிட்டன. 1823ல் ஸ்டாக்டன் டார்லிண்டன் ரெயில் பாதை திறக்கப்பட்டது. 1829ல் மான்செஸ்டர் லிவர்ஃபூலுடன் (துறைமுகத்துடன்) இணைக்கப்பட்டது ரெயில்கள் சரக்குப் போக்குவரத்துக்கு மட்டுமே பயன்படுமென்றும் பயணத்திற்குக் குதிரை சாராட்டு வண்டிகளே சிறந்தவையாக இருக்குமென்றும் முதலில் கருதினார்கள். ஆனால் இக்கருத்து தவறானதென்பது நிரூபணமாகிவிட்டது. தூரத்தை அழித்துவிடட் இப்புதிய கண்டுபிடிப்பு எண்ணங்களையும் கூட ஓரிடத்திலிருந்து மற்றோரிடத்திற்கு வேகமாகச் சேர்க்கத் தொடங்கிற்று. கிளர்ச்சிக் காரர்கள் குறைந்த செலவிலேயும் குறைந்த காலத்திலேயும் நாட்டில் பயணம் செய்யவாரம்பித்தார்கள். 1834-36ஆம்ஆண்டுகளில் புதிய ரெயில் பாதைகளைப் போட ஏழுகோடி பவுண்டுகள் ஒதுக்கப்பட்டத்திலிருந்தே ரெயில் விஸ்தரிப்புக்கிருந்த முக்கியத்துவத்தை உணரலாம்.

1839 மார்ச் மாதத்தில் நடந்த சார்ட்டிஸ்ட் மாநாட்டிற்காகத் தயாரிக்கப்பட்ட கீழ்க்காணும் அறிக்கையிலிருந்து அன்றைய பிரிட்டிஷ் தொழிலாளர் நிலைமையைத் தெரிந்து கொள்ளலாம்.

"நான் சென்ற தொழிலாளர் பிரதேசங்களிலெல்லாம் வறுமையும் பட்டினியுமே தாண்டவமாடிக்கொண்டிருந்தன. 'லீக்' நகரில் தொழிலாளரின் வறுமை மனிதனால் பொறுக்க முடியாத அளவுக்குப் பெருகிவிட்டிருந்ததைப் பார்த்தேன். ஒரு நாளில் பதினைந்து மணிநேரம் உழைத்தாலும் வாரத்திற்கு ஏழு அல்லது எட்டு ஷில்லிங்குகளே கூலியாகக் கிடைக்கின்றன என்று பல தொழிலாளர்கள் முறையிட்டதைக் கேட்டேன். அவர்கள் கடுமையான சொற்களைப் பேசுவதில் எனக்கு வியப்பேற்படவில்லை. ஆனால் அவர்கள் இன்னும் எப்படிப் பொறுமையாக இருக்கிறார்கள் என்பதே எனக்கு ஆச்சரியமாக இருக்கிறது. சீக்கிரத்தில் அவர்களுக்கு ஏதாவதொரு நிவாரணம் அளிக்கப்படவில்லையானால், நிலைமை கட்டுக்கடங்காமல் போய்விடுமென்பதை எச்சரிக்காமல் என்னால் இருக்க முடியாது. ஆளும் வர்க்கம் எவ்வளவுதான் முயற்சித்துத் தொழிலாளர்களை அமைதியாக வைக்கப்பாடுபட்டாலும் அவர்களால் இனி முடியப்போவதில்லை. நான் அந்தத் தொழிலாளர் பகுதிகளுக்கும் செல்லட்டுமா அல்லது உங்களிடம் வரட்டுமா? நான் அவர்களுக்கு அமைதி காக்க உபதேசிக்கட்டுமா? ஆனால் அம்முயற்சி தோல்விதான் அடையும் என்றுநான் அஞ்சுகிறேன்." 'பட்டினியால் சாவதைக் காட்டிலும் வாளால் கொல்லப்பட்டுச் சாவது எவ்வளவோ மேல்' என்று அத்தொழிலாளர்கள் கூறுகிறார்கள்.

1831ல் தொழிலாளர் வர்க்கம் தமக்காக ஒரு அரசியல் அமைப்பைத் 'தொழிலாளர் வர்க்கத் தேசீயச் சங்கம்' என்ற பெயரில் நிறுவினார்கள். இது பல்வேறு தொழிற்சங்கங்களை அடிப்படையாகக் கொண்டு அமைந்தது. இச்சங்கமும், ஏழைகளின் பாதுகாவலன் என்னும் அமைப்பும் மக்களை விழிப்படையச் செய்வதில் பெரும் பங்காற்றின. தொழிலாளர் இயக்கம் முன்னேறி வர்க்கப் போராட்டமும் பொதுவேலைநிறுத்தமும் ஏற்பட்டதைக் கண்டு ஓவென் எவ்வாறு அஞ்சினார் என்பதைக் குறிப்பிட்டோம். சார்ட்டிஸ்ட் இயக்கத்தின் பல முக்கிய தலைவர்கள் ஓவனின் சீடர்களேயாவர். ஆனால் பொருளாதார அரசியல் துறைகளில் மக்களின் கூட்டுப் போராட்டத்தை ஓவென் எதிர்த்தாலும் அவரது சீடர்கள் மட்டும் ஆதரித்து வந்தனர். தொழிலாளர்கள் தீவிரக் கருத்துக்களைப் புதிய எண்ணங்களைக் கேட்கவும், படிக்கவும் ஆவல் கொண்டிருந்தனர். அவர்கள் தமது பிரச்சினைகளை விவாதித்தனர். இதை கவனித்த அரசாங்கம் பத்திரிகைகள் மீதும் காகிதம் மீதும் வரி விதித்துப் புத்தகங்களின்

பத்திரிகைகளின் விலை உயரும்படி செய்துவிட்டது. ஆனால் இதனாலெல்லாம் பாய்ந்து வரும் வெள்ளத்திற்கு அணை போட முடியுமா? தொழிலாளர்கள் சட்ட விரோதமாகவும் ரகசியமாகவும் புத்தகங்களையும் பத்திரிகைகளையும் அச்சிட்டு வினியோகித்தார். இதற்காக எவராவது தண்டிக்கப்பட்டால் அவர்களுக்கு உதவிபுரிய 'பாதிக்கப்பட்டோர் நிதி' ஆரம்பிக்கப்பட்டது. பத்திரிகைகளிலும், கடிதங்களிலும் மட்டுமல்லாமல் கைக்குட்டைகளிலும் கூடப் புரட்சி முழக்கங்கள் பரப்பப்பட்டன. 1836ல் பத்திரிகைத் தடைச்சட்டம் விலக்கிக் கொள்ளப்பட்டது. அதற்குமுன் ஐந்நூறு ஊழியர்கள் அதை எதிர்த்து சிறை புகுந்தார்கள்.

(ங) சார்ட்டர் (உரிமைச் சாஸனம்): *1836 ஜுனில் லண்டன் தொழிலாளர் சங்கம் அமைக்கப்பட்டது. ஓவெனின் மிதவாதக் கருத்துக்களுடன் இது ஆரம்பிக்கப்பட்டாலும் சூழ்நிலை அதைத் தீவிரமாக முன்னேறும்படி செய்தது. 1837ல் நாட்டில் மீண்டும் பொருளாதார மந்தநிலை தோன்றியது. வேலையில்லாத் திண்டாட்டம் அதிகரித்தது. அதனால் பாராளுமன்றத்தில் மீண்டும் சீர்திருத்தத்திற்கான கோரிக்கை விடுக்கப்பட்டது. 1837 பிப்ரவரியில் தொழிலாளர் சங்கம் ஆறு கோரிக்கைகளுடன் கூடிய ஒரு விண்ணப்பப் பத்திரத்தைத் தயாரித்தது. இக்கோரிக்கைகளே பின்னால் 'சார்ட்டர்' இயக்கம்' என்றழைத்தார்கள். அந்த ஆறு கோரிக்கைகள் வருமாறு:*

1. வயதானோர் வாக்குரிமை
2. ஆண்டுக்கொருமுறை பாராளுமன்றக் கூட்டம்
3. ரகசிய வாக்கெடுப்பு முறை
4. பாராளுமன்ற உறுப்பினர்களுக்குச் சம்பளம்
5. வாக்குரிமைக்கு சொத்துரிமை ஒழிப்பு
6. பொதுத் தொகுதிகள்

(ச) சார்ட்டிஸ்ட் தலைவர்கள்

1. வில்லியம் லோவேட் (கி.பி. 1800-77): *வில்லியம் லோவேட் என்னும் ஒரு தச்சுத் தொழிலாளி சார்ட்டரின் மசோதாவைத் தயாரித்தார். லோவேட் பத்து வருடங்களாகத் தொழிலாளர் இயக்கத்தில் பங்கெடுத்துக்கொண்டிருந்தார். இவ்வியக்கம் இங்கிலாந்தில் மிகப்பெரும் சலசலப்பை ஏற்படுத்திற்று. 1838 மே மாதத்தில் ரீடிஸ் நகரில் நடந்த சார்ட்டிஸ்ட் பொதுக்கூட்டத்தில் இரண்டரை லட்சம் தொழிலாளர்கள் திரண்டனர். சார்ட்டிஸ்ட் இயக்கத்தின் பின்னால் நிலவிய கருத்தைக் கவனியுங்கள். ஜோஸப்ரேனர் ஸ்டீஃபென்ஸ் என்னும் பாதிரியார் ஒரு கூட்டத்தில் பேசினார். "தொழிற்சாலைகளின்*

ஒவ்வொரு கருங்கல்லிலும், செங்கல்லிலும் மில் முதலாளிகளின் கொடுமைகள் தொழிலாளரின் ரத்தத்தால் எழுதப்பட்டுள்ளன."

"இந்த அரசியல் அடிமைத்தனத்திலிருந்து நாம் எப்படி விடுதலை பெறலாம்? தீவிரவாதத் தலைவர்களையோ மிதவாதத் தலைவர்களையோ அக்கிரமப் பேர்வழிகளான கன்ஸர்வேட்டிவ் களையோ நம்பி நாம் விடுதலை பெற முடியாது. அதற்குப் பதிலாக நாம் நமது வலிமையையும் நமது கோரிக்கைகளின் நியாயத்தையும் நம்பியே விடுதலையைப் பெற முடியும்."

2. ஹென்றி ஹேத்ரிண்டன் (கி.பி. 1792-1842): ஹென்றி ஒரு அச்சுத் தொழிலாளியும் பத்திரிகைச் சுதந்திரத்தை ஆதரித்தவருமாவார். பலமுறை சிறை சென்றவரும் பரந்த உள்ளம் படைத்தவருமான ஹென்றி கூறியதாவது:

"மக்கள் ஆழ்ந்த நம்பிக்கை கொண்டுள்ள சர்வ வல்லமை படைத்த கடவுளை நான் ஒப்புக்கொள்ளவில்லை என்பதை உறுதியாக அறிவிக்கிறேன். மரணம் நீண்ட உறக்கமென்பது என்னுடைய கருத்தாகும். புரோகிதர்களும், மூட நம்பிக்கைகளும் மனிதனின் முன்னேற்றப் பாதையில் தடைக்கற்கள் என்று நான் நினைக்கிறேன். இந்தச் சுயநல அமைப்பே எல்லாரையும் அடிமைகளாகவும் ஏமாற்றுக்காரர்களாகவும் குற்றவாளிகளாகவும் தயார் செய்கிறது. உற்பத்திச் சாதனங்களான நிலமும், இயந்திரங்களும் உழைப்பால் விளைவும் செல்வமும் ஒரு சில சோம்பேறிகளின் கையிலிருக்கும் வரையிலும் செல்வத்தை உண்டாக்கும் பாட்டாளிகளிடம் வெறும் உழைப்பு மட்டுமே இருக்கும் வரையிலும் முடிவில்லா இன்றைய துயரம் தவிர்க்க முடியாதது."

(ச) சார்ட்டர் சங்கத்தின் அறிக்கை: சார்ட்டர் சங்கம் சார்ட்டருடன் (உரிமைச் சாஸனம்) கீழ்க்கண்ட அறிக்கையும் வெளியிட்டது:

லண்டன் மே எட்டாம் தேதி 1838

"சகோதரர்களே! மக்களால் தேர்ந்தெடுக்கப்பட்ட பிரதிநிதிகளின் அரசே உண்மையான அரசாகவும் நீதியான அரசியல் அமைப்பாகவும் இருக்க முடியுமென்பது எங்களுடைய கருத்தாகும். அதுவே நல்ல சட்டத்தின் அடிப்படையாகும். வேறெந்த வழிகளில் அமைந்த அரசானாலும் அது சர்வாதிகாரத்தை நோக்கியே நடைபோடுமென்பது பச்சை உண்மையாகும். அவ்வரசு வர்க்க ஏற்றத்தாழ்வுகளையும் பணத்தின் செல்வாக்கையும், ஏழ்மையையும் துயரத்தையும் வளர்க்கும். இந்த சார்ட்டரை வாக்காளர்கள் தேர்தலில் போட்டியிடும் வேட்பாளர்களால் ஒப்புக்கொள்ளச் செய்வார்களென்றும் இதை நாடு

முழுதும் பரப்புவார்களென்றும் அதைப்பற்றி விவாதிப்பார்களென்றும் இதை இங்கிலாந்தின் சட்டமாக்குவார்களென்றும் நாங்கள் நம்புகிறோம்.”

ஜேம்ஸ் ஓப்ராயன் (கி.பி. 1805-64): சார்ட்டிஸ்ட் தலைவர்களுள் ஒருவரான ஜேம்ஸ் ப்ரோண்டேரே ஓப்ராயன் தன்னைக் குறித்து எழுதியதாவது: “என்னுடைய நண்பர்கள் சட்டக்கல்வி பயிலுவதற்கு என்னை அனுப்பினார்கள். ஆனால் நான் தீவிர சீர்திருத்தங்களுக்கான இயக்கத்தில் சேர்ந்துவிட்டேன். சில காலம் வரை நான் இரண்டையும் கவனித்துக் கொண்டிருந்தேன். ஆனால் சட்டம் வெறும் கற்பனை என்பதையும் கேடு விளைவிப்பது என்பதையும், தீவிர சீர்திருத்தங்கள் உண்மையானவை. அவசியமானவை என்பதையும் நான் விரைவிலேயே தெரிந்து கொண்டேன்.”

“சர்வ ஜன வாக்குரிமையால் தரிசாகப் போடப்பட்டுள்ள நிலங்கள் மேல் உரிமை உங்களுக்குக் கிடைக்கும். இது நாட்டின் செல்வத்தின் மேலான உரிமையாகும். இவ்வுரிமையைக் கொண்டு தேசீய வங்கியை நிறுவலாம். இது தரிசாகக் கிடக்கும் மூன்று கோடி ஏக்கர் நிலத்தின் மேல் உரிமை பெறுவதாகும். (The Northern Star அக்டோபர் 13. 1838)

(ட)சார்டிஸ்ட் கூட்டங்களும் மாநாடுகளும்: 1939 மே மாதம் 21ந் தேதி கிளாஸ்கோ நகரில் இரண்டரை லட்சம் பேர் பங்கெடுத்துக் கொண்ட பொதுக்கூட்டத்தில் சார்ட்டிஸ்ட் இயக்கம் ஆரம்பமாயிற்று. அன்று தொழிலாளர்களின் ஒருமாபெரும் ஊர்வலமும் நடந்தது. ஆறு வரிசைகளில் ஊல்வலத்தினர் வேகமாக நடந்து கொண்டிருந்தாலும் ஒரு குறிப்பிட்ட இடத்தைக் கடக்க ஒன்னரை மணி நேரம் பிடித்தது. பல்வேறு தொழில்களைச் சேர்ந்த தொழிலாளர்கள் தத்தமது கொடிகளையேந்தி ஊர்வலத்தில கலந்து கொண்டனர். நியூகாஸலில் எண்பதாயிரம் பேருடனும், பர்மிங்காமில் இரண்டு லட்சம் பேருடனும், மான்செஸ்டரில் மூன்று லட்சம் பேருடனும், பிரட்ஃபோர்டில் லட்சம் பேருடனும் சார்ட்டிஸ்ட் பொதுக்கூட்டங்கள் வெற்றிகரமாக நடந்தேறின. “வாட்டர்லூ நகரப் படுகொலைகளை மறக்காதீர்” மனைவி மக்களுக்காக நாம் வாளெடுத்துப் போராடுவோம்” “பட்டினியால் சாகிறவர்களைவிட போராடிச் சாகிறவர்கள் சிறந்தவர்கள்” ஆகிய கோஷங்களைத் தொழிலாளர்கள் முழங்கினார்கள். 1939 அக்டோபருக்குப் பிறகு தீப்பந்த ஊல்வலங்களும், பொதுக்கூட்டங்களும் நடைபெறத் துவங்கின. சார்ட்டிஸ்ட் இயக்கம் எத்தனையோ ஆவேசப் பாடல்களை உருவாக்கிற்று.

"எழுவீர்! பகைவனுடன் போராடுவீர்!
உண்மையே உம்முடைய ஆயுதம்
ஏமாற்று அரசியல்வாதிகளுக்குத் தெரிவிப்போம்,
உங்களை எதிர்த்தே நிற்போம்!"
"சுதந்திரத்தின் விலை என்னவென்பீர்
உயிரைத் தியாகம் செய்வதே அதன் விலை
அடைந்தால் சுதந்திரம் அடைவோம்!
இன்றேல் செத்து மடிவோம்!"

1839ல் சார்ட்டிஸ்ட் பொதுக்கூட்டங்கள் மேலும் ஆவேசமானவையாக மாறவாரம்பித்தன. 'ஹார்னி' என்னும் பேச்சாளர் ஒரு கூட்டத்தில் பேசியதாவது:

"ஒரு காலத்தில் ஒவ்வொரு ஆங்கிலேயர் குடிசையிலும் ஒரு துப்பாக்கியும் அதன் பக்கத்திலேயே பன்றியின் மாமிசத் துண்டொன்றும் தொங்கிக்கொண்டிருந்தன. ஆனால் இன்று மாமிசத் துண்டில்லை; காரணம் துப்பாக்கி இல்லை. இப்போது துப்பாக்கியை வரவழையுங்கள் மாமிசத்துண்டு அதன் பின்னால் தானாக வரும்."

1839 பிப்ரவரி நாலாந்தேதி லண்டன் நகரில் சார்ட்டிஸ்ட் மாநாடு நடைபெற்றது. நாட்டின் மூலை முடுக்குகளிலிருந்தெல்லாம் பிரதிநிதிகள் மாநாட்டில் குழுமியிருந்தார்கள். 49 பிரதிநிதிகளில் 25 பேர் மத்தியதர வர்க்கத்தார். 24 பேர் தொழிலாளர் வர்க்கத்தார். மத்தியதர வர்க்கத்தைச் சேர்ந்தவர்கள் உறுதியாக நிற்கவவில்லை. ஆனால் தொழிலாளர் வர்க்கம் எதைச் செய்யவும் தயாராக இருந்தது. கடைசியில் பர்மிங்காம் மத்தியதர வர்க்கத்தார் தாமாகவே விலகிக் கொண்டார்கள். நாட்டில் பஞ்சம் பரவிக்கொண்டிருந்தபோது, தொழிலாளர் சம்பளம் குறைக்கப்பட்டுக் கொண்டிருந்தபோது வேலையில்லாத் திண்டாட்டம் பயங்கரமாக வளர்ந்து கொண்டிருந்தபோது தொழிலாளர் துணியாமலிருப்பார்களா? லங்காஷையரிலும் தெற்கு வேல்ஸிலும் இருந்த தொழிலாளர் நிலைமை மிக மோசமாக இருந்தது. அவர்கள் கலகம் செய்யத் தயாராய் நின்றார்கள். அவர்கள் தம்மிடமிருந்த தட்டு முட்டுச் சாமான்களையும் விற்றுவிட்டு ஆயுதங்களைச் சேகரித்துக் கொண்டிருந்தார்கள். "தன்னிடம் வாளில்லாதவன் தன்னுடைய ஆடையையும் விற்று வாளை வாங்க வேண்டும்" என்றும் பைபிள் வாக்கியத்தை அவர்கள் மேற்கோள் காட்டிக் கொண்டிருந்தார்கள். அவர்கள் ரகசிய அமைப்புகளை ஏற்படுத்தி ஆயுதப் பயிற்சியும்

பெற்றுக் கொண்டிருந்தார்கள். அரசாங்கம் பொதுக்கூட்டங்களைத் தடை செய்வதும், ஒற்றர்களையும், ஆத்திரமூட்டுபவர்களையும் தொழிலாளர் அணிகளுக்குள் அனுப்புவதுமாக இருந்தது. “மக்கள் ஆயுதந்தரிக்கும் உரிமை பெற்றுள்ளார்கள் என்பதைச் சட்ட வல்லுநர்கள் ஒப்புக்கொள்வார்கள் என்றே நாங்கள் நம்புகிறோம்” என்று ஏப்ரல் ஒன்பதாம் தேதியன்று நடந்த கமிட்டிக் கூட்டத்தில் ஒரு தீர்மானம் நிறைவேற்றப்பட்டது. மே மாதம் ஏழாம் தேதியன்று பாராளுமன்றத்திற்கு ஒரு விண்ணப்பம் சமர்ப்பிக்கவும் முடிவு செய்யப்பட்டது.

விண்ணப்பம் சமர்ப்பிக்கப்பட்டதுமே எங்குமே கலகம் ஏற்படவிருந்தது. அதைச் சமாளிக்க அரசாங்கமும் முஸ்தீப்பு செய்யத் தொடங்கிற்று. தென்வேல்ஸுக்கும் மான்செஸ்டருக்கும் மற்ற கலகச் சூழ்நிலை நிலவிய பிரதேசங்களுக்கும் ராணுவம் அனுப்பி வைக்கப்பட்டது. சிப்பாய்கள் மக்களிடமிருந்து வேறுபடுத்தி வைக்கப்பட்டனர். மே நாலாம் தேதி சர்க்கார் ஆயுதம் எடுத்துச் செல்வதையும் ஆயுதப் பயிற்சியையும் தடை செய்தது. சொத்தையும் உயிரையும் பாதுகாத்துக் கொள்வதற்காகப் பணக்கார வர்க்கத்தினருக்கு ஆயுதந்தரிக்க அனுமதி வழங்கப்பட்டது. பணக்கார வியாபாரிகள் உடனே ஆயுதந்தரித்து சிறப்பு போலீஸ்காரர்களானார்கள். அவர்களுடைய வர்க்க நலன் அப்பட்டமாக வெளிப்பட்டது. அரசாங்கம் ஏழைகளுக்கு எதிராகப் பணக்காரர்களுக்கு ஆயுதம் வழங்கிக் கொண்டிருந்தது.

(ண) பாராளுமன்றத்திடம் விண்ணப்பப் பத்திரம்: 1839 மே ஏழாந் தேதியன்று பன்னிரண்டரை லட்சம் கையெழுத்துக்களுடன் விண்ணப்பப் பத்திரம் பாராளுமன்றத்திற்குச் சமர்ப்பிக்க உறுப்பினரான எட்வூடிடம் கொடுக்கப்பட்டது. விண்ணப்பப் பத்திரத்தின் நிறை ஆறு எட்வூடிடம் வெளியிட்டிருந்தது. அதன் காகித நீளம் இரண்டு மைல் நீளமிருந்தது. ஜூன் பதினாலாம் தேதி பாராளுமன்றத்திற்குச் சமர்ப்பிக்கப்பட்ட விண்ணப்பப் பத்திரத்தைக் குறித்து ஜூலை பன்னிரண்டாம் தேதி விவாதிக்கப்பட்டது. அரசாங்கம் வேண்டுமென்றே தாமதம் செய்தது. அதனால் தொழிலாளர்கள் ஆத்திரமடைந்து கலகம் செய்யவேண்டுமென்பதும் அதை அடக்க ராணுவத்தை அனுப்பும் வாய்ப்பு கிடைக்க வேண்டுமென்பதுமே சர்க்காரின் ஆசை. சார்ட்டிஸ்ட் மாநாடு அங்கீகரித்த போராட்ட முறைகளாவன: வாடகை, வரிகள், நிலக்குத்தகை எதையும் செலுத்தாமலிருப்பது தேர்தலில் சார்ட்டிஸ்ட் வேட்பாளர்களுக்கு உதவி செய்தல் சட்டத்தையும் தனிநபர் உரிமைகளையும் பாதுகாக்க ஆயுதந்தரித்தல் மாநாடு விடுத்த அறைகூவல்.

"சகோதரர்களே! நம்முடைய வீரஞ்செறிந்த முன்னோர்கள் தாம் பெற்றிருந்த உரிமைகள் குறித்துப் பெருமைப்பட்டுக் கொண்டிருந்தார்கள். அந்த உரிமைகளை அவர்களது சட்டங்கள் தெளிவானவையாகவும், சரளமானவையாகவும் செய்துகொண்டிருந்தன. ஆனால் அவர்களுடைய சந்ததியினரான நாம் வீழ்ச்சியுற்று ஒவ்வொரு உரிமையாக இழந்துவிட்டோம். வாய் திறந்தும் மறுப்பு தெரிவிக்கவில்லை. இப்போது அந்தக் கொஞ்ச நஞ்ச உரிமைகளும் சட்டத் தில்லுமுல்லுகளில் மறைந்துவிட்டன. பிரிட்டீஷ் மக்களே! பிறந்ததிலிருந்து சாகிறவரை நீங்கள் உழைத்துழைத்து உருக்குலைந்து சோம்பேறிகளான உங்கள் முதலாளிகளுக்கு லாபங்களைக் குவித்துக்கொண்டே இருக்கப் போகிறீர்களா? இயந்திரங்களால் கிடைத்த பெரும் பயனை சமுதாயத்திற்கு கேடு விளைவிக்கவே அனுமதித்துக்கொண்டே இருக்கப் போகிறீர்களா! குழந்தைகள் பெற்றோர்களுடனும், மனைவிகள் கணவர்மார்களுடனும் வேலைக்காகப் போட்டி போட்டுக்கொண்டிருப்பதை எத்தனை நாளைக்குத்தான் பார்த்துக்கொண்டிருக்கப் போகிறீர்கள்! சமுதாயம் முழுவதும் உடலாலும், உள்ளத்தாலும் வீழ்ச்சியடைவதையும் பணமூட்டைகளுக்குப் பணிவிடை செய்து கொண்டிருப்பதையும் எத்தனை காலம்தான் சகித்துக் கொண்டிருக்கப் போகிறீர்கள்?"

(த) கலகங்கள்

1. பர்மிங்காம்: ஜூலை நாலாந்தேதி மாலையில் பர்மிங்காமில் தொழிலாளர் பொதுக்கூட்டம் அமைதியாக நடந்து கொண்டிருந்தது. ஒரு தொழிலாளி ஏதோவொரு பத்திரிகையில் வெளிவந்த கட்டுரையை உரக்கப் படித்துக்கொண்டிருந்தார். திடீரென்று லண்டனிலிருந்து வரவழைக்கப்பட்டிருந்த போலீஸ்காரர்கள் பொதுக்கூட்டத்திற்குள் புகுந்து தடியடி நடத்தத் தொடங்கினார்கள். அவர்கள் பெண்களையும், குழந்தைகளையும் கூட விட்டுவைக்கவில்லை. முதலில் தொழிலாளர்கள் சிதறி ஓடினார்கள். ஆனால் சில நிமிடங்களுக்குள்ளாகவே அவர்கள் திரும்பி வந்து குழுமினார்கள். இரு தரப்பாருக்கும் கைகலப்பு நடந்து பல போலீஸ்காரர்கள் காயமடைந்தார்கள். பலரும் கைது செய்யப்பட்டனர். மறுநாள் ராணுவச் சட்டம் விதிக்கப்பட்டது. தெருக்களில் ராணுவம், போலீஸ் ரோந்து ஆரம்பமாகிவிட்டது. கடைகள் அடைக்கப்பட்டு விட்டன. பணக்காரக் குடும்பத்தினர் நகரை விட்டு ஓடிப் போகவாரம்பித்தனர். தொழிலாளர்கள் பொதுக்கூட்டங்களைத் தொடர்ந்தனர். ராணுவச் சிப்பாய்கள் அவற்றைச் சிதறடித்துக் கொண்டிருந்தனர். ஜூலை பன்னிரண்டாம் தேதி பாராளுமன்றம் பெரும்பான்மையுடன் சார்ட்டிஸ்ட் விண்ணப்பப் பத்திரத்தை

நிராகரித்ததுமே தொழிலாளரின் ஆத்திரம் எல்லை மீறிவிட்டது. ஜூலை பதினைந்தாம் தேதி பர்மிங்காம் தொழிலாளர்கள் மீண்டும் மைதானத்தில் குழுமினார்கள். திடீரென்று தெருவிளக்குகளெல்லாம் அணைந்துவிட்டன. பல மக்கள் விரோதப் பிரமுகர்களின் வீடுகளுக்குத் தீயிடப்பட்டது. தங்கமும், வெள்ளியும் வீதிகளில் வீசியெறியப்பட்டது. ஆனால் ஒரு தொழிலாளிகூட அதைத் தொடவில்லையென்று அரசாங்கமும் ஒப்புக்கொண்டது. ராணுவத்தாலும் போலீஸாலும் மக்களை அடக்க முடியவில்லை. பணக்காரர்கள் நகரைவிட்டு ஓடிப்போய் விட்டனர். ஐந்து நாட்கள் நகரைத் தொழிலாளர்கள் வசப்படுத்திக் கொண்டிருந்தனர். அவர்கள் தொடர்ந்து கூட்டங்களை நடத்திக் கொண்டிருந்தனர்.

ஐஸ்டனில் ஒட்டப்பட்ட சுவரொட்டிகளில் கீழ்க்கண்ட வாசகம் இருந்தது:

"ஐஸ்டன் மக்களே! எல்லோருக்கும் உணவாவது கிடைக்க வேண்டும். இல்லை எல்லோரும் செத்தாவது மடிய வேண்டும். நீங்கள் உங்கள் கத்திகளையும் தீப்பந்தங்களையும் துப்பாக்கிகளையும் தயாராய் வைத்துக்கொள்ளுங்கள். அனைவரும் உணவு அல்லது ரத்தத்திற்காக வாழ்வு அல்லது சாவிற்காகப் புறப்பட்டு வாருங்கள். பன்னிரண்டு லட்சத்து எண்பதாயிரம் தொழிலாளர்களின் உணவுக்கான வேண்டுகோள் அலட்சியப்படுத்தப்பட்டது என்பதை நினைவில் வைத்துக்கொள்ளுங்கள். கொடுமைக்காரப் பாவிகளே! உங்கள் தொழிற்சாலைகள் அப்படியே இருக்குமென்று கருதிக் கொண்டிருக்கிறீர்களா?"

1838-இல் சார்ட்டர் வெளியிடப்பட்டபோது உள்நாட்டுச் செயலராக இருந்த பெட்ரண்ட் ரஸலின் முன்னோர் லார்ட் ஜான்ரஸல் கூறியதாவது: "கட்டுப்பாடற்ற தொழிலாளர் அறிக்கையால் அரசாங்கம் பயப்படவில்லை. ஆனால் அவர்கள் ரகசிய அமைப்புகளை அமைத்துக் கொள்வார்களோ என்று அரசு அஞ்சுகிறது. அதிலே அபாயமும், அச்சமும் இருக்கின்றன. சார்ட்டர் குறித்துப் பகிரங்கமாக விவாதிப்பதிலே அபாயமோ அச்சமோ இல்லை."

ஆனால் அரசாங்கம் இந்தக் கொள்கையைத் தொடர்ந்து அனுஷ்டிக்க வில்லை. அதனுடைய அடக்குமுறைகளால் தொழிலாளர்கள் ரகசிய அமைப்புகளை நிறுவிக்கொள்ள வேண்டியதாயிற்று.

2. தென் வேல்ஸில்: தென்வேல்ஸில் கலகத்திற்கான தயாரிப்புகள் மும்முரமாக நடந்தன. ஆயுதம் ஏந்திய கலகத்தால் தமது உரிமைகளைத் திரும்பப் பெற முடியுமென்னும் திடமான நம்பிக்கை அவர்களுக்கிருந்தது.

அவர்கள் இதற்காக முடிவு செய்து, தயாரிப்புகளையும் செய்து முடித்தனர். ஆனால் நாட்டின் பல பகுதிகள் கலகத்திற்காகத் திரட்டப்படவில்லை. அவை அவ்வளவு வலுப்பெற்றிருக்கவில்லை. எல்லா இடங்களுடனும் தொடர்புகொள்வதும் கடினமாக இருந்தது. தன்னந்தனியாக 1839 நவம்பர் மூன்றாம் தேதி தென் வேல்ஸில் தொழிலாளர்கள் கலகம் தொடங்கிவிட்டனர். அன்றிரவு பத்தாயிரம் ராணுவச் சிப்பாய்கள் மூன்று வெவ்வேறு இடங்களிலிருந்து புறப்பட்டு, இரவு இரண்டு மணிக்கு ஓரிடத்தில் சேர்ந்துகொள்ள வேண்டுமென்று முடிவு செய்யப்பட்டது. ஃப்ரோஸ்ட் தனது படையுடன் குறித்த நேரத்தில் சேர்ந்துவிட்டார். ஆனால் மற்றவர்கள் புயலின் காரணத்தால் குறித்த நேரத்தில் வந்து சேரவில்லை. மறுநாள் காலை ஒன்பது மணிக்குப் பொதுமக்கள் தடிகள், ஈட்டிகள், சில துப்பாக்கிகள் ஆகியவற்றுடன் ஓரிடத்தில் திரண்டனர். அரசாங்க அதிகாரிகளுக்கு இச்செய்தி தெரியாமல் இருப்பதற்காக எவ்வளவோ முயற்சித்தும் அவர்களுக்குத் தெரிந்தேவிட்டது. ஆயுதம் ஏந்திய பொதுமக்கள் படை 'வெஸ்ட் கேட்' ஓட்டலில் திரண்டிருந்தது. ஓட்டலில் தொழிலாளர்கள் மாஜிஸ்ட்ரேட்டுகள் இருப்பார்களென்று நினைத்தார்கள். ஆனால் அங்கே பணக்காரர்களின் குண்டுமாரி அவர்களை வரவேற்றது. சார்ட்டிஸ்டுகள் அதை எதிர்த்து நின்றாலும் அவர்கள் வைத்திருந்த ஆயுதங்கள் மேலானவையல்ல. அவர்கள் உயிரைத் திரணமாக மதித்து வாசற்கதவை உடைத்தெறிய முயற்சித்தார்கள். ஆனால் அவர்கள் முயற்சி பலிக்கவில்லை. பதினைந்து நிமிடங்கள் வரை துப்பாக்கிக் குண்டுகள் பாய்ந்துகொண்டிருந்தன. பதினைந்து பேர் மாண்டு போனார்கள். ஐம்பதுக்கதிகமானோர் காயமடைந்தார்கள். அவர்களில் பலரும் மருத்துவமனையில் இறந்து போனார்கள். 125 பேர் கைது செய்யப்பட்டார்கள். அவர்களில் அவர்களுடைய தலைவர்களான ஃப்ரோஸ்ட்டும் அர்னெஸ்ட் ஜோன்ஸுரும் இருந்தார்கள்.

(ந) சார்ட்டிஸ்ட்களின் மீது அடக்குமுறை: 1840 ஜனவரி முதல் தேதி ஃப்ரோஸ்ட் மீதும், நியூபோர்ட் கைதிகள் மற்றவர் மீதும் தொடரப்பட்ட வழக்கு ஆரம்பமாயிற்று. நீதிமன்றத்திற்குள் செல்ல மக்கள் அனுமதிக்கப்படவில்லை. வீதிகளில் ராணுவ ரோந்து கடுமையாக இருந்தது. கைகளுக்கும், கால்களுக்கும் விலங்கிடப்பட்டு நீதிமன்றத்திற்குக் கொண்டுவரப்பட்டனர். ஜான்ஃப்ரோஸ்ட் ஜேஃபனியா வில்லியம்ஸ், அர்னெஸ்ட் ஜோன்ஸ் ஆகியோருக்குத் தூக்குத் தண்டனை விதிக்கப்பட்டது. ஆனால் பின்னால் அது ஆயுள் தண்டனையாக மாற்றப்பட்டது. கைதிகள் அமைதியாகத் தீர்ப்பைக்

கேட்டார்கள். அங்கிருந்து வெளியேறும்போது ஜோன்ஸ் "சார்ட்டிஸ்ட் தத்துவம் நீடூழி வாழ்க!" என்று கோஷமிட்டார்.

1840 ஜூன் வரை நானூறு 'சார்ட்டிஸ்ட்கள்' கைது செய்யப்பட்டுவிட்டனர். பெரும்பாலான சார்ட்டிஸ்ட்கள் தமது வழக்கில் தாமே வாதிட்டனர். அவர்கள் குற்றவாளிக் கூண்டைத் தமது சித்தாந்தங்களை வெளிப்படுத்தும் பிரச்சார மேடையாக்கிக் கொண்டனர். அவர்கள் ஏழை மக்களின் துன்ப துயரங்களை நெஞ்சு நெகிழ வர்ணித்தபோது கூடியிருந்தவர்கள் கண்ணீர் வடித்தனர்.

அரசாங்கம் சார்ட்டிஸ்ட் பத்திரிகைகளைத் தடை செய்து விட்டது. தொழிலாளர் சங்கம் இயங்குவது நின்றுவிட்டது. அரசாங்க அடக்குமுறை தற்காலிகமாக வெற்றி பெற்றது.

இப்போது சார்ட்டிஸ்ட் இயக்கம் மறைமுகமாகப் பணியாற்ற வாரம்பித்தது. அல்லது தொழிலாளர் இயக்கத்தின் ஒரு அங்கமாகி விட்டது.

(ப) மற்ற மூன்று கையெழுத்துப் பத்திரங்கள்: 1840 ஜூலை 24-ஆம் தேதியன்று எஞ்சியிருந்த சார்ட்டிஸ்டுகள் மான்செஸ்டரில் கூடி தேசீய சார்ட்டர் சங்கம் என்னும் அமைப்பை ஏற்படுத்தினார்கள். 'மக்களின் சார்ட்டர் சித்தாந்தத்தின்படி காமன்ஸ் சபைக்கு மக்களின் நம்பிக்கைக்குரிய பிரதிநிதிகளை அனுப்புவது' என்பது அதன் முக்கிய நோக்கமாகும்.

மற்றொரு தேசீய விண்ணப்பப் பத்திரம் தயாரிக்கப்பட்டது. அதில் இருபது லட்சம் கையெழுத்துக்கள் வாங்கப்பட்டன. 1841 மே மாதத்தில் அது பாராளுமன்றத்திற்குச் சமர்ப்பிக்கப்பட்டது. இம்முறை அங்கே விண்ணப்பப் பத்திரத்திற்கு ஆதரவாகவும் எதிராகவும் சமமான வாக்குகள் கிடைத்தன. சபாநாயகரின் வாக்கு போடப்பட்டே அது நிராகரிக்கப்பட்டது.

1842 மே முதல்நாள் மீண்டும் முப்பத்தி மூன்று லட்சத்திற்கதிகமான மக்கள் கையெழுத்துக்களுடன் இன்னொரு விண்ணப்பப் பத்திரம் இருபது பேர் சுமந்து வந்து காமன்ஸ் சபைக்குச் சமர்ப்பித்தார்கள். அதன் முதல் பக்கத்தில் 'சார்ட்டர்' என்றும் கடைசிப் பக்கத்தில் 'சுதந்திரம்' என்றும் எழுதப்பட்டிருந்தன. காமன்ஸ் சபையில் மெகாலே கூறினார்:

"நான் சர்வஜன வாக்குரிமையை எதிர்க்கிறேன். ஒரு அரசாங்கம் அமைக்கப்பட்ட அனைத்து விஷயங்களுக்கும் சர்வ ஜன வாக்குரிமை எதிரானதாகும். அது செல்வந்தர்களுக்கும் விரோதமானதாகும். அது மனித நாகரிகத்திற்கே எதிரானதாகும்."

விண்ணப்பப் பத்திரத்திற்கு ஆதரவாக 49 வாக்குகளுடனும் எதிராக 287 வாக்குகளுடனும் மற்றொரு முறையும் நிராகரிக்கப்பட்டது. 1844-ஆம் ஆண்டிற்கெல்லாம் சார்ட்டிஸ்ட் இயக்கம் அடங்கிப் போய்விட்டது. என்றாலும் வெள்ளை முதலாளிகள் அது குறித்து பயந்துகொண்டே இருந்தார்கள். அவர்களுடைய பத்திரிகை 'டைம்ஸ்' 1844 ஜூனில் "மாளிகைகளுடன் யுத்தம் செய்ய வேண்டுமென்றும் குடிசைகளில் அமைதி தவழவேண்டுமென்றும் சார்ட்டிஸ்ட் இயக்கம் காட்டுமிராண்டித்தனமாக முழங்குகிறது. பணக்காரர்கள் ஜாக்கிரதையாக இருக்க வேண்டும்" என்று எழுதியது. ஆனால் 1846-இல் அவ்வியக்கம் மீண்டும் மெள்ள உயிர் பெற்றது. சார்ட்டிஸ்ட் தலைவர் ஓகோனர். லிபரல் அமைச்சரான ஜான் ஹாப்ஹவுஸைத் தேர்தலில் தோற்கடித்தார். மீண்டும் ஐம்பது லட்சம் கையெழுத்துக்களுடன் விண்ணப்பப் பத்திரம் பாராளுமன்றத்திற்குச் சமர்ப்பிக்க முடிவு செய்யப்பட்டது. அச்சமயம் அரசாங்கம் இரண்டரை லட்சம் விசேஷ போலீஸாரைத் திரட்டியது. லண்டன் நகரில் பீரங்கிகளுடன் பன்னிரண்டாயிரம் சிப்பாய்களை நியமித்தது. காலை பத்து மணிக்குத் தொழிலாளர் ஊர்வலம் தொடங்கவிருந்தது. ஆனால் ஒன்பது மணிக்கு ஓகோனர் முன்பின் யோசிக்கவாரம்பித்தார். அதனால் ஊர்வலத்திற்குப் பதிலாக ஒரு பொதுக்கூட்டம் நடந்தது. ஐம்பத்தியேழு லட்சம் கையெழுத்துக்களுடன் விண்ணப்பப் பத்திரம் சமர்ப்பிக்கப்பட்டது. ஆனால் பரிசீலனைக் குழு அவற்றில் பத்தொன்பது லட்சம் கையெழுத்துக்களே உண்மையானவை என்று வாதிட்டது.

(ம) சார்ட்டிஸ்ட் இயக்கத்தின் இறுதிக் காலம்: நாட்டில் போராட்டச் சூழ்நிலை வளர்ந்துகொண்டிருந்தது. பிறகு கலகத் தயாரிப்புகளும் ஆயுதப் பயிற்சியும் ஆரம்பமாயிற்று. அரசாங்கமும் கூட 1839, 1842 வருடங்களைப் போலவே கலகத்தை எதிர்கொள்ளத் தயாராயிற்று. ஆங்காங்கே மக்களுக்கும் ராணுவத்தாருக்குமிடையே கைகலப்புக்கள் நடைபெற்றன. பெருமளவில் மக்கள் கைது செய்யப்பட்டனர். இதே சமயத்தில் ஓகோனரும், மற்ற மிதவாதத் தலைவர்களும் சார்ட்டிஸ்ட் இயக்கத்தின் ஒற்றுமையைக் குலைத்தனர்.

இயக்கத்திற்குள் இருந்த பலவீனங்களை உணர்ந்து அவைகளை நீக்குவதற்கு முயற்சி செய்யப்பட்டது. 1851-இல் ஹார்னி, ஜோன்ஸ் ஆகியோரின் பெருமுயற்சியால் 'தேசீய சார்ட்டர் சங்கம்' ஒரு பரந்த தொழிலாளி வர்க்க வேலைத் திட்டத்தை ஏற்றுக்கொண்டது. அதில் 'சோஷலிஸம்' வலியுறுத்தப்பட்டது. ஆனால் சார்ட்டிஸ்ட்கள் காலந்தாழ்ந்து விழித்துக்கொண்டனர். அதன் பலனாகத் தேய்ந்து தேய்ந்து 1854-க்குள் 'தேசீய சார்ட்டர் சங்கம்' மறைந்தே விட்டது.

(ய) சார்ட்டர் சித்தாந்தம்: சார்ட்டர் சித்தாந்தம் உலகத்தின் முதல் தொழிலாளி வர்க்க அரசியல் இயக்கமாகும். அது தன்னுடைய இலட்சியத்தில் வெற்றியடையாவிட்டாலும் அதன் முயற்சிகள் வீணாகிவிடவில்லை. பத்து லட்சம் சார்ட்டிஸ்ட்டுகள் மக்களிடையே யிருந்து நிசப்தமாக மறைந்துவிடவில்லை. சார்ட்டர் தத்துவம் தன் வழியாகவும் தனது அனுபவங்கள் பலவீனங்கள் மூலமாகவும் நவீன சோஷலிஸத்திற்கு அடித்தளம் நாட்டியது. மார்க்ஸூம் ஏங்கெல்ஸூம் மறைமுகமாகச் சார்ட்டிஸ்ட் இயக்கத்தால் பல படிப்பினைகளைக் கற்றுக்கொண்டார்கள். சார்ட்டர் சித்தாந்தமே மார்க்ஸீய சித்தாந்தமாக உருவெடுத்ததென்றும் கூட நாம் கூறலாம்.

1848-இல் ஹார்னி, சார்ட்டர் சித்தாந்தம் பற்றிக் கூறினார்.

“உழுபவனே நிலத்திற்குச் சொந்தக்காரனாவான். தானியங்களை விளைவிப்பவனே முதலில் அவற்றைச் சாப்பிடுவான். மாளிகைகளைக் கட்டுபவனே அவைகளில் குடியிருப்பான். சோம்பேறியைத் தவிர வேறெவரும் பட்டினியால் சாகமாட்டார்கள்,”

1854-இல் சார்ட்டிஸ்ட் இயக்கம் மறைந்துவிட்டது. இங்கிலாந்தின் ஆளும் வர்க்கம் கவலையைவிட்டு நிச்சிந்தையாயிற்று. அதற்கு மூன்றாண்டுகளுக்குப் பின்னர் அடிமை இந்தியா நூற்றாண்டுகள் வெள்ளையருக்கு அடிமைப்பட்டு முதல் சுதந்திரப் போர் 1857-இல் நடத்திற்று. அது நூற்றுக்கு நூறு தேசீயமானது. இந்திய விவசாயிகளுடையது. 1857-க்குச் சில வருடங்களுக்கு முன்பே அடிமைப்பட்ட காசிக்கருகில் ‘அவத்’ பிரதேசத்தில் சிப்பாய்க் கலகம் மக்கள் கலகமாக உருப்பெற்றுவிட்டது. காசிக்குச் சுற்றுபுத்திலிருந்த பல பிரதேசங்களில் நிலப்பிரபுகளுக்கு எதிரான உழவர்களின் கலகமாகவும் உருமாறியது. இத்தனை பெரிய கலகம் வெள்ளையர்களால் சுலபமாக அடக்கப்பட்டதற்கு முக்கிய காரணம் அதை ஒடுக்கப்பட்ட மக்கள் ஆதரிக்காததுதான். அதில் பங்கெடுக்காததுதான். 1857-ஆம் வருடம் போராட்டத்தை முதல் இந்திய சுதந்திரப் போரென்று மார்க்ஸூம், ஏங்கெல்ஸூம் கருதினார்கள். சார்ட்டர் இயக்கத் தலைவர் ஜோன்ஸ் அதை இதயபூர்வமாக வரவேற்றார்.

பதினொன்றாம் அத்தியாயம்

விஞ்ஞான சோஷலிஸம் அல்லது மார்க்ஸீயம்

இங்கிலாந்தின் சார்ட்டர் இயக்கம் பற்றி இதுவரை கூறினோம். அது தொழிலாளரின் இயக்கமாகும். அதில் சித்தாந்தமேதும் முக்கிய இடம் பெற்றிருக்கவில்லை. அது நடைமுறை முக்கியத்துவமுடையது. மக்கள் எப்பொழுதுமே நடைமுறைக்குத்தான் முக்கியத்துவம் அளிப்பார்கள். அதற்கு முன்பு 'கற்பனாவாத சோஷலிஸ்டுகள்' தமது கனவுலக சோஷலிஸத்தைப் பிரசாரம் செய்து அதை அமலாக்கவும் முயற்சித்தார்கள்.

கற்பனாவாத சோஷலிஸச் சிந்தனையாளர்கள் தத்துவத்தாலும், மகான்களின் உபதேசங்களாலும் ஊக்கம் பெற்றவர்கள். பகுத்தறிவுப் பிரசாரத்தின் மூலமே சமுதாயத்தில் மாற்றத்தைக் கொண்டு வரலாம் என்று எண்ணியவர்கள் அவர்கள். இதற்காக அவர்கள் செயலாற்றுவதைவிடப் பிரச்சாரத்தையே முக்கியமாகக் கருதினார்கள். கற்பனாவாத சோஷலிஸமும் இப்போதும் இருக்கத்தான் செய்கிறது; கற்பனாவாத சோஷலிஸ்டுகளும் இருக்கத்தான் செய்கிறார்கள். சமுதாய ஏற்றத்தாழ்வுகளை நாம் பகுத்தறிவு வாதப் பிரதிவாதங்களாலேயே அகற்றிவிட விரும்பினால், அங்கே கற்பனாவாத சோஷலிஸம் உதயமாகிறது. எச்.ஜி. வெல்ஸ் போன்ற எழுத்தாளர்கள் இந்த ரகத்தைச் சேர்ந்தவர்களே.

ஒரு பக்கம் சார்ட்டர் இயக்கம் மக்கள் இயக்கமாகச் சித்தாந்த பலம் இல்லாமல் முன்னேறிக் கொண்டிருந்தபோது மறுபக்கம் ஃபூரியே, ஓவென் போன்ற கற்பனாவாத சோஷலிஸ்டுகள் தமது கனவுலகத்தைச் செயல்படுத்துவதில் பெருந்தோல்வி அடைந்து கொண்டிருந்தார்கள். கற்பனாவாத சோஷலிஸ்டுகளின் கனவுலகக் கற்பனைக்கு எதிராகச் சார்ட்டிஸ்ட் இயக்கத்தின் நடைமுறை இருந்தது. கற்பனாவாத சோஷலிஸத்தைச் சார்ட்டிஸ்ட்கள் 'மக்கள் இயக்கம்' என்னும் உரைகல்லில் உரைத்துப் பார்த்தார்கள். கற்பனாவாத சோஷலிஸம் ஒரு வாதமாகும் (Thesis) அதன் எதிர்வாதம் (Antithesis) சார்ட்டர் சித்தாந்தமாகும். இவ்விரண்டின் கலப்பு (Synthesis) விஞ்ஞான சோஷலிஸமாகும். அது விஞ்ஞானத்தின் அடிப்படையில்

விஞ்ஞானத்தைப் போலவே சித்தாந்தம் வாதம் இரண்டையும் அவசியமெனக் கருதுகிறது. 'நடைமுறை' என்னும் உரைகல்லில் தேறாத சித்தாந்தம் சித்தாந்தமல்ல. அனுபவங்களை ஆதாரமாகக் கொண்ட சித்தாந்தத்தின் உதவியில்லாமல் நடைமுறையை வெற்றிபெறச் செய்ய முடியாது. இந்த விஞ்ஞான சோஷலிஸத் தத்துவத்தை உலகின் முன்கொண்டு வந்தவர் ஜெர்மானியரான கார்ல் மார்க்ஸ் ஆவார்.

1. கார்ல் மார்க்ஸ் (1818 - 1883)

1. வாழ்க்கை: கார்ல்மார்க்ஸ் 1818 மே மாதம் 5-ஆம் தேதி ரைன்லாண்டைச் சேர்ந்த (ஜெர்மன்) ட்ரேவேஜ் நகரில் பிறந்தார். அவருடைய தந்தை, ஒரு வக்கீல். தாத்தா ஒரு யூதப் புரோகிதர். மார்க்ஸின் தாயார் ஹாலந்தைச் சேர்ந்த ஒரு புரோகிதரின் மகள். மார்க்ஸின் ஆறாம் வயதில் அவரது குடும்பம் யூத மதத்தைத் துறந்து கிறிஸ்துவ மதத்தில் சேர்ந்துவிட்டது. மார்க்ஸின் தொடக்கக் கல்வி உள்ளூர்ப் பள்ளியிலும் ஃபான்வெஸ்ட் ஃபாலேஸ்ரான் என்பவர் வீட்டிலும் நடந்தேறியது. இவர் ஒரு பெரிய பணக்காரரும் மார்க்ஸின் வருங்கால மாமனாரும் அரசாங்க ப்ரிவிகவுன்ஸிலருமாவார். ஃபான்வெஸ்ட் ஃபாலேன் ஒரு சிறந்த இலக்கிய அன்பருமாவார். அவருடைய தொடர்பால் மார்க்ஸ் பெரும் பயனடைந்தார். அதனாலேயே அவர் 'டாக்டர்' பட்டம் பெறுவதற்காக எழுதிய ஆராய்ச்சிக் கட்டுரையைக் கீழ்க்கண்ட குறிப்புடன் ஃபான்வெஸ்ட் ஃபாலோனுக்குச் சமர்ப்பித்தார். "ஒவ்வொரு முற்போக்குச் சிந்தனையையும் உண்மை முடிவையும் உற்சாகமாக வரவேற்பவருக்கு லட்சியவாதம் கற்பனையல்ல. வாழ்க்கை யதார்த்தம் என்பதின் உயிருள்ள உதாரணமாகத் திகழ்பவருக்கு-"

பதினேழு வயதில் மார்க்ஸ் பான் பல்கலைக்கழகத்திலிருந்து மெட்ரிகுலேஷன் தேர்வு பெற்று தந்தையின் விருப்பத்திற்கு மாறாகச் சட்டப் படிப்பைத் தொடங்கினார். அடுத்த ஆண்டு 1836-இல் அவர் பெர்லின் பல்கலைக்கழகத்தில் சேர்ந்தார். அங்கே மார்க்ஸ் தத்துவம், இலக்கியம், கலை ஆகியவைகளைப் படிப்பதில் மூழ்கிவிட்டனர்.

அவர் யாருடனும் ஒட்டி உறவாடாமல் இரவும் பகலும் படிப்பிலேயே ஈடுபட்டிருந்தார். தான் படித்த விஷயங்களின் சுருக்கங்கள், கிரேக்க, லத்தீன் மொழிபெயர்ப்புகள், பல்வேறு தத்துவங்களைப் பற்றிய ஆராய்ச்சி தன் கருத்துக்களை வரிசைப்படுத்திக் கொள்ளல், தத்துவ இயலின் சுருக்கம் மூன்று தொகுதிக் கவிதைகள்-ஆகியவை அக்காலத்தில் மார்க்ஸின் சாதனைகள். 1837-இல் அவர்

பத்தொன்பது வயது இளைஞராக இருந்தபோதே கான்ட், ஃபிகட்டே போன்ற தத்துவாளர்களின் கற்பனைச் சித்தாந்தம் பூராவும் வீணானதே என்னும் முடிவுக்கு வந்துவிட்டார். ஆனால் ஹெகலின் தத்துவ இயல் வாலிபரான மார்க்ஸைச் சற்றுக் கவர்ந்தது. அப்போதே அவர் தன் தந்தைக்கு எழுதினார்: " நான் இதுவரை ஆன்மீகவாதத்தையே[1] விரும்பிக் கொண்டிருந்தேன். ஆனால் இப்போது யதார்த்தத்திலேயே ஆதர்சனத்தைத் தேடவாரம்பித்திருக்கிறேன். நான் ஹெகலின் தத்துவ இயலைப் பல நூல்களில் படித்தேன். ஆனால் இனிமையற்ற அதன் போக்கு எனக்குப் பிடிக்கவில்லை. நான் இன்னொரு முறை இக்கடலில் தீர்மானமான முடிவுடன் குதிக்க விரும்புகிறேன்."

கடைசியில் மார்க்ஸ் ஹெகல் தத்துவத்தின் ஆதரவாளராகி விட்டார். அவர் தான் எழுதிய கவிதைகளின் சிறுகதைகளின் கையெழுத்துப் பிரதிகளை எரித்துவிட்டார். பல்கலைக்கழக 'கிளப்பில்' மார்க்ஸ் ஒரு உற்சாகமான உறுப்பினர். அங்கே அவர் தத்துவ விவாதங்களில் உற்சாகமாகப் பங்கெடுத்துக்கொண்டிருந்தார். மார்க்ஸின் நண்பர் புரூனோ பாவருக்கு பான்பல்கலைக் கழகத்தில் பேராசிரியராகும் வாய்ப்பு கிடைக்கும் போல் இருந்தது. மார்க்ஸுக்கும் தத்துவ இயல் பைத்தியம் பிடித்திருந்ததால் அவரும் அங்கே சொற்பொழிவாளராக நினைத்தார். அவர் சட்டப் படிப்பை விட்டு விட்டுத் தத்துவம் படிக்கத் தொடங்கினார். இருபத்தி மூன்றாம் வயதில் யேனா பல்கலைக்கழகத்தில் தத்துவத்தில் பி.எச்.டி. பட்டம் பெற்றார். அவரது ஆராய்ச்சிக் கட்டுரையின் தலைப்பு, 'தெமோகிருது, எப்பீகுடு ஆகியோரின் இயற்கைத் தத்துவம் என்பதாகும். மார்க்ஸ் ஆசிரியப் பணிக்காக விண்ணப்பம் அனுப்பினார். ஆனால் பிஷிய சர்க்கார் சுதந்திரச் சிந்தனையாளர்களை விரும்புமா? பாவருக்கும் மார்க்ஸுக்கும் அங்கே வேலை கிடைக்கவில்லை.

மார்க்ஸ் பத்திரிகையாளர் தொழிலை ஏற்றுக்கொண்டார். அவர் தனது எழுத்தால் பழைய சம்பிரதாயங்களையும் மூட நம்பிக்கைகளையும் கடுமையாகத் தாக்கவாரம்பித்தார். இதே சமயத்தில் சில முற்போக்கு எண்ணமுடையோர் 'ரைனிஷேத்ஜைதுங்' என்னும் பத்திரிகையைத் துவக்கினர். மார்க்ஸின் கட்டுரைகள் அப்பத்திரிகை நிர்வாகிகளுக்கு மிகவும் பிடித்துப் போய்விட்டன. அதனால் அப்பத்திரிகையிலிருந்து அதன் பழைய ஆசிரியர் விலகிக்கொண்டபோது அவர்கள் இருபத்திநாலு வயதுடைய மார்க்ஸையே புதிய ஆசிரியராக

1. ஆன்மீகவாதம்: (Idealism) மன உலகமே உண்மையானது யதார்த்த உலகம் பொய்யானது என்னும் வாதம்.

நியமித்துக் கொண்டு விட்டனர். 1842-இல் மார்க்ஸ் இப்பத்திரிகையைத் திறமையாக நடத்தினார்.

மார்க்ஸ் மேலும் படிக்க விரும்பியதால் பத்திரிகையின் ஆசிரியரின் பொறுப்பை விட்டுவிட்டார். இதே காலத்தில் அவர் தனது பணக்கார நண்பரான ஃபான்வெஸ்ட்ஃபாலேனின் அழகும், அறிவும் நிறைந்த மகளான 'யேனி'யைத் திருமணம் புரிந்துகொண்டார். 1843 - 44 வருடங்களை மார்க்ஸ் பொருளியல், மற்ற அரிய விஷயங்கள் ஆகியவற்றைப் படிப்பதிலும் சிந்திப்பதிலும் கழித்தார். இவ்வாறு 1844-இல் மார்க்ஸ் தனது இருபத்தியாறாவது வயதில் உறுதியான சோஷலிஸ்டாக மாறிவிட்டார். 1843 மே மாதத்தில் கோலோன் நகரிலிருந்து அவர் ஒரு கடிதத்தில் எழுதுகிறார்.

"பொருளைச் சேர்க்கும் அமைப்பும், வியாபார அமைப்பும் மனித இனத்தை அடிமைப்படுத்திச் சுரண்டும் அமைப்பும், தற்காலச் சமுதாயத்தை உள்ளுக்குள்ளேயே அரித்துத் தின்று கொண்டிருக்கிறது. இது மக்கள்தொகை பெருகும் வேகத்தைவிட அதிக வேகத்தில் நடந்து கொண்டிருக்கிறது. இந்தக் காயத்தைப் பழைய அமைப்பு ஆற்ற முடியாது. ஏனெனில் அதனிடம் காயத்தை ஆற்றக்கூடிய சக்தி கிடையாது. இந்த வியாபார அமைப்புக்கு அனுபவிக்கவும் பிழைக்கவும் மட்டுமே தெரியும்,"

ஃபூரியே, புரோதோ ஆகியவர்களின் கற்பனாவாத சோஷலிஸக் கருத்துக்களைக் கவனத்திற்கொண்டு மார்க்ஸ் எழுதினார். "என்னுடைய பணி கற்பனை உலகை அமைப்பதல்ல. தற்காலச் சமுதாய அரசியல் நிலைமைகளை விமர்சனம் செய்வதே எனது பணியாகும். அதிலிருந்து இந்தக் காலத்தின் போராட்டங்கள், அபிலாஷைகள் ஆகியவற்றின் சாரத்தைத் தெரிவிப்பதும் என்னுடைய வேலையாகும்,"

1843 அக்டோபரில் தமது இளம் மனைவியுடன் மார்க்ஸ் பாரிஸ் நகரம் சென்றார். அங்கே அவர் ஃபிரான்ஸ் - பிரஷ்யா ஆண்டு நூலைத் தயாரிப்பதற்காக அழைக்கப்பட்டிருந்தார். 1844-இல் இந்நூலின் ஒரு இதழில் ஃபிரடரிக் ஏங்கெல்ஸின் ஒரு கட்டுரை வெளியிடப் பட்டதிலிருந்து அவர்கள் இருவரிடையே நட்பு உதயமாயிற்று. அந்த நட்பு மார்க்ஸ் காலமாகும்வரை தொடர்ந்தது.

1844-இல் மார்க்ஸ் 'புனிதக் குடும்பம்' என்னும் புத்தகத்தை வெளியிட்டார். இதில் அவர் ஹெகலின் சீடர்களைச் சமூக விமர்சனத்துறையில் இறங்க அறைகூவி இருந்தார். மார்க்ஸின் சொந்த சித்தாந்தங்களான வரலாற்று லோகாயதவாதம் வர்க்கப் போராட்டம்

போன்றவை அன்றே உருப்பெற்றிருந்தன. அவர் எழுதினார். "ஒரு குறிப்பிட்ட காலத்தில் நிலவிய உற்பத்தி உறவுகளை ஆராய்ந்திடாமல் அக்காலத்திய வரலாற்றைப் புரிந்துகொள்ள முடியாது. கருத்துக்கள் சமுதாய வளர்ச்சிக்கு உறுதுணை புரிபவைதான்; ஆனால் அவை மக்களுக்கு நன்மை பயப்பவையாக இருக்க வேண்டும். இல்லாவிட்டால் கருத்துக்கள் நமக்கு உத்வேகமளித்தாலும் அவற்றால் ஒரு லாபமும் இருக்காது. கருத்துக்கள் மக்கள் நலனைப் பிரதிபலிக்கும் வரையில் மட்டுமே செயலாற்றுவதில் வெற்றியடைய முடியும். கருத்துக்கள் அளிக்கும் உற்சாகத்தைக் கொண்டே அவை மனித இனத்தை விடுதலை செய்துவிடும் என்னும் பிரமையை நாம் ஏற்படுத்திக்கொள்கிறோம்."

மார்க்ஸ் தனது அரசியல் கருத்துக்களுக்காக 1843-இல் ஜெர்மனியைவிட்டுப் பாரிஸ் செல்லவேண்டியதாயிற்று. அங்கே பிரஷ்ய அரசு பிரெஞ்சு அரசை நிர்ப்பந்தப்படுத்தியதால் 1845-இல் அவர் பாரிஸைவிட்டு பிரஸ்ஸல்ஸ் போக வேண்டி நேர்ந்தது. 1848 பிப்ரவரியில் இரண்டாம் பிரெஞ்சுப் புரட்சி நடக்கும் வரையில் மார்க்ஸ் அங்கேயே இருந்தார். புரூதோவின் நூலான "வறுமையின் தத்துவம்" என்னும் நூலுக்குப் பதிலளிக்கும் வகையில் அவர் "தத்துவத்தின் வறுமை" என்னும் நூல் எழுதினார். வெளிநாடுகளில் இருந்த ஜெர்மன் தொழிலாளர்கள் நீதிமான்களின் லீக் என்னும் சங்கத்தை அமைத்திருந்தனர். 1840-லிருந்து இதன் தலைமையகம் லண்டனில் இருந்து வந்தது. அவர்கள் மார்க்ஸின் பெருமையைக் கேள்விப்பட்டு அவரைச் சந்தித்துப் பேசச் சிலரை 1847 ஜனவரியில் பிரஸ்ஸல்ஸுக்கு அனுப்பி வைத்தனர். 'லீக்' பெயர் இப்பொழுது 'கம்யூனிஸ்ட் லீக்' என்றாகிவிட்டது. இதன் முதல் மாநாடு 1847-ஆம் ஆண்டு கோடைக் காலத்தில் லண்டனில் நடைபெற்றது. அதில் ஏங்கெல்ஸும் கலந்துகொண்டார். டிஸம்பரில் நடந்த இரண்டாம் மாநாட்டில் மார்க்ஸும் பங்கெடுத்துக் கொண்டார். 'லீகின்' கோரிக்கைக்கிணங்க மார்க்ஸ் சமூக, அரசியல், பொருளாதாரப் பிரச்சினைகளை ஆராய்ந்து சாதாரண மக்களும் புரிந்துகொள்ளும்படி 'லீகின்' அறிக்கையாக "கம்யூனிஸ்ட் அறிக்கை"யைத் தயாரித்தார்.

1848-இல் நடந்த பிரெஞ்சுப் புரட்சி ஐரோப்பா பூராவும் கொந்தளிப்பை ஏற்படுத்திவிட்டது. ஃபிரான்ஸிலிருந்து வெளியேற்றப் பட்டதிலிருந்து மார்க்ஸ் பெல்ஜியத்தில் வசித்து வந்தார். பெல்ஜிய அரசுக்கும் தம் நாட்டில் புரட்சி வெடிக்குமோ என்னும் அச்சம் ஏற்பட்டது. அதனால் அது மார்க்ஸை பெல்ஜியத்திலிருந்தும் வெளியேறுமாறு ஆணையிட்டது. ஆனால் பிரெஞ்சுப் புரட்சி அரசின்

ஒரு முக்கிய உறுப்பினரான பிளாகோ மார்ச் முதல் தேதி மார்க்ஸுக்கு எழுதிய கடிதத்தில் அவரைப் பாரிஸுக்கு வருமாறு அழைத்தார். "வீரரும் நம்பிக்கைக்குரியவருமான மார்க்ஸ் அவர்களுக்குப் பிரெஞ்சு ஜனநாயக பூமி எல்லாச் சுதந்திரம் விரும்பும் நண்பர்களுக்கும் அடைக்கலம் அளிப்பதாகும். ஆதிக்கக்காரர்களின் கொடுமை உங்களை நாட்டைவிட்டு வெளியேற்றியது. ஆனால் சுதந்திர பிரான்ஸ் உங்களுக்காகக் கதவு திறந்திருக்கிறது. அது உங்களையும் எல்லா இன மக்களின் சகோதரத்துவம் என்னும் புனித லட்சியத்திற்காகப் போராடிக்கொண்டிருப்பவர்களையும் வரவேற்கிறது. பிரெஞ்சு அரசின் ஒவ்வொரு அதிகாரியும் இந்தக் கடமையை நிறைவேற்றுவார்."

மார்க்ஸ் பாரிஸ் அடைந்து 'கம்யூனிஸ்ட் லீக்' உறுப்பினர்கள் பலரையும் ஒன்று சேர்த்து. சிலரைப் புரட்சியில் பங்கெடுக்க ஜெர்மனிக்கும் அனுப்பிவைத்தார். அவரும் ஏங்கெல்ஸும் ரைன்லாண்டில் குடியேறி, *1848* ஜூனில் "நோயே ரைனிஷேத்ஜைதுங்" என்னும் புதிய பத்திரிகையை ஆரம்பித்தார்கள். மார்க்ஸே அதன் ஆசிரியர். அவர் தம்முடைய கட்டுரைகளில் பூர்ஷ்வா (முதலாளித்துவ) வர்க்கத்தை வலிமையற்றதாக்கவும், சமுதாயத்தின் பெருந்துயரை முடிவுக்குக் கொண்டுவர ஆயுதந் தரித்த புரட்சியையும் வலியுறுத்தினார். அப்பத்திரிகை ஒன்னரை வருடம் சிரமத்துடன் நடந்து நின்றுவிட்டது. மார்க்ஸ் தன்னிடமிருந்ததெல்லாம் விற்றுத் தீர்த்து ஏழாயிரம் 'தேலர்' களைப் பத்திரிகைக்காகச் செலவிட்டுவிட்டார். அவர் மீண்டும் பாரிஸுக்கே திரும்பி வந்தார். ஆனால் அப்போது அங்கே புரட்சி விரோதிகளின் கை மேலோங்கி இருந்தது.

1849-இல் மார்க்ஸ் பாரிஸிலிருந்தும் வெளியேற்றப்பட்டார். அங்கிருந்து அவர் லண்டன் சென்றுவிட்டார். அப்போதிலிருந்து அவர் தனது வாழ்நாள் முழுவதும் லண்டனிலேயே வசித்தார். லண்டனுக்குப் போவதற்கு முந்தைய மாதங்களில் மார்க்ஸ் "லூயிபோனபார்ட்" என்னும் புத்தகமும் பிற்காலத்தில் "புரட்சியும், எதிர்ப்புரட்சியும்" என்னும் பெயரில் வெளியிடப்பட்ட 'நியூயார்க் ட்ரிப்யூன்' பத்திரிகைக்கான கட்டுரைகளையும் எழுதினார். *1848* பிப்ரவரி - மார்ச்சில் நடந்த பிரெஞ்சுப் புரட்சிக்கு முக்கிய காரணம் வியாபார மந்த நிலையே என்று மார்க்ஸ் ஆராய்ந்து தெரிவித்தார். எதிர்ப்புரட்சிக்குக் காரணம் *1848*-இல் ஏற்பட்ட வியாபார வளர்ச்சியேயாகும். அவ்வளர்ச்சி *1848 - 50*-ஆம் ஆண்டுகளில் மேலும் அதிகரித்தது. புரட்சியோ அல்லது வேறெந்த மகத்தான செயலோ ஒரு தனி நபரின் நம்பிக்கைத் துரோகத்தால் மட்டுமே தோல்வி யடைந்துவிடும் என்பதில்லை என்று மார்க்ஸ் தெளிவாக்கினார். "அவரை நம்பலாம் இவரை நம்ப முடியாது என்று மட்டுமே

சொல்லக்கூடிய ஒரு அரசியல் கட்சியிடமிருந்து நாம் வெகுவாக எதிர்பார்க்க முடியாது.”

1841லிருந்து 1883 வரை 34 வருடங்கள் லண்டனில் வாழ்ந்திருந்த போது மார்க்ஸ் தினந்தோறும் ‘பிரிட்டிஷ் மியூசியம்’ நூல் நிலையத்திற்குச் சென்று காலையிலிருந்து மாலைவரை நூல் நிலையம் மூடப்படும் வரை அங்கேயே அமர்ந்து பொருளாதாரம், வரலாறு, அரசியல், சமூக விஞ்ஞானம் ஆகியவைகளைச் சேர்ந்த நூல்களைப் படித்து அவற்றிலிருந்து குறிப்புகளை எடுத்துக்கொண்டிருந்தார். இக்குறிப்புகளைக் கொண்டே அவர் பிற்காலத்தில் தனது மகத்தான நூலான “மூலதனத்”தை எழுதினார்.

இக்காலத்தில் மார்க்ஸ் குடும்பநிலை மிக மோசமாக இருந்தது. லண்டனில் டீன் தெருவில் ஒரு சாதாரண வீட்டில் இரு அறைகளில் அவருடைய குடும்பம் இருந்து வந்தது. 1852-இல் அவர் தன்னுடைய கடைசிக் கோட்டை விற்றுவிட்டு கோலேன் கம்யூனிஸ்ட் வழக்கிற்காகப் புத்தகம் எழுத காகிதம் வாங்கினாரென்பது பிரசித்தமான விஷயம். 1850-60-ஆம் ஆண்டுகளில் மார்க்ஸின் ஒரே நிரந்தர வருமானம், அவர் “நியூயார்க் டிரிப்யூன்” பத்திரிகைக்காக எழுதிக் கொண்டிருந்த கட்டுரைகளுக்கு வந்து கொண்டிருந்த பணம்தான். அக்காலத்தில் ஒரு கட்டுரைக்கு ஒரு பவுண்ட் கிடைத்துக் கொண்டிருந்தது. 1860க்குப் பிறகு மார்க்ஸின் பொருளாதார நிலை சற்று மேம்பட்டது. காரணம் அவரது ஒரு பெண் நண்பரான வில்ஹெல்ம் உல்ஃப் அவருக்காக எண்ணூறு பவுண்ட் உயில் எழுதி வைத்தார். அத்துடன் ஏங்கெல்ஸிடமிருந்து ஆண்டிற்கு 350 பவுண்டும் கிடைத்துவந்தது.

1860லிருந்து 1870 வரை பத்தாண்டுகள் மார்க்ஸின் வாழ்க்கையிலேயே மகிழ்ச்சிகரமான காலமாகும். அவரது வீட்டில் ஒவ்வொரு ஞாயிறு மாலையும் அவருடைய நண்பர்கள் குழுமியிருந்தும் கொண்டாட்டமுமாகக் கழித்தார்கள். மார்க்ஸின் மனைவி ‘யேனி’ நல்ல பண்புள்ள மனைவி. சிறுவயதில் ஒரு ஜெர்மானியப் பணக்காரரின் செல்ல மகளாக வளர்ந்திருந்தும் அவர் மார்க்ஸின் துயரமான வாழ்க்கையில் உறுதியான கூட்டாளியாகத் திகழ்ந்தார். மார்க்ஸுடன் அவரது மனைவியும் ஒரு நிலையில்லாமல் சுற்றி அலைந்துகொண்டிருந்தார். ஆனால் அதற்காக அவர் என்றுமே வருந்தியதில்லை. மார்க்ஸ் தன்னுடைய மனைவியின் அசாதாரண அறிவின்மேல் ஆழ்ந்த நம்பிக்கை வைத்திருந்தார். அதனாலேயே அவர் தான் எழுதிய நூல்களின் கையெழுத்துப் பிரதிகளை மனைவிக்குப்

படித்துக்காட்டி அவருடைய கருத்துக்களைக் கேட்டறிந்து கொண்டிருந்தார்.

மார்க்ஸ் தம்பதியர் ஆறு குழந்தைகள் பெற்றாலும் இரண்டு ஆண் குழந்தைகளும் ஒரு பெண் குழந்தையும் சிறுவயதிலேயே இறந்துவிட்டார்கள். ஜென்னி, லாரா எலியனார் ஆகிய பெண்கள், மூவர் மட்டுமே எஞ்சியிருந்தார்கள்.

1867-இல் மார்க்ஸ் "மூலதனத்தின்" முதல் பாகத்தை எண்ணூறு பக்கங்களில் ஜெர்மன் பதிப்பாக வெளியிட்டார். இதில் அவர் முதுலாளித்துவ உற்பத்தி முறையை ஆழமாக ஆராய்ந்தார்.

"மூலதனம்" பிரசுரமான பிறகு தொழிலாளர்களின் உலக அமைப்பை நிறுவுவதில் ஈடுபட்டார். அவரது முயற்சியின் பலனாக 1864-இல் முதல் சர்வ தேசியம் (First International) நிறுவப்பட்டது. அதில் புரூதோவின் அராஜகவாத சீடர்கள் பெரும் எண்ணிக்கையில் சேர்ந்தார்கள். 1867 வரை அவர்களுடைய ஆதிக்கமே முதல் சர்வதேசியத்தில் ஓங்கியிருந்தது. 1860 - 70ஆம் வருடங்களில் மார்க்ஸின் செல்வாக்கு நிலவியது. பிறகு 1872 வரை இறக்கும் தருவாயிலிருந்த புரூதோவின் சீடரான பகுனின் ஆதிக்கமிருந்தது.

1870-இல் பிரஷ்யா (ஜெர்மனி) பிரான்ஸுக்கு எதிராக யுத்தம் தொடுத்தபோது மார்க்ஸ் ஜெர்மானியத் தொழிலாளர்களை அப்போருக்கு எதிராகத் திரளும்படி அறைகூவினார்.

1870 ஆகஸ்டில் ஸைடானில் பிரான்ஸின் தோல்விக்குப் பிறகு பிரெஞ்சுச் செல்வந்தர்களின் போக்கைக் கவனித்தபோது, அவர்களது சர்வாதிகாரம் மீண்டும் வரக்கூடுமென்று பிரெஞ்சுத் தொழிலாளருக்குத் தோன்றியது. அதனால் 1871 மார்ச் 18-ஆம் தேதி பாரிஸ் தொழிலாளர்கள் 'பாரிஸ் கம்யூ'னை அமைத்தாக அறிவித்தார்கள். அது மிக வீரதீரத்துடன் பத்து வாரங்கள் வரை தொடர்ந்திருந்தது. பிரெஞ்சுப் பணக்காரர்களுடன் ஜெர்மானிய ஆக்கிரமிப்பாளரும் 'பாரிஸ் கம்யூ'னைக் கண்டு நடுநடுங்கினார்கள். இதனாலேயே அவர்கள் பிரெஞ்சுப் பணக்காரர்களின் வேண்டுகோளுக்கிணங்கிப் போர்க் கைதிகளைப் பெருமளவில் விடுதலை செய்துவிட்டார்கள். பிரெஞ்சுச் செல்வந்தர்கள் கொடிய அடக்குமுறையைக் கட்டவிழ்த்தும் தொழிலாளர்களைப் படுகொலை செய்தும் 'பாரிஸ் கம்யூ'னை அழித்து விட்டார்கள். மார்க்ஸ் 'கம்யூன்' அமைக்கப்படுவதற்கு முன்பு அது காலத்திற்கேற்றதல்ல என்று குறிப்பிட்டாலும் அது அமைக்கப் பட்டுவிட்ட பின் தன் முழுச் சக்தியுடன் அதை ஆதரித்தார்.

'பாரிஸ் கம்யூன்' வீழ்ந்துவிட்டது. அப்போது சர்வ தேசீயத்தின் பொதுச் செயலாளராக இருந்த மார்க்ஸ் 'கம்யூ'னுக்காகத் தன்னுடைய அதிக நேரம் செலவிட வேண்டியிருந்ததால் அவரது எழுத்து வேலை நின்றுவிட்டிருந்தது. மறுபுறம் 'சர்வ தேசீயம்' சாகும்தருவாயை அடைந்துவிட்டது. இதனால் அவர் செய்த ராஜினாமா 1872-இல் நடந்த 'ஹேக்' கூட்டத்தில் ஏற்றுக்கொள்ளப்பட்டது. அவரது யோசனையின்படி 'சர்வ தேசீய'த்தின் தலைமையகம் நியூயார்க் நகருக்குப் போய்விட்டது. அங்கே அது 1875-இல் மறைந்துவிட்டது.

1875-இல் ஜெர்மானிய சோஷலிஸ்டான லாஸேலின் முன்னுக்குப் பின் முரணான 'செயல் திட்ட'த்தை மார்க்ஸ் கடுமையாக விமர்சித்தார். "மிகப்பல வாதங்களைக் காட்டிலும் இயக்கம் ஒரு அடி முன்னேறுவது சிறப்பானதாகும்." இக்காலத்திலேதான் மார்க்ஸ் 'தொழிலாளி வர்க்க சர்வாதிகாரம்' (Prolitarian Dictatorship) பற்றிக் கூறினார்.

"சமுதாயம் முதலாளித்துவ அமைப்பிலிருந்து பொதுவுடைமை அமைப்பை நோக்கிச் செல்லும்போது இடையில் ஒரு இடைக்காலமிருக்கும். அது புரட்சிகர மாறுதலுக்கான காலமாகும். அது ஒரு அரசியல் இடைக்காலமாகும். இக்காலத்திய அரசு புரட்சிகரத் தொழிலாளி வர்க்க சர்வாதிகாரத்தைத் தவிர வேறெதுவாகவும் இருக்க முடியாது."

1875லிருந்து 1883 வரை மார்க்ஸ் தனது இறுதிக் காலம் வரை உடல் நலமில்லாமலே இருந்தார். அப்போதும் அவர் சும்மா ஓய்ந்திருக்கவில்லை. அவர் அமெரிக்க ருஷிய விவசாயிகளின் நிலைமையை ஆழ்ந்து ஆராய்ந்து கொண்டிருந்தார். 1874லிலும் 1877லிலும் அவர் உடல் நலமடைய கார்ல் பாதுக்குச் சென்றிருந்தார். அப்போதே அவர் 'மூலதன'த்தின் இரண்டாம் பாகத்திற்கு முழு உருவமளித்தார். பல ஓய்வுத் தலங்களுக்குச் சென்றும் மார்க்ஸின் உடல்நலம் மேம்படவில்லை. 41 வருடங்கள் (1842-81) வரை கடுமையாக உழைத்துப் போராடிய பிறகு 1883 மார்ச் 14-ஆம் தேதி லண்டனில் அவர் காலமானார். அப்போது ஏங்கெல்ஸ் தன் அமெரிக்க நண்பரொருவருக்கு எழுதினார்.

"இன்று எத்தனை மனித மூளைகள் இருக்கின்றவோ, அவற்றில் எல்லாம் சிறந்த மூளையை இன்று இழந்துவிட்டது. தொழலாளி வர்க்க இயக்கம் தனது வழியில் இயங்கிக் கொண்டே இருக்கும். ஆனால் பிரெஞ்சு, ருஷ்ய, அமெரிக்க, ஜெர்மானியத் தொழிலாளர்கள் கஷ்ட காலத்தில் யாரை எதிர்பார்த்துக் கொண்டிருந்தார்களோ அவர்

மறைந்துவிட்டார். அவர் அவர்களுக்குத் தெளிவான வழிகாட்டிக் கொண்டிருந்தார். மிகத் திறமை படைத்தவர்களே அவ்வாறு வழிகாட்ட முடியும்.”

1883 மார்ச் 17-ஆம் தேதி லண்டனிலுள்ள ஹைகேட் கல்லறையில் மார்க்ஸின் உடல் அடக்கம் செய்யப்பட்டது. ஏங்கெல்ஸும் ஜெர்மனியிலிருந்து வந்திருந்த வில்லியம் லீப்க்னெக்கும் இரங்கல் கூட்டத்தில் பேசினர். நாற்பதாண்டு நீண்ட கால நண்பரான ஏங்கெல்ஸ் அப்பொழுது கூறினார்:

“டார்வின் உயிரின வளர்ச்சிச் சித்தாந்தம் கண்டுபிடித்ததைப் போலவே மார்க்ஸ் மனித வரலாற்று வளர்ச்சி சித்தாந்தத்தைக் கண்டுபிடித்தார். அரசியல், மதம், கலை, விஞ்ஞானம் அல்லது வேறெந்த விஷயத்தைக் குறித்தும் சிந்திப்பதற்கு முன் மனிதனுக்கு உணவும், உடையும், இருப்பிடமும் வேண்டும். ஆகவே வாழ்க்கைத் தேவைகளின் உற்பத்தியையும், பொருளாதார வளர்ச்சியையும் அடிப்படையாகக் கொண்டே தேசீய நிறுவனங்களும் சட்ட நிறுவனங்களும் கலைகளும் மக்களின் மதக் கருத்துக்களும் உருவாகின்றன. ஆகவே இவைகளை விளக்கும்போது அக்காலத்திய பொருளாதார வளர்ச்சியை அடிப்படையாகக் கொள்ள வேண்டும்.”

“மார்க்ஸ் சமூக ஜனநாயகத்தை ஒரு சம்பிரதாயத்திலிருந்து மேலுயர்த்தி ஒரு கட்சியாக உருமாற்றினார். அது இன்று தோல்வியுடன் போராடிக் கொண்டிருந்தாலும் இறுதியில் நிச்சயம் வெற்றியடையும்” என்றார் லீப்க்னெக்ட்.

ஏங்கெல்ஸ் வாழ்க்கை (1820-95): விஞ்ஞான சோஷலிஸம் உருவாவதிலும் மார்க்ஸின் பணியிலும் ஏங்கெல்ஸின் சேவைகளும் தியாகங்களும் பெரும் பங்கு வகித்தன. ஏங்கெல்ஸ் எத்தனையோ விஷயங்களைச் சுயமாகவேகூட விவரித்தார் என்பதை முன்பே பார்த்தோம்.

அவர் 1820 நவம்பர் 28-ஆம் தேதியன்று மார்க்ஸ் பிறந்த இரண்டாண்டுகளுக்குப் பிறகு ஜெர்மனியைச் சேர்ந்த ‘பாபர்மேனி’ல் பிறந்தார். அவருடைய தந்தை ஒரு பணக்காரத் தொழிற்சாலை முதலாளி. ஏங்கெல்ஸ் மிகவும் பழமையான குறுகிய நோக்குடைய குடும்பத்தில் பிறந்தார். அவர் இறுதியாண்டுப் படிப்பை விட்டுவிட்டு தந்தைக்குத் தொழிலில் உதவி செய்ய வேண்டியதாயிற்று. 1841-இல் அவர் பெர்லின் பீரங்கிப் படையில் சேர்ந்து யுத்தப் பயிற்சியும் பெற்றார். இப்பயிற்சியாலேயே அவர் ராணுவ விஞ்ஞானத்தில் தேர்ந்திருந்தார்.

கொஞ்ச காலத்திற்குப் பிறகு ஏங்கெல்ஸ் தந்தையின் தொழிற்சாலையைப் பார்த்துக்கொள்ள மான்செஸ்டருக்குச் சென்றார். அவர் முதலிலிருந்தே தத்துவத்தையும் சமூகப் பிரச்சினைகளைச் சிந்திப்பதையும் விரும்பிக்கொண்டிருந்தார். இங்கிலாந்திலிருந்து திரும்பி வரும்போது அவர் முதன் முதலாக ஒரு பத்திரிகை அலுவலகத்தில் மார்க்ஸைச் சந்தித்தார். ஆனால் அப்போது அவர்களிருவருக்கிடையே நெருங்கிய நட்பு ஏற்படவில்லை. இதற்குப் பிறகும் அவர் நீண்ட காலம் வரை சார்ட்டிஸ்களுடனும், கற்பனாவாத சோஷலிஸ்டுகளுடனும், தொழிற்சங்க இயக்கங்களுடனும் தொடர்பு வைத்துக் கொண்டிருந்தார். இக்காலத்திலேயே அவர் தான் எழுதவிருந்த "1844-இல் தொழிலாளர் வர்க்கத்தின் நிலை" என்னும் நூலுக்காக விஷயங்களைச் சேகரித்தார். இப்போது அவர் மார்க்ஸுடன் மிக நெருங்கிய தொடர்பு கொண்டிருந்தார். அதனால் ஏங்கெல்ஸ் ஐரோப்பா திரும்பி வந்ததும் "புனித குடும்பம்" என்னும் நூலை எழுதுவதில் மார்க்ஸுக்குப் பேருதவி புரிந்தார். 1845-இல் அவர் வியாபாரத்தை விட்டுவிட்டு மார்க்ஸ் இருந்து வந்த பிரஸ்ஸல்ஸுக்குப் போய்விட்டார். இரண்டு வருடங்கள் வரை இருவரும் ஆராய்ச்சியிலும் எழுதுவதிலும் தொழிலாளர்களைத் திரட்டுவதிலும் ஈடுபட்டிருந்தனர். 1847-ஆம் ஆண்டு கோடைக்காலத்தில் மார்க்ஸ் பாரிஸ் பிரதிநிதியாகக் கம்யூனிஸ்ட் லீகுக்குப் புதிய திட்டமொன்றைத் தயாரிப்பதற்காக லண்டன் சென்றார். "கம்யூனிஸ்ட் அறிக்கை" எழுதுவதிலும் ஏங்கெல்ஸ் மார்க்ஸுக்கு உதவி செய்தார்.

"பிரெஞ்சு-பிரஷ்ய ஆண்டு நூல்" தயாரிக்க மார்க்ஸ் பாரீஸ் சென்றாரென்பதை ஏற்கெனவே குறிப்பிட்டுள்ளோம். அதன் 1844-ஆம் வருட இதழில் ஏங்கெல்ஸின் ஒரு கட்டுரை பிரசுரமயிற்று. ஒரு விதத்தில் அப்போதிருந்து மார்க்ஸ்-ஏங்கல்ஸின் நட்பு தொடங்கியது எனலாம். அவர்களின் நெருங்கிய தொடர்பு 1845-இல் பிரஸ்ஸல்ஸில் ஆரம்பமாயிற்று. 1848-50-ஆம் வருடங்களில் ஐரோப்பாவில் நடைபெற்ற புரட்சிகர இயக்கங்களில் மார்க்ஸுக்கு ஏங்கெல்ஸ் பேருதவி புரிந்தார். 1850-இல் அவர் மீண்டும் வியாபாரம் செய்யப் போய்விட்டார். ஆனால் பணம் சம்பாதிப்பதற்காக அல்ல; தன்னுடைய நண்பரின் மகத்தான பணிக்குப் பொருள் பலம் சேர்க்க ஒரு மாபெரும் அறிஞர் இவ்வாறு தியாக வேள்வியில் குதித்ததிலிருந்தே ஏங்கெல்ஸின் தன்மையைப் புரிந்து கொள்ளலாம். மார்க்ஸ் ஒரு கடிதத்தில் ஏங்கெல்ஸுக்கு எழுதினார், "உன்னுடைய உதவி இல்லாதிருந்தால் நான் 'மூலதன'த்தை முடித்திருக்கவே முடியாது. எனக்காகவே நீ உனது அற்புதத் திறமையை மறைத்துக்கொண்டாய். மூச்சை அடைக்கும்

வியாபாரச் சூழ்நிலையை விரும்பி ஏற்றுக்கொண்டாய்." 1860-இல் ஏங்கெல்ஸின் தந்தை இறந்துவிட்டதால் வியாபாரச் சுமை பூராவும் ஏங்கெல்ஸ் மேல் விழுந்தது. அப்போது அவர் மார்க்ஸுக்கு எழுதினார். "நான் இந்தக் கொடுமையான வியாபாரத்திலிருந்து விடுபடுவதைக் காட்டிலும் வேறெதையுமே அதிகமாக விரும்பவில்லை. இது என் வாழ்நாளை அழித்துக் கொண்டிருப்பதுடன் என்னையும் களைத்து விடும்படிக் செய்துகொண்டிருக்கிறது. நான் வியாபாரத்திற்குள் மூழ்கி இருக்கும்வரை வேறெந்தத் காரியத்துக்கும் தகுதி பெற்றிருக்க மாட்டேன். அதுவும் வியாபாரத்தில் பங்குதாரனாக ஆனதிலிருந்து நிலைமை மேலும் மோசமானதாகிவிட்டது. ஏனெனில் இப்போது பொறுப்பு முன்னைவிட அதிகமாகிவிட்டது. வருமானம் அதிகமாக இருப்பதால்தான் நான் வியாபாரத்தில் இருக்கிறேன். இல்லாவிடில் ஒரு குமாஸ்தாவாக இருப்பதையே அதிகமாக விரும்புவேன்."

இருப்பினும் ஒன்பதாண்டுகள் வரை ஏங்கெல்ஸ் தனது விருப்பத்திற்கு மாறாக வியாபாரம் செய்துகொண்டிருந்தார். 1869-இல் அவர் தனது வியாபாரத்தை விற்றுவிட்டார். அப்போது அவரிடம் நிறைய பணமும் இருந்தது. அதிலிருந்து மார்க்ஸ் ஆண்டொன்றுக்கு 350 பவுண்டுகள் பெறும் ஏற்பாடு செய்தார். 1870-இல் ஏங்கெல்ஸும் லண்டனுக்கே வந்துவிட்டார். அன்றிலிருந்து மார்க்ஸ் மறையும் வரை இரு நண்பர்களும் அங்கேயே வாழ்ந்தார்கள். மான்செஸ்டரில் இருந்தபோதுகூட இருவருக்குமிடையே நாள்தோறும் கடிதப் போக்குவரத்து நடந்து வந்தது.

இப்போது ஏங்கெல்ஸ் சுதந்திரப் பறவை. மார்க்ஸ் பொருளாதார சமூக சித்தாந்தங்களை ஆராய்ந்தும், எழுதியும் வந்தபோது ஏங்கெல்ஸ் அச்சித்தாந்தங்களின் அடிப்படையில் சமூகப் பிரச்சினைகளை விளக்கிக் கொண்டிருந்தார். மார்க்ஸ் காலமான பின்னர் ஏங்கெல்ஸ் அவருடைய பல நூல்களையும் தொகுத்து வெளியிட்டார்.

ஏங்கெல்ஸ் உடனுக்குடன் பதில் சொல்லக்கூடியவர். சிறந்த பேச்சாளர். அசாதாரணமான மேதாவி. அவர் என்றுமே தன்னைப் பெரிய அறிஞனாக வெளிப்படுத்திக்கொள்ள முயற்சிக்கவில்லை. மார்க்ஸின் நூல்களின் முன்னே தன்னைத் தாழ்த்திக்கொண்டே பேசி வந்தார். ஏங்கெல்ஸ் எழுதிய நூல்களில் கீழ்க்கண்டவை முக்கியமானவையாகும். "சோஷலிஸம் கற்பனையும், யாதார்த்தமும்" என்னும் நூல் விஞ்ஞான சோஷலிஸம் குறித்து எழுதப்பட்ட சில முக்கிய நூல்களில் ஒன்றாகும். "1844-இல் இங்கிலாந்தில் தொழிலாளர்

வர்க்கத்தின் நிலைமை" "குடும்பமும், தனிச்சொத்துடைமையும், அரசின் தோற்றமும்", "ஃபேவர்பாக்-சோஷலிஸ சித்தாந்தத்தின் அடிப்படைகள்."

ஏங்கெல்ஸ் 1895 ஆகஸ்ட் 6-இல் தனது எழுபத்தி ஐந்தாவது வயதில் காலமானார்.

2. மார்க்ஸின் முக்கிய சித்தாந்தங்கள்

விஞ்ஞானத்தைப் போலவே சித்தாந்தத்தையும், செயல் முறையையும் சார்ந்துள்ள மார்க்ஸீயத்தின் சோஷலிசம் விஞ்ஞான சோஷலிஸம் எனப்படுகிறது. இதன் சித்தாந்தங்களில் மூன்று முக்கியமானவை வரலாற்றின் லோகாயதவாத விளக்கம், வர்க்கப் போராட்டம், உபரி மதிப்பு.

(க) வரலாற்றின் லோகாயதவாத விளக்கம்: இதை மிகச் சிறந்த முறையில் சுருக்கமாக ஏங்கெல்ஸ், மார்க்ஸின் சமாதிக்கருகில் நடந்த இரங்கற்கூட்டத்தில் விவரித்ததை ஏற்கெனவே தந்திருக்கிறோம். இது குறித்து மேலும் விவரிக்க வேண்டும்.

உணவு, உடை, இருப்பிடம் முதலியவை வாழ்க்கைக்கு அத்தியாவசியமானவையாகும். ஆரம்பகால மனிதனிலிருந்து இன்றைய மனிதன்வரை இவை அத்தியாவசியத் தேவைகளாகும். இவைகளை மனிதன் எப்பொழுதுமே உண்டாக்கிக் கொள்ளத்தான் வேண்டும். இந்த உற்பத்திச் சக்திகள் எப்பெழுதுமே மனிதனுடைய சமூக மாறுதலில் முக்கிய பங்கு வகித்தே வந்துள்ளன. உற்பத்திச் சக்திகள் ஒருபுறம் வளர்ந்து சென்றன. வேட்டையிலிருந்து விவசாயம், விசாயத்திலிருந்து கைத்தொழில்கள், கைத்தொழில்களிலிருந்து வாணிபம், வாணிபத்திலிருந்து தொழிற்சாலைகள் - இவற்றால் சமுதாய மக்கள் கூட்டம் கட்டுண்டிருந்தாலும் மாறிக் கொண்டேதான் இருந்தது. ஒவ்வொரு கட்டத்திலும் சமுதாய அமைப்பில் மக்களின் புதிய அமைப்பு தேவைப்படுகிறது. பழைய அமைப்பு தொடர்ந்து இயங்க முடியாது. மக்களின் புதிய அமைப்பு முதலில் பொருளுற்பத்தியில் அல்லது பொருளாதாரத் துறையில் நிகழ்கிறது. அதனால்தான் சமூக அரசியல் அமைப்பிலும் மாறுதல் தவிர்க்க முடியாததாகிறது. இதன் பொருள் என்னவென்றால் சட்டம், சம்பிரதாயம் போன்ற எல்லா விஷயங்களிலும் சமுதாயத்தின் மனோ நிலையிலும்கூட மாற்றம் ஏற்பட்டுவிடுகிறது. இம்மாற்றம் இல்லாமல் புதியதாகத் தோன்றிய சமூகப் பிரச்சினைகளைத் தீர்க்க முடியாது. இவ்விஷயங்களை நாம் சமுதாயத்தின் ஆரம்ப காலகட்டங்களில் கவனித்தோம்.

மார்க்ஸ் தனது "அரசியல் பொருளியல் விமர்சனம்" என்னும் நூலில் குறிப்பிட்டார்.

"வளர்ச்சியின் ஒரு குறிப்பிட்ட நிலையில் உற்பத்திச் சாதிகளுக்கும் உற்பத்தி உரிமைகளுக்குமிடையே முரண்பாடு தோன்றுகிறது. இதற்கு முன்பு அந்த உற்பத்திச் சக்திகள் அவ்வுற்பத்தி உரிமைகளுக்குள்ளேயே இயங்கிக் கொண்டிருந்தன. இதற்கு முன் உற்பத்திச் சக்திகளின் வளர்ச்சி உருவங்களாக இருந்த இவ்வுரிமைகள் இப்போது உற்பத்திச் சக்திகளுக்கு விலங்குகளாகி விடுகின்றன. அப்போது புரட்சிக்கான காலம் வந்துவிடுகிறது. பொருளாதார அடிப்படையில் மாற்றத்துடன் கொஞ்சமாகவோ அதிகமாகவோ மேல் அமைப்பு முழுவதும்கூட வேகமாக மாறிவிடுகிறது."

மார்க்ஸ் கருத்தின்படி, பொருளாதாரப் பிரச்சினைகளும் சட்டங்களும் ஒன்றுடன் ஒன்று மோதிக் கொள்வதால் புரட்சி ஏற்பட்டுவிடுவதில்லை. உற்பத்திச் சக்திகளும், பழைய பொருளாதார அமைப்பும் முரண்படுவதாலேயே புரட்சி தோன்றுகிறது. "ஆகவே லோகாயத வாழ்க்கையில் உற்பத்தி முறையே வாழ்வின் சமூக, அரசியல், ஆன்மீக அமைப்பை நிச்சயிக்கிறது." (Marx, Critique of Political Economy, p. 11)

நமது இந்திய சமுதாயம் உலகத்திலேயே மிக மாறுதலில்லாத சமுதாயமாகும். அப்படிப்பட்ட சமுதாயத்திலேயே கடந்த ஐம்பது வருடங்களில் நிகழ்ந்த மாற்றங்களைச் சொல்லி முடியுமா?

மானிட இனம் உற்பத்தி முறையை மாற்றித் தனது சமுதாய உறவுகள் அனைத்தையுமே மாற்றி விடுகிறதென்று மார்க்ஸ் தனது "தத்துவத்தின் வறுமை"யில் கூறியிருக்கிறார். கைத்தொழில் தொழிற் கூடத்தை நிலப்பிரபு தொடங்குகிறான். நீராவியாலும், மின்சாரத்தாலும் நடக்கும் தொழிற்சாலைகளைத் தொழில் முதலாளி ஆரம்பிக்கிறான். அத்துடன் அவன் முதலாளித்துவ சமுதாயத்திற்கும் ஆரம்பவிழா நடத்திவிடுகிறான்.

ஆனால் மார்க்ஸீயம் லோகாயத, பொருளாதாரக் காரணங்களை மட்டுமே கருத்தில் கொள்வதில்லை. இதை 1890-இல் எழுதிய ஒரு கடிதத்தில் ஏங்கெல்ஸ் தெளிவுபடுத்தினார். "புதிய தலைமுறையினர் அவ்வப்போது தேவைக்கதிகமாகவே பொருளாதார அம்சத்தை வலியுறுத்துவதற்குக் காரணம் மார்க்ஸும் நானுமே ஆவோம். எதிரிகள் மூர்க்கமாக எதிர்க்கும் ஒரு அம்சத்தை வற்புறுத்துவதற்காகவே நாங்கள் பொருளாதாரத்திற்கு முக்கியத்துவம் அளிக்க வேண்டிய தாயிற்று. "மற்றொரு கடிதத்தில் இதை ஏங்கெல்ஸ் மேலும்

விளக்கினார். வரலாற்றின் இறுதியான, முடிவான காரணம் யதார்த்த வாழ்க்கைக்குத் தேவையான பொருளுற்பத்தியேயாகும். இதற்கதிகமாக நானோ மார்க்ஸோ வேறெதையுமே வலியுறுத்தவில்ல. ஆனால் இதற்கு மாறாக நாங்கள் கூறியதை யாராவது திரித்துச்சொல்லிப் பொருளாதார அம்சமே முக்கியமானதென்று கூறுவார்களேயானால் அவர்கள் அர்த்தத்தை அனர்த்தப்படுத்துகிறார்கள், பொருளாதார நிலை அடிப்படையானதுதான்; ஆனால் மேல் அமைப்பு குறித்த எத்தனையோ விஷயங்கள் - வர்க்கப் போராட்டத்தின் அரசியல் வடிவங்கள் அவற்றின் முடிவுகள் சட்டம் ஒழுங்கு உருவங்கள், வர்க்கப் போராட்டங்களில் பங்கெடுத்துக்கொள்வோரின் மனநிலைகள் அரசியல், சட்ட, தத்துவ, மதக்கருத்துக்கள் - இவையெல்லாமே சரித்திர முரண்பாட்டின் மேல் செல்வாக்கைப் பரப்புகின்றன. சரித்திர முரண்பாட்டை முடிவு செய்வதில் இவை முக்கிய பங்கு வகிக்கின்றன."

(ங) வர்க்கப் போராட்டம்: புராதனப் பொதுவுடைமைச் சமுதாயம் அழிந்துவிட்ட பிறகு மனித சமுதாயம் எசமானர்-உழைப்பாளர் எனப் பிரிந்துவிட்டதிலிருந்து இவ்விரு வர்க்கங்களிடையே வர்க்கப் போராட்டம் முக்கிய பாத்திரம் வகித்தது. "முரண்பாடே எல்லா நிகழ்ச்சிகளின் தாய்" என்று புத்தரின் சமகாலத்தவரான ஹெராக்லிது (கி.மு. 535-425) சொல்லியிருக்கிறார். இதையே ஹெகல் (கி.பி. 1770-1831) வேறு விதமாகப் "பொருட்களுக்கு இயங்கும் சக்தியை முரண்பாடே அளிக்கிறது" என்று கூறியிருக்கிறார். மார்க்ஸ் இச்சித்தாந்தத்தை மிகப் பரந்த அளவில் மனித சமுதாயத்தின் பொருளாதார அரசியல் துறைகளில்-பயன்படுத்தினார். வர்க்க ஏற்றத் தாழ்வுகளுடன் கூடிய பழைய சமுதாயங்களைப் போலவே இன்றைய முதலாளிகளும் தமது முதலாளித்துவ சமுதாயத்தை நிலைநிறுத்த விரும்புகிறார்கள். இச்சமுதாயத்தை அவர்கள் அழிவே இல்லாத நிரந்தரமானதென்று கருதுகிறார்கள். ஆனால் தொழிலாளி வர்க்கம் பழைய சமுதாயத்தை அப்படியே இருக்கவிட விரும்பவில்லை.

புராதன கிரேக்கநாட்டில் ஹெராக்லிதுவும் பிளாட்டோவும் தமது தத்துவ இயல்களைத் தோற்றுவித்துக் கொண்டிருந்தபோது வாழ்க்கைக்குத் தேவையான பொருட்கள் அனைத்தையும் அடிமைகளே உற்பத்தி செய்துகொண்டிருந்தனர். இந்த அடிமைகள் மற்ற பொருட்களைப் போலவே தமது எசமானர்களின் சொந்த சொத்தாக இருந்தனர். இதனால் ஹெராக்லிது வர்க்கப் போராட்டத்தின் முக்கியத்துவத்தை உணர்ந்திருந்தார். இருப்பினும் மார்க்ஸ் வர்க்கப் போராட்டம் வர்க்கங்களுடனே தோன்றி, வர்க்கங்களின் அழிவுடனே மறையும் என்று கருதினார். மானிட இனத்தின் துவக்கத்தில் வர்க்க

பேதமற்ற சமுதாயம் இருந்தது; அதேபோல் புதிய பொதுவுடைமைச் சமுதாயம் அமைந்தபிறகும் வர்க்க பேதமற்ற சமுதாயம் தோன்றும். பிறகு வர்க்கப் போராட்டம் இருக்காது. ஆனால் இயற்கையுடன் மனிதர்களின் போராட்டம் தொடர்ந்து கொண்டே இருக்கும். இதனால் மனித சமுதாயத்தின் முன்னேற்றம் நிகழ்ந்துகொண்டே இருக்கும்.

இந்த வர்க்கப் போராட்டம் ஏன் ஏற்படுகிறது? ஆதீக்க வர்க்கம் தனது நலன்களை நிரந்தரமாகப் பாதுகாத்துக்கொள்ள விரும்புவதாலேயே வர்க்கப் போராட்டம் தோன்றுகிறது. உற்பத்தியான பொருட்களின் பெரும் பகுதியைத் தனது வசத்திலேயே வைத்துக்கொள்வதே வர்க்க நலனின் அருவருக்கத்தக்க அம்சமாகும். முதலாளித்துவ சமுதாயத்தில் உற்பத்திமுறை சுரண்டல் முறையுமாகும். மில் தொழிலாளி உழைத்து ஆடையைத் தயாரிக்கின்றான். அதே சமயத்தில் மில் முதலாளி அத்தொழிலாளியின் பல மணி நேர உழைப்பைத் திருடி 'லாபமென்னும் பெயரில் வைத்துக்கொள்கிறான். லாபமே முதலாளிகளின் கடவுள். வியாபாரிகளின் கடவுளும் அதுவே. இதனாலேயே நமது நாட்டுப் பணியாட்கள் (வியாபாரிகள்) தமது வாசற்படிகளில் 'லாபம்-சுபம்' என்று குங்குமத்தால் எழுதி வைக்கிறார்கள்.

முதலாளிகள் சாதுக்களாகவும் மென்மையான இதயம் படைத்தவர்களாகவும் தோன்றுகிறார்கள். அவர்கள் அனாதை விடுதிகளையும், சத்திரங்களையும் அமைக்கிறார்கள். பலவீனமான பசுக்களைப் பராமரிக்கத் தொழுவங்களை நிறுவுகிறார்கள். இந்திய முதலாளிகளில் பெரும்பாலோர் புலால் உணவைத் தொடுவதுமில்லை. பாவம், புல் - பூண்டுகளை மட்டுமே 'உண்டு' உயிர் வாழ்கிறார்கள். ஆனால் அவர்களுடைய இந்தக் குங்குமத்தால் வரையப்பட்ட 'லாபத்'தின் மேல் ஒரு சிறு அடி விழட்டும். அதற்குப் பிறகு பாருங்கள்! அவர்களின் அகிம்சை முழுதும் உயிர்கள் மீதுள்ள தயை எல்லாம் காந்தி-ரஸ்கின்தத்துவம் அனைத்தும் இருந்த இடம் தெரியாமல் மறைந்து போகும்.

முதலாளிகள் தமது லாபத்தைப் பெருக்கிக்கொள்ள விரும்புகிறார்கள். ஆனால் அது தொழிலாளர்களைக் கொண்டு தான் சம்பாதிக்கப்படுகிறது. முதலாளித்துவம் உழைப்பாளர்களின் ஒரு பெருங்கூட்டத்தை அவர்களுடைய வீடு-வாசல்களிலிருந்து வேறுபடுத்தி ஒரு குறிப்பிட்ட இடத்தில் திரட்டி இருக்கிறது. இப்போது அவ்வுழைப்பாளர்களின் ஒரே வாழ்க்கை ஆதாரம் உழைப்பதும், அதற்காக முதலாளிகள் தரும் கூலியை வாங்கிக் கொள்வதும்தான். ஆனால் இத்தனை தொழிலாளர்கள் ஒரே இடத்தில் சேர்ந்து வேலை செய்யும்போது அவர்களுக்குக் கூட்டுச் சக்தியும்

வந்துவிடுகிறது. அச்சக்தி முதலாளி தொழிலாளரின் சம்பளத்தைக் குறைக்கும்போதும் யாரையாவது அநியாயமாக வேலையிலிருந்து நீக்கும்போதும் வெளிப்படுகிறது. தொழிலாளரின் ஒன்றுபட்ட சக்தியை (கூட்டுச் சக்தியை) உடைத்தெறிய முதலாளித்துவ அரசுகள் எத்தனையோ அடக்குமுறைச் சட்டங்களைச் செய்து வைத்துள்ள போதும் முதலாளிகள் திருப்தியடையவில்லை. அவர்கள் முதலாளிகள் சங்கங்களை அமைத்துக் கொண்டிருப்பதோடல்லாமல், வேறு பல அமைப்புகளையும் நிறுவிக் கொண்டுள்ளார்கள். அமெரிக்க முதலாளிகள் தேர்தலில் பங்கெடுக்கவும் அதில் மோசடிகள் செய்யவும் டம்னிஹால் போன்ற அமைப்புகளை வைத்துக் கொண்டிருக்கிறார்கள். தொழிலாளர் வேலை நிறுத்தங்களை உடைக்க கருங்காலிகளைத் திரட்டும் நிறுவனங்களை அமைத்திருக்கிறார்கள். அவர்கள் சொந்தமாக உளவாளிகள் அமைப்பையும் ஏற்படுத்திக் கொண்டிருக்கிறார்கள். பின்னாலிருந்து நாட்டின் அரசை நடத்திச் செல்வதற்குக்கூடத் தமது ஆட்களைக் கொண்ட குழுவை அமைத்திருக்கிறார்கள். தொழிலாளர்களையும் தொழிற்சங்க ஊழியர்களையும் இயங்காமல் செய்வதற்காகவும் பயமுறுத்துவதற்காகவும் முதலாளிகள் தம்மிடம் குண்டர்களையும் வைத்திருக்கிறார்கள். ஜெம்ஷெட்பூர், கான்பூர், கல்கத்தா, பம்பாய், கோவை எங்கே வேண்டுமானாலும் பாருங்கள். இங்குள்ள முதலாளிகள்கூட சூழ்நிலைக்கேற்றவாறு பயன்படுத்திக் கொண்டிருக்கின்றனர். விழிப்படைந்த தொழிலாளரை அடித்து நொறுக்கியதுடன் முதலாளிகளின் கையாட்கள், ரவுடிகள் இதுவரை செய்துள்ள படுகொலைகளைச் சொன்னால் நெஞ்சு குமுறும். முதலாளிகளும் அவர்களின் அடிமைப் பத்திரிகைகளும் தொழிலாளரின் 'கட்டுப்பாடின்மை'யைக் குறித்தும் செய்யும் 'அமளி'யைக் குறித்தும் போடும் கூப்பாடெல்லாம் முதலிலேயே தாக்கிவிடுவதால் தம்மைப் பாதுகாத்துக் கொள்ளலாம், என்பதாலேயே!

தொழிலாளர்கள்தான் புரட்சியின் முன்னோடிகள்: ஒடுக்கப்பட்ட சுரண்டப்பட்ட தொழிலாளர்கள் போராடுவதைத் தவிர வேறுவழி யில்லாத நிலைமையில் இருக்கின்றனர். அவர்கள் போராட்டத்தை விட்டுவிட்டால், சம்பள வெட்டும், வேலையிலிருந்து நீக்கிவிடுதலும், குடும்பத்துடன் பட்டினி கிடக்கவும் வேண்டிவரும். இதனாலேயே முதலாளித்துவத்தை ஒழித்துக் கட்டுவது தொழிலாளி வர்க்கத்தின் முயற்சியையே சார்ந்திருக்கிறது. விவசாயிகளும் புரட்சியை விரும்புகின்றனர். தொழிலாளர் வர்க்க அணியில் சேர்ந்து கொண்டிருக்கும் மத்தியதர வர்க்கத்தைச் சேர்ந்த கீழ்த்தட்டு மக்களும் புரட்சிக்குரலை எழுப்புகின்றனர். என்றாலும் புரட்சிக்கு அடிப்படை தொழிலாளி வர்க்கமாகத்தான் இருக்க முடியும். அவர்களுடைய

பொருளாதார அல்லது சொத்துறவுகளை ஆராய்ந்தால் இது நமக்கு நன்கு புரியும். யார் எவ்வளவு சுரண்டலுக்கு ஆளாகிறார்கள். யார் எந்த அளவுக்கு அரசியல் கொடுமைக்கு ஆளாகிறார்கள் யார் எவ்வளவு வறுமையில் ஆழ்ந்திருக்கிறார்கள் பொருளுற்பத்தியில் யார் எந்த அளவுக்குப் பங்கெடுத்துக் கொள்கிறார்கள் சொத்தை இழந்து விடுவோமோ என்று யார் எவ்வளவு அஞ்சுகிறார்கள் பொருளுற்பத்தி செய்வதிலும் சங்கமாக ஒன்று திரள்வதிலும் யாருக்கு எவ்வளவு வசதி இருக்கிறது என்பதையெல்லாம் நாம் கவனிக்க வேண்டும். இதற்காகக் கீழ்வரும் பட்டியலைப் பாருங்கள்:

வர்க்கமும், செல்வமும்	விவசாயி வர்க்கம்	மத்தியதர வர்க்கம்	தொழிலாளி வர்க்கம்
1. பொருளாதாரச் சுரண்டல்	+	-	+
2. அரசியல் கொடுமை	+	+	+
3. வறுமை	+	+	+
4. பொருளுற்பத்தியில் ஈடுபடுவோர்	+	-	+
5. தனியுடைமையிலிருந்து விடுபட்டவர்கள்	-	+	+
6. சங்கத்தில் திரள்வது	-	-	+

ஆறு உரை கற்களிலும் உரைத்துப் பார்க்கும்போது தொழிலாளி வர்க்கமே சிறந்ததென்பதை உணரலாம்.

ஒரு வர்க்கம் இன்னொரு வர்க்கத்திற்கு எதிராகப் போராட்டத்தில் இறங்குவதே 'வர்க்கப் போராட்டமா'கும். சமுதாயத்தில் மாறுதல் கொண்டுவருவதற்கு இவ்வர்க்கப் போராட்டமே சிறந்த சாதனமாகும். உலகத்தில் முரண்பாடே இல்லை என்றும் போராட்டம் மோசமானது என்றும் கூறிக் கண்களை மூடிக்கொண்டு விடுவதால் எவ்விதப் பயனுமில்லை வெவ்வேறு முரண்பாடான நலன்களைக் கொண்ட வர்க்கங்கள் இருக்கும்வரை அடக்கப்பட்டவர்களுக்குப் 'போராடாதீர்கள்' என்று உபதேசிப்பது ஆட்டுக்குட்டியை ஓநாய்க்குப் பலி கொடுப்பதேயாகும்.

(ச) 'மதிப்பு' சித்தாந்தம்: மார்க்ஸின் ஆழ்ந்த பொருளாதாரச் சிந்தனையின் விளைவு 'உபரி மதிப்'பின் (லாபத்தின்) சித்தாந்தமாகும். லோகாயதவாத விளக்கமும், வர்க்கப் போராட்டமும் விஞ்ஞான

சோஷலிஸத்தின் மார்க்ஸீயத்தின் சமூக அடிப்படைகள் என்றால் 'மதிப்பு' பற்றிய சித்தாந்தம் அதன் பொருளாதார அடிப்படையாகும்.

மார்க்ஸ் 'மதிப்பை'ப் பற்றிக் கூறியதாவது: "எல்லா உபயோகப் பொருட்களிலும் அனைவரின், சமுதாயத்தின் உழைப்பு சேர்ந்திருக்கிறது." எந்த ஒரு பொருளும் ஒரேயொரு மனிதனின் உழைப்பால் உருவாகிவிடவில்லை. அதன் உற்பத்தியில் சமுதாயம் பூராவின் பங்கு உண்டு. ஒரு குயவன் ஒரு பானையைத் தயாரிக்கிறான் என்றால் அதற்காக அவன் தச்சன், கருமான் போன்றவர்களின் உழைப்பையும் உதவியாகப் பெறுவதோடல்லாமல் இவ்விஷயத்தில் தலைமுறை தலைமுறையாக வளர்ந்து வரும் அனுபவத்தையும் பயன்படுத்திக் கொள்கிறான். இவ்வாறு எல்லா வினியோகப் பொருட்களுமே சமுதாயத்தின் கூட்டு உழைப்பிலிருந்து தான் உருவாகின்றன. மார்க்ஸ் மேலும் கூறினார்: "ஒரு பொருளின் மகத்துவம் அல்லது சார்புநிலை மதிப்பு அதில் கலந்துள்ள சமூக அம்சமான 'உழைப்பின்' அளவைப் பொருத்திருக்கும். அதாவது அப்பொருளைத் தயாரிக்க உழைப்பு எவ்வளவு தேவைப்படுகிறதோ, அதைப் பொருத்துத்தான் அந்த பொருளின் மதிப்பிருக்கும். ஆகவே பொருட்களின் சார்பு நிலை மதிப்பு, அதில் சேர்ந்துள்ள உழைப்பையும், அனுபவத்தையும் அனுசரித்துதான் இருக்கும்." (Marx, 'Value Price and Profit')

ஒரு பொருளின் உற்பத்தியில் அதில் நேரடியாக, சேர்க்கப்பட்டுள்ள உழைப்பு மட்டும் சேர்ந்திருக்கவில்லை. அத்துடன் அதைத் தயாரிக்கப் பயன்பட்ட கருவிகளின் உறுப்புகளின் மூலம் சமுதாயத்தின் தவிர்க்க முடியாத உழைப்பும் அதில் சேர்ந்துள்ளது. ஒரு பொருளின் 'விலை' என்பது அதன் உண்மையான 'மதிப்ப'ல்ல. 'விலை' என்பது ரூபாய் காசுகளில் சொல்லப்பட்ட 'மதிப்பா'கும். 'விலை' இரண்டு விதமானதாகும். உண்மையானது மார்க்கெட் சம்பந்தப்பட்டது. நேற்று மார்க்கெட்டில் நாம் பத்து ரூபாய்க்கு ஒரு மீட்டர் துணி வாங்கினோம். இன்று அதே துணிக்குப் பதினைந்து ரூபாய் கொடுக்க வேண்டி ஏற்படுகிறது. இதிலிருந்து உண்மையான விலையையும் மார்க்கெட் விலையையும் புரிந்துகொள்ளலாம். இந்த 'மார்க்கெட்' விலை உற்பத்தியையும் கிராக்கியையும் சார்ந்திருக்கும். மார்க்கெட்டில் சரக்கு குறைவாகவும் கிராக்கி அதிகமாகவும் இருந்தால் விலை ஏறிவிடும். சரக்கு அதிகமாக இருந்து விலை குறைந்துவிட்டால் அது மலிவாகிவிடும். பொருளுற்பத்தியும் கிராக்கியும் சமமாக இருந்தால் பொருளின் உண்மை விலையும், மார்க்கெட் விலையும் இரண்டும் ஒன்றாகவே இருக்கும். இங்கே இன்னொரு விஷயத்தையும் கவனத்திலிருத்திக் கொள்ளவேண்டும். முதலாளிகள் ஹேஷ்ய பேரங்கள் (Sepculations)

மூலமாகவும் செயற்கையாகக் கிராக்கியை உண்டுபண்ணி இருவித விலைகளில் ஏற்றத் தாழ்வுகள் ஏற்படுத்தி லாபம் சம்பாதிக்கின்றனர்.

உழைப்புச் சக்தியை விளக்கி மார்க்ஸ் கூறினார்:

"உழைப்புச் சக்தியின் மதிப்பு அதை உண்டாக்கவும் வளர்க்கவும் நிலைநிறுத்தவும் தேவையானவைகளை அடிப்படையாகக் கொண்டிருக்கும்." இதன்படி உழைப்புச் சக்தியில் தொழிலாளியின் உடலுழைப்புச் செலவு மட்டும் கலந்திருக்கவில்லை. அத்துடன் அவனது மனநலத்தைப் பாதுகாக்கும் செலவும்; அவனுடைய வேலையைத் தொடர வேண்டிய அடுத்த தலைமுறையின் செலவும்கூட அதிலே சேர்ந்திருக்கும்.

உபரி மதிப்பு: ஒரு தொழிலாளி ஒருநாளை, தன்னுடைய தேவைகளை உற்பத்தி செய்வதற்கு, அவன் ஆறுமணிநேரம் உழைக்க வேண்டியிருக்கிறது என்று வைத்துக்கொள்வோம். இந்த ஆறு மணி நேர உழைப்பில் உற்பத்தியானது மூன்று ரூபாய்க்குச் சமம் என்று எண்ணிக் கொண்டால், ஒரு தொழிலாளியின் ஒரு நாளைய உழைப்பின் மதிப்பு மூன்று ரூபாய் ஆகிறது. தொழிலாளி உழைக்கிறான். அவன் தன்னுடைய உழைப்பை மூலதனம் வைத்துள்ள ஒருவனுக்கு விற்க வேண்டும். அவன் தனது உழைப்பை மூன்று ரூபாய்க்கு விற்பானானால், அவன் தன்னுடைய உழைப்பின் உண்மையான மதிப்பிற்கு விற்கிறான். ஆனால் தொழிலாளி பன்னிரண்டு மணி நேரம் வேலை செய்து மூன்று ரூபாயே பெறுகிறான் என்று வைத்துக்கொள்வோம். அப்போது அவன் ஆறு மணிநேரம் உபரியாக வேலை செய்கிறான். அந்த உழைப்பு உபரி மதிப்பு அல்லது லாபமாக முதலாளியின் பைக்குள் சென்றுவிடுகிறது. முதலாளித்துவம் முழுவதும் இந்த உபரி மதிப்பையே சார்ந்திருக்கிறது.

3. கம்யூனிஸ்ட் அறிக்கை

வெளிநாடுகளில் இருந்த ஜெர்மன் தொழிலாளர்களின் 'நீதிமான்கள் சங்கம்' 1836இல் மார்க்ஸின் செல்வாக்கிற்குட்பட்டு 'கம்யூனிஸ்ட் சங்கமாக' (Communist League) மாறிவிட்டதென்பதை ஏற்கெனவே குறிப்பிட்டுள்ளோம். 1840-இல் அதன் முதல் மாநாடு லண்டன் நகரில் நடைபெற்றது. இரண்டாவது மாநாடு 1847 டிசம்பரில் நடந்தேறியது. அதில் மார்க்ஸும் பங்கெடுத்துக்கொண்டார். அம்மாநாடு மார்க்ஸுக்கும், ஏங்கெல்ஸுக்கும் ஒரு புதிய செயல் திட்டம் தயாரிக்கும் பொறுப்பு ஒப்படைத்தது. அந்தப் பொறுப்பை அவர்களிருவரும் மிகத் திறம்படச் செய்து முடித்தனர். இதையே "கம்யூனிஸ்ட் அறிக்கை" என்கிறோம். இவ்வறிக்கை மார்க்ஸின்

ஆரம்பகாலக் கருத்துக் கருவூலம் என்றாலும் அதன் முக்கியத்துவம் இன்று வரையிலும் மிகுந்தே இருக்கிறது.

(1840-ஆம் ஆண்டு "கம்யூனிஸ்ட் அறிக்கை"யின் ஜெர்மனி மூலப் பதிப்பும் அதன் பிரெஞ்சு மொழிபெயர்ப்பும் வெளிவந்தன. பிரெஞ்சு மொழிபெயர்ப்பு வெளிவந்ததுமே 1848 பிப்ரவரியில் பிரான்ஸில் புரட்சி ஆரம்பமாகிவிட்டது. மார்ச் மாதத்தில் பெர்லினிலும், சில காலத்திற்குப் பிறகு ஆஸ்திரியாவின் வியன்னாவிலும் கலகங்கள் தோன்றின. 1850-இல் "கம்யூனிஸ்ட் அறிக்கை"யின் ஆங்கிலப் பதிப்பு வெளியிடப்பட்டது. முதல் உலகப் போரின் போது அது துருக்கி மொழியில் வெளிவந்ததும் துருக்கிய சுல்தானின் போலீஸார் 'கார்ல் மார்க்ஸ்', 'ஃபிரெடரிக் ஏங்கெல்ஸ்' என்னும் பெயருள்ள ராஜ துரோகிகளைக் கைது செய்ய வாரண்டுகள் பிறப்பித்தனர். நானும், நரேந்திர தேவும் சேர்ந்து 1931-இல் 'கம்யூனிஸ்ட் அறிக்கையை' இந்தியில் மொழிபெயர்க்கத் தொடங்கினோம். பிரேம்சந்துக்குச் சொந்தமான 'சரஸ்வதி அச்சகத்தில்' அதன் சில பகுதிகள் அச்சும் ஆயின. ஆனால் பின்னால் வெள்ளையரின் அவசரசட்ட காலத்தில் அவ்வேலையை நிறுத்திவிட நேர்ந்தது. இன்று இந்தி மொழியில் 'கம்யூனிஸ்ட் அறிக்கை'யின் பல மொழிபெயர்ப்புகள் வெளிவந்துவிட்டன.)

'கம்யூனிஸ்ட் அறிக்கை' மார்க்ஸீயத்தின் அடிப்படை நூலாகும். தமது இருபத்தொன்பதாவது வயதில் மார்க்ஸ் இதை எழுதினார். அதன் பிறகு அவர் எத்தனையோ நூல்களும், கட்டுரைகளும் எழுதினார். ஆனால் அவையாவுமே 'கம்யூனிஸ்ட் அறிக்கை'யின் விளக்கங்கள் மட்டுமே. மனித வரலாற்றில் இதுவரை எழுதப்பட்ட எல்லா அரசியல் கட்டுரைகளிலும் 'கம்யூனிஸ்ட் அறிக்கை' மகத்தானதும், தெளிவானதும், விரிவான பொருள் தருவதும் விழிப்படையச் செய்வதுமாகும்.

1. 'கம்யூனிஸ்ட் அறிக்கை'யில் நான்கு பாகங்கள் உள்ளன. முதல் பாகத்தில் முதலாளி வர்க்கம், தொழிலாளி வர்க்கம் - ஆகிய இரண்டின் தோற்றமும், வளர்ச்சியும் குறித்துச் சுருக்கமாகக் கூறப்பட்டிருக்கிறது. முதலாளி சமூகம் பூராவுக்கும் உரிய உற்பத்தி சாதனங்களுக்கும் இயந்திரங்களுக்கும் தொழிற்சாலைகளுக்கும் சொந்தக்காரனாவான். தொழிலாளியிடம் உற்பத்திச் சாதனங்கள் இல்லை. அவன் வேலை செய்து பிழைக்க வேண்டுமானால், அதற்காக உழைத்து தனது உழைப்பை விற்பதைத் தவிர அவனுக்கு வேறுவழியில்லை.

உலகத்தின் எழுத்து வடிவான வரலாறு முழுவதும் வர்க்கப் போராட்டங்களின் வரலாறேயாகும். அடிமைச் சமுதாய காலத்திலும்

நிலப்பிரபுத்துவ யுகத்திலும் சுரண்டுவோர் சுரண்டப்படுவோருக் கிடையே போராட்டம் மறைமுகமாகவும் நேரடியாகவும் நடைபெற்றுக் கொண்டிருந்தது. 'இப்போராட்டம் சமுதாயம் புரட்சிகரமாகப் புனரமைக்கப்படுவதிலோ (அல்லது) இரண்டு முரண்பாடுள்ள வர்க்கங்களின் அழிவுடனோ முடிவு பெற்றது.'

அமெரிக்கா கண்டுபிடிக்கப்பட்டதுடன் ஆசியாவின் வாசல் திறக்கப்பட்டதோடு இவற்றால் உலக வர்த்தகம் வளர்ந்ததால் முதலாளித்துவம் தோன்றியது. இத்துடன் மார்க்கெட் தேவைகளைப் பூர்த்தி செய்யவும் அதிக லாபங்களுக்காகவும் நீராவியால் இயங்கும் இயந்திரங்களும் தொழிற்சாலைகளும் போக்குவரத்துச் சாதனங்களான ரயில்களும், கப்பல்களும் புழக்கத்துக்கு வந்தன.

முதலாளித்துவம் வளர வளர நிலப்பிரபுத்துவத்துடன் அதற்கு முரண்பாடு பெருகியது. இறுதியில் அது நிலப்பிரபுத்துவ ஆதிக்கத்தை ஒழித்து தனது நிலையை வலுப்படுத்திக் கொண்டது. முதலாளித்துவம் அதற்கு முன்பு யாருமே கற்பனை செய்தும் பார்த்திராத அளவுக்கு உற்பத்திச் சக்திகளை வளர்த்தது. முதலாளித்துவம் இன்னொரு காரியத்தையும் சாதித்தது. கச்சாப் பொருட்கள் வினியோகப் பொருட்கள் ஆகியவற்றின் கொடுக்கல்-வாங்கல்களால் உலகத்து நாடுகளை ஒன்று மற்றொன்றைச் சார்ந்து நிற்கும்படி செய்துவிட்டது. அதற்கு முன்பு உற்பத்தி முறைகள் சிதறியிருந்தன. முதலாளித்துவம் அவற்றை ஒன்று திரட்ட ஆரம்பித்துவிட்டது. இந்தியா உட்பட எல்லா நாடுகளிலும் முதலாளிகளின் பலம் அதிகரித்துக்கொண்டே போயிற்று. அரசியல் அதிகாரத்தையும் அவர்கள் வசப்படுத்திக் கொண்டுவிட்டனர்.

தான் தோற்றுவித்த உற்பத்திச் சக்திகளை நிலப்பிரபுத்துவத்தால் கட்டுப்படுத்த இயலவில்லை. அது வியாபாரத்தைப் பெருக்கித் தொழிற்சாலைகளைத் துவக்கி இவ்வாறே முதலாளித்துவத்தைத் தோற்றுவித்தது. மூலதனம் தீவிரமான உற்பத்திச் சக்திகளை உருவாக்கியது. அதன் பங்கீட்டு மாற்று (exchange) முறைகளும் மிகவும் அற்புதமானவை என்றாலும் உற்பத்தியும் பங்கீடும் ஒத்துப்போக முடியவில்லை. உற்பத்தி என்னவோ பெருகிற்று. ஆனால் அதைத் தொழிலாளர்கள் விலைகொடுத்து வாங்குவதற்கான பணத்தில் 'உபரி மதிப்பின்' (லாபத்தின்) சாக்கால் வெட்டு ஏற்படுத்தப்பட்டது. இதனால் உற்பத்தியான எல்லாப் பொருட்களையும் வாங்க தொழிலாளர்களிடம் பணம் இருக்கவில்லை. இதனால்தான் அவ்வப்பொழுது பொருளாதார மந்தநிலைகளும், உற்பத்தி செய்யப்பட்ட பொருட்களை அழிப்பதும் நடைபெறுகின்றன. இவ்விதமாக, முதலாளித்துவம் எந்த ஆயுதத்தைக்

கொண்டு நிலப்பிரபுத்துவத்தை வீழ்த்திற்றோ அதே ஆயுதம் இப்போது முதலாளித்துவத்தை அழிப்பதற்குத் தோன்றிவிட்டது.

முதலாளித்துவம் தன்னை அழிப்பதற்கான ஆயுதத்தை மட்டும் தோற்றுவிக்கவில்லை. அவ்வாயுதத்தைப் பயன்படுத்துபவர்களையும் தோற்றுவித்தது. அவர்களே தொழிற்சாலைகளில் வேலை செய்யும் தொழிலாளர்கள்.

மத்தியதர வர்க்கம்: வியாபாரிகளும், கைவினைஞர்களும், விவசாயிகளும் மெள்ள மெள்ள வீழ்ந்துகொண்டே போகிறார்கள். இவர்களிலிருந்துதான் தொழிலாளர்ப்படையில் ஆட்கள் வந்து சேர்ந்து கொண்டிருக்கிறார்கள். அவர்கள் தம்மைப் பாதுகாத்துக்கொள்ள வாழ்க்கையைப் பாதுகாத்துக்கொள்ள - ஒன்றுபட்டுக் கொண்டிருக்கிறார்கள். அவர்களுடைய நலன்களைக் காப்பாற்றி அவர்களுக்கு வழிகாட்ட அவர்களின் சொந்த அரசியல் கட்சி உருவாகிக் கொண்டிருக்கிறது. மற்ற வர்க்கங்களிலும்கூட விழிப்பு ஏற்பட்டாலும் தொழிலாளர் வர்க்கம் ஒன்றுதான் புரட்சியைக் கொண்டு வரும் சக்தி படைத்திருக்கிறது. மற்ற சுரண்டப்பட்ட வர்க்கங்கள் நிகழ்காலத்தில் அல்லாமல், எதிர்காலத்தில் கிடைக்கக்கூடிய உரிமைகளுக்காகப் போராட விரும்புகின்றன. ஆனால் தொழிலாளர் இயக்கம் சிறுபான்மையினர் இயக்கமல்ல; அது சரித்திரத்திலேயே முதன்முதலாக ஒரு பெரும்பான்மையினரின் இயக்கமாகும். தொழிலாளரின் நிலைமை நாளுக்கு நாள் மோசமாகிக்கொண்டே போய்க் கொண்டிருக்கிறது. அவர்களுடைய சம்பள வெட்டும், வேலையில்லாத் திண்டாட்டமும் வளர்ந்து கொண்டே போய்க்கொண்டிருக்கின்றன.

முதலாளிகளே தமது கல்லறைகளைத் தோண்டும் இத்தொழிலாளர் களைத் தோற்றுவித்துவிட்டார்கள்.

II. 'கம்யூனிஸ்ட் அறிக்கை'யின் இரண்டாம் பாகத்தின் ஒரு பகுதியில் மற்ற தொழிலாளர்களுடன் கம்யூனிஸ்டுகளின் தொடர்பு எப்படிப்பட்டதாக இருக்கவேண்டுமென்பது விவரிக்கப்பட்டுள்ளது. கம்யூனிஸ்டுகள் தொழிலாளர் வர்க்கத்தின் பிரிக்க முடியாத பகுதியேயாகையால் அவர்கள் தொழிலாளர்களுடன் வேறுபட்டிருக்கக் கூடாது. "1 தொழிலாளர் வர்க்கத்தின் சொந்தக் கட்சியைத் தவிர கம்யூனிஸ்டுகளுக்கு வேறுகட்சி இருக்கக்கூடாது. 2. பாட்டாளி வர்க்கத்தின் நலன்களைத் தவிர அவர்களுக்கு வேறு நலன்கள் இருக்க முடியாது, 3. தொழிலாளர் இயக்கத்தை ஒரு குறிப்பிட்ட முறையில் உருவாக்க அவர்கள் வேறு எந்தச் சித்தாந்தங்களையும் பயன்படுத்த விரும்பமாட்டார்கள்."

"(கம்யூனிஸ்ட் என்பவன்) ஒவ்வொரு நாட்டிலுள்ள தொழிலாளர் வர்க்கத்தின் முன்னோடியும், திடமான பகுதியுமானவன். தொழிலாளி வர்க்கத்தின் இப்பகுதி மற்றவர்களை முன்னுக்கு இட்டுச் செல்கிறது. மறுபுறம் தொழிலாளர் வர்க்கத்தின் பெரும்பகுதியைக் காட்டிலும் சித்தாந்தத்தைப் புரிந்துகொண்டு போராட்ட வழிகளையும் தொழிலாளர் இயக்கத்தின் இறுதிப் பலனையும் நிலைகளையும் தெளிவாக உணர்ந்துகொள்கிறது. "கம்யூனிஸ்டுகளின் உடனடி நோக்கங்கள் என்னவெனில் தொழிலாளர்களை ஒரு வர்க்கமாகத் திரட்டுவது முதலாளித்துவத்தின் முக்கியத்துவத்தை ஒழிப்பது, தொழிலாளர் வர்க்கம் மூலம் அரசியலதிகாரத்தைக் கைப்பற்றுவது."

கம்யூனிஸ்டுகளின் சித்தாந்த முடிவு எந்த ஒரு சீர்திருத்தக் கருத்தையும் அடிப்படையாகக் கொண்டடிராமல், நம் கண் முன்னால் நடைபெற்று வரும் வரலாற்று முக்கியத்துவம் வாய்ந்த இயக்கத்தை அடிப்படையாகக் கொண்டிருக்கிறது.

'கம்யூனிஸ்ட் அறிக்கை'யில் இரண்டாம் பாகத்தின் மற்ற பகுதியில் கம்யூனிஸ்டுகளின் மீது செய்யப்படும் விமர்சனங்களுக்குப் பதிலளிக்கப்பட்டுள்ளது. பொதுவுடைமை சித்தாந்தம் சமுதாயத்தால் உற்பத்தியான பொருட்களை அனுபவிப்பதிலிருந்து எந்த ஒரு தனி மனிதனையும் தடுக்க விரும்பவில்லை. ஆனால் அதே சமயத்தில் அவ்வனுபவத்தின் வழியாக மற்றவர் உழைப்பைச் சுரண்டுவதற்கு முயற்சிக்கக்கூடாது என்று மட்டுமே அது சொல்கிறது. தொழிலாளர் ஆட்சி ஏற்பட்டுவிட்டால் 'பண்பாடு' அழிந்து போகுமென்று முதலாளிகள் கூப்பாடு போடுகிறார்கள்; ஆனால் முதலாளிகளின் பண்பாடு, இயந்திரத்தைப் போல் உழைக்க வேண்டுமென்று மனிதனுக்குப் போதிப்பதைத் தவிர வேறென்ன? கம்யூனிஸ்டுகள் பெண்களையும் பொதுவுடைமையாக்கி விடவேண்டுமென்று கூறவில்லை. ஆனால் பெண்களின் பாதி அடிமைத்தனம் ஒழிய வேண்டுமென்றுதான் சொல்கிறார்கள். வேசித் தொழிலும் விபச்சாரமும் ஒழிய வேண்டும். பெண்களுக்குச் சமுதாயத்தில் எல்லாவிதமான சமமான இடம் அளிக்கப்பட வேண்டும்.

கம்யூனிஸ்டுகள் தாய்நாட்டை நேசிப்பதையும், தேசீயப் பற்றையும் ஒழிக்க விரும்புகிறார்கள் என்னும் அவதூறுக்கான பதில்: "தொழிலாளர்களுக்குச் சொந்த நாடு என்று எதுவும் கிடையாது. அவர்களிடம் இல்லாத ஒன்றை நாம் எவ்வாறு பறித்துக்கொள்ள முடியும்? தொழிலாளி வர்க்கம் அரசியல் முக்கியத்துவத்தைப் பெற வேண்டும். நாட்டின் முக்கிய வர்க்கமாக மாற வேண்டும். இதுவே தேசீயப் பணியாகும்." ஆனால் முதலாளித்துவ தேசீயத்தின் பொருள்,

ஒருநாடு இன்னொரு நாட்டின் மேல் படையெடுப்பது எப்போதும் யுத்தத்திற்கான தயாரிப்புக்களைச் செய்துகொண்டே இருப்பது இப்படிப்பட்ட ‘தேசீயத்தை’ கம்யூனிஸ்டுகள் நிச்சயமாக விரும்பமாட்டார்கள். “வர்க்கங்களுக்கிடையிலான முரண்பாடு எந்த அளவுக்கு மறையுமோ, அந்த அளவுக்கே இனங்களுக்கிடையிலான வெறுப்பும் மறையும்.”

கம்யூனிஸ்ட் செயல் திட்டம் பற்றிக் கூறப்பட்டிருப்பதாவது “புரட்சியில் தொழிலாளர் வர்க்கம் முதலில் செய்ய வேண்டிய பணி தன்னை ஆளும் வர்க்கமாக ஆக்கிக்கொள்வதுதான். அது ஜனநாயகத்திற்கான போரை வென்றெடுக்க வேண்டும். தொழிலாளர் தமது அதிகாரத்தைச் செலுத்துவார்கள்... முதலாளி வர்க்கம் மூலதனம் அனைத்தையும் தன் கையில் எடுத்துக்கொள்வதற்காக உற்பத்திச் சாதனங்கள் எல்லாவற்றையும் ஓரிடத்தில் குவிக்கும். ஆனால் தொழிலாளி வர்க்கம் ஆட்சியாளர்களாக மாறி அரசை வசப்படுத்திக் கொள்ளவும் உற்பத்திச் சாதனங்கள் அனைத்தையும் குறுகிய காலத்தில் வளர்க்கவும் முயற்சிக்கும்.”

தொழிலாளி வர்க்கத்தின் உடனடித் திட்டமாவது: நிலத்தில் தனியுடைமையை ஒழிப்பது. நிலத்திலிருந்து கிடைக்கும் வரிப்பணத்தை யெல்லாம் பொதுநலனுக்காகச் செலவிடுவது. வருமானத்தைப் பொருத்து வருமான வரியை அதிக அளவில் விதிப்பதன் மூலம் வாரிசு உரிமைகளை முடிவுக்குக் கொண்டு வருவது. நாட்டிலிருந்து ஓடிப்போனவர்களின், துரோகிகளின் சொத்துக்களைப் பறிமுதல் செய்வது. அரசாங்கத்தின் மூலதனத்தால் தேசிய வங்கியை நிறுவிக் கொடுக்கல்-வாங்கல்களையெல்லாம் ஒருங்கிணைப்பது. போக்குவரத்துச் சாதனங்களை நாட்டுடைமையாக்குவது. அரசின் மூலம் உற்பத்திச் சாதனங்களையும் தொழிற்சாலைகளையும் பெருக்குதல். தரிசு நிலங்களைச் சாகுபடிக்குக் கொண்டு வந்து பொதுத் திட்டத்தின்படி அவற்றைப் பண்படுத்துதல். உழைப்பின் விஷயத்தில் எல்லாரையும் பொறுப்பாளிகள் ஆக்குதல். குறிப்பாக விவசாயப் படையை அமைத்தல். விவசாயத்திற்குத் தொழில்களுடன் நெருங்கிய தொடர்பை ஏற்படுத்துதல். நாட்டில் அதிகமான சமப்பங்கீட்டை அமல்படுத்திக் கிராமங்களுக்கும் நகரங்களுக்குமிடையே உள்ள ஏற்றத்தாழ்வை அகற்றுதல். பொதுப் பள்ளிகளில் எல்லாக் குழந்தைகளுக்கும் இலவசக் கல்வி அளித்தல் தற்போதுள்ளதைப் போல் சிறுவர்களைத் தொழிற்சாலைகளில் வேலைக்கு அமர்த்திக் கொள்வதைத் தடுத்தல். கல்வியையும், தொழில் உற்பத்தியையும் இணைத்தல்.

தொழிலாளி வர்க்கமே கடைசியில் தன்னுடைய முக்கியத்துவத்தை ஒழித்துவிடும், "வளர்ச்சிப் பாதையில் சென்று சென்று வர்க்க பேதம் அழிந்து விடும்போது பொருளுற்பத்தி முழுவதும் அரசின் கைக்கு வந்துவிடும் போது அரசு தன்னுடைய அரசியல் உருவத்தை இழந்துவிடும். 'அரசு' என்பது உண்மையில் ஒருவர்க்கமற்ற வர்க்கத்தை அடக்கியாள்வதற்காகத் திரட்டப்பட்ட சக்தியேயாகும்," தொழிலாளி வர்க்கம் அரசியல் சக்தியைப் பெற்று பொருளுற்பத்தி அனைத்தையும் தனது கையிலெடுத்துக்கொண்டு சுரண்டும் வர்க்கத்தை ஒழித்துவிடும். அது வர்க்கப் பகைமையை அகற்றி ஒரே வர்க்கத்தை உருவாக்கித் தனக்குக் கிடைத்த முக்கியத்துவத்தை இழந்துவிடும். "இனி பழைய முதலாளித்துவ சமுதாயத்திற்குப் பதிலாக அதனுடைய வர்க்கங்கள், வர்க்கங்களின் முரண்பாடுகளுக்குப் பதிலாக எல்லோரின் வளர்ச்சியுடன்கூட ஒவ்வொருவரின் தனியான வளர்ச்சியும் நிகழக்கூடிய ஒரு புதிய அமைப்பு ஏற்படும்."

III. 'கம்யூனிஸ்ட் அறிக்கை'யின் மூன்றாம் பாகத்தில் மற்ற சோஷலிசக் கருத்துக்கள் விமர்சிக்கப்பட்டுள்ளன. "தற்கால சமுதாயத்தின் ஒவ்வொரு சட்டத்தையும், சம்பிரதாயத்தையும் கற்பனாவாத சோஷலிஸ்டுகள் தாக்குவது தொழிலாளி வர்க்கத்தின் கண்களைத் திறப்பதில் பிரதான பங்கு வகிக்கிறதென்பதில் சந்தேகமில்லை" ஆனால் அதே சமயத்தில் அவர்கள் எல்லா வர்க்கங்களுக்கும், ஆட்சியாளர்களுக்கும் மன மாற்றத்திற்காக விடுக்கும் அழைப்பு தவறானதாகும். மக்கள் வர்க்க வேறுபாடுகள் நிறைந்த சமுதாயத்தின் கேடுகளைப் பார்த்தபின்னர் அதை விரும்பத்தக்கதென்று எண்ணுவார்களா? ஆட்சியாளர்களின் மனத்தை இனிய வார்த்தைகளால் மாற்றிவிடலாமென்று கற்பனாவாத சோஷலிஸ்டுகள் நினைப்பதானது அவர்களை புரட்சியை எதிர்க்கும் அளவுக்குக் கொண்டு சென்றுவிட்டது. அவர்கள் தமது நோக்கத்தை அமைதியான வழிகளில் நிறைவேற்றிக்கொள்ள விரும்பினார்கள். தமது சிறு செயல்களால் புதிய சமுதாய சித்தாந்தத்தின் உண்மையை நிலைநாட்ட விரும்பினார்கள்.

IV. கம்யூனிஸ்டுகள் எல்லா இடங்களிலும் தற்போதைய சமூக அரசியல் அமைப்புகளுக்கு எதிரான புரட்சிகர இயக்கங்களுக்கு உதவிபுரிகின்றார்கள். "எல்லா இடங்களிலும் அவர்கள் எல்லா நாட்டு ஜனநாயகக் கட்சிகளுக்கிடையே ஒற்றுமைக்காகவும், நட்புக்காகவும் முயற்சிக்கிறார்கள்."

"கம்யூனிஸ்டுகள் தமது கருத்துக்களையும் நோக்கங்களையும் மறைப்பதை இழிவாக நினைக்கிறார்கள். அவர்கள் தமது லட்சியம்

தற்கால சமுதாய அமைப்புக்களையெல்லாம் பூரணமாக ஒழித்துக் கட்டும்போதுதான் நிறைவேறும் என்று தெளிவாக அறிவிக்கிறார்கள். ஆளும் வர்க்கம் பொதுவுடைமைப் புரட்சியினால் நடுங்கிக் கொண்டிருக்கட்டும்! தமது அடிமை விலங்குகளைத் தவிர இழப்பதற்குத் தொழிலாளரிடம் வேறென்ன இருக்கிறது?" ஆனால் அடைவதற்கோ ஒரு முழு உலகமே இருக்கிறது!"

"உலகத் தொழிலாளர்களே! ஒன்று படுங்கள்!"

மார்க்ஸின் பொருளாதார நூல்கள் கீழ்க்கண்டவையாகும்.

1. "கூலி, உழைப்பு, மூலதனம்": 1845-இல் பிரஸெல்ஸிலி செய்யப்பட்ட சொற்பொழிவு.

2. "தத்துவத்தின் வறுமை": புரோதோவின் "வறுமையின் தத்துவ"த்திற்குக் கண்டனம். 1847-இல் வெளியிடப்பட்டது.

3, "மதிப்பு, விலை, லாபம்": 1865-இல் நிகழ்த்தப்பட்ட சொற்பொழிவு. இதை மார்க்ஸே ஆங்கிலத்தில் தயாரித்தார்.

4. "அரசியல் பொருளாதார விமர்சனம்": 1856இல் பிரசுரிக்கப்பட்டது. இதையே மார்க்ஸ் தனது மகத்தான நூலான "மூலதனத்தில்" விரிவுபடுத்தினார்.

5. "மூலதனம்"

முதல் பாகம் முதலாளித்துவ உற்பத்தி: 1867இல் வெளிவந்தது.

இரண்டாம் பாகம்: முதலாளித்துவப் பங்கீடு.

மூன்றாம் பாகம்: முழு உருவத்தில் முதலாளித்துவ உற்பத்தி மார்க்ஸின் மறைவுக்குப்பின் ஏங்கெல்ஸ் கடைசி இரண்டு பாகங்களையும் பதிப்பித்து வெளியிட்டார்.

6. "உபரி மதிப்பின் சித்தாந்தம்" "மூலதனத்திற்காக மார்க்ஸ் திரட்டியிருந்த குறிப்புகள்". அவரது மறைவுக்குப் பிறகு இவை காவுத்ஸ்கிக்குக் கிடைத்தன. அவர் அவற்றை இதே பெயரில் மூன்று பாகங்களாக வெளியிட்டார்.

4. விஞ்ஞான சோஷலிஸத்தின் வெற்றி

மார்க்ஸும், ஏங்கல்ஸும் எந்த விஞ்ஞான சோஷலிஸக் கருத்துக்களின் வளர்ச்சிக்கும் பிரசாரத்திற்கும் தமது வாழ்நாளை அர்ப்பணித்தார்களோ அவை இன்று சர்ச்சைக்குரியவைகளாக மட்டுமே இருந்துவிடவில்லை. அவை 66 ஆண்டுகளாக உலகத்தின்

மூன்றில் ஒரு பகுதியில் சமுதாயத்தை மாற்றுவதில் வெற்றி கண்டிருக்கின்றன. ருஷியாவில் சோவியத்துகள் புரட்சியின்போது உள்நாட்டு வெளிநாட்டுப் பகைவர்களைத் தோற்கடித்துப் புரட்சியை வெற்றி பேறச் செய்ததன் மூலம் விஞ்ஞான சோஷலிஸத்தின் மார்க்ஸீயத்தின் - விஞ்ஞான அடிப்படையை (சித்தாந்தம், செயல் ஆகியவற்றின் ஒற்றுமையை) நிரூபித்தார்கள். அமைதிக் காலத்தில் விவசாய நாடாகப் பின்தங்கியிருந்த சோவியத் நாட்டை எவ்வளவு வேகமாகப் பொருளாதார ரீதியில் முன்னேறச் செய்தார்கள் என்பதை இன்று எல்லாரும் அறிவார்கள். முதலாளித்துவப் பிரசாரகர்களின் அவதூறுகளைச் சுக்கு நூறாக்கி இன்று சோவியத் யூனியன் தொடங்கிவைத்த ஐந்தாண்டுத் திட்டங்கள் உலகெங்கும் பரவியிருக்கின்றன. இன்று எல்லா நாடுகளுமே ஐந்தாண்டு திட்டங்களை அமல்படுத்த முயற்சி செய்து கொண்டிருக்கின்றன.

1. சோவியத் யூனியன்

(க) இரண்டாம் உலகப்போர்: ஜெர்மானிய ஆளும் வர்க்கம் கி.பி. நாலாம் நூற்றாண்டில் ரோமானியப் பேரரசை அழித்தொழித்த போதே ஜெர்மானிய இனம் போர்க் குணமிக்க இனமாகப் புகழ்பெறத் தொடங்கியது. ஜெர்மானியர்களில் போர்க்குணமும், போர்ப்பயிற்சியும் எப்போதுமே குறையவில்லை. ஜெர்மானியர் ரோமானியப் பேரரசை அழித்தபோது, அவர்கள் இனக்குழு நிலையைக் கடந்து மிகத் தொலைவு சென்றுவிட்டிருக்கவில்லை. இதனாலேயே ரோமானியப் பேரரசுக்குப் பதிலாக ஜெர்மானியப் பேரரசு அமைக்கப்படவில்லை. ஜெர்மானியச் சமுதாயம் நிலப்பிரபுத்துவத்துவச் சமுதாயமாக மாறிவிட்ட பிறகும் அங்கே இனக்குழு மனநிலை பத்தொன்பதாம் நூற்றாண்டுவரை தொடர்ந்தது. இதன் காரணமாகவே ஜெர்மனி விஞ்ஞானத்திலும் பகுத்தறிவிலும் முன்னேறிய போதிலும்கூட ஜெர்மானிய நிலப்பிரபுக்கள் ஒன்றுபடுவதற்கு நீண்ட காலம் பிடித்தது. ஆனால் மாபெரும் ஜெர்மன் நாட்டின் ஆளும் வர்க்கம் எல்லாம் ஒன்றுபட்டவுடன், அதன் சுற்றுப்புறமுள்ள நாடுகளுக்கெல்லாம் பழைய ரோமானியப் பேரரசைப் போன்ற அபாயம் ஏற்பட்டுவிட்டது. அக்காலம் வரை ஜெர்மானிய இனம் விஞ்ஞானத் துறையில் உலகத்திற்குத் தலைவனாக விளங்கி வந்தது. ஒன்றுபட்ட ஜெர்மனியின் பலத்தைப் பயன்படுத்திக்கொண்டு அதன் ராணுவ வர்க்கம் 1870-71-இல் ஃபிரான்ஸைத் தோற்கடித்து தனது ராணுவ பலத்தை வெளிப்படுத்தியது. அன்றிலிருந்து ஜெர்மானிய ஆளும் வர்க்கம் உலகத்தை வெற்றிகொள்ளக் கனவு காணத் தொடங்கியதுடன் அதற்காகத் தயாரிப்புகள் செய்யவும் ஆரம்பித்துவிட்டது. 1917-18 முதல்

உலகப் போரை நாம் பார்த்தோம். ஆகவே ஜெர்மானிய ஆளும் வர்க்கம் தயாரித்த ராணுவ பலம் ஹிட்லர் ஆட்சிக்கு வந்த பிறகு உருவாக்கப்பட்டதல்ல. நூற்றாண்டு காலமாகப் பயிற்சி பெற்ற ஜெர்மானிய ராணுவச்சக்தி ஐரோப்பா முழுவதின் மக்கள் பலத்தையும் பண பலத்தையும் ஆயுத பலத்தையும் திரட்டிக்கொண்டு தன்னந்தனியாக இருந்த சோவியத் செஞ்சேனையின் மேல் தாக்குதல் தொடுத்தது. முதலில் அது பெற்ற வெற்றிகளைப் பார்த்து மனித இன விரோதிகள் மகிழ்ந்தார்கள். ஆனால் அவர்களுடைய மகிழ்ச்சி தொடரவில்லை. 1942-ஆம் ஆண்டு குளிர்காலத்தில் ஸ்டாலின்கிராம் போர் முனையில் பாசிஸ்ட் ஜெர்மனி கடுமையான தோல்வி கண்டது. அதன் பின்னர் செஞ்சேனை ஹிட்லரின் படையை அழிக்கவாரம்பித்தது. பிரிட்டிஷ் பிரதமர் சர்ச்சிலும், அமெரிக்க ஏபாதிபத்தியவாதிகளும் மேற்கு முனையில் ஹிட்லரைத் தாக்க முயற்சிக்கவில்லை. தன்னந்தனியாக சோவியத் யூனியன் ஹிட்லருடன் போரிட்டுப் பலவீனமடைய வேண்டுமென்பது அவர்களது எண்ணமாகும். சோவியத் யூனியன் பலவீனமடைந்துவிட்டால், போருக்குப் பிறகு தம்மிஷ்டப்படி கொட்டமடிக்கலாம் என்பது அவர்களுடைய நோக்கமாகும். ஆனால் செஞ்சேனை ஒன்றே ஜெர்மனியைத் தோற்கடித்து ஐரோப்பா பூராவையும் ஜெர்மனியின் பிடியிலிருந்து விடுவித்து விடுமென்பதைப் பார்த்ததும் பிரிட்டிஷ், அமெரிக்க ஏகாதிபத்தியவாதிகள் தாம் இனி கேட்பாரற்றவர்கள் ஆகிவிடுவோம் என்பதை உணர்ந்து இரண்டாம் போர் முனையைத் துவக்கினார்கள். சோவியத் செஞ்சேனை ஐரோப்பிய யுத்தத்திலும், ஹிட்லரின் ஜெர்மனியை வெற்றி கொள்வதிலும் முக்கிய பங்கு வகித்ததோடு மாபெரும் உயிர்ப்பலியும் தந்தது. சோவியத் செஞ்சேனை உலகத்தின் மிகச் சிறந்த படை வரிசை என்பதில் எவருக்காவது ஐயம் இருக்க முடியுமா?

(ங) சோவியத் யூனியன் அரசியலமைப்பு: சோவியத் பாராளுமன்றம் மூலம் சோவியத் யூனியன் ஆளப்படுகிறது. இதில் இரண்டு சபைகள் உள்ளன. இவ்விரு சபைகளின் உறுப்பினர்களும் நான்காண்டுகளுக்கு ஒரு முறை வயது வந்தோரால் தேர்ந்தெடுக்கப் படுகிறார்கள். பத்துபேர் சேர்ந்து ஒருவரின் பெயரை முன் மொழிந்தால், அவர் தேர்தலில் வேட்பாளராகப் போட்டியிடலாம். சோவியத் யூனியனில் தனிச் சொத்துரிமை இல்லாததால், ஒருவர் தம் விருப்பப்படி தேர்தலில் போட்டியிடுவது வீணேயாகும். ஏனெனில் வாக்காளரிடையே பிரசாரம் செய்ய முதலாளிகளைப் போல் அவர்களிடம் பணமோ சம்பளம் பெறும் ஏஜெண்டுகளோ பத்திரிகைகளோ இருக்காது. உற்பத்திச் சாதனங்களில் தனியுடைமை இருப்பதன் காரணமாக பாசிஸ்ட் நாஜி, முதலாளித்துவ நாடுகளில்

பணத்தைச் செலவழிப்பவர்கள் பாராளுமன்றத்திற்கு ஏகமனதாகத் தேர்ந்தெடுக்கப்படுவதைப் போன்று சோவியத் யூனியனில் நடைபெறாது. முதலாளித்துவ நாடுகளைப் போன்று அங்கே வாக்குகளை விலைகொடுத்து வாங்க முடியாது. ஐம்பது சதவிகிதத்திற்கும் குறைவாக வாக்குகளைப் பெற்றவர்கள் சோவியத் யூனியனில் வெற்றி பெற்றவர்களாகக் கருதப்படுவதில்லை. தேர்ந்தெடுக்கப்பட்டவர்களையும் வாக்காளரின் நம்பிக்கையை இழந்துவிட்டால் திருப்பி அழைத்துக்கொள்ளலாம்.

சோவியத் பாராளுமன்றம் ஒரு ஜனாதிபதியைத் தேர்ந்தெடுக்கிறது. மந்திரி சபையையும் பிரதமரையும் கூட அதுவே தேர்ந்தெடுக்கிறது.

2. சீனா: ருஷியாவில் சோஷலிஸப் புரட்சி வெற்றிபெற்றதானது ஒரு திடீர் நிகழ்ச்சி என்று பலரும் கருதினார்கள். ஐரோப்பிய நாடுகளான போலந்து, செக்கோஸ்லோவாகியா, ஹங்கேரி, ருமேனியா, பல்கேரியா, அல்பேனியா ஆகிய நாடுகளில் சோஷலிஸம் ஆட்சிக்கு வந்தது உலக யுத்தத்தைப் பயன்படுத்திக் கொண்டதால்தான் என்று கூறப்பட்டது. ஆனால் சீனாவிலும் க்யூபாவிலும் வியத்னாமிலும் சோஷலிஸ வெற்றிக்கான காரணத்தைத் தேட முடியாது. அந்நாடுகளில் அமெரிக்க ஏகாதிபத்தியம் எவ்வளவோ முயற்சித்தும்கூட சோஷலிசம் மாபெரும் வெற்றி அடைந்தது. இப்போது அது நமக்குப் பக்கத்தில் திபேத்தில் குடிகொண்டுவிட்டது. பெரும் மக்கள்தொகை கொண்ட சீனம் தனது உணவுப் பிரச்சினையைத் தீர்த்துக்கொண்டு நமக்கும் உணவு ஏற்றுமதி செய்து வழிகாட்டியிருக்கிறது. இவ்வாறு உலகத்தின் மூன்றில் ஒரு பகுதியில் சோஷலிசம் நிலை பெற்றுவிட்டது.

அனுபந்தம்

1. மானிட வளர்ச்சிக் கால வரலாறு

புராதனப் பொதுவுடைமைச் சமுதாயம் 5 லட்சம் - 10,000 ஆண்டுகளுக்கு முன்பு

இனக்குழு யுகம்	:	கி.மு. 7000 ஆண்டுகள்
தந்தைவழிச் சமுதாயம்	:	கி.மு. 5500 ஆண்டுகள்
புதிய கற்காலம்	:	கி.மு. 5000-3000 ஆண்டுகள்
அடிமைச் சமுதாயம்	:	கி.மு. 4500 ஆண்டுகள்
நிலப்பிரபுத்யதுவச் சமுதாயம்	:	கி.மு. 3500 ஆண்டுகள்
முதலாளித்துவம்	:	கி.பி. 1760 ஆண்டுகள்
ஏகாதிபத்தியம்	:	கி.பி. 1900 ஆண்டுகள்
பொதுவுடைமை	:	கி.பி. 1917 ஆண்டுகள்

குரங்கிலிருந்து மனிதன்	:	20 லட்சம் ஆண்டுகள்
ஆயுதம் வீசும் மனிதன்	:	10 லட்சம் ஆண்டுகள்
மனிதன்	:	5 லட்சம் ஆண்டுகள்
நேஅண்டர்த்தல் மனிதன்	:	3 லட்சம் ஆண்டுகள்
முதல் முறையாக வில் அம்புகள்	:	10,000 ஆண்டுகள்
கண்டுபிடிப்புகளின் யுகம்[1]	:	5000 - 3000 ஆண்டுகள்
விவசாயம்	:	கி.மு. 5000 ஆண்டுகள்
சக்கரவண்டி	:	கி.மு. 3500 ஆண்டுகள்
கழிவுநீர்க் கால்வாய் (சுமேரியா)	:	கி.மு. 3000 ஆண்டுகள்
மூளையின் இருதயத்தின் இயக்கத்தைப் பற்றிய அறிவு (எகிப்து)	:	கி.மு. 3000-2800 ஆண்டுகள்
மிகக் குறைந்த கண்டுபிடிப்புகள்	:	கி.மு. 2600 - 600 ஆண்டுகள்
முதல் பேரரசுகள் (ஸர்கோன், மெஸப்படோமியா)	:	கி.மு. 2500 ஆண்டுகள்
முதல் தசாம்ச முறை	:	கி.மு. 2000 ஆண்டுகள்

1. விவசாயம், கால்வாய்கள், அணைக்கட்டுகள், செங்கல், வாசற்படி, முத்திரை, எழுத்து, சூரிய ஆண்டு, வில், அம்பு ஆகியன கண்டுபிடிக்கப்பட்ட காலம்.

இரும்பு	:	கி.மு. 1000 ஆண்டுகள்
காற்றாடி இயந்திரம்	:	கி.மு. 1000
இந்திய எண்கள்	:	கி.பி. 700 ஆண்டுகள்
பெண்டுலம் உள்ள கடிகாரம்	:	கி.பி. 1000 ஆண்டுகள்
ஐரோப்பாவில் இந்திய எண்கள்	:	கி.பி. 1200
ஐரோப்பாவில் வெடிமருந்து	:	கி.பி. 1300
ஐரோப்பாவில் நிலக்கரி	:	கி.பி. 1300
ஐரோப்பாவில் காகிதம்	:	கி.பி. 1300
இந்தியாவில் காகிதம்	:	கி.பி. 14ஆம் நூற்றாண்டு
இந்தியாவில் காந்தம்	:	கி.பி. 14ஆம் நூற்றாண்டு
முதல் அச்சு இயந்திரம் (கோஸ்லர்)	:	கி.பி. 1438
(இங்கிலாந்தில்)	:	கி.பி. 1475
(இந்தியாவில்)	:	கி.பி. 16ஆம் நூற்றாண்டு
அமெரிக்காவை கண்டுபிடித்தல்	:	கி.பி. 1492
ருஷ்யா பயணி நிகிதன் இந்தியாவுக்கு வருகை	:	கி.பி. 1466 - 72
வாஸ்கோட காமா இந்தியா வருகை	:	கி.பி. 1498
ஸத்பேடஸ் (விஞ்ஞானத்தியாகி)	:	கி.பி. 1533
ப்ரூனோ (விஞ்ஞானத்தியாகி)	:	கி.பி. 1600
பகுத்தறிவுச் சுதந்திரப் பிரசாரம்	:	கி.பி. 1600
தொலைநோக்கி (கலீலியோ)	:	கி.பி. 1612
நியூட்டனின் பூமியின் ஈர்ப்பு சித்தாந்தம்	:	கி.பி. 1657
கண்டுபிடிப்புகளின் புதுயுகம்	:	கி.பி. 1760
பயணபலூன்	:	கி.பி. 1782
தீப்பெட்டி	:	கி.பி. 1808
ரயில்வே (ஸ்டோக்டன்)	:	கி.பி. 1825
பயணரயில் (லிவர்ஃபூல்-மான்செஸ்டர்)	:	கி.பி. 1830
தந்தி	:	கி.பி. 1833
புகைப்படம்	:	கி.பி. 1839
சூயல்கால்வாய்	:	கி.பி. 1869
பாரிஸ் கம்யூன்	:	கி.பி. 1871
மின்சாரம்	:	கி.பி. 1878
கிராமஃபோன்	:	கி.பி. 1878
பொதுவுடைமை ஆட்சி (ருஷ்யாவில்)	:	கி.பி. 1917
(சீனாவில்)	:	கி.பி. 1949

2. சமுதாய வளர்ச்சியின் நிலைகள்

நிலை	முக்கியத்துவம்	திருமணம்	பிழைக்கும் வழி	சுரண்டல் முறை	சொத்துடைமை	உற்பத்தி	பங்கீடு	ஆயுதம்	மதம்	சமுதாயம்	வர்க்கம்
காட்டுமிராண்டி வாழ்க்கை	பெண் (சமத்துவம்)	கூட்டு உடலுறவு கோத்திரம் இல்லை	பழ சேகரிப்பு வேட்டை	இல்லை	சமூக உடைமை	சமூக ரீதியில்	சமூக ரீதியில்	கல்லாயுதம்	மதம் இல்லை இயற்கையைத் தொழுதல்	புராதன பொதுவுடைமை	வர்க்கங்கள் இல்லை
அநாகரிக சமுதாயம்	ஆண்	ஒருவருடனே பெண் அடிமை	மாடு மேய்த்தல்	அடிமைத்தனம்	தனியுடைமை	தனியார் உற்பத்தி	தனியார் பங்கீடு	கல்லாயுதம்	பல கடவுள்களைத் தொழுதல்	தந்தை வழிச் சமுதாயம்	பேதம்
நாகரிக சமுதாயம்	ஆண்	ஒருவருடனோ அல்லது பலருடனோ திருமணம் வேசிகள்	விவசாயம் பண்டமாற்று கைத்தொழில் வியாபாரம் நாணயம் வட்டி, கைத் தொழிலும்	உழைப்பாளர்	தனியுடைமை	தனியார் உற்பத்தி	தனியார்ப் பங்கீடு	புதிய கற்காலம்	ஒரே கடவுள் தொழுகை	நிலப்பிரபுத்துவம்	வர்க்க பேதம்
			இயந்திரத் தொழிலும்	தொழிலாளர்	தனியுடைமை	சமூக ரீதியில்	தனியார்ப் பங்கீடு	இயந்திரம் சக்தி		முதலாளித்துவம்	வர்க்க பேதம்
மனிதத்துவம்	சமத்துவம்	ஒருவருடனே திருமணம்	இயந்திரத் தொழில்கள்	இல்லை	சமூக உடமை	சமூக ரீதியில்	சமூக ரீதியில்	இயந்திரம் + சக்தி	மதம் இல்லை	பொதுவுடைமை சமுதாயம்	வர்க்க பேதம்

3. துணை நூல்கள்

Marx (Karl)	:	Capital Communist Manifesto critique of Political Economy
		To there programme value, price, and profit
Marx and Engels	:	Selected Correspondence
Morton, A.L.	:	A Peoples History of England (1938)
Bogardus, E.S.	:	Development of Social Thought (1940)
Lindsay Jack	:	Short History of culture (1939)
Moon, Parry T	:	Imperisalism and World Politics (1933)
inman, Mary	:	In woman's Defence (1941)
Cole, G.D. & M.I	:	Guide to Modern Politics (1934)
Laidler, Harry, W	:	History of Socialist Thought (1933)
Hobbes, Thomas	:	Elements of Laws
Morgan Lewis	:	Ancient Society
Letourneau	:	Evaluation of Marriage
Hammurabi	:	Code of Hammuraby (F. R. Harper)
Hurtzler, J.O.	:	History of utopian Though
கண்ணன்	:	பகவத்கீதை
தர்மகீர்த்தி	:	வாத நியாயம்
புத்தர்	:	தீர்க்க நிகாய்
		மஜ்ஜிம் நிகாய்
		வினய் பிடக்
		அங்குத்தர் நிகாய்
		ஸுத்த நிபாத்
		தம்ம பத் - அட்ட கத
ராகுல்ஜி	:	உலக உருவமைப்பு
		விஞ்ஞான லோகாயதவாதம்
		தத்துவ இயல்கள்
		புத்த சாயா
		ஈரான்
		மகாபாரதம்...